Bùi Vĩnh Phúc •

Chữ Nghĩa & Không Gian Văn Chương

Ngôn Ngữ
TẠP CHÍ VĂN HỌC NGHỆ THUẬT

ẤN BẢN ĐẶC BIỆT

Bùi Vĩnh Phúc
Chữ Nghĩa & Không Gian Văn Chương

Thiết kế bìa
UYÊN NGUYÊN TRẦN TRIẾT

Thiết kế sách
BÙI VĨNH PHÚC

ISBN: 979-8-2955-3738-7

2026

Liên lạc:
Luân Hoán: lebao_hoang@yahoo.com
Song Thao: tatrungson@gmail.com

Toà soạn & Trị sự: Lê Hân: (408) 722-5626

Nhà xuất bản Nhân Ảnh, Hoa Kỳ, tháng II. 2026

MỤC LỤC

Thư Đầu Sách

Luân Hoán

Bùi Vĩnh Phúc, tác giả của tuyển tập chúng ta đang cầm trên tay, bắt đầu sự nghiệp Viết của ông như thế này:

- Làm thơ từ năm 1968
- Viết tiểu luận phê bình văn học từ năm 1982.

Sau đó có mặt trong Ban chủ biên một số tạp chí văn học có uy tín tại hải ngoại; đồng thời diễn thuyết, nói chuyện văn chương nghệ thuật và ngôn ngữ rộng rãi tại nhiều đại học cũng như diễn đàn văn hóa công cộng.

Không dừng trong bề bộn những công việc trên, ông còn dịch thuật phổ biến tài liệu trong nhiều lãnh vực Luật khoa, Y khoa, Tâm Lý-Xã Hội; dịch văn chương thế giới; là giáo sư giảng dạy tại các đại học Golden West College và California State University từ 1989.

Việc xuất bản tác phẩm là điều đương nhiên. Thơ, tùy bút theo nhau ra đời. Nhận định, lý luận, biên khảo về nhiều tác giả lớn của văn chương văn học Việt Nam, một công việc đòi hỏi một tri thức uyên bác, cũng được ông góp phần một cách tích cực và vô cùng thành công…

Với một tác giả đa năng và tài ba như thế, tạp chí Ngôn Ngữ rất vinh hạnh được làm cầu nối đưa các công trình đó đến nhà in, để trình diện rộng rãi hơn nữa với bạn đọc chữ Việt khắp nơi, tạo cho bạn đọc cơ hội lưu giữ và truyền tiếp cho thế hệ mai sau. Chính vì thế, chúng tôi rất vui trong công việc khiêm nhường của mình, thực hiện tuyển tập:

"BÙI VĨNH PHÚC
CHỮ NGHĨA & KHÔNG GIAN VĂN CHƯƠNG".

Thư Đầu Sách, như đã từng thưa, chỉ là hình thức cho có duyên, cùng lắm là đưa đường cho bạn đọc, không dám nghĩ tới việc giới thiệu tổng quát tác phẩm, bởi một phần là người làm việc này chưa đủ trình độ chuyên môn và thú thật chưa có thời gian đọc đủ.

Thư Đầu Sách, có thể nói thêm, là cách dám tem nơi khởi sự phát hành một tác phẩm lớn, thế thôi. Ở đây chúng tôi cũng không giới thiệu tổng quát nội dung, vì đã có một mục lục chi tiết ngay đầu sách.

Với tác phẩm của Nhà nghiên cứu-phê bình văn học Bùi Vĩnh Phúc, sự mở đường linh tinh coi như vô duyên và không cần thiết, bởi bạn đọc sẽ lý thú ngộ ngay một bài giới thiệu tổng hợp rất tinh tế, đầy đủ của nữ giáo sư đại học, kiêm Nhà nghiên cứu-phê bình văn học, một Tiến sĩ Ngữ văn của Đại học Sư phạm Huế hiện tại: Giáo sư Nguyễn Thị Tịnh Thy.

Thú thật, khi đọc bài "Nghe Tiếng Quê Hương Từ Nơi Xa Thẳm" của vị Giáo sư này viết về Bùi Vĩnh Phúc, tôi đã bấm nút nâng cao bàn để đứng đọc (vì đang khó khăn trong việc ngồi) nhưng đã đọc một cách trân trọng, chăm chú bởi lối viết cuốn hút, hài hòa trong nhận xét đánh giá lẫn giới thiệu một cách tài hoa về một cây bút đa tài. Tôi nghĩ vội trong đầu sẽ tóm lược bài viết này cho lời đầu sách; may thay khi khom khom gõ chữ, tôi đã kịp thời dừng lại, nhường những thú vị đọc nguyên văn toàn bài viết của nữ giáo sư cho tất cả bạn đọc khi đến với tác phẩm "Chữ Nghĩa & Không Gian Văn Chương" của nhà nghiên cứu-phê bình Bùi Vĩnh Phúc.

Và khi không thể "mượn hoa vẽ vời kính Phật" tôi cố gắng thưa thêm đôi điều, vốn không theo thứ tự mục lục:

Dù tác giả rất xuất sắc trong các lãnh vực Thơ, Tản văn, Tùy bút, Dịch thuật… nhưng khi nhắc đến bút danh Bùi Vĩnh Phúc, bạn đọc trong làng văn đa phần tôn vinh và tìm đọc ông qua những công trình nhận định biên khảo về văn học nghệ thuật. Trong tuyển tập này, một trong những bài tác giả giới thiệu đến bạn đọc là bài "Hai Mươi Năm Văn Học Miền Nam (1954-1975): Phẩm Tính và Ý Nghĩa". Đây là một tiểu luận văn học giàu công nghiên cứu, nhận định và vô cùng quý báu. Một công trình rất cần thiết đối với di sản văn học Việt Nam trong sự nghiên cứu của các học giả, nói riêng, và người đọc hiện tại cũng như sau này nói chung. Bài viết được bố cục làm ba phần:

1. Giới thiệu vấn đề
2. Bàn về các phẩm tính
3. Tóm Kết

Trong phần chính yếu, là phần bàn về các phẩm tính, ông đưa dẫn người đọc qua bốn phần chính A, B, C, D sẽ được nói qua dưới đây. Riêng phần D, bàn về sự khai phóng, đa sắc và đa dạng của nền Văn Học Miền Nam, lại được chia ra làm bốn phần nhỏ.

Trở lại, bốn phần chính nói về chuyện phẩm tính bàn về:

A - Một nền văn học phát triển và mang tính liên tục, từ truyền thống
B - Một nền văn học hiện đại, tiếp cận rộng rãi với văn học thế giới
C - Một nền văn học đậm đà tính nhân bản, nhân văn
D - Một nền văn học khai phóng, đa sắc và đa dạng

Với phần A, cùng với nhận định riêng, Bùi Vĩnh Phúc nêu lên những dẫn chứng sinh hoạt nổi bật trong hai mươi năm Văn Học Miền Nam.

Với phần B, sự hiện đại và tiếp cận thế giới của nền văn học tự do miền Nam được thể hiện như thế nào đã được nhà phê bình tỉ mỉ dẫn chứng cụ thể qua sự kết nối với nhiều tác phẩm, tác giả nước ngoài, từ phương Tây, Châu Mỹ đến cả Ấn Độ. Bút pháp, thi pháp miền Nam đã hoà quyện, gắn kết với văn học thế giới ra sao được tác giả trình bày với những tên tuổi cụ thể trong các lãnh vực âm nhạc, thi ca, văn chương. Chúng ta được gặp một số tên tuổi như Phạm Duy, Đỗ Quý Toàn, Nguyên Sa, Bùi Giáng, Cung Trầm Tưởng, Du Tử Lê, Trần Dạ Từ, Nguyễn Tất Nhiên, Nguyễn Đức Sơn, Phạm Thiên Thư, Tô Thùy Yên, Viên Linh, Thanh Tâm Tuyền, Mai Thảo, Vũ Khắc Khoan, Nguyễn Đình Toàn, Võ Phiến, Sơn Nam, Bình Nguyên Lộc, Võ Hồng, Doãn Quốc Sỹ, Nguyễn Mạnh Côn, Duyên Anh, Nhật Tiến, Cung Tích Biền, Thế Uyên, Duy Lam, Nguyễn Thụy Long, Thảo Trường, Văn Quang, Nguyễn Xuân Hoàng, Nguyễn Mộng Giác, Tuý Hồng, Nguyễn Thị

Hoàng, Nguyễn Thị Thụy Vũ, Nhã Ca, Trùng Dương, Trần Thị NgH., Lê Xuyên, An Khê…

Với phần C, về tính nhân bản, nhân văn, cụ thể ông nhắc đến Dương Nghiễm Mậu, Phan Nhật Nam, Y Uyên, Nguyễn Thị Thuỵ Vũ, cùng nhiều tác giả chúng ta đã gặp ở phần trên. Ông dựa vào tác phẩm và cách tạo dựng nhân vật, cùng bối cảnh trong đó họ sống để trình bày, lập luận một cách thuyết phục.

Với phần D, về sự khai phóng, đa sắc và đa dạng, ông cho rằng nền văn học miền Nam có thể chưa mang tính "khai minh" hoàn toàn vì vẫn còn một số những vùng tối, những giới hạn, do những yếu tố thuộc cả về con người lẫn lịch sử, nhưng chắc chắn đó là một nền văn học mang đầy ánh sáng, hương thơm và sắc màu, nhờ ở sự tự do tiếp thu những hương xa trong nhiều lãnh vực.

Vấn đề Giáo Dục ở miền Nam cũng được nhà nghiên cứu-phê bình mổ xẻ, đề cao những ưu điểm có thật sau khi chuyển đổi từ chương trình Pháp sang Pháp-Việt, rồi tiếp tục cải thiện phát triển thêm khi qua chương trình tiếng Việt. Phần Triết học, với các lãnh vực Luân Lý, Đạo đức, Tâm Lý, Siêu Hình, được nhắc tới với nhiều vị giáo sư uy tín như Nguyễn Văn Trung, Kim Định, Trần Thái Đỉnh, Trần Văn Toàn, Lê Tôn Nghiêm, Nghiêm Xuân Hồng, Trần Đăng Thục, Nguyễn Duy Cần…

Tất cả những điều nói trên được trình bày với nhiều lập luận và chi tiết cụ thể, nhiều hình ảnh mang màu sắc sinh động, nhiều so sánh thích đáng và lý thú, khiến toàn tiểu luận cho thấy hình ảnh của Văn Học Miền Nam như một con rồng khoe sắc, uốn lượn, lấp lánh bay lên.

Qua nhận xét và lập luận nghiêm túc, xác đáng của nữ giáo sư Nguyễn Thị Tịnh Thy, Bùi Vĩnh Phúc không chỉ là một nhà nghiên cứu-phê bình văn học, như đã được thế giới văn học Việt Nam nhận biết, ông còn là một thi sĩ. Tôi đồng tình với nhận định đó qua sự phân tích rất đẹp và sâu của vị nữ giáo sư về một bài thơ của ông. Về phương diện tùy bút, tản văn, tôi thấy văn ông rất đẹp và giàu chất thơ. Đó là một nét rất riêng của Bùi Vĩnh Phúc. Tôi cũng rất thích những bài nhận định đặc sắc của ông về ngôn ngữ và thi ca. Những bài viết này hết sức thơ mộng và cũng mang đậm tính khoa học văn chương. Có một chỗ ông đã trình bày rất hay và thú vị về bài thơ Hoàng Hạc Lâu nổi tiếng của Thôi Hiệu và các cách dịch nó.

Sẽ là một thiếu sót lớn nếu chúng tôi không nhắc đến những đóng góp quý báu khác từ các bạn văn của tác giả tuyển tập này. Những đóng góp quý báu ấy làm tròn đầy hơn các sắc diện văn chương của Bùi Vĩnh Phúc. Chúng chiếu sáng vào những đường nét, các khía cạnh khác nhau tạo nên khuôn mặt văn học mà ta đang tìm đến. Xin trân trọng cám ơn Nhà văn, Giáo sư Trần C. Trí; Nhà văn, dịch giả Phan Tấn Hải; Nhà văn, nhà biên khảo văn học Trần Hữu Thục; Nhà văn, chủ biên trang văn học Da Màu Đặng Thơ Thơ; Nhà văn, dịch giả, chủ trương nhà xuất bản Văn Học Trịnh Y Thư; và Chủ biên trang văn học Trần Thị Nguyệt Mai, cũng là một người trong nhóm chủ trương tạp chí Ngôn Ngữ. Tất cả những chia sẻ, nhận định sâu sắc và quý báu của các vị này sẽ giúp độc giả tiếp cận chân dung nhà phê bình-nghiên cứu văn học Bùi Vĩnh Phúc một cách đầy đủ và lý thú hơn.

Kính chúc quý bạn đọc khoan khoái khi đọc và ngẫm về cuốn sách này. Trong sách có bao nhiêu điều thú vị, đẹp đẽ và bao thông tin, kiến thức mang tính khoa học văn chương mà ta có thể thưởng thức và tìm hiểu, theo dõi. Chỉ riêng đoạn Bùi Vĩnh Phúc, một nhà phê bình văn học, một nhà thơ, nói về bài thơ Hoàng Hạc Lâu và các cách dịch nó thôi cũng đủ khiến ta yêu thích văn chương nhiều thêm. Cái sướng khó nói rõ được.

Nghe Tiếng Quê Hương từ Nơi Xa Thẳm

Nguyễn Thị Tịnh Thy (*)

Nếu giới thiệu với một ai đó về Bùi Vĩnh Phúc, trước tên của ông, thế nào cũng phải có những danh xưng "nhà nghiên cứu – phê bình", "nhà văn", "nhà thơ", "nhà giáo", "dịch giả". Đó là điều hiển nhiên, vì nó chính danh. Nhưng riêng tôi, khi đọc xong bản thảo cuốn sách *Chữ nghĩa & không gian văn chương* của Bùi Vĩnh Phúc, dù đọc với tư cách là một đồng nghiệp – hậu bối, và với con mắt nghề nghiệp, tôi chỉ muốn gọi ông bằng định ngữ "một người yêu nước mình" như tên một bài thơ của Trần Vàng Sao.

Trong nghiên cứu văn học, lâu nay, người ta quen dùng danh ngữ văn học Việt Nam hải ngoại để chỉ những sáng tác ngoài biên giới quốc gia, nghiêng về các nước tư bản Âu Mỹ, nơi mà các nhà văn di tản – di dân – lưu vong đến sống và viết. Tôi cũng đã quen với việc định danh này. Vì vậy, khi nhà nghiên cứu Bùi Vĩnh Phúc dùng cụm từ "ngoài nước" thay cho "hải ngoại": "văn học Việt Nam ngoài nước" thay cho "văn học Việt Nam hải ngoại", tôi cứ thấy trai trái, nghe không thuận tai, đọc không thuận miệng. Nhưng, khi đọc thấy tác giả giải thích vì sao dùng "ngoài nước", tôi thật sự xúc động: "Còn đối với danh ngữ "*Văn học ngoài nước*", tôi cảm nhận được sự rung động của thân tâm với chữ "nước". Nó tạo được nhiều hàm nghĩa, gắn bó với cội rễ, gốc nguồn mình. Cho dù nó là tiếng Nôm. Qua sự phát âm, tôi nhận được những rung chấn cả ở tâm hồn và thân xác mình. Nó mang chứa một âm điệu xưa cũ và mộc mạc, gắn bó nhiều với những tình tự quê hương.

Nguyễn Du từng có câu "Thôn ca sơ học tang ma ngữ" [Tiếng hát nơi thôn xóm (làm cho ta) bước đầu học được tiếng nói của người trồng dâu, trồng gai"]. Những tiếng hát, tiếng nói quê mùa, dân dã đã khắc sâu vào lòng ta những lời nước non thân thiết. Làm ta nhớ đến bài thơ "Thề Non Nước" của Tản Đà. Chữ "nước" cũng có thể gợi nhắc đến hai câu thơ của Bà Huyện Thanh Quan: "Nhớ *nước* đau lòng con quốc quốc / Thương nhà mỏi miệng cái gia gia"". Chữ "nước" trong cảm nhận của một người sành từ Hán Việt, bụng đầy kinh luân như Bùi Vĩnh Phúc, quả thật không thể không gây chấn động tâm can người đọc. Dĩ nhiên, Bùi Vĩnh Phúc không cố chấp để áp đặt nỗi niềm riêng của mình lên những cái đã được mặc định. Ông thừa nhận rằng: "cái tên "Văn học hải ngoại" đã được dùng quen. Bây giờ, nó gắn bó và khơi dậy những gì thân thiết với người Việt xa nhà, và với cả một dòng sống chảy tràn và vượt qua bao bão táp. Nó đã là một phạm trù lịch sử". Và tôi cũng vậy, tôi cũng sẽ dùng cái tên "Văn học hải ngoại" như lâu nay đã từng. Nhưng từ "nước" vút lên đầy thánh thót trong trẻo, khắc khoải tha thiết như lời của giáo sư Bùi Vĩnh Phúc vẫn ghim vào sự tri nhận của tôi một điều gì đó mới mẻ hơn, thiêng liêng hơn. Có thể vì thế chăng, tôi đã đọc cuốn sách này trong tiếng vọng của lời non nước, và nghe tiếng quê hương từ nơi xa thẳm.

1. Tiếng quê hương bắt đầu từ những tản văn/tuỳ bút của Bùi Vĩnh Phúc. "Xin đi từ thơ ấu", những ngày mà tác giả Bùi Vĩnh Phúc gọi là "còn có quê hương". Những ngày ấy đọng lại trong ký ức của kẻ tha phương, trở về trong giấc mơ và hoài niệm với tiếng pháo rộn rã khắp ngõ nhỏ; chợ Tết ở quê nhà; nồi bánh chưng của mẹ đêm ba mươi; tiếng gà trưa trong những ngày mùa hạ oi ả; tiếng nước mưa hối hả dồn dập gõ xuống trên mái tôn, mái ngói hoặc trên những mái tranh nghèo, hay trên những tàu lá chuối tả tơi… Lần theo "Một trăm cơn mưa" trong tuỳ bút *Hãy ngước mặt và thả bay đi những cơn mưa*, ta hiểu được đường đời tác giả qua đường mưa. "Người ngồi trong cõi nhớ quên/ Lần tay sờ, kiếm những miền thực, hư", hồn nhiên và trong trẻo với những cơn mưa thời thơ dại, lãng mạn và nên thơ trong chiều mưa ở Club Nautique Thanh Đa của Sài Gòn với bằng hữu và những cô bé học trò mắt nai đắm chìm trong tiếng ghi-ta và những bài hát về mưa của Trịnh Công Sơn, phiêu dạt trong cơn mưa đen thét gào vò xé chiếc ghe mỏng manh già cỗi mang theo những sinh mệnh lênh đênh giữa đại dương trong chuyến đi tìm miền đất hứa đầy thập tử nhất sinh, bảng lảng khói sương kỷ niệm như cơn mưa phùn bay qua thành phố biển

của xứ sở tự do mang theo một chút hạnh phúc ẩm mốc dịu dàng gợi nhớ về những cơn mưa xưa…

Tản văn của Bùi Vĩnh Phúc cho người đọc hiểu thêm về "một thời lưu lãng" của các văn nghệ sĩ ở hải ngoại. Đồng thanh tương ứng, đồng khí tương cầu, họ tìm đến với nhau, nuôi dưỡng tình yêu văn chương nghệ thuật. Để tiếng quê hương được cất lên ở xứ người, gắn kết những người con lưu lãng như Bùi Vĩnh Phúc, Nguyễn Mộng Giác, Nguyễn Hưng Quốc, Thuỵ Khuê, Trần Vũ, Nguyễn Bá Trạc, Phạm Quốc Bảo, Hoàng Khởi Phong… gầy dựng nên các tờ báo, tạp chí bằng tiếng Việt để cộng đồng người Việt ở hải ngoại không bị "mất ngôn ngữ", "mất tiếng nói" trước cộng đồng bản xứ. Trong bài viết của mình, Bùi Vĩnh Phúc trích dẫn định nghĩa văn chương: *Quê hương là một nơi chốn để nhớ về*. Ông cho rằng "Cái ngữ – động – từ "nhớ về" ở đây nói lên cái phần số đau đớn của những kẻ mất quê hương, hay đã xa lạc khỏi quê hương. Đó là thân phận của những kẻ bị lưu đầy". Tuy nhiên, với nỗ lực khơi lại dòng chảy văn chương nghệ thuật ở xứ người, Bùi Vĩnh Phúc và những người cùng chí hướng đã đem quê hương đến với người Việt. Ông không lý luận về vai trò của văn chương đối với đời sống, đặc biệt là với những thân phận xa quê hương – thiếu quê hương; không nói về những khó khăn trong hành trình của những con chim lạc bầy khắc khoải cất tiếng gọi tìm nhau; cũng không nói đến niềm hạnh phúc của viết và đọc bằng tiếng mẹ đẻ; chỉ nói đến niềm hạnh phúc của bao kẻ tri âm mỗi khi gặp gỡ nhau hay bịn rịn chia tay với niềm tin "hải nội tồn tri kỷ, thiên nhai nhược tỷ lân" (dưới gầm trời này còn có tình tri kỷ, thì dù xa tận chân trời góc biển cũng như đang ở bên nhau – *Tống Đỗ Thiếu Phủ chi nhậm Thục châu* – Vương Bột). Và điều đó cũng đủ khiến ta xúc động. Bởi vì, đó là những "vinh dự, lầm than của kiếp người" lưu lạc luôn đăng đót với tiếng quê hương.

2. Cũng như bao người yêu văn chương khác, Bùi Vĩnh Phúc xem thơ như làn điệu tâm hồn của chính mình. Vì thế, những bài thơ được chọn in trong tuyển tập này là một dạng thức biên niên sử tâm hồn của ông, trải dài từ thập niên 1970 đến đầu thế kỷ XXI. Đó là những cảm xúc lãng mạn, hiền hoà của tháng ngày hoa niên thơ mộng, là những quăng quật của biển đêm cuồng nộ trong chuyến hải hành cắt rời cuống rốn của bao người con rời xa đất mẹ và nỗi nhớ quê nhà với "tiếng hát chèo thấm vào hoàng hôn" trong "Những giấc mơ lại tung cánh và trôi dạt, chẳng biết về đâu". Bùi Vĩnh Phúc khắc dấu sự sáng tạo của mình

không phải ở thi hứng, thi ảnh, thi liệu mà ở cách ngắt câu và sử dụng thanh điệu tiếng Việt như một "bút pháp trò chơi". Với *Xuân hồng, mưa lênh đênh*, ông dùng toàn vần bằng để diễn tả sự nhẹ nhàng, thanh thoát từ dáng hình đến tình cảm của một thiếu nữ mang vẻ đẹp liêu trai: "yêu đời em đi trong hoan ca/ yêu người em mơ trên môi hoa// bờ vai đen tuyền cho liêu trai/ hồ sao xanh ngời trong thiên thai/ thôi em đi về cho thu vàng/ vàng thu cho mây thêm bay sang". Với *Biển vỡ*, Bùi Vĩnh Phúc ngắt ý bằng những dấu câu dồn dập: "Sóng đập hoàng hôn vào mạn tàu/ Quê nhà lùi, khuất. Một hồn đau./ Qua ô cửa nhỏ khoang hầm mốc/ Một mặt trời. Vỡ. Đỏ. Chênh chao".

Biển vỡ là một bài thơ bốn câu bảy chữ theo kiểu Thơ Mới, nhưng dạng thức rất gần với thể thất ngôn tứ tuyệt cổ (tương đối tự do, không bị ràng buộc bởi niêm luật như kim thể, cho dù thơ cổ tuyệt thường ở dạng năm chữ). Vì vậy, trong một cách nhìn nào đó, ta có thể thấy ở nó cái "thế" của thất ngôn tứ tuyệt. Bài thơ này có cấu trúc của khai – thừa – chuyển – hợp; có đặc điểm hàm súc khơi gợi; có vẻ đẹp của ý tại ngôn ngoại, thi trung hữu hoạ, tả cảnh ngụ tình. Bốn câu thơ của *Biển vỡ* chỉ 28 chữ nhưng có đến 6 dấu chấm. Câu đầu là không gian bao la, mênh mông ngoài kia với sóng đập vào mạn tàu trong thời khắc của ngày tàn. Tác giả đặt từ chỉ thời gian vào sau động từ, khiến trạng ngữ trở thành tân ngữ. Nếu viết "Hoàng hôn sóng đập vào mạn tàu", vẫn giữ được trật tự cú pháp của câu thơ, giữ được vần chân. Nhưng khi đảo vị trí của trạng từ thời gian, đưa nó vào sau động từ: "Sóng đập hoàng hôn vào mạn tàu", câu thơ như mạnh hơn, dữ dội hơn. Hoàng hôn – cái vô hình vô thể trở thành cái hữu hình hữu thể – đi liền sau động từ mạnh (đập) của chủ thể "sóng" khiến câu thơ mang một ý nghĩa bất thường. Bảy chữ dung chứa một không gian bao la giữa thời khắc nhật tận. Ngày tàn, chiều tàn trên biển; con sóng không vỗ bờ dịu dàng, cũng không xô bờ mãnh liệt, mà đập vào mạn tàu, nghe như giận dữ, như uy hiếp và dự báo bất an. Quả đúng như vậy, câu thứ hai đã bộc lộ tất cả những gì nhà thơ muốn tỏ bày. "Quê nhà lùi, khuất. Một hồn đau". Lẽ thường, tác giả có thể không cần dùng dấu phẩy ở câu đầu. Viết "Quê nhà lùi khuất" vẫn diễn tả được sự lướt nhanh của con tàu, bỏ lại đằng sau là quê nhà yêu dấu. Nhưng, dấu phẩy tách biệt "lùi" và "khuất" lại có thể chuyển tải được cái ngoái nhìn không chớp mắt về phía sau, vẻ đăm đắm của người ra đi đang ghi vào nhãn quan của mình hình ảnh quê nhà cho đến khi khuất dạng. "Quê nhà lùi, khuất" là cảnh, thuần cảnh; nhưng qua điểm nhìn nghệ thuật của thơ được kiến tạo bởi một dấu phẩy, trong cảnh ấy đã chứa tình – tình của người ra đi – tình ly biệt – tình lưu luyến cố hương. Tình ấy cũng giống như nỗi lưu luyến của Lý Bạch đứng trên lầu Hoàng Hạc dõi theo cánh buồm cô lẻ của Mạnh Hạo Nhiên cho đến khi mất hút, chỉ còn thấy tận chân trời là một khoảng không bao la, trống vắng vô cùng (Cô phàm viễn ảnh bích không tận/ Duy kiến Trường Giang thiên tế lưu – *Hoàng Hạc lâu tống Mạnh Hạo Nhiên chi Quảng Lăng*). Vế thứ hai của câu thơ lại càng là tình: "Một hồn đau.". "Một" là sự lẻ loi, cô đơn, cô độc của con người, của tâm hồn. "Một" là số ít, nhưng khi đứng trước một chủ thể để biểu đạt nỗi buồn, niềm đau, nó không nhỏ bé và ít ỏi như tự thân, mà trở nên nhiều hơn, sâu hơn, cắt cứa hơn.

Như trên đã nói, nhìn *Biển vỡ* trong cái "thế" của thể tứ tuyệt, tôi chú ý đến một trong những yêu cầu của thi pháp thơ Đường nói chung, thơ tứ tuyệt nói riêng, là "mạch kỵ lộ" (ý thơ, mạch thơ kỵ để lộ). Nhà thơ muốn ký thác, bày tỏ điều gì, chủ đề bài thơ ra sao, thì phải đến cuối bài, người đọc mới khám phá được. Bởi vì, bất ngờ là một trong những yếu tính của nghệ thuật. Hơn nữa, hai câu đầu của tứ tuyệt thường thiên về tả cảnh, hai câu cuối tả tình. Dĩ nhiên, cảnh nào mà chẳng ngụ tình. Nhưng tình thực sự – điều da diết nhất, tha thiết nhất, sầu muộn nhất, nhung nhớ nhất, yêu thương nhất, quyến luyến nhất... thường được đặt vào câu cuối. Trong trường hợp cảm xúc dồn nén đến độ bùng vỡ ở hai câu đầu, nhà thơ đã phạm luật. Và, khi đã biểu đạt hết, trút hết tình vào đầu bài thơ, hai câu còn lại phải làm gì? Chắc chắn lại phải quay về với cảnh, nhưng cảnh ở đây phải đẹp hơn, độc đáo hơn; và nó phải hàm chứa cái tình – sâu hơn, lớn hơn, nhức nhối hơn cái tình đã "buột miệng" nói ra ở đầu bài thơ. Đó là một thử thách mà chỉ có những người "sành" làm thơ mới vượt qua được (như Vương Bột trong *Tư quy*, Trương Kế trong *Phong Kiều dạ bạc*...). Tôi thực sự nể phục khi Bùi Vĩnh Phúc cũng vượt qua được thử thách ấy với hai câu cuối đầy sáng tạo: "Qua ô cửa nhỏ khoang hầm mốc/ Một mặt trời. Vỡ. Đỏ. Chênh chao". Câu 3 xác định vị trí của nhà thơ: "khoang hầm mốc". Từ vị trí này, nhà thơ cảm nhận, nghe được tiếng "Sóng đập hoàng hôn vào mạn tàu", nhìn "Quê nhà lùi, khuất" và cảm thấy "Một hồn đau". "Qua ô cửa nhỏ khoang hầm mốc" của câu 3, ta càng hiểu hơn về từ "đau" của câu 2. Người ra đi không phải trong tư thế của một hành nhân bình thường, mà là một "thuyền nhân" Việt – đi, là lành ít dữ nhiều; đi, là biệt xứ như một kẻ bị/tự lưu đày. Với những cuộc ra đi mịt mờ và đầy bất trắc, dù đến được bờ hay không thì quê nhà cũng trở nên lìa xa đến "nhất khứ bất phục phản", không đau sao được?

Từ ô cửa nhỏ tù túng, giam hãm ấy, quê hương "lùi, khuất", chỉ còn nhìn thấy "Một mặt trời. Vỡ. Đỏ. Chênh chao.". Câu 4 này cũng thuần tả cảnh: một mặt trời trong lúc hoàng hôn lặn xuống đường chân trời trên biển vỡ toang sắc đỏ, loang vào biển cả mênh mông. Sự chao đảo của con tàu vì sóng đập đã khiến mặt trời dường như vỡ ra, sắc đỏ hoà với sóng nước chênh chao càng gắn kết và bổ sung nghĩa cho hình ảnh "sóng đập hoàng hôn" ở câu 1. Cảnh chênh chao là thực, nhưng bốn dấu chấm ngắt câu trong vỏn vẹn bảy chữ khiến "chênh chao" trở thành tâm trạng của nhà thơ. Nó hô ứng với "hồn đau" ở câu 2; cũng như "Một mặt trời. Vỡ. Đỏ" hô ứng với "Một hồn đau" vì ly biệt. Vì thế, "chênh chao" từ tả cảnh đã chuyển sang ngụ tình. Trời đất chênh chao, sóng biển chênh chao, mặt trời vỡ đỏ chênh chao hay lòng người chênh chao trong những thời khắc cuối cùng của một ngày, của hình bóng quê hương và của sinh mệnh người đi?

Trong những gì mà Bùi Vĩnh Phúc từng viết (dù ở thể loại nào), tôi nhận thấy ông là người dùng rất nhiều và rất hay những từ ngữ Hán Việt. Nhưng bài thơ *Biển vỡ* này, với thể thơ mang sắc diện của tứ tuyệt, ông chỉ dùng độc một từ Hán Việt (hoàng hôn). Tất cả những chữ còn lại toàn là từ thuần Việt, được cách tân bằng cách ngắt câu rất lạ, rất bất thường, phá luật "tiền cảnh hậu tình" và "mạch kỵ lộ" của thi pháp thơ, Bùi Vĩnh Phúc đã hoàn thành một tác phẩm thi trung hữu hoạ đẹp đau đớn như một niềm bi diễm bằng chính thứ tiếng mẹ đẻ đúng nghĩa. Y học đã từng chứng minh rằng, khi nỗi đau bị đẩy đến cực hạn, đến quá mức chịu đựng, con người ta sẽ kêu lên bằng tiếng mẹ đẻ. Bùi Vĩnh Phúc đã đau như thế nào khi nhìn *Biển vỡ* trong giờ phút ly hương? Hẳn là, ông đau đến mức bật lên tiếng mẹ đẻ chứ không phải là "chi hồ giả dã" của thể cổ thi.

3. Sáng tác chỉ là một mảng nhỏ trong toàn bộ văn nghiệp của Bùi Vĩnh Phúc. Ông thành danh bởi thể loại nghiên cứu – phê bình. Bùi Vĩnh Phúc là một trong số rất ít nhà phê bình văn học tạo được phong cách riêng, đúng như Đặng Thơ Thơ nhận định: "người đã để dấu vân tay trên từng trang viết, trên toàn cuốn sách với ngôn ngữ riêng đầy sáng tạo và sự mẫn cảm của một nhà thơ". *Về tính vũ đoán trong viết, đọc và thẩm thức văn chương; Mấy suy nghĩ thơ; Về vấn đề ngôn ngữ & sự sáng tạo của nhà văn, nhà thơ* là những tiểu luận lý luận văn học có hàm lượng khoa học rất cao, rất cần thiết cho những ai muốn viết, đọc và thẩm thức văn chương.

Trong nghiên cứu – phê bình, Bùi Vĩnh Phúc có tầm vóc của người phát hiện, nhận định và kiến giải. Điều đó thể hiện trong các kiểu bài đánh giá văn học sử và phân tích trường hợp. Trong *Hai Mươi Năm Văn Học Miền Nam (1954 – 1975): Phẩm Tính và Ý Nghĩa*, Bùi Vĩnh Phúc đã nêu được những phẩm tính của nền văn học chỉ có 20 năm tuổi. 20 năm kết nối với truyền thống, tiếp nhận tinh hoa của văn học thế giới (đặc biệt là phương Tây), cách tân cả nội dung lẫn thi pháp trên tất cả các thể loại, văn học miền Nam đủ tầm vóc để đại diện cho văn học của cả nước Việt Nam, chứ không phải là nửa nước. Bởi vì, những thành tựu mà Bùi Vĩnh Phúc chỉ ra, đặc biệt là tính nhân văn, nhân bản đã khiến văn học miền Nam cho "chúng ta thấy một khuôn mặt người. Một khuôn mặt có những khi bị xé nát, dúm dó, đau khổ, quằn quại và đầy thương tích. Nhưng đó là một khuôn mặt người. Nó không phải một tấm mặt nạ".

Đi vào các trường hợp, trong hơn 20 cuốn sách viết về nhạc sĩ Trịnh Công Sơn mà chúng tôi đang sở hữu, có thể nói, cuốn sách của Bùi Vĩnh Phúc thuộc vào hàng hay nhất. Khảo sát ca từ của Trịnh Công Sơn từ góc độ thi pháp học văn học, ở đoạn trích viết về "ngôn ngữ và những ám ảnh nghệ thuật", tác giả đã chỉ ra các kiểu không gian nghệ thuật trong ca từ của Trịnh Công Sơn một cách tinh tế. Thanh Tâm Tuyền, Tô Thuỳ Yên, Bùi Giáng đều là những gương mặt thơ được giới cầm bút bình luận rất nhiều. Tuy nhiên, đọc các tiểu luận của Bùi Vĩnh Phúc, ta vẫn thấy ông luôn tìm được lối riêng, có tính "vũ đoán" riêng trong "viết, đọc và thẩm thức văn chương". Bài về Phạm Công Thiện đúng là "một thứ *fire for fire*" – "lửa đáp lửa" – là bài viết của "một thi sĩ viết cho một thi sĩ" đúng như nhận định của chính triết gia này. Đó là tuyệt bút, là một cơn lên đồng chữ nghĩa, là sự thăng hoa của trí tuệ và cảm xúc diệu kỳ khó lặp lại trong đời, ngay cả với chính tác giả.

Những bài phê bình văn học của Bùi Vĩnh Phúc luôn khiến tôi nghĩ đến thành ngữ "Hoạ long điểm tinh". Ông là người có thủ pháp phê bình "điểm tinh". Mỗi tác phẩm văn học xuất sắc như một con rồng được nhà văn dày công khắc tạc: đẹp đẽ, mạnh mẽ, sống động. Nhưng, chỉ đến khi Bùi Vĩnh Phúc nâng bút lên, đặt vào mắt rồng một chấm mực, con rồng ấy mới thực sự truyền thần, vẫy vùng, bay lượn, vút lên, cuốn hút đến cùng.

Thận trọng nhưng quyết đoán, giàu cảm xúc nhưng giữ sự tỉnh táo của một người làm khoa học văn chương, Bùi Vĩnh Phúc luôn làm mềm hóa lý thuyết, chứng tỏ rằng việc áp dụng lý thuyết vào phê bình và nghiên cứu là do yêu cầu tự thân của tác phẩm và tác giả chứ không hề bị áp đặt, khiên cưỡng. Bằng sự mẫn cảm của tâm hồn nghệ sĩ; sự tinh tế của nhãn quan biết nhận ra cái đẹp – dù là cái đẹp tiềm ẩn, tế vi nhất; sự sắc sảo của người thấu đạt các triết thuyết và lý thuyết phê bình văn chương Đông Tây kim cổ; và sự điêu luyện trong việc sử dụng tiếng Việt vừa rất điển phạm vừa rất phá cách, Bùi Vĩnh Phúc đã mang lại cho người đọc những công trình phê bình độc đáo mang tính thượng thừa.

Kết hợp một cách tự nhiên nhi nhiên giữa khoa học và nghệ thuật, lý trí và cảm xúc, ấp ủ và bày tỏ, đón nhận và trao gửi…, mỗi "điểm tinh" của ông là một lần sáng tạo lại tác phẩm, cho ta thấy cái diệu của "gươm báu trao tráng sĩ" khi tác phẩm văn chương gặp được một nhà phê bình đáng tin cậy cả về trí tuệ lẫn tình cảm và phẩm cách.

*

Trên dưới 700 trang sách với nhiều thể loại, điều khiến tôi không rời được *Chữ nghĩa & không gian văn chương* là khối kiến thức về văn học, triết học, mỹ học và ngôn ngữ học mà tác giả Bùi Vĩnh Phúc mang lại. Nhưng, quan trọng nhất, gợi nhiều xúc cảm nhất, là trong từng câu chữ của ông, tôi được nghe tiếng quê hương từ nơi xa thẳm. Người nối liền sự đứt gãy văn hoá – văn học của dân tộc, lại chính là những kẻ tha hương. Tôi biết ơn ông và những người cầm bút ở ngoài nước, như ông!

Huế, tháng 12 năm 2025

(*) Nhà Nghiên cứu – Phê bình văn học. TS Ngữ văn, Đại học Sư phạm Huế. Chuyên môn giảng dạy tại Đại học Sư phạm Huế: Văn học nước ngoài, Phê bình sinh thái.

Vài nét về tác giả & tác phẩm

Sinh tại Hà Nội, 1953. Lớn ở Sàigòn. Dạy Việt văn và Pháp văn tại trường Nguyễn Bá Tòng (Sàigòn và Gia Định) từ 1972 đến 1977.

Sống tại Mỹ từ tháng 4, 1978. Học và lấy các bằng chuyên môn từ hệ thống Cal State University (CSU) và University of California (UC).

Từ 1989, liên tục dạy Anh văn và Ngôn ngữ & Văn hóa Việt Nam tại đại học Golden West College và tại California State University, Fullerton, khoa Ngôn ngữ và Văn học Hiện đại. Hoạt động chuyên ngành trong các lĩnh vực Ngôn Ngữ Học và Văn chương Pháp.

Thuyết trình viên về giáo dục và tâm lý-xã hội, cũng như về văn học và ngôn ngữ Việt Nam tại một số trung tâm và đại học tại Mỹ, và tại các diễn đàn về văn học Việt Nam hải ngoại.

Dịch thuật chuyên nghiệp từ 1986. Đã chuyển dịch nhiều tài liệu trong các lĩnh vực y, luật, ngôn ngữ, và tâm lý-xã hội cho tiểu bang California và các trung tâm nghiên cứu khác tại Hoa Kỳ. Dịch văn chương từ 1987.

Làm thơ từ 1968. Viết tiểu luận và phê bình văn học từ 1982.

Trong ban chủ biên cũng như đã cộng tác với nhiều tạp chí văn học và nghiên cứu trong và ngoài nước.

Tác phẩm đã in

- Những Cơn Mưa Trở Về / Tùy bút (1981, 1986)
- Quê Hương, Cầm-Tấu-Khúc Kỷ Niệm / Khốc bút (1982)
- Ngôn Ngữ và Văn Hóa Việt Nam / Giáo trình đại học (1993)
- Ở Một Nơi Nào / Tuyển tập văn/tuyển chọn, biên tập, và giới thiệu (1995, 2001)
- Lý Luận và Phê Bình • Hai Mươi Năm Văn Học Việt Ngoài Nước 1975-1995 / Phê bình (1996)
- Trịnh Công Sơn • Ngôn Ngữ & Những Ám Ảnh Nghệ Thuật / Chuyên luận (2005, in lần đầu tại Mỹ; từ 2008, tái bản nhiều lần tại VN)
- 9 Khuôn Mặt • 9 Phong Khí Văn Chương (Thanh Tâm Tuyền, Mai Thảo, Vũ Khắc Khoan, Võ Phiến, Nguyễn Mộng Giác, Nguyễn Xuân Hoàng, Phạm Công Thiện, Bùi Giáng & Tô Thuỳ Yên) / Phê bình (2024)
- Bùi Vĩnh Phúc • Chữ Nghĩa & Không Gian Văn Chương / Tuyển tập (2026)

In chung:

- 20 Năm Văn Học Việt Nam Hải Ngoại 1975-1995 / Tổng tập văn học (1995)
- Tuyển Tập Truyện Ngắn Hai Mươi Năm Văn Học Việt Nam Hải Ngoại 1975-1995 (1995)

Sẽ in:

- Truyện Kiều & Tiếng Việt 200 năm trước (và "Dịch Thuật Thời Toàn Cầu Hoá & Những Hệ Hình Mới") / Chuyên luận
- Trăng Thắp Lên & Mưa Thắp Lên (Tuyển thơ 50+ năm)
- Trong Ngôi Nhà của Ngôn Ngữ (Phê bình/Nhận định)
- Trên Những Đường Bay của Chữ (Phê bình/Nhận định)
- Trái Tim Tôi trên Miền Non Cao (Giới thiệu & Dịch kịch của William Saroyan)
- Văn Chương, Như Những Ánh Sao (Tuyển tập dịch & Giới thiệu)

Hiện sống tại California, Hoa Kỳ. Email: bvphuc2000@yahoo.com

PHẦN I

•

Tản văn / Tuỳ bút

Cho Đi Lại Từ Đầu...

Để nhớ lại những bạn văn, những thân hữu, cùng với những bàn viết lữ thứ của họ. Có những kẻ ở ngoài, có nhiều kẻ hiện diện trong bài viết này. Rất nhiều người, bây giờ, đã là "những người muôn năm cũ".
Và để nhớ lại cả những giọng nói, những tiếng cười mang nhiều hơi ấm. Những lửa và gió dịu dàng, tha thiết. Vẫn còn ngun ngún, phiêu bay.
Tất cả đã cháy, đã chảy, và đã trôi qua đời ta.
Như lửa của hoàng hôn đỏ rực, như nước của trong xanh chảy mãi một dòng.
Nhưng trái tim, nó giữ lại mọi điều. Nó giữ lại tất cả.
Và hương thơm ấm áp của lửa, của gió, của những rung ngân mềm mại, thiết tha kia, vẫn không mất đi.
Thời gian và trái tim người vẫn giữ gìn và ủ ấp chúng.
Và những bước chân sóng, ngoài cõi khơi xa của lòng trí ta, vẫn cứ mãi rào rạt mềm mại ngần trăng.

[BVP, tháng X, 2025]

.1.

Tôi nhớ Robert Nathan, qua lời một họa sĩ trong cuốn "Portrait of Jennie"—bản dịch Việt Ngữ là "Chân Dung Nàng Thơ" của Hoàng Ưng và Trần Phong Giao—, có nói đại ý rằng trong đời một người nghệ sĩ, có những giai đoạn mà hắn ta cảm thấy năng lực sáng tạo của hắn bị đông đặc lại. Lúc đó, hắn cảm thấy linh hồn hắn bị giam nhốt giữa đời sống, và hắn không thể tìm được lối thoát. Đó là mùa Đông của người nghệ sĩ. Mùa Đông dày đặc và giá lạnh bao trùm lên đời sống hắn, khiến cho hắn có những lúc cảm thấy không còn có thể tiếp tục sống nổi.

Tôi thấy sự nhận xét của nhà văn Mỹ này không phải quá đáng. Nó phản ánh một kinh-nghiệm-có-thật của bất kỳ một con người nào tự chọn cho mình một con đường sáng tạo, dù là ở lãnh vực nào: thơ, văn, nhạc, họa, điêu khắc... Đối với một người Việt Nam lưu vong mà đời sống, ở một mức độ nào đó, gắn bó với nghiệp viết lách—hoặc sáng tạo ở một lãnh vực nào khác—tôi nghĩ rằng con người ấy phải cảm nhận cái kinh nghiệm mà Robert Nathan đã nói trên kia ở một mức độ trầm trọng. Ngoài những mùa Đông hắn ta chắc chắn sẽ phải bắt gặp trên con đường đi tới để khám phá những năng lực sáng tạo của mình, còn một mùa Đông rất dài, rất giá lạnh, vẫn đang tiếp tục phủ chụp lấy hắn từ hơn mười một năm nay. Mùa Đông của cuộc đời lưu vong. Mùa Đông của sự bị đẩy bật ra khỏi cái dòng sống thân thiết và hết sức cần cho hơi thở của một kẻ sáng tạo. Tôi tin chắc rằng nhiều người trong chúng ta đã cảm nhận một cách hết sức buốt sắc cái kinh nghiệm xót xa này. Nhất là những bạn bè viết lách của tôi. Tôi biết là, hơn ai hết, họ đã từng chia sẻ với tôi và với nhau những suy nghĩ tôi vừa gợi lại.

Ở một mức độ nào đó, trong thời gian mấy tháng vừa qua, tôi cảm thấy mình hình như bị rơi vào cơn khủng hoảng vừa nói. Một phần vì bị đời sống quay kéo, vì bị những suy tư, lo lắng vặt vãnh của cái đời sống này câu thúc; phần khác vì những suy nghĩ, dằn vặt không tránh được của một con người lưu vong, với một quá khứ (có khi rất thật, có khi khá trừu tượng, mông lung) bỏ lại ở chốn quê nhà, tôi cảm thấy mình bị rơi vào một tình trạng hẫng, không còn trọng lực. Những con đường, những hàng cây, bóng nắng, những tiếng động, những mùi vị đất-cát-chợ-búa-nắng-mưa-cây-cối của một nơi chốn cố hương kia cứ đánh mãi vào giác quan tôi những tiếng chuông trầm trầm ngân lên ngân mãi. Khuôn mặt của mẹ già, của anh chị và những người thân thiết lại hiện ra mỗi đêm khi giấc ngủ trở về. Tôi ở trong tình trạng bị đông cứng và không làm được gì cả, ngoài việc đọc sách rất nhiều. Sách vở, trong trường hợp này, trở thành những liều thuốc an thần. Chúng không đẩy mình vào giấc ngủ để rồi mình lại bắt gặp những hình ảnh hoang tàn của quá khứ, những giấc mơ xót xa của kỷ niệm. Những quyển sách cứ căng mãi mắt mình ra, rót vào đầu óc mình những tiếng nói của những con người tri kỷ ở khắp nơi trên mặt đất, cho mình nghe lại tiếng reo vi vu của những hàng trắc bá trên đồi núi Lebanon, hay tiếng gầm sang sảng cô đơn của Nietzsche ở Portofino, tiếng hét vang của Nikos Kazantzakis trên những núi đá vùng Địa Trung Hải... Tới một lúc nào đó thì tất cả những tiếng hét tiếng gầm tiếng reo vi vu của người và của thiên nhiên kia dần dần lắng đi. Tâm tư con người bị đẩy trở về cõi quạnh không nơi sa mạc của lòng hắn.

Mấy tháng rồi, tôi không còn viết được gì. Tôi không còn viết được một cái gì. Tôi chỉ có thể đọc sách. Thường thì tôi đọc đến 3 hay 4 giờ đêm rồi lăn ra ngủ một giấc ngủ không mộng mị. Ngoài cửa sổ kia, trăng mỗi ngày đều có vẻ xanh hơn.

Một hôm, gặp Nguyễn Mộng Giác. Anh là một người bạn lớn tuổi, trầm ngâm (vừa phải), và sâu sắc. Có lẽ phần nào hiểu được cơn đau và nỗi mệt mỏi tinh thần mà tôi đang phải chịu đựng, anh ấy đưa tôi xem lá thư mời tham dự đại hội báo chí Việt ngữ hải ngoại của anh em Độc Lập bên Đức và... cười cười đề nghị tôi thay mặt anh em Văn Học đi qua Đức phó hội một chuyến. Lời đề nghị cũng hay. Tôi cười bảo anh Giác rằng, Văn Học của mình thì nghèo quá rồi, nhưng còn Độc Lập có giúp gì được về phần tài chánh cho những người tham dự không. Anh Giác cười đưa tôi xem thư của Độc Lập trình bày vấn đề tổ chức và cho thấy là anh em bên đó cũng không ở trong hoàn cảnh có thể lo liệu phí khoản cho các tham dự viên được. Thế là vì yếu kém tài chánh, lại không có nhiều thì giờ để rộng chân rộng cẳng, tôi đành từ tạ một chuyến đi Đức hứa hẹn rất nhiều điểm đặc sắc để học hỏi và ghi nhận.

Dù thế, tôi cũng đã nghĩ là mình phải đi đâu một chuyến, may ra có thoát được sự mệt mỏi và đông đặc mà tôi đang phải chịu đựng chăng. Bởi vậy, vài ngày sau, tôi mua vé đi lên (hay đi qua) miền Đông nước Mỹ, Washington D.C., nơi tôi có khá đông bạn bè bằng hữu, phần lớn quen biết qua thư từ, điện thoại, qua việc viết lách của tôi những năm ở Mỹ.

Bài tạp ghi, tạp bút, hay tùy bút này ghi lại một vài kỷ niệm đẹp đẽ của tôi với người và cảnh tại vùng thủ đô Hoa Thịnh Đốn trong chuyến đi vừa rồi. Tháng Mười, 1986. Ngoài ra, điểm quan trọng mà tôi muốn ghi lại ở đây là một số điều tôi tình cờ học hỏi được, cũng như một số suy nghĩ về vấn đề văn nghệ mà tôi có, qua lần đi chơi này. Một điểm khác tôi cũng muốn nói đến khi ngồi xuống viết bài này là cũng tình cờ, rất tình cờ, qua cuộc đi rong của mình, tôi bắt gặp lại những tình cảm rất quê hương lại máy động nhẹ nhàng, êm dịu trong lòng. Những tình cảm máy động một cách rất thiết tha, dịu nhẹ trong lòng tôi ấy không còn là những hình ảnh xót xa, dằn vặt của quê hương nữa. Chúng là những đóa hoa đã khô, đã tàn, đã héo, của bao nhiêu mùa thu đã vàng rực trong tâm tư kẻ xa nhà.

Bạn bè, bằng hữu tôi đã cầm lại những cánh hoa tả tơi, héo úa nhưng vẫn còn ngất ngây mùi trăng quê cũ ấy trao lại cho tôi. Và tôi đã cầm lấy những cánh hoa bé bỏng này, trân trọng đưa lên môi mình. Một vị mặn và nóng ấm của đời sống thấm vào vị giác. Tất cả quê hương bỗng nhiên trở về trong một giọt nước mắt. Mặn và mềm.

.2.

California cách Hoa Thịnh Đốn ba múi giờ. Máy bay cất cánh từ phi trường Los Angeles lúc 12 giờ trưa. Tôi tới phi trường Washington National Airport vào lúc chín giờ tối. Ngồi trong lòng chiếc Boeing 757 bay suốt chiều ngang của nước Mỹ, nhìn ra ngoài cửa số, thấy những thảm mây, những cuộn mây trắng nõn chất chồng lên nhau và kéo dài ngút mắt, tôi lại nhớ đến những đêm vượt biển. Những liên tưởng không có lý do, hay những lý do, những mấu chốt suy tư đã được chôn giấu kín tại những đáy sâu thẳm nhất của tiềm thức mình. Tôi nhớ đến những đêm vượt biển.

Trời đất đều mênh mông xa thẳm. Và mầu đen của đại dương bập bềnh che giấu bao tai họa kia cùng với mầu đen của bầu trời đêm lênh đênh trên đầu như muốn đập vào mắt nhìn. Vì thị giác đã bị bôi đen như thế, thính giác con người trở nên hết sức mẫn tuệ. Những tiếng sóng xô tới rồi đập mạnh vào chiếc ghe, vốn làm bằng những mảnh gỗ cũ kỹ, làm vang lên những âm thanh kinh hoàng. Những âm thanh này được chuyển vào những trái tim bít bùng tối đen chưa thấy một tia hy vọng, và cứ thế, những âm thanh của địa ngục kia cứ ngân vang u uất trong từng trái tim mệt lả như những hồi chuông cầu hồn tiếp nối...

Ở trên cao mấy ngàn bộ, nhìn ra ngoài kia là mây trắng lớp lớp thênh thang, trái tim tôi thình thoảng tự nhiên lại cứ gióng giả những hồi chuông cầu hồn cũ. Tự nhiên mà nhớ tới phim Vertigo của Hitchcock. Đầu óc mình thật lạ. Cả trái tim hay gõ chuông kia nữa.

Từ lòng phi cơ bước ra tới cổng đón, tôi đã thấy người bạn đứng cười, đưa tay vẫy vẫy. Tự nhiên, tim thôi lắc chuông. Lòng bình yên và thấy ấm lại. Hai người bạn đi ra chỗ đậu xe. Sau đó, Bùi Bảo Trúc đưa tôi đến một cái quán Mỹ, nhỏ, nhưng sạch sẽ và sáng đèn. Một thứ clean, well-lighted place của Hemingway.

Chúng tôi ngồi ăn qua loa, uống cà phê và nói đủ thứ chuyện.

Những khách Mỹ thỉnh thoảng đi qua ném cho hai hai gã trung niên Việt Nam đang đấu hót say sưa trong một chốn sạch sẽ và sáng đèn Mỹ một cái nhìn thông cảm. Chắc họ cũng phải đoán biết rằng hai gã này có rất nhiều chuyện để nói với nhau. Những chuyện trên trời dưới biển và những chuyện xảy ra ở một vùng đất bên kia quả địa cầu.

Khuya hôm đó, BBT đưa tôi về nhà của anh. Vợ con anh đã mệt mỏi đi ngủ tự lúc nào. Chúng tôi ngồi ở phòng khách và tiếp tục nói chuyện cho đến khoảng hai giờ đêm mới chia tay đi ngủ.

Ngay sáng hôm sau, một số bạn bè gọi điện thoại đến để hỏi thăm. Tôi cũng gọi đi cho một số anh em khác. Các anh Nguyễn Đình Hùng và Ngô Vương Toại ngay sau đó ghé lại nhà Bùi Bảo Trúc và chúng tôi lại ngồi nói chuyện một lúc. Toàn là hỏi chuyện anh em văn nghệ và báo chí ở Cali. Sau đó, Trúc phải đi dự (hay ăn) một đám cưới, Hùng chở tôi tới tiệm sách Alpha của Trần Phùng Linh Duyên, rồi chúng tôi kéo sang quán-phở-ăn-thông-qua-tiệm-bi-da-ăn-thông-qua-tiệm-sách ngồi hàn huyên với bạn bè ở đấy đến quá trưa. Tôi gặp đủ mặt quần hùng báo chí thủ đô trong dịp này: Giang Hữu Tuyên xuề xòa, Phan Tấn Hải trầm ngâm, Vĩnh Liêm nhanh nhẹn, Trần Phùng Linh Duyên hiền lành, và một vài bạn bè văn nghệ khác mà tôi không nhớ hết tên. Nhà văn, thi sĩ và họa sĩ Võ Đình ríu rít ở đầu dây điện thoại sau khi nghe tôi giả giọng Huế đọc hai câu đầu trong một bài thơ đắc ý của anh. Thế nhưng, anh bận chuyện gia đình trong dịp này nên đã hẹn rồi cuối cùng lại phải mấy lần điện thoại xin lỗi không xuống được. Tôi nhớ lần xuống Cali họp mặt văn học ở nhà anh Giác, Võ Đình ngồi xếp bằng, uống rượu Mai Quế Lộ trầm trầm, ngâm thơ rất hào sảng. Và trẻ thơ. Rồi hứng chí, anh vẽ tặng mỗi người có mặt một bức chân dung bằng chì than. Mỗi bức vẽ không quá vài phút mà anh vẫn bắt được cái thần, cái sắc của mỗi người. Những lúc ấy, Võ Đình trông hả hê và hớn hở trẻ thơ ra mặt. Tôi vẫn thích nhìn anh những lúc như thế, anh Võ Đình. Cuộc đời phiền tạp và đầy ngộ nhận. Bằng hữu cũng biết bao lần ngộ nhận mình. Tôi muốn mình xé toang mọi ngộ nhận, nếu có, và dĩ nhiên là phải có, trong cuộc đời này. Để nhìn lên trời xanh mây trắng thênh thang. Hãy gõ một tiếng cồng vào mây trắng để thấy sự hiển lộ của vô cùng. *Mây dài mây dài trời xanh biếc. Một cõi vô cùng chim vút bay.* Tự nhiên mà nghĩ ra hai câu thơ. Ngồi với các bạn bè, bằng hữu của mình, tôi chỉ muốn nghĩ, mơ và mộng tới cõi vô cùng đó.

Nền báo chí Việt ngữ ở vùng Hoa Thịnh Đốn này hình như không được sầm uất và sôi nổi như ở dưới Cali. Chắc là phải như thế rồi. Cali đã từng có một quá khứ lâu đời trong lịch sử báo chí Việt ngữ hải ngoại. Quần hùng tụ tập đông đảo. Các quán biên thùy mọc lên như nấm. Hảo hán nhiều nơi tụ về. Có những hảo hán hành hiệp ở vùng khác cũng phải có lúc ghé qua Cali để thưởng thức và theo dõi các cuộc luận kiếm. Các môn phái và quần hùng kết tập tạo nên cảnh trù phú và nổi sôi trăm vẻ. Cali cho người ta cái cảm giác của những ngày hội. Phèng la, chiêng trống, não bạt inh tai nhưng lễ nghi văn vẻ cũng đủ kiểu. Người ta có thể đồng thời một lúc vừa yêu, vừa thích, vừa quý, vừa... sợ cái không khí Cali chính là vì... như thế đó.

Hoa Thịnh Đốn thì có vẻ hiền lành, lễ nghĩa lắm. Mới mấy tháng trước, hình như ở đây chỉ có hai tờ báo khổ *tabloid* ra hàng tuần; khi tôi lên vào khoảng cuối tháng Sáu, số lượng báo đã tăng gấp đôi. Bây giờ, ngoài Hoa Thịnh Đốn Việt Báo của Giang Hữu Tuyên, Diễn Đàn Tự Do của Ngô Vương Toại, còn có thêm Diễn Đàn Thủ Đô của Đoàn Hữu Định và Sài Gòn Thời Báo của Hồ Đắc Ngọc. Tất cả đều rất phơi phới. Mỗi người một ngựa. Đường thiên lý chúng ta cùng tiến. Mong rằng nền báo chí thủ đô ngày một đông vui và khởi sắc.

Một trong những người thu góp được nhiều tài liệu, sách báo Việt ngữ ở vùng thủ đô mà tôi được biết có lẽ là giáo sư Nguyễn Ngọc Bích. Một buổi chiều, tôi nhờ anh Hùng đưa đến nhà giáo sư Bích. Cả hai anh chị Nguyễn Ngọc Bích và Đào Thị Hợi đều có nhà. Sau một lúc ngồi hàn huyên tâm sự và ăn mấy món tráng miệng, tôi được anh chị Bích dẫn xuống *basement*, một căn hầm được chia làm nhiều phòng sáng sủa. Sách vở được bày biện một cách vừa lộn xộn vừa ngăn nắp, có nhiều chỗ được phân theo từng loại rõ rệt. Đây là một trong những thư viện cá nhân mà tôi thấy có được nhiều sách đến thế. Dĩ nhiên, sách về ngôn ngữ cũng chiếm một tỉ lệ khá lớn, vì cả hai anh chị đều nghiên cứu rất kỹ về ngành này.

Tôi là một người mê sách và mê đọc sách từ nhỏ. Rời khỏi quê nhà để tìm tự do, một trong vài điều mà tôi buồn tiếc nhất là phải bỏ lại tủ sách riêng của mình ở nhà gồm chừng bốn, năm ngàn quyển, cộng với tủ sách của ông anh tôi ở cùng nhà, cũng khoảng mấy ngàn quyển. Bởi thế, sang đây, suốt tám, chín năm nay, tôi lại phải hì hục tạo dựng lại cho mình một tủ sách khác. Dù sao, sách của tôi bây giờ cũng vào khoảng vài ngàn quyển, nhưng rải rác khắp bốn phương như những... đứa con tội nghiệp. Chúng được chia cất lung tung ở các *garage* nhà anh em, bè bạn. Dù sao, trước khi gửi chúng đi ở trọ như thế, tôi cũng đã làm thư mục từng thùng một để tiện lúc cần tra cứu. Chỗ tôi ở, hiện tại, bạn bè đến chơi không có chỗ... gối đầu vì sách chất bốn phía, cả trong tủ quần áo. Nhưng vì toàn là bạn "văn chương" đến chơi nên không ai buồn phiền gì cả vì chuyện này. Nhiều kẻ lại còn lấy làm thích chí và đâm đầu vào lục lọi.

Bởi đời sống như thế nên khi nhìn thấy "hầm" sách của anh chị Bích, tôi rất lấy làm thú vị. Sách vở đủ loại, đủ kiểu, có lẽ đến năm, bảy ngàn quyển, bày khắp nơi trong căn hầm dù sao cũng còn rất sạch sẽ và sáng đèn này. Anh chị Bích cũng cho tôi biết là, dù sao, họ cũng đã từng bị mất sách biết bao lần rồi, nhất là kỳ 1975. Bao nhiêu sách quý mang về Việt Nam bị mất hết. Trong căn hầm này, tôi thấy báo chí Việt ngữ những số mới nhất để đầy trên một chiếc bàn lớn. Chị Bích cho biết chị phải sắp, soạn và lọc bớt đi mỗi ngày cái lượng báo chí mà anh Bích mang về. Nhìn thấy hai người yêu sách báo đến thế, lòng người ta tự nhiên cảm động và có một niềm vui ấm áp nào đó trần về.

Tối hôm ấy, ở nhà anh Trúc, tôi lại được dịp gặp một số anh chị hoạt động trong lãnh vực truyền thông tại vùng thủ đô như anh chị Lê Văn, anh chị Trần Minh Đức, anh chị Dương Ngọc Hoán và Quỳnh Giao, anh chị Đoàn Hữu Định... Anh chị Lê Văn là người đã thực hiện thành công tốt đẹp những buổi trình diễn "Vang vang trời vào Xuân" hát nhạc Cung Tiến, "Bốn mươi năm âm nhạc Phạm Đình Chương" hát nhạc Phạm Đình Chương, và mới đây là buổi tái ngộ thính giả vùng thủ đô của chị Thái Thanh.

Sau buổi cơm tối, chúng tôi cùng ngồi nghe lại với nhau cuốn băng thâu chương trình ra mắt của Thái Thanh mới mấy ngày trước đó. Anh Lê Văn cho biết cuốn băng này ngay sáng hôm ấy đã được phát về Việt Nam qua làn sóng điện của đài VOA. Chúng tôi nghe Thái Thanh hát mà lại nghĩ đến những kỷ niệm của riêng mình ở chốn quê nhà. Những bài hát, giống như những tiếng chuông, lúc bồi hồi thắm thiết, lúc thong thả mộng mơ, đánh vào những hoài niệm, làm bật lên những hình ảnh thân thiết giữa lớp bụi vàng óng của quá khứ lả tả rơi rụng. Chợt thấy lại những buổi chiều tím sẫm trong lòng ta. Những đóa hoa cũ càng xa xưa lại thiết tha một mùi hương cổ lụy. Chúng tôi ngồi và nhớ về Việt Nam ở bên kia quả địa cầu, với anh em, bạn bè và biết bao người thân quý. Một điều xót xa lẫn mỉa mai là những người ấy đã lâu không được nghe Thái Thanh hát, khi chị còn ở trong nước. Bây giờ, ngoài xa vạn dặm, tiếng hát ấy vượt qua cả một đại dương để rồi lại lồng lộng ở quê nhà. Tôi nghĩ chắc là sẽ có những giọt nước mắt rơi xuống ở đâu đó khi nghe lại giọng hát của Thái Thanh.

Chúng ta sống không phải chỉ vì cơm sắn, vì bánh mì, vì *hamburger, hot dog*... nhưng còn vì những hình ảnh, những tiếng hát, những giọt nước mắt, những nụ cười ta cất giấu mãi trong hồn. Trái tim, những tiếng chuông ngân vang mỗi đầu ngày ban mai rực rỡ, những tiếng chuông lênh đênh mỗi đêm tối vàng bục thảm thương. Trái tim, những tiếng chuông ngân nga vang lên vang lên mỗi khi chiều xuống. Cám ơn Thượng Đế đã còn cho chúng ta một trái tim để giữ gìn, để ủ ấp những hình ảnh và những âm thanh của một đời người. Không có nơi chốn trở về ấy, chúng ta sẽ lạc lõng đi đâu?

Sau đó, chúng tôi ngồi nói chuyện vãn cho mãi đến khuya mới chia tay. Trúc, Hùng và tôi tiếp tục ngồi bật nhạc nghe và nói chuyện ít đi. Cuộn băng đặc biệt mà tôi được anh Trúc cho nghe tối hôm ấy, và sau đó được một bản thâu mang về Cali, là cuộn băng Nhạc Chủ Đề của Nguyễn Đình Toàn với các tiếng hát của Thái Thanh, Lệ Thu, Khánh Ly, Võ Anh Tuấn, Duy Trác, Sĩ Phú. Nguyễn Đình Toàn đọc lời giới thiệu. [1] Tôi được nghe lại nhiều bài hát cũ của một thuở nào lòng còn thiết tha mềm dịu mà bây giờ nghe như đã đi vào xa xôi lắm.

Chẳng hạn như những bài *Hướng về Hà Nội, Chuyển bến, Giáo đường im bóng, Dạ Khúc Nguyễn Mỹ Ca, Gió chiều, Trở về dĩ vãng, Nguyệt cầm, Tạ từ*... Tất cả những bài hát trong cuốn băng này lại như một chất men gợi lại cơn say cũ. Những buổi ấy, ta còn tóc bồng mắt sáng. Chân bước trên đường mà nghe tiếng những vạt gió thổi lộng trên cao. Những buổi mai tiếng chim ca ánh ỏi đầu ngày. Những chiều xuống ngậm ngùi thổi buồn đầy trong lá. Tiếng ngân nga của những hồi chuông, lại những hồi chuông, rớt rơi đầy hồn tuổi trẻ.

Lời giới thiệu của Nguyễn Đình Toàn rủ rỉ và tha thiết làm vỗ lại những con sóng cũ. Lênh đênh đầy hồn là những rong rêu lãng mạn của những ngày còn có quê hương... Tình yêu và sự lãng mạn có thể cứu sống được một đời người, làm rung động trở lại những nhịp đập của một trái tim già cỗi, tưởng đã cằn khô, tưởng đã mộ tối. Bạn bè, có phải thế không?

Có những lời giới thiệu do chính Nguyễn Đình Toàn viết. Có những đoạn khác, anh lấy gần như nguyên văn trong "Tâm Tình Hiến Dâng" của Rabindranath Tagore do Đỗ Khánh Hoan dịch. Tất cả những lời giới thiệu, dù sao, đều được đặt đúng chỗ của chúng. Cuốn băng, những bài hát, những lời giới thiệu làm tôi nhớ lại những đêm mưa tí tách rỉ rả mười mấy năm trước, buổi tối, nằm bật radio nghe chương trình Nhạc Chủ Đề của Nguyễn Đình Toàn. Bạn bè thân mến, tôi muốn chép lại đây một đoạn thơ xuôi của Tagore, do Nguyễn Đình Toàn đọc mười mấy năm trước. Tôi muốn chia sẻ với các bạn một ít gió mưa ngày cũ, một ít lửa ấm, và tiếng một người, có phải tiếng một người yêu xa vắng không, thủ thỉ bên tai:

> *Anh yêu dấu, xin hãy tha thứ tình em. Như chim lạc lối, em sa vào lưới. Khi tim rung động, màn che tuột rơi, tim em phơi trần.*
> *Anh yêu dấu, xin đem xót thương bao phủ trái tim trần trụi ấy, và tha thứ cho tình em.*
> *Nếu không thể yêu em, xin tha thứ nỗi khổ đau em đang chịu đựng.*
> *Đừng đứng từ xa nhìn em bực bội.*
> *Em sẽ lẩn vào xó góc và ngồi trong bóng tối nâng hai tay che kín nỗi bẽ bàng trơ trẽn của mình.*
> *Anh hãy tha thứ nỗi khổ đau em đang chịu đựng. Và nếu yêu em, xin tha thứ nguồn vui của em.*
> *Em xin làm rừng cúi đầu im nghe gió bão của anh thổi tới, và nếu chẳng còn yêu em, xin hãy tha thứ nguồn vui của em, và đừng cười sự buông thả của em đầy mạo hiểm.*

Những lời Tagore-Đỗ Khánh Hoan-Nguyễn Đình Toàn ấy khơi lại trong lòng mình những hoài niệm mơ hồ khác, làm mình thương cho người ở lại, thương cho người ra đi, và thương cho cõi lòng nổi trôi tan tác của mình, của anh em bạn bè khắp chốn.

Tôi nhớ mấy đứa nhỏ của Trúc, rất dễ thương, ngồi nói chuyện với tôi một buổi sáng. Chúng nó hỏi tôi rằng ở xa đến có chuyện gì không. Tôi nói là tôi chỉ cốt đến đây để thăm bạn bè và kể lại một số chuyện cũ ở nhà, hồi hơn một chục năm trước, cho nhau nghe mà thôi. Tôi nói rằng ngày trước đời sống ở Việt Nam vui lắm, và rằng bố tụi nó ngày xưa rất nghịch, rất thích đi lang thang cà phê quán cóc các thứ. Vân vân và vân vân. Bọn nhỏ có vẻ ngạc nhiên ngầm hỏi tại sao tôi lại đi xa đến thế để chỉ gặp lại những bạn bè cũ và nói lại những chuyện cả chục năm trước. Một đứa "bút đàm" với tôi—vì con bé vừa bị cắt thịt dư ở cổ họng xong—khoe (hoặc mách) rằng bố nó có "some sense of humour" (!). Nó bảo rằng có hỏi bố bao giờ nó nói lại được bình thường sau cuộc giải phẫu này, bố chỉ nói "Goodbye to throat!"... Tôi ngồi nói chuyện với tụi nhỏ cũng thấy vui. Tụi trẻ con, thấy bố chúng và tôi suốt hai ba đêm thức khuya ngồi nói chuyện với nhau mà không lộ vẻ gì mệt mỏi hoặc chán nản, có lẽ đã nghĩ rằng những người lớn người nào cũng có vẻ gàn gàn và làm nhiều việc vô bổ. Làm sao tụi nhỏ hiểu được là chúng tôi, những người lớn, đã từng là những đứa nhỏ như chúng nó ngày xưa. Chúng tôi cũng đã có một thời lớn lên, nhưng trong lửa khói, giữa một đất nước tan hoang, phân rã. Chúng tôi đã có những lúc cố gắng làm đẹp cuộc đời trong phạm vi của mình. Có những lúc vấp ngã, có nhiều khi thất bại. Và bây giờ, cơn gió lốc của lịch sử đã đẩy bắn chúng tôi tan tác bốn phương trời. Nhưng chúng tôi vẫn còn một quá khứ để dựa lưng vào mỗi khi mệt mỏi, một quá khứ để học hỏi mỗi khi nhìn lui trở lại. Chúng tôi cần thỉnh thoảng gặp lại nhau, có thể chỉ một hai ngày thôi, để khơi lại sức sống cũ, và cũng có khi để nâng đỡ nhau.

Người Mỹ, khi cần "relax", họ sẽ đi chơi giải trí ở một bờ biển này hay ở một sườn núi kia. Hoặc là họ đi đến sòng bạc. Las Vegas. Reno. Chúng tôi, để lấy lại sức lực, phải gặp gỡ nhau. Nói chuyện, cười đùa, bàn luận. Hoặc chỉ trầm ngâm im lặng ngồi nghe lại với nhau một vài bài nhạc cũ ba bốn chục năm về trước. Thấy lòng mình ướt mèm dĩ vãng. Và dĩ vãng ấy là những giọt nước mát nhỏ xuống cái đời sống khô cằn và máy móc, mệt mỏi này. Tụi trẻ con, tôi không thể giải thích cho chúng nó hiểu được. Đôi mắt của trẻ con ngây thơ dò hỏi. Rồi một ngày mai, lớn lên, hòa nhập vào xã hội này, có thể một lúc nào đó các trẻ con của chúng ta sẽ hiểu về tâm tư của các bậc cha mẹ chú bác chúng nó. Có thể một mai, rồi các cháu sẽ hiểu.

Tối hôm ấy, nghe hết cuộn băng chủ đề Nguyễn Đình Toàn, chúng tôi không ngủ được. Tiếp tục ngồi nói chuyện. Tiếp tục để máy chạy nghe lại những dĩa nhạc bốn, năm chục năm về trước. *Where have all the flowers gone? Blowin' in the wind. The green leaves of summer. Tennessee waltz. Yellow bird. Greenfields. 500 Miles. Summertime. Bambino. La Paloma*... Những cánh chim lại lênh đênh theo gió trở về. Chúng tôi nhớ lại những ngày tuổi trẻ tay thọc túi quần, miệng huýt sáo theo tiếng lá cây xào xạc trên một hè phố vắng. Những con phố cũ bồng nắng ban mai và lam tím sương chiều bây giờ lại thả đầy lá vàng trong lòng chúng tôi... *Ôi cung đàn réo vang đêm trường. Dây tơ gào gió đê mê lòng. Lệ tràn vì đâu? Bao tình tê tái nương đàn gió bay tìm ánh trăng sao.* Dạ khúc Nguyễn Mỹ Ca. Nửa đêm ấy, chúng tôi đi ngủ mà còn như nghe thấy tiếng bước chân tuổi trẻ của mình khua gõ trên một đường phố vắng vẻ nào đó của quê hương.

Ngày hôm sau, tôi được bạn bè dẫn xuống D.C. thăm một vòng các danh lam thắng cảnh. Thì cũng lại đi thăm các bảo tàng viện, tòa nhà Quốc Hội, tượng tổng thống Abraham Lincoln, tượng các cựu chiến binh Mỹ, "cây bút chì" (Washington Monument), và dĩ nhiên là bức tường cẩm thạch đen nổi tiếng, một thứ đài kỷ niệm, ghi tên năm mươi mấy ngàn người lính Mỹ đã hy sinh trong cuộc chiến Việt Nam, tại Vietnam Veterans Memorial.

Ở đây, rải rác dưới chân bức tường cẩm thạch đen vĩ đại này, tôi thấy có những người đã đến thăm bạn bè hay thân nhân mình, và đã cắm ở lại đó những lá quốc kỳ Mỹ bằng giấy nhỏ, cũng có chỗ là một vòng hoa, có khi chỉ là một đóa hồng. Tôi nhìn thấy có một bài thơ viết rất gọn trên giấy trắng, theo tinh thần thơ Haiku của Nhật, được để lại dưới chân tường bên một nhánh hồng nhung. Hình ảnh thật cảm động. Bài thơ ngắn thôi, đại khái viết, *bây giờ ngọn khói đã bay lên cao, và trong khu vườn cũ chỉ còn lại một đóa hồng cúi đầu lặng lẽ*. Tôi nghĩ người viết bài thơ và để lại nhánh hồng này là một cô gái Mỹ, có chồng hoặc người yêu chết tại Việt Nam. Cô là một Hòn Vọng Phu của Mỹ. Tôi nghĩ tiếp là con người ở mọi thời và mọi nơi đều đã phải chịu đựng như nhau cái nỗi đau khổ bi tráng mà Thượng Đế đã dành sẵn cho nó khi Ngài tạo dựng ra nó như một con người. Nhìn dưới một góc cạnh nào đó, chính nỗi đau khổ làm cho đời sống con người có ý nghĩa, và làm trái tim của nó được tinh khiết hơn.

Chiều hôm ấy, tôi và anh bạn Hùng ghé thăm tủ sách Cành Nam và phòng tranh của cụ Tá Chi Trương Cam Khải. Ở đây, chúng tôi gặp cả hai cụ Tá Chi và Kim Y Phạm Lệ Oanh, người đã có công dịch và chú giải bộ "Thi Kinh Quốc Phong", một tác phẩm văn học đời nhà Chu, tập thơ đầu tiên của Trung Hoa, gồm những bài thơ được phổ biến rộng rãi trong dân gian như một thứ ca dao, và, theo truyền thuyết, đã được Khổng Tử san định lại sau này. Chúng tôi cũng gặp chị Trương Anh Thụy, một trong những người chủ trương tủ sách Cành Nam, ái nữ của cụ Tá Chi, cùng với nhà văn Trương Bảo Sơn, dịch giả cuốn "Con Nai Tơ" (The Yearling) nổi tiếng của nhà văn Mỹ Marjorie Kinnan Rawlings, mới từ Canada ghé sang chơi.

Bữa cơm buổi tối hôm ấy ở nhà cụ Tá Chi thật vui. Ngoài những người vừa kể, buổi họp mặt bỏ túi này còn có anh Nguyễn Ngọc Bích, anh chị Trương Cam Vĩnh, anh Đặng Đình Khiết thuộc nhóm Xác Định. Chúng tôi ngồi ăn cơm với cá kho và canh rau đay nóng hổi, nhưng lại thấy thật mát mẻ khi mọi thứ trôi qua cuống họng. Có cảm tưởng là mình đang nuốt những mảnh quê hương vào lòng. Câu chuyện văn nghệ lan man bắt từ thơ cụ Nguyễn Khuyến sang giai đoạn cách mạng của Nhất Linh, Vũ Hồng Khanh, rồi đi một vòng tròn, chúng tôi ngồi phân tích về một số hiện tượng của xã hội Mỹ... Chúng tôi nhắc đến Trương Tửu, Freud, Đàm Xuân Thiện, Euclid, Riemann,

Lobatchevsky, v.v., và cả những chuyện cầu cơ, những chuyện ma ở trong Nam, ngoài Bắc.

Nói tóm lại, đây là một buổi họp mặt nói chuyện văn nghệ lan man, không chủ đề, và hết sức thích chí như bất kỳ một buổi họp mặt văn nghệ vô đề nào khác. Có lần tôi nói với một người bạn, nếu ta thử thâu băng lại trọn vẹn một cuộc nói chuyện văn nghệ không chủ đề (và đừng để cho những người trong cuộc biết), ta sẽ thấy đầu óc, ký ức con người rất là phong phú, linh động. Tất cả những đề tài khác biệt và lung tung trong buổi nói chuyện như thế, thoạt nghe, ta tưởng không hề có một liên hệ gì với nhau, nhưng thật sự, chúng gắn vào nhau bằng một mắt xích nào đó rất bất ngờ. Tôi nghĩ, nếu nhìn dưới khía cạnh Tâm lý học, hay chuyên biệt hơn là Phân tâm học, việc nghiên cứu những buổi nói chuyện như thế có thể đem đến cho ta nhiều khám phá lý thú. Khi về, tôi được cụ Kim Y và chị Thụy tặng một số sách của tủ sách Cành Nam, đặc biệt là bộ "Thi Kinh Quốc Phong" của cụ Kim Y. Đây là một món quà quý làm tôi rất cảm động.

Ngày cuối cùng, trước khi sửa soạn trở lại Cali, tôi lại được dip "ngồi quán" với các anh Bùi Bảo Trúc, Nguyễn Đình Hùng, Tiến, Phan Tấn Hải để nhìn thấy một khía cạnh nữa của Hoa Thịnh Đốn: khía cạnh ăn uống. Cũng giống như ở Cali, các quán ăn Việt Nam ở đây đều rất được khách và không khí rất là xuề xòa văn nghệ. Tôi đã đến ăn phở 75 của anh Lê Thiệp, nhìn thấy tranh của họa sĩ Ngọc Dũng treo trên tường rất nghệ thuật. Những thiếu nữ Việt Nam trong tranh Ngọc Dũng mặc áo dài vàng, cam hay đỏ, đi thướt tha trên một hè phố nào đó. Hẳn đó phải là một hè phố quê hương trong trí nhớ của anh Ngọc Dũng. Tôi thấy mọi người vào tiệm, ăn uống, chuyện trò vào buổi trưa làm như ai cũng biết mặt nhau. Lê Thiệp chốc chốc lại ghé qua bàn tôi với Trúc ngồi tán dăm ba câu rồi lại chạy đi tiếp khách...

Ở cái quán tối nay cũng vậy, người ta vào ăn uống, chuyện trò, bắt tay nhau vui vẻ, xem như ai cũng quen ai. Đôi khi, mình tìm được một góc quê nhà ở những nơi chốn như vậy.

Tối đó, lại một buổi họp mặt văn nghệ ở nhà Nguyễn Đình Hùng. Tủ sách của anh Hùng cũng có một số sách quý. Tôi lại được gia chủ vừa tặng vừa cho mượn trên một chục quyển sách để mang về Cali. Một lần nữa, tôi lại muốn cảm ơn những tình cảm đẹp đẽ mà anh em văn nghệ đã dành cho mình.

Nguyễn Hữu Hiệu vì vợ sinh con đúng ngày hôm ấy nên không sang sớm với chúng tôi được. Khoảng chín giờ rưỡi anh mới gọi lại, định sang nói chuyện văn nghệ, nhưng vì tôi phải về sớm để sắp xếp hành lý nên không ngồi lại thêm được. Thật tiếc. Tôi vẫn thích bản dịch "Kẻ

Tiên Tri" và "Alexis Zorba, con người chịu chơi" của anh. Tôi cũng ân hận vì công việc phải về sớm nên không thể đi thăm hết những bạn bè, thân hữu mà tôi đã dự định.

Đêm hôm đó về nhà anh Trúc. Tôi ngồi sửa soạn hành lý để sáng mai đi sớm trong khi Trúc đeo *headphone* ngồi thâu cho tôi trên dưới hai mươi bài hát ngoại quốc cũ kỹ từ mấy chục năm xưa mà tôi rất thích. [2] Những bài hát thổi vào lòng ta tiếng gió, tiếng thời gian lờ lững miên man trôi như một dòng mây trắng. Ly cà phê chúng tôi uống thơm đặc một mùi thơm của kỷ niệm. Chốc chốc, Trúc lại bỏ *headphone* ra nói với tôi một vài câu, thường là chú thích về một vài hình ảnh quá khứ mộng mơ nào đó qua giọng hát của một người ca sĩ. Những bài hát, cũng như những bài thơ, những bức tranh, những pho tượng, những truyện ngắn, truyện dài... của bất kỳ một con người nào sống trên quả đất này, một khi đã trở nên bất tử, chúng sẽ còn mãi và là của chung của toàn thể nhân loại.

Thưởng thức một tác phẩm như thế, người ta c ó thể cảm nhận sự rung động với tất cả thân xác và tâm hồn mình. Một bài hát, nó mang về cho chúng ta cả một thời thanh xuân đã qua, những cánh hoa đã úa đã tàn nhưng mùi hương vẫn còn phảng phất, những con đường mùa thu, những ngõ gió, những tiếng cười, những giọt nước mắt, những hạnh phúc, những chia lìa. Tôi muốn cám ơn đời sống vì nó còn cho tôi có được những hoài niệm. Tôi không bị bắt buộc phải đi mãi một dòng đời về phía trước. Thỉnh thoảng, tôi vẫn muốn đi ngược trở về những ngày heo hút xa xưa, ở đó, có tiếng còi tàu, tiếng vỗ đập sóng sánh của một dòng nước, tiếng những con dế tỉ tê trong những đám cỏ tối đen thoáng gợn lân tinh, tiếng cuộc đời trẻ dại...

Trúc lại cho tôi một tập thơ Thanh Tâm Tuyền, một tập *Thơ Đường* của Trần Trọng San, một tập *Tâm Tình Hiến Dâng* của Tagore do nhà văn Đỗ Khánh Hoan dịch. Sau đó, chúng tôi tiếp tục ngồi mở một số bài thơ Đường ra xem lại. Thấy yêu và thương Lý Thương Ẩn thời Vãn Đường với những bài *Cẩm Sắt* và *Vô Đề*. Đọc bài *Cẩm Sắt*, tới hai câu cuối *Thử tình khả đãi thành truy ức / Chỉ thị đương thì dĩ võng nhiên!* 此情可待成追憶/只是當時已惘然
(Trần Trọng San dịch xuôi ý: Mối tình đẹp đẽ thời hoa niên, ngày nay không tìm được nữa. Ta hãy để cho tình ấy thành ra kỷ niệm êm đềm. Nhưng tiếc thay ngay thuở xưa, tình ấy đã là một mối tình tuyệt vọng, làm cho ta đau khổ, chán chường!) mới thấy rõ là người xưa cũng quá đa sầu, đa cảm.

Hoặc đọc bốn câu đầu của bài *Vô Đề*:

Tương kiến thời nan, biệt diệc nan,
Đông phong vô lực, bách hoa tàn.
Xuân tàm đáo tử, ti phương tận;
Lạp cự thành hôi, lệ thủy can.

相見時難別亦難 / 東風無力百花殘
春蠶到死絲方盡 / 蠟炬成灰淚始乾

(Trần Trọng San: Gặp gỡ nhau, là một việc khó, mà từ biệt được nhau cũng lại là một việc khó. Gió Đông kia không đủ sức, để cho trăm hoa phải tàn tạ đi, cũng như loài người bất lực, không kéo dài được thời kỳ hội ngộ mà tránh những phút chia ly. Con người đa tình cứ khơi mãi mối cảm hoài cho đến khi tận thế, cũng như con tằm rút mãi đường tơ cho đến khi ruột tằm khô héo, cũng như ngọn nến kia cứ rỏ mãi bao nhiêu hàng lệ đến bao giờ nến cạn thành tro thì lệ mới khô).

Xem thế mới thấy rõ cái tình bạn thắm thiết của người xưa.

Chúng tôi ngồi nói chuyện, xem lại một số sách viết về thơ Đường của nhiều tác giả khác nhau cho mãi đến khuya. Rồi Trúc đưa cho tôi một quyển sách nhỏ, một tập san thì đúng hơn, tên là *Modern Poetry in Translation*, bảo: "Ông mang quyển này về xem, tôi nghĩ là ông sẽ thích." Đây là một đặc san, in khổ nhỏ theo một dạng đặc biệt, giấy cứng, rất đẹp, số mùa Xuân 1980. Ngoài một bài giới thiệu dịch giả nổi tiếng May Hayward của Anh, người từng được xưng tụng là "a prince among translators", một số thơ dịch những bài nổi tiếng của một nhóm học giả cổ thuộc thành phố Tamil Nadu ở Ấn Độ viết vào những thế kỷ đầu tiên của niên lịch A.D., một bài của André Lefèvre bàn về chủ nghĩa thực dụng trong vấn đề dịch, một số thơ của Jose F. Lacaba, một nhà thơ Phi luật Tân, hai bài điểm sách tập thơ của Mallarmé và tập thơ của Rimbaud, phần còn lại chiếm đến ba phần tư tập sách, là một tập hợp 35 bài thơ của những dịch giả Anh Mỹ nổi tiếng, dịch ra tiếng Anh bài thơ *Hoàng Hạc Lâu* bất hủ của Thôi Hiệu đời Đường. Có một ít điểm lạ lạ, vui vui mà tôi tìm thấy và học hỏi được qua những bản dịch này, ở một đoạn sau tôi sẽ nhắc đến.

Hôm sau, năm giờ rưỡi sáng, chúng tôi đã lên xe ra phi trường. Không khí buổi tinh mơ như có bao phủ một lớp sương xanh mờ mờ. Những con đường vòng vo, cây lá um tùm làm gợi nhớ đến một đoạn đường nhỏ nào đó ở Thủ Đức, ở Vũng Tàu, hay Đà Lạt. Những ngọn đèn đường co ro rét mướt. Tất cả những cảnh ấy làm lòng bâng khuâng vỗ về lại một chút hoài niệm cũ, vu vơ. Trái tim lại bắt đầu rung lên bồi hồi những tiếng chuông xa vắng. Ừ, *tương kiến thời nan, biệt diệc nan.*

Tôi về đến L.A. lúc 11:00 giờ trưa ở Cali. Anh Phạm Quốc Bảo ra đón, đưa về nhà ăn cơm. Lại những món hết sức Việt Nam, có cả cơm gạo lức nữa. Khi về, tôi được biết Nguyễn Bá Trạc cũng vừa xuống Nam Cali thăm chúng tôi. Ngày hôm sau, tôi bỏ một buổi ngồi quán với các anh Trạc, Vũ Huy Quang và Phạm Duy, rồi ghé về nhà anh Phạm Duy để được nghe băng Hát Chèo và băng thơ Chinh Phụ Ngâm ngâm theo lối miền Bắc. Thật đặc biệt.

Nguyễn Bá Trạc như thường lệ, sau đó, lại kéo tôi ra một tiệm Tàu ăn cơm vịt quay (có khi ông ấy trả tiền, có khi tôi trả), và, như thường lệ, lại "hạch sách" cô "chiêu đãi" một cách... âu yếm là sao tiệm này không chịu dùng nước mắm. Cô "chiêu đãi" lại giải thích. Trạc lại lý luận. Cứ thế! (May, hôm nay Mai Thảo, người rất tôn trọng và yêu quý phái nữ, không có ở đây. Mai Thảo mà thấy cảnh này chắc sẽ không để anh Trạc “chòng ghẹo” và “làm phiền” người đẹp). Những cảnh như thế này đã xảy ra nhiều lần lắm rồi. Thật ra, anh Trạc viết văn, làm thơ và nói chuyện rất có duyên, có lẽ cô “hàng quán” cũng không đến nỗi thấy phiền hà gì. Tôi lại nghĩ đến những cặp mắt ngây thơ, dò hỏi của những đứa con người bạn khi hỏi tôi ở xa đến chắc có chuyện gì. Tôi muốn hỏi anh Trạc, đang ngồi cạnh tôi, "Này anh, anh ở xa xuống đây chắc có chuyện gì phải không?"

.3.

Từ Washington D.C. về, tôi có được một chồng sách quý, mấy cuộn băng nhạc hết sức đặc biệt, và một nỗi cảm động thắm thiết khi nghĩ đến sự đối xử của bạn bè và những tình cảm đẹp đẽ mà tất cả bằng hữu đã dành cho mình. Tôi biết là tôi sẽ giữ được chúng cho đến hết cuộc đời. Đó là bếp lửa ấm cho tôi tìm về giữa những tháng ngày lưu vong mệt mỏi và buồn bã của cuộc sống này.

Buổi tối, tôi mở cuộn băng *Hát Cho Kỷ Niệm* của Quỳnh Giao tặng ra nghe. Đúng là Quỳnh Giao hát cho kỷ niệm. Từ phần mở, những câu tâm sự chân thật, tha thiết và đẹp đẽ, và phần đóng, những lời cám ơn hết sức hiền lành và khiêm nhượng, đến cách Quỳnh Giao chọn bài, cho thấy chị rất trân trọng với kỷ niệm và với thính giả của mình. Chị đã để cả tấm lòng vào việc thực hiện cuộn băng đẹp đẽ này.

Những bài hát trong cuốn băng là những bài Quỳnh Giao đã hát trên làn sóng điện của Đài Phát Thanh Sài Gòn trước kia khi chị hợp tác với các ban Tây Hồ, sau đổi thành Tiếng Tơ Đồng, của nhạc sĩ Hoàng Trọng, chương trình Phạm Duy của Phạm Duy, chương trình Tiếng Nhạc Tâm Tình của ca sĩ Anh Ngọc... Đó là những bài hát chọn lọc của kỷ niệm, chẳng hạn như "Kỷ Niệm" của Phạm Duy, "Trở Về Bến Mơ" của Ngọc Bích, "Giấc Mơ Hồi Hương" của Vũ Thành, "Ngọc Lan" của Dương Thiệu Tước, "Tiếng Thời Gian" của Lâm Tuyền & Dạ Chung, "Bạn Lòng" của Hoàng Trọng và Hồ Đình Phương, "Dạ Khúc" của Nguyễn Mỹ Ca, "Dạ Lai Hương" của Phạm Duy, "Mắt Biếc" của Cung Tiến, "Đêm Mầu Hồng" của Phạm Đình Chương, "Mưa trên Phím Ngà" của Văn Phụng...

Tiếng hát Quỳnh Giao so với những ngày còn ở Việt Nam bây giờ đằm hơn, ngọt hơn, và rõ ràng là có cái màu hoài hương ở bên trong. Những đoạn chuyển cung, hoặc những nốt láy nhẹ, chẳng hạn như trong *Kỷ Niệm*, cho ta thấy giọng của Quỳnh Giao hết sức điêu luyện đồng thời vẫn rất ngọt ngào và tự nhiên. Cho dù có thể có một số đánh giá cho rằng giọng của chị hơi mỏng; dù sao, chuyện thẩm âm là cái “gu”, cái thích, và cái cảm nhận của mỗi người. Nhưng cái điêu luyện trong tiếng hát Quỳnh Giao là một điều không thể chối cãi.

Quỳnh Giao cho biết chị chỉ thâu có năm mươi cuộn để gửi tặng bạn bè thân quý, những người hiểu và chia sẻ được những kỷ niệm của mình. Kỹ thuật thu âm khá giản dị nhưng lại rất cẩn thận với sự chăm sóc của anh Lê Văn, trưởng ban Việt ngữ đài VOA. Tiếng hát Quỳnh Giao trong cuộn băng này chỉ được đệm bằng tiếng dương cầm, khi lồng lộng như gió cuốn trên cao, lúc sầm sập đe dọa như sóng xô trong tối, lúc lại thánh thót nhẹ nhàng như tiếng chân chim lách tách trên đầu mái những buổi tinh sương. Tiếng hát Quỳnh Giao chỉ nên đi với dương cầm chứ không nên đi với trống kèn hoặc những hợp âm điện tử của kỹ thuật hiện đại. Đó là một tiếng hát trong sáng, long lanh như một giọt nước treo trên đầu ngọn lá. Tiếng hát ấy có khi lại mềm mại, nuột nà như lụa, như sa-tanh. Bởi thế, sự trong sáng, long lanh, mềm mại, nuột nà kia chỉ nên đi với tiếng dương cầm. Đó là một hôn phối đẹp đẽ và sang trọng.

Những người được Quỳnh Giao nhờ giới thiệu trước những bài hát, trong đó có Cung Tiến, Mai Thảo, Phạm Đình Chương, Vũ Thành, Lê Văn, Văn Phụng, qua cung cách trình bày và qua lối chọn lựa hình thức diễn đạt của họ, đã làm cuộn băng thêm phần giá trị. Tất cả mười ba bài hát trong cuộn băng "Hát Cho Kỷ Niệm" đều đã được trình bày ở một mức độ nghệ thuật rất cao, và vì thế, phần nào, có thể kén chọn thính giả. Tuy nhiên, đối với người hòa điệu, những bài hát này là những mặt khác nhau của một viên ngọc lóng lánh đưa ta về cõi hạnh phúc. Tùy vào kỷ niệm, quá khứ, mộng mơ của mỗi thính giả mà các bài hát trong cuộn băng có thể được yêu thích một cách khác nhau. Riêng tôi, tôi yêu nhất những bài *Kỷ Niệm, Giấc Mơ Hồi Hương, Ngọc Lan, Mắt Biếc, Đêm Mâu Hồng, Dạ Khúc, Dạ Lai Hương*. Hình như những bài hát này nhắc lại cho tôi nhiều kỷ niệm những ngày xa xưa ấy, những buổi tối mưa rơi sùi sụt trong khu xóm nhỏ, phố xá đèn lửa leo lét, tôi nằm trên võng bật radio nghe những chương trình Nhạc Chủ Đề của Nguyễn Đình Toàn vào tối thứ Ba lúc 11:00 giờ, chương trình Phạm Duy tối thứ Hai lúc 10:30, chương trình Tiếng Nhạc Tâm Tình của Anh Ngọc tối Chủ Nhật lúc 9:30, chương trình Tiếng Tơ Đồng của Hoàng Trọng... Những bài hát trong cuộn băng "Hát cho Kỷ Niệm" của Quỳnh Giao đã mở về những khung trời xa vắng, có tôi bé nhỏ đi lang thang trên những đường rầy quạnh quẽ, có tôi buổi tối ngồi nhìn trăng lên trên đầu những ngọn cây bông gòn có tơ bay vướng vít. Xin cho tôi đi lại từ đầu ở những ngày kỷ niệm đó, những ngày có tôi ngồi cạnh tôi thôi, với quê hương chung quanh, nghe lòng mình mềm đi với những ước mơ và những hoài vọng thiết tha nồng cháy. *Cho đi lại từ đầu. Chưa đi vội về sau. Xin đi từ thơ ấu. Đi vui và bên nhau. Trong tim thì sôi máu. Khoé mắt có trăng sao. Bông hoa cài trên áo. Trên môi một nguyện cầu*... Tiếng hát như một dáng chim lả vào không gian kỷ niệm, tím thẫm màu chiều của dĩ vãng.

Một người bạn tôi ở tiểu bang khác gọi điện thoại qua thăm, tôi cho nghe thử hai bài *Kỷ Niệm* và *Giấc Mơ Hồi Hương*, người bạn thích quá đòi nghe cả cuộn. Thú thật, tôi thương người bạn trả tiền *long distance* nên chỉ cho anh nghe thêm ba, bốn bài nữa. Anh bảo, nghe *Giấc Mơ Hồi Hương* của Vũ Thành, lúc giọng Quỳnh Giao vút lên cao và lả xuống như một cánh chim, lúc tiếng dương cầm chới với, réo rắt, lồng lộng ở những *octave* tít tắp, anh ta có một cảm giác gai cả người vì hạnh phúc, như lần anh có dịp về Hà Nội sau 1975, ôi Hà Nội điêu tàn nhưng vẫn có một nét gì thơ mộng, đứng trên con đê dài kéo suốt đến đường Cổ Ngư (đường Thanh Niên bây giờ), chỗ gần cầu Long Biên, ở dưới là tiếng vỗ đập sóng sánh của sông Hồng, xa xa là những đồng ruộng chạy dài ngút mắt, gió thổi tốc tóc và áo anh lên, tự nhiên anh muốn khóc khi đứng giữa Hà-Nội-buổi-chiều như thế. Những lời ca và nét nhạc của *Giấc Mơ Hồi Hương* đã cắt thẳng vào rung động của chúng ta những đường cắt rõ nét và khó bôi xóa được. Tiếng hát Quỳnh Giao là một trong rất ít những tiếng hát hiếm, và quý, lột tả được cái ý, cái tình của bài hát và của tác giả. Cũng như với một số bài hát khác trong cuộn băng, Quỳnh Giao tự đệm dương cầm cho mình hát bài này. Chúng ta đừng quên Quỳnh Giao là một dương cầm thủ xuất sắc, xuất thân từ Quốc Gia Âm Nhạc Viện... Những bài khác, nhạc sĩ Văn Phụng đã giúp phần phụ đệm.

Nghe *Giấc Mơ Hồi Hương*, chính tôi cũng phải ngây ngất vì cái chỉnh thể hết sức đẹp đẽ của tất cả những nét nhạc, lời ca, giọng hát, và tiếng đàn ấy. Tự nhiên, tôi nhớ đến những đoạn văn đẹp và xót xa trong *Áo Mơ Phai* của Nguyễn Đình Toàn, *Bếp Lửa* và *Ung Thư* của Thanh Tâm Tuyền, *Đêm Giã Từ Hà Nội* của Mai Thảo...

Màu kỷ niệm xưa cũ vẫn lóng lánh như trăng ngân.

.4.

Modern Poetry in Translation là tên tập đặc san người bạn đưa tôi mang về. Cái tập sách hay thật. *Modern Poetry* mà lại có dịch thơ Đường. Ba mươi lăm bản dịch khác nhau của toàn là những người... "khá" cả. Tôi đọc phần danh biểu các thi-sĩ-dịch-giả thì thấy những người này toàn là những vị uyên bác như Willis Barnston, giáo sư dạy về văn chương tỷ giảo ở Uni. of Indiana, Bloomington, hoặc như Keith Bosley, nhà thơ và dịch giả, hiện làm cho đài BBC, đã từng dịch những tác phẩm của Nga, Phần-Lan, Việt-Nam và Pháp ra tiếng Anh. Bét nhất trong danh biểu này thì cũng là những sinh viên xuất sắc học về văn chương Đông Nam Á ở các đại học Mỹ.

Tôi đọc phần giới thiệu mới biết rằng sở dĩ có một tập hợp 35 bài thơ dịch *Hoàng Hạc Lâu* của Thôi Hiệu chỉ vì bài này quá nổi tiếng và rất khó để chuyển hết tình, ý của tác giả sang một bản dịch. Chính vì nhận chân được giá trị của bài thơ, cùng lúc, thấy được sự thách thức của bài thơ đặt ra cho dịch giả khắp nơi, Hualing Nieh Engle, hiện đang là giám đốc của The International Writing Program tại University of Iowa, mới quyết định, cùng với Angela Elston, thực hiện một đề án (project) về việc tập hợp những bài dịch *Hoàng Hạc Lâu* của các nhà thơ cũng như dịch giả danh tiếng của Anh và Mỹ. Thế là họ bèn gửi một bản dịch từng-chữ-một (mot-à-mot, word-for-word)—tiếng Anh gọi những bản dịch như thế là *a crib*, hay *a pony*, hay *a trot*, tất cả những từ này đều có dính líu tới ngựa cả, tại sao?—cho những vị có thẩm quyền về dịch, kèm theo một lá thư trình bày rõ mục đích đẹp đẽ của đề án.

Đây là nguyên tác Hoàng Hạc Lâu bằng chữ Hán của Thôi Hiệu:

黃鶴楼

昔人已乘黃鶴去,
此地空餘黃鶴樓。
黃鶴一去不復返,
白雲千載空悠悠。
晴川歷歷漢陽樹,
芳草萋萋鸚鵡洲。
日暮鄉關何處是,
煙波江上使人愁。

Ngoài bản dịch từng-chữ-một như dưới đây:

Brown Crane Building

Former person once rode brown (yellow) crane away
Tích nhân dĩ thừa hoàng hạc khứ
This place emptily left brown crane building
Thử địa không dư hoàng hạc lâu
Brown crane once gone never again returns
Hoàng hạc nhất khứ bất phục phản
White clouds thousand years empty long-long (slow-slow)
Bạch vân thiên tải không du du
Clear (sky) river clear-clear Han-yang trees
Tình xuyên lịch-lịch Hán-Dương thụ
Fragrant grass lush-lush Ying-wu Isle
Phương thảo thê-thê Anh-Vũ châu
Sun sets home place what point is?
Nhật mộ hương quan hà xứ thị ?
Mist waves river upon make person sad (melancholy)
Yên ba giang thượng sử nhân sầu

còn có một bản dịch xuôi (line translation) làm mẫu cho các dịch giả:

The immortal has ridden the brown crane away,
Now there is left only this pavilion.
The brown crane, once gone, will never return;
White clouds a thousand years emptily pass
In the clear light over the stream, clear is each leaf on the Han-yang trees,
Sweet grass grows heavy on Parrot Island.
The sun sets, which way is home?
Mist and waves on the river make me sad.

Ngoài tất cả những gợi ý ấy, bức thư còn kèm theo một bản viết chữ Hán rất đẹp, có ghi chú đâu là đầu đề, đâu là dòng một, đâu là dòng hai, v.v., của bài thơ (cho những ai có thể đọc được chữ Hán!) cùng với phần ghi chú, trình bày qua về thể thơ Đường (The Form) như kiểu học sinh trung học Việt Nam ngày xưa đã được học, các luật tắc, cách gieo vần, niêm, đối, về đặc tính của chữ, nghĩa và cú pháp Trung Hoa (The Language), và về bối cảnh cũng như trường hợp sáng tác của bài thơ trên (The Legend).

Tất cả những điều đó được trình bày ở một mức độ tạm đủ cho những người được mời tham dự đề án dịch thuật bài thơ *Hoàng Hạc Lâu*. Điều đặc biệt ở đây là hầu hết các dịch giả được mời tham dự "cuộc chơi" đều không hề có một hiểu biết rõ rệt nào hơn về bài thơ *Hoàng Hạc Lâu* cũng như không hề có một kiến thức căn bản nào về Hán văn. Họ chỉ có bản *crib* và các dẫn giải đại khái kia. Tất nhiên, như thế, họ sẽ phải dựa rất nhiều vào bản *crib* để hoàn tất bản dịch của họ. Chuyện này có vẻ là lạ, vui vui, nhưng đây là một khuynh hướng đang lan rộng trong văn-thi-giới Âu Mỹ. Ezra Pound, nếu không phải là người đầu tiên thì cũng là người nổi tiếng nhất trong lĩnh vực dịch này. Ông đã dịch rất hay một số bài thơ chữ Hán, căn cứ trên những bản dịch từng-chữ-một cùng với các ghi chú của những nhà Hán học trong hội Sinologist Fenollosa.

Về phương diện ngôn ngữ, ta thấy dịch giả, hơn bất cứ một nghệ sĩ nào khác dùng ngôn ngữ làm chất liệu diễn tả, qua chính bản dịch của họ, phải cố gắng làm nổi bật được sự liên hệ tương liên giữa cái thể và cái chất, giữa phương tiện chuyên chở và nội dung diễn đạt, giữa cái xác và cái hồn của một bài thơ. Theo thuyết của Sapir-Whorf, ngôn ngữ mà chúng ta sử dụng sẽ cho người khác thấy cái vũ trụ quan của ta, sự tư duy của ta, ý thức và chính bản thể của ta nữa. Nhưng, nếu tôi nhìn ngắm ngôn ngữ từ một góc cạnh chủ quan, nhìn vào bên trong con-người-sử-dụng-ngôn-ngữ của tôi, có thể tôi sẽ thấy là mỗi một con-người-tự-do có một sức mạnh riêng của nó trong việc sử dụng, nhào nặn ngôn ngữ. Ngôn ngữ quyết định cái nhìn, sự tư duy, và sự hiện hữu của bản thể tôi, nhưng tôi cũng có tự do để nhào nắn, bóp, uốn ngôn ngữ với sức mạnh của riêng tôi. Trong ý nghĩa này, đây chính là cái sức mạnh nóng hổi của mỗi con người riêng biệt khiến nó sáng tạo ra những thể, những cách sử dụng chữ nghĩa mới, nhờ vào cái tính chất dẻo dai, uyển chuyển của chính ngôn ngữ.

Những bài thơ dịch trong tập sách này được phô diễn dưới đủ mọi thể, mọi cách sắp xếp. Hồn của những bài thơ dịch có thể ở đâu đó, gần gũi với nhau, và nhận được mặt mày nhau, nhưng những cái xác của những bài thơ này thì có vẻ xa lạ với nhau quá. Có những bài thơ được kết cấu theo kiểu thơ của thi đoàn Bạch Nga Nguyễn Vỹ, có những bài thơ làm theo kiểu *graffiti* của Mỹ, giống như mấy bài thơ của các chàng "du sĩ" ghi vội lên tường, có bài được xếp theo kiểu một số bài thơ của e.e. cummings (Mỹ), nghĩa là không những các từ trong một câu bị chặt ra cho xuống hàng, mà các mẫu tự (a,b,c,d),...) trong một từ cũng bị cắt đầu, cắt đuôi cho xuống hàng luôn. Dĩ nhiên, ngoài những cái xác rất lạ kia, cũng có những cái xác bình thường mà chúng ta có thể quan niệm được.

Dù sao đi nữa, trong các bản dịch này, cũng như các bản dịch Việt Nam bài *Hoàng Hạc Lâu* của Thôi Hiệu, gần như không có bài nào lột được cái ý thời sự của những cụm từ *Hán Dương thụ* và *Anh Vũ châu* trong nguyên tác. Hán Dương là một thành phố nằm về phía Bắc địa điểm nơi con sông Hán đổ vào sông Dương tử. *Hán* là tên một triều đại, cũng là tên để gọi nước Trung Hoa, và cũng là tên để gọi một người Trung Hoa hay một người đáng mặt hảo hán nói chung, như cách dùng của từ *Hán tử*. *Dương* là một mặt trong cặp Âm-Dương (yin-yang). Nó có nghĩa là "năng lực sáng tạo", "ánh sáng" (ánh dương), "sự sáng rõ", "tính động"... Bởi thế, *Hán Dương thụ*, những cây ở thành phố Hán Dương soi bóng trên mặt nước, gợi nhắc một cách kín đáo cho ta thấy sức mạnh hoặc cái ánh sáng tiềm tàng soi chiếu khắp chốn của dân tộc Trung Hoa được Thôi Hiệu gói ghém trong bài thơ. Cũng vậy, *Anh Vũ châu* và những thảm cỏ thơm mượt (*phương thảo thê thê*) có một hàm ý văn chương và chính trị trong nó mà khó có bản dịch nào lột tả nổi. Riêng tôi, tôi thích nhất bản dịch của Vũ Hoàng Chương làm sau 30 tháng Tư, 1975, mặc dù tôi cũng rất thích bản dịch của Tản Đà.[3] Bản của Vũ Hoàng Chương thê thiết và xót xa ở bốn câu cuối, nhất là ở hai câu cuối. Những cụm từ *còn nắng chiếu* và *chẳng ai chơi* nghe ra rất ngậm ngùi. Hai câu cuối thì rõ ràng là Vũ Hoàng Chương đã gửi gấm tâm sự mình, cũng như tâm sự của cả một dân tộc, trong đó.

Tôi chép lại bài dịch thoát của Vũ Hoàng Chương ở đây, sau đó, chép lại 2 trong 35 bản dịch của tập *Modern Poetry in Translation*, để chúng ta chiêm nghiệm lại thuyết của hai nhà ngôn ngữ Sapir và Whorf, và thấy được cái sức mạnh kỳ diệu của chữ nghĩa, cũng như của những con người sử dụng chữ nghĩa đó.

Lầu Hoàng Hạc

Xưa hạc vàng bay vút bóng người
Nay lầu hoàng hạc chút thơm rơi
Vàng tung cánh hạc đi đi mãi
Trắng một mầu mây vạn vạn đời
Cây bến Hán Dương còn nắng chiếu
Cỏ bờ Anh Vũ chẳng ai chơi
Gần xa chiều xuống đâu quê quán?
Đừng giục cơn sầu nữa sóng ơi
(Vũ Hoàng Chương, Sàigòn, Việtnam)

Sau đây là bản dịch của X.J. Kennedy. Một sinh viên xuất thân từ một đại học Mỹ thường là phải biết X.J. Kennedy. Ông nổi tiếng nhờ soạn những cuốn sách giáo khoa có tính cách tổng hợp, dẫn nhập vào truyện và thi ca thế giới. Thuở còn đi học, tôi cũng đã từng say mê những cuốn sách giáo khoa rất đồ sộ và soạn rất công phu của X.J. Kennedy. Tập thơ mới nhất của ông là tập *The Phantom Ice Cream Man* (Atheneum, 1979). Và đây là bản dịch *Hoàng Hạc Lâu* của ông:

At Brown Crane Pavilion

That old god-man rode off on his brown crane.
What's left hehind? This dedicated shack.
A thousand years, hollow white clouds loll by.
Brown crane's long gone. Not likely he'll come back.
By river's glow each leaf struts every vein.
Parrot Island grass—oh, smell it! shed your shoes!
Sun knows its way down home. Wish I knew mine.
Got the mist on the river, waves on the river blues.
(X.J. Kennedy - Bedford, Mass.)

Và cuối cùng, đây là một bản dịch phải nói là... "thần kỳ"! Nếu vừa mê thơ Đường, vừa thích chữ nghĩa ngôn ngữ nói chung, vừa có tính khôi hài, thích nhìn vào những mặt ngộ nghĩnh, bất ngờ và không nghiêm trang của sự vật, sự việc, tôi chắc rằng bạn sẽ thích bài này.

Bởi vì nó "thần kỳ" quá, tôi mạn phép tạm dịch nó sang Việt ngữ và đặt bên cạnh bản dịch Anh ngữ của Feroz Ahmed-Ud-Din. Ông này sinh ở Pakistan năm 1950 và học tại University of Dacca, Bangladesh. Năm 1975, ông đã xuất bản một tập thơ, tựa đề là *This Handful of Dust*. Ông biết tiếng Anh, tiếng Bengali, tiếng Urdu, tiếng Hindi, tiếng Ba-Tư và tiếng Ả-Rập. Ông cũng đã là một thành viên của The International Writing Program tại đại học Iowa năm 1976. Ông đóng góp hai bản dịch cho bài Hoàng Hạc Lâu của Thôi Hiệu, một bài tựa là "Yellow Crane Perch", một bài là "Launch Pad". Bài trước dịch sát nghĩa, tầm thường; bài sau rất "hiện đại", tôi xin ghi lại dưới đây.

Launch Pad

This
is the yellow crane pavilion
An old man did
blast off
on a crane
from this pad

Did he hit
the moon?
mars?
maryland, usa?

You never know
The clouds
haven't finished
looking for him

The river,
mercury coated,
has all the trees
in it. The grass
is green
on Parrot Island

Bệ Phóng

Đây
là cái lầu hạc vàng
Có một chàng già đã
được bắn đi
trên lưng một con hạc
từ cái bệ phóng này

Chàng già có được bắn tới
mặt trăng?
hỏa tinh?
mai-lệ-lan, ù-ét-sa?

Bạn không bao giờ biết được
Những đám mây
không ngừng
dõi mắt tìm kiếm anh già

Dòng sông,
tráng bạc,
in hình muôn cây lá
trong nó. Bãi cỏ
rờn xanh
trên đảo Con Kéc

Where do I go *now* *how should I act?*	*Tôi biết đi đâu* *bây giờ* *Tôi phải hành xử sao đây?*
These earthly *matters* *drive me crazy.*	*Những chuyện* *trần gian này* *làm tôi điên mẹ nó cái đầu.*

Quả thật là con người đã sáng tạo và làm chủ ngôn ngữ, và cũng quả thực là ngôn ngữ đã nhận diện con người. Một anh Ấn Độ, học tại Mỹ vào cuối thế kỷ hai mươi, thế kỷ của phi đạn nguyên tử, của hạt nhân hạt dẻ, của dàn phóng, bệ phóng, ống phóng, v.v., thì dĩ nhiên phải dùng "ngôn ngữ hôm nay" để chuyển đạt ý thơ chứ. Đọc xong bản dịch của anh xứ Ấn này, tôi cũng thực băn khoăn là không biết "cái anh già kia" đã bị bắn đi nơi nao, và tôi cũng muốn "phát điên". Bạn nào biết tin tức về "anh già", xin cho tôi biết với. Thành thật cảm ơn.

Đoạn cuối bài này, viết về chuyện bài thơ *Hoàng Hạc Lâu* của Thôi Hiệu được dịch sang ngôn ngữ hôm nay, đúng ra, là một phần tạp văn có vẻ không có... "liên hệ hữu cơ" với cấu trúc của toàn bài. Nhưng thật ra, bạn bè thân mến, nó là một phần của bài này đấy. Nhìn lại một bài thơ cũ, điều ấy lại làm cho tôi nhớ đến một thuở mộng mơ xa vời, những con đường nhỏ rơi rớt ánh trăng xanh, tiếng nước máy chảy ở đầu ngõ, giọng ca vọng cổ ngân dài hoặc xuống ngọt vào lúc nửa khuya. Nó làm tôi lại muốn gặp lại bạn bè khắp chốn để ngồi nói vu vơ lại những câu chuyện cũ, những câu chuyện đã vương vất trên chúng cái màn sương lam của thời gian, của quá khứ.

Tôi lại muốn, một lần nữa, được xin đi lại từ đầu. Xin cho tôi đi lại từ đầu, từ những ngày xưa trẻ dại.

huntington beach, california
(mồng 10 tháng VII, 1986
nhuận sắc 25 tháng X, 2025)

Ghi chú cập nhật:

[1] Cuộn băng được nói đến, bây giờ, ở thời điểm hôm nay, tức là vào tháng Mười, 2025, đã được phổ biến rộng rãi qua hệ thống truyền thông

của công nghệ hiện đại. Nó được gọi là băng Nhạc Chủ Đề Nguyễn Đình Toàn, với tên đi kèm là Tình Ca 1970. Tuy nhiên, vào tháng Mười, 1986 của bài viết này (đúng hơn là vào trước đó khoảng một hay hai tháng), khi tôi được nhà văn Bùi Bảo Trúc cho nghe, cuốn băng *cassette* ấy là một thứ "đồ cổ" rất quý, đươc truyền tay giới hạn trong vòng một vài người bạn văn nghệ trên vùng Hoa Thịnh Đốn. Đặc biệt trong nhóm nhỏ thân hữu làm việc tại đài VOA ở vùng thủ đô này.

[2] Cũng giống như trường hợp của băng Nhạc Chủ Đề Nguyễn Đình Toàn, những bài hát "cũ mèm" thời thập niên 1960 này, trong thời khoảng bài viết này được thực hiện vào gần 40 năm trước, là một thứ "của quý". Chúng có thể nằm trong những đĩa than 33 hoặc 45 vòng/phút, có lẽ cũng trở nên khó tìm vào thời điểm ấy. [Các "dĩa hát" này lưu trữ các tín hiệu âm thanh thông qua các rãnh nổi khác nhau trên bề mặt, và, khi nghe, một đầu kim được sử dụng để đọc các rãnh này qua các vòng quay, chuyển đổi thông tin trong rãnh thành âm thanh]. Những bài hát như tôi kể, và đủ thứ tài liệu và thông tin khác, sau này, kể từ đầu năm 2005 trở đi, sau khi YouTube ra đời, thì rất dễ kiếm. Thời đại khác, cuộc sống khác, cũng có thể làm thay đổi cách nhìn, cách sống, cách cảm, và cách… rung động của ta về mọi thứ trong đời.

[3] Nguyên văn bài thơ dịch Hoàng Hạc Lâu của Tản Đà, qua thể lục bát:

Hạc vàng ai cưỡi đi đâu?
Mà nay Hoàng Hạc riêng lầu còn trơ.
Hạc vàng đi mất từ xưa,
Nghìn năm mây trắng bây giờ còn bay.
Hán Dương sông tạnh cây bày,
Bãi xa Anh Vũ xanh dầy cỏ non.
Quê hương khuất bóng hoàng hôn.
Trên sông khói sóng cho buồn lòng ai.

Những Đóa Hoa Dịu Dàng Phất Phơ Trong Gió

.1.

Đêm hôm qua, tôi mơ được một giấc mơ đẹp.

Tôi mơ thấy mình bé nhỏ lại, chỉ độ năm hay sáu tuổi. Trong giấc mơ tôi đi lang thang giữa cánh đồng toàn hoa dại đầy màu sắc. Mỗi một cơn gió thổi đến lại làm cho cả cánh đồng hoa chuyển động dập dờn như sóng. Hương phấn hoa bay bay trong gió, thơm một mùi ngây ngật làm tôi có cảm giác say say như vừa nhấp một chút rượu vang. Tôi nằm lăn ra giữa đất trời và hoa cỏ như thế, thấy thân thể mình bềnh bồng như những cụm mây trắng lơ lửng giữa trời không. Một vài con bướm cánh mỏng như tơ chấp chới bay từ đám hoa dại này sang đám hoa dại kia. Mùi khói rơm ở đâu bay đến trộn với mùi phấn hoa làm lâng lâng thần trí. Và tôi ngủ vùi một giấc giữa trời đất và cỏ hoa thơm tho ấy.

Khi tôi tỉnh dậy, mặt trời đang xuống, để loang trong khoảng không trước mắt tôi một dòng sông máu thê thiết. *Soleil cou coupé*. Thằng bé quá nhỏ trong giấc mơ tôi bỗng nhớ tới một câu thơ của Apollinaine. *Mặt trời bị cắt cổ*. Câu thơ rơi về từ một ký ức xưa cũ, nhưng trong giấc mơ, cái ký ức ấy thuộc về phía tương lai trước mặt của thằng bé. Vậy mà câu thơ vẫn hiện ra. Nhớ đến câu thơ, thằng bé buồn buồn ngồi dậy nhìn quanh. Những con bướm nhỏ đã bỏ đi thật xa. Biệt tăm về đâu đó. Những đóa hoa dại đang héo dần. Thằng bé chợt nghĩ đến mẹ. Nó đứng thẳng dậy, tìm một đám hoa tương đối còn khá tươi, ngắt thành một chùm nhỏ. Thằng bé ôm bó hoa trước ngực, chạy về nhà.

Khi đến đầu ngõ, nhìn xa xa, nó thấy ngôi nhà mình đã được sơn sửa lại mới hơn trước. Tường được quét vôi màu ngà. Các cửa sổ được bọc một màu sơn mới. Nước sơn vẫn còn thoang thoảng một mùi thơm nhẹ.

Chạy vào nhà, thằng bé thấy mọi đồ đạc đều như sang hẳn ra. Bàn ghế, giường tủ đều đã được lau chùi bóng loáng và như vẫn còn thơm mùi gỗ. Lần xuống bếp, mẹ nó đang nấu bánh chưng. A, vậy ra là Tết rồi! Thảo nào mà mọi thứ đều có vẻ được trình bày sạch sẽ và sáng sủa. Thằng bé vừa xấu hổ vừa sung sướng đưa cho mẹ chùm hoa. Mẹ nó cười, ôm nó vào lòng và vuốt ve mái tóc đen mượt của nó. Xong, mẹ bảo nó đi lấy cái bình sành xuống đưa cho mẹ. Mẹ nó súc nước rửa vài lượt rồi cắm chùm hoa của nó trong bình. Thoắt chốc, những đóa hoa trở nên tươi thắm và xinh đẹp lạ thường. Mẹ nó để bình hoa ở giữa bàn rồi lại đi vào bếp, coi nồi bánh chưng. Thằng bé chạy vội đi lấy cái ghế gỗ nhỏ, ngồi kề bên cạnh mẹ. Những tiếng sôi sùng sục trong cái nồi vĩ đại làm nó ngủ đi lúc nào không biết.

.2.

Những giấc mơ quá sức hạnh phúc và đẹp đẽ một cách kỳ diệu như thế, kể từ khi bỏ nước ra đi, tôi chưa bao giờ có lại. Sống lang thang như một kẻ không nhà từ hơn bảy năm nay, những giấc mơ của tôi không bao giờ là những giấc mơ toàn vẹn. Chúng luôn luôn bị cắt vụn, gẫy gập, và chỉ có hai màu đen trắng. Những giấc mơ không bao giờ mang trong chúng một hạnh phúc có thực. Chúng là sự nối dài của những khắc khoải, buồn chán mỗi ngày khi mình mở mắt. Chúng là sự lặp lại của những bứt rứt, bồn chồn, lo lắng, xót xa mình kinh nghiệm trong cuộc sống lưu đầy. Những giấc mơ, bởi thế, không thể nào có bóng dáng của màu sắc được. Những giấc mơ chỉ có hai màu đen trắng. Cuốn phim rè rè chạy. Và những âm thanh như bị dồn nén trong tim, trong phổi, không thoát ra được để trở thành những ba động. Những âm thanh nằm chết nghẹn trong lòng. Và cuộn phim cứ rè rè quay tới với những đứt đoạn, chia lìa.

Bởi thế, giấc mơ đêm qua là một điều đặc biệt. Khi tỉnh dậy, và ngay cả cho đến bây giờ, tôi vẫn còn nhớ như in tất cả những màu sắc đẹp đẽ của những đóa hoa dại trong cánh đồng mộng mị kia. Cánh đồng đó chưa bao giờ tôi gặp ở đất nước mình. Nó có vẻ êm ả và thanh bình kỳ lạ. Nó không phải là một cánh đồng có thực mà tôi đã từng thấy ở quê nhà. Vậy mà, nằm ở đấy, tôi lại ngửi thấy mùi rơm rạ ai đốt bay thoang thoảng trong gió lẫn với mùi phấn hoa làm tôi ngây ngất. Cái mùi khói cay cay của rơm rạ được đốt trong những chiều quê hương ấy, sao mà nó thân thiết quá. Tôi cũng còn ngửi thấy mùi sơn mới của cánh cửa nhà, bây giờ. Cái mùi ấy rõ ràng là thuộc phạm vi vật chất, rất thực và rất rõ. Tại sao bây giờ tôi vẫn còn ngửi thấy nó? Điều ấy, tôi không cách nào giải thích nổi.

Có một sự trùng hợp giữa sự làm việc của vô thức và thực tại của con người mà tôi nhận thấy ở đây. Trong giấc mơ, khi tôi chạy về nhà, mẹ tôi đang nấu bánh chưng. Và mọi thứ trong cái không gian của giấc mơ ấy, sau lúc tôi từ cánh đồng đầy hoa dại kia chạy về, đều có một vẻ Tết. Cả khu xóm trông có vẻ sạch sẽ, sáng sủa hơn. Nhất là căn nhà của tôi. Trông nó mới mẻ và đẹp đẽ như một tiếng kèn. Nhất là cái mùi sơn kia… Thực tại tôi bây giờ cũng đang nhắc cho tôi là một năm nữa sắp chấm dứt. Một năm mới sắp sang. Và tôi vẫn còn đang sống và làm việc lặng lẽ với rất ít niềm vui ở cái lục địa Bắc Mỹ này.

Tôi không biết giấc mơ của tôi đêm qua có mang một ý nghĩa gì không. Điều tôi nhận thấy rõ là nó làm tôi nhớ lại một cách tha thiết những ngày Tết ở quê nhà.

Ở đây, chúng ta không có Tết. Ngày Tết là một ngày chúng ta tự nhắc nhở với nhau để còn có cơ hội nhớ về những kỷ niệm cũ, nhớ về những người thân yêu của mình. Nhưng ý nghĩa của những ngày Tết ấy không chỉ được nhìn ngắm vỏn vẹn trong mấy ngày đầu năm mà thôi, nó còn được biểu hiện rõ trong cái cung cách chúng ta chuẩn bị Tết. Làm sao chúng ta chuẩn bị Tết trong những môi trường xa lạ, ở bên ngoài quê hương như thế này.

Một định nghĩa văn chương mà tôi đã được đọc ở đâu đó có nhấn mạnh rằng: *Quê hương là một nơi chốn để nhớ về.* Cái ngữ-động-từ "nhớ về" ở đây nói lên cái phần số đau đớn của những kẻ mất quê hương, hay đã xa lạc khỏi quê hương. Đó là thân phận của những kẻ bị lưu đầy. Có những kẻ bị lưu đầy ngay trên chính quê hương của mình, và cũng có những kẻ bị lưu đầy ra khỏi quê hương. Dù ở trong hay ngoài quê hương, đây vẫn là cái phần số đớn đau của nhiều người Việt chúng ta. Một định nghĩa hạnh phúc hơn về quê hương có lẽ phải là: *Quê hương là một nơi để sống với và chết cùng.* Được sống và chết với quê hương khác với tình trạng bị lưu đầy trên quê hương ở chỗ: trong trường hợp trên, trái tim người ta đập cùng một nhịp với tiết mùa, cỏ cây, sông núi của quê hương và người ta cảm nhận được sự hạnh phúc trong nhịp đập chung đó; trong trường hợp dưới, vì quê hương đã bị làm cho thay đổi khác đi, người ta trở thành kẻ lạ ngay trên quê hương của mình. Người ta không còn được sống trong một dòng sinh động cũ. Những nhịp đập của quê hương bây giờ là những nhịp đập của một trái tim giả. Và bởi thế, người ta lạc lõng khi vẫn giữ đúng nhịp đập của trái tim mình. Người ta bị tha hóa, bị làm cho vong thân ngay trên chính quê hương.

Năm ngoái, ngày mồng một Tết rơi vào một ngày thường trong tuần. Tôi vẫn phải đi dạy học như mọi ngày. Những người sinh viên trong lớp tôi dạy đến từ nhiều quốc gia khác nhau: Na-Uy, Bỉ, Hòa-Lan, Tây-Ban-Nha, Ả-Rập, Trung-Hoa, Nam-Dương, Mã-Lai v.v.. Trình độ của họ trải từ năm thứ hai đến năm thứ tư Đại học. Mục tiêu của họ là vượt qua kỳ thi viết, khảo sát khả năng Anh ngữ của họ trước khi ra trường. Cái nhóm nhân loại thu hẹp ấy tạo nên một môi trường tương đối yên ổn cho tâm trí tôi định cư mỗi ngày. Dĩ nhiên là tôi có một chương trình phải theo để giúp những người sinh viên ấy phát triển khả năng Anh ngữ của họ. Tuy nhiên, trong khi làm việc, tôi cũng có nhiều cơ hội để tìm hiểu đời sống và tâm trạng của những người sinh viên xa quê hương này. Họ cũng gặp nhiều khó khăn khi theo đuổi việc học ở đây giống như chúng ta những năm trước. Nỗi nhớ nhà. Sự khó khăn về vấn đề tài chánh và chỗ ở. Những trở ngại về ngôn ngữ và văn hóa. Họ cũng có những khắc khoải, lo âu, buồn bã, cố gắng... Họ làm tôi nhớ đến hình ảnh và tâm trạng mình hơn bảy năm trước, khi mới vượt biển đến Mỹ. Tôi cũng đã trải qua những sự khắc khoải, âu lo đó. Và tôi tin là nhiều người trong chúng ta, những ngày đầu ở Mỹ, cũng đã mang một tâm trạng tương tự. Dù sao những người sinh viên này vẫn còn hạnh phúc hơn chúng ta nhiều. Họ có một hướng để nhắm tới. Sau khi thành tài, họ sẽ trở về quê hương và góp bàn tay xây dựng một đất nước tươi đẹp hơn. Chúng ta cũng có một cái đích để hướng về, nhưng cái đích ấy nhiều khi đã bị làm mờ mịt đi vì những yếu tố từ bên ngoài hay vì những yếu tố do chính chúng ta tự gây ra. Một đôi khi, tôi có cảm tưởng mình đang chiến đấu với hư không. Ấy là lúc chiếc phong vũ biểu của tâm hồn tôi hạ thấp đến một mức độ thảm hại nhất.

Ngày mồng một Tết năm ngoái, tôi đứng trong lớp học. Hôm ấy, tôi nói với những người sinh viên về một vài điểm đặc sắc trong sự khác biệt văn hóa giữa Đông và Tây. Lớp học sôi động hẳn với sự góp ý của những sinh viên quốc tịch khác nhau. Cuộc thảo luận kéo dài đến gần hết giờ. Sau cùng, tôi yêu cầu mỗi sinh viên viết một bài về ngày lễ lớn của quốc gia họ, đồng thời trình bày ý nghĩa về ngày lễ ấy. Tôi dành ra mười phút cuối cùng để nói về ngày Tết của Việt Nam, và kết: "Hôm nay là ngày đầu tiên của một năm mới, ngày Tết, ở Việt Nam. Tôi không được có mặt ở quê hương để chúc Tết những người thân yêu của tôi. Có các anh chị ở đây, tôi xin chúc các anh chị mọi sự bình an, đẹp đẽ nhất trong năm nay." Những người sinh viên có vẻ cảm động. Im lặng trong mấy giây, sau đó, họ vỗ tay ồn ào. Một vài người ở lại với tôi sau giờ học. Họ nói với tôi một vài câu chúc theo cách nói của quê hương họ vào những dịp lễ tết. Và họ giải thích cho tôi nghe. Tôi mỉm cười cảm ơn tất cả.

Rời khỏi trường, tôi buồn bã lái xe ra bờ biển ngay đó, ngồi nghe sóng vỗ từng lớp vào bãi cát dày. Những âm vang mênh mông của biển, của gió sóng dội vào hồn tôi những nỗi buồn không nguôi. Những hình ảnh chập chờn lung linh theo những con nước nhấp nhô lại tràn về sóng sánh ngập lòng. Tôi thấy mình lênh đênh trên biển những ngày vượt biển xưa. Đêm tối ập xuống. Giữa trời biển mênh mông và giữa gió sóng gào thét, chiếc ghe nhỏ lênh đênh, lắc lư như một chiếc lá khô giữa dòng cuồn cuộn… Rồi tôi thấy mình ngồi nói chuyện với thằng Mỹ đen gốc Pháp tên Louis ngày Tết đầu tiên tôi ở Mỹ. Năm đó, tôi làm trong một siêu thị ở thành phố New Orleans, tiểu bang Louisiana. Thằng Louis không cha, không mẹ, dân tứ chiếng giang hồ, ngồi kể chuyện đời lăn lóc của nó cho tôi nghe. Đời sống thật lạ lùng. Tôi từ một nước Á Châu, chiến tranh nghèo khổ, bị bắn qua nước Mỹ này ngồi nghe một thằng Mỹ đen mình không bao giờ tưởng tượng sẽ gặp trong đời kể chuyện giang hồ tứ chiếng. Sau khi nghe thằng Louis kể chuyện đời của nó với một giọng hào hứng và có vẻ chân thật, tôi bảo nó hôm nay là ngày đầu tiên năm mới Việt Nam. Tôi chúc nó khỏe mạnh, thành công và gặp nhiều may mắn. Thằng Louis toét miệng cười, để lộ ra hàm răng trắng nhởn. Nó bắt tay tôi và nói, "Thanks. I wish you good jobs". Rất "trực diện" và buồn cười, cái cách nói như thế. Nhưng sống ở Mỹ này, chúc cho nhau như vậy là quý. Tôi không biết thằng Louis bây giờ ở đâu trong cái cuộc đời hối hả và mệt mỏi này. Tôi mong rằng ít ra nó có một cái "good job" để mà mơ về.

.3.

Ngày xưa, những đêm giao thừa tuổi nhỏ, nằm trong giường nghe pháo nổ râm ran ngoài ngõ và từ những khu phố xa vọng về, tôi thấy trái tim mình đập nôn nao. Trái tim, như một con chim bị nhốt trong lồng, đập cánh dữ dội, muốn bay ra khỏi trời không. Trái tim tuổi nhỏ tẩm đẫm mùi pháo Tết. Bố mẹ tôi lại không thích đốt pháo. Có năm, lúc ấy tôi khoảng mười tuổi, nghe tiếng pháo nổ ran trong đêm trừ tịch, tôi không nén được những rộn rã trong lòng, len lén mở cửa chạy ra ngoài phố. Tôi cứ chạy về những nơi rộn vang tiếng pháo. Những dây pháo dài, màu đỏ hồng, treo cao trên đầu ngọn sào tre những nhà hàng xóm đua nhau nổ. Xác pháo tung bay đầy sân trông vui tươi và hạnh phúc lạ. Mùi pháo nổ khen khét bay đầy không gian. Trẻ con giành nhau nhặt những viên pháo lép hoặc chưa kịp nổ. Cảnh tượng thật náo nhiệt. Tôi chỉ đứng hớn hở nhìn pháo nổ, ngửi mùi thuốc pháo, và nhìn xác pháo bắn văng tung tóe là đã thấy đầy đủ hạnh phúc trong lòng. Tôi không thích chen nhau nhặt pháo trước nhà người khác.

Tôi cũng thích đi vào những con ngõ nhỏ, nhìn người ta trang trọng đứng khấn vái trước những cái bàn thờ thiên khói hương mù mịt, bày ngay ngoài sân. Mùi trầm hương tỏa ngát không gian. Những đóa hoa vạn thọ bỗng bừng nở trong đầu. Tôi bỗng thấy một niềm thành kính dâng lên tận đáy lòng. Trong hương khói ngút bay kia, tôi hình dung ra những bậc tiền nhân râu dài chấm đất, với áo thụng xanh, quần tía, hiện về đứng đầy sân nhà với một vẻ đạo mạo pha lẫn hân hoan. Cái hình ảnh ấy sáng lên trong tâm hồn tôi, một đứa bé mười tuổi, mới đẹp đẽ, ấm áp và trang trọng làm sao.

Những tiếng pháo nổ đêm giao thừa năm đó đã dắt tôi lang thang qua nhiều khu phố. Cuối cùng, tôi đi đến khu sạp chợ. Cái khu sạp chợ đêm giao thừa trông thật vắng vẻ, đìu hiu. Những cửa hàng ngày thường tấp nập, đông đúc khách khứa như thế nào; bây giờ, những mảnh gỗ chèn cửa đã đóng khít vào nhau. Khóa móc bên ngoài. Tôi đi lang thang suốt dãy sạp chợ và cảm thấy buồn buồn muốn khóc. Đời sống lùi xa, khuất lấp và ấm cúng trong những gian nhà ở mãi xa kia. Ở đây là một dãy sạp chợ đìu hiu, dài cả vài trăm thước, có nóc gỗ và tôn che suốt dọc trên đầu để tránh nắng mưa. Tối giao thừa ấy, những bóng đèn vàng vọt vẫn chong suốt đêm, chiếu xuống bóng dáng tôi, một thằng bé con mười tuổi, một mình, đi lang thang suốt dãy sạp chợ vắng vẻ.

Cái cảm giác đìu hiu tối giao thừa năm ấy tôi không bao giờ quên. Nó sống lại mãi trong tôi những khi xa nhà, khi một cuộc vui đã tàn, khi cái lượng nước tràn đầy của ngọn triều kia đã được rút xuống, kéo trở về biển, để lại trên bờ những tàn tích mệt mỏi và chán chường. Cái cảm giác ấy vẫn còn theo đuổi tôi mãi cho đến bây giờ. Đó là một cảm giác xa lạc và trống vắng tôi vẫn có giữa đời sống này. Tôi đã bỏ nhà ra đi để thấy mình lạc lõng bơ vơ. Tối giao thừa ấy, tôi đi suốt dãy sạp chợ dài, nhìn bóng mình đổ nghiêng một bên, và lòng cảm thấy buồn buồn. Theo bước tôi đi, bàn tay trái tôi để chạy hững hờ một cách vô ý thức trên những mảnh gỗ chữ nhật thẳng đứng ghép sát bên nhau làm thành những khung cửa cho mỗi lô sạp. Pháo vẫn nổ râm ran ngoài những dãy phố xa. Nhưng bây giờ, đối với tôi, cái ồn ào náo nhiệt ở mặt tiền những căn nhà có pháo nổ kia đã bị cái im lặng đìu hiu ở đây đè bẹp. Tôi thấy có một sự cuốn hút mãnh liệt nơi cảnh vắng vẻ, hiu quạnh này. Tôi cứ đi từ từ, một mình, trong khu chợ đèn vàng chiếu xuống, như đi trong một cái hầm quạnh hiu, lặng lẽ.

Tối ấy, tôi về nhà, lén mở cửa và chui vào giường nằm không ai hay biết. Tôi trằn trọc mãi không ngủ được, cứ nghĩ đến hình ảnh khu sạp chợ vắng lặng. Và rồi, sau cùng, tôi cũng ngủ vùi đi trong cái hình ảnh cuốn hút ấy. Trong giấc mơ, tôi thấy mình lạc vào một khung cảnh lặng vắng như trong một bức tranh của một họa sĩ Mỹ Châu La-Tinh nào đó mà tôi tình cờ xem thấy trong một tờ tạp chí Thế Giới Tự Do mấy năm về trước. Đó là một khu phố đìu hiu, mang một màu sắc cũ kỹ kỳ lạ. Nắng ở đó vàng hiu hắt và buồn bã lạ lùng. Tôi chỉ gặp những người lạ mặt. Họ nói với nhau bằng một thứ tiếng mà tôi không hiểu. Tôi cảm thấy mình lạc lõng và cô đơn trong bức tranh ấy.

Sáng hôm sau mồng một Tết, tỉnh dậy, tôi thấy mẹ tôi đang bóc bánh chưng và bày vào đĩa. Cả nhà đều đã thức. Tôi sung sướng chạy đến nhìn rõ mặt từng người, và tin chắc rằng mình vẫn đang ở nhà. Mẹ tôi bảo tôi đi rửa mặt và mặc quần áo mới vì các cô chú sắp đến chúc Tết. Tôi nghe mẹ nói mà cảm thấy hạnh phúc tràn trề vì hiểu được từng tiếng nói của mẹ. Hạnh phúc của con người, nhiều khi, chỉ là thấy được mình còn gắn bó với mọi thứ xung quanh. Khi con người hiểu và thấy được sự mật thiết gắn bó nó với những âm thanh, tiếng động chung quanh, nó còn có được hạnh phúc. Những âm thanh, tiếng động ấy có thể là tiếng nói của những người thân thuộc, tiếng gà trưa êm ả gợi lên sự oi bức một ngày mùa hạ, tiếng nước mưa hối hả dồn dập gõ xuống trên mái tôn, mái ngói hoặc trên những mái tranh nghèo, hay trên những tàu lá chuối tả tơi… Mỗi âm thanh đều mang trong nó một số những hạnh phúc nào đó. Con người chỉ có được hạnh phúc khi nó nhận bắt được ý nghĩa của những âm thanh mà nó được nghe.

Sống lang bạt ở bên này từ đó đến nay, mỗi lần Tết sắp đến, tôi cũng vẫn thích nhớ lại cái cảnh chợ Tết ở quê hương mình.

Tôi không bao giờ quên những buổi chợ họp ở gần nhà tôi vào khoảng hai, ba tuần trước Tết. Chợ họp từ sáng đến tối. Người ta đi sắm quà Tết như nước lũ. Ngôi chợ dài cả vài ngàn thước, buổi tối, không có nơi nào là thiếu ánh đèn. Chỉ có những phiên chợ họp tối như thế mới làm mình háo hức. Lúc nhỏ, tôi cũng có dịp lén nhà đi lang thang trong cái cảnh chợ tối tấp nập đó. Những núi dưa hấu cao nghễu nghện. Nhiều quả được xẻ nửa bày lên trên cao, phô cái màu đỏ sẫm với những hạt đen lấm chấm, như gọi mời mọi người ghé lại. Tôi ít la cà ở những dãy hàng cá, hàng thịt, nhưng hay đến gần những chỗ người ta bán hoa cúc, hoa mai, hoa đào, hoa vạn thọ… để ngắm. Những chậu cúc đại đóa nhìn thật sướng mắt. Cúc vàng có cái vẻ vương giả của nó, nhưng tôi vẫn thích những bông cúc trắng hơn. Những bông cúc, lúc còn bum búp, trông thật hiền lành và chân thật. Khi cúc nở lớn, tôi yêu cái sự sắp đặt khéo léo và đều đặn, nhịp nhàng của những đóa hoa. Đó là một sự nhịp nhàng cân đối rất toán học (mathematics symmetry), nhưng lại mang một vẻ dịu dàng thơ mộng rất văn chương. Dạo ấy, tôi có nói ý nghĩ này cho người anh cả của một người bạn thân trong xóm tôi nghe. Anh ta là một giáo sư trung học. Nghe tôi nói thế, anh ta bảo: "Thằng này còn bé mà sao biết nói những chuyện lạ quá!"

Tôi cũng nhớ lần được cho leo lên xe thổ mộ chạy một vòng thành phố. Ông già đánh xe Nam Kỳ hay ghé qua xóm tôi ngồi đánh cờ tướng với mấy bạn rượu của ông ta. Tôi được quen biết ông trong những lần đứng coi ké những cuộc cờ này. Tôi nhớ vào một dịp Tết, ông già đánh xe thổ mộ chạy qua khu xóm tôi. Những chậu hoa vạn thọ vàng rực treo lắc lư đầy hai bên thành xe. Màu vàng lung linh theo nhịp xe chạy thật là chóa mắt. Lần đó, ông già cho tôi leo lên ngồi chung với năm, bảy người trong khoang xe. Mọi người ngồi hết chỗ, ông già leo ngồi ngay lên cáng xe. Chiếc xe chạy đi, và tôi sung sướng nhìn mọi người cũng như cảnh vật dạt mãi về phía sau. Những chậu hoa vạn thọ vàng rực chấp choá lắc lư trong gió. Thời tiết còn để lại một chút lạnh châm kim trên da thịt. Tiếng vó ngựa lóc cóc giòn giã. Và tuổi nhỏ, như con chim chào mào vẫy cánh bay vụt lên.

Lúc lớn, dịp Tết, tôi nhớ lại là mình và anh em bạn bè bao giờ cũng kéo nhau đi chợ hoa Nguyễn Huệ. Thật sự, người ta đi mua hoa thì ít, mà đi ngắm cảnh ngắm người thì nhiều. Con đường Nguyễn Huệ của những ngày Tết cũ . Mọi thứ kỷ niệm của chúng ta. Tất cả đều đã lùi xa tít tắp vào cõi thời gian xa khuất. Những hình ảnh rộn rã và làm ấm lòng mình ấy dĩ nhiên là không bị mất đi đâu, chúng chỉ lui vào cõi thời gian xa xăm. Chúng nằm ở một chiều, một biên giới thời gian nào đó mà con người chưa biết cách để khơi động lại.

Tất cả những hiện tượng vật chất, như những hình ảnh, biến cố đã xảy ra, đều là những nguồn, phát ra những chấn động đi mãi vào không gian và mất hút về phía thời gian vô tận. Những chấn động này, một khi đã được phát ra, trở nên độc lập với chính nguồn năng lượng đã phát ra chúng. Như mắt ta vẫn nhìn thấy ánh sáng của những vì sao đã vỡ tung và biến mất trong cái khoảng vũ trụ bao la này từ cả triệu, cả tỉ năm địa cầu trước. Bởi vậy, tất cả đều còn tồn tại và sinh động. Tất cả mọi chuyện đã xảy ra đều được thu cất đầy đủ trong cuộn phim thời gian vô tận. Có lẽ chỉ cần tìm được một chỗ đứng thích ứng nào đó là ta thấy lại được tất cả. Những gì tôi nghĩ—ngoài điều cuối cùng ở trên là một suy nghĩ còn khá mơ hồ—là một sự thật có tính vật lý, một sự thật mà cơ học lượng tử (quantum mechanics) từng nói đến, nhưng nó cũng là một sự thật được nhìn dưới ngọn đèn tình cảm của mình. Dù người ta chưa làm quay lại được cuộn phim kia trong cách nhìn vật lý, tôi và bao nhiêu người Việt Nam khác vẫn còn cho chạy lại biết bao lần trong đầu những hình ảnh yêu dấu cũ, với những âm thanh thân mến của nó.

Cho dù có xa lạc quê hương, dầm dãi gió sương cách mấy đi chăng nữa, người ta vẫn thỉnh thoảng có được những giây phút hạnh phúc, nếu trong lòng người ta màu gió quê hương vẫn còn miên man thổi mãi, và những âm thanh quen thuộc thân yêu trong chốn không gian xa cũ kia vẫn còn bồi hồi lay động.

.4.

Khi nói về những điều này, tôi lại thấy dịu dàng lay động trở lại trong lòng mình những bông hoa mào gà màu đỏ thắm mọc hoang trên những mảnh đất, bên những con đường tôi qua lại mỗi ngày thuở còn thơ ấu. Những bông hoa mào gà phất phơ lay động trong gió sớm. Những bông hoa mào gà đỏ tươi hớn hở như mùa Xuân đang quay trở lại. Tôi không biết loại hoa này có mọc vào một mùa nào nhất định hay là mọc quanh năm, nhưng thường cứ Tết về, tôi thấy hoa mào gà nở rộ khắp nơi. Tôi thích cái màu đỏ đậm đà của những bông hoa nên, một năm kia, vào dịp gần Tết, tôi bứt vài bông hoa mào gà ở bên đường đem về nhà, không cho ai biết. Tôi tẽ cái đầu hoa ra để thấy những hạt giống nhỏ tí màu đen lánh nằm bên trong.

Tôi mang những hạt giống bé tí này ra vườn và đào lỗ trồng khắp nơi. Mẹ tôi là người hay để ý chăm sóc những cây hoa trong vườn. Tôi nghĩ là mẹ tôi sẽ thích và ngạc nhiên lắm khi thấy những đóa hoa mào gà tôi trồng mọc lên. Mỗi buổi sáng, tôi mang nước ra tưới vào những chỗ tôi đã vùi hạt giống. Những cây hoa mọc thật nhanh. Chỉ vài ngày đã thấy chúng nhú mầm. Cái đầu hoa nhú lên, nằm trên cùng, nhỏ tí. Thật ra, cây hoa mào gà chỉ là một loại cỏ dại với thân khá dài, trên cùng là một túm hoa đỏ tươi, rất dễ thương. Khi những cây mào gà càng mọc lên cao, cái đầu hoa càng lớn và đỏ đậm hơn. Chỉ chừng hai ba tuần, khắp vườn nhà tôi là những cây hoa mào gà đỏ tươi phất phơ trong gió. Có nhiều chỗ, vì tôi bỏ một lúc ba bốn hạt giống nên chúng mọc lên thành ba bốn cây sát cạnh nhau. Mỗi ngày, chúng lại cao hơn một tí. Tôi có cảm giác chúng đang âm thầm mọc đua với nhau. Khi mọi người trong nhà ngạc nhiên thấy hoa mào gà mọc lên tứ tung, tôi giải thích vắn tắt và nghiêm trang là để mừng Xuân, tôi trồng hoa mào gà cho nhà cửa có vẻ "vương giả". Cả nhà cười ầm. Nhưng mẹ tôi có vẻ thích những cây hoa này. Bà đi xem từng cây một, bảo là những bông hoa mào gà của tôi trông mạnh khỏe, và cái vườn trông tươi hẳn ra. Tôi nghe mẹ nói mà thích vô cùng.

Sau này lớn, đọc sách, tôi biết là có đến hơn năm mươi loại hoa mào gà khác nhau. Chúng thường mọc lên ở vùng nhiệt đới. Cây hoa còn tươi rất lâu sau khi đã bị ngắt đi. Tự điển Bách Khoa bảo là ở những nước theo Công Giáo La-Mã, người ta thường ngắt những lá màu đỏ tươi của một loại hoa mào gà để trang hoàng nhà thờ vào mùa đông. Cũng giống như lá *poinsettia* được trang trí nhà thờ trong dịp này, những lá của cây mào gà cũng giữ được sắc tươi của nó trong vòng nhiều năm. Bởi vậy, các thi sĩ Tây phương đã xem hoa mào gà là biểu tượng của sự bền chặt, dài lâu, bất tử... Những bông hoa mào gà của tôi, đến lúc đó, tôi mới kết luận được là chúng thật sự cũng thuộc vào dòng "vương giả" và xứng đáng để tôi trồng ở nhà trong dịp Tết.

Mười mấy năm sau, khi tôi dạy học, có nhiều người học trò cũng cho tôi những hạt giống của rất nhiều loài hoa đẹp và lạ, với đủ màu sắc dễ thương, để tôi trồng ở nhà. Mỗi một loại hoa có một vẻ đẹp và một nét dịu dàng riêng, nhưng tôi vẫn thích những đóa hoa mào gà mạnh mẽ nở bùng lên vào dịp Tết năm nào trong vườn tôi. Những bông hoa ngây thơ của tôi dành riêng cho mẹ.

Tôi nhớ một bài hát tiếng Pháp khá dễ thương, thịnh hành khoảng mười mấy năm trước. Bài hát khá dài, kể chuyện một thằng bé nhỏ và mẹ của nó, trong đó có đoạn thằng nhỏ nói với mẹ thế này:

Maman, maman, aujourd'hui c'est ta fête
Pour toi, je suis allé cueillir
Ces petites fleurs qui te porteront Bonheur
Ce ne sont que des coquelicots!

Thằng bé nhỏ trong ngày lễ Mẹ, không biết cho mẹ cái gì, nên đã chạy ra đồng cỏ hái một bó hoa dại *coquelicots* đem về làm quà cho mẹ. Nó tin rằng những bông hoa sẽ đem lại cho mẹ hạnh phúc.

Chỉ là những đóa hoa *coquelicots* hình chuông lật ngửa, cánh mỏng, mềm mại và óng chuốt, phất phơ phơ phất trên những cánh đồng Landes, miền Bordeaux nước Pháp. Những đóa hoa đủ màu sắc, đỏ tươi, vàng, trắng, tím..., cứ lay động, rung rinh mãi trong gió.

Coquelicots. Nghe như có cả một đàn chuông rung liên hồi vào không gian những âm thanh trong veo bất tuyệt.

Ở Mỹ, hoa *coquelicots* được đặt tên là là hoa *poppy*. Hoa poppy dại nở khắp những sườn đồi hay những thảm cỏ ngang xa lộ 405 nối liền Orange County và San Diego, biến những thảm cỏ dại thành một biểu tượng của tiểu bang California.

Những đóa hoa. Những đóa hoa dại cứ nở bùng, phất phơ mãi trong đầu óc tôi bây giờ.

Tôi đã nhớ về mọi thứ kỷ niệm, mọi thứ suy nghĩ cứ lay động mãi trong lòng tôi mấy ngày hôm nay. Trong những kỷ niệm này, có những đoạn tôi nhắc về mẹ mình. Mẹ tôi bây giờ cũng già lắm rồi. Tuổi bà năm nay đã 76. Vậy mà, hôm nọ, tôi nhận được thư của bà từ quê nhà gửi sang cùng với thư của chị tôi. Bà viết ít dòng run rẩy bảo tôi cố giữ sức khỏe và làm việc điều độ. Bà không ở bên để lo cho tôi được như những ngày xưa, nhưng bà luôn cầu nguyện cho tôi gặp được mọi sự may lành trong cuộc đời. Đọc xong lá thư với ít dòng chữ nhăn nheo của mẹ, tôi như thấy lại cả một bầu trời quê hương cũ.

Bây giờ, tôi đã lớn rồi. Trái tim tôi đã cũ đi nhiều. Tôi đã sống phiêu bạc nay đây mai đó bao nhiêu năm như một con thuyền chìm nổi. Tôi đẩy tất cả những lượng sống mình cho những ước mơ và cho những điều tôi tin tưởng, hướng về. Trong đời sống đó, ít khi tôi có dịp nhớ lại là tôi đã có một người mẹ luôn lo lắng cho mình trong mọi bước đường đi tới. Tôi có thể nói gì với Mẹ bây giờ, bởi lời nói không chở nổi tấm lòng và chữ nghĩa thì lại càng yếu đuối hơn. Cả bầu trời quê hương, theo những dòng chữ, nở tràn lại giữa tâm hồn tôi. Thấp thoáng đâu đó, có nụ cười bao la của Mẹ. Tôi yêu kính tất cả những bà mẹ Việt Nam mà lòng lúc nào cũng hướng về con cái, mong ước cho con gặp được mọi sự an lành. Đất nước vỡ toang, chúng ta bật văng tứ phía, nhưng dù ở đâu đi nữa, tôi tin rằng ai trong chúng ta cũng có một bà mẹ già tóc trắng, ngồi ở một góc trời đâu đó, lo lắng cho mình.

Đời sống vẫn tiếp tục lăn về phía trước. Mọi thứ đều đã biến đổi và theo gió cuốn đi. Chỉ còn những hình ảnh và âm vang lay động trong lòng mỗi một chúng ta. Nhưng yếu tính của cuộc sống là thế. Mọi thứ đều chuyển đổi và lăn tới không ngừng. Tôi nhớ cái bài hát cũ ngày xưa Dalida hát, "Những đóa hoa của quá khứ, bây giờ chúng đã trở nên những gì?" *Que sont devenues les fleurs du temps passé?* Những đóa hoa mọc lên hớn hở, và những thiếu nữ vui vẻ đến cắt chúng, bó lại thành từng bó, trao cho những chàng trai trẻ mà các cô yêu. Những chàng trai này sau đó lên đường ra trận và ngã xuống thành những nấm mộ viễn xứ. *Áo bào thay chiếu anh về đất. Sông Mã gầm lên khúc độc hành.* Nơi những nấm mộ kia, một thời gian sau lại mọc lên những đóa hoa. Và rồi sẽ có những người thiếu nữ khác đến cắt chúng, và lại bó lại thành từng bó…

Tôi tin rằng, rồi một buổi nào, chúng ta, những người thân và bao bạn bè, sẽ được ngồi lại với nhau trên đất quê nhà để nói tiếp những chuyện hôm nay. Bây giờ, tất cả mọi chuyện đều còn dở dang, phải không. Ngày chúng ta nói tiếp câu chuyện, trời đất cũng sẽ đang vào Xuân. Và những đóa hoa mới lại mọc lên. Phất phơ và dịu dàng trong gió.

Huntington Beach
California 1986

• Viết thêm vào dịp gần Tết Đinh Dậu 2017

Bài tùy bút trên, tính đến thời điểm này, tôi đã viết được trên 30 năm. Bây giờ, ngoài trời kia, trong mùi thơm của cỏ hoa và trong cái lạnh dìu dịu, một mùa Xuân nữa lại đang trở về.

Mẹ tôi đã cùng anh chị em chúng tôi đoàn tụ sau đó, và bà đã sống thêm được trên dưới 20 năm nữa với chúng tôi ở Mỹ. Cho đến năm bà 103 tuổi. Lúc ấy, trên mái đầu già nua kia, tóc bà đã bạc trắng cả. Tôi không nói như cước, vì nó mềm mại và mỏng mảnh lắm. Bay bay như những sợi tơ trời. Năm 2009, bà được 100 tuổi, anh chị em chúng tôi có làm một lễ mừng với sự tham dự của các người thân và một số bằng hữu. Con gái tôi, lúc ấy được 11 tuổi, đã đọc bài thơ tôi viết để thay mặt cháu tặng cho Bà.

Thơ Cháu Yêu Bà

Bà tôi giờ tuổi đã già
Tóc bà trắng bạc như là bông lau
Tình bà như thể sông sâu
Bà hay dạy bảo những câu chân tình
Bà bảo cháu giống bình minh
Còn bà thì giống mái đình về khuya
Bà che cháu những cơn mưa

Bà như cổ tích, chuyện xưa ngọt ngào
Bà như cánh hạc trên cao
Cháu như hoa bé ngẩng chào trời xanh
Cháu rồi sẽ lớn thật nhanh
Bà như củi lửa cháy vào bóng đêm
Bà như làn suối êm đềm
Chảy trong đời cháu cả đêm lẫn ngày
Cháu xin trời đất cao dày
Chở che bà sống vạn ngày bình an.

Mẹ tôi bây giờ không còn nữa, nhưng tôi vẫn còn nhìn thấy ánh mắt và nụ cười thương yêu của mẹ. Tôi thấy hình ảnh bà của nhiều năm khác nhau, cùng với hình ảnh của tôi. Khi tôi thơ dại thì hình ảnh mẹ còn xanh còn trẻ; tôi càng khôn lớn, trưởng thành, thì hình ảnh mẹ lại càng già đi, còm cõi. Những sợi tóc bạc phất phơ. Và cứ trở về mãi trong tôi là cái hình ảnh mẹ cùng những sinh hoạt đầm ấm trong gia đình của những ngày Tết. Cái khí quyển quê hương của những ngày tuổi nhỏ. Tôi vẫn còn ngửi được mùi pháo Tết của những ngày dài xa xôi ấy. Cái mùi hăng hăng và khét lẹt của pháo trộn lẫn với mùi hương khói giao thừa của làng xóm chung quanh. Những ngõ hẹp dài và nhờ nhờ tối. Loáng thoáng ánh đèn và lửa nhang bên cạnh những cái bàn thờ thiên và mâm giỗ cúng Tết trước các ngôi nhà cũng còm cõi, già nua trong khu xóm nhỏ. Những đêm giao thừa ấy vẫn còn giữ lại trong lòng chúng những âm thanh đặc biệt, mang âm hưởng hạnh phúc, trong lòng một người xa xứ.

Đã trên nửa thế kỷ trôi qua. Trôi qua như một bóng mây cũ. Chỉ còn lại những giọt nắng phơ phất cuối chiều.

Où sont les neiges d'antan? (*)

Và đã đâu rồi những bông tuyết, những áng tuyết ngày xưa?

1/23/2017
Tustin Ranch, Calif.

(*) Thơ của François Villon, “Đâu rồi những áng tuyết xưa?”, trong bài "Ballade des dames du temps jadis”.

.

Hãy Ngước Mặt và Thả Bay Đi Những Cơn Mưa

Để ghi nhớ một khoảng cách 50 năm.
Và để đóng lại cái chu kỳ ấy.

Cây Ngả (Bent Tree, c. 1923-24), tranh của Chaim Soutine

Lời dẫn:

Một âm thanh, một hình ảnh, thậm chí một mùi vị, hay bất cứ một yếu tố nào đến từ ngoại giới, đều có thể đánh động tâm hồn con người, đưa dẫn nó vào "cuộc giả trang" của những ngày tháng cũ. Của tuổi trẻ. Của quá khứ. Của những giấc mơ đầu.

Có thể kể đến một vài nét nhạc của một bài hát cũ nào đó. Một hình ảnh trên đường phố, hay trên một trang báo. Hay có thể nhắc đến những hiệu ứng của thời tiết. Một cơn gió se lạnh. Hay một cơn mưa.

Tất cả đều chứa trong chúng cái hơi nóng và ấm của lửa, của nhiệt. Chỉ cần đánh lên một que diêm.

Trong nỗi hoài nhớ ấy, tôi bắt gặp lại một vài câu thơ cũ của mình, những câu thơ có cái se lạnh, buồn đau, và hình ảnh của bạn bè thân thiết, với những tiếng mưa thầm. Những cuộn phim bắt đầu được chiếu lại trong hồn.

> *(...) sáng nay có cơn mưa nhỏ / bay qua thành phố buồn hiu / thổi tung từng hạt ngọc đỏ / trên đầu đám cỏ dập dìu // có con chim xanh rời tổ / đi tìm đôi cánh thiên thần / bay vào cuộc đời lố nhố / lòng chim có thấy phân vân // bạn bè thôi còn mấy đứa /như trăm sợi nắng chia miền / bếp lòng ai còn ấm lửa / giữa cơn gió lạnh truân chiên // mầu xanh mầu xanh trên tóc / có còn bát ngát ruộng đồng / mắt môi ngày nào mới mọc / có còn trong buổi rạng đông // như nỗi cô đơn rất vàng / rót vào lòng anh nhè nhẹ / là mùa thu mới vừa sang / thả rơi cánh hoa be bé (...)* **(giã từ)**

Những câu thơ làm cháy lại cái hơi lửa ấm nóng của bạn bè, bằng hữu, những ngày xưa.

> *Gió thổi bồng bồng / mây trắng như bông / nhớ xưa một thuở / bạn bè rất ngông / bạn bè rất mộng / ngồi buồn đấu láo / cũng đã nên thơ / chuyện ran như pháo / chứ đâu bây giờ / ta rất trơ vơ / giọt buồn không vỡ / lớn mãi trong ta / cụm mây xa nhà / trong chiều vô xứ / như kinh vô tự / bay mãi một đời / chiều ơi chiều ơi* **(bạn bè)**.

Trời mưa. Cũng làm ta nhớ đến những lớp học cũ.

buồn ta xa nhà
đêm nghe mưa qua
lòng ơi rất nhớ
những ngày đã xa
mưa trên phố cũ
mưa trên mái xưa
lòng ơi tưởng nhớ
những buổi giao mùa
ta ngồi trong lớp
học trò mắt đen
dòng mưa áo trắng
học trò áo len
cười hoài nụ nhỏ
thầy trò rất quen
các em dưới đó
ta đứng trên này
dòng mưa bạch ngọc
rót đầy cơn say

ta giờ nhớ mãi
các em áo bay
ta giờ mới biết
buồn dài hơn say.
(học trò)

Hoặc, cũng có khi, chỉ cần một trang sách mở ra, mọi thứ trong cuộc đời đều có thể trở lại máy động trong hồn:

ta ngồi đọc sách
trong tiếng chiều về
đời còn lê thê
trôi hoài một nhánh
buồn ta trăm mảnh
trên cõi tình này
người cũ chiều nay
trong trang sách mở
đời như đồ cổ
sao vẫn thiết tha
lần trong sách nhoà

người xưa lớp lớp
vỗ về trong ta

chiều bay trăm tà
ta còn đọc sách
(đọc sách)

Như thế, có khi chỉ cần một vài giọt mưa bay, hay có khi chỉ vì một vài ý tưởng trong một trang sách mở, người ta có thể thấy lại được nhiều thứ, nghe ra trong lòng mình bật lên những khúc nhạc ngày cũ.

Nhưng rồi, trong đời người ta, những cơn mưa xưa đã không còn mềm mại, với một thoáng thơ mộng, như chúng đã bay ngang qua ta một thời tuổi trẻ. Có những khi những tiếng mưa, những dòng mưa, mang chứa trong chúng cái hoang liêu, cái đe doạ vô hình và hữu hình nào đó. Mưa đã mang một bộ mặt khác. Với chiếc mặt nạ của lửa. Và của mầu mắt đêm.

Mưa xiên thẳng tim
Xiên thẳng vào mầu chiều
Đã dần dần chuyển sang mầu tro xám
Bí ẩn và hoang lạnh
Như những bước chân mèo hoang
Mặt trời
Trái cây thơm mọng ngày hôm qua
Giờ cũng đã ủng chín
Rơi trong vườn đêm
Một trăm cơn mưa sắt thép
Đã chụp xuống chúng ta
Và gió
Đã bứt tung bè bạn như những chiếc lá
Tan tác. Dạt trôi.
Và mất hút trên các nẻo đời (...)
(Một trăm cơn mưa)

Những điều tôi nhìn thấy lại trong bài viết dưới đây đã bắt nguồn từ những ngọn lửa nhỏ, nhưng ấm mềm hơi ấm của kỷ niệm, như thế. Của một thời tuổi trẻ. Mơ mộng, lý tưởng, thiết tha. Lãng mạn. Và sầu đau.

Chính những cái nhỏ bé ấy đã góp phần làm nên ý nghĩa của đời sống. Làm nên mỗi một chúng ta của ngày hôm nay. Để thấy rằng đời sống không phải chỉ được kết toán bởi những điều to lớn, trọng đại.

Xin phép được gửi những điều này đến tất cả những ai còn cảm nhận được hơi thở nhỏ nhẹ của ngọn lửa ngày cũ. Ngọn lửa vô hình vẫn còn thỉnh thoảng bật ra những tiếng kêu lách tách, đâu đó, trong lòng ta. Đặc biệt, trong những ngày có mưa bay, gió thổi.

(XII, 2024)

.1.

Bây giờ, ở đây, mùa thu đã về.

Sáng hôm nay, một cơn mưa phùn bay qua cái thành phố miền biển nơi tôi đang ở. Cơn mưa kéo theo nó cái hơi lạnh cùng với mùi ẩm mốc dịu dàng tha thiết của những cơn mưa cũ càng còn rớt lại trong ký ức tôi. Những cơn mưa bay giăng giăng trong buổi sớm mai này đã gõ thẳng xuống những phím đàn cũ. Những dây mưa trùng trùng đánh vạt chéo trên hồn người. Những dây mưa? Hay đó là những ngón tay mềm thơm của kỷ niệm?

Mùa thu. Trời mưa trời mưa.

Mưa đang giăng tơ, rồi bỗng mềm nhoè đi thành một dải sương trắng mỏng. Phấp phới. Mưa ở California đập vào cửa kính những tiếng lách cách rồi rơi vỡ thành những giọt nước chảy dài trên kính cửa. Và rồi cơn mưa gõ xuống rối rít như những bàn tay đập mạnh và liên hồi vào cánh cửa cũ mục của thời gian. Những giọt nước mưa nhoà đi trong khi tiếng mưa réo đập càng lúc càng thúc hối.

Và cánh cửa quá khứ mở ra.

.2.

Ngày xưa, mưa ở Sài Gòn.

Những cơn mưa đã ôm choàng lấy tuổi thơ dại của mình. Rồi tuổi thơ ấy lớn lên, có lúc xanh như cây lá, có lúc héo úa tả tơi, cũng đã nhìn những cơn mưa chụp xuống. Có những cơn mưa chụp xuống như những chiếc dù, đẩy đời ta vào mộng. Có những cơn mưa chụp xuống như một mối đe doạ vô hình, bảo rằng ta sẽ phải đi dầm dãi mãi trong mưa. Mưa vỗ xuống giang đầu khi người ta bơ vơ mất lối. Chiếc bóng bên trời. Vầng trăng xẻ đôi. Và rừng chiều thì âm u, rét mướt.

Có những cơn mưa tuổi thơ. Những buổi chiều mưa bay ào ạt trong khu xóm nhỏ, nó cùng với lũ bạn chạy ùa ra đường tắm mưa. Trong trời mưa, những con ngõ trong khu xóm nhỏ bé thoắt chốc biến thành một thế giới khác. Mưa như dựng phông cho một vở kịch mà trẻ con trở thành những diễn viên hào hứng nhất. Mưa đổ xuống như thác. Những con ngõ nhỏ ngập nước. Trẻ con nhiều đứa nằm lăn ra trên những con ngõ nhỏ có lát xi-măng, ở đó, nước mưa chưa kịp chạy thoát dâng lên như một con sông mùa lũ.

Trẻ con một vài đứa... lịch sự mặc quần đùi, đa số mặc quần áo thiên nhiên lăn ra bơi lội. Nhiều đứa nằm ngửa mặt há miệng hớp nước mưa. Cái cảm giác thênh thang ấy nó nhớ hoài. Nó nằm há miệng hớp nước mưa như cá. Những tảng nước ào ào, rầm rập đổ xuống từ trời. Thơm và mát lạnh. Chung quanh thân thể là từng lớp nước xô đẩy bập bềnh. Cái khoái cảm tắm truồng trong mưa ấy chỉ đến với người ta vào một thuở trong đời. Nếu không hưởng, chẳng bao giờ người ta lại còn có lại được cái cơ hội sống tràn trề như thế.

Mưa cũng đổ xuống ào ào từ ống máng những nhà hàng xóm. Nó đứng ngay dưới ống máng; cơn mưa tụ lại đổ ào từ đầu xuống chân. Nó hai tay vuốt nước mưa trên mặt, hai chân cứ nhảy cẫng lên vì thích thú. Nhiều khi, có những cô bé bốn, năm tuổi, cũng trạc tuổi nó lúc ấy, chạy đến xin tắm nhờ dưới ống máng nó đã giành trước. Nhớ lại những nét mặt hớn hở, những đôi mắt trong sáng hơn nước mưa kia của các cô bé trong buổi thiếu thời tắm mưa, nó lại nhìn ra những kỷ niệm đẹp đẽ dắt tay nhau về.

Khi lớn lên một chút, bố mẹ không còn cho tắm mưa, những buổi mưa lũ , thằng bé hay ngồi xếp thuyền giấy thả đầy con ngõ nhỏ. Những chiếc thuyền băng băng trôi trên nước đã chở hộ ra đại dương của lòng nó những mơ ước trẻ con thơ ngây ngày cũ. Nước băng băng nước trôi về đâu? Những con thuyền bé nhỏ kia, chẳng biết chúng đã đi đến những bến bờ nào trong cuộc đời này? Chúng đã biến thành cái gì sau khi đã chia tay nó từ gần năm, sáu mươi năm về trước, trong khi nó vẫn còn ngồi đây?

Ta vẫn còn ngồi lại trong cõi sống này nhìn những cơn mưa rơi vỗ lộp bộp trên những ngày tuổi thơ tuổi nhỏ.

Khi lớn lên, trong đời, người ta lại có những cơn mưa khác.

Có những ngày người ta đi vào những cơn mưa bụi rơi trong sớm mai mà nhớ đến những giọt nước mắt long lanh của một người con gái. Sống, không nên mềm yếu, nhưng cũng không nên sợ hãi để nhìn vào những nỗi buồn mình. Sống, không nhất thiết là phải luôn luôn đứng thẳng, ngực ưỡn, và mắt nhìn cương quyết về phía trước. Cũng có những khi, để sống thực, người ta còn phải có những lúc nhìn thấy mình xót xa vì một giọt trong sáng đọng lại cuối một khoé mắt kia. Rồi giọt nước mắt nhoè đi thành một màn sương khi người ta cất bước. Mưa trong bình minh. Và tiếng còi tàu hú buồn se sắt giục giã người ta lên đường...

Dù sao, tôi cũng xin còn được nhớ lại Sài Gòn những chiều mưa ướt trên sông. Mưa đằm đằm bay suốt một khoảng sông ngút mắt. Lúc ấy, chắc em khoảng mười bảy, mười tám tuổi, phải không? Quán chiều, cạnh bờ sông, chỉ có hai người khách là anh với em thôi. Cô chủ quán lui vào trong chiếc chòi tre. Chỉ còn quạnh vắng tiếng mưa. Những bè gỗ mục trôi lênh đênh trên dòng sông trắng. Cơn mưa đằm đằm đan chéo một nỗi nhớ nhung. *Anh ôm em trong tay mà đã nhớ em ngày sắp tới.* (1) Tiếng chuông nhà thờ vọng lại như ngân lên trong mưa thành một điệu nhạc trắng mênh mang. Những cơn gió thốc hắt hơi mưa vào chúng ta. Tóc em bay mưa, mềm. Em đặt hai bàn tay em, lạnh giá, trong hai tay anh. Em bảo nhỏ em không sợ mưa nữa. Anh thương em biết bao vì câu nói tội nghiệp ấy. Bây giờ, lầm lũi trong suốt những cơn mưa của đời sống mình, anh vẫn còn nhớ câu nói nhỏ nhẹ và tin tưởng của em chiều mưa giăng trên sông ấy. Ừ, tất cả những cơn mưa đều làm cho mình mạnh lên, anh vẫn nhủ mình như thế.

Có những cơn mưa đổ xuống trên thành phố Sài Gòn những chiều đất trời đang lênh đênh vàng nắng. Người ta đang đi lục lọi sách trên đường Công Lý hay đang ngồi ăn đu-đủ-thịt-bò-khô hoặc bánh cuốn giò hay bánh cuốn tôm trên đường Pasteur. Bất chợt, một cơn mưa ập xuống.

Mưa đổ rào rào. Người ta căng những tấm bạt bằng vải dù hay bằng ny-lông ra để che mưa. Ôi, những cơn mưa bóng mây. Những cơn mưa bóng mây làm người ta đứng hoặc ngồi nép vào nhau. Tất cả những người xa kẻ lạ của cái góc phố Sài Gòn kia nép hẳn vào nhau. Mưa rơi lục bục trên những mảnh vải dù chăng dây sũng nước. Những tấm vải bạt mỗi lúc lại trĩu nặng xuống. Dưới những tấm vải bạt, trên đầu là những cơn mưa từ trời đổ xuống, người ta tiếp tục ngồi ăn đu-đủ-thịt-bò-khô hay bánh cuốn giò chấm nước mắm ớt, và xuýt xoa nhìn ra ngoài kia bay chéo những cơn mưa. Những chiếc xe Honda hoặc PC50 chạy vội vã. Cây lá xanh lên cái mầu xanh căng đầy sức sống lúc trời đất gửi tình cho nhau. Ôi, những chiếc lá ướt mưa. Tôi quá thương những chiếc lá ướt mưa. Chúng run rẩy, hạnh phúc trong cơn mưa oà lấp, phủ kín. Khi trời mưa xong, chúng sẽ xanh mơn mởn và dịu dàng đùa vẫy trong gió... Cơn mưa lục bục trên đầu như thế là đủ đẹp. Chỉ chừng mươi, mười lăm, hai mươi phút thôi. Rồi trời trở lại tạnh ráo. Sài Gòn lại trở lại cái nhịp sinh hoạt bình thường của nó.

Có những buổi chiều hay buổi tối ở Sài Gòn, tôi đang ngồi đọc sách trên sân thượng, mưa bỗng bất chợt đập lắc cắc trên những mái tôn, mái plastic trên đầu.

Cái phòng đọc sách trơ vơ trên chiếc sân thượng cao tít này, lúc mưa, đã đem đến cho tôi những cảm giác mênh mông và lênh đênh lạ lùng. Cái sân thượng là một khoảng trống chữ nhật khá lớn, có thành cao đến eo tôi. Một phần nhỏ của diện tích sân thượng này được dựng làm phòng đọc sách. Anh em tôi đóng gỗ bao nó lại như một cái chòi nhỏ. Bên cạnh đó là một bồn chứa nước lớn, cộng với một khoảng không gian bao quanh, có cửa gài lại, nếu muốn. Ai muốn tắm thì tắm. Muốn giặt giũ, ca hát gì trong đó cũng được. Có những lúc hứng chí, tôi vào đây thử giọng mình, thấy âm vang một cách kỳ lạ. Tất cả những phần còn lại của sân thượng đều trống tuênh. Những mảnh tôn và plastic được lợp trên những cột bê-tông để che mưa nắng. Từ phòng đọc sách, tôi có thể đưa mắt nhìn khắp ba phía không gian bên ngoài. Bà cụ và anh chị em tôi trồng rất nhiều loại hoa cỏ và cây cối trên sân thượng này. Buổi sáng, những con chim kéo đến luýt chuýt. Ấy là lúc tôi đã trèo lên sân thượng chờ nhìn những tia đỏ của mặt-trời-mới xé rách dần cái bức màn trắng như sữa ở phương Đông. Mùi hoa cỏ ban sớm thơm một cách trong lành, thanh thản. Buổi tối, tôi hay mắc võng nằm đây nghe những tiếng động lắng dần dưới đường phố. Và đêm, yên lặng, như một tấm dạ nâu mềm, trải ra.

Hãy trở lại với cơn mưa lắc cắc lúc nãy. Ngồi trong phòng đọc sách (hay có thể nghĩ nó là một cái nhà chòi, nếu muốn tưởng tượng ra mình là một Tô Vũ chăn dê hay một gã chăn vịt), tôi nhìn ra ba phía mưa bay. Những cơn gió lướt theo cùng với cơn mưa quật đập và làm rũ rượi những hàng cây lá xa xa mờ khuất trong mưa. Không phải mưa, đó là lớp lớp vó ngựa phi trong các nẻo mưa bay. Đó là trùng trùng những cánh chim đập gió trong một ngày bão dậy. Những cây cối, hoa cỏ trong vườn thượng nhà tôi cũng tơi tả, xác xơ và vương đầy những giọt nước của cơn mưa mù khắp. Ngồi trong chòi sách, giữa những âm thanh và cuồng nộ của đất trời ấy, giữa trùng trùng trắng xoá mưa bay ấy, tôi mở quyển *A Tear and a Smile* của Kahlil Gibran ra đọc một đoạn tả bước chân mưa. Hay mở *The Rain on the Roof* của Coates Kinney, hoặc *The Voice of the Rain* của Walt Whitman ra để nghe thử những tiếng mưa của thi sĩ. Và thấy là mình vô lý. Bèn gấp sách lại, cởi trần, ra đứng dang hai tay sát thành sân thượng, để những lớp mưa theo gió hắt mạnh vào người. Nhắm mắt lại, hét Aaaaaaaaaaaaaaaa theo mưa. Và thấy mưa về ngập tràn thân thể. Mưa thấm sâu vào trong tận cội rễ mình.

Sau này, nghĩ lại những cơn mưa như thế, trộn lộn trong cảm xúc và tưởng tượng của mình, tôi đã làm một bài thơ:

Và những nhịp vó buồn

Mây đưa dạt đám hoàng hôn
Vào hàng cây vút bồn chồn bóng đêm
Vàng thau. Và những âm mềm
Của chiều giăng mái trên hiên giọt đời
Những sông buồn của muôn nơi
Đổ vào tịch mịch. Biển. Thời gian quên
Trăng hồng. Thắm. Nhịp chèo lên.
Con thuyền lạc gió trôi miền không hư
Quạnh không tiếng gọi của mùa
Đàn mưa bạch. Trắng trời. Như vó buồn.
Một bầy ngựa trắng từ phương
Xa, mờ, phủ mộng, nhịp cuồng. Và đêm.
Người ngồi trong cõi nhớ quên
Lần tay sờ, kiếm những miền thực, hư.
(2017)

Ừ, những cơn mưa tràn trề bùng vỡ như thế cứ còn trở về hoài hoài trong trí nhớ mình sau này. Mình cứ nằm mơ thấy những cơn mưa. Thấy mình ở trên một ngôi nhà cao, quạnh quẽ gió thốc, bên một bờ biển. Buổi tối. Những tiếng sóng bươn bả đập vào ghềnh đá. Ngôi nhà mọc chênh vênh trên núi đá, thông thống từng lớp gió. Mình cũng lại ngồi trên sân thượng. Cái sân thượng không có vách che bốn bề kia. Một mình mình ngồi nghe gió thổi và mưa giăng bốn phương tám hướng. Mình không còn đứng dang hai tay ngẩng mặt hét vang Aaaaaaaaaaaaaaaa như ngày xưa ở nhà. Mà mình đứng tựa vào lan can nhìn khắp nơi xem có ai ở gần đó không. Bốn bề chỉ có trắng xoá mưa bay. Những mũi tên trắng xoá của trời hình dung thấy cắm thẳng xuống đất. Những mũi tên cứ giăng đầy và cắm xuống mãi. Những hình ảnh không màu ấy trong giấc mơ là một loại phim đen trắng và không có âm thanh. Nhưng chính vì đen trắng mà lại vô thanh nên nó đã có hiệu ứng chấn động kinh khủng... Những cơn mưa, ám ảnh mình hoài, từ đó, trở thành một cái gì thân thiết mà tàn bạo. Tàn bạo và thân thiết như định mệnh con người.

Và rồi có những buổi tối mùa thu. Tháng Chín, tháng Mười ở Sài Gòn. Thành phố ướt nước. Mưa. *Sài Gòn sương mù đèn đỏ đèn xanh.* Mưa không lớn mà cũng không nhỏ, chỉ đủ làm ướt sũng đường phố và cây lá hai bên đường. Ta mặc cái áo mưa quân đội rộng thùng thình vào, kéo mũ áo mưa sùm sụp trên đầu, và leo lên chiếc *Honda dame* đầy bụi, bắt đầu thả vòng thành phố. Từ ngõ ra, ta đuổi theo mưa bắt đầu từ cổng xe lửa số Năm đường Phan Thanh Giản, đi qua nhà thương Saint Paul. Qua trường Gia Long. Tới Duy Tân, quẹo phải, qua trường Luật, vòng một vòng công trường Chiến Sĩ, trở lại chạy thẳng lên nhà thờ Đức Bà. Ra Nguyễn Du. Qua trường Taberd. Quẹo phải Hai Bà Trưng. Rẽ trái Lê Thánh Tôn, rồi rẽ phải vào đường Đồn Đất. Tới Centre Culturel Française (Trung tâm Văn Hoá Pháp), nơi ta đã học tập và tham dự sinh hoạt ở đây trong nhiều năm vào thập niên 1960. Vòng trở lại và quẹo trái ở Cường Để, tới trường nữ học Saint Paul, đi qua Dòng Kín, chủng viện Thánh Giuse. Qua Dược, qua Văn Khoa, qua Nông Lâm Súc, về Đinh Tiên Hoàng... Cứ thế, ta co hai chân lên thành xe, thọc một tay vào túi, mũ áo mưa sùm sụp trên đầu, và lái xe chạy vòng vòng thành phố.

Cái thành phố ấy trong mưa trông thật buồn và hiền lành. Không ồn ào, náo nhiệt, cuồng loạn như lúc bình thường. Trời mưa, đường phố trở nên im vắng. Mọi tiếng động chìm hẳn đi. Chỉ còn tiếng nước mưa đập xuống mặt đường lách tách. Qua đôi mắt kính, những ánh đèn xanh đỏ bỗng lung linh nhoà nhạt một cách kỳ ảo. Một mình lái xe chầm chậm qua những đường phố vắng vẻ. Mùi thơm ướt át của hoa lá thoáng nhẹ tự nhiên làm trái tim người ta mềm ra. Mùi thơm hình như vỗ lại một vài kỷ niệm nhỏ nhoi nào đó trong đời. Khi chạy qua nhà thờ Đức Bà, một cảm giác lạ lùng, huyền bí bao trùm lấy con người ta. Ta có cảm tưởng là chất nước tinh sạch nhỏ xuống từ trời, qua màn mưa giăng chéo kia, đã làm những viên gạch đỏ cũ kỹ hàng thế kỷ, dùng để xây và lót nền khu vực bao quanh nhà thờ, tỉnh dậy. Chúng bàng hoàng tỉnh dậy như vừa qua một giấc mơ. Mỗi một viên gạch lại có một sức sống mới. Một cái gì cựa động, thoát ra từ những viên gạch cũ đỏ. Một mầm cây, có lẽ đang bật ra đâu đó, từ một viên gạch nào đó, bỗng máy động trong tim ta. Những lớp rêu xanh mờ cũ kỹ kia đang mặc lấy cho chúng một đời sống mới. Tất cả mọi thứ đều máy động nhẹ nhàng trong tim người. Những nguyên tử cấu tạo nên những viên gạch cũ càng kia đang xao động. Ta nghe cả vũ trụ chợt xôn xao máy động trong con người mình.

Những buổi tối Sài Gòn rét mướt, ướt mềm như thế, ta cảm thấy yêu mến Sài Gòn hơn. Ta hiểu Sàigòn hơn. Đó không phải là một nơi chốn xa hoa đèn đóm, và tiếng nhạc hư hỏng dập dình phát ra từ những góc phố Tự Do hay Hai Bà Trưng gần bến Chương Dương. Đó không phải chỉ là nơi phô bày những chiều quần nhung áo lụa dập dìu phố chợ. Sài Gòn còn là, và chính yếu là, một nơi chốn để nhớ về. Ta nhớ Sàigòn ngay khi ta còn sống ở đấy, còn ngửi mùi thơm của cỏ hoa, mưa nắng ở đấy.

Sài Gòn trời mưa. Hình ảnh ấy mềm dịu, hiền lành, tội nghiệp, và sống thật nhất trong cảm nhận của ta về cái thành phố xa cũ đó. Ồ! Mưa đã bay qua mấy chục năm rồi! Những dải mưa xưa.

Có những lần ta và vài người bạn cùng với đám học trò ngồi trong nhà nghỉ mát ở Club Nautique Thanh Đa, nhìn mưa đan chéo bốn bề. Mưa ào ạt trắng xoá giăng ra thành những sợi dây tơ mỏng và trong, nối liền trời với đất. Đất trời và không gian làm thành một rừng mưa phủ mộng. Phía xa xa kia là dòng sông. Dòng sông ngân lên thành một khúc nhạc trắng muốt. Dòng sông trắng ngân lên như một phím dương cầm. Sông mưa. Sông mưa. Những tiếng mưa vỗ đều trên sóng mềm và gió lá. Cô học trò ôm đàn ngồi hát: *Gọi mùa thu lãng quên vào tiếng mưa rơi êm đềm. Trời còn mưa ướt thêm, cho dài ngày tháng không tên.* Người bạn hát: *Em đi về cầu mưa ướt áo. Đường phượng bay mù không lối vào. Hàng cây lá xanh gần với nhau.* Ta hát: *Sầu thôi xuống đầy. Làm sao em nhớ. Mưa ngoài sông bay...* Và Tuấn búng guitar những bản classic hay quá. Bây giờ. Bây giờ, bạn bè của tôi mấy đứa đã chết? Mấy đứa còn lang thang khắc khoải giữa đời? Tất cả đều đã tan hoang trong mấy cơn mưa sắc nhọn đầy lửa máu của hận thù. Mấy cô học trò thì cũng có đứa chết. Có đứa lấy chồng và theo chồng về miền cát nắng, bỏ rơi trong ký ức mấy cơn mưa mù ngày cũ. Có đứa vượt biển thoát nạn. Có đứa vượt biển gặp hải tặc. Tội nghiệp cho bạn bè và các em tôi. Những lần mưa ấy, cả mình và mấy người bạn tóc còn đen quá. Và đám học trò thì mắt trong như chưa vương một sợi khói. Chỉ có đám mưa bay ngoài kia lạc vào mắt nhỏ nhìn các em hát đàn hồn nhiên xanh mướt. Bây giờ...

Chúng ta, mỗi người, ai cũng phải chia sẻ cái định mệnh của quê hương. Nếu tôi có nói về dòng sông, cơn mưa, thì đó là tôi nói về kỷ niệm hay định mệnh của bạn bè, của anh em tôi. Những dòng sông đã chia cắt, và những cơn mưa đã chém xuống định mệnh riêng và chung của mỗi một chúng ta.

.3.

Sau này, những cơn mưa đã còn tiếp tục theo tôi vượt biển lênh đênh giữa đại dương đen. Đây không phải là những cơn mưa bay nghiêng một bầu trời bích ngọc Sàigòn. Những cơn mưa cuốn bay những giọt lá me như những hạt cốm xanh thơm mùi kỷ niệm. Đây không còn là những cơn mưa bay mềm trong mấy bức tranh Monet hay Van Gogh mà tôi vẫn thích. Hay những cơn mưa đập vào cửa kính một nỗi niềm quạnh không nào đó trong văn chương Hemingway hoặc Nguyễn Đình Toàn. Hay những dáng thu mưa mơ hồ trong nhạc Cung Tiến... Đây cũng không phải là những cơn mưa lục bát của Trần Huyền Trân: *Mưa bay trắng lá rau tần. Thuyền ai bốc khói xa dần bến mưa...* Hay những bước chân mưa được Kahlil Gibran giới thiệu:

"... Tôi chạm nhẹ lên những khuôn kính cửa
Với những ngón tay dịu nhẹ của mình, và sự đến thăm của tôi
Là một khúc ca chào đón. Ai cũng có thể nghe thấy, nhưng chỉ
Những tâm hồn nhạy cảm mới có thể thấu hiểu.

Cái nóng của khí trời sinh ra tôi,
Nhưng, phần mình, tôi đã giết chết nó
Như người nữ vượt thắng người nam với
Sức mạnh mà nàng đã lấy được từ hắn." (2)

Những cơn mưa vừa kể quá đẹp. Nó là một phần của kỷ niệm chúng ta. Nhưng trong cuộc đời, chắc chắn còn có những cơn mưa khác. Những cơn mưa đen. Những cơn mưa chém nát. Tôi muốn quay trở lại để nói rằng, những cơn mưa giữa biển kia đã như những tiếng gọi gần gũi của định mệnh. Giữa trời đất bao la, chiếc ghe vượt biển chỉ giống như một chiếc lá hết sức nhỏ bé, nhàu nhò và cũ kỹ. Lá đã khô, quá giòn mỏng, quá mong manh trước sóng gió đại dương. Và con người, nó trở nên không bằng một hạt cát giữa cái mênh mông trùng điệp kia.

Giữa đêm, trời tối đen như mực. Những con người vượt biển không biết đi đâu, về đâu, đến đâu. Trời và biển đen một mầu tối mắt. Hắn bập bềnh theo với chiếc ghe chết máy đã mấy ngày mà nghe như có tiếng réo gọi của vô vàn kỷ niệm. Những tiếng gọi từ khoảng tối đen thăm thẳm dưới đáy nước.

Và mưa.

Lúc đầu mưa lất phất, hắn còn ngồi ngoài khoang há miệng hớp nước mưa. Trong cơn đói khát, những giọt nước mưa ngọt và mát như nước cam. Rồi bỗng chốc, những cột mưa, những khối mưa, và rồi cả một đại dương mưa đổ ụp xuống. Hắn chạy vội xuống hầm ghe. Trời đã tối đen. Mưa lại càng làm cho đất trời đen tối hơn nữa. Tiếng vặn mình răng rắc của con ghe già cỗi, gầy yếu, mang trong lòng nó số mạng của trên năm mươi người, là một thứ âm thanh kinh hoàng của địa ngục. Răng rắc. Răng rắc. Chiếc ghe với thân gỗ mục như có thể vỡ tan ra hàng ngàn mảnh bất cứ lúc nào. Mưa vẫn ào ào dội những thác nước xuống chiếc ghe còm cõi. Chiếc ghe lúc bị đánh về bên này, lúc bị hất qua bên kia. Những con người ngã dúm vào nhau. Kinh hoàng. Những người con gái, những người thiếu phụ, tóc xoã hai bên màng tang, da mét xanh, và những cặp mắt mở ra cho thấy đó là mắt của những con thú bị săn đuổi. Có những người nôn oẹ ra đầy ghe. Những người đàn ông ôm lấy thân nhân mình như cố che chở họ trước một tai nạn chắc chắn sẽ xảy ra. Ghe lại bị thủng lỗ. Thanh niên tất cả đều phải theo lượt xuống hầm ghe tát nước. Để chiếc ghe nhỏ bé khỏi bị chìm nghỉm giữa đại dương đen. Tiếng răng rắc vặn theo những chuyển động bập bềnh của con ghe trong cơn bão tố. Chiếc đèn bão trong phòng điều khiển lắc lư, chập chờn rồi tắt ngấm. Gió mưa và sóng biển bấy giờ mặc tình gào thét và vò xé chiếc ghe mỏng manh. Tiếng trẻ con kêu khóc, gọi mẹ vang dậy... Hắn đã sống qua những cơn mưa bão như thế. Bão cấp năm. Thấy định mệnh đến gần. Thấy lại mặt mày tất cả anh em, bè bạn và những người thân yêu cũ.

Vậy mà không biết tại sao, trong cơn mưa lốc kinh hoàng giữa biển như thế, trong lúc không biết mạng sống mình và những con người cùng chia sẻ định mệnh với mình sẽ ra sao trên chiếc thuyền mỏng manh già cỗi giữa biển cả đang bị sóng nhồi bão cuốn như thế, hắn lại thấy thoáng qua trong đầu, rất nhanh, những câu thơ xuôi hắn đã đọc được ở đâu đó, mà tôi thử dịch dưới đây, của Federico García Lorca. Về New York. Và về mưa.

" Không có gì thơ mộng và khủng khiếp hơn trận chiến của các tòa nhà chọc trời với những tầng trời bao phủ chúng. Tuyết, mưa và sương mù làm những toà tháp vĩ đại nổi bật lên, hoặc dầm chúng trong rét mướt, hoặc che giấu chúng đi, nhưng những ngọn tháp này, thù địch với sự bí ẩn và mù loà

trước bất kỳ cuộc chơi nào, cắt phăng mái tóc dầy mượt của mưa và vung lên ba ngàn thanh kiếm sáng của chúng, đâm xuyên qua lớp cánh thiên nga mềm dịu của sương mù."

Nhiều năm sau cuộc vượt biển này, ở Mỹ, tôi đã tình cờ tìm lại được đoạn văn trên của Lorca, bằng tiếng Anh, mà tôi đã có dịp đọc những ngày còn ở Sàigòn, trước 1975.[3] Tôi cũng chẳng biết vì sao, giữa cơn mưa đen phủ chụp, sắc lẻm như dao và cuồng nộ trên biển ấy, mà tôi lại có cái liên tưởng điên cuồng khi, như trong vô thức, giữa những giây phút lâm luỵ, trái tim (hay đầu óc) tôi lại có một sự dệt nối, rất thoáng qua, nhưng chính nó là một sự dệt nối, giữa những ngọn tháp ở New York trong tâm trí của Lorca, rồi sau đó là trong tâm trí của tôi, của hắn, với chiếc thuyền mong manh như một chiếc lá khô, giòn và mỏng, giữa trận mưa cuồng. Có gì đó liên hệ với *Thanatos* chăng? Bản năng chết của vô thức. Để cân bằng với *Eros*, bản năng sống. Tình yêu. Khoái cảm. Sự sống. Hay, đúng hơn, đó là lúc hai bản năng sống và chết ấy ôm choàng lấy nhau trong cái tôi hạt bụi và mong manh trước miệng hố sâu. Hay có lẽ chính những cuộc đâm đầu vào văn chương thuở mới lớn đầy thơ mộng đã đẩy tôi (không, đẩy hắn) đến những hình ảnh kết nối bất khả suy niệm kia. Thật sự nếu có điều gì giống hơn, có thể so sánh được, trong một cách suy tưởng nào đó, thì hoàn cảnh lúc ấy giống như là một cuộc đấu bò, khi con bò mộng hậm hực phì khói ra mũi, dậm chân hăm hở phóng tới, mà tôi/chúng tôi (hay con thuyền chao đảo kia) đã là một kẻ mình đầy thương tích, sắp quỵ ngã trên đấu trường, và, khốn thay, trên tay lại không còn miếng vải đỏ thần thánh của kẻ ra trận.

Mưa bão ở biển những đêm vượt biên làm tôi nhớ những cơn mưa nơi chốn rừng núi heo hút của quê hương mà một người bạn đã may mắn được thả về kể lại. Nơi những vùng quê hương ấy, cha anh, bạn bè ta không đủ miếng cơm để dựng thẳng thân người; thế mà, trong những cơn mưa nước độc, nhiều người vẫn phải gò lưng vác cây, khuân củi. Mưa rừng, những ngọn lao tiếp tục phóng tới như định mệnh Việt Nam khốn cùng, nghiệt ngã. Bao nhiêu người rồi đã chết trong những cơn mưa của rừng thiêng nước độc như thế. Sinh mệnh Việt Nam, trên biển cả gào sóng và trong rừng sâu, trên chốn non cao núi thẳm, đã trở thành sinh mệnh của lương tâm, của trái tim nhân loại.

Và rồi, đêm đầu tiên, sau khi sóng gió, mưa bão và sự quyết chí của con người đã đẩy hắn và những kẻ khốn khổ lên hòn đảo Mã Lai kia, cơn mưa biển lại tiếp tục theo đuổi, rình rập suốt đêm. Có một ngôi nhà sàn đang cất dở ngay trên bờ biển. Bốn bề vách không gió trống. Sau khi leo mấy bực thang gỗ lên sàn nhà, mọi người lăn ra ngã vào nhau. Đàn ông đàn bà, thanh niên thiếu nữ, người già em bé, tất cả nằm lăn ra như chết. Đồ đạc tuỳ thân của mỗi người vất bừa bên cạnh. Người nào có áo mưa thì quấn đỡ quanh mình để tránh những đợt mưa hắt và gió rét cứ thốc tới. Ai không có thì đành nằm co chịu rét. Hắn nằm giữa đất trời hoang mang. Gió mưa, sấm sét, chớp giật suốt đêm. Chợt thấy rõ là mình đã ở ngoài tầm tay che đỡ của quê hương. Những cơn mưa của Sàigòn không còn tí tách đổ xuống. Đây là bãi biển Mã Lai. Và ngoài kia là cơn mưa ào ạt xô tới cùng gió sóng. Thỉnh thoảng, hiện lên trong lằn chớp là cả một rừng dừa trắng xoá trong mưa. Một rừng dừa quằn quại trong mưa và gió. Mưa vỗ trên lá dừa. Mưa đập trên sóng biển. Những âm thanh mênh mang làm dội lại trong lòng hắn những hình ảnh tan nát của quê hương. Rừng dừa vẫn vỗ đập cái tiếng vỗ chất ngất của nó trong mưa và gió biển ngoài kia. Mưa gió chảy trên mặt hắn tối hôm ấy làm ướt nhoè đi những hình ảnh của quá khứ.

Tôi đã không còn tôi cũ.

Và quê hương giờ đã mù khuất trong mưa.

.4.

Bây giờ ở đây là mùa thu.

Hay là trời đã sang đông?

Cơn mưa phùn đã bay qua thành phố và rơi về biển.

Sáng nay, với cơn mưa, tôi đã bất chợt ngửi thấy trở lại những mùi hạnh phúc ẩm mốc cũ. Một chút hạnh phúc ẩm mốc dịu dàng. Hạnh phúc không phải chỉ là những niềm vui. Nó còn là những nỗi buồn. Hạnh phúc không chỉ là những nụ cười. Nó còn là những giọt nước mắt. Nó là niềm sung sướng nhưng đồng thời cũng là nỗi đớn đau. Hạnh phúc là tất cả những điều ấy khi chúng đan dệt với nhau để làm thành tấm áo của kỷ niệm ta.

Kỷ niệm, nhiều khi, là những ngón tay mưa.

Đối với tôi, những cơn mưa của đời sống này đã mang trong chúng những hạnh phúc trong sáng và mờ tối. Hạnh phúc trong sáng trông như những giọt nước lấp lánh bảy sắc cầu vồng còn dính long lanh nơi đầu ngọn lá. Hạnh phúc mờ tối giống như một ngọn nến nhỏ nhoi mình thắp giữa cõi lòng hoang vắng để nhìn lại nỗi quạnh không của cuộc đời này.

Có những hạnh phúc chúng ta hát ca với nhau ngày quê hương mở hội. Có những hạnh phúc chúng ta ấp ủ cho nhau lúc đất nước điêu tàn hay trong những ngày lữ thứ. Hạnh phúc là khi người ta nhìn thấy những nét đẹp trong bất kỳ một hoàn cảnh, một giây phút hạnh ngộ nào đó của đời sống. Hạnh phúc là một loài hoa nhiều khi gửi đi những hương thơm của nát tan, đau khổ. Nó là tiếng réo gọi trùng trùng từ những nơi chốn thẳm sâu nhất của hồn người.

Mưa xưa.

Mưa xưa, những lời chúc hạnh phúc bùng vỡ và nát tan nở giữa trời không kia, bao giờ ta còn được nghe lại tiếng ngươi giữa những đường phố tối tăm giăng mắc cuộc đời?

Tustin Ranch, Calif.
tháng XII, 2015. Xem lại, tháng VII. 2025
(viết cùng quá khứ ở H. Beach, 1985)

Chú thích:

(1) Thơ Thanh Tâm Tuyền, trong bài "Dạ Khúc". Nguyên văn: *"Anh là thằng điên khùng / Ôm em trong tay mà đã nhớ em ngày sắp tới"*. Phạm Đình Chương, về sau, đã phổ nhạc bài thơ với tựa đề "Dạ Tâm Khúc". Từ "Tâm" trong tựa đề này lấy từ tên thật của Thanh Tâm Tuyền, Dzư Văn Tâm, và được để chen vào giữa tựa đề nguyên thuỷ của bài thơ. Dù sao, nếu muốn hiểu một cách văn chương, người ta cũng có thể nghĩ tên của bài hát là "khúc ca của trái tim đêm", trong đó, theo từ pháp Hán Việt, "Dạ" bổ nghĩa cho "Tâm", và " Dạ Tâm" bổ nghĩa cho " Khúc".

(2) Trích trong "Song of the Rain" của K.G.:

I touch gently at the windows with my
Soft fingers, and my announcement is a
Welcome song. All can hear, but only
The sensitive can understand.

.

The heat in the air gives birth to me,
But in turn I kill it,
As woman overcomes man with
The strength she takes from him.

(3) Trích từ một đoạn trong bài phỏng vấn Federico García Lorca của Luis Méndez Domínguez vào năm 1933 về tập thơ *Poet in New York* của Lorca. Phần trả lời phỏng vấn được kết hợp bởi nhiều đoạn thơ xuôi của Lorca do chính ông nhớ và đọc lại. Nguyên văn đoạn trích trong bài: "*There is nothing more poetic and terrible than the skyscrapers' battle with the heavens that cover them. Snow, rain, and mist highlight, drench, or conceal the vast towers, but those towers, hostile to mystery and blind to any sort of play, shear off the rain's tresses and shine their three thousand swords through the soft swan of the fog.*"

Lift Up Your Face, and Let Fly Away the Rain

To remember a fifty-year distance.
And to close that cycle.

Foreword

A sound, an image, even a scent, a taste—any fragment from the outside world—can stir the human soul, leading it into a masquerade of old days. Of youth. Of the past. Of first dreams.

It might be a few notes from an old song. A fleeting image on the street or in a newspaper. Or maybe it's the shift in the weather. A chilly breeze. A gentle rain.

Each contains the warmth and fire of life—just waiting for the strike of a match.

In that wave of longing, I stumbled upon some of my old verses—lines tinged with a wistful chill, with pain, and the silhouettes of dear friends, heard through the quiet hush of falling rain. The reels begin to roll once more within the soul.

(...) sáng nay có cơn mưa nhỏ / bay qua thành phố buồn hiu / thổi tung từng hạt ngọc đỏ / trên đầu đám cỏ dập dìu // có con chim xanh rời tổ / đi tìm đôi cánh thiên thần / bay vào cuộc đời lố nhố / lòng chim có thấy phân vân // bạn bè thôi còn mấy đứa

/như trăm sợi nắng chia miền / bếp lòng ai còn ấm lửa / giữa cơn gió lạnh truân chiên // mầu xanh mầu xanh trên tóc / có còn bát ngát ruộng đồng / mắt môi ngày nào mới mọc / có còn trong buổi rạng đông // như nỗi cô đơn rất vàng / rót vào lòng anh nhè nhẹ / là mùa thu mới vừa sang / thả rơi cánh hoa be bé (...) **(Giã Từ**)

[(...) this morning a soft rain / drifted over a lonely city / scattering red pearls / atop the swaying grass // a blue bird left its nest / seeking angel wings / soared into a jumbled world / did its heart feel torn? // old friends—how many remain? / like sunlight split across lands / whose hearth still holds a flame / against the harsh and shifting winds? // the green on your hair / was once boundless as fields / the eyes and lips of dawn / do they still bloom each morning? // like a deep golden loneliness / poured gently into my heart / it is autumn just arriving / dropping a tiny blossom (...) **(Farewell)]**

These lines rekindle the warm breath of fire from friendships, companions, and those long-gone days.

*Gió thổi bồng bồng / mây trắng như bông / nhớ xưa một thuở / bạn bè rất ngông / bạn bè rất mộng / ngồi buồn đấu láo / cũng đã nên thơ / chuyện ran như pháo / chứ đâu bây giờ / ta rất trơ vơ / giọt buồn không vỡ / lớn mãi trong ta / cụm mây xa nhà / trong chiều vô xứ / như kinh vô tự / bay mãi một đời / chiều ơi chiều ơi (***Bạn Bè***).*

[The wind floats on / clouds soft as cotton / once upon a time / remembering once / friends wild and dreamy / talking nonsense idly / and somehow it became poetry / our laughter rang like fireworks / unlike now / where I sit alone / sorrow unfurls but never bursts / swelling inside me / like a cloud torn from home / in an exile dusk / like a wordless sutra / flying endlessly through life / oh dusk, oh dusk **(Friends)]**

Rainy skies also remind us of old classrooms.

buồn ta xa nhà
đêm nghe mưa qua
lòng ơi rất nhớ

những ngày đã xa
mưa trên phố cũ
mưa trên mái xưa
lòng ơi tưởng nhớ
những buổi giao mùa
ta ngồi trong lớp
học trò mắt đen
dòng mưa áo trắng
học trò áo len
cười hoài nụ nhỏ
thầy trò rất quen
các em dưới đó
ta đứng trên này
dòng mưa bạch ngọc
rót đầy cơn say

ta giờ nhớ mãi
các em áo bay
ta giờ mới biết
buồn dài hơn say.
(Học Trò)

[lonely far from home / night echoes with rain / oh heart, remember / those faraway days / rain on old streets / rain on the old roof / oh heart, remember / those changing seasons / I sat in class / students with black eyes / white jade rain outside / students in wool sweaters / smiling small smiles / teacher and students, close as kin / you down there / me up here / rain poured like pearls / filling me with a quiet intoxication / Now I always remember / your flowing *áo dài* / Now I truly know / longing outlasts intoxication. **(Students)**]

Or, sometimes, all it takes is an open book, and everything in life may stir again in the soul:

ta ngồi đọc sách
trong tiếng chiều về
đời còn lê thê
trôi hoài một nhánh
buồn ta trăm mảnh
trên cõi tình này

người cũ chiều nay
trong trang sách mở
đời như đồ cổ
sao vẫn thiết tha
lần trong sách nhoà
người xưa lớp lớp
vỗ về trong ta

chiều bay trăm tà
ta còn đọc sách
(Đọc Sách)

[I sit reading / to the sound of evening / life still drags on / flowing like a stream / my sorrow in fragments / scattered across this realm of love / old figures / appears in this faded page / life like antiques / yet still so dear / sifting through smudged words / ghosts of old faces / soothing me gently /
Twilight spreads its sails / and I go on reading.
(Reading Books)]

Yes—sometimes it only takes a few drifting drops of rain, or a stray thought from a page, and suddenly we are able to see everything again. Inside us, a melody from days long gone begins to softly play.

But then, in the course of life, those old rains were no longer gentle, no longer brushed past with a touch of poetry as they once did in the days of youth. At times, the sound of rain, the streams of rain, carried within them a sense of desolation—a looming threat, both seen and unseen. The rain wore a different face. One masked in fire. And in the color of night.

Mưa xiên thẳng tim
Xiên thẳng vào mầu chiều
Đã dần dần chuyển sang mầu tro xám
Bí ẩn và hoang lạnh
Như những bước chân mèo hoang
Mặt trời
Trái cây thơm mọng ngày hôm qua
Giờ cũng đã ủng chín
Rơi trong vườn đêm
Một trăm cơn mưa sắt thép

Đã chụp xuống chúng ta
Và gió
Đã bứt tung bè bạn như những chiếc lá
Tan tác. Dạt trôi.
Và mất hút trên các nẻo đời (...)
(Một trăm cơn mưa)

[Rain pierced straight through the heart / Straight through the twilight hue /
That slowly turned to the ash-grey of cinders / Mysterious and forlorn
Like the stealthy steps of a feral cat /
The sun / Once ripe and fragrant like fruit yesterday
Now lies rotting / Fallen in the garden of night
A hundred iron rains / Have descended upon us
And wind / Has torn our friends like leaves
Scattered. Drifting. / Vanished across the paths of life (…)
(One Hundred Rains)]

What I saw again in the writing below was born from such small flames—yet warm with the breath of memory. Of a time of youth. Dreamy, idealistic, passionate. Romantic. And sorrowful.

It is precisely these small things that help form the meaning of life. That help form each one of us today. To remind us that life is not tallied solely by great and weighty matters.

Allow me to offer these reflections to all who still sense the gentle breath of that old flame. That invisible flame, which from time to time still crackles faintly somewhere within our hearts. Especially on days when the rain drifts, and the wind stirs.

bvp
(*XII, 2024*)

1.

Now, here, autumn has come.

This morning, a fine mist of rain drifted over the coastal city where I now live. It brought with it a coolness, and a tender, musty scent—remnants of past rains lingering in my memory. The streaks of rain this early morning fell like fingers upon old piano keys. The rain's threads crossed and struck diagonally across the soul. Rain threads? Or the tender fingers of remembrance?

Autumn. It rains. It rains.

Rain is spinning threads, then softens into a gauzy white mist. Fluttering. The rain in California taps lightly on windowpanes, then bursts into long trails of water trickling down the glass. And then, the rain drums louder—urgently—like hands knocking insistently on the old, rotting door of time. The water smears. The pounding rain grows more demanding.

And the door to the past opens.

2.

Once upon a time, there was rain in Saigon.

The rains had wrapped around my innocent childhood. Then that childhood grew up—at times green like leaves, at times withered and tattered— and still looked up at the sudden rains pouring down. There were rains that came down like umbrellas, pushing life into dreams. There were rains that fell like invisible threats, saying I would have to keep trudging through them forever. Rain beat down on one's head when lost and alone. A shadow at the edge of the sky. A sliced moon. And the forest at dusk: cold, and dim.

There were childhood rains. Afternoons when the rain came pouring down over the small alleyway, I and my gang of friends would rush out to bathe in it. In the rain, the small alleyways of the neighborhood suddenly transformed into another world. The rain seemed to set the stage for a play in which children became the most eager actors. The rain poured down like a waterfall. The little alleyways flooded. Many children lay down flat on those narrow alleys paved with cement, where the rainwater hadn't yet had time to drain and rose up like a river in flood season.

Some children—well-behaved—wore shorts. Most wore nature's clothing and dove in to swim. Many lay on their backs, mouths open to catch the rainwater. That boundless feeling, he remembers forever. He lay there, mouth open, gulping down the rain like a fish. The sheets of water roared down from the sky. Fragrant and icy cold. Around the body, layers of water jostled and rocked. That thrill of being naked in the rain only comes to a person once in life. If you miss it, you'll never again have the chance to live that kind of overflowing moment.

Rain also crashed down from the roof gutters of neighboring houses. He stood right under the spout, where rainwater poured from head to toe. He rubbed the water off his face with both hands, jumping up and down from delight. Sometimes, little girls, four or five years old—his age then—would run over, asking to share the rain gutter he had claimed. Remembering their bright faces, those eyes clearer than the rain, he sees again the beautiful memories holding hands as they return.

When he grew a bit older and his parents no longer let him bathe in the rain, on such downpour days, the boy would sit folding paper boats and float them down the alley. Those boats, drifting swiftly on the water, carried off to the ocean of his heart the innocent childhood dreams of old. The water sped on—where to? Those tiny boats—who knows to what shores in life they traveled? What did they become after parting from him nearly sixty years ago, while he still sits here?

I still sit in this realm of life watching the rains fall, pattering on the days of childhood and youth.

When grown up, people encounter different rains in life.

There are days one walks through fine morning rain and remembers the glistening tears of a girl. To live, one shouldn't be too weak—but also shouldn't be afraid to face one's sadness. Living does not mean always standing upright, chest out, eyes fixed firmly ahead. There are times, to live fully, one must be able to feel heartache over a pure drop clinging at the corner of someone's eye. Then that teardrop blurs into a mist as one sets out. Rain in the dawn. And the train whistle cries out, melancholy and urgent, calling one to depart…

Still, I want to remember Saigon, those rainy afternoons on the river. Rain falling steadily across a vast stretch of water. At that time, you must have been around seventeen or eighteen, weren't you? A riverside teashop at dusk—just you and me. The owner had gone back into her bamboo hut. Only the lonely sound of rain remained. Rotten logs drifted along the white river. The steady rain crisscrossed with longing. *Anh ôm em trong tay mà đã nhớ em ngày sắp tới*.[*I held you in my arms and already missed you for the coming days.*] [1] The church bell echoed, ringing out through the rain like a vast, white melody. Gusts of wind flung rain against us. Your hair fluttered wet in the rain, soft. You placed your cold hands in mine. You whispered that you were no longer afraid of the rain. I loved you so deeply for those pitiful words. Even now, trudging through the rains of my life, I still remember your quiet, trusting words from that rainy afternoon on the river. Yes, all the rains make us stronger, I still remind myself of that.

There were rains pouring down on Saigon in the afternoons when earth and sky were golden and drifting in sunlight. People rummaged through books on Cong Ly Street or sat eating green papaya salad with dried beef, or *bánh cuốn* with Vietnamese pork rolls or shrimp cakes on Pasteur Street. Suddenly, a rainstorm would fall.

Rain pounded down. People stretched out canvas or nylon tarps to cover from the rain. Oh, those sunshower rains. The sunshower rains made people stand or sit huddled together. All the strangers and passersby on that corner of Saigon pressed close to each other. Rain fell in loud drops on the soaked canvas sheets strung up above. The tarps grew heavier with each moment. Beneath the tarps, under the rains pouring from the sky, people kept on eating green papaya salad with dried beef or steamed rolls with pork dipped in chili fish sauce, exclaiming at the slanting rains outside. Honda and PC50 motorbikes rushed past. The leaves turned a green taut with vitality as the heavens sent their love to the earth. Oh, those rain-drenched leaves. I loved those rain-drenched leaves too much. They shivered, happy in the rain's overwhelming embrace. When the rain ends, they'll be lush, tender, and waving playfully in the wind… The soft patter of rain above like that—just ten, fifteen, twenty minutes—is already beautiful enough. Then the sky clears. Saigon resumes its normal rhythm.

There were afternoons or evenings in Saigon when I was sitting on the rooftop reading, and suddenly the rain would start tapping lightly on the tin and plastic roofing overhead.

That solitary reading room perched high on the rooftop, when it rained, brought me vast and strange drifting sensations. The rooftop was a large rectangular space with walls waist-high. A small part of it was built into a reading room. My siblings and I had boarded it up with wood like a little hut. Next to it was a large water tank, along with a surrounding space enclosed with a door you could latch if you wanted.

If you wanted to bathe, you could bathe. Wash clothes, sing, do whatever in there. Sometimes, when I felt the urge, I would go in there to try out my voice and hear it echo strangely. The rest of the rooftop was completely open. Sheets of tin and plastic were roofed over concrete pillars to shield from sun and rain. From the reading hut, I could look out in three directions into the open space. My mother and my siblings planted all sorts of flowers and plants on that rooftop. In the mornings, birds would gather and chirp. That was when I would climb up and wait to see the first red rays of the new sun slowly tear apart the milky white curtain in the east. The early scent of the plants was fresh and peaceful. At night, I would often hang a hammock and lie there listening to the street noises gradually fade below. And night itself, silent, like a soft brown velvet cloth, would unfold.

Let's return to that earlier pattering rain.

Sitting in the reading hut (or imagine it as a herder's shack, if you like to picture yourself as Tô Vũ [2] tending goats or some duck herder), I looked out on three sides at the rain blowing in. The wind rushed along with the rain, thrashing and soaking the distant rows of trees, blurred and hidden in the downpour. It wasn't rain—it was rows upon rows of galloping hooves in the trails of falling water. It was a storm of wings flapping in the rising winds. The trees and flowers in my rooftop garden were torn and battered too, dripping and tattered under the enveloping rain. Sitting inside the little reading hut, amidst the sounds and fury of earth and sky, amidst the blinding white torrents of rain, I opened *A Tear and a Smile* by Kahlil Gibran to read a passage describing the footsteps of rain. Or I opened *The Rain on the Roof* by Coates Kinney, or *The Voice of the Rain* by Walt Whitman, to listen to how poets spoke of rain. And then I found it all unreasonable. So I closed the book, stripped off my shirt, went out and stood with arms wide open at the rooftop edge, letting sheets of rain, driven by the wind, lash against my body. I closed my eyes and shouted out Aaaaaaaaaaaaaaaaa into the rain. And felt the rain pour over and engulf my body. The rain soaked deep into my very roots.

Later, thinking back on such rains, tangled in emotion and memory, I wrote this poem:

Và những nhịp vó buồn

Mây đưa dạt đám hoàng hôn
Vào hàng cây vút bồn chồn bóng đêm

Vàng thau. Và những âm mềm
Của chiều giăng mái trên hiên giọt đời
Những sông buồn của muôn nơi
Đổ vào tịch mịch. Biển. Thời gian quên
Trăng hồng. Thắm. Nhịp chèo lên.
Con thuyền lạc gió trôi miền không hư
Quạnh không tiếng gọi của mùa
Đàn mưa bạch. Trắng trời. Như vó buồn.
Một bầy ngựa trắng từ phương
Xa, mờ, phủ mộng, nhịp cuồng. Và đêm.
Người ngồi trong cõi nhớ quên
Lần tay sờ, kiếm những miền thực, hư.
(2017)

[And the Rhythms of Sorrowful Hooves

Clouds drift and push the dusk / Into the restless shadows of trees /
Flickering gold and brass. And the soft tones /
Of the evening stretch across eaves—drops of life /
The sorrowed rivers of every land / Flow into stillness. The sea.
Time forgets /
Pink moon. Blooming. The rhythm of oars rise. /
The boat blown by the wind into oblivion / Desolate with the
season's call /
The white herd of rain. Sky-bleached. Like mournful hooves. /
A herd of white horses from afar / Blurred, cloaked in dreams,
galloping wild.   And night. / One sits within the realm of
forgetting and remembrance /
Reaching, searching for realms real and unreal.
(2017)]

Yes, those overflowing, erupting rains have kept returning endlessly in my memory ever since. I keep dreaming of rain. Dreaming of myself in a high house, wind-blown and lonely, beside the sea. Evening. The urgent crashing of waves on the rocky shore. The house perched precariously on the cliff, layer upon layer of wind howling through. I'm sitting again on the rooftop. The rooftop has no walls around it. I sit alone, listening to the wind and watching the rain fall in every direction. I no longer stand with arms wide, shouting Aaaaaaaaaaaaaaaaa like the old days at home. Instead, I lean against the railing, scanning for signs of life. All around, only white sheets of rain. White arrows from the sky seem to stab straight into the earth. Arrows falling ceaselessly, planting themselves again and again. These colorless images in the dream are like a black-and-white film without sound. But precisely because it's black and white, and silent, it delivers a devastating emotional effect...

Rainstorms—forever haunting me—have become something both intimate and brutal. Brutal and intimate like the fate of a human being.

And then there were those autumn evenings. September, October in Saigon. The city soaked in water. Rain. Saigon shrouded in red and green traffic light mist. The rain was neither heavy nor light, just enough to drench the streets and the leaves lining the roads. I put on the oversized army raincoat, pulled the hood low over my head, and climbed onto the dusty Honda Dame to begin looping around the city. From the alley, I chased the rain starting from the Number Five railroad gate on Phan Thanh Gian Street, past Saint Paul Hospital. Past Gia Long High School. At Duy Tan, I turned right, passed the Law School, circled the Soldier's Monument roundabout, and continued straight to Notre Dame Cathedral. Then to Nguyen Du Street. Past Taberd School. Right onto Hai Ba Trung. Left on Le Thanh Ton, then right onto Don Dat. To Centre Culturel Française (French Cultural Center), where I studied and participated in activities for many years in the 1960s. Back and turn left on Cuong De Street, to Saint Paul Girls' School, passing the Carmelite Monastery, Saint Joseph Seminary. Past the Pharmacy School, the Faculty of Letters, the Agriculture School, back to Dinh Tien Hoang... And so, I tucked my legs up on the footrests, one hand in my pocket, hood drooped low, riding through the city in loops.

That city, in the rain, looked so quiet and gentle. Not noisy, frantic, or frenzied like usual. In the rain, the streets became hushed. All sounds faded away. Only the patter of raindrops tapping on the pavement remained. Through my glasses, the green and red lights shimmered and blurred in a strangely magical way. Alone, I rode slowly through those empty streets. The damp fragrance of flowers and leaves floated softly, naturally, loosening something inside the heart. That scent seemed to awaken a few faint memories in life. Passing by Notre Dame Cathedral, a strange, sacred feeling enveloped me. It felt as if the pure waters falling from the sky, through the slanted curtain of rain, had awakened the old red bricks—centuries old—used to build and pave the cathedral's surroundings. They stirred, startled, as if just awakening from a dream. Each brick now carried a renewed vitality. Something moved, escaped from the aged red clay. Perhaps a small sprout was cracking through, somewhere, from one of those bricks, and stirred something in my heart. The faded green moss was clothing themselves in a new life. Everything stirred gently within the heart. The very atoms that made up those old bricks were quivering. I could hear the whole universe suddenly rustling and stirring within me.

On those chilly, rain-softened Saigon nights, I felt a deeper affection for Saigon. I understood Saigon more. It was not a place of glittering lights and decadent music pulsing from the corners of Tu Do or Hai Ba Trung Streets near Chuong Duong Wharf. It was not just a showcase of velvet trousers and silk dresses swaying in market crowds. Saigon was, and most truly was, a place to remember. I remembered Saigon even while still living in it, still breathing the fragrance of its grass and flowers, its sun and rain.

Saigon in the rain. That image is gentle, kind, pitiful, and the truest feeling I hold for that faraway, old city. Oh! The rain has flown past decades already! Those old rain strips.

There were times when I and a few friends, with our students, sat in the pavilion at Club Nautique in Thanh Da, watching the rain crossing in all directions. The downpour spread white and dense, forming threads of fine, clear silk linking sky and earth. The earth, the sky, and space became a forest of dream-woven rain. Far off was the river. The river rang out like a melody of pure white. The river sounded like the keys of a piano. Rain river. Rain river. The rain beat rhythmically on the soft waves and leafy winds. A girl student cradled her guitar and sang: *"Gọi mùa thu lãng quên vào tiếng mưa rơi êm đềm. Trời còn mưa ướt thêm, cho dài ngày tháng không tên."* [*"Calling forgotten autumn into the gentle falling rain. The rain keeps falling, to lengthen these nameless days."*] A friend sang: *"Em đi về cầu mưa ướt áo. Đường phượng bay mù không lối vào. Hàng cây lá xanh gần với nhau."* [*"You walked home, crossing the bridge, the rain fluttered on your* ao dai. *The flamboyant flowers covered the entrance. Leaves clustered, close together."*] I sang: *"Sầu thôi xuống đầy. Làm sao em nhớ. Mưa ngoài sông bay..."* [*"Sadness sinks deep. How could you remember? The rain on the river flies..."*] And Tuan strummed the guitar—those beautiful classic pieces. Now. Now, how many of my friends are dead? How many still wander in aching restlessness through life? All of us were torn apart by those sharp rains filled with the fire and blood of hatred. Some of those student girls died. Some married and followed their husbands to sun-bleached lands, leaving behind those misty rains of old in memory. Some fled by boat and survived. Some fled and met pirates. I grieve for my friends and students. In those rainy days, my friends and I still had black hair. The students' eyes were clear as if untouched by the faintest wisp of smoke. Only the drifting rain outside wandered into their eyes, as they played guitar and sang, innocently, green as spring leaves. Now...

Each of us must share the fate of our homeland. If I speak of the river, of the rain, it is to speak of the memories and destiny of my friends, of my brothers, my sisters. The rivers that divided us, and the rains that slashed down upon each of our shared and separate fates.

3.

Later, the rains continued to follow me as I drifted across the vast black ocean. These were not the rains that swept slantwise across Saigon's turquoise sky. Not the rains that scattered tamarind leaves like green rice grains, fragrant with memory. Not the soft, floating rains from Monet's or Van Gogh's paintings that I once loved. Not the rains tapping on windowpanes with the lonely melancholy of a Hemingway or Nguyễn Đình Toàn story. Nor the autumn silhouettes of rain haunting Cung Tiến's music... These were not even the *lục bát* [3] rains of Trần Huyền Trân: "Mưa bay trắng lá rau tần. Thuyền ai bốc khói xa dần bến mưa..." [*Rain drizzles pale across the crown daisy / Someone's boat disappears in the mist, gradually moving away from the rainy dock...*]

Nor were they the footsteps of rain introduced by Kahlil Gibran:

"... I touch gently at the windows with my
Soft fingers, and my announcement is a
Welcome song. All can hear, but only
The sensitive can understand.

The heat in the air gives birth to me,
But in turn I kill it,
As woman overcomes man with
The strength she takes from him."

Those rains were beautiful. They are a part of our memory. But in life, there are surely other kinds of rain. Dark rains. Rains that shred. I want to return to say: the rains on that sea were like intimate summons of destiny.

Beneath the immense heavens, the boat fleeing Vietnam crossing the sea was no more than a crumpled, brittle leaf. A dry leaf, too fragile, too thin to withstand the storms of the ocean. And a human being—no more than a grain of sand in that endless expanse.

In the night, the sky was as dark as ink. People at sea had no idea where they were going, where they had come from, or where they might end up. Sky and sea, one indistinguishable pitch-black hue. He floated with the engine-dead boat for days, feeling as if he could hear the echoing voices of countless memories. Voices calling from the deep, from the bottomless dark beneath the water.

And the rain.

At first, it was a light drizzle, and he still sat outside the cabin, mouth open to catch the rain. In his hunger and thirst, the raindrops were sweet and cool like orange juice. Then suddenly, columns of rain, masses of rain, an entire ocean of rain came crashing down. He rushed below deck. The darkness deepened. The rain made the world even blacker. The groaning creak of the aged, frail boat—carrying over fifty souls—was a nightmarish sound from hell. *Creak. Creak.* The boat, its wooden hull rotting, seemed like it could shatter into a thousand pieces at any moment. Rain still poured down in torrents upon the withered vessel. The boat rocked violently from side to side. People fell into one another. Panic. Women and girls, hair clinging to their temples, pale-faced, eyes wide like hunted animals. Some vomited all over the boat. Men clung to their loved ones as if trying to shield them from an inevitable disaster. The hull sprang a leak. All the young men took turns bailing water from the hold, trying to keep the fragile boat from sinking into the black sea. *Creak.* The groaning of the boat matched the rhythm of its heaving in the storm. The storm lantern in the wheelhouse swayed, flickered, then went out. Wind, rain, and waves now had free rein to scream and batter the thin shell of the boat. Children cried out, calling for their mothers, voices rising through the chaos...

He had survived such a storm. A Level 5 typhoon. He felt fate looming. Faces of friends, family, the dead, all came back.

And yet, for some reason, in the midst of that terrifying sea storm, not knowing if he—or the people sharing this doomed vessel—would survive, a line of prose suddenly flashed through his mind. Very quickly, as if in a trance. A passage he had read somewhere, perhaps long ago. A fragment from Federico García Lorca, about New York—and about rain:

> *"There is nothing more poetic and terrible*
> *than the skyscrapers' battle with the heavens that cover them.*
> *Snow, rain, and mist highlight, drench, or conceal the vast towers,*
> *but those towers, hostile to mystery and blind to any sort of play,*
> *shear off the rain's tresses*
> *and shine their three thousand swords*
> *through the soft swan of the fog."*

Many years after that journey, in America, I stumbled across the passage again. English translation. I had read it in Saigon, before 1975.[4] I still don't know why, amid the black, knife-sharp, furious raïn on the sea, my mind would leap to such a wild association—as though in a fugue state, in the grip of desperation—yes, my heart (or mind) weaving, just briefly, a tenuous thread between the towers of New York in Lorca's imagination, and then in mine, in his, and the frail boat, like a dry, brittle leaf, in the heart of a raging storm. Was it a brush with Thanatos? The death instinct of the unconscious, balancing Eros, the instinct for life. Love. Pleasure. Existence. Or perhaps, it was that early immersion in the romanticism of literature that had thrust me (no, him) into such an irreconcilable web of images. If any comparison could be made, however roughly, it was like a bullfight—where the bull, snorting smoke and stamping, charges forward, and I/we (or that staggering boat) were already wounded, about to collapse in the arena—and worst of all, without the sacred red cloth of the warrior in hand.

The sea storms on those escape nights reminded me of the rains in the desolate highland jungles of our homeland, where a friend—lucky to be released—once returned from and told us stories. In those places, fathers, brothers, friends lacked even enough rice to stand upright; yet in the toxic rains, many still hunched under the burden of wood and trees. Jungle rains—javelins thrown by the cruel fate of Vietnam. How many have died beneath those cursed rains of the dark forest? The fate of Vietnam—on the raging sea, in the deadly jungles, on high cliffs and deep mountains—has become the fate of human conscience, the fate of the heart of humanity.

And then, the first night—after the storm, the wind, the rain, and the will of human beings had pushed him and his wretched companions onto that Malaysian island—the sea rain still followed, lurking throughout the night.

There was a stilt house under construction right by the shore. Its walls open to the wind. After climbing the wooden steps, everyone collapsed together. Men and women, young and old, the elderly and the children—all lay as if dead. Their belongings strewn beside them. Those with raincoats wrapped them tight against the gusts and damp. Those without curled up and endured the cold.

He lay under that bewildered sky. Wind, rain, thunder, and lightning raged all night. He realized then, with a piercing clarity, that he was now beyond the reach of homeland's protection.

The rains of Saigon no longer dripped gently down. This was the coast of Malaysia. And out there, the rain came crashing ashore with wind and wave.

In the flashes of lightning appeared a forest of white coconut palms writhing in the storm. Rain battered the palm leaves. Rain struck the waves. The vast sounds echoed within him, awakening shattered images of the homeland. The coconut grove still thundered its crashing, mad rhythm in the stormy rain and sea wind. That rain and wind ran across his face that night, blurring the past into streaks.

I was no longer my old self.

And the homeland was now lost in the rain.

4.

Now it is autumn here.

Or has winter already arrived?

The drizzle has passed over the city and fallen toward the sea.

This morning, with the rain, I suddenly caught again the scent of an old, musty happiness. A gentle kind of musty happiness. Happiness is not only made of joys. It is also made of sorrows. Happiness is not only smiles. It is also tears. It is bliss, but at the same time, it is pain. Happiness is all of these, woven together into the garment of our memories.

Sometimes, memories are the fingers of rain.

To me, the rains of this life have carried within them both luminous and dim forms of happiness. The luminous happiness looks like drops of water shimmering with the seven colors of the rainbow, still clinging to the tip of a leaf. The dim happiness resembles a tiny candle I light in the desolate depths of my heart to look back at the loneliness of this life.

There are joys we sang together when our homeland blossomed in celebration. And there are joys we held for each other in times of ruin, or during our exile. Happiness is when one can see beauty in any moment, any chance encounter in life. Happiness is a kind of flower that sometimes sends forth a fragrance born of heartbreak and sorrow. It is a calling echoing from the deepest reaches of the human soul.

Rain of the past.

Rain of the past, where wishes for happiness once burst and bloomed in the open sky—when will I ever again hear your voice amid the tangled, shadowy streets of life?

Tustin Ranch, Calif.
December, 2015. Revisited, July, 2025.
(written along with the past in H. Beach, 1985)

Notes:

(1) Poem by Thanh Tâm Tuyền, from the piece "Dạ Khúc" (Nocturne). Original lines:
"Anh là thằng điên khùng / Ôm em trong tay mà đã nhớ em ngày sắp tới" ("I am a crazy fool / Holding you in my arms yet already missing you in the days to come."). Later, Phạm Đình Chương set this poem to music under the title *"Dạ Tâm Khúc"*. The word *"Tâm"* in this title is taken from Thanh Tâm Tuyền's real name, Dzư Văn Tâm, and was inserted into the original title. Still, if one wants to interpret it literarily, the song's name can be understood as "The Nocturnal Song of the Heart," or, rather, "Song of the Night Heart", where, according to Sino-Vietnamese grammar, *"Dạ"* (night) modifies *"Tâm"* (heart), and *"Dạ Tâm"* modifies *"Khúc"* (song).

(2) For nineteen long years, Tô Vũ (Su Wu), a Han envoy, endured desolate northern lands, his noble spirit unbroken. Sent on a mission of peace, he became a shepherd of silent goats, his tattered imperial staff his only companion, a constant reminder of unwavering loyalty to his homeland. Through icy winds and harsh solitude, his steadfast heart never faltered, eventually guiding him back to a grateful empire, a living legend of integrity and enduring hope.

(3) Six-eight verse. “Lục bát” is a traditional Vietnamese poetic form, literally meaning "six-eight", referring to the alternating lines of six syllables (lục) and eight syllables (bát). The poem typically consists of a series of couplets in this 6-8 syllable pattern, forming a flowing, melodious rhythm.

(4) Extracted from a 1933 interview of Federico García Lorca by Luis Méndez Domínguez about Lorca’s poetry collection *Poet in New York*. The interview response was woven from several prose poems Lorca recalled and recited.

Những Bóng Mây của Một Thời Lưu Lãng

La Bohème là bài hát nổi tiếng của Charles Aznavour, một ca nhân người Pháp gốc Armenia. Là một ca nhân, ông cũng là nhạc sĩ, diễn viên, và một nhà ngoại giao. Bài hát này được viết bởi chính Aznavour và nhạc sĩ Pháp Jacques Plante. Nó được Aznavour hát lần đầu vào năm 1965. Từ đó, nó trở thành một "*signature song*", một bài hát mang dấu ấn, của người ca sĩ tài hoa này. Nó có những lời bằng tiếng Ý, tiếng Anh, tiếng Tây-ban-nha, tiếng Đức, tiếng Bồ-đào-nha, v.v... Bài hát gần như được trình bày trong bất cứ một "concert" nào của Aznavour. Nó kể lại những tháng năm sống lưu lãng của đời nghệ sĩ tại Montmartre, Paris. Đói rét, nghèo khổ, nhưng hạnh phúc ngất ngây.

Tôi đã đến Montmartre, với ngôi nhà thờ trắng, tinh khiết *Sacré Cœur* trên đồi cao, nhìn xuống, để thấy cả thành phố Paris như một đoá hoa, mở ra, trải ra, toả ra những cánh bềnh bồng và nức hương bên dưới. Tôi đã đến đó, một vài lần trong đời, khoảng trên dưới 30 năm trước. Để yêu những đoá tử đinh hương. Những chùm phong lữ thảo. Mới vài tuần qua, tôi lại vừa có dịp đi một vòng Âu châu, và cũng đã trở lại Paris. Ghé thăm Montmartre. Để thấy trong lòng mình một chút khua động của những hồn ma, những bóng ma, của những dấu chân mà thời gian đang bôi xoá. Mọi thứ đã xa rồi, tất cả đã chảy trôi, những bóng mây ngày cũ cùng với những tiếng hót của chim.

Và đã cháy ngun ngún và bay đi tất cả những ráng chiều, những ngọn lửa chiều xưa...

Tôi nhớ các bạn bè ngày xa cũ ấy, những dịp gặp gỡ, những người mà tôi đã cùng ăn, ngủ, chuyện trò, nói cười, hạnh phúc hồn nhiên với… Mọi thứ lúc ấy đều còn khá mới mẻ, thanh xuân trong lòng chúng ta. Những cánh hoa, những nhành hoa còn trẻ trung, tinh khiết vẫy gọi giữa lòng đời. Nguyễn Hưng Quốc bây giờ không còn ở đấy nữa, mà đã bao năm là cư dân của Nam bán cầu. Trần Vũ giờ thì đang sống ở Mỹ. Thuỵ Khuê hiện vẫn sống tại Paris, cho dù đôi lúc cũng trôi dạt qua mấy biển hồ (tôi nhớ căn phòng ngủ trên cao mà tôi đã ở tạm, thật im lặng, với cửa sổ kính khi đã đóng kín thì tiếng động từ dưới lòng đường phố mãi bên dưới không thể bay lên nổi). Thi Vũ một đời rong ruổi bôn ba tranh đấu, nhưng trong lòng vẫn đầy mây nổi, giờ, bắt đầu bước vào tuổi hạc, lại về "Gọi Thầm giữa Paris". Và còn bao bạn bè, tình thân khác nữa. Ở đó. Làm sao quên!

Trong cuốn phim *"Cold War"* (Chiến Tranh Lạnh), của đạo diễn Pawel Pawlikowski, đặc biệt quay rất nghệ thuật với chỉ hai màu đen trắng, mà Đinh Từ Bích Thuý giới thiệu rất hay trên Da Màu qua bài *"Hai Ta Ngoài Thế Gian"*, tôi đã nhìn thấy những bóng ma "hút hồn" và tha thiết như thế. Trong hình ảnh. Và âm nhạc. Trong *montage*. Trong *editing*. Trong diễn xuất. Và trong cái hồn của những thành phố, những con đường cũ. Ở Ba-Lan, ở Đức, ở Pháp, ở Yugoslavia… Cuốn phim đẹp và tha thiết như một bài thơ.

Montmartre, Paris, đã chuyên chở cả một đời sống, một thời sống. Cái "Air du Temps". Cái "Zeitgeist". Cái Hơi Thở của Thời Đại. Những con đường chạy qua những giấc mơ. Những con đường ngoằn ngoèo, quanh co; những con dốc lên và xuống. Cây, lá, hoa, sự ồn ào, sự im lặng và những chùm mây nổi. Đêm, bay lên trên cao nóc ngôi nhà thờ trắng. Những khung cảnh, những tiếng động, âm nhạc, và trái tim ta. Một thời.

La Bohème / Đời Lưu Lãng chứa trong nó cái hơi thở ấy.

Trở về sau một chuyến đi tìm và nhìn lại những kỷ niệm của một thời tuổi trẻ, tôi nhớ đến bài hát này của Charles Aznavour. Ở một góc cạnh mơ hồ nào đó, nó phản ánh một số rung động mà tôi đã có trên đường đi và sau khi trở về. Chuyến đi dẫn tôi qua nhiều nước, nhiều thành phố. Đi lại tám, chín nước của những cuộc hành trình ngày xưa, tôi đã nhìn thấy trở lại những lửa than ngun ngún, và những làn khói cũ. Những làn khói còn bay vơ vất trong quá khứ. Trong sương, trong mù. Tôi đã chụp bắt lại được bao hình ảnh. Cả cũ và mới. Chúng chồng lấp lên nhau, như những bức vẽ của nhiều danh hoạ đã được khám phá là chúng chỉ là bức hình cuối, lớp sơn và màu cuối, được phủ trùm lên nhiều bức tranh khác đã được vẽ trước đó trên cùng một tấm *toile*. Tôi chỉ đưa vào bài này một ít bức hình của Montmartre, Paris, như một số hình ảnh tạo ấn tượng của chuyến đi, dắt tay tôi đến với những kỷ niệm nhoà lấp, chấp chới. Những tro than của những buổi sáng và những buổi chiều ngày xưa. Rất xưa.

Tôi cũng dịch bài hát *La Bohème* sang tiếng Việt. Phần dịch dưới đây—theo lời bài hát trong tiếng Pháp—không phải để hát, mà chỉ để cảm nhận tâm trạng của một lớp người, cảm nhận cái hơi thở của một thời đại. Của những con đường đã đi qua và của những bóng mây đã bay phớt qua cuộc đời. Những thứ ấy gắn bó với một Montmartre của Paris. Và với những Montmartre khác của đời sống tất cả chúng ta.

Hãy cứ để những lửa than ngun ngún cháy và những bóng mây lờ lững trôi đi. Nhưng nhớ giữ lại trong tim ta một cành hoa mộng.

Có thể nghe Charles Aznavour hát bài ấy ở đây:
https://www.youtube.com/watch?v=fVfnEyLOkrM

La Bohème / Đời Lưu Lãng

Để tôi kể cho các bạn nghe về một thời
Mà những người tuổi dưới hai mươi chẳng thể nào biết
Cái thời ấy, đồi Montmartre treo rủ những nhành hoa tử đinh hương
Tận ngay dưới cánh cửa sổ nhà chúng tôi,
Và cái căn phòng giản dị ấy
Nơi chúng tôi xem là một tổ ấm, nào có đẹp đẽ gì.
Chính nơi ấy là chỗ chúng ta gặp nhau
Tôi là họa sĩ đói rách, còn em cô người mẫu khỏa thân

La bohème, la bohème
Điều đó có nghĩa là người ta hạnh phúc
La bohème, la bohème
Cho dù chúng tôi được một ngày ăn thì một ngày đói meo

Họp nhau trong mấy quán cà phê gần đó
Chúng tôi là một vài kẻ vô danh
Đợi chờ ngày được bước lên đài vinh quang,
Và cho dù có đói nghèo khốn khổ
Với cái bao tử trống rỗng
Chúng tôi vẫn không ngừng tin vào điều ấy,
Và khi có một quán ăn nhỏ nào đó
Bằng lòng đổi một bữa ăn tối ấm nóng
Để lấy một bức tranh,
Chúng tôi sẽ đọc thơ cho nhau nghe
Rồi chúng tôi quần tụ quanh bếp sưởi, quên đi mùa đông

La bohème, la bohème,
Điều đó có nghĩa là em xinh đẹp biết bao
La bohème, la bohème,
Và chúng ta tất cả đều là những thiên tài

Có những khi
Đứng trước giá vẽ
Tôi thức trắng suốt đêm
Chấm phá đường nét bức tranh
Chấm phá lại đường viền của trái tuyết lê em,
Đường cong của nét hông,
Mãi đến khi trời trắng bạch,
Cuối cùng chúng ta cũng được ngồi cùng nhau
Trước một ly cà phê sữa
Mệt lả, nhưng hân hoan ngây ngất làm sao
A, người ta hẳn phải yêu nhau lắm nhỉ,
Và người ta yêu cả cuộc đời này nữa

La bohème, la bohème,
Điều đó có nghĩa là người ta hai mươi tuổi
La bohème, la bohème,
Và chúng ta sống trong cái không khí của thời đại

Có những ngày, tình cờ,
Tôi bước đi ngang
Địa chỉ cũ.
(Một kiểu "hồi hương cố quận")
Tôi chẳng còn nhận ra được nữa

Những vì tường, hay những con đường xưa,
Đã từng chứng kiến tuổi thanh xuân mình.
Ở đầu một cầu thang
Tôi dõi mắt kiếm tìm cái xưởng vẽ nhỏ ngày cũ
Nơi ấy chẳng còn lại gì
Trong khung cảnh trưng bày mới của nó
Montmartre có vẻ sầu tư
Và những đoá tử đinh hương đã chết.

La bohème, la bohème,
Người ta đã sống ngây ngô trẻ dại như thế,
Người ta đã khùng điên mơ mộng như thế!
La bohème, la bohème,
Mọi sự giờ đây, tất cả, chẳng còn ý nghĩa gì nữa.

Lời tiếng Pháp:

La Bohème

Je vous parle d'un temps
Que les moins de vingt ans
Ne peuvent pas connaître
Montmartre en ce temps-là
Accrochait ses lilas
Jusque sous nos fenêtres
Et si l'humble garni
Qui nous servait de nid
Ne payait pas de mine
C'est là qu'on s'est connu
Moi qui criait famine
Et toi qui posais nue

La bohème, la bohème
Ça voulait dire
On est heureux
La bohème, la bohème
Nous ne mangions qu'un jour sur deux

Dans les cafés voisins
Nous étions quelques-uns
Qui attendions la gloire
Et bien que miséreux
Avec le ventre creux
Nous ne cessions d'y croire
Et quand quelque bistro
Contre un bon repas chaud
Nous prenait une toile
Nous récitions des vers
Groupés autour du poêle
En oubliant l'hiver

La bohème, la bohème
Ça voulait dire
Tu es jolie

La bohème, la bohème
Et nous avions tous du genie

Souvent il m'arrivait
Devant mon chevalet
De passer des nuits blanches
Retouchant le dessin
De la ligne d'un sein
du galbe d'une hanche
Et ce n'est qu'au matin
Qu'on s'asseyait enfin
Devant un café-crème
Épuisés mais ravis
Fallait-il que l'on s'aime
Et qu'on aime la vie

La bohème, la bohème
Ça voulait dire
On a vingt ans
La bohème, la bohème
Et nous vivions de l'air du temps

Quand au hasard des jours
Je m'en vais faire un tour
À mon ancienne adresse
Je ne reconnais plus
Ni les murs, ni les rues
Qui ont vu ma jeunesse
En haut d'un escalier
Je cherche l'atelier
Dont plus rien ne subsiste
Dans son nouveau décor
Montmartre semble triste
Et les lilas sont morts

La bohème, la bohème
On était jeunes
On était fous
La bohème, la bohème
Ça ne veut plus rien dire du tout.

RUE
SAINT
JACQUES
Restaurant
Asian Food
SAUF

Bản dịch tiếng Anh:

La Bohème

I'm telling you about a time
That those who're under twenty don't know
Montmartre at this time was hanging its lilacs
Up under our windows
And although our modest furnished
That we used as a nest did not look great,
That is where we've met,
Me, starving, and you, posing nude.

La bohème, la bohème.
It meant we're happy
La bohème, la bohème.
We only ate once every two days

In the nearby coffee shops
We're few
Who were waiting for glory,
and despite our poverty with our empty stomachs
We've never stopped believing in it and when some bistro
For a nice warm meal
We sold one of our paintings, we recited verses,
Gathered around the stove while forgetting winter.

La bohème, la bohème,
It meant you're pretty.
La bohème, la bohème,
We were all geniuses.

Often I used,
In front of my easel,
To spend sleepless nights
Retouching the drawing
The line of a breast
The curve of a hip, and it was only in the morning

When we finally sit
in front of a coffee with cream
Exhausted but overjoyed
We must have loved each other, and loved the life.

La bohème,la bohème,
It meant we were in our twenties
La bohème, la bohème,
We've lived our time.

In the hasard of the days
I went to take a tour
In my old address
I no longer know
Neither the walls, nor the streets
That have seen my youth
At the top of a stairway
I was searching for the studio
Of which nothing remains
In his new decor,
Montmartre looks sad and the lilacs were dead.

La bohème, la bohème
We were young, we were fools
La bohème, la bohème
It's now meaningless

(Translated by Alain Chevalier)

CAFE
RESTAURANT
GRILLADES
AU CLAIRON DES CHASSEURS

CAFE
RESTAURANT
GRILLADES
AU CLAIRON DES CHASSEURS

Hình ảnh trong bài của BVP & VHK

4/12/2019

PHẦN II

•

Tiểu luận / Chuyên luận

(trích)

Hai Mươi Năm Văn Học Miền Nam (1954 – 1975): Phẩm Tính và Ý Nghĩa (*)

I. Giới thiệu vấn đề

Văn học miền Nam, từ 1954 đến 1975, là một đóng góp và một thành tựu của văn học Việt Nam, trong một giai đoạn thuộc nửa sau thế kỷ XX. Nó chỉ tồn tại trong vòng 20 năm, nhưng nó đã là một tồn tại quan trọng và không thể thiếu của giai đoạn này. Nói một cách thẳng thắn, nền văn học này nối kết Việt Nam với thế giới, với nhân loại, trong những khía cạnh hiện-hữu-người một cách vừa bao quát vừa thâm sâu nhất. Nó chia sẻ và phản ánh thân phận và những tình cảm của con người ở những độ rung, những bảng mầu gần gũi với các nền văn học hiện đại của thế giới, dĩ nhiên với những âm vang và sắc độ riêng của đời sống xã hội và tinh thần của người Việt.

Cũng trong thời gian ấy, miền Bắc Việt Nam có một nền văn học khác. Trong một cái khung xã hội và văn học riêng, nó cũng có những giá trị riêng của nó. Chắc chắn là thế. Dù sao, một điều chắc chắn hơn là, nền văn học ấy, với cái khung xã hội và văn học riêng của mình, một xã hội mà mọi người dân đều bị kiểm soát về mọi mặt, đặc biệt là về mặt tư tưởng, một nền văn học mà chủ trương của nó, vô tình hay hữu ý, đã đưa đến sự minh hoạ, đồng phục trong thể hiện, và mang tính sử thi, tô hồng cuộc chiến trong âm hưởng, giọng điệu, đã gần như chặt đứt nó với những nhịp cầu giao tiếp của nhân loại. Điều đó là một sự đáng tiếc.

Nhưng điều cần phải nói ở đây là tại Việt Nam, ngay cho đến bây giờ, gần 40 năm sau cuộc chiến, đa số những người cầm trịch văn học cả nước, một cách vô thức hay hữu thức, hình như vẫn chỉ cảm nhận rằng, về mặt âm thanh, Việt Nam, trong giai đoạn đó, chủ yếu chỉ có hơi thở và những tiếng nói, tiếng trống trận, tiếng thúc quân và tiếng kèn của miền Bắc, và về mặt hình ảnh, chủ yếu chỉ có những bộ đồng phục và những hình ảnh mang tính minh hoạ về một tiếng hát chung, màu đỏ. Trong các tài liệu nghiên cứu và các sách viết về lịch sử văn học được dùng trong nhà trường, trong các tài liệu sư phạm, chỉ có văn học miền Bắc là hiện diện trong giai đoạn ấy. Người ta đã không thấy hay lờ đi sự có mặt hết sức đa dạng và tầm vóc của văn học miền Nam. Nếu có nhắc đến đâu đó thì chỉ là để phê phán hoặc mang tính cách chiếu lệ, "hạ cố". Tâm tình của con người thì ở đâu cũng như nhau, trong hoà bình hay trong chiến tranh. Nhưng con người sống tại miền Bắc, lúc ấy, đã không được cất lên tiếng nói khát khao trung thực của mình. Tiếng nói của *Nhân Văn Giai Phẩm* đã bị bóp nghẹt. Cũng thế là những tiếng nói của bất cứ một đoàn nhóm hay cá nhân nào có cái khao khát đi tìm một hơi thở ở bên ngoài dàn đồng ca. Cái hơi thở, cái tiếng nói đưa dẫn con người đến gần lương tâm, gần trái tim của nhân loại.

Dù có như thế, để lặp lại, văn học miền Bắc trong giai đoạn ấy cũng có những đường nét riêng của nó. Nó phản ánh một gương mặt của chiến tranh. Và gương mặt ấy có thật. Ở một mức độ nào đó, và trong những góc nhìn nào đó, dù bị chỉ đạo, nền văn học ấy, ngoài âm vọng sử thi, ngoài những tấu tụng về chiến công, về vinh quang, nhiều khi được tô mầu một cách khá thô sơ, vụng về, cũng nói lên được cái đời sống, cả tinh thần lẫn vật chất, của cả một xã hội, của những con người, với những tâm trạng, những hy sinh và những đớn đau riêng. Và, như thế, nó cũng đã đóng góp những đường nét của mình để vẽ nên khuôn mặt chung của văn học Việt Nam giai đoạn ấy. Khuôn mặt của văn học Việt Nam thời chiến.

Dù sao, chúng ta không bàn về những điều ấy ở đây. Nó không phải là chủ đề của bài viết này.

Ở đây, chúng ta sẽ nói về văn học miền Nam.

Lý do là, để lặp lại, đã gần 40 năm trôi qua kể từ khi chiến tranh Việt Nam kết thúc, nhưng đa số những người cầm trịch văn học miền Bắc vẫn có thái độ, và cả chủ trương nữa, là không nhìn đến văn học miền Nam trong giai đoạn 20 năm ấy. Họ biết rõ những điểm mạnh, những điểm đặc sắc của nền văn học này. Biết rõ là văn học miền Nam, trong giai đoạn ấy, đã là nhịp cầu nối liền Việt Nam với thế giới, với con người, với nhân loại. Nhưng họ vẫn không chịu chấp nhận là nền văn học ấy đã mọc từ rễ cây dân tộc, lớn mạnh và nối kết dân tộc Việt với con người trên khắp thế giới, nối kết Việt Nam với nhân loại. Thái độ gạt bỏ, thậm chí trù dập ấy, tôi nghĩ, có cái gốc rễ tâm lý của nó. Dù là tự ti hay tự tôn thì cái tâm lý ấy, cái mặc cảm/phức cảm ấy (vừa không nói ra, vừa rất phức tạp), cũng không xứng đáng và không tốt cho văn học Việt. Nhiều trí thức, học giả, và những người có hiểu biết, có tâm, có tầm và có tài trong nước, đã nhìn ra điều cần thiết trong việc nhận diện và nhu cầu kết hợp văn học miền Nam vào văn học của cả nước trong giai đoạn này. Tôi mong con số những người ấy càng ngày càng lớn, vì nguyên khí quốc gia không thể bị đè bẹp. Nó cần và phải được phát triển.

Nói về *phẩm tính* là nói về những điểm tốt đẹp, những giá trị đạt được trong việc thẩm định, đánh giá. Để trình bày ý nghĩa của dòng văn học miền Nam trong giai đoạn 1954-1975, đặt trong bối cảnh của văn học Việt Nam nói riêng, và văn học hiện đại nói chung, người ta phải nêu ra được những "phẩm hạnh", phẩm chất của nó. Cũng thế, khi nói về phẩm tính của dòng văn học này, ta cũng sẽ thấy được những ý nghĩa, những giá trị mà nó cưu mang, cho dù là nó đã cưu mang những điều ấy trong tiếng đạn bom gào xé và trong những vùng đớn đau, đen tối của phận người.

II. Bàn về các phẩm tính:

Trước hết, văn học miền Nam là **một nền văn học tự do**, cho dù, ở một số trường hợp, cũng có một vài sự kiểm duyệt nhỏ, và, cho dù, chính cái tự do ấy cũng có những lúc tạo vấn đề cho nó. Tuy nhiên, chủ yếu, đó vẫn là một nền văn học tự do, trong đó con người, qua văn học, có thể nói lên những suy nghĩ, ưu tư, trăn trở và tình cảm của mình. Cái tự do này mang tính chủ yếu, thẩm thấu và phản ánh trong và qua tất cả các sinh hoạt trí thức của con người miền Nam, liên hệ đến văn học. Từ đó, trong một cái nhìn thâu tóm, người ta có thể nhìn ra bốn tính chất căn bản của nền văn học này. Có thể xem đó là bốn phẩm tính cốt lõi của văn học miền Nam 1954-1975. Những phẩm tính đó có thể được kể: một, đó là một nền văn học **phát triển** và mang tính **liên tục** (bắt nguồn từ văn học tiền chiến); hai, đó là một nền văn học **hiện đại**, tiếp cận và liên thông với văn học thế giới; ba, đó là một nền văn học mang đậm tính **nhân bản và nhân văn**; và bốn, đó là một nền văn học **khai phóng, đa sắc, và đa dạng.**

Sau đây, ta sẽ lần lượt xét từng thuộc tính quan trọng ấy.

1. Một nền văn học phát triển và mang tính liên tục, từ truyền thống:

Văn học miền Nam 1954-1975 là một dòng chảy liên tục, nhất quán, nối tiếp và phát triển từ văn học tiền chiến, kháng chiến (Nam bộ, 1945-1954), sang đổi mới, hiện đại. Trong khi tại miền Bắc, dòng văn học có thể nói là bị ngắt quãng giữa văn học tiền chiến và văn học kháng chiến. Thật sự, văn học tiền chiến, tại miền Bắc, ở một mức độ nào đó, trong giai đoạn đầu, vẫn có đấy, nhưng sau đó nó đã bị lấn ép bởi nền văn học kháng chiến. Là một chủ trương, đường lối được chỉ đạo, văn học miền Bắc đã đi vào con đường gạt bỏ văn học tiền chiến để dấn mình vào văn học kháng chiến. Có một sự đứt gẫy, nếu không muốn nói là một sự chặt đứt, từ tiền chiến sang kháng chiến ở đây. Người ta muốn nối liền mạch văn học dân gian và văn học kháng chiến, mà tháo gỡ, hay cắt bỏ, văn học tiền chiến. Người ta xem nó là một thứ lãng mạn tiểu tư sản. Là viễn mơ và không tiến bộ. Thậm chí, là truỵ lạc. Các nhà văn nổi tiếng thời tiền chiến, còn sống tại miền Bắc trong giai đoạn ấy, đã bị bắt buộc lên tiếng chối bỏ tác phẩm của mình. Xem đó là một giai đoạn ấu trĩ, chưa trưởng thành. Hơn nữa, một giai đoạn lầm lạc. Của chính mình. *Nhân Văn Giai Phẩm*, dù sao, đã ra đời, cất lên tiếng nói trung thực của lương tâm, của con người trước số phận của nền văn học dân tộc, của đất nước. Những người chủ trương *Nhân Văn Giai Phẩm*, ngoài việc lên tiếng cho Sự Thật, cho tự do tư tưởng, có lẽ họ còn muốn cứu vãn Cái Đẹp, Cái Lành, Cái Thiện, Cái Yêu Thương và Cái Mới trong văn học, trong sáng tạo của nhà thơ, nhà văn. Nhưng họ đã bị bịt miệng. Và tiếng nói của họ đã bị giam trong tù ngục trong suốt ba mươi năm.

Văn học miền Nam chính là nơi đã nuôi dưỡng và gìn giữ những tinh hoa của văn chương tiền chiến. Trong sách báo cũng như trong chương trình học tập tại trường học. Cũng chính miền Nam đã lưu truyền và phổ biến tiếng nói và tâm tình của những nghệ sĩ như Hoàng Cầm, Trần Dần, Lê Đạt, và những nhà văn, nhà thơ khác trong nhóm *Nhân Văn Giai Phẩm*. Tuy sau này, những nhóm và những tạp chí văn học tại miền Nam, đặc biệt kể từ *Sáng Tạo*, đã phổ biến những tâm tình của trí thức và nghệ sĩ miền Nam, trong những thể điệu mới mẻ khác, đi vào con đường hiện đại, cái mầm hạt tốt tươi và mạnh mẽ của văn chương tiền chiến vẫn đã để lại dấu ấn của nó trong tiến trình phát triển của văn học miền Nam.

Nói tóm lại, trong văn học miền Nam, có một sự liên tục tiếp nối của những chặng đường văn học, những truyền thống văn chương. Cái đài hoa tốt đẹp kia đã không hề bị đứt cuống. Sau khi chia tay tiền chiến để bước vào hiện đại, văn học miền Nam vẫn giữ được trong nó những giá trị tốt đẹp của văn chương tiền chiến. Cái giá trị ấy giống như một cây cầu nối, giúp cho văn học miền Nam thực hiện được một bước chuyển đẹp đẽ.

2. Một nền văn học hiện đại, tiếp cận rộng rãi với văn học thế giới:

Không bị cô lập và bóp bẹp trong tư duy, suy nghĩ một chiều, văn học miền Nam mở rộng cửa chào đón nhiều luồng tư tưởng đến từ khắp nơi trên thế giới, đặc biệt từ châu Âu. Các trào lưu, lý thuyết văn học được tự do giới thiệu, phát triển tại miền Nam. Chúng ta có thể tạm kể đến *chủ thuyết hiện sinh*, với S. Kiekegaard, F. Nietzsche, K. Jaspers, M. Heidegger, J.-P. Sartre, v.v.; đặc biệt trong sáng tác và kịch bản văn học của Sartre, Camus, S. de Beauvoir, F. Sagan. Rồi *hiện tượng luận* với Husserl, Merleau-Ponty, Gabriel Marcel, Heidegger, Karl Jaspers, Paul Ricoeur, Emmanuel Lévinas và Mikel Dufrenne. *Thuyết cấu trúc*, đi từ lĩnh vực ngôn ngữ học của F. de Saussure đến nhân chủng học và văn học với Claude-Levi Strauss, Roland Barthes, v.v.. Rồi *phân tâm học* (hay nói cho chính xác hơn là "tâm phân học") của Freud, và, sau đó, của Jung, của Adler, và của những nhà tâm lý khác. *Phương pháp "dòng ý thức"* ("stream of consciousness") trong sáng tạo văn học của những tác giả như Hemingway, Faulkner, James Joyce... cũng được giới thiệu và áp dụng trong các tác phẩm văn chương của các nhà văn miền Nam. Rồi *chủ nghĩa siêu thực* của nhóm André Breton cùng quan niệm của nhóm Dada. Trào lưu *tiểu thuyết mới* của những tác giả như Claude Simon, Alain Robbe-Grillet, Nathalie Sarraute, v.v.. Người ta đọc và thảo luận về Socrate, Platon, Descartes, Kant. Viết và nói về Hegel, Marx, Lenin, Althusser. Không chỉ thế, người ta còn tìm hiểu, nghiên cứu và thảo luận về các nền triết học cổ đại và trung đại, về biện chứng pháp của Platon, Hegel và Marx; từ đó, có người, như Nghiêm Xuân Hồng, đã tìm hiểu về "Biện Chứng Giải Thoát trong Tư Tưởng Ấn Độ", hoặc "Biện Chứng Giải Thoát trong Giáo Lý Trung Hoa", v.v..

Chính cái tự do tại miền Nam đã cho phép các lý thuyết, trào lưu văn học này được giới thiệu và phát triển ở đây, thậm chí với những khuynh hướng trái chiều nhau. Cụ thể là về lý thuyết và chủ nghĩa hiện sinh. Việc giảng dạy, phổ biến và đưa vào trong sáng tác văn học đã được tiến hành khá đồng bộ. "Hiện sinh vô thần" với Nietzsche và Sartre, chẳng hạn, có thể cùng đi song song với "hiện sinh hữu thần" của K. Jaspers và Gabriel Marcel. Chủ nghĩa hiện sinh không chỉ được phổ biến trong khung cảnh đại học, mà nó còn xuất hiện trong sách báo, đi vào tâm tư người đọc. Hơn nữa, nó còn thể hiện trong thái độ sống của những người trẻ trong giai đoạn này. Tiêu cực thì là lối sống mệt mỏi, buông thả và hưởng thụ, trước một cuộc chiến kéo dài với bao nhiêu đổ vỡ, mất mát. Tích cực thì là thái độ dấn thân, nhập cuộc, "lên đường" hay "xuống tàu" của một lớp tuổi trẻ đầy nhiệt huyết, muốn cụ thể làm một cái gì tích cực cho xã hội, cho đất nước, quê hương trước một guồng máy đang tan rã.

Tất cả những điều đó, cả những điều tích cực và một số thái độ tiêu cực, trong việc tiếp nhận và phổ biến các trào lưu, lý thuyết văn học tại miền Nam, đã chỉ có thể được thực hiện trên mảnh đất của tự do. Nó cho phép con người ta tiếp cận với những cái mới, cái đang hiện ra, nóng hổi, cái đang được theo dõi và tranh luận, với nhiều góc cạnh, ảnh hưởng của chúng. Tất cả những điều ấy làm cho tâm hồn, trí tưởng của con người như một căn phòng mở cửa để đón gió lộng bốn phương. Có thể những luồng gió có lúc đã làm xáo trộn phần nào mọi thứ được bày biện trong phòng, nhưng chính những ngọn gió ấy đã làm cho người ngồi trong phòng hít thở được những nguồn hương lạ, dạt dào. Cửa sổ nhìn ra từ căn phòng ấy đã giúp cho chủ nhân của nó nhìn ngắm được những hình ảnh, phong cảnh tươi mới, đầy mầu sắc của cuộc đời. Từ đó, chúng tạo cho con người những cái nhìn, những viễn tượng mới, đưa tâm hồn con người đi xa vào nhiên giới bên ngoài, cũng như đi sâu hơn vào nội giới bên trong nó, để, từ đó, nhận biết chính con người mình và cuộc đời hơn. Nhận biết rằng người ta đang hiện hữu trước cuộc đời. Người ta đang sống. Và sống với tất cả những tiềm thể, những khả thể có thể tìm thấy trong chính con người.

Về phẩm tính "hiện đại" của văn học miền Nam, một điều chúng ta cũng nên để ý đến ở đây là **khía cạnh thi pháp**.

Thi pháp mà tôi muốn nói đến ở đây là cách thể hiện tác phẩm văn học. Là cái hình thức, cái kết cấu, cái nguyên tắc nghệ thuật đã sáng tạo ra tác phẩm văn học. Nó cũng có thể là cái cách viết, cách diễn ý, dùng từ, dùng hình ảnh để tạo hiệu ứng cần thiết cho những gì mà nhà văn, nhà thơ muốn diễn tả. Ngày xưa, thơ văn là để nói cái đạo, cái chí (như trong "Văn dĩ tải đạo" và "Thi ngôn chí"). Lúc đó, người ta hầu như chỉ quan tâm đến cái ý, cái chí, cái "đạo", cái nội dung mà nhà thơ, nhà văn muốn chuyển đạt. Về sau, đặc biệt từ thời hiện đại, người ta nhận thấy rõ rằng cái hình thức (mà ngày xưa người ta xem thường, chỉ coi như cái "vỏ" bên ngoài) cũng chính là cái nội dung, cái bên trong. Cái bên ngoài, cái dùng để thể hiện, cũng chính là cái bên trong, cái phần ruột thịt của tác phẩm. Bởi lẽ, hình thức chính là cái mà nhà thơ, nhà văn chọn lựa, như cách thể hiện thích đáng, đúng đắn nhất, để nói lên những suy nghĩ và tư tưởng của mình. Nói lên những gì mình muốn diễn đạt, trao gửi.

Thi pháp của một dòng văn học sẽ cho thấy, hoặc không cho thấy, tính đồng bộ, song song, cùng nhịp của nó, sự bắt kịp của nó với những cung cách, thể điệu, lối viết, được diễn tả trên thế giới, trong một khung thời gian nào đó.

Miền Nam chính là vùng đất tốt đẹp và màu mỡ để những đường nét, hình thức mới, những thể điệu, cung cách mới, lối dùng từ ngữ, ý tưởng, hình ảnh mới mẻ trong thơ văn được phô diễn và phát triển. Những điều đó trong các tác phẩm của miền Nam đã cho thấy sự nhịp nhàng và đồng bộ của nó với văn học thế giới.

Trước hết, hãy nhìn về Thơ.

Chúng ta hãy thử đọc những câu sau:

Anh yêu em, yêu em vì em biết nói
Đã biết thưa: Thưa Anh ! Em còn biết gọi
Sáng trời mưa, khiến cho anh nhớ em
Bây giờ nắng, anh nhớ em nhiều.
Ngồi xuống đây, nghe chim là chim ca hót
Đồng cỏ như bàn tay, trời như mắt say
Ta ngó nhau, ôi còn biết nói gì
Hai đứa ngồi, ngồi đó như hai hòn bi
Có cành hoa đẹp anh hái cho em
Em không thèm nhận anh chết cho xem
Và anh sẽ khóc miên man suốt ngày
Ôi chả bao giờ buồn như bữa nay ...

Đây là bài hát "Mùa Xuân Yêu Em" do Phạm Duy phổ bài thơ "Chuyện Tình" [1] của Đỗ Quý Toàn, viết vào khoảng năm 1959. Tôi tạm trích lời bài hát của Phạm Duy, ở đây, mà không trích nguyên văn bài thơ của Đỗ Quý Toàn vì bài của Phạm Duy hầu như đã dùng lại nguyên văn những câu thơ của thi sĩ, chỉ thay đổi chút ít cho hợp âm điệu của dòng nhạc. Lời của anh con trai nói với người con gái, ắt hẳn là người yêu của anh. Nó nghe như ngô nghê và không "thơ mộng" hay "triết lý" gì cả. Có lẽ đúng như thế, vì nó chỉ là tiếng của hạnh phúc thốt ra thành lời. Cách nói như một dạng "baby talk" của những kẻ đang yêu nhau. Nói với nhau như những con chim. Gù gù. Luýt chuýt.

Nhưng nó đã trở thành thơ. Nó mang xúc cảm và nó chuyên chở cái hơi thở và hình ảnh của cuộc đời. Về mặt văn học, nó cũng là một sự thử nghiệm. Thử nghiệm với tiếng nói, với cái tình cảm sơ nguyên của con người. Không màu mè, làm dáng, nó nói thẳng cái tiếng nói của cảm xúc, của tình yêu con người giữa thiên nhiên và tạo vật. Nó là thơ ở miền Nam.

Bài thơ này của Đỗ Quý Toàn làm tôi nghĩ đến hội hoạ của Henri Julien Félix Rousseau, một hoạ sĩ Pháp trong dòng Hậu-Ấn Tượng (Post-Impressionism) theo cung cách Ngây Thơ, Sơ Thuỷ (Naive, Primitive manner), nhưng đầy chất nghệ thuật.

Hay là cái cách "nói thơ" sau đây:

Hôm nay Nga buồn như con chó ốm
Như con mèo ngái ngủ trên tay anh
Đôi mắt cá ươn như sắp sửa se mình
Để anh giận sao chả là nước biển...

Đó là những câu mở đầu của bài thơ "Nga" của Nguyên Sa, một thi sĩ, trong giai đoạn đó, mới từ Pháp về. Nói về người yêu mà nói như thế! Nhưng miền Nam, trước hết, đã cho phép anh làm thơ để chỉ nói về những điều nhỏ bé như vậy, về những tình cảm rất cá nhân, nhưng cũng rất con người. Sau đó, vùng đất và cái văn học của vùng đất này cũng đã cho phép anh thử nghiệm những giọng điệu khác nhau để nói lên những cung bậc tình yêu khác nhau của con người. Anh sống ở đây và anh có tự do. Anh có quyền thở và thở theo cái nhịp riêng của mình. Đặc biệt, không ai nhòm ngó và can thiệp vào tình yêu của anh. Nếu nó buồn cười, dị hợm, và anh công bố nó ra trước thiên hạ, anh phải chịu trách nhiệm về lời công bố của mình. Nếu nó có vẻ buồn cười, nhưng lại duyên dáng và đánh được vào những sợi dây đàn cảm xúc của người đón nhận, anh được khen là thi sĩ. Và được người đọc yêu mến. Thậm chí bắt chước. Ở đây, anh được tự do. Nói hay không, và nói thế nào, hoàn toàn là quyền của anh. Sẽ không có người đòi kiểm duyệt và yêu cầu anh phải nói năng cho phải phép. Hoặc là cấm anh không được nói những điều cỏn con, đầy tính "cá nhân chủ nghĩa", và đi ngược dòng với "tiếng hát chung" như thế. Mà phải lên tiếng về những gì vĩ đại hay cao cả hơn.

Ở miền Nam, anh có quyền nói ra những câu thơ như thế.

Hoặc những cách nói bâng quơ mà rất duyên dáng sau đây của Bùi Giáng:

Dạ thưa phố Huế bây giờ
Vẫn còn núi Ngự bên bờ sông Hương

hay:

Chấm ngòi bút sắt se vào mực
Viết ra câu thúc giục sương mù

Hay, nói bâng quơ mà người nghe cảm nhận được như có gì triết lý ở phía sau lời nói:

Xin chào nhau giữa con đường
Mùa Xuân phía trước, miên trường phía sau

Thi sĩ miền Nam có quyền bày tỏ tâm ý mình theo đúng cách mình nghĩ và mình thích. Tiếng nói của anh sẽ không bị mổ xẻ, hoặc bị đem ra "đấu tố" trong những buổi họp ban này hay ban khác. Hơi thở riêng của anh sẽ không bị "đấu tố". Đó là hạnh phúc và là cái quyền mà người cầm bút miền Nam được trao tặng.

Bây giờ, hãy đọc những câu thơ này:

Đến anh thì đến hôm nay
Lỡ mai tuyết lạnh bảy ngày sẽ qua
Đến anh thân thể lụa là
Dài đuôi con mắt ngắn tà váy kiêu
Đến anh mở sẵn môi điều
Cho anh hôn xuống trăm chiều ái ân
Đến anh gót chớ phân vân
Để mai sau có trăm lần đến anh
Chờ em anh để râu xanh
Lòng xây bốn bức tường thành giam em. [2]

Đây là bài thơ có tựa đề là "Râu Xanh" của Cung Trầm Tưởng, làm vào năm 1965. Ý và tứ, cũng như hình ảnh, rất mới lạ. Cho dù nó đi theo thể lục bát. "Thân phận tình yêu" của người con gái được nhà thơ yêu sẽ ra sao khi phải đối diện với tình yêu "râu xanh" của người thơ? Lấy hình ảnh chuyện "con yêu râu xanh" của Charles Perrault, Cung Trầm

Tưởng đã thử nghiệm với cách nói mới về tình yêu. Thử nghiệm với chính cái hơi thở của mình. Và bài thơ của người thi sĩ đã không bị lạc mất trong cách nói đồng phục của những người khác.

Cũng trong cách tìm tòi ý và tứ mới như thế, ta có thể để ý đến Trần Dạ Từ:

Hoa và trái một đêm nào thức dậy
Nghe mộng đời xao xuyến giấc xuân xanh
Con đường đó một đêm nào trở lại
Với gió mưa phùn trên cánh tay anh

Hoa bỗng nở và trái sầu bỗng chín
Tim xa xưa còn đó chút trông chờ
Máu thơ dại vẫn tươi mầu kỷ niệm
Bóng cây nào ôm mãi mắt hư vô (...)

Đây là hai đoạn đầu trong bài "Một Tháng Giêng" (còn có tên gọi khác là "Mộng Đời") của ông. Ông dùng những ẩn dụ "hoa" và "trái" một cách mơ hồ nhưng đầy tính bí ẩn, thu hút để bắt đầu bài thơ. Người ta có thể để ý đến việc để nói về tình yêu, nhà thơ đã dùng những hình ảnh như "hoa" và "trái". Rồi "đêm". Rồi "mộng". Vân vân. Nhưng còn "máu thơ dại" và "mắt hư vô" nữa. Có âm hưởng gì của thuyết hiện sinh ở đây không? Hay đó chỉ là những tiếng vọng của một bầu khí quyển bao trùm lấy con người trong cuộc. Hình ảnh và chữ nghĩa trong bài thơ, trong cái nhìn của riêng tôi, đã cho thấy ít nhiều những vọng âm của thời đại. Của thuyết hiện sinh với những khái niệm "hư vô", "xao xuyến". Của tâm phân học Freud với những ẩn dụ mang tính ức chế, *libido*, trong hình ảnh của những "hoa" và "trái", "gió" và "mưa" và "mộng". Và cũng có thể của tâm phân học Jung với những khía cạnh mang nét tâm lý miền sâu trong những kết hợp của "đêm" và "máu", "thơ dại" và "mộng". Và cả "máu thơ dại" nữa. Tất cả những điều ấy ánh xạ những hồi quang và vọng âm của cả một thời đại.

Cũng thế, đây có thể là một hơi thở thời đại khác trong thơ Trần Dạ Từ:

Thuở làm thơ yêu em
Trời mưa chưa ướt áo
Hoa cúc vàng bên thềm
Gió may lưng bờ dậu
Chiều sương dầy bốn phía

Lòng anh mấy ngã ba
Tiếng đời đi rất nhẹ
Nhịp sầu lên thiết tha

Thuở làm thơ yêu em
Cả dòng sông thương nhớ
Cả vai cầu tay nghiêng
Tương tư trời thành phố (...)

Đây là bài "Thuở làm thơ yêu em", viết năm 1962, của Trần Dạ Từ. Tôi đã có cơ hội phân tích khá kỹ và đưa ra một vài nhận xét cũng như... rung động có tính hơi "vũ đoán" của mình [3] về nó. Ở đây, tôi muốn đặc biệt nhắc lại về bốn câu cuối cùng trong phần trích đoạn này. Nó làm tôi chợt nhớ xa gần về những câu thơ cũng rất đẹp của Apollinaire trong bài "Le Pont Mirabeau", với hình ảnh của hai người yêu nhau. Thi sĩ Pháp đã tả hai người nam và nữ, hai kẻ yêu nhau, trong một tư thế thật đẹp, giống như trong một số bức tranh vẽ tình nhân của Chagall:

Les mains dans les mains restons face à face
Tandis que sous
Le pont de nos bras passe
Des éternels regards l'onde si lasse
Vienne la nuit sonne l'heure
Les jours s'en vont je demeure

Hoàng Hưng, một thi sĩ Việt Nam khác, sau này đã dịch khá đẹp là:

Cứ mặt nhìn mặt, cứ tay cầm tay
Cánh tay mình kết cầu này
Cho làn nước dưới kia chạy trốn
Những ánh nhìn muôn thuở chán chường thay
Cho đêm cứ về, cho giờ cứ điểm
Tháng ngày đi anh vẫn còn đây [4]

Hình ảnh cây cầu dịu dàng làm bằng vòng tay âu yếm của hai người yêu nhau trong thơ của Trần Dạ Từ và Apollinaire có thể là trùng hợp. Cũng có thể là những liên tưởng "liên văn bản". Từ thi sĩ Việt Nam, hay từ một người đọc Việt nam. Vấn đề "liên văn bản" [5] là một vấn đề thú vị, cho thấy văn bản nào của bất cứ một tác giả nào cũng là một "liên văn bản", bởi lẽ "viết", trong những cái nhìn khác nhau của các lý thuyết hiện đại liên hệ đến "liên văn bản", luôn luôn là "viết lại". Viết lại một điều gì đó đã được một ai đó viết ra từ trước. Dĩ nhiên là với dấu ấn riêng của mình. Viết lại, với ý thức, và, trên hết, với vô thức, sau khi người viết đã đọc, đã thẩm thấu bao nhiêu là câu chuyện, lời thơ, văn bản khác nhau mà mình đã được đọc hay nghe trong đời. Tất cả chữ viết của con người, kết hợp lại, là một liên văn bản bất tận. Trong trường hợp "cây cầu" ở đây (như tất cả những hình ảnh khác mà ta có thể đưa ra phân tích trong bất kỳ một văn bản văn học nào), có thể là có một sự trùng hợp bất ngờ. Và, để lặp lại, cũng có thể đây là một hiện tượng "liên văn bản", xảy ra với sự làm việc của vô thức nhà thơ. Nhưng ngay cả trong trường hợp đó, chỉ có thể sống ở miền Nam, nhà thơ Trần Dạ Từ mới dễ dàng có cơ hội tiếp cận, trong cái đọc của mình, với những hình ảnh và ý tưởng mới lạ, đang hiện diện trong văn bản của đủ loại người viết khắp nơi trên thế giới.

Dù sao, tôi cũng nghĩ, có khi, cách dùng từ "vai cầu" trong câu thơ này của Trần Dạ Từ chỉ là một cách dùng đặc biệt theo lối người miền Trung, đặc biệt người xứ Huế; nhất là khi người con gái ông yêu lại là người của đất Thần Kinh văn vật. "Vai cầu", khi ấy, sẽ là *hình ảnh mang tính hoán dụ* của cây cầu Trường Tiền. Lấy một "vai cầu" để nói về cả cây cầu. Thi sĩ so sánh cây cầu như một cánh tay dịu dàng bắc ngang qua thành phố Huế. Và đó là thành phố của tình yêu, nói chung, thành phố của kỷ niệm yêu đương của nhà thơ, nói riêng. Đó cũng là một cái nhìn ẩn dụ. Và như thế, so với *hình ảnh thuần ẩn dụ* mà ta từng nhìn thấy trong cách phân tích trước, là cánh tay của hai người con trai con gái bắc qua vai nhau làm thành cây cầu dịu dàng yêu thương kia, *hình ảnh hoán dụ pha lẫn ẩn dụ* trong phân tích sau cũng có cái đẹp mềm mại và đáng yêu riêng của nó.

Nhìn thế nào đi nữa, tất cả cái đọc, cái suy nghĩ, cái tu dưỡng ngày này qua ngày khác, cộng với một tài năng riêng của mình, nhà thơ mới tạo được những câu thơ đẹp, trong một nhịp điệu đáng yêu như thế. Và tất cả những điều đó, những cái nghe, cái đọc, cái suy nghĩ, tu dưỡng ấy, phải nằm trong một vùng khí quyển nào đó. Người nghệ sĩ phải có cơ hội sống trong nó, thở hít cái vùng dưỡng khí ấy, cái vùng dưỡng khí tự do, mở rộng ra khắp bốn phương trời, thì mới có thể viết ra những ý, những lời như thế. Cái vùng dưỡng khí ở đây chính là cái khí quyển miền Nam mà ta đang nói đến.

Thi pháp, dù sao, có lẽ sẽ được nhìn thấy rõ nét nhất trong hình thức của câu văn. Ở thơ, hãy thử chỉ nói về thể lục bát. Cách ngắt nhịp thông thường và cổ điển nhất là ngắt nhịp chẵn.

Chẳng hạn, Nguyễn Du, với những bức tranh trong truyện Kiều:

Đầy vườn cỏ mọc / lau thưa
Song trăng quạnh quẽ / vách mưa rã rời
Trước sau / nào thấy bóng người
Hoa đào năm ngoái / còn cười gió đông
Xập xè / én liệng lầu không
Cỏ lan mặt đất / rêu phong dấu giày.

hoặc:

Người về / chiếc bóng năm canh
Kẻ đi / muôn dặm một mình / xa xôi
Vầng trăng / ai xẻ làm đôi
Nửa in gối chiếc / nửa soi dặm trường.

Bây giờ, hãy thử đọc bài thơ sau đây của một thi sĩ trẻ miền Nam:

Đò qua sông / chuyến đầu ngày
Người qua sông / mặc áo dài suông eo
Sông hiền / sóng lạ lùng reo
Trời bao la / cũng nhìn theo... / ái tình
Người qua sông / qua một mình
Nắng trên sông / nắng vàng hanh mái đầu
Xin em vài sợi tóc nhầu
Trói thân ta / với nghìn sầu / chung nơi
Mong em gìn lấy ơn trời
Thấy quanh năm / thấy ta đời tai ương!
Người qua sông / mặc áo hường
Nắng dương gian / nắng buồn hơn trước nhiều.

Người thi sĩ trẻ mà tôi nói ở đây là Nguyễn Tất Nhiên. Và bài thơ là bài "Chuyến Đò Cửu Long". Người thi sĩ trẻ, vào lúc anh làm bài thơ này, năm 1972, đã thường xuyên phá đổ cái nhịp chẵn cổ điển của lục bát trong bài thơ của mình. Bài thơ của anh, phần nhiều đi nhịp lẻ, từ đó, cho thấy cái nét chênh chao, uốn lượn dập dờn của những con sóng. Sóng trên sông quê hương, và sóng trong lòng người. Sóng trong lòng anh.

Nhịp của bài thơ không có cái mượt mà, suôn sẻ của một tâm trạng hạnh phúc. Nó chập chờn, như do dự, như thiết tha, nhưng là cái thiết tha của một thứ "tình không/chưa dám ngỏ". Nó quẩn quanh và nó phả ra một giọng buồn xa vắng. Như cái buồn của nắng trên dương gian. Hết cuộc đò, hay ở cuối chuyến đò, nhà thơ trẻ chỉ còn thấy rơi lại một mầu nắng. Từ "dương gian" trong câu thơ cuối này làm người ta liên tưởng đến một điều gì không mấy hạnh phúc. Như hình ảnh một linh hồn trở về nhìn lại dòng sông và chuyến đò, và cuộc tình (có lẽ là "một chiều"), đã chớm nở trong lòng mình một ngày trên cái "cõi dương" cũ kỹ. Tôi nghĩ cái nhịp thơ và, cũng có nữa, những chữ dùng trong thơ đã khiến tôi, như một người đọc, xúc cảm với bài thơ như thế.

Một thí dụ khác về cách phá nhịp lẻ của lục bát:

Hồn tôi / cái đĩa thâu thanh
Tròn nguyên nét nhạc / trung thành ý ca
Do / ré / mi / fa / sol / la
Ngẫm từng âm điệu / nghe ra chiều buồn
("Chiều" của Cung Trầm Tưởng)

Câu thứ ba, như thế, đã được nhà thơ ngắt nhịp lẻ, một cách đầy sáng tạo, thành 1/1/1/1/1/1.

Về thơ, văn học miền Nam còn nhiều con người tài tuấn khác. Như Viên Linh hay Du Tử Lê. Như Nguyễn Đức Sơn, Phạm Thiên Thư, hay Tô Thuỳ Yên. Họ, cùng với nhiều nhà thơ khác, đã để lại dấu ấn của mình trong lòng người đọc. Và, đặc biệt, là Thanh Tâm Tuyền. Người đã, từ cái cội nguồn thơ tự do của Xuân Thu Nhã Tập và thơ thời kháng chiến, mở rộng cái biên độ của thơ tự do đến những cõi miền mới. [6]

Đã nói về thơ thì chúng ta cũng phải bàn về Văn.

Người đã có những đột phá rõ nét nhất trong việc làm mới câu văn, trong giai đoạn hai mươi năm văn học miền Nam, là Mai Thảo. Ngoài tài sử dụng chữ nghĩa một cách "diệu thủ", ông cũng là người tiên phong trong việc làm mới câu văn Việt. Ông viết nhiều câu văn dài, gồm nhiều câu phức, liên kết, lồng ghép vào nhau, mà ý tứ vẫn rõ ràng và đẹp. Hoặc kiểu câu dài, nối kết nhau để diễn tả một dòng ý thức, như đoạn văn dưới đây. Đó là một dòng *chảy* và *cháy* không ngừng. Để ý, cả đoạn này chỉ là một câu được phát triển với những giới ngữ (prepositional phrases) dùng làm trạng từ chỉ thời gian.

Tôi muốn bảo Luân, anh nhớ đến em trong tiếng súng ban đêm, những vệt lửa dài cháy vào bóng tối, lúc bò núi sau lưng cái hình ảnh xót thương còn mang hình trái núi, lúc xuống đồng bằng trước mặt cái hình ảnh xót thương đã mang hình những ngọn lửa dài, lúc anh muốn chết, lúc anh muốn sống, lúc tuyệt vọng tối đen vực thẳm, khi tin yêu sáng chói mặt trời, lúc nhìn xa cái hình ảnh lớn theo ngút mắt, lúc tưởng gần cái hình ảnh thu cũng nhỏ vào một góc trái tim như một tấm hình kỷ niệm.

Đây là một đoạn văn trong truyện ngắn "Luân" của Mai Thảo.

Trong đoạn kết của truyện này, Mai Thảo dùng những câu thật ngắn và gọn. Hai câu cuối cùng được tách ra thành một đoạn riêng. Tính chất ngắn, gọn của các câu văn ở đây khác hẳn tính chất đan kết, liên tục, mở rộng của những ý nghĩ reo vui như những bọt sóng trong một đoạn khác nói về tiếng nói của người con gái tên Luân; của những yêu thương bùng cháy không dứt như một vệt lửa cháy mãi trong đêm tối. Cái ngắn, gọn ở đây mang tính *tragic* pha với *pathos*. Nó nằm trong cái biểu tượng của con bướm chết. Một cái đẹp mong manh, tàn lụi trong cái vô nghĩa và vô tình của cuộc đời.

Sáng hôm sau, tôi xuống núi thật sớm. Như người đi trốn. Tôi không có can đảm ở lại để nhìn thấy cái hình ảnh lam lũ của Luân đẩy lưỡi cày trên nền đất rừng cằn cỗi. Trời đã sáng nhưng hai bên núi rừng còn yên lặng ngủ. Gần tới đường lớn tôi trông thấy một con bướm. Nó đậu trên một bụi cây thấp. Mình nó vàng ánh với những chấm đen ở hai đầu cánh. Tôi bắt lấy con bướm và bỏ đi không nhìn trở lại.
Suốt dọc đường tôi nghĩ đến Luân, đến Phạm, đến Trương, đến tôi. Lúc nhìn xuống, con bướm tự lúc nào đã chết nát trong lòng bàn tay.

Mai Thảo, trong cung cách làm mới câu văn, chữ nghĩa của mình, còn đặc thù ở chỗ viết những câu văn được cắt thật ngắn, gọn. Những câu văn có khi mềm, có khi sắc. Nhưng luôn luôn đẹp. Chẳng hạn:

(…) *Mùa thu. Moderato, trong nhạc dân gian Phạm Duy. Lá vàng mùa thu. Doloroso, trong nhạc trữ tình Cung Tiến.*

(…) *Thơ tiền chiến về mưa thu, nắng thu lấp lánh thật nhiều châu báu, kim cương nơi thể thơ như một bình ngọc riêng được đúc ra để đựng hết mùa thu ngây ngất là thể thơ lục bát. Câu sáu đội mưa thu bay. Câu tám nhặt ngô đồng rụng.*
(Văn số 40, 10/1985)

(...) *Đích thực mưa xuân. Phơi phới, nghiêng nghiêng. Và lục bát trên những mái nhà. Và tứ tuyệt trên những đường phố. Và song thất ở những ngã tư.* (...) *Đêm qua thức giấc, thoáng nghe thấy, thật xa, những tiếng mưa trên những cảnh ngộ, những thân thế quê nhà. Tiếng mưa dài như một cuộc đời buồn. Những tiếng mưa tăm tối.*
(Văn số 57, 3/1987) [7]

Một nhà văn khác của miền Nam cũng đã có những cách tân trong việc làm mới câu văn, tạo hình ảnh và nhịp điệu lạ lẫm cho riêng nó, là Nguyễn Đình Toàn. Nhiều câu văn của ông được kéo dài ra gần như một đoạn văn, với nhiều câu văn nhỏ được dính kết, lồng ghép hoặc xếp kề cận bên nhau, như từng mảnh rừng nhỏ. Rậm rạp. Và thơm. Và Nguyễn Đình Toàn đã đưa vào trong những câu văn mình cái khí hậu rất riêng do ông tạo ra. Một khí hậu đầy ắp sương mù. Quấn quyện. Lan toả. Và ôm lấy người đọc trong cái sinh quyển riêng của nó. Như một "câu văn" dài có tính điển hình sau đây trong tiểu thuyết "Áo Mơ Phai" của ông:

Cái lạnh, hơi nước, và đất ẩm quanh hồ, bám cả trên hai người, nhất là Lan dù đã lên đến bờ cứ còn chần chờ mãi chưa chịu đi về ngay, thành thử lắm lúc nàng làm cho Quang có cảm tưởng rờn rợn như là nàng bị ma quỷ của khu hồ nhập vào người, tiếng cười của Lan nghe lanh lảnh, hoặc có khi nàng lặng lẽ xếp lại những đồ dùng, quần áo tắm, gió từ dưới hồ thổi lên vẫn không ngớt làm cho quần áo đầu tóc nàng bay tung, những trận gió mang theo các đám sương nặng trĩu từ rừng cây xanh đặc bên vườn Bách Thảo vẽ những đường răn reo trên mặt sóng, mùi bèo nước, mùi rễ cây thối và xa hơn nữa, hương thơm của những vườn hoa trong khu Ngũ Xã trộn lẫn với nhau, lẩn khuất trong đám sương quần tụ trên mặt hồ, những đám sương dầy đặc đến nỗi dường vây kín lấy những dư âm hồi chuông của đền Quan Thánh vừa đổ xuống, làm cho không tan biến đi được, và khi dư âm của những tiếng chuông đó còn vương vất trên mặt sóng, trong trí tưởng bị huyễn hoặc, và ngay trên mặt da đã nổi gai vì lạnh, vì bị những ảo giác làm cho tê điếng, những tiếng chuông nhỏ hơn, nhưng gần hơn của chùa Trấn Quốc phía bên kia con đường, bên kia những hàng cây, khuất sau con dốc cao giống như một con đê nhỏ, lại chậm rãi gõ vào cái vắng lặng mênh mông đã vây quanh bốn phía, đó là lúc bóng tối đã xoá hết riềm cây xanh mờ của phía bờ hồ xa tít tắp, những âm hưởng cũ còn chưa tan hết, những âm thanh mới đã dội tới ép vào hai bên thái dương, cùng một lúc với mùi trầm hương phảng phất, trông Lan lúc đó chỉ còn là một cái bóng mơ hồ, nàng cử động, đi lại, cười nói như trong một giấc mơ (...)

Câu văn trên không có một dấu chấm; nhưng, thật sự, nó vẫn chưa chấm dứt. Tôi tạm chỉ ghi lại khoảng ba phần tư của nó. Đó là một câu văn dài với kỹ thuật ghép nối, thắt bện theo lối liên hoàn mà tôi đã thử ghi nhận ở trên. Cái đáng nói ở đây là, trong một câu văn như thế, Nguyễn Đình Toàn đã *collapse* ("dồn đẩy"), trong một số trường hợp, những câu văn nhỏ, có thể đứng độc lập, vào nhau. Và, cùng với hình ảnh và chữ nghĩa, cùng với cách lắp và ngắt đoạn, tiết nhịp của các hình ảnh cộng với nhịp điệu bằng trắc của từ ngữ, nhà văn đã tạo được một không khí, hay đúng hơn, một thứ khí hậu đặc thù vây hãm câu văn mình. Làm cho mọi thứ trong ấy như bám quyện vào nhau, có tính cách bội trương, và như được phủ lên bằng một dải sương mù, không dễ tan đi hoặc không vội tan đi. Tất cả tạo thành một vùng "hãm địa" thơ mộng vây kín lấy người đọc. Nhà văn đã đạt được hiệu ứng cần thiết cho câu văn mình. Trong sự làm mới, làm lạ nó. Và trong việc tạo một khí hậu truyện riêng.

Cách viết của Nguyễn Đình Toàn, phần nào, cũng làm cho ta nhớ đến Proust, trong "*À la Recherche du Temps Perdu*", người đã viết những câu văn dài cả trang giấy. Với cấu trúc trùng bội (la duplication), kết cấu chính phụ (la subordination), và kỹ thuật phát triển vòng tròn (le développement cyclique), theo Jean Milly [8], những câu văn của Proust đa tầng và rất phức tạp, được phân nhánh chi chít như hình ảnh của một cây cổ thụ vĩ đại, những nhịp điệu, suy nghĩ cùng với các biện pháp chuyển nghĩa đan cài trong đó, khiến chúng được kéo dài ra hay được làm cho thành rậm rạp, "thậm phồn". Hiệu ứng đạt được, trong cái nhìn của tôi, là một dòng ý thức như chảy tràn lan, vô tận trong những ngõ ngách của hồi tưởng, hoài nhớ.

Không phải chỉ riêng Mai Thảo và Nguyễn Đình Toàn có những nỗ lực và thành công trong việc làm mới, làm lạ câu văn mình. Nhiều nhà văn khác của miền Nam cũng đã, trong những mức độ đậm nhạt khác nhau, làm được điều ấy. Ngoài ra, nếu không chú trọng vào việc làm mới câu văn, nhiều nhà văn miền Nam đã thành công trong việc thể hiện tư tưởng, suy nghĩ của mình trong cách thức diễn đạt, trong giọng điệu, hay trong cách xây dựng tâm lý nhân vật, ngôn ngữ nhân vật, ngôn ngữ trần thuật. Võ Phiến, Vũ Khắc Khoan, Sơn Nam, Bình Nguyên Lộc, Võ Hồng, Doãn Quốc Sỹ, Nguyễn Mạnh Côn, Duyên Anh, Nhật Tiến, Viên Linh, Cung Tích Biền, Thế Uyên, Duy Lam, Nguyễn Thuỵ Long, Thảo Trường, Văn Quang, Nguyễn Xuân Hoàng, Nguyễn Mộng Giác, Tuý Hồng, Nguyễn Thị Hoàng, Nguyễn Thị Thuỵ Vũ, Nhã Ca, Trùng Dương, Trần Thị NgH., Lê Xuyên, An Khê, v.v., đã là những nhà văn như thế. Ngoài những người này, miền Nam cũng còn nhiều nhà văn khác nữa mà ta không thể kể hết tên ở đây.

Thi pháp trong các tác phẩm cả thơ lẫn văn của văn học miền Nam, như đã nói, chính là cái cho ta thấy sự bắt nhịp, tính song song, nét hoà quyện với thế giới của nó. Trong cung cách thể hiện, trong việc "lập trình" tác phẩm. Không khí tự do, cởi mở và sự tiếp cận rộng rãi với thế giới của miền Nam đã tạo điều kiện cho các nhà văn của nó bước đi trên những con đường đầy mầu sắc ấy.

3. Một nền văn học đậm tính nhân bản, nhân văn

So sánh với văn học miền Bắc, vốn là một nền văn học mà âm hưởng, giọng điệu của nó phản ánh tính sử thi, thiên về việc thúc giục con người bước vào trận chiến, ca tụng chiến công, thậm chí tô mầu cho cuộc chiến (và miền Bắc có những lý do để theo đuổi con đường đó), văn học miền Nam phản ánh cái đau thương, mất mát của con người trong cuộc chiến nhiều hơn. Nó đi gần với những trạng thái nhân thế, những gập ghềnh, chao đảo trên nẻo nhân sinh của con người hơn. Có nghĩa là, trong văn học miền Nam, người ta có thể nhìn thấy những rung động, những tình cảm phản ánh toàn bộ những cung bậc sống của con người trong cuộc chiến. Đau thương, bi phẫn, khốn khổ, cay đắng, tuyệt vọng, lên án cuộc chiến. Lồng vào những xúc cảm đớn đau nhưng hết sức con người ấy, đâu đó, người ta cũng thấy có những niềm vui, những hạnh phúc nho nhỏ, cỏn con trong đời thường, những hãnh diện, tự hào vì vai trò của mình trong việc bảo vệ quê hương.

Nếu bức tranh của đời sống có thể bao gồm đủ mọi sắc độ cuộc đời, thì, không kể những niềm vui, những tiếng cười, những nét thắm tươi mà người ta vẫn có thể tìm thấy trong đời sống văn học miền Nam trong giai đoạn hai mươi năm này, những cung bậc đau thương nhất trong bản bi ca của con người cũng có thể được tìm thấy ở đây. Tôi gọi đó là những nét nhân văn. Những nét đẹp của con người. Văn là vẻ đẹp. Nhưng cái-đẹp-người cũng có nhiều khuôn mặt. Có khuôn mặt của hạnh phúc. Và có khuôn mặt của khổ đau. Tôi nghĩ những bức tranh đời trong các tác phẩm của Dostoievsky, những bức tranh đi gần với sự xót xa, đau khổ, dằn vặt của kiếp người, thật sự rất nhân văn. Nhà văn này đã nói, "Cái đẹp sẽ cứu chuộc thế giới". Và cái đẹp của ông là gì? Chắc chắn là nó có bao gồm những điều muốn xé toạc thế giới, xé toạc trái tim con người, nhưng chính những điều ấy, cùng với sự hy sinh và kiên nhẫn của chính con người để chịu đựng chúng, từ đó vươn lên và chiến thắng, đã tạo nên cả khuôn mặt lẫn trái tim con người. Một nền văn học đi gần với những điều ấy, tôi gọi đó là một nền văn học mang tính nhân bản. Hơn nữa, nó phản ánh cái khuôn mặt mang nét nhân văn của nhân loại.

Người ta có thể đọc Dương Nghiễm Mậu hay Phan Nhật Nam để nhìn thấy rõ điều đó. Dù sống trong thành phố hay ở ngoài mặt trận, những con người cầm bút này đã trung thực viết nên những trang văn phản ánh cuộc sống chung quanh và trong trái tim mình. Họ đã đi dọc quê hương và đi dọc tâm hồn người để nhìn ra những điều đớn đau, xót xa và bi đát của thân phận con người trong cuộc chiến. Một cuộc chiến tàn khốc mà nhiều người viết miền Nam, kể cả những nhà văn này, đã vừa sống với vai trò của mình như một công dân, vừa sống với trái tim mình như một con người, để viết lên những trang văn thấm đẫm sự khổ đau, bi phẫn với một thái độ trung thực nhất.

Mà không phải chỉ có Phan Nhật Nam và Dương Nghiễm Mậu. Còn biết bao nhà văn, nhà thơ khác của miền Nam như Thảo Trường, Y Uyên, Nhật Tiến, Thế Uyên, Nhã Ca, Võ Phiến, Thanh Tâm Tuyền, Tô Thuỳ Yên, Tuý Hồng, Nguyễn Thị Thuỵ Vũ, cùng với bao nhiêu khuôn mặt, cây bút khác nữa, đã nói lên tất cả những trạng thái con người của cả một nửa dân tộc trong cuộc chiến. Họ thẳng thắn nhìn nhận những nỗi đau của con người, thân phận của nó, với những tận toan cay đắng cũng như ngọt bùi hạnh phúc, trong những nhát cắt, giống như những vết chém, những tia sét, của một cuộc chiến tàn khốc và vô lý. Họ nhìn thẳng vào những góc cạnh tan nát của gương mặt quê hương. Đôi khi, họ cũng lau mồ hôi và nước mắt trên khuôn mặt ấy, nhưng họ đã để cho cái nhân dáng ấy được nguyên là nó. Không tô vẽ. Không giấu giếm. Cho dù họ có xót xa, đau đớn đến mấy chăng nữa.

Mà cũng không phải chỉ mô tả hình ảnh một "quê hương tan rã" (nói theo ngôn ngữ của Chinua Achebe), những nhà văn miền Nam, trong khung cảnh chiến tranh tàn khốc, vẫn không quên theo dõi và mô tả cuộc sống và tâm hồn người như nó vẫn đang tiếp diễn, bất kể tên đạn và lửa cháy vây quanh. Họ mô tả cuộc sống bên trong và bên ngoài con người như nó vẫn đang vận hành, máy động. Tuý Hồng, Nguyễn

Thị Hoàng, Nguyễn Thị Thuỵ Vũ, Trùng Dương, Lệ Hằng, Trần Thị NgH., chẳng hạn, vẫn được phép viết về những thao thức của thân xác người nữ, của những đam mê cháy bỏng bên ngoài hay của những dằn vặt, bùng bốc tình dục bên trong. Nguyễn Đình Toàn vẫn được viết về cái hơi nóng âm ỉ, như một hòn than trước khi nguội chết, của một ông già, khao khát một thân thể phái nữ. Nhân vật chính của ông, ở đây, như quán chiếu, nói thầm với chính lòng mình, với cơn khao khát mình, trong một không gian đầy sương mù của lãng quên. Và trong một giọng nói nhuốm đầy "khí hậu" mục rữa của tuổi già.

Hay như Nguyễn Thị Thuỵ Vũ, trong một truyện ngắn, đã viết về cái yếu đuối, tầm thường của một con người. Truyện ngắn "Lòng Trần" kể về cuộc đời của con người ấy. Nửa đầu là đời sống của một cô đào hát bội tài sắc, được bao người yêu chiều, săn đón; nửa sau, lấy chồng, là người đã mê man theo mình, chăm sóc từng chút cho mình trong cuộc đời duổi rong lưu diễn. Rồi chồng chết, cô cắt tóc đi tu, trở thành một sư nữ, sống một cuộc đời khổ hạnh, giữ gìn trai giới rất nghiêm cho tới lúc tuổi già. Thế mà, trước khi chết, trong cơn hấp hối, người nhà bu quanh, mong nghe những lời chỉ giáo cuối cùng, thì vị sư nữ già chỉ khát khao xin được húp một muỗng nước mắm. Và bà, lúc ấy, cũng chẳng còn nhớ mình là một vị sư nữ được bao người trọng vọng, nể vì. Bà chỉ còn nhớ mình là một cô đào hát bội mà thôi. Và người nhà đã từ chối bà muỗng nước mắm mà bà thèm khát ấy, với mong ước giúp bà đi cho trọn đường để thành chánh quả. Bà chết đi trong cơn hành hạ của thể xác vì không được thoả mãn mong ước cuối cùng. Trong một đất nước đang trong cơn binh đao, lửa máu, câu truyện về cái thèm muốn tầm thường, bé nhỏ ấy của con người vẫn được viết ra và được phổ biến tại miền Nam. Cái nhân bản, nhân văn, cái khuôn mặt người của văn học miền Nam, ở một mức độ và góc cạnh nào đó, cũng nằm trong ấy.

Như thế, văn học miền Nam, trong tất cả những sắc thái miêu tả nhân sinh, miêu tả cuộc đời, miêu tả cuộc chiến, và miêu tả tâm hồn con người ấy, đã cho thấy đầy đủ cái quang phổ của cuộc đời. Dù cái quang phổ ấy như thế nào đi chăng nữa, nó đã cho người ta thấy được con người. Và con người miền Nam cũng như tâm hồn của nó đã được chiếu sáng trong cái dải sáng, khi thì chập chờn, lúc lại chói gắt, nhiều mầu sắc ấy. Ở đó, chúng ta thấy một khuôn mặt người. Một khuôn mặt có những khi bị xé nát, dúm dó, đau khổ, quắn quại và đầy thương tích. Nhưng đó là một khuôn mặt người. Nó không phải một tấm mặt nạ.

4. Một nền văn học khai phóng, đa sắc, và đa dạng

Văn học miền Nam là một nền văn học khai phóng. Có thể chưa phải là "khai minh", vì nó vẫn còn những vùng tối, những giới hạn, do những yếu tố thuộc cả về con người lẫn lịch sử. Nhưng đó là một nền văn học mở. Nó mở ra thế giới, đón nhận nhiều luồng gió mới với tất cả những màu sắc và đường nét của một thứ "hương xa". Nó liên thông với thế giới, gắn bó mật thiết với tất cả những gì thuộc về con người. Sở dĩ như thế vì, trước hết, yếu tố căn bản của nền văn học này, để nhắc lại lần nữa, là tự do. Khái niệm và vấn đề hành xử quyền tự do ấy có thể được nhìn thấy trong nhiều lĩnh vực khác nhau.

4.1 Lĩnh vực Giáo dục

Trước hết là trong lĩnh vực giáo dục. Đây là một nền giáo dục mở, bắt nguồn từ những quan niệm đúng đắn và khai phóng. Trong giai đoạn đầu, những lớp học theo chương trình Pháp và Pháp-Việt đã đào tạo được một lớp trí thức có cái nhìn rộng và chắc chắn về văn chương và văn học thế giới. Lớp người này đã đóng góp được những cống hiến quý báu cả trong lĩnh vực sáng tác lẫn trong lĩnh vực đào luyện những thế hệ lớp sau, nối gót họ. Giai đoạn sau, khi môi trường giáo dục đã được chuyển hẳn qua chương trình Việt, những nỗ lực trao truyền và phát triển tiếp tục được thực hiện. Chương trình tiếng Việt dần dần được củng cố, cả ở cấp độ trung học và đại học. Và nó trở thành nguồn trao truyền và phát triển kiến thức trên đủ mọi mặt của học sinh, sinh viên Việt Nam.

Ngay tại trình độ trung học, học sinh đã được học tập và hướng dẫn để đón nhận những kiến thức nền, những kiến thức căn bản trong hiểu biết của con người về thế giới nói chung. Ngoài phần khoa học tự nhiên, họ được học hỏi về văn, về sử một cách khách quan, không định kiến. Và họ bắt đầu được làm quen với các khái niệm và những vấn đề căn bản của triết ở năm cuối trung học, trong những lĩnh vực Luận lý, Đạo đức, Tâm lý, và Siêu hình. Khi lên đến Đại học, người sinh viên bước vào một khung cảnh mới mẻ và nhiều tự do hơn nữa. Ở trình độ này, họ càng nhận thức rõ vai trò của người trí thức nơi thái độ độc lập trong suy nghĩ. Nền giáo dục đại học tại miền Nam được phát triển nhờ vào tính tự trị của đại học. Đại học không chịu áp lực hay ảnh hưởng của chính quyền.

Trên phương diện văn học, tại miền Nam, các giáo sư có thể giới thiệu với môn sinh mình đủ các thứ triết thuyết và trào lưu mới trên thế giới. Các giáo sư có thể có những thiên hướng về triết hoặc văn học trái chiều nhau, nhưng họ vẫn được công khai giảng dạy. Thậm chí, họ có thể trình bày và giảng dạy cả các khuynh hướng thiên tả hoặc về chủ nghĩa của Karl Marx mà không có vấn đề gì. Nguyễn Văn Trung, một giáo sư đại học và cũng là một nhà nghiên cứu, phê bình văn học, đã có thể phát biểu: "Cộng Sản, người anh em tôi", như tựa đề một "nhận định", một tiểu luận, của ông (Sau này, hình như đổi lại thành "Cộng Sản, người anh em thù địch"). Cũng trong tinh thần khuyến khích phát biểu, trao đổi và dám thẳng thắn trình bày suy nghĩ của mình, ông còn viết các cuốn sách như "Ca Tụng Thân Xác" và "Ngôn Ngữ và Thân Xác", trong khi chúng ta hiểu rằng, trên căn bản, Việt Nam nói chung, và miền Nam nói riêng, lúc ấy, vẫn là một quốc gia chịu ảnh hưởng Khổng Mạnh. Ngoài ra, trong khung cảnh xã hội miền Nam giai đoạn đó, "thân xác" chưa được lên ngôi, và người ta vẫn dành cho tinh thần một ngôi vị cao quý. Thân xác, trong văn học và trên bề mặt đức lý, của tôn giáo cũng như của đời sống văn học, chỉ là một "vai phụ", cho dù đôi khi cái "vai phụ" ấy cũng cất tiếng đòi hỏi quyền sống của nó.

Các sinh viên được khuyến khích tham dự tranh luận theo nhiều chiều, mở rộng nhãn quan và tư tưởng mình qua việc tiếp cận với những trào lưu, chủ nghĩa, triết thuyết khác nhau. Và tự do đại học là gần như tuyệt đối. Nguyễn Trọng Văn, một giáo sư Triết trung học và cũng là một người viết tiểu luận văn học trên một số tạp chí giai đoạn thập niên 1970, đã có thể thuyết trình tại đại học Văn Khoa Sàigòn đề tài "Phạm Duy đã chết như thế nào?". Chúng ta nên nhớ là, trong giai đoạn đó, Phạm Duy vẫn là một nhạc sĩ rất nổi tiếng. Bây giờ, có một độ lùi thời gian để nhìn lại, có thể hiểu rõ hơn về những phức tạp trong nguyên nhân về vụ thuyết trình này, người ta lại càng nhận thấy rõ tinh thần tự do, mở cửa trong phát biểu, trao đổi, tranh luận trong không khí văn học và sinh hoạt học thuật của miền Nam thời ấy.

4.2 Ảnh hưởng của các triết thuyết

Triết cũng là một lĩnh vực quan trọng trong việc khai mở, khuyến khích sự suy nghĩ và đặt vấn đề của con người. Triết khuyến khích, thúc đẩy người ta đặt câu hỏi về vấn đề hiện hữu, hiện hữu với tha nhân, vấn đề sống cùng và sống với người khác, vai trò của tôn giáo, ý nghĩa của cuộc sống, về vấn đề luân lý, đạo đức trong đời sống, vấn đề bản thể của con người, hiểu biết về con người cũng như về những giới hạn của nó, v.v..

Triết khiến cho con người không phải là một thực tại "lù lù có đó", mà là một thực thể hiện sinh sống động, có hơi thở và máu thịt. Và suy tư. *Cogito*. Sinh viên được đào tạo để hiểu biết về cả hai nền Triết Đông và Triết Tây, nhờ thế, có được sự quân bình trong hiểu biết, suy nghĩ của mình. Các trào lưu triết học được nghiên cứu và suy ngẫm. Những khuynh hướng khác nhau được bênh vực và chống đối. Và trong những sinh hoạt sôi động, phản ánh tinh thần trao đổi và học hỏi, người sinh viên được tập cho làm quen với những cái mới, cái khác. Và cũng từ đó, tập bao dung hơn với những điều không nằm trong quan điểm, lập trường của mình. Thái độ ấy làm cho con người tỉnh táo và sống một cách "nhân văn" hơn. Con người trí thức, vì thế, tuy được huấn luyện để có một khả năng phán đoán và chọn lựa, để có một "thái độ" và chủ kiến trong những vấn đề của cuộc đời, nhưng họ không được khuyến khích đi đến chỗ cuồng tín và gạt bỏ niềm tin hay sự xác tín, suy nghĩ của người khác.

Một lớp giáo sư, học giả có uy tín thời đó, có thể tạm kể những tên tuổi như Nguyễn Văn Trung, Trần Thái Đỉnh, Kim Định, Trần Văn Toàn, Lê Tôn Nghiêm, Nghiêm Xuân Hồng, Nguyễn Đăng Thục, Nguyễn Duy Cần, và nhiều người khác nữa, đã có những đóng góp về mặt này mặt khác, trong cả hai lĩnh vực Triết Tây và Triết Đông, đã là những đầu tầu đầy năng lực, kéo cái toa tầu triết miền Nam đi đến những vùng suy tưởng của đời sống tinh thần nhân loại.

4.3 Lĩnh vực Dịch thuật và Sáng tác

Nét khai phóng của văn học miền Nam cũng có thể thấy rõ trong lĩnh vực dịch thuật. Các tác phẩm dịch thuật chính là một cây cầu nối rõ rệt nhất đưa con người từ một nền văn hoá này đến một nền/những nền văn hoá khác. Nó làm giàu kinh nghiệm và nhận thức của con người. Qua tác phẩm đến từ những nền văn hoá dị biệt, người đọc miền Nam được tiếp cận với nhiều truyền thống văn học khác nhau, những lối sống, ứng xử, suy nghĩ, mơ mộng... khác với cung cách sống đời của họ. Người đọc miền Nam có dịp thâu thái những hiểu biết về con người, nói chung, trên tất cả các mặt như lịch sử, xã hội, tâm lý, văn hoá từ những ngọn nguồn khác biệt. Tất cả những điều đó làm phong phú thêm cái nhìn và sự cảm nhận của độc giả đối với những hiện tượng con người, những trạng thái nhân thế.

Theo Võ Phiến trong "Văn Học Miền Nam / Tổng Quan", vào năm 1972, thị phần sách dịch chiếm đến 60% số đầu sách được xuất bản tại miền Nam; và đến năm 1973, nó đã lên đến 80%. Và theo Trần Trọng Đăng Đàn, trong "Văn Hoá, Văn Nghệ Nam Việt Nam 1954-1975", số dịch phẩm tại miền Nam trong 20 năm đó có thể được chia ra thành: Pháp 499 cuốn, Đài Loan và Hương Cảng 358 cuốn, Mỹ 273 cuốn, Nga 120 cuốn, Anh 97 cuốn, Nhật 71 cuốn, Ý 58 cuốn, Đức 57 cuốn. Các nước khác chiếm 38 cuốn. Như thế, các sách được dịch, bao gồm cả sách nghiên cứu và các sáng tác, nhưng chủ yếu là tiểu thuyết, đến từ cả Âu châu, Mỹ châu và Á châu. Chúng chuyên chở suy nghĩ và kinh nghiệm sống của một mẫu dân số rộng lớn và bao quát, gần như bao gộp tư tưởng và đời sống của cả nhân loại. Ta có thể kể tên những dịch giả tài ba của Việt Nam, như Nguyễn Hiến Lê, Vũ Đình Lưu (Cô Liêu), Phạm Công Thiện, Bùi Giáng, Phùng Khánh, Phùng Thăng, Trần Xuân Kiêm, Bửu Ý, Ngọc Thứ Lang, Nguyễn Hữu Hiệu, Đỗ Khánh Hoan, Mặc Đỗ, Phạm Trọng Khôi, Đinh Bá Kha, Vương Đăng, và bao nhiêu dịch giả khác nữa. Tất cả đã kéo thế giới và tâm tình nhân loại về gần với con người Việt.

Cùng thời gian đó, trong lĩnh vực dịch, văn học miền Bắc không phải là không có những đóng góp. Nhưng hầu hết các dịch phẩm được phổ biến là từ Liên Xô và các nước Đông Âu trong quỹ đạo Cộng Sản. Những dịch phẩm này, ở một mặt nào đó, cũng làm giàu cho hiểu biết và sự nhận thức của con người Việt, nhưng, ở một mặt khác, đặc biệt với những sáng tác phẩm được viết trong cái khung của chủ nghĩa Cộng Sản, phản ánh lý luận và suy nghĩ có phần nào đồng phục và một chiều, biên độ nhận thức và những kinh nghiệm con người trong đó không được mở rộng. Chúng có những giá trị riêng về mặt nhân văn, nhưng có những cung bậc và mầu sắc phản ánh chưa đạt được tầm phổ quát của những cái nhìn nhân loại.

Miền Nam, trong lĩnh vực dịch, từ sự giới thiệu các triết lý, chủ thuyết, trào lưu văn học, đến các sáng tác của bao nhà văn nhà thơ tài ba khắp nơi trên thế giới, đã bơm vào một dòng máu mới cho sự nhận thức và mở rộng biên độ xúc cảm của người đọc. Nó gắn bó người đọc Việt với nhịp đập chung của con tim, của tâm tình nhân loại. Nó làm phong phú thêm cho người đọc, nhất là cho người viết miền Nam, sự hiểu biết về những kinh nghiệm con người. Nó đẩy họ đến việc khám phá chính trong đời sống và tâm hồn mình những vùng đất lạ, vốn, trước đó, đã có mặt, nhưng chưa từng được khai hoang. Thế nên, từ đó, sáng tác của các nhà văn, nhà thơ Việt trở nên hết sức phong phú, so với giai đọan trước 1954.

Sáng tác văn học của các nhà văn, nhà thơ Việt, từ đó, mang đủ giọng điệu, đề tài và phong cách. Con người sáng tạo trong nền văn học miền Nam như tìm được cái phần tâm hồn thiếu vắng của mình. Họ đào sâu vào những nhận thức, những rung động mới khám phá, mới tìm được. Và họ đã đem cái hiểu biết, cái kỹ năng mới về mắt nhìn cuộc đời cũng như về những cách thức mới để mô tả nó vào tác phẩm của mình. Con người trong các tác phẩm họ như được cấp cho nhiều chiều hơn. Và hình như nó cũng hạnh phúc và đau khổ hơn trước. Cả cái cay đắng, mệt mỏi, thất vọng, chán chường, lẫn cái ngọt ngào, lấp lánh, thiết tha, hy vọng của cuộc sống đều như ùa vào trong tác phẩm họ.

Bao nhiêu nhà văn, nhà thơ miền Nam đã tự nói, tự viết về mình, cũng như đã nói hộ, viết hộ, cho bao con người miền Nam, những tâm tư, tình cảm mà cuộc sống đã đẩy họ đối mặt với. Những nhà văn tiêu biểu và được người đọc nhận biết nhất đã được chúng ta thử nhận diện trong một phần trước, phần nói về cái hiện đại của văn học miền Nam. Dù sao, đó chỉ là một vài khuôn mặt và nhân dáng nổi bật. Văn học miền Nam trong giai đoạn này, thật sự, đã được làm nên bởi một tập hợp những người viết với những bản sắc khác nhau, những suy nghĩ và cách diễn tả, trình bày khác nhau. Cái quần thể tạo thành bởi tất cả những người viết ấy đã làm nên văn học miền Nam. Và cái văn học ấy, ở một mức độ nào đó, cũng đã làm nên con người miền Nam trong 20 năm của cuộc chiến. Và những con người đó vẫn đang còn sống, tan loãng và dàn trải vào cuộc sống mới mẻ tại quê nhà, cũng như vào cuộc sống mới ở khắp nơi, tại khắp các vùng đất có con người sinh sống trên mặt địa cầu. Và cái văn học ấy đã thấm đượm, tiếp tục làm cho họ sống và thở với những giá trị nhân bản và nhân văn mà họ đã, trong một giai đoạn sống, được tiếp cận trong đời.

4. 4 Sự nở rộ của báo chí, tạp chí văn học và ảnh hưởng của nó nơi người viết, người đọc

Tự do báo chí cũng là một yếu tố góp phần vào việc phát triển văn học miền Nam. Trong cả hai nền đệ nhất và đệ nhị Cộng Hoà tại miền Nam, báo chí đã giống như một vườn hoa muôn sắc, phản ánh tiếng nói, quan điểm và suy tư của cả một xã hội. Kể từ sau di cư 1954, tiếng nói của báo chí miền Nam đã hiện rõ với những tờ báo như *Tự Do* của nhóm Tam Lang, Mặc Đỗ, Mặc Thu, Như Phong, Nguyễn Hoạt, Vũ Khắc Khoan, Phạm Tăng, Đinh Hùng, và tờ *Ngôn Luận* của nhóm Hồ Anh. Rồi tiếp đến là những tờ như *Người Việt Tự Do* của Mặc Thu,

Tiếng Miền Nam của Nguyễn Phương Thiệp, *Tự Do* của Lý Trung Dung (sau đó, thay vào bằng Phạm Việt Tuyền), *Chính Luận* của Đặng Văn Sung, *Tin Văn* của Tô Văn, *Sống* của Chu Tử, *Thời Luận* của Nghiêm Xuân Thiện, *Tiền Tuyến* của Lê Đình Thanh, *Xây Dựng* của Nguyễn Quang Lãm. Rồi *Tin Sáng, Dân Chúng, Dân Đen, Chánh Đạo, Dân Chủ, Thời Đại, Dân Tiến, Sống Mới, Chuông Mai, Thần Chung, Điện Tín, Đại Dân tộc, Sóng Thần, Hoà Bình, Công Luận, v.v..*

Chúng ta không thể kể hết được tên các tờ báo trong 20 năm văn học miền Nam. Đó là một sự nở rộ của báo chí, thể hiện nhiều lập trường và quan điểm khác biệt. Với những ảnh hưởng cả tích cực lẫn tiêu cực. Nhưng, tất cả những sự nở rộ đó đã cho thấy một không khí nhộn nhịp và náo động, nhưng khá nhiều chất tự do của miền Nam.

Ngoài các tờ báo, ta cũng phải nói đến sự phát triển và ảnh hưởng của các tạp chí văn học. Chúng ta có thể kể đến những tờ như *Sáng Tạo* của nhóm Trần Thanh Hiệp, Nguyễn Sỹ Tế, Doãn Quốc Sỹ, Thanh Tâm Tuyền, Mai Thảo (với sự cộng tác thường xuyên của nhiều tên tuổi trong giới văn học nghệ thuật thời đó như Quách Thoại, Lữ Hồ, Duy Thanh, Ngọc Dũng, Thái Tuấn, Tô Thuỳ Yên, Nguyên Sa, Bùi Giáng, Cung Trầm Tưởng); *Hiện Đại* của Nguyên Sa Trần Bích Lan; *Bách Khoa* của Huỳnh Văn Lang, (và, sau đó, Lê Ngộ Châu, với nhiều cây bút được độc giả theo dõi kỹ như Võ Phiến, Nguyễn Hiến Lê, Võ Hồng, Nguyễn Ngu Í, Vũ Hạnh, Nguyễn Văn Xuân, Đoàn Thêm, Bình Nguyên Lộc, v.v.); *Đại Học* của linh mục Cao Văn Luận (với những bài viết đầu tiên của Nguyễn Văn Trung, mang theo một luồng gió mới lạ vào tiểu luận, nhận định văn học với hướng phân tích hiện tượng luận theo thể điệu Sartre-Nguyễn Văn Trung); *Nghệ Thuật* của Mai Thảo, với thư ký toà soạn là Viên Linh; *Thế Kỷ 20* với Nguyễn Khắc Hoạch; *Quê Hương* của Nguyễn Đăng Thục; *Văn Hoá Á Châu* với Nguyễn Nam Châu; *Vấn Đề* của Vũ Khắc Khoan; *Văn Học* của Phan Kim Thịnh; *Văn Nghệ* của Lý Hoàng Phong và Dương Nghiễm Mậu; *Văn* của nhóm Nguyễn Đình Vượng và Trần Phong Giao (và, sau đó, của Mai Thảo); ba tờ tạp chí *Hành Trình, Đất Nước, Trình Bày* của nhóm Nguyễn Văn Trung, Thế Nguyên, Lý Chánh Trung; *Giữ Thơm Quê Mẹ* của Nhất Hạnh. Rồi *Nghiên Cứu Văn Học* (Thanh Lãng), *Tư Tưởng* và *Vạn Hạnh* (nhóm Phật giáo thuộc viện Đại học Vạn Hạnh, nổi bật với Phạm Công Thiện, Bùi Giáng, Ngô Trọng Anh, Tuệ Sỹ, Nguyễn Hữu Hiệu), *Đối Diện* (và, sau đó, là *Đồng Dao, ĐD, Đứng Dậy*, của nhóm Công Giáo, với các linh mục Chân Tín và Nguyễn Ngọc Lan); *Ý Thức* (Lữ Kiều, Nguyên Minh), *Khởi Hành*, và sau đó là *Thời Tập* (Viên Linh), *Thái Độ* (Thế Uyên), *Đời* (Chu Tử) ...

Tất cả các tạp chí/nguyệt san này, với những tác giả thuộc đủ mọi nhóm, đoàn, gốc gác địa lý, khuynh hướng xã hội, tôn giáo, hoặc trào lưu văn học, đã thể hiện tiếng nói, tư tưởng học thuật, quan điểm xã hội, lập trường chính trị của mình một cách rõ nét; từ đó, ảnh hưởng đến lối nhận thức, suy nghĩ, nhìn ngắm vấn đề của tầng lớp trí thức, nói riêng, và của người đọc miền Nam, nói chung. Qua những tạp chí văn học, đặc biệt là tờ *Văn*, người đọc miền Nam đã được giới thiệu để làm quen với những tư tưởng, trào lưu văn học mới nhất trên thế giới. Họ cập nhật được những kiến thức, hiểu biết về văn học, văn chương của thế giới. Và, cũng từ đó, những sáng tác phẩm của nhà văn miền Nam trong giai đoạn này đã bứt thoát khỏi cái ảnh hưởng của trào lưu lãng mạn tiền chiến để bước chân vào những vùng khai phá mới: tiểu thuyết mang mầu sắc hiện sinh, ảnh hưởng của chủ nghĩa cấu trúc, chủ nghĩa siêu thực, dấu ấn của phân tâm học, những sáng tạo theo khuynh hướng tiểu thuyết mới, v.v..

Việc thành công hay thất bại, cũng như nếu thành công thì ở mức độ nào, của những sáng tạo đó không phải là chủ đích của phần viết này. Ở đây, chúng ta chỉ ghi nhận là đã có những chuyển động, trên phương diện văn học, về phía những cái mới, qua sự ảnh hưởng của các tờ tạp chí đó. Thái độ của người dân trước những vấn đề của xã hội, của con người cũng được đào sâu, mở rộng hơn, trên một số khía cạnh. Người ta không sống thờ ơ, cạn cợt như trước được nữa. Trong một khung cảnh xã hội như thế, trước những vấn đề cấp bách, thiết thân với cuộc sống con người được mang ra mổ xẻ, đào xới đến tận gốc rễ như thế, con người, nếu không nhập cuộc, theo một cung cách nào đó, thì cũng đã cảm thấy mình gắn bó hơn với những vấn đề bức thiết của xã hội, với lương tâm của con người, của chính mình, và với hướng đi của đất nước.

III. Tóm Kết:

Đặt trong sự phát triển chung của văn học Việt Nam, cũng như của văn học hiện đại thế giới, hai mươi năm văn học miền Nam đã có những đóng góp hết sức đáng kể. Nó cũng phản ánh văn học thế giới trong cuộc sống hiện đại. Dòng văn học ấy không bị cắt rời khỏi những tư tưởng, trào lưu chung của con người, đặc biệt con người hiện đại, với những dằn vặt, suy tư, trăn trở, khủng hoảng, tìm kiếm, và với những hạnh phúc, đớn đau, chán chường, tuyệt vọng, hay những nhận thức, ý thức về bản thể, về hư vô, về vai trò của con người như một khả thể, như một giá trị (một giá trị tự tại trong cuộc sống giữa đời, hay một giá trị siêu hình khi đối mặt với hư vô hay với ý nghĩa đời người). Con người trong các tác phẩm văn học miền Nam không mang tính chất mặc định, đông cứng. Mà nó được trình hiện ở đủ mọi góc độ, gam mầu, và trạng thái nhân gian.

Văn học miền Nam, qua đó, cũng gắn bó với các khám phá về những chiều kích tâm lý, những chiều sâu vô thức của con người. Văn học miền Nam, cùng với văn học thế giới, trong 20 năm đó, qua những hình thức mới, đã góp phần tìm hiểu và phản ánh con người như một thân phận và một giá trị: văn học đã đặt con người trước nhiên giới và nhân giới như những chứng nhân nhìn cuộc hiện sinh bi tráng, hân hoan hạnh phúc cũng như khổ đau hệ luỵ của nó. Nó cũng đặt con người cầm bút Việt Nam nói chung, các nhà văn nhà thơ Việt Nam nói riêng, trước lương tâm nhân loại. Nói như William Faulkner trong phần cuối của bài diễn văn nhận giải Nobel:

> *"Tôi tin tưởng là con người không chỉ chịu đựng để sống còn: nó còn thắng cả định mệnh của nó. Con người bất tử không phải ở chỗ nó là loài vật duy nhất trong các tạo vật cất lên tiếng nói không mệt mỏi về thân phận của chính mình, nhưng ở chỗ nó có một thần khí, một tâm hồn có khả năng trắc ẩn và hi sinh và chịu đựng. Nhiệm vụ của nhà thơ hay nhà văn là phải viết về những điều ấy. Trọng trách của nhà văn nhà thơ là phải giúp con người chịu đựng để sống còn bằng cách nâng cao tâm hồn con người, bằng cách nhắc nhở con người tới lòng can đảm và danh dự và hy vọng và kiêu hãnh và bác ái và từ bi và hi sinh đã là vinh quang huy hoàng của quá khứ nó. Tiếng nói của nhà thơ không nhất thiết chỉ là để ghi lại dấu chứng của con người, nó còn có thể là một trong những thứ nâng đỡ, những trụ cột giúp cho con người kiên trụ và chiến thắng."* [9]

Trong hai mươi năm văn học miền Nam, những người cầm bút miền Nam nói chung, và đặc biệt trong quy chiếu giới hạn vào các nhà văn, nhà thơ Việt miền Nam, nói riêng, đã hoàn tất khá tốt đẹp điều đòi hỏi mà Faulkner, như một nhà văn tài năng của thế kỷ XX, và như một biểu tượng cao đẹp của lương tâm nhân loại, lương tâm con người, đã cất tiếng nhắc nhở: Nhà văn, ngoài nhiệm vụ giúp con người chịu đựng để sống còn, ngoài trách nhiệm nhắc nhở con người tới lòng can đảm và danh dự và bác ái và hi sinh đã từng là những điểm sáng soi chiếu vóc dáng nó, những người cầm bút Việt Nam, trong hai mươi năm văn học miền Nam, đã làm được công việc cần thiết và cao đẹp ấy: nhắc nhở con người về tính nhân bản mà nhiều khi nó đã bỏ mất, về sức sống và sự chịu đựng mãnh liệt để tồn tại và vươn tới của con người nói chung, con người Việt Nam nói riêng.

Văn học miền Bắc, trong bối cảnh và chủ trương riêng của mình, trong hai mươi năm của cuộc chiến, đã có những nét vẽ riêng, những bảng mầu, những cung bậc, tiếng nói riêng, để, phần nào, định dạng và định tính xã hội và con người miền Bắc. Qua đó, cũng cho thấy một khuôn mặt cần được nhìn ngắm của cuộc chiến, của lịch sử Việt Nam.

Văn học miền Nam, cũng trong giai đoạn khó khăn ấy, không hề rời xa truyền thống, bám rễ chắc chắn vào những giá trị bền vững và tốt đẹp của truyền thống, trong hai mươi năm sống và thể hiện sức sống của mình, nó đã tiếp tục phát triển và liên thông, nắm tay với thế giới, với con người trên khắp cõi đất, để bước chân vào thời hiện đại, với tất cả những nét khai phóng và đa sắc, đa dạng của nó, với tất cả những cung bậc, những gam mầu tuyệt vọng và thăng hoa của nó.

Văn học miền Nam, trong hai mươi năm ấy, đã phản ánh được con người, cái nhân văn của con người, cái tâm tình của con người.

Văn học miền Nam, trong hai mươi năm ấy, đã cho thấy rõ nét: Văn Học là Nhân Học. Nó đi vào cái cốt lõi, vào trái tim của Con Người. Con Người viết hoa nói chung, và con người Việt Nam nói riêng.

Bỏ mất đi phần đóng góp đầy mầu sắc cũng như những phản ảnh cao đẹp và cần thiết đó, văn học Việt Nam, trong giai đoạn phát triển tươi tốt ấy của rừng cây văn học nhân loại, còn lại gì?

Chúng ta, như những Con Người Việt Nam nói chung, còn lại gì?

California, 7 tháng XII. 2014

Chú Thích:

(*) Khai triển từ bài thuyết trình cùng tên của tác giả tại hội thảo về *Văn Học Miền Nam 1954-1975* tại Westminster, Nam California, ngày 6 & 7 tháng 12, 2014.

"Văn Học Miền Nam" không chỉ là một cái tên. Nó là một thực thể đồng thời là một biểu tượng. Bàn về *phẩm tính* là một chuyện dĩ nhiên. Còn về *ý nghĩa*? Trong khung cảnh lịch sử Việt Nam, nó nên và cần được xét về mặt ý nghĩa, ý nghĩa về chính sự hiện diện của nó, khi ta đặt nó trong dòng chảy của văn học Việt Nam (nói riêng), và văn học hiện đại thế giới nói chung. Ý nghĩa của nó có thể được nhìn cả về mặt đồng đại lẫn lịch đại trong tiến trình phát triển của văn học Việt, điều mà phạm vi bài tham luận này chưa cho phép thực hiện kỹ lưỡng và rốt ráo, đặc biệt trên mặt lịch đại.

[1] Nguyên văn bài thơ "Chuyện Tình" của Đỗ Quý Toàn:

Ôi anh yêu em vì em biết nói
Em đã biết thưa em còn biết gọi
Buổi sáng trời mưa khiến anh nhớ em
Bây giờ trời nắng anh nhớ em hơn
Ngồi xuống đây đi nghe chim đang hót
Đồng cỏ bàn tay trời cao mắt ướt
Khi ngó nhau thôi còn biết nói gì
Hai đứa ngồi đó như hai hòn bi
Có cành hoa đẹp anh hái cho em
Em không thèm nhận anh chết cho xem
Và anh sẽ khóc miên man suốt ngày
Ôi chả bao giờ buồn như bữa nay
Này em yêu quý em có biết nghe
Trên cánh đồng cỏ có con bò kia
Nó kêu "bò" "bò" và nó ăn cỏ
Trời hôm nay cao, yêu em, hỡi gió
Và trên đỉnh đồi có cây to tướng
Ở một cành ngang có một tổ kiến
Có con đi ra có con đi vào
Trời hôm nay nắng, yêu em xiết bao
Này em yêu dấu em nào có hay
Hồi nãy trên trời có con chim bay
Có con chim nó bay qua trên trời
Trời xanh đến thế đôi mình lứa đôi

[2] Một dị bản khác, dài hơn, có những câu hay hơn, nhưng, trong cái nhìn của tôi, bố cục nói chung lại không chặt như dị bản đã ghi trên kia. Tôi ngờ rằng dị bản dài hơi dưới đây đã được nhà thơ sửa chữa và bổ túc thêm vào dị bản ngắn, đã được viết trước đó:

Đến anh thì đến hôm nay
Lỡ mai gió lật chở đầy mưa qua
Đến anh thân thể lụa là

Dài đuôi con mắt, ngắn tà váy kiêu
Đến anh lưng thắt chiết yêu
Sểnh tâm phá giới con diều ái ân
Gót ngờ rớt chín phân vân
Để sau một hóa mười lần đến anh
Chờ em anh để râu xanh
Lòng xây bốn bức tường thành giam em
Hồn anh em thắp lên xem
Ác như một chiếc lồng đèn kéo quân
Tình anh sương giá đầy sân
Cần em mái phủ cho thân ấm nhờ
Chuyện mình mới nửa trang thơ
Phải hai cùng viết trang thơ vẹn tình
Chờ em anh để râu xanh.

[3] Cũng nên nhắc lại là bất cứ diễn dịch nào, đặc biệt trong lĩnh vực văn chương, ở những mức độ khác nhau, đều có phần "vũ đoán". Thậm chí, đều cần phải "vũ đoán". Dĩ nhiên, trên một cơ sở lập luận nào đó. Tất cả mọi diễn dịch văn học đều mang tính chủ quan, và đó là một sự chủ quan mang tính bản thể luận. Xin xem Bùi Vĩnh Phúc, *"Về Tính Vũ Đoán trong Viết, Đọc, và Thẩm Thức Văn Chương" (18/8/2009)* tại http://damau.org/archives/8179

[4] Xem Hoàng Hưng: *"Thảo luận về Dịch Thuật: Từ các bản dịch* Le Pont Mirabeau, *nghĩ về dịch thơ" (27/6/2014)* tại http://vanviet.info/thao-luan/thao-luan-ve-dich-thuat-tu-cac-ban-dich-le-pont-mirabeau-nghi-ve-dich-tho/

[5] Liên văn bản nối kết nhiều loại văn bản khác nhau, từ nhiều nguồn, nhiều trung tâm văn hóa khác nhau, để làm thành một "tấm vải" đan kết chằng chịt bởi những trích dẫn khác biệt. Những "tấm vải" này sẽ có hình dáng khác nhau trong sự nhìn ngắm cụ thể của mỗi một người đọc. Với kinh nghiệm, cá tính, cùng tất cả những yếu tố khác tạo nên con người đặc thù của mình, người đọc sẽ nhìn ra trong tác phẩm mình đang đọc dần dần hiện lên hình dáng "tấm vải văn bản" của tác phẩm mà người ấy đang tiếp cận. Từ đó, dẫn đến ý nghĩa của tác phẩm đối với riêng người ấy. Khái niệm "liên văn bản", như thế, gắn bó chặt chẽ với vai trò và cá tính của người đọc. Từ đó, nó lại liên hệ đến phương pháp phê bình dựa trên sự hồi ứng của người đọc (Reader-Response

Criticism). Và, nói rộng hơn, nó liên hệ đến mỹ học tiếp nhận (Reception Theory) phát xuất từ trường phái Konstanz của Đức.

[6] Về Thanh Tâm Tuyền, đã có nhiều nghiên cứu đào sâu vào những gốc rễ tinh thần cũng như những góc cạnh hình thức của thơ ông, nên tôi xin phép miễn bàn thêm ở đây. { Năm 1986, tôi cũng đã viết một bài về thơ tự do của Thanh Tâm Tuyền, xin xem *"Thanh Tâm Tuyền, người thi sĩ ấy"*, đăng làm hai kỳ, tại http://www.talawas.org/talaDB/suche.php?res=5335. Năm 2006, khi nhà thơ qua đời, tôi cũng đã có bài về thơ Thanh Tâm Tuyền ở giai đoạn sau; xin xem *"Biệt khúc cho Thanh Tâm Tuyền (Đọc lại* Thơ Ở Đâu Xa*)"*, *Talawas* 21/4/2006, http://www.talawas.org/talaDB/showFile.php?res=6997&rb=0101, và tại *Văn* (California, Hoa Kỳ) số tưởng niệm Thanh Tâm Tuyền, số đôi 113 & 114, tháng 5 & 6, 2006.} Trong phần trình bày này, chỉ nên nói thêm rằng cái tài thơ ấy đã may mắn được nuôi dưỡng và phát triển trong một vùng đất tốt. Nó không bị còi cọc vì đã không bị kìm hãm, đè nén hay bứng gốc. Và nó đã cho ra những hoa trái tốt đẹp, như ta đã thấy.

Về thơ Tô Thuỳ Yên, trong khoảng trên dưới 15 năm trở lại đây, cũng có một số bài viết về thơ ông. Nhiều năm trước, trong giai đoạn 1992-1994, tôi cũng đã có một bài viết khá kỹ, sau đăng làm nhiều kỳ (xin xem *"Tô Thuỳ Yên: Thơ, như một vinh dự lầm than của kiếp người")* tại http://www.talawas.org/talaDB/showFile.php?res=5411&rb=0102, nên cũng xin không nói thêm ở đây.

Viên Linh và Du Tử Lê cũng là những tài thơ đặc biệt của miền Nam. Về thơ Viên Linh trước 1975, bài tôi nhớ và có nhiều sự thích thú là bài *"Đêm Trường"*, với phong cách nửa lãng mạn, tiền chiến Hà Nội, nửa hiện đại, sáng tạo Sài Gòn. Với cách dùng chữ tài hoa và hình ảnh độc đáo, tác giả đã tạo được một khí hậu đặc biệt cho bài thơ của mình:

Nhớ em rồi Cúc Hoa xưa
Đêm nay dưới ngói trời mưa tầm tầm
Nhớ em vèo cái thu âm
Hồn theo bóng ngoại
phân thân chín từng.

Nhớ em ly rượu còn lưng
So đôi đũa mộc cười bừng cơn say
Phải anh rồi phải anh đây
Bữa cơm hai bóng
một ngày phần dương.

Nhớ anh chưa Cúc mắt vàng
Cúc xanh mi Cúc biếc hường trái tim
Cúc đen đâu đó Cúc mềm
Vùi anh trong bụng
Cúc hiền như dao.

Năm năm đời trú mái sầu
Thời gian phai nhạt những mầu yêu đương
Nhớ em lần lữa chiếu giường
Đêm nay lại một đêm trường như xưa.

Còn thơ Du Tử Lê trước 1975, có lẽ một trong những bài tôi thích nhất là bài "*Khi Người Về*":

Người về đâu không người không về đâu
Chiều chưa mưa nên chiều chưa thay màu
Tôi cây me đứng run từng lá
Lá đã vàng rồi tôi đã vàng theo

Tình người say không tình người không say
Đêm sắp sang nên đêm sắp ùa đầy
Hồn tôi ngủ sớm trong tay áo
Tay áo người bay hương ngất ngây (...)

Những câu thơ với những hình ảnh ẩn dụ, đẹp, mềm, và đầy thiên nhiên. Nhưng cái nhịp điệu của những câu thơ thì lại tạo ấn tượng quẩn quanh, buồn bã. Và như có chút gì ẩm mục. Ẩm mục, có lẽ, ngay cả cái mùi "hương ngất ngây" kia. Cái mùi hương ẩm mục của tình yêu mà những kẻ yêu nhau không ai lại muốn rời bỏ.

Đặc biệt hai tài thơ này, khi ra ngoài nước, lại ngày càng khởi sắc. Tôi nhớ Viên Linh với tập thơ "Thuỷ Mộ Quan", và, đặc biệt, một đoạn trong bài "Ẩn Mật":

Ba sinh hương lửa có gần
Gửi em đầy đủ
Thân
Tâm
Ý
Lời.
Gửi em tiếng khóc câu cười
Văn Chương, Hạnh Phúc, Cuộc Đời, v.v..

Hãy để ý đến từ "v.v.." viết tắt kia. Nó chui được vào thơ mới lạ. Và thần tình nữa.

Còn Du Tử Lê thì luôn có những nỗ lực làm mới ngôn ngữ. Ông cũng thường tạo ra những phân cảnh trong thơ. Như trong kỹ thuật của *cinéma*. Những phân cảnh lóng lánh và đầy thần sắc. Chẳng hạn:

mưa ủ bệnh: những con đường cớm nắng / tiếng hát còn ủ bệnh những chia, ly / tôi ủ bệnh: những ngày em nhập viện / cây góc vườn ôm ngực ốm o, ho.
lá ủ bệnh: những mùa hò hẹn, lỡ / môi-khuyết-trăng ủ bệnh nhớ thơ, nàng / chim ủ bệnh: giữa đường bay thất lạc. / tôi ủ tình: người trả lại. trăm năm.
áo ủ bệnh: dệt, thêu hương tóc bạn. / vá nụ cười lên vết rách chênh, chao / tôi ủ bệnh: những ngón tay nhiễm tội / trên thân người. ký ức nhịu chân đi.
ghế ủ bệnh: chỗ ngồi ai sớm bỏ / tội ngọn đèn tự chít lấy khăn tang / tôi tự quấn quanh đầu mưa, nắng, mới / biết người còn ủ giữ nụ hôn, đêm?
đời nhớ nhé: nhân gian kia hớn hở!?! / riêng tôi về ủ bệnh giữa hư vô.
(*Ủ bệnh giữa hư vô*, Du Tử Lê)

[7] Phần viết ngắn này về Mai Thảo cùng đoạn trích văn ở đây được lấy lại từ bài viết về Mai Thảo, của tôi. Xin xem *"Văn chương Mai Thảo: biên địa của cảm xúc và cái đẹp, giao thoa với ý thức về đời sống*", trong Bùi Vĩnh Phúc, *Lý Luận và Phê Bình/ Hai Mươi Năm Văn Học Việt Ngoài Nước (1975-1995).* Westminster, California: Văn Nghệ, 1996.

[8] Theo Jean Milly, *La phrase de Proust: Des phrases de Bergotte aux phrases de Vinteuil*, Paris: Larousse, 1975.

[9] Nguyên văn của Faulkner:

" (...) I believe that man will not merely endure: he will prevail. He is immortal, not because he alone among creatures has an inexhaustible voice, but because he has a soul, a spirit capable of compassion and sacrifice and endurance. The poet's, the writer's, duty is to write about these things. It is his privilege to help man endure by lifting his heart, by reminding him of the courage and honor and hope and pride and compassion and pity and sacrifice which have been the glory of his past. The poet's voice need not merely be the record of man, it can be one of the props, the pillars to help him endure and prevail."

(Trích từ Diễn văn nhận giải Nobel, 10 tháng 12, 1950)

Firenze, Italy (1991)

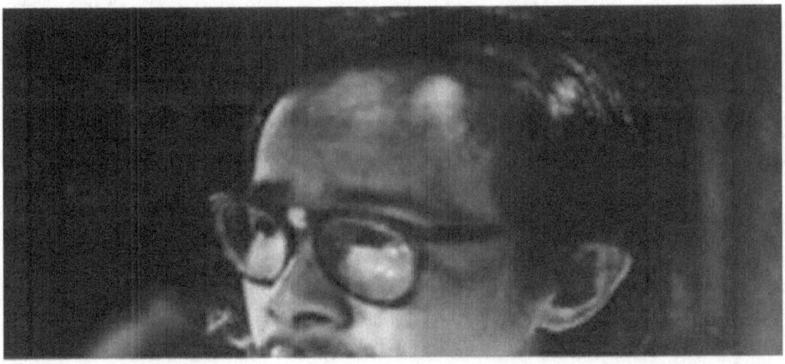

Trịnh Công Sơn: Ngôn Ngữ & Những Ám Ảnh Nghệ Thuật (trích)

[…]

Nhạc của Trịnh Công Sơn bao gồm những khúc thức giản dị, không cầu kỳ. Và nói như nhạc sĩ Văn Cao, "Trong âm nhạc của Sơn, ta không thấy dấu vết của âm nhạc cổ điển theo cấu trúc bác học phương Tây. Sơn viết hồn nhiên như thể cảm xúc nhạc thơ tự nó trào ra..." Có người coi sự giản dị này như một điểm yếu trong âm nhạc của họ Trịnh. Họ nghĩ rằng, với những khúc thức như thế, âm nhạc của anh không phong phú, và những cảm xúc của anh, vì thế, bị giới hạn bên trong một "cái vỏ" nghèo nàn. Nhận xét này có thể có những khía cạnh đúng, nhưng là đúng cho tất cả mọi nghệ sĩ, trong đó có cả những người làm nhạc. Mỗi nghệ sĩ có một phong cách riêng, và chính là với cái phong cách riêng ấy của mình, mỗi người nghệ sĩ tự định hình con người và sắc thái nghệ thuật mình. Trịnh Công Sơn, với những khúc nhạc giản dị nhưng có một phong cách riêng, đã nói được tất cả những gì mà anh muốn bày tỏ với chúng ta, những người nghe anh. Suy nghĩ này làm tôi nhớ đến Claude Lévi-Strauss.

Nhà nhân học cơ cấu này tin và cả quyết rằng những thao tác trí tuệ cũng như sự hiểu biết của những con người mà chúng ta coi là "man mọi" thật ra cũng chẳng thua kém gì những thao tác trí tuệ cũng như sự hiểu biết của chúng ta cả [1]. Các nhà ngôn ngữ học thời nay cũng đều cho rằng ngay trong những ngôn ngữ của những bộ lạc mà chúng ta, những con người sống trong thời hiện đại, coi là man dã đều có những quy tắc phức tạp của chúng, và những hệ thống ngôn ngữ ấy cũng có thể diễn đạt được tất cả những điều tế vi nhất mà nhu cầu của những xã hội phát sinh ra những ngôn ngữ ấy đòi hỏi. Qua sự liên tưởng và so sánh những điều này với những khúc thức được coi là giản dị của Trịnh Công Sơn, tôi chỉ muốn nói rằng họ Trịnh đã chọn đúng dạng thức cho những khúc nhạc mình để giúp chúng đi vào lòng người nghe. Anh bắt được tiếng thở dài cũng như nhu cầu tinh thần của cả một thời, lại tạo được cho mình một giọng nói không bị nhòa đi giữa nhiều giọng nói khác. Thế giới âm nhạc của Trịnh Công Sơn, lại nói như Văn Cao, "với những lời, ý đẹp và độc đáo đến bất ngờ hôn phối cùng một kết cấu đặc biệt như một hình thức của dân ca hầu như không thay đổi [...] đã chinh phục hàng triệu con tim, không chỉ ở trong nước, và ở cả bên ngoài biên giới nữa."

Trước khi đi vào phân tích một cách khá chi tiết những ám ảnh, thời gian và không gian nghệ thuật, cũng như những hình ảnh biểu tượng và những nét đặc thù trong thế giới nhạc ngữ của Trịnh Công Sơn, ta có thể tạm thời đưa ra một nhận xét tổng quát rằng, nhạc ngữ của anh rất mới. Chúng mới một cách giản dị. Không phải mới ở cách dùng những câu chữ phức tạp, cầu kỳ, nhưng là mới ở cách sắp đặt những từ ngữ và những hình ảnh bên nhau một cách bất ngờ và rất không truyền thống. Trịnh Công Sơn lớn lên trong một thời đại mà ảnh hưởng của văn hóa Âu Mỹ, đặc biệt là của Tây phương, đã ghi những dấu ấn khá sâu đậm trong tâm hồn người Việt. Nó tạo nên một bầu khí quyển văn hóa đặc thù, và những trí thức trẻ Việt Nam là những người có nhiều cơ hội sống và hô hấp trong cái bầu khí quyển đó. Những nghệ sĩ, lại là trí thức, dễ trở nên những người nhạy cảm và tài hoa hơn ai hết trong việc khúc xạ những hình ảnh của thời đại, của thế giới, theo cách nói mới của con người thời đại. Trịnh Công Sơn có chịu những ảnh hưởng này, ở một mức độ nào đó. Và, trên khía cạnh ngôn ngữ và nghệ thuật, tôi cho rằng đây là những ảnh hưởng tốt, có khả năng giúp mở ra một thế giới hình tượng mới cho tuổi trẻ Việt Nam. Trong thi ca, chúng ta đã có nhiều nhà thơ, qua tiếp cận với những tiếng nói thời đại ở khắp nơi trên thế giới, làm mới được giọng nói và ngôn ngữ mình.

Nhớ, Apollinaire, trong bài *Le Pont Mirabeau*, đã có những câu thật đẹp:

Les mains dans les main restons face à face
Tandis que sous
Le pont de nos bras passe
Des éternels regards l'onde si lasse...
(Tay nắm lấy tay và mặt nhìn mặt
Trong lúc đó dưới
Cầu của những cánh tay đôi ta lướt chảy
Dòng nước mệt mỏi của những thoáng nhìn thiên thu...)

Hình ảnh cây cầu làm bằng những cánh tay bắc qua vai nhau này thật đẹp và mới. Nó cũng đã xuất hiện trong một câu thơ của ta vào những năm sáu mươi.

Cũng Apollinaire, trong bài *Zone*, có hình ảnh thật lạ:

Bergère ô tour Eiffel le troupeau des ponts bêle ce matin...
(Ô kẻ chăn cừu ơi hỡi tháp Eiffel, bầy cừu mà nàng chăn dắt là những cây cầu kêu be be buổi sáng hôm nay...)

Và Trịnh Công Sơn có hình ảnh quá mới và đẹp sau đây mà chắc ít người để ý:

Ngày mai em đi / biển nhớ em quay về nguồn
Gọi trùng dương gió ngập hồn / bàn tay chăn gió mưa sang...

Bàn tay chăn gió mưa sang [2] Gió mưa được xem như một bầy cừu hay một bầy dê nhỏ đáng yêu mà bàn tay ai đã chăn dắt sang đây. Hình ảnh mưa gió được làm cho mềm mại và sinh động để hòa nhịp với nỗi nhớ thiết tha đang bay trong trời không.

Jacques Prévert nói:

L'oiseau qui chante dans ma tête
Et me repète que je t'aime...
(Con chim hót trong đầu anh / Và nhắc lại cho anh biết rằng anh yêu em...)

Và lời ca trong bài *There's A Time*, mà Nana Mouskouri hát rất hay, có hình ảnh:

> *... Now you ride the ocean, chase the stars underneath some far-away skies*
> *And the bird in my heart knows you're never coming home, never coming home till the day the sea runs dry.*
> (Giờ đây anh cưỡi trên biển cả, đuổi theo những vì sao dưới những bầu trời xa thẳm
> Và con chim trong trái tim em biết rằng anh chẳng bao giờ quay về, chẳng bao giờ quay về cho đến khi nào biển cạn khô dòng.)

Hình ảnh con chim hót trong đầu hay trong trái tim của một con người không phải là hình ảnh có thể xảy ra trong thời xa xưa, chẳng hạn như trong thời của "Tuyết Hồng Lệ Sử"; nhưng nó là hình ảnh tự nhiên để diễn tả cảm xúc của thời năm mươi, sáu mươi, và sau đó nữa. Trịnh Công Sơn có thể chịu ảnh hưởng trong việc sử dụng biểu tượng này. Nhưng hình ảnh chim gắn với cảm xúc trong ca từ của ông được vẽ bằng một nét mạnh bạo và độc đáo hơn nhiều:

> *Trong trái tim con chim đau nằm yên / Ngủ dài lâu mang theo vết thương sâu*

và

> *Trên giọt máu cuồng điên / Con chim đứng lặng câm*
> *Khi về trong mùa Đông / Tay rong rêu muộn màng...*

Trông đợi những cơn mưa, Trịnh Công Sơn viết:

> *Buổi chiều ngồi ngóng những chuyến mưa qua*

"Mưa" được coi như những chuyến xe mà tác giả là người chờ ngóng mong đợi chúng. Để làm gì? Có thể là để lên đường đi đến cõi mộng mơ của mình chăng? Cũng nói về những chuyến mưa như thế, nhưng ở đây là những chuyến mưa đêm, Mai Thảo có viết một câu với đại ý là "từ những vùng xa thẳm, mưa bay qua những ga sao và những trạm trời để đến với ta."

Tôi thử đưa ra một số những hình ảnh và ngôn ngữ ấy để chứng tỏ rằng thời đại làm nên con người. Và nó làm nên con người qua những hình ảnh và ngôn ngữ cùng lối suy nghĩ riêng của nó. Chính vì thế, qua thế giới nhạc ngữ của Trịnh Công Sơn, ta nhận thấy rõ anh là một người chứng quan trọng của thời đại. Âm nhạc của anh cùng với ngôn ngữ và hình ảnh trong nó đã đem lại cho chúng ta một cái nhìn rõ nét về giai đoạn mà nó ra đời. Và Trịnh Công Sơn quả thật đã là người sai sử ngôn ngữ một cách tuyệt diệu.

[…]

KHÔNG GIAN NGHỆ THUẬT

Một lát cắt lớn khác, ngoài lát cắt về thời gian, cho ta cơ hội khảo sát kỹ những ám ảnh cũng như những hình tượng và nghệ thuật ngôn từ của Trịnh Công Sơn, là lát cắt về không gian.

Con người sống trong không gian, hay, nói khác đi, không gian là nơi cư trú của con người. Không những không gian thể hiện lối sống, phong cách sống của những con người chiếm hữu nó, mà không gian còn cho thấy nó có khả năng "uốn nắn" con người. Chúng ta có thể thấy rõ được điều đó khi nhận thức rằng thổ ngơi và địa lý đã là những yếu tố quan trọng, đóng góp vào việc quyết định tính cách và, rất nhiều khi, cả định mệnh của một dân tộc. Lịch sử hiện đại cho ta một thí dụ rõ nét: Nhật Bản. Định mệnh của dân tộc này, những bước thăng trầm của nó, và ngay cả tính cách của con người Nhật Bản, phần lớn, cũng đã do không gian sống của nó quyết định.

Không gian sinh tồn của con người, nhỏ thì là một túp lều, một mái nhà, lớn thì là cả trời đất mênh mang, không chỉ thể hiện khung cảnh và điều kiện sống của nó. Không gian còn thể hiện tâm trạng của con người. Nhất là nếu không gian này được nhìn xét dưới nhiều góc cạnh khác nhau và nếu nó xuất hiện trong khung cảnh sống nói chung của con người theo một tần số nào đó. Lúc ấy, có thể không gian đó không còn chỉ mang tính chất vật lý nữa; bấy giờ, nó mang nặng tính chất tinh thần. Nó thể hiện tâm trạng của con người. Nó thể hiện thế giới bên trong, thế giới nội tâm thầm kín của con người đã chiếm hữu hay bầu bạn với nó. Không gian lúc đó, như thế, trở nên một hình tượng. Nó là một hình tượng nghệ thuật mà người nghệ sĩ đưa vào trong tác phẩm của mình để diễn tả tâm ý mình trong những hoàn cảnh nhất định.

Đi vào thế giới âm nhạc của Trịnh Công Sơn, xét riêng về mặt nhạc ngữ , ta có thể nhận ra là không gian sống của anh có thể chia ra thành nhiều loại. Rộng lớn thì là đất trời mênh mang nói chung, rồi thì là biển, sông, rừng, núi. Nhỏ thì là phố, quán, và những con đường. Nhưng trong những vùng không gian vừa mang tính vật lý vừa mang tính tâm trạng này, người ta thấy sáng lên những biểu tượng, chẳng hạn như mặt trăng, mặt trời, sóng, nước, mây, mưa, nắng, khói... Và con người, kẻ sống giữa không gian, trong cái nhìn của Trịnh Công Sơn, và trong thế giới âm nhạc của anh, đã được phản ánh như thế nào. Nó là một biểu tượng để tô, dập lại những đường nét của thiên nhiên, hay, có nhiều khi, ngược lại, nó lại là thước đo để từ đó thiên nhiên được diễn tả, phản ánh.

Sau đây, chúng ta hãy thử lần lượt đi vào những không gian vừa có tính vật lý vừa có tính tâm trạng đó trong thế giới của anh.

- **Không Gian Trời Đất:**

Trời đất là không gian lớn rộng để Trịnh Công Sơn và những con người, những chủ thể trong thế giới của anh, đi về. Nhưng trước hết, đó là nơi đi, về của chính anh:

Trời cao đất rộng một mình tôi đi, một mình tôi đi
Đời như vô tận một mình tôi về
Một mình tôi về, với tôi
(Lặng Lẽ Nơi Này)

Trong không gian ấy, anh lắng nghe và cảm nhận được hết cái im lặng của đất trời. Và của lòng mình. *Đời rộng thênh như im vắng tiếng rơi khô.* Nhưng, cũng có khi, lạc vào vùng không gian mênh mông ấy, anh như tìm thấy ở nó những biểu tượng tôn giáo. Không gian đất trời, bây giờ, kéo anh (và những chủ thể trong thế giới của anh) xích lại với những không gian trong Kinh Thánh, trong Cựu Ước:

Mặt trời hãy ngủ yên / Xin mặt trời hãy ngủ yên
Người hãy nhớ mang theo hành trang /
qua khung trời vắng chân mây địa đàng
(Xin Mặt Trời Ngủ Yên)

Ôi môi hờn / xin đừng / kể lại tích xưa buồn hơn
Đợi chờ năm
Làm gió qua truông thiên đàng
(Vết Lăn Trầm)

Trời đất trong anh cũng còn là một trang giấy, một ấn bản của những giấc mơ mà anh có giữa đời. Đó chính là những giấc mơ trong lòng anh, những giấc mơ nhiều khi trở nên hiện thực hơn khi con người mở mắt:

Trời còn in dấu chim xa nguồn
Đời còn bay những cơn mưa phùn
(Khói Trời Mênh Mông)

Tình đi âm thầm / Nghìn trùng như vết sương
Lạnh lùng như dấu chim
Tình mong manh như nắng
Tình còn đầy không em?
(Tình Sầu)

Nói trời đất là một ấn bản của những giấc mơ giữa đời của Trịnh Công Sơn thì có thể cũng đúng. Nhưng, có lẽ đúng hơn, nó chính là một tấm phông lớn, một màn ảnh lớn để anh nhìn ra những mộng ảnh, những hư ảnh, những thực ảnh hay những hiện ảnh của đời mình.

Đây có phải là thực ảnh:

Ta về nơi đây thoáng nghe gió lạnh
Hết mùa thu sang đã đến ngày đông
Những hàng cây xanh đón em áo lộng
Bây giờ ta nhìn khói trời mênh mông
(Khói Trời Mênh Mông)

Và đây có phải là mộng ảnh:

Tình ngỡ đã quên đi như lòng cố lạnh lùng
Người ngỡ đã xa xăm bỗng về quá thênh thang
Ôi áo xưa lồng lộng đã xô dạt trời chiều
Như từng con nước rộng xóa một ngày đìu hiu
(Tình Nhớ)

Còn đây là hiện ảnh chăng?

Mây và tóc em bay trong chiều gió lộng
Trời làm cơn mưa xanh dưới những hàng me
(Tuổi Đời Mênh Mông)

Và đây là hư hay là thực, hay đó chỉ là một chút phù ảnh khi người nghệ sĩ nhìn mây bay ngang đầu mà gọi thầm tên em:

Có còn trong em những đêm gió lộng
Ngồi bên hiên nhìn bến nước đầy dâng
Có còn trong em những cây nến hồng
Những cầu qua sông những chút tình duyên
Gió trời lênh đênh nhớ con phố hẹn
Ta nhìn ta về giữa trời hư không
(Khói Trời Mênh Mông)

Trịnh Công Sơn hỏi thầm trong lòng mình về những cơn mơ đời đã là rất thực mà cũng là rất hư ấy. Chân hay mộng thì những phiên bản của trời đất kia gửi tới cho anh cũng chỉ làm anh nhận thức được rõ thêm một điều này: đất trời quá bao la và con người quá nhỏ bé. Đôi khi do những cảm xúc chủ quan và thiết tha của mình, anh đã nâng lên thành cận ảnh những đường nét yêu dấu trong đời, *ôi áo xưa lồng lộng đã xô dạt trời chiều*, nhưng anh biết rằng con người chỉ là một hạt bụi trong cõi trời đất thiên thu này. Ý nghĩ về sự mênh mông, bao la của không gian lại làm anh đụng chạm đến một nỗi ám ảnh lớn khác của mình: ám ảnh về thời gian:

Rộng nghìn thu một tà dương ấy ...
Vàng phai sẽ cuốn đi mịt mù
(Vàng Phai Trước Ngõ)

Và ám ảnh về thời gian, lại dẫn Trịnh Công Sơn, và cả chúng ta, đến một không gian khác trong tâm hồn của chàng nghệ sĩ.

- **Không Gian Núi và Biển:**

Trong Trịnh Công Sơn, có một không gian ở dưới thấp, thu gọn lại nơi những con phố và những quán xá, nơi anh thường tìm thấy mỗi ngày hình ảnh của chính mình và những khuôn mặt bè bạn cũng như những người nữ thiết tha mà anh có trong đời; nhưng cũng có một không gian ở trên cao, như núi, trầm ngâm, chờ đợi, và một không gian ở khá xa, nhưng vẫn ầm ì tiếng gọi, như biển. Núi và Biển là những không gian vật lý, chắc chắn thế. Nhưng càng chắc chắn hơn trong thế giới âm nhạc của Trịnh Công Sơn, đó là những không gian tâm trạng. Núi và biển đều là những biểu tượng lớn trong thế giới của anh. Khi anh nói "Về bên núi đợi", hay "buồn lên núi nằm xuống", không có nghĩa thật là anh sẽ trèo lên núi hay về sống bên núi để làm cái công việc đợi chờ hay nghỉ ngơi (!) kia. Trịnh Công Sơn muốn nói đến một cái gì khác. Cái đó chúng ta ai cũng biết. Ngoài ra, trong anh, núi còn có thể đưa đến những liên tưởng khác nữa. Cũng thế, đối với Biển.

Trước hết, hãy trở lại với những núi non trong Trịnh Công Sơn. Trước hết, núi là một điểm hẹn. Một điểm hẹn trăm năm. Khi con người, dù như một ngọn gió kia, đã thấy mệt mỏi với đôi cánh lang thang của mình:

Cuồng phong cánh mỏi
Về bên núi đợi
Ngậm ngùi ôi đá cũng thương thay
(Chiếc Lá Thu Phai)

Vẫn ngọn gió mệt mỏi ấy. Bay về. Nó thiết tha quay về điểm hẹn:

Chợt như xác thân không còn
Tưởng mình như là cơn gió
Về chân núi thăm nấm mồ
(Lời Thiên Thu Gọi)
Tôi như là người ngồi trong đêm dài
nhìn tôi đang quá ngậm ngùi ...
Một hôm buồn lên núi nằm xuống
(Tự Tình Khúc)

Tại sao chàng nghệ sĩ lại muốn trở về núi. Có phải vì chàng mong ước rằng, nơi núi, ở bên kia của núi, chàng sẽ tìm lại được những yêu dấu cũ. Chàng sẽ dựng lại được những kỷ niệm tươi đẹp bên người:

Người đã đến và người sẽ về bên kia núi
Từng câu nói là từng cánh buồm giong cuối trời
Còn lại tiếng cười khóc giữa đời
(Cỏ Xót Xa Đưa)

Ngày xưa, khi người còn ở bên ta, ta đã dự cảm một cuộc chia ly loang màu xanh xẫm của núi chiều, hay màu tím than của dáng đêm đổ đầy trên bóng núi. Ta đã dự cảm điều đó, và, thật sự, bây giờ, người đã đi xa. Chỉ còn lại ta đứng đây nhìn bóng núi. Và nghe tiếng núi thầm thì.

Hay than vãn. *Yama no Oto*. Như Kawabata đã nghe, có lẽ trong suốt cuộc đời ông.

Trịnh Công Sơn có những lúc đã muốn trở về. Núi là điểm hẹn. Núi là biểu tượng của một nơi xa xôi, hoang vắng, là một chốn cao và xa, thoát khỏi cuộc đời lắm mộng ảo, nhiều phiền tạp và bụi bặm này. Và núi cũng là một cứ điểm bền vững để người nhạc sĩ lui về cố thủ trong những lúc mệt mỏi với cuộc đời. Thế nhưng, đó có phải thực sự là nơi mà con người có thể lui về để kiếm tìm sự thực? Hay nó cũng vẫn nằm trong một cuộc mộng lớn hơn giữa chốn thiên thu này:

Một chiều núi bỗng mang thân cánh đồng
thì cùng dòng nước khóc giùm
(Một Lần Thoáng Có)

Núi, như thế, chưa hẳn là một cứ điểm bền vững. Nhưng nó vẫn cứ là một biểu tượng của cuộc hẹn hò trăm năm trong lòng Trịnh Công Sơn. Anh đã cùng dòng nước khóc cuộc ra đi của núi. Nước, như thế, là sự vỗ về, là sự che chở, cưu mang ta. Từ đó, ta cũng hiểu rằng biển chính là sự vỗ về, an ủi và cưu mang thiết tha đó. Và ai, nếu không phải là em, đã hòa thân và hóa thân vào biển. Biển luôn mang đặc tính nữ trong thế giới nghệ thuật của con người. *La mer*. Những tiếng nhạc mênh mang ôm đỡ và vứt đẩy ta vào những vùng lênh đênh xanh. Người Tây-ban-nha cũng xem biển mang đầy nữ tính. *La mar*. Chỉ có bọn chài tuổi trẻ hung hăng là có những lúc nhìn biển trong vẻ nam tính của nó để muốn mang thân mình ra đọ sức cùng. Chúng gọi Biển là *El mar*. Nhắc lại những điều này làm chúng ta lại nhớ đến Hemingway. [3]

Núi và biển như thế là ôm ấp, gắn bó với nhau. Như trong những suy nghĩ của Trịnh Công Sơn về trời đất:

Trong khi ta về lại nhớ ta đi
Đi lên non cao đi về biển rộng
(Một Cõi Đi Về)

Núi là nơi để nằm xuống, để trả về. Nhưng biển là nơi để tâm sự, để thầm thì kể lể:

Người tìm về biển xanh / nói thầm về đời mình
Ăn năn dấu rêu phong
(Lời Của Dòng Sông)

Biển là sự dịu dàng mềm mại, *trùng trùng ngoài khơi nước lên sóng mềm*. Biển luôn luôn là nơi cất giấu hay lưu giữ những gì thân thiết, đẹp đẽ và dịu dàng ở nơi em:

Tóc người dòng sông xưa ấy đã phai
Đã lênh đênh biển khơi
(Có Một Dòng Sông Đã Qua Đời)

Biển có khi là nơi chốn em về, để cho tôi hoang mang tìm kiếm. Nào tôi có biết em vẫn đang chờ mong một lời hò hẹn:

Chân nhuộm phố phường em về biển xa
Bàn chân thoát chốn lao tù
Em về đứng chờ dưới ngọn tình ca
(Góp Lá Mùa Xuân)

Thế nhưng, có khi biển cũng mang tâm sự của con người, hoài mong và tiếc nhớ. Biển lên tiếng gọi, và cả không gian con người, bây giờ, cùng chia sẻ nỗi buồn đau của biển. Bởi lẽ, hình như đó chính là nỗi đau của con người được biển ôm giữ hộ trong lòng. Và tiếng biển đó, thật ra, chỉ là tiếng vọng âm của con người quắt quay trong nỗi hoài nhớ của chính mình. *Biển Nhớ* đã là một trong những bài hát đẹp và buồn, mang tính cách Trịnh Công Sơn nhất trong thập niên sáu mươi, một thập niên mà xã hội miền Nam Việt Nam và con người sống trong xã hội ấy đang có những chuyển mình thay đổi một cách tàn khốc. Giai đoạn đó là một cơn đau dài. Nhiều giá trị xã hội cũng như nhiều giá trị con người, mặc dù không hẳn là toàn vẹn về mọi mặt, nhưng đã được thiết lập một cách khá bền vững trước đó và mang lại cho con người một sự bình an tạm bợ, nay đang vặn mình trong một cơn thoát xác. Những cơn lốc bắt đầu cuốn lên. Tiếng gọi của *Biển Nhớ*, bây giờ, nghe lại, thấy như là tiếng gọi xót xa, đau đớn về một điều gì êm đềm, tha thiết đã không còn nữa. Đặt nó trong nhịp thở chung của thời đại, và thử đối chiếu nó với nét đẹp dịu mềm và tha thiết, đằm thắm, một sự tha thiết phản ánh cái bình an của hơi thở con người, của bài *Nắng Chiều* của Lê Trọng Nguyễn chẳng hạn, ta sẽ thấy là *Biển Nhớ* mang trong nó hơi thở của thời đại mà nó ra đời biết bao [4] :

Ngày mai em đi / Biển nhớ tên em gọi về
Gọi hồn liễu rũ lê thê / Gọi bờ cát trắng đêm khuya (...)
Ngày mai em đi / Biển nhớ em quay về nguồn

Gọi trùng dương gió ngập hồn
Bàn tay chăn gió mưa sang
Ngày mai em đi / thành phố mắt đêm đèn vàng
Hồn lẻ nghiêng vai gọi buồn
Nghe ngoài biển động buồn hơn (...)
Ngày mai em đi / Biển nhớ tên em gọi về
Triều sương ướt đẫm cơn mê / Trời cao níu bước sơn khê
Ngày mai em đi / Cồn đá rêu phong rũ buồn
Đèn phố nghe mưa tủi hờn / Nghe ngoài trời giăng mây luôn
Ngày mai em đi / Biển có bâng khuâng gọi thầm
Ngày mưa tháng nắng còn buồn
Bàn tay nghe ngóng tin sang
Ngày mai em đi / thành phố mắt đêm đèn vàng
Nửa bóng xuân qua ngập ngừng
Nghe trời gió lộng mà thương

- **Không Gian Sông:**

Đây cũng là một không gian ám ảnh của Trịnh Công Sơn, người nhạc sĩ. Nhưng không như Biển, Sông thường là gần gụi với con người hơn, về khía cạnh địa lý cũng như về khía cạnh tâm trạng. Thường, sông quấn quanh không gian cuộc sống của con người và đem lại cho con người những mơ ước thoát dòng. Những không gian cuộc đời nhiều khi quá chật hẹp và làm con người cảm thấy bí bức. Sông cho con người một lối thoát. Sông sẵn sàng nghe những lời tâm sự của người, và chở những mơ ước của nó đi xa. Hoặc, có khi, sông nâng những mơ ước của con người lên cao, thành mây, rồi thành mưa. Như thế, sông là người bạn mà con người gần như luôn luôn có thể tin cậy được. Sông bồi đắp và nuôi dưỡng. Và khi những mơ ước của con người được sông đưa lên cao để nở giữa trời, sông quả thật đã dìu con người và khiêu vũ với nó giữa cuộc thênh thang trời đất:

Những dòng sông nối đôi tay liền với biển khơi ...
Con sông là thuyền / mây xa là buồm
Từng giọt sương thu hết mênh mông
(Bốn Mùa Thay Lá)

Sông mở rộng không gian cho con người. Và có khi, nó dìm chết một ngày của đời người trong vũng không gian ấy.

Dòng sông nắng cho bờ bến rộng...
Một dòng sông chở ngày hấp hối
(Vàng Phai Trước Ngõ)

Nhưng, dù sao đi nữa, sông với người vẫn gần như luôn cần có nhau. Bởi vì, hai thực thể đó, có lẽ đã là những chiếc bóng của nhau. Sông đã giữ gìn hình ảnh của con người trong nó. Và con người, không phải nó vẫn luôn mang trong lòng một dòng sông hay sao? Một dòng sông êm đềm hay một dòng nước cuồn cuộn chảy. Để con người nghe ra những tiếng thời gian. Thế nên, nếu có một lần nào đó người bỏ đi, dòng sông kia còn lại gì?

Người ra đi bến sông nằm lạnh
Này nhân gian, có nghe đời nghiêng?
(Có Nghe Đời Nghiêng)

Bởi lẽ ấy, rồi người lại trở về. Sông ôm ấp, gìn giữ và chở đi xa những mơ ước hay những dấu buồn đau của con người:

Dường như bão qua / dòng sông nước lên
Đời không có mưa mà vẫn ướt mềm
(Gần Như Niềm Tuyệt Vọng)
Tìm lại trên sông những dấu hài
(Đóa Hoa Vô Thường)
Một dòng sông sâu / chở hồn thương đau
(Em Đi Trong Chiều)

Chính vì sông là nguồn an ủi, là nơi ôm ấp những thiết tha, đau đớn của ta, là nơi rửa sạch những vết thương mà ta có thể bắt gặp giữa đời này, Trịnh Công Sơn (và cả người nữ của anh) thường tìm về với sông để kể lể, hỏi han. *Người tìm về dòng sông / hỏi thầm về đời mình*. Thậm chí, sông còn là nơi để nhận giữ những lời trăn trối cuối:

Một chiều em đứng cuối sông
Gió mùa thu rất ân cần
Chở lời kinh đến núi non
Những lời tình em trối trăn
(Đóa Hoa Vô Thường)

Cũng chính vì biết em đã ra sông để thả bay những lời trối trăn trong nắng, Trịnh Công Sơn, khi đi tìm em, cũng đi về dòng sông ấy. Vì anh hiểu rằng, sông kia đã trở nên một điểm hẹn giữa hai người:

Gọi em cho nắng chết trên sông dài
(Hạ Trắng)

Còn một lời gọi nào đẹp hơn thế? Người nhạc sĩ đứng bên bờ sông và gọi người yêu của mình. Anh gọi mãi, gọi mãi. Cho đến khi chiều hấp hối. Và chết trên dòng sông trắng. Tưởng như tiếng gọi đã đụng vào cõi vô biên.

- **Sóng:**

Biển, sông, cũng như núi, đó là những bến hẹn. Những điểm đợi của con người. Nhưng một trong những biểu hiện của sông và biển là sóng. Sóng là tiếng nói của cả hai. Sóng là những nỗi dội đập của lòng ta trong lời sông, tiếng biển. Thật ra sóng cũng là ta, và ta là sóng. Làm sao tách hai ra được. Đó là sự phân thân. Bởi thế, khi ta nói với sóng, thì cũng chính là ta nói với ta. Đó là những lời tự nhủ thầm. Đó là những tiếng kêu trong ta. Để nhắc rằng ta vẫn còn những cảm nhận, những đau đớn xót xa buốt sắc trong lòng. Làm sao sóng không hiểu? Chỉ có người với người là còn có những lúc không hiểu nhau, còn có những lúc quay mặt đi. Nhưng sóng là ta, ta là sóng, làm sao sóng không hiểu những tiếng kêu đau đớn của chính mình?

Biển sóng biển sóng đừng xô tôi
Đừng xô tôi ngã dưới chân người
Biển sóng biển sóng đừng xô nhau
Ta xô biển lại sóng về đâu?
Sóng bạc đầu / và núi chìm sâu
Ta về đâu đó (...)
Biển sóng biển sóng đừng xô nhau
Ta xô biển lại sóng nằm đau
Biển sóng biển sóng đừng xô tôi
Đừng xô tôi ngã giữa tim người
(Sóng Về Đâu?)

- **Mây:**

Sóng là một dạng của sông và biển. Một dạng khác của sông, của biển là mây. Sông biển gắn bó với em, thế nên mây cũng mang hình ảnh em:

Ôi áo xưa em là một chút mây phù du
Đã thoáng qua đời ta
(Đóa Hoa Vô Thường)

Mây không phải chỉ là áo em. Có khi mây bay lên, mây còn nằm trên vai em: *Từng phiến mây hồng / em mang trên vai.* Mây là em. Em là hình ảnh của những vệt mây, những thoáng mây trong lòng người nhạc sĩ:

Tuổi nào lang thang thành phố tóc mây cài
Em xin tuổi nào / còn tuổi nào cho nhau
Trời xanh trong mắt em sâu
Mây xuống vây quanh giọt sầu ...
Tuổi nào mơ kết mây trong sương mù...
Xin mây se thêm màu áo lụa
(Còn Tuổi Nào Cho Em)

Và hình ảnh em đi qua cầu. Trong chiều. Với một hồn mây nổi:

Em đi qua cầu / một hồn mây bay
Em đi trong chiều / một đời khôn nguôi
Một đời riêng ai / mong ai
(Em Đi Trong Chiều)

Mây bay dào dạt trong hồn em. Và mây thổi mù mù che kín hết thành quách để em không còn đường về:

Một chiều kia có mây mù mù
Mây rơi nhanh rơi trên cửa nhà
Người tình kia mất con đường về
Và trời kia mất em từ độ
(Níu Tay Nghìn Trùng)

Tứ bề mây bay, và ta tưởng như có dịp trở lại khí hậu thời Đường, đứng dưới cội tùng mà hỏi thăm chú đồng tử của Giả Đảo:

Tùng hạ vấn đồng tử
Ngôn sư thái dược khứ
Chỉ tại thử sơn trung
Vân thâm bất tri xứ
(Tầm Ẩn Giả Bất Ngộ)

Mây dầy đã che mất núi, chẳng còn thấy được vị ẩn giả ở chốn nào, cho dù ông có đang trên đường trở về. Khách chỉ đành chờ. Còn em, những lớp mây mù kia đã rơi lấp hết cửa nhà, ruộng đồng, thành quách. Mà em thì trong hồn cũng mãi những lớp mây bay. Chỉ sợ *rồi có hôm nào mây bay lên.* Người còn biết đi tìm em ở nơi đâu?

- **Mưa:**

Có mây thì phải có mưa. Đó là hai mặt gắn bó của đời sống tự nhiên. Thật ra, mây và mưa cũng chỉ là một. Như vui và buồn. Như nụ cười và giọt nước mắt. Đó chỉ là những cách nói. Thực ra, mưa dễ nhắc con người đến những kỷ niệm buồn của đời sống. Như những cơn mưa bay nghiêng trên tầng tháp cổ nhắc người ta về những cơn đau vùi lúc người ta nằm nhớ người yêu. Đó là những ngày khởi đầu thế giới Trịnh Công Sơn mở ra với chúng ta, làm chúng ta bỗng thấy rằng ở trong những cơn mưa hình như còn có những điều khác nữa:

Mưa vẫn mưa bay trên tầng tháp cổ
Dài tay em mấy thuở mắt xanh xao
Nghe lá thu mưa reo mòn gót nhỏ
Đường dài hun hút cho mắt thêm sâu
Mưa vẫn mưa bay trên hàng lá nhỏ
Buổi chiều ngồi ngóng những chuyến mưa qua
Trên bước chân em âm thầm lá đổ
Chợt hồn xanh buốt cho mình xót xa...
(Diễm Xưa)

Trịnh Công Sơn nghe mưa để thấy đời biến động. Ngoài kia dâng lên tiếng sóng. Anh nghĩ về những bia đá lạc loài, những đời sỏi đá buồn thảm để nghĩ đến thân phận của chính mình. Và thân phận của con người. *Làm sao em biết bia đá không đau?* Câu hỏi khơi dậy tư tưởng *vạn vật nhất thể*. Nó đánh bật lên một hơi lửa ấm trong cảm xúc của con người. Hơi lửa mong tìm sự sẻ chia và đồng cảm. Lúc yêu Diễm, Trịnh Công Sơn vẫn còn trẻ lắm.

Tiếng mưa đánh lên những ngọn lửa cho con người hơi ấm. Mưa còn làm tiếng ru, vỗ về con người, *thôi ngủ đi em / mưa ru em ngủ / tay em kết nụ / nuôi trọn một đời / nuôi một đời người...* Những tiếng mưa bốn chữ vẫn tiếp tục làm nhịp võng đong đưa.

Mưa cũng nhắc ta đến những lời hò hẹn. *Những giọt mưa, những nụ hoa, hẹn hò gặp nhau trước sân nhà.* Đó là những giọt mưa làm cho những nụ hoa hạnh phúc. Hay ngược lại.

Và chợt nhớ những cơn mưa hồng. Có lẽ trên cuộc đời này, Trịnh Công Sơn là người duy nhất giữ được mầu nắng hồng trong mây và giữ được mầu mưa hồng trong nắng. Những giọt mưa hồng ấy đã giữ được sự thủy chung với cội nguồn mình:

Trời ươm nắng cho mây hồng
Mây qua mau em nghiêng sầu
Còn mưa xuống như hôm nào
Em đến thăm mây âm thầm mang gió lên
Người ngồi đó trông mưa nguồn
Ôi yêu thương nghe đã buồn
Ngoài kia lá như vẫn xanh
Ngoài sông vắng nước dâng lên hồn muôn trùng
(Mưa Hồng)

Cơn mưa hồng, cơn mưa thủy chung của mầu trời, rơi xuống thành người con gái đi trong phố xá Sài Gòn đẫm nước của mùa hạ:

Mưa mùa mưa Sài Gòn mưa
Mưa phố vai mưa mềm
Bàn tay em đôi tay mùa hạ
Phố mưa tôi tìm
(Mưa Mùa Hạ)

Nhưng tiếng mưa bềnh bồng thánh thót nhất của Trịnh Công Sơn có lẽ vẫn là những tiếng mưa trong *Tuổi Đá Buồn*. Tiếng mưa ấy đã nghe một lần rồi thì không sao quên được. Tiếng mưa đánh trên những phím dương cầm của lá xanh, tiếng mưa òa vang những nốt nhạc của mây trên cao, mây trôi từng phiến, và, đâu đó, từng vạt mây đánh chéo xuống thành những vạt mưa. Một cơn mưa kỳ ảo ướp mùi những đóa hồng tàn. Một cơn mưa nghe văng vẳng trong nó những tiếng chuông nhà thờ ngân thênh thang và đánh trầm trầm như những tiếng dương cầm ở những *octave* cao và trầm nhất. Cơn mưa bay ngang trên thành phố và làm rụng xuống rất nhiều giọt nước mắt của trời:

Trời còn làm mưa mưa rơi mênh mang
Từng ngón tay buồn em mang em mang
Đi về giáo đường
Ngày chủ nhật buồn còn ai còn ai
Đóa hoa hồng cài lên tóc mây
Ôi đường phố dài lời ru miệt mài ...
Đóa hoa hồng vùi quên trong tay...
Trời còn làm mưa mưa rơi mưa rơi
Từng phiến băng dài trên hai tay xuôi...
Từng phiến mây hồng em mang trên vai...
Trời còn làm mưa mưa rơi thênh thang
Từng gót chân trần em quên em quên...
Đóa hoa hồng tàn hôn lên môi
Em gầy ngón dài
Lời ru miệt mài ngàn năm ngàn năm ...
(Tuổi Đá Buồn)

Và, cùng với cơn mưa, những tiếng chuông vẫn còn tiếp tục bềnh bồng gõ nhịp trong trái tim ta.

- **Nắng:**

Bây giờ thì nắng lên. Mưa và nắng, cũng như mây và mưa, luôn quấn quít bồng bế lấy nhau. Không thể có mưa mà không có nắng. Vì nắng là mặt bên kia của mưa trong hai mặt đắp đổi của đời sống. Những nhịp hai của mưa nắng như thế làm cho con người tiếp tục tin tưởng vào những cơn khát vọng của đời. Nếu những cơn mưa cần thiết để nuôi dưỡng đời sống và cho cuộc đời này một nhịp trầm, thì những những vạt nắng đang bay lên kia nhắc cho chúng ta biết rằng cây đời sẽ tiếp tục xanh. Và những quả chín mùa hạ sẽ làm cho đời reo vui như tiếng ong bay. Đời còn sẽ tiếp tục ươm nắng. Và tiếng gọi *Hạ Trắng* bay dài trên sông:

Gọi nắng trên vai em gầy đường xa áo bay
Nắng qua mắt buồn lòng hoa bướm say
Lối em đi về trời không có mây
Đường đi suốt mùa nắng lên thắp đầy
Gọi nắng cho cơn mê chiều nhiều hoa trắng bay
Cho tay em dài gầy thêm nắng mai...

Gọi em cho nắng chết trên sông dài

Mùa Hạ và những cơn mê chiều thả những cánh hoa bay lấp lóa. Những cánh hoa nắng. Dù sao, đây có lẽ là một loại nắng buồn, vì tiếng "gọi nắng" của Trịnh Công Sơn chỉ nhắc cho ta biết rằng "áo em bây giờ" đã "mờ xa nẻo mây". Có những tiếng nắng vui hơn:

Tình reo vui như nắng (Tình Sầu)

Có những vạt nắng hiền lành đi lạc:

Có nắng vàng lạc trên lối đi
(Em Còn Nhớ Hay Em Đã Quên)

Và có những con nắng quái:

Nắng quái yêu ma lung linh thành trì lung linh cửa nhà
(Giọt Lệ Thiên Thu)

Nhưng, cũng như mưa, không phải tất cả những cơn mưa đều đánh nốt trầm, vẫn có những cơn "mưa hồng" lung linh thánh thót; nắng cũng không luôn là những tiếng reo vui, có khi chỉ một vạt nắng vàng thôi cũng làm cho con người nhìn ra những bàn tay vẫy gọi của trăm năm:

Vạt nắng vàng, nhắc lời thiên thu
Nhớ nghìn năm trôi qua
(Sóng Về Đâu?)

[…]

- **Không Gian Rừng:**

Rừng cũng là một không gian ám ảnh của Trịnh Công Sơn. Rừng mang trong nó những niềm bí ẩn. Nhưng, cũng có khi, nó gần gũi như một người bạn, để con người có thể bước đến chia sẻ, hỏi han. Rừng là không gian ôm giữ tấm lòng của em; như thế, có lẽ rừng mang dáng dấp của một người mẹ. Hay rừng chính là cuộc đời bao la bát ngát này?

Chính vì yêu em mà người nhạc sĩ yêu rừng:

Vẫn thấy bên đời còn có em
Tấm lòng em như lá kia còn xanh
Rừng ơi hãy giữ cho bền nhé
Những cành hoa phai quá không đành
(Vẫn Có Em Bên Đời)

Trịnh Công Sơn hỏi han nắng trong cánh rừng, như nắng là một người bạn, một người em, một người tình, "Nhớ gì mà nắng vàng cánh rừng". Có khi rừng là em, rừng là tôi. Có khi em và tôi đều là những mảnh của rừng. Em và tôi, và tất cả chúng ta, mỗi người đều là một mảnh của Đại lục. Không ai là một hòn đảo. Bởi thế, làm sao tôi không nghĩ đến em, làm sao con người không nghĩ đến nhau, không liên đới, không gắn bó vào nhau:

Rừng xanh bao nhiêu lá / Lá bao nhiêu trên cành
Cây xanh bao nhiêu tuổi / Cây già bao nhiêu năm
Rừng xanh rừng xanh, em cây non mới đến
Tôi đứng đó trầm ngâm (...)
Rừng xanh rừng xanh, cây non là em đó
Còn tôi là cây già...
(Rừng Xanh Xanh Mãi)

Nhận thức mình là cây già, người nhạc sĩ đứng đó trầm ngâm. Anh nhớ mãi những đời cây đã trôi qua cuộc sống mình. Anh thương quá những đời cây non vừa đến. Anh đứng đó trầm ngâm, và anh thương tiếc cả cuộc đời. Anh bây giờ chỉ là "một rừng sương mù", "một rừng cây già". Những dấu xưa đã qua, những tình xưa đã hút mắt. Có phải thế, nên, từ đó, tình anh cũng trầm luân:

Từ một ngày, tình ta như núi rừng cúi đầu
Ôi, tiếng buồn rơi đều
Nhìn lại mình đời đã xanh rêu
(Tình Xa)

Người nhạc sĩ nhớ lại cái thời gian quá khứ đã trôi qua trong đời mình. Trong cõi thời gian xa lạc ấy, ngày xưa, có em:

Ta thấy em đang ngồi khóc khi rừng chiều đổ mưa
Rừng thu lá úa, em vẫn chưa về

Rừng đông cuốn gió, em đứng bơ vơ (...)
Ta thấy em đang ngồi hát khi rừng về nhiều mây
Rừng thu thay lá, mây bay buồn rầu
Rừng đông buốt giá, mưa bay rạt rào...
(Rừng Xưa Đã Khép)

Như một kẻ sống trong cõi cô đơn, một mình với bóng, Trịnh Công Sơn ru lại những khúc hát buồn cho một quãng thời gian đã vô cùng xa khuất. Với hình bóng của rừng. Chính khu rừng đó, ngày xưa, đã từng nhìn thấy bóng dáng ta và em như những đời cây tưởng sẽ mãi mãi xanh tươi. Bây giờ, chỉ còn một mình ta đứng trầm ngâm. Và ta cất lời ru em ngủ:

Rừng đã cháy và rừng đã héo
Em hãy ngủ đi
Rừng đã khô và rừng đã tàn
Em hãy ngủ đi
(Em Hãy Ngủ Đi)

Rừng, như thế, cũng là nơi chốn ôm giữ cho Trịnh Công Sơn những hình ảnh cũ. Đó là một bảo tàng viện của thời gian, nơi vẫn còn cất giấu mãi những ảnh hình của một thời tươi đẹp và thanh xuân của con người. Trong những cơn nhớ, con người trở về rừng để trầm ngâm, để nhìn ngắm lại quá khứ. Nhìn lại đời mình. Mãi mãi, trong cuộc đời đầy tạp âm và như ảnh chớp này, rừng vẫn là một nơi để người nhạc sĩ trở về tìm lại những an ủi cho chính mình. Cũng giống như hình ảnh *em hôn lên tay mình, để chua xót tình trần*. Một tình cảm và một thái độ xót xa nhưng cần thiết, để giúp cho con người tìm được một chút thăng bằng tối thiểu trước những khổ đau và mất mát mà cuộc sống này đã mang lại cho nó.

Dù sao, con người cũng phải tiếp tục sống. Nó phải sống, *cho dù biết bao nhiêu bầu trời đã sụp*. Tôi muốn nhắc lại một lần nữa câu nói của D.H. Lawrence. Sự sống vẫn mạnh hơn và ôm lấy con người. Nó cũng mời gọi con người ôm lấy nó. Sự sống là một dòng chảy mãnh liệt. Nó giống như dòng máu bóp đập bóp đập mãi trong huyết quản con người. Nó nhắc nhở cho con người sống tới. Trịnh Công Sơn cũng không thoát khỏi sức lôi cuốn ấy của chính sự sống trong con người. Và, vì thế, chúng ta sẽ bước vào một không gian có lẽ là tràn đầy và quan trọng nhất trong thế giới của anh. Đó là không gian của phố.

- **Không Gian Phố:**

Trước hết, đối với Trịnh Công Sơn, phố là nơi có những mặt người, những mặt người xa lạ cũng như những mặt người thân quen. Phố là nơi có sự sống, sự sống cứ mãi tiếp diễn và như một dòng chảy vô tận. Phố là sự sinh động. Với những quán xá, những con đường. Trong phố có nắng, có mưa, có những lá cây và có những cỏ hoa lấp lánh. Ở phố, con người có thể tìm ra mọi dạng thức của đời sống. Trong phố, con người có thể thấy được đủ mọi nét vẽ của cuộc đời. Trong đó, có những nét nhạc vui và những tiếng nhạc buồn. Có những thiết tha và có những khổ lụy. Có những nụ cười, có những giọt nước mắt, có vị mặn đắng của đời sống, và có những chất ngọt thơm của cuộc đời. Hãy xem thử một cuộc triển lãm về phố trong thế giới của Trịnh Công Sơn.

Trước hết là một con phố hồng, một con phố lạ. Nó đẹp và tươi đến độ chúng ta cảm thấy là nó không có thật giữa cuộc đời này. Nhưng nó đã mọc lên giữa lòng ta qua mắt nhìn của người nhạc sĩ:

Trời đất kia, có hay ta về
Một phố hồng, một phố hư không
Đường lên cao, bước chân nhè nhẹ
Sương, ô kìa, sương rơi bềnh bồng
(Có Nghe Đời Nghiêng)

Một phố vui. Với nắng và lá:

Bên trời còn nắng / Lá trời còn xanh
Phố còn người đông
(Hãy Cứ Vui Như Mọi Ngày)

Một phố có em, với hoa vàng, với trời hạ, với một thoáng hương mềm tha thiết, và với tiếng cười em thoảng bay, đâu đó, tưởng chừng như có như không:

Em đến bên đời / hoa vàng một đóa
Một thoáng hương bay / bên trời phố hạ (...)
Em cười đâu đó giữa lòng phố xá đông vui
(Hoa Vàng Mấy Độ)

Và một phố hoa khác. Với em, trong một cảnh quay chậm, giữa những loài hoa vàng và tím. Và có thể với một chùm hoa giấy màu đỏ cam đong đưa. Tất cả bồng bế nhau, hơi nhòe đi trong nhịp chuyển động, trên nền đen của tóc:

Đường phố em về / tóc cùng hoa quyến luyến
(Thành Phố Mùa Xuân)

Trịnh Công Sơn là con người của phố, một con người luôn nhớ phố phường. Anh không thể sống một ngày mà không xuống phố. "Từng ngày chôn chân nhớ phố lang thang" là nỗi khổ đau cụ thể của một người bị giam hãm trong bốn bức tường, không được nghe những tiếng nói bạn bè, những tiếng cười thân yêu. Hạnh phúc của anh là sự gặp gỡ tất cả những con người thân quen cũng như những con người xa lạ mà trần gian đã gửi đến cuộc đời này. Anh muốn dang rộng vòng tay để ôm lấy và yêu thương tất cả những con người:

Gặp nhau trong phố, xin yêu khôn nguôi những thân người
(Đời Cho Ta Thế)

Người nhạc sĩ yêu những đường phố trần gian. Anh nhìn ra mọi vẻ mặt thân thiết của những đường phố đó:

Đường phố dài một đường phố dài
Đường phố này một chiều tôi tới
Đi thong dong tôi chào vẫy mọi người
Đường phố cười (...)
Đường rất tình một đường rất tình
Đường rất gần một ngày xưa lắm
Khi chân qua bỗng nghe đầy tiếng chim
Đường trái tim
Đường tình yêu nghe tiếng ai nỉ non
Đường hàm oan nghe tiếng ai than thầm
Đường máu xương chờ lau hết dấu vinh quang
Đường đến tôi chờ em đã quá lâu năm...
(Có Những Con Đường)

Trịnh Công Sơn đã đi qua nhiều loại phố phường khác nhau. Anh đã đi "về trên phố cao nguyên ngồi" để nghe "tiếng gà trưa gáy khan bên đồi" vắng. Anh đã đi thăm "phố xưa dấu đạn" để thấy những vết tích của "cỏ lá buồn tênh". Những đường phố ấy buồn bã vì thưa vắng bóng người, và ở đó, "tháng năm quá rộng", "khói trời mênh mông", và đời lúc nào cũng vẫn "còn bay những cơn mưa phùn". Ở Huế, nơi quê hương của tâm hồn Trịnh Công Sơn, trong những đường phố của thành quách hoang vu, ẩm mốc, giữa đêm thâu vắng lặng với những "tiếng muôn trùng đẩy đưa", anh nằm nghe ngóng cuộc đời:

Nghe trăm tiếng ngậm ngùi / Nghe lăng miếu trùng vây
Nghe xa cách cuộc đời / Nghe hoang phế cạnh đây
Xin trên những đường dài / Cho nghe bước rộn vui
Xin trên những nụ cười / Còn rạng rỡ mặt trời
(Nghe Tiếng Muôn Trùng)

Đó là hình ảnh những con đường ở Huế, như Trịnh Công Sơn trong một bài viết đã hé mở cho ta thấy, hay đó là những con đường của bất cứ nơi nào trên quê hương Việt Nam mà Trịnh Công Sơn đã phả cái tâm hồn rất Huế của mình vào. Nhưng, khi đến Hà Nội, Trịnh Công Sơn cũng bắt ngay được cái hình ảnh rất Hà Nội này, cái hình ảnh "nhòa phố mong manh nhòe phố mưa" mà Trần Anh Hùng cũng đã tìm thấy trong *Mùa Hè Chiều Thẳng Đứng* (À la Verticale de l'Été). Trịnh Công Sơn đã bắt được cái hồn của những con phố cổ. Dòng nhạc của anh, ở đây, lan chảy thành một dòng dài với những ngoắt khúc bất chợt để làm thành những ngõ dài ngõ ngắn của Hà Nội. Trong dòng nhạc ấy và trong những ca từ mà anh đặt trên nó, có ai lại không thấy hiện lên tha thiết những con đường Hà Nội cổ xưa:

Hà Nội mùa thu cây cơm nguội vàng
Cây bàng ngói đỏ nằm kề bên nhau
Phố xưa nhà cổ mái ngói thâm nâu
Hà Nội mùa thu, mùa thu Hà Nội
Mùa hoa sữa về thơm từng cơn gió
Mùa cốm xanh về thơm bàn tay nhỏ
Cốm sữa vỉa hè thơm bước chân qua...
(Nhớ Mùa Thu Hà Nội)

Phố luôn gắn liền với quán xá. Đó là những chiếc cửa sổ mở ra mở vào những tâm sự của nó. Có khi đó là một tâm sự buồn:

Có chén rượu chờ trong quán đêm đêm
(Bay Đi Thầm Lặng)

Có khi người nhạc sĩ mong được làm cái quán kia, để chờ đón em vào. Để mong được chia sẻ những tâm sự vui buồn của em:

Tôi xin làm quán đợi / buồn chân em ghé chơi
(Biết Đâu Nguồn Cội)

Trong những đường phố mà Trịnh Công Sơn đã đi qua đó, tình cờ, một hôm người nhạc sĩ gặp em, *một ngày tình cờ biết em / là ngày lạ lùng biết trần gian*. Sự gặp gỡ đó mang trong nó những hạt mầm hạnh phúc và bất hạnh lớn:

Hôm chợt thấy em đi về bên kia phố
Trong lòng bỗng vui như đời rất lạ
Tôi tìm thấy tôi theo từng gót xa
Làm lời lá bay trên đường đi
Tôi tìm thấy tôi như giọt nắng kia
Làm hồng chút môi cho em nhờ
Môi thiên đường hót chim khuyên
Ôi tóc trầm ướp vai thơm
Ta nghe đời quá mênh mông
Trong chân người bước chầm chậm (...)
Dưới phường phố kia có người nhớ em
Nằm mộng suốt đêm trong thiên đường
(Cho Đời Chút Ơn)

Vẫn cm. Và hạnh phúc ấy nghe như một tiếng chim bay trong thành phố:

Em cùng lá tung tăng như loài chim đến
Và đã hót giữa phố nhà (...)
Bao đường phố em qua nắng lên đứng chờ
(Tuổi Đời Mênh Mông)

Em, như hòa tan vào nắng và gió, vào cỏ hoa, và vào tiếng chim ban sớm. Em làm nốt nhạc hồng cho đời sống trở nên thiết tha hơn. Em là sự huyền diệu của cuộc đời, hay là em mang đến cho bức tranh của đời sống kia một thoáng buông lơi, một nét thư giãn, một nét mềm của lá:

Em hai mươi tuổi em là nắng
Em hai mươi tuổi em là mưa (...)

Em hai mươi tuổi em bây giờ
Chân qua phố phường phố ngẩn ngơ
Sài Gòn hai mươi mùa nắng lạ
Em mây hoang đường sớm chiều qua
(Hai Mươi Mùa Nắng Lạ)

Chính vì em là một nét xanh của lá, một nét tím của mây, một nét hồng của nắng, một nét trắng của mưa, một nét vàng của hoa, chính vì em là một nét mềm của tiếng chim kia, một nét vui của bờ tường ấy, nên khi em ra đi, phố trở nên trống vắng, như bức tranh thiếu cái sinh động của một linh hồn:

Nếu thật hôm nào em bỏ đi
Em bỏ đi
Sau lưng em còn con phố dài
Những hàng cây loan tin nhau rồi im tiếng nói
Quanh đây hoang vu tiếng cười
(Rơi Lệ Ru Người)

Trịnh Công Sơn nhắc lại những cảnh phố cũ. Đó là những điều thân thiết mà phố mang đến cho chúng ta. Đó là phố của tất cả mọi người; đồng thời, đó cũng là phố của chỉ hai người mà thôi. Phố là thế. Phố mở rộng cho tất cả, nhưng phố cũng gìn giữ những riêng tư cho mỗi hai người:

Nhớ phố xưa quen / biết tên bàn chân
Nhớ đèn đường từng đêm thao thức
Sáng cho em vòm lá me xanh (...)
Nhớ bạn bè chào nhau quen tiếng
Phố em qua gạch ngói quen tên...
Khi chiều xuống bên sông nước lên
Én nô đùa giữa phố nhà
Có nắng vàng lạc trên lối đi (...)
Trong lòng phố / mưa đêm trói chân
Dưới hiên nhìn nước dâng tràn
Phố bỗng là dòng sông uốn quanh
(Em Còn Nhớ Hay Em Đã Quên)

Phố là nơi gặp gỡ, phố là chỗ khởi đầu, thế nên, khi người con gái ra đi, tan loãng vào cuộc đời này, "em theo đời cơm áo / mai ra cùng phố xôn xao / bao nhiêu ngày yêu dấu tan theo", hay khi bóng người đã khuất lấp mịt mù, "ngủ đi em đôi vai lụa mát / ngủ đi em da thơm quả ngọt", Trịnh Công Sơn cũng vẫn không thể quên được những ngày yêu dấu cũ. Anh sống với cuộc hồi tưởng:

Tôi đã đưa em qua nhiều phố
Những sáng mênh mông tôi ngồi nhớ
(Trong Nỗi Đau Tình Cờ)

Nhìn lại những con phố, những con phố mà ngày xưa đã từng là những lưu điểm của hạnh phúc, đã là những điểm lập lòa ánh sáng và lấp lánh những tiếng cười vui, những sắc màu tươi thắm của đời, Trịnh Công Sơn lắng nghe lại những âm hao cũ. Lúc đó, chỉ còn nỗi buồn rớt lại, trong một không gian xa lạc và mất dấu:

Giật mình nhìn quanh
Ồ phố xa lạ
(Bên Đời Hiu Quạnh)

Con người chợt nhận thức ra rằng tất cả cuộc đời bây giờ là lạ mặt:

Bàn chân trong phố xa lạ nhiều
Có người lòng như nắng qua đèo
(Có Một Dòng Sông Đã Qua Đời)

Tất cả những đường phố trong anh, bây giờ, đều đã chết. Còn nếu không, chúng chỉ là những chứng tích của sự buồn thảm. Không còn những ngày cũ, với ta nhìn "gió trời thênh thang / nhớ con phố hẹn". Không còn những ngày đã xa rồi, như bản tính của bất cứ một người con gái nào, đùa vui với hạnh phúc trông ngóng của người yêu, em "tặng hết cho tôi một phố chờ". Không còn những ngày tôi đã cùng em chạy trốn mưa trong thành phố cũ, "mưa phố vai mưa mềm / bàn tay em đôi tay mùa hạ phố mưa tôi tìm". Có còn lại chăng chỉ là một nỗi quạnh hiu rụng đầy trong ta:

Có đường phố nào vui cho ta qua một ngày
Có sợi tóc nào bay trong trí nhớ nhỏ nhoi
Không còn không còn ai / ta trôi trong cuộc đời...
(Ru Ta Ngậm Ngùi)

Phố, không có dáng em, bây giờ, chỉ còn là nỗi buồn đau của đời sống này kéo dài, kéo dài mãi. Phố xưa không còn là tiếng chim hót bay vào trời xanh, bây giờ "phố xưa nằm bệnh / đàn chim non réo bên vườn hoang". Phố, đóa hoa hồng ngày xưa nở tươi trên môi cuộc đời, bây giờ, không có bóng em, nó chỉ còn là một nụ hồng "vùi quên trong tay". Thành phố, "đóa hoa hồng tàn hôn lên môi" kia, bây giờ, chỉ là một cơn nhớ bay dài trong mưa, là vị mặn của một giọt thầm trên mắt, hay của nhiều giọt thầm như thế. Chợt nhớ những câu thơ cũ, về một nỗi đau khi bước trên thành phố nhầu nát và mất bóng em:

Đi trên thành phố phai nhầu
Bước chân xiêu vẹo nghe sầu vọng âm
Lời em trên mắt âm thầm
Khua chân phố nhỏ giọt đầm đìa tuôn
(Hoài Khanh)

Hình ảnh phố khi con người đã không còn bên nhau nữa chỉ mang toàn những nét xiêu vẹo và nhầu nát như thế. Nếu bị dầm trong mưa, hình ảnh buồn bã và khốn khổ ấy sẽ lại được càng làm cho rõ nét hơn. Và người đi trong phố, lúc đó, nghe đèn phố trong mưa kể lể những tiếng buồn qua ánh điện vàng. Ánh điện vàng đó chính là ánh đèn soi chiếu những chiếc bóng hấp hối trong đời mình:

Cồn đá rêu phong rũ buồn
Đèn phố nghe mưa tủi hờn (...)
Thành phố mắt đêm đèn vàng
Hồn lẻ nghiêng vai gọi buồn
(Biển Nhớ)

Trịnh Công Sơn là một người thiết tha với phố, bởi lẽ, như đã nói, phố là bến đợi một thời của tuổi trẻ anh, là không gian in đẫm những hạnh phúc có thật mà anh tìm ra được giữa cuộc đời này. Phố, với anh, thật sự không còn là một khoảng không gian mang tính vật lý nữa. Nó đã trở nên một khoảng không gian tinh thần, tô đậm những hình bóng và những nhớ tiếc, xót xa có những tên gọi cụ thể trong hồn anh. Trong những phố ấy, đi đâu Trịnh Công Sơn cũng chạm mặt với những hạnh phúc cũ, mà nay đã trở nên những nỗi buồn. Những nỗi buồn mà anh vẫn mãi không muốn từ bỏ:

Chiều một mình qua phố âm thầm nhớ, nhớ tên em

Gió ơi, gió ơi bay lên / để bụi đường cay lòng mắt (...)
Chiều qua bao nhiêu lần môi cười, cho mình còn nhớ nhau
Chiều qua bao nhiêu lần tay rời, nghe buồn ghé môi sầu
Ngày nào mình còn có nhau xin cho dài lâu
Ngày nào đời thôi có nhau xin người biết đau
(Chiều Một Mình Qua Phố)

Người đi trên phố, và phố nhắc nhở người những cơn đau. Đau vì một người đã ra đi, một người đã về bên kia núi. Nhưng cũng có khi đau vì một người đã không còn bên cạnh ta nữa. Cho dù người vẫn còn đâu đó trong cuộc đời này, vẫn còn cười nói "đâu đó trong lòng phố xá đông vui"; nhưng thật sự, đời sống đã dạy cho con người biết rằng "trong cuộc bể dâu ôi trăm ngày phố xá cũng trôi theo / Trong hội trần gian ôi bao ngày yêu dấu cũng không còn". Từ đó, cho dù, "có lần bàn chân qua phố thấy người / sóng lao xao bờ tôi", thì người vẫn biết rằng tất cả mọi sự, như dòng nước kia, đã theo nhau chảy dưới chân cầu. Người đi trên phố, đi mãi đi mãi, và phố kia, bây giờ, như một mũi tên, bay tới đâm thẳng vào trái tim người. Phố đóng đinh ta trên cây thập tự:

Tưởng rằng đã quên / cuộc tình sẽ yên
Tưởng rằng đã quên / thân đau muốn nằm
Vì từng bước em là từng mũi đinh cuồng điên (...)
Tưởng rằng đã quên / cuộc tình sẽ yên
Tưởng rằng đã quên / em qua phố rộng
Một lời trối trăn còn tìm thấy trong đôi mắt (...)
Tưởng rằng đã quên / tay em vẫn còn
Dựng đời bão lên / làm từng vết thương hồn nhiên
(Tưởng Rằng Đã Quên)

Nhưng không phải phố chỉ là nơi cho Trịnh Công Sơn, con người ở vị trí chủ thể, cơ hội thẩm thấu những kinh nghiệm của đời mình. Phố còn là nơi để người nữ, con người đối trọng của anh, cảm nhận cuộc sống. *Em là tôi và tôi cũng là em.* Bởi thế, người nữ của Trịnh Công Sơn, như anh, cũng đã có những cơ hội cảm nhận đời với tất cả những gam màu, những sắc độ, và những cung bậc của nó. Nhưng, cũng như anh, hình như những cảm nhận sâu sắc nhất của con người ấy cũng đều nằm trong vùng hồi quang của những bất hạnh, xót xa và đau khổ:

Chiều nay em ra phố về / thấy đời mình là những chuyến xe
Còn đây âm vang não nề

Ngày đi đêm tới / trăm tiếng mơ hồ
Chiều nay em ra phố về / thấy đời mình là những đám đông
Người chia tay nhau cuối đường
Ngày đi đêm tới / nghe tiếng hư không (...)
Chiều nay em ra phố về / thấy đời mình là những quán không
Bàn im hơi bên ghế ngồi
Ngày đi đêm tới / đã vắng bóng người
Chiều nay em ra phố về / thấy đời mình là con nước trôi
Đèn soi trên vai rã rời
Ngày đi đêm tới / còn chút hao gầy
(Nghe Những Tàn Phai)

Phố, như vậy, chính là không gian tục lụy của Trịnh Công Sơn. Tục lụy với tất cả những hạnh phúc và khổ đau của nó, với tất cả những sắc độ và gam mầu của nó. Nếu rừng, núi, sông, biển, cho dù là những biểu tượng khá thân thiết với con người, vẫn có những khi mang những nét xa cách với nó, thì phố là một biểu tượng gắn chặt với những cảm nhận và thức nhận của con người về cuộc đời với đủ nét tân toan cam khổ này. Phố là không gian để con người sống cùng và sống với. Đó là một không gian nhỏ hẹp của cuộc đời, nhưng, qua nó, người ta nhìn ra những phản ánh của cuộc sống rộng lớn hơn ngoài kia.

Như thế, phố, đối với Trịnh Công Sơn, là một không gian cắm mốc trong bản ngã của anh. Và, có lẽ, cũng đúng nữa, đó là một không gian cắm một dấu mốc rõ nét trong bản ngã của con người thời nay. Nó mang trong nó dấu ấn của cuộc sống và hơi thở của con người thời đại.

[…]

Chú Thích:

[1] Claude Lévi-Strauss, *La Pensée Sauvage*, Paris: Librairie Plon, 1962.

[2] Bài "Biển Nhớ", trong một số sách nhạc, câu "Bàn tay *chăn* gió mưa sang" bị đánh lộn là "Bàn tay *chắn* gió mưa sang". Điều đó làm mất hẳn đi cách dùng chữ tài hoa và đầy sáng tạo của người nhạc sĩ.

.

Trong văn cảnh của bài hát, "chắn gió mưa sang" trở nên lạc, không thích hợp với khí hậu và tinh thần chung của toàn bài, trong đó, ta thấy có "triều sương ướt đẫm cơn mê", có "hồn liễu rũ", "bờ cát trắng", "biển động", "sầu lên", "cồn đá rêu phong rũ buồn, đèn phố nghe mưa tủi hờn"... Thật ra, trong bản nhạc rời in ở Việt Nam thời sáu mươi, tôi đã thấy nhà xuất bản in đúng là "chăn gió mưa sang". Trong tập nhạc "Em Còn Nhớ Hay Em Đã Quên" (nhà xuất bản Trẻ, Saigon, 1991), in lại tại Mỹ cùng năm (nhà xuất bản Hồng Lĩnh, Westminster, California), tất cả các bài hát đều do chính tay Trịnh Công Sơn viết chữ lấy, câu hát này đã được viết và in đúng. Trong tuyển tập "Những Bài Ca Không Năm Tháng" của Trịnh Công Sơn do nhà xuất bản Âm Nhạc tái bản lần thứ tư, tôi còn thấy khá nhiều những ca từ của người nhạc sĩ bị đánh máy sai. Nếu không để ý ngay từ bây giờ, khoảng một vài trăm năm sau (!), nếu bể dâu cuộc đời vẫn cho phép những bài hát này sống sót và được lưu giữ, chắc lúc đó, vấn đề nghiên cứu văn bản sẽ lại là một chuyện nhức đầu cho những người sau. Giống như bây giờ chúng ta đang nhức đầu với các văn bản của người đời xưa để lại.

[3] Ernest Hemingway, *The Old Man and The Sea*, New York: Charles Scribner's Sons, 1952. Trích:

> *"He always thought of the sea as la mar which is what people call her in Spanish when they love her. Sometimes those who love her say bad things of her but they are always said as though she were a woman. Some of the younger fishermen, those who used buoys as floats for their lines and had motoboats, bought when the shark livers had brought much money, spoke of her as el mar which is masculine. They spoke of her as a contestant or a place or even an enemy. But the old man always thought of her as feminine and as something that gave or withheld great favours, and if she did wild or wicked things it was because she could not help them. The moon affects her as it does a woman, he thought."*

[4] Dĩ nhiên, *Biển Nhớ* và *Nắng Chiều* chỉ là những thí dụ bất chợt của tác giả bài viết này để so sánh hai hơi thở của thời đại. Có thể làm điều này bằng cách lấy một bài hát khác của Trịnh Công Sơn để so sánh với một ca khúc khác của một tác giả thời Lê Trọng Nguyễn, hay trước và sau đó một chút. Chúng ta cũng có thể đi đến một hệ quả tương tự. Tuy nhiên, trong cảm thức của tôi, dù cho đó có là những thí dụ bất chợt,

chúng vẫn, ở một mức độ nào đó, biểu hiện trung thực cả cảm xúc lẫn nhận thức của tôi về những tiếng nói của người nghệ sĩ. Chúng phản ánh cả một hơi thở của thời đại. Có lẽ, đúng hơn, nó chính là hơi thở của thời đại. Cũng giống như nhạc thời *Nắng Chiều* khác nhạc thời *Biển Nhớ* thế nào, thì nhạc thời *Biển Nhớ* cũng khác nhạc thời sau *Biển Nhớ* như vậy.

Một vài nét về Truyện Kiều & Tiếng Việt 200 năm trước

(*Trích* từ chuyên luận **"Đọc *Kiều* của Trương Vĩnh Ký, nghĩ về ngôn ngữ Việt & một vài khía cạnh biến đổi ngữ âm, ngữ nghĩa trong tiếng Việt"**)

[Thuyết trình tại cuộc "Triển lãm và Hội thảo Tưởng niệm Trương Vĩnh Ký" tại hội trường nhật báo *Người Việt*, Westminster, Calif., USA, ngày mồng 8 tháng 12, 2018]

Giáo sư Bùi Vĩnh Phúc thuyết trình về ngôn ngữ Việt qua bản Kiều phiên chuyển sang chữ Quốc ngữ của Trương Vĩnh Ký (tại hội trường nhật báo Người Việt, *Westminster, Calif., USA, ngày mồng 8 tháng 12, 2018)*

[…]

Ngôn ngữ của người Việt, qua bản phiên âm và chú giải Kiều của Trương Vĩnh Ký, là chữ Quốc ngữ của thời đó. Nó là ngôn ngữ của dân tộc, nói chung. Nhưng người khảo sát cũng có thể thấy nó mang khá đậm tính phương ngữ và cách diễn ý của Đàng Trong, của miền Nam, một miền Nam của thế kỷ XIX. Một xã hội rất khác với xã hội hiện tại mà chúng ta đang sống. Tìm hiểu ngôn ngữ, lời ăn tiếng nói, cách phát âm, cách ghi âm, lối dùng chữ, cách diễn đạt của người dân trong một khung xã hội nào đó, sẽ cho ta biết khá rõ về con người và lối sống của thời đại ấy.

Bài viết này không thể khảo sát tất cả các từ, ngữ, chữ nghĩa được dùng của *Truyện Kiều*, đặc biệt của bản Kiều do Trương Vĩnh Ký phiên âm và chú giải. Người viết chỉ có thể khảo sát, tìm hiểu một số từ ngữ, một số phong cách ngôn ngữ, một số biến đổi phản ánh trên mặt ngữ âm và ngữ nghĩa của một số từ ngữ để, qua đó, tìm hiểu về ngôn ngữ, chữ nghĩa Việt. Qua những từ, ngữ, lối diễn tả được trình bày để khảo sát trong bài, tác giả xin phép được xem nó như là một "mẫu dân số", giống như "mẫu dân số" trong phương pháp khảo sát của xã hội học, để, từ đó, có những chỗ so chiếu với ngôn ngữ hiện đại, tìm hiểu về lối nói và lối suy nghĩ, cũng như phong cách của người dân Việt, từ xưa cho đến nay.

.2.

Ngoài vấn đề ngữ nghĩa, bài viết, như đã nói, cũng khảo sát một số hiện tượng biến đổi về mặt ngữ âm (có thể xét đến cả lý do phiên âm khác nhau). Ngữ âm là cái vỏ âm thanh của ngôn ngữ. Và vấn đề biến âm là một chuyện xảy ra trong bất kỳ một ngôn ngữ nào.

Chẳng hạn như trong tiếng Anh: từ "Often", thường được phát âm là "**oFFen**" (/ˈôfən/ mất âm /t/); nhưng có người/vùng đọc là (**ofTen**) (/ɒftən/ vẫn giữ lại âm /t/). Về việc bỏ âm /t/, lý luận giản dị được đưa ra là, giống việc phát âm từ "*listen*" chẳng hạn, người ta không phát âm âm /t/. Người Mỹ và người Anh phát âm "listen" gần như nhau, đều bỏ âm /t/: [ˈlɪsn] và [ˈlɪs(ə)n].

Hay từ "**Mountain**". Có người, có vùng phát âm vẫn giữ âm /t/; có những người/vùng khác bỏ âm /t/ đi, chỉ còn "mount" và "ain". Như vậy, *Mountain* thành *Mow'un.* Các nghiên cứu, lúc đầu, thường nghĩ dân Utah, đặc biệt là phụ nữ ở lứa tuổi trên dưới 20, thường phát âm theo lối bỏ /t/. Và điều này bị xem là một thứ "stigma", một "dấu ấn xấu", và bị chê cười. Nhưng nhiều nghiên cứu ngôn ngữ về sau cho thấy rằng hiện tượng bỏ âm /t/ này phổ biến ở nhiều nơi, nhiều vùng, chứ không phải chỉ ở riêng Utah, nơi ảnh hưởng từ di dân gốc Anh hay vùng phía Nam của nước Mỹ trở nên rõ rệt. Hiện tượng "có vẻ" bỏ âm /t/ này, lúc đầu, thường được nghĩ là bắt nguồn từ việc không phải âm /t/ bị loại bỏ, nhưng, thay vào đó, nó bắt đầu sau một tắc âm hầu (/ʔ/, *glottal stop*), từ đó không khí tạo, dồn đẩy và phát ra đường mũi. Nhưng một nghiên cứu sau đó của các nhà ngôn ngữ thuộc đại học BYU cho thấy là người dân Utah, khi phát âm từ này, thường đẩy không khí qua đường miệng (*oral release*). Họ cũng phát âm những từ như *kitten, cotton*, hay *beaten* như vậy. Hiện tượng "loại bỏ" /t/ như thế được phổ biến ở nhiều nơi, nhiều vùng trên nước Mỹ. [1]

Cách giải thích chung là, đối với những người phát âm bỏ /t/, theo kiểu "*My bu'on fell off my jacket while I was hiking the mow'un*" [My *button* (cúc áo của tôi) bung ra khỏi áo khoác khi tôi leo núi (hiking the *mountain*)], từ "mountain" được phiên theo kiểu IPA thành [ˈmaʊntn], phát âm theo lối Mỹ. Nhưng phân tích ra, nó là [ˈmaʊn tən]. Một trường hợp *t-schwa-n* ([tən]). Âm *schwa*, ký âm [ə], là một nguyên âm dòng giữa, ở trung tâm (mid central vowel sound). Nó được phát ra rất ngắn, gần như luôn xuất hiện trong những âm tiết không được nhấn mạnh (unstressed syllables). Trong tiếng Mỹ, ở một số người hay địa phương, âm /t/ sẽ không được phát ra khi nó đi sau âm /n/, sau một âm tiết được nhấn mạnh (stressed syllable), như trong "center"; nhưng nó được phát ra rõ ràng trong từ "mount". Trong trường hợp "mountain", với kết hợp *t-schwa-n* [tən], âm /t/ ở đây được gọi là một *stopped-T sound,* một âm /t/ tắc, bị ngừng, bị chặn lại, khiến "mountain" trở thành như "mountn". Âm "ai" trong "mountain" là một nguyên âm đôi (còn gọi là nhị trùng âm), thường được phát ra là "ay"; nhưng trong từ "mountain", âm "ay" này là một *schwa*, khiến âm lượng của nó bị giảm thiểu tối đa đến nỗi gần như người ta không còn nghe ra nó nữa. Như thế, trong "mountain", âm /t/ bị chặn lại, không phát ra được; âm *schwa* [ə] cũng không còn nghe thấy. Do đó, *Mountain* thành *Mow'un.*

Cũng về vấn đề biến đổi ngữ âm, trong tiếng Pháp, người ta xét thấy có bốn âm mũi:

/ɛ̃/ như trong g<u>ain</u>, v<u>in</u>, p<u>ain</u>, <u>im</u>patient
/œ̃/ như trong l'<u>un</u>, parf<u>um</u>, chac<u>un</u>, quelqu'<u>un</u>
/õ/ như trong l<u>ong</u>, m<u>on</u>de, p<u>on</u>t
/ɑ̃/ như trong <u>en</u>f<u>ant</u>, d<u>ans</u>, l'<u>an</u>, chamber

Cần chú ý sự khác biệt tế nhị giữa /ɛ̃/ và /œ̃/. Một cách tiêu chuẩn, /ɛ̃/ biểu thị một nguyên âm mũi, mở, dòng giữa, phía trước, và không tròn môi; cỏn /œ̃/ biểu thị biểu thị một nguyên âm mũi, mở, dòng giữa, phía trước, và tròn môi.

Với phát biểu sau đây, ta có thể phát âm bốn âm mũi kể trên: *un bon vin blanc* [một (ly/chai) rượu vang trắng ngon]. Giọng tiêu chuẩn của dân Paris vẫn giữ bốn âm mũi này; nhưng giọng Paris "sành điệu" bây giờ thì chỉ còn ba âm mũi. Người ta phát âm *un, chacun*, chẳng hạn, với âm /ɛ̃/ (không tròn môi, giống như trong *vin, pain*) chứ không với âm tròn môi /œ̃/ nữa. Ngay từ hơn nửa thế kỷ trước, khoảng cuối thập niên 1960, khi tôi theo học tại Centre Culturel Français/Alliance Française ở Saigon, các thầy cô giáo dạy tôi đều là người Pháp mà cách phát âm của họ với mấy chữ un, chacun, quelqu'un... này cũng khác nhau. Có người phát âm là /œ̃/, có người lại phát âm là /ɛ̃/. Cách phát âm là /œ̃/ (gần giống—nhưng không hoàn toàn giống—như âm "oong" trong chữ "xoong (chảo)" của Việt Nam) được thể hiện rõ trong những câu nói của người Việt, như "Không có 'oong đơ' (un deux/một hai) gì nữa. Mời anh lên xe ngay cho! Tút-xuyt! ("Tout de suite" /ˌtoot ˈswēt/, ngay lập tức). Hiện nay, không có mấy phát thanh viên/xướng ngôn viên tại Paris còn dùng đủ cả bốn âm mũi này.

Có những nhận xét cho rằng, về mặt địa lý, người Pháp miền Bắc nghiêng về cách phát âm /ɛ̃/; người miền Nam Pháp nghiêng về /œ̃/. Dù sao, hiện tại, gần như trong cả nước Pháp,việc sử dụng bốn âm mũi đã bị giảm xuống để hầu như chỉ còn lại có ba âm mũi. Âm /œ̃/ có khuynh hướng bị đẩy lùi và áp đảo bởi âm /ɛ̃/. Có thể nói là /œ̃/, qua thời gian và không gian, cũng như có thể có cả những yếu tố mang tính xã hội khác chen vào, đã dần biến thành /ɛ̃/. Ở ngoài nước Pháp (chẳng hạn ở Montréal, Canada), hai âm mũi /œ̃/ và /ɛ̃/ này thường được phân biệt rõ hơn.

Chúng ta có thể thử nghe lại cách phát âm (chẳng hạn qua chữ "un") này ở một số ca sĩ Pháp nổi tiếng thời thập niên 1960, với những bài hát đã nổi tiếng cả thế giới (và, dĩ nhiên, cả ở Việt Nam). Chẳng hạn như ở Françoise Hardy trong *Le temps de l'amour* (... *Un* beau jour c'est l'amour et le cœur bat plus vite. Car la vie suit son cours Et l'on est tout heureux D'être amoureux / Một ngày đẹp trời, ấy là tình yêu, và trái tim đập nhanh hơn. Bởi lẽ cuộc sống chảy theo dòng xuôi của nó. Và người ta thật hạnh phúc khi được yêu); hay như ở Christophe với *Les amoureux qui passent* (Je n'ai qu'*un* souvenir qui ne soit rien qu'à moi / Tôi chỉ có một kỷ niệm, và kỷ niệm ấy là của riêng tôi... Il me reste *un* espoir, c'est celui d'oublier / Tôi chỉ còn một niềm hy vọng, đó là nỗi lãng quên); hay như trong Enrico Macias và ca khúc *Paris, tu m'as pris dans tes bras* (J'allais le long des rues, comme *un* enfant perdu / Tôi đã đi dọc theo những con phố như một đứa trẻ lạc lõng).

Ngoài hai thí dụ thượng dẫn về việc biến âm trong tiếng Anh/Mỹ và tiếng Pháp, trong các thứ tiếng này, cũng như trong các ngôn ngữ khác, dĩ nhiên còn có những trường hợp biến đổi âm khác nữa.

Có nhiều lý do cho việc biến đổi ngữ âm của mọi dân tộc. Nhưng nhìn chung, nó xảy ra từ những nguyên nhân trong và ngoài ngôn ngữ.

Từ cấu tạo của cơ quan phát âm, sự ảnh hưởng qua lại của các âm trong một âm tuyến, một chuỗi lời nói (đưa đến các hiệu ứng như tăng âm, giảm âm, nối âm, hợp âm, đồng hóa, dị hóa, nhược hóa, và nhiều dạng biến đổi âm khác liên quan đến phụ âm đầu, vần, thanh điệu) đến những nguyên nhân bên ngoài như điều kiện xã hội, thái độ ngôn ngữ, truyền thống văn hóa, khí hậu, địa lý, v.v.. Tất cả đều có thể khiến cho sự biến đổi xảy ra. [2]

.3.

Sau đây, chúng ta thử đi vào ngôn ngữ Truyện Kiều của Trương Vĩnh Ký.

Tóm tắt truyện trước khi đi vào phần phiên âm và chú giải, Trương Vĩnh Ký có phần lời nói đầu (*Avant-Propos*) viết bằng tiếng Pháp để giới thiệu cuốn sách. Tôi tạm dịch:

> *"Thơ mà chúng tôi in ra bằng quốc ngữ ở đây là thơ mà tất cả người An Nam đều thuộc nằm lòng trên đầu môi chót lưỡi, đàn ông cũng như là đàn bà, con trai cũng như con gái. Thơ này được tất cả mọi người đều yêu thích và thưởng thức, đối với người biết chữ cũng như với người không biết, kể cả phụ nữ, vì thơ này mang một nền tảng đạo đức được định nghĩa rất khéo, được diễn tả trong mọi liên hệ, thích hợp với mọi hoàn cảnh trong cuộc sống con người. Khi buồn đau, thơ đem lại những niềm an ủi; khi gặp điều may lành, đúng ước nguyện, ta thấy trong thơ hình ảnh hạnh phúc của ta được diễn tả bằng những mầu sắc tươi tắn...*
>
> *Có nhiều những câu thành ngữ, ngạn ngữ, những lời hay ý đẹp, những nguyên tắc mang tính phổ quát hay đặc thù trong cuộc sống xã hội được trình bày rất rõ ràng, mạch lạc trong thơ. Người ta thấy trong thơ một bức họa tuyệt vời của cuộc bể dâu, thăng trầm thế sự, những uẩn khúc quanh co như một mê đồ của kiếp nhân sinh. (...)"* [3]

Trong phần trình bày về tích truyện, Trương Vĩnh Ký dùng tiếng "An Nam ròng", là lời ăn tiếng nói của con người Nam bộ trong cuộc sống lúc ấy. Chẳng hạn như:

"Đời Gia tĩnh *nhà Minh, có họ* Vương *làm quan viên ngoại, sinh được ba đứa con, con út trai là* Vương quan, *con đầu lòng* ***hai đứa gái*** *là* Túy kiều ***vuối*** Túy vân, ***hai gã*** *nhan sắc đẹp đẽ xinh tốt quá chừng, lại thêm học hành thông minh, lịch sự đủ* ***đều****, cầm, kì, thi, họa chẳng thua ai.*

Lúc ấy nhằm tiết tháng ba, người ta hay đi tảo mộ. Ba chị em mới rủ nhau đi chơi xuân, đi qua khỏi suối, Túy kiều ***thấy cái mồ con Đạm tiên****, không ai giẫy cỏ, không ai viếng thăm, thì nghĩ lại cái điều hồng nhan bạc phận mà khóc, hồn* Đạm tiên *về hòa thơ* ***vuối*** Túy kiều. *Vừa chiều tối, ba chị em* ***dắc*** *nhau ra về, gặp* Kim trọng *là bạn học với* Vương quan, *chào hỏi chuyện văn, hai chị em lạ khép nép giấu mặt.*

Về nhà Túy kiều đêm nằm trằn trọc, chiêm bao thấy Đạm tiên về nói chuyện về nỗi đoạn trường đến sau. Túy kiều vùng khóc lên, mẹ nghe được hỏi làm sao vậy, thì nó nói chuyện chiêm bao lại cho ***mẹ nó*** *nghe. Thì mẹ nó la* ***biểu nó đừng có tin*** *chiêm bao mộng mị, có thật vào đâu. (...)*

Bữa ấy Túy kiều ra dạo vườn hoa chơi dưới gốc cây đào, ***anh ta*** (ở đây là Kim Trọng, BVP chú) ***nghe hơi có nó ra, thì chạy ra, trèo vách dòm vô. Con kia nghe động đã tuốt vô đóng cửa lại rồi.*** *Ngó quanh ngó quất thấy cây trâm giắt nơi nhánh đào, liền với tay lấy trâm cầm về. Sáng ngày ra Túy kiều dậy* ***chải-gở*** *biết mất trâm mới ra mới kiếm. (...)*

Cách ít bữa tới ngày ăn lễ sanh nhựt ông ngoại Túy kiều, cả hai ông bà và hai em Túy kiều đều đi, để ***chị va*** *ở nhà coi nhà.* ***Chị ta ở nhà một mình thong thả, đeo đồ vào đánh áo đánh quần, đóng cửa, ra phía sau, tuốt qua nhà Kim trọng.*** *Leo qua gặp Kim trọng* ***dắc*** *vào nhà, ở đó trò chuyện, làm thơ, làm phú, đánh đờn đánh địch,* ***thề nguyền với nhau cho một ngày một đêm; khuya lại Kim trọng muốn xáp việc, mà va không cho****. Sáng ra từ giã trở về, Kim trọng được thơ nói chú chết, nên lo về chịu tang. (...) "* (Phần in đậm do tôi nhấn mạnh- BVP)

❖ Trước khi phân tích một vài lối dùng từ cổ, cũng như cách diễn tả theo lối "An Nam ròng", phản ánh lời ăn tiếng nói của người dân thời ấy, mà Trương Vĩnh Ký đã ghi lại, ta hãy xét cách chuyển tên của Thuý Kiều và Thuý Vân của Trương Vĩnh Ký ở đây.

Đầu lòng hai ả Tố-nga
Tuý-kiều là chị, em là Tuý-vân

Tại sao lại là "Tuý" mà không phải là "Thuý"?

Trước khi xét phần ngữ âm, ta thử xét phần ngữ nghĩa. Nếu xét "Thuý Kiều", "Thuý Vân" như một tên riêng, ta có thể quan tâm hoặc không quan tâm đến ý nghĩa của chúng. Nếu quan tâm, nhiều tên của người trong ngôn ngữ Việt có những ý nghĩa rất hay. Tôi có những người học trò/sinh viên có tên rất hay và ý nghĩa. Chẳng hạn như "Tường Vân" (Mây lành), hay "Cát Nguyện" (Lời ước nguyện tốt lành), "Vân Dung" (có thể nghĩ là "dung nhan của mây", một hình ảnh đẹp và lạ; thật ra, tên được lấy từ câu thơ "*Vân tưởng y thường, hoa tưởng dung*" của Lý Bạch, kết hợp chữ đầu và chữ cuối của câu thơ, theo lời kể của người học trò mà tôi biết bố mẹ ông bà là những người tài giỏi về văn học nghệ thuật và âm nhạc). Miền Nam trước 1975 có một nhà biên khảo, lấy bút hiệu là Thạch Trung Giả ("giả", 者, theo nghĩa là "người", như "học giả", "biện giả", hành giả, "thức giả", v.v.). Vậy tên ấy có nghĩa là "Người ở trong đá". Nó làm ta nghĩ đến cụm từ "Ngọc trong đá" ("thạch trung ngọc"). Một viên ngọc còn được ẩn kín, giấu kín trong đá; nghĩa bóng chỉ cái vỏ xù xì, xấu xí, góc cạnh ở bên ngoài che giấu một vật quý giá bên trong. (Thạch Trung Ngọc cũng là tên một nhân vật, anh em với Thạch Phá Thiên, trong truyện "Hiệp Khách Hành" của Kim Dung). Có thể nhà biên khảo có ý xem như mình vẫn đang "ở ẩn" trong một tảng đá còn thô, góc cạnh và xù xì, chưa được người đời biết đến (?) Trở lại chữ "Vân", Phật Giáo hay dùng từ "vân tập" 雲集 , rất hay và đầy ý nghĩa. Nó mang ý "nhóm lại, tụ lại, đông như mây", như trong câu "Kính mời quý Phật Tử, quý đạo hữu, và quý đồng hương hoan hỉ vân tập về chùa". Tôi cũng thích từ "vân hà" 雲霞, nghĩa là "mây trắng và ráng đỏ" (Từ điển Đào Duy Anh), hay "mây có màu sắc đỏ đẹp" (Từ điển Nguyễn Quốc Hùng).

Vậy thì, nếu xét về mặt ý nghĩa, Thuý Kiều 翠翹, theo Hán-Việt Từ Điển của Đào Duy Anh, ngoài nghĩa là tên nhân vật chính trong truyện Kim Vân Kiều, còn có nghĩa là món đồ trang sức trên đầu người phụ nữ Tàu xưa. Từ đó, tôi nghĩ, "Thuý Kiều", với biện pháp hoán dụ, có thể có nghĩa là một người nữ đẹp. Và, thật sự, chữ "Kiều" 翹, trong văn cảnh mà chúng ta đang khảo sát, ngoài việc để chỉ cô Kiều trong truyện, cũng có nghĩa là một người con gái đẹp. Chữ "Thuý" 翠, ngoài việc chỉ tên hai nàng Thuý trong truyện Kiều, có nghĩa chính là màu biếc (như trong từ "thuý lục"). "Thuý Vân" có thể là một áng mây xanh, đẹp; suy rộng ra, chỉ sự thướt tha, xinh đẹp, dịu dàng. Ngoài ra, còn có từ "Thuý vân thảo" là một thứ cây rêu, lá như vẩy cá, được người ta trồng làm cảnh.

Còn "Tuý Kiều", "Tuý Vân", nếu giả dụ "Tuý" được viết là 粹, với bộ *mễ* 米, thì nó có nghĩa là nàng Kiều, nàng Vân, trong trắng (vì "tuý" ở đây có nghĩa là "nguyên chất", như trong "tuý bạch"/trắng phau; hay "nguyên, không pha", như trong "tuý nhi bất nhiễm"; là phần tốt nhất, như trong "tinh tuý"). Còn nếu "Tuý" được viết là 醉, với bộ *dậu* 酉, nó sẽ liên hệ đến "say". Như "lạn tuý" là say khướt, "tuý quỷ" hay "tuý hán" là bợm nhậu, "tuý tâm" là say sưa với công việc (Lm Anthony Trần Văn Kiệm). Vũ Khắc Khoan có tập sách "*Mơ Hương Cảng*" mà ông gọi là "tuý bút" (tức là "viết trong cơn say", hay "viết một cách say sưa" ?) "Tuý nguyệt" là ngồi đối trăng mà uống rượu cho say (Đào Duy Anh). Như thế, "Tuý Kiều", "Tuý Vân" có thể có nghĩa là nàng Kiều (hay nàng Vân) làm cho say lòng người.

Từ nãy đến giờ, ta đã thử bàn đến ý nghĩa có thể có của hai tên Kiều và Vân, với các phiên âm "Thuý" và "Tuý". Nhưng, thật sự, Nguyễn Du trong bản Nôm truyện Kiều của mình, đã lấy nguyên chữ Hán để viết tên hai nàng. Là 翠翹 và 翠雲. Tại xã Vinh Hiền, huyện Phú Lộc, cách kinh thành Huế khoảng 40 m về phía Đông, có *Tuý Vân Sơn*, hình dáng tựa như một con chim phượng hoàng đang cất cánh bay, theo như mô tả mang tính địa lý-lịch sử về địa danh này. Ở đây có chùa Tuý Vân (còn gọi là chùa Thánh Duyên), đặt theo tên của ngọn núi. Dưới chân núi, có một bia đá nhỏ khắc ba chữ "Thúy Vân sơn" 翠雲山 đặt trên một hòn đá lớn. Thật sự tên chùa được viết theo chữ Hán là "Thuý Vân" 翠雲, nhưng dân chúng ở đây vẫn hay gọi là *chùa Tuý Vân* và *núi Tuý Vân*. Họ gọi đó là Chùa Mây Say và Núi Mây Say. Có lẽ nên hiểu là người từ dưới nhìn lên, thấy mây bay đẹp quá làm cho chếnh choáng, say sưa, nên đã gọi là *Tuý Vân*. Mây bay đầy trời, lồng lộng trên núi, làm cho say đắm kẻ ngắm nhìn. Như định nghĩa của "Tuý nguyệt" là ngồi đối trăng mà uống rượu cho say, như đã nói.

Nhưng, trong chèo cổ, ta còn có một vở chèo nổi tiếng là chèo Kim Nham, với nhân vật nữ chính là Xuý Vân (có khi được viết là Suý Vân) [từ sự biến âm s > x (như trong chữ Hán "sơ" 初 > chữ Nôm "xưa")] . Nhân vật nữ chính nổi tiếng quá trong cảnh giả dại, nên vở chèo này còn được gọi tên là chèo Xuý/Suý Vân. Ta sẽ còn có dịp nói về sự biến âm này ở một đoạn sau. Ta có từ "cổ xuý". Trong từ này thì "cổ" là cái trống (danh từ) hay đánh trống (động từ), còn "xuý" (từ chữ "xuy") có nghĩa là thổi (như thổi sáo, thổi tiêu, thổi địch). Như thế, "cổ xuý" 鼓吹 , tiếng Hán Việt, có nghĩa là "đánh trống và thổi sáo" (nghĩa bóng là vận động, hô hào cho một việc gì). Chèo Xuý Vân mà có trống với sáo như thế thì có lẽ cũng thích hợp?

Nhưng, cũng có thể hỏi: Xuý/Suý Vân [4] có phải là từ Thuý Vân mà ra hay không?

Tất cả những đoạn bàn về ý nghĩa của Thuý Kiều, Thuý Vân ở trên chỉ là để thử tìm hiểu những ý nghĩa có thể có về tên nhân vật, nếu thật sự chúng ta muốn tìm hiểu ý nghĩa của những tên riêng ấy. Dù sao, tôi tin, tất cả Thuý Kiều, Tuý Kiều, hay Thuý Vân, Tuý Vân, rồi Xuý/Suý Vân đều chỉ là do vấn đề biến âm mà ra, vì những điều sẽ được trình bày dưới đây.

Trong hệ thống ngữ âm Việt thế kỷ XVII, ta có những tổ phụ âm đầu mà chữ Việt hiện đại không còn dùng, như *bl-, pl-, ml-, tl-* , v.v.. Đây là những phụ âm kép được ghi nhận rõ ràng trong *Từ điển Annam-Lusitan-Latinh* (Dictionarium Annamiticum Lusitanum et Latinum), còn gọi là Từ điển Việt-Bồ-La, do giáo sĩ Alexandre de Rhodes soạn, góp phần định chế chữ Quốc ngữ. Những tổ hợp phụ âm đầu này, qua dòng lịch sử, đã biến đổi để cho ta những phụ âm đơn như chúng ta hiện có trong tiếng Việt. Chúng đã trải qua một quá trình biến đổi ngữ âm.

Trong tiếng Việt, ta có một tập hợp các loạt từ sau đây, mang ý nghĩa gần gũi, hoặc rõ ràng là có liên hệ về mặt ý nghĩa với nhau, cho dù chúng có thể mang những sắc thái có thể được biện biệt, phân tích trong những ngữ cảnh khác biệt. Chúng có liên hệ với nhau về ngữ nghĩa và về mặt ngữ âm lịch sử. Ta hãy xét tập hợp này: *lòi, tòi, thòi, tròi, thòi lòi*. Và tập hợp này: *thụt, tụt, sụt, trụt, rụt*. Ngoài ra, ta còn có cặp đôi *thiến / xén*. Những loạt từ, hay những cặp đôi như thế, cho ta thấy chắc chắn có một sự biến đổi về mặt ngữ âm.

Về loạt *thụt, tụt, sụt, trụt, rụt,* nhà nghiên cứu Vũ Đức Nghiệu giải thích: "Trong *Từ điển Annam-Lusitan-Latinh* không ghi nhận hình thái * tlụt, nhưng các hình thái *trụt, rụt, sụt, tụt, thụt* gợi ý cho chúng ta khôi phục hình thái gốc * tlụt và hình dung sự biến đổi ngữ âm dẫn đến hình thành nên chúng như sau: * tl- của * tlụt biến đổi thành / ʈ / cho ta *trụt*. * tl- cũng có thể rụng l- cho ta hình thái *tụt.* Âm đầu t- ở *tụt* có thể bật hơi hóa thành / t' / và cho ta *thụt*. Âm đầu / ʈ / của *trụt* có thể biến chuyển sang / ʂ / theo kiểu của *(gà) trống - (gà) sống, (con) tráo - (con) sáo, (cái) trẹo - (cái) sẹo, trượt - sượt* … cho ta hình thái *sụt*. Đến lượt mình, / ʂ / của *sụt* có thể biến chuyển sang / r / theo kiểu của *sờ - rờ, sầu - rầu* … và cho ta hình thái *rụt*." (*Biến đổi ngữ âm lịch sử với việc tạo từ tiếng Việt*, VĐN, 2016).

Ngoài ra, ngữ liệu văn học thời sơ khai của chữ Quốc ngữ cho biết là vào ngày 13 tháng 7, 1626, trong một lá thư của linh mục Francesco Buzomi gửi cho linh mục Mutio Vitelleschi, cách ghi âm bằng Quốc ngữ của từ "*Thượng Đế*" là "*Xán tí*". Ngoài ra, từ "Thiên chúa" (hay "Thiên chủ") được ghi là "Thiên chu". Như thế, có nghĩa là, vào thời đó, có thể thấy là hệ thống ngữ âm tiếng Việt vẫn đang trên đường biến đổi. Ở đây, ta thấy, có chỗ phụ âm kép th- được ký âm x- (Thượng Đế / Xán tí); nhưng lại có chỗ nó được ký âm là th- (Thiên chu / Thiên chũ = Thiên chúa). Ngoài ra, trong cặp đôi *thiến / xén* đã nói tới ở trên, ta cũng có một sự biến âm từ th- sang x- .

Đó là chưa kể khi bàn về nguồn gốc và sự phát triển của chữ Nho, người ta vẫn hay nhắc đến tên của sử quan Thương Hiệt đời Hoàng-đế (2697 trước Tây lịch), là người sáng chế ra hệ thống chữ viết theo hình dấu chân chim thú. Theo các sách sử và tài liệu về ngôn ngữ, tên của vị sử quan này (Thương Hiệt) còn được đọc là Sương Hiệt. Tôi cũng có một người quen. Người này cho biết gia đình bên ngoại gốc ở huyện Hải Hậu, tỉnh Nam Định (xứ Hai Giáp), có ông ngoại tên là Thuý; nhưng những người quen trong xứ (và cả người nhà) cũng thường gọi ông là ông hoặc cụ Xuý/Suý.

Qua những phân tích và ngữ liệu vừa trình bày, ta có thể thấy từ "Thuý Kiều" có thể được ký âm đúng như thế, với âm th- cho "Thuý". Do việc biến âm, nó cũng có thể được ký âm là t- , để thành "Tuý". Một bản Kiều bằng Quốc ngữ khác, do Phạm Kim Chi, cũng là một dịch giả người miền Nam, phiên âm và chú giải, được đặt tựa đề là "Kim Tuý Tình Từ". Chuyện tình của Kim Trọng và Tuý Kiều. Ở đây, như trong cách phiên âm của Trương Vĩnh Ký, "Thuý" cũng được chuyển thành "Tuý". Sự biến âm lại có thể đưa đến việc ký âm x- / s- cho "Thuý" để thành “Xuý/Suý”. Hoặc, có khi, mọi thứ đi theo chiều ngược lại. Đầu tiên, “Thuý” được đọc là “Xuý” (theo cách Xán-tí = Thượng Đế); sau đó, âm /s/ (⟨x⟩) của “Xuý”được chuyển thành /t/ , “Xuý” thành “Tuý”; rồi âm /t/ bật hơi để thành / t‘/ , “Tuý” thành “Thuý”. Thật sự, từ “Tuý”, là “say”, viết với bộ *dậu*, ngoài âm “tuý”, còn được phát âm là “suý” (xem Từ điển chữ Nôm của Trần Văn Kiệm).

Minh hoạ Kiều (tranh Lê Phổ)

Đó là con đường ngoắt ngoéo của biến đổi ngữ âm. Chỉ qua một tiến trình phục dựng âm, hoặc phân tích con đường đi của âm, người ta mới có thể tìm ra và xây dựng được những quy tắc biến đổi ngữ âm. Sự biến đổi đó mang tính lịch sử.

Xin được trở lại với những đoạn giới thiệu truyện Kiều của Trương Vĩnh Ký.

❖ Trong đoạn đầu, "Đời *Gia tĩnh* nhà Minh, có họ *Vương* làm quan viên ngoại, sinh được ba đứa con, con út trai là *Vương quan*, con đầu lòng **hai đứa gái** là *Túy kiều* vuối *Túy vân*, **hai gã** nhan sắc đẹp đẽ xinh tốt quá chừng, lại thêm học hành thông minh, **lịch sự** đủ đều, cầm, kì, thi, họa chẳng thua ai. (…)", ta thấy Trương Vĩnh Ký gọi Kiều và Vân là "hai gã". Chúng ta chắc cảm thấy lạ. Nhưng, trong chữ Nôm, chữ 婀 , với bộ "nữ", được dùng để phiên âm cho cả hai chữ "ả" ("cô ả") và "gã". Nó có dị thể là 㛪. Câu 15 của Truyện Kiều: "*Đầu lòng hai ả tố nga*", có bản chữ Nôm viết là " 頭弄 𠄩 㛪素娥". Chữ "ả", ở đây, viết theo lối dị thể, 㛪. (Chữ "lòng" 弄 của bản phiên âm này so với chữ "lòng" 悉 của những bản khác có thể tạo nên một vấn đề thảo luận, nhưng ta không cần bàn đến ở đây). Còn bản phiên âm của Nguyễn Quảng Tuân viết là "頭悉 𠄩婀素娥 " , tức theo lối bình thường, 婀 . Câu 805, "*Chẳng là gã Mã Giám Sinh*", theo phiên âm cũng của Nguyễn Quảng Tuân, viết là: "拯罗婀馬監生". Ta thấy, chữ "gã", 婀 , được viết giống như chữ "ả".

Như vậy là, theo cách diễn đạt của Trương Vĩnh Ký, ngày xưa, trong tiếng Nôm, **"gã"** có thể được dùng để chỉ cả nữ và nam. Sau này, "gã" mới được dùng để chỉ một người đàn ông nào đó với ý coi thường. Trong Việt Nam Quấc Âm Tự Vị (VNQATV), Huình Tịnh Của cũng giải thích chữ "Gã" là "người ấy, nhà ngươi"; "gã kia" là "người kia", "gã nọ" là "người nọ"; "gã cò" là "con cò"; và "nhà gã" là "nhà ngươi, người ấy". Như thế, Trương Vĩnh Ký, khi gọi Kiều và Vân là "hai gã", đã dùng chữ nghĩa một cách thích hợp theo chu cảnh văn hoá, xã hội thời đó. Tôi nghĩ, trường hợp này có lẽ cũng giống như trường hợp của từ "*mỹ nhân*". Đầu tiên, nó được dùng để chỉ một người đẹp, dù là nữ hay nam; sau này, nó mới được dùng để chỉ riêng cho phái nữ. Để chỉ định rõ hơn, người ta dùng từ "mỹ nữ" cho nữ giới và "mỹ nam" cho nam giới. Cũng thế, từ "*thanh niên*", lúc đầu chỉ có nghĩa gốc là "tuổi xanh", chỉ chung những người tuổi trẻ, bất luận là nam hay nữ. Sau này, nó mới có khuynh hướng được dùng để chỉ riêng cho phái nam. Và, cũng để phân biệt, có những chỗ người ta dùng rõ ràng là "thanh nam" và "thanh nữ" để xác định.

Trong tiếng Anh cũng vậy. Xưa, người ta dùng ***"man"***, ***"men"*** để chỉ chung con người. Trong bản Tuyên Ngôn Độc Lập của Hoa Kỳ (Declaration of Independence), Thomas Jefferson viết là: ""We hold these truths to be self-evident, that ***all men are created equal***, that they are endowed by their Creator with certain unalienable Rights, that among these are Life, Liberty and the pursuit of Happiness" ("Chúng tôi khẳng định một chân lý hiển nhiên rằng *mọi người sinh ra đều bình đẳng*, rằng Tạo Hoá đã ban cho họ những Quyền tất yếu và bất khả xâm phạm, trong đó có quyền được Sống, quyền được Tự Do và mưu cầu Hạnh Phúc"). Không phải khi viết "all men are created equal", Jefferson (và các tổ phụ đầu tiên của nước Mỹ) chỉ nói đến nam giới mà bỏ qua nữ giới. Không, một cách chung, họ bao gồm tất cả những con người trong cuộc sống. [5] "Man" hay "men" chỉ là một lối dùng ngày xưa để chỉ con người. Bây giờ, tiếng Mỹ phân biệt rõ hơn. Ta có *man (men)* và *woman (women).* Nhưng ngày xưa khác. Trong cụm động từ/động ngữ "*to man something*" trong tiếng Mỹ, "man" ở đây là một *transitive verb*, một tha động từ (còn gọi là "ngoại động từ"), đòi hỏi một túc từ trực tiếp theo sau. Nó có nghĩa là "to work at a place or be in charge of a place or a machine; to supply people to work somewhere" ("làm ở một nơi nào hay có trách nhiệm tại một một nơi/một chỗ nào đó, hay giữ việc điều hành một cái máy; hoặc đưa người đến làm việc ở đâu đó"). Như trong "We need someone to man the switchboard" (Chúng tôi cần ai đó trực ở tổng đài), hoặc "Soldiers manned barricades around the city" (Binh lính dựng rào cản quanh thành phố), hoặc "The telephones are manned 24 hours a day by volunteers." (Các điện thoại được các tình nguyện viên điều hành 24 giờ một ngày).

Hiện tại, người Mỹ vẫn còn dùng cụm động từ này, cho dù điều ấy làm một số người có sự "nhạy cảm" về ngôn ngữ không vui lắm. Thay vào đó, như thế, những người này sẽ dùng những động từ khác như *operate, activate, actuate, staff, crew*, v.v.. Người Mỹ còn có một cụm động từ (*phrasal verb*) khác có chữ "man" là "*man up*", có nghĩa là "to start being brave or strong in order to deal with a difficult situation" (bắt đầu trở nên can đảm hay mạnh mẽ để đối phó với một tình huống khó khăn). Chẳng hạn như: "He should man up and tell his boss what he really thinks." (Anh ấy nên can đảm và nói với sếp những gì anh ấy thực sự nghĩ.), hay "Lina actually melts if she tries to man up against them." (Lina thực sự sẽ 'gục ngã' nếu cô ấy tìm cách đối đầu với họ.), hay "Today, though, she couldn't decide whether she wanted to pretend the kiss hadn't happened and go about business as usual, or if she should man up, seek him out and have the conversation so they could acknowledge it and move on." (Hôm nay, dù sao, cô không thể quyết định liệu mình có muốn giả vờ như là nụ hôn đã chưa từng xảy ra và tiếp tục công việc như thường lệ, hay cô nên can đảm tìm anh ấy và nói cho rõ chuyện để họ có thể thừa nhận điều đó và bước tiếp.), hay "Sarah Palin needs to 'man up' if she's going to run" (Sarah Palin cần phải dũng cảm nếu định ra tranh cử—tựa đề một bài báo của tờ The Washington Post).

Với tiếng Pháp, "***homme/hommes***", giống như "man/men" của tiếng Anh, trong nghĩa gốc của nó, cũng để chỉ chung con người. Tác phẩm nổi tiếng của Antoine de Saint-Exupéry là "***Terre des Hommes***" được Bùi Giáng dịch là "Cõi Người Ta", và được Nguyễn Thành Long dịch là "Xứ Con Người" (cả hai bản dịch đều tuyệt vời), chứ không phải dịch là "Trái Đất của Đàn Ông" (!!!). Còn phim "From Here to Eternity" ("Từ đây đến thiên thu", 1953, 8 giải Oscar, với Burt Lancaster, Montgomery Clift, Deborah Kerr, Frank Sinatra và Donna Reed), một tập hợp những bi kịch con người (a collection of human dramas), diễn ra tại một căn cứ quân sự của Mỹ ở Hawaii trong bối cảnh dẫn đến cuộc chiến ở Pearl Harbor, có bản tiếng Pháp với nhan đề "***Tant qu'il y aura des hommes***". Tên phim ấy được một vị dịch tựa phim ở Việt Nam, trước 1975, chuyển khá hay và gọn thành "Thói Đời", diễn được một ý nghĩa của phim (mặc dù dịch như thế có vẻ phản ánh mặt tiêu cực của câu chuyện nhiều hơn). Còn nếu muốn dịch cho sát và đủ nghĩa hơn thì, có lẽ, người ta nên hiểu nó là, chẳng hạn, "Chừng nào còn con người", "Chừng nào còn nhân loại", chứ không nên hiểu là "Chừng nào còn đàn ông" (bởi lẽ những khía cạnh bất công, buồn đau, cay đắng, sự nỗ lực vươn lên, sự lừa dối, lòng thuỷ chung, sự phản bội, lòng hãnh diện, tình yêu thương, sự hèn hạ, tinh thần mã thượng, tình bằng hữu, v.v., là những biểu hiện, những "đường nét" của con người nói chung, ở trong phim cũng như ở ngoài đời, cho cả nam lẫn nữ). Theo nghĩa ấy thì "từ đây đến thiên thu", nghĩa là "chừng nào còn con người", thì những biểu hiện, những "đường nét" ấy vẫn còn tiếp tục gắn bó với cuộc sống nhân loại.

Về phương diện triết lý, đào sâu vào bản thể luận, J.P. Sartre có một câu nói nổi tiếng (cũng nổi tiếng như một câu nói khác của ông là "L'Enfer, c'est les autres"/ "Địa ngục là Kẻ khác"): ***L'Homme est une passion inutile*** ("Man is a useless passion" / "Con người là một đam mê vô ích"). "Con người" nói chung (cả đàn ông lẫn đàn bà, cả nam và nữ), chứ không phải chỉ có "đàn ông" mới là một đam mê vô ích! (Còn tại sao "Con người" lại là "một đam mê vô ích" thì không phải là chỗ để bàn ở đây!).

Ngoài ra, triết gia (và cũng là nhà toán học) Blaise Pascal, của thế kỷ XVII, để nói về sự mỏng giòn về mặt thể lý, nhưng đặc thù về mặt tinh thần của con người, cũng đã viết: ***"L'homme n'est qu'un roseau, le plus faible de la nature; mais c'est un roseau pensant"*** (Con người chỉ là một cây sậy, yếu đuối nhất trong thiên nhiên (trong các loài thụ tạo), nhưng đó là một cây sậy (biết) suy tưởng". "Con người" ở đây dĩ nhiên là chỉ chung cho cả nam lẫn nữ.

Trở lại với cách viết "An Nam ròng" của cụ Trương Vĩnh Ký. Vậy thì "gã" có thể được chỉ cho cả trai và gái, cả nam và nữ. Từ cách gọi này, ta cũng có thể để ý đến các từ như *hắn, cậu, va, y,* v.v.. Hiện nay, người Huế vẫn dùng chữ "hắn" để nói về một người nữ. Còn con gái Bắc, trong những câu chuyện thân tình, vẫn có thể gọi nhau là "cậu". Chữ "va" (một từ thuần Nôm) ta sẽ nói ở dưới. Chữ "y", một từ Hán, có nghĩa là "ấy, người ấy" (Hán-Việt TĐ, Đào Duy Anh), mang nét trung tính, gần như chữ "bỉ" (kia, người kia; "bỉ thử": cái kia, cái này, hay người kia, người này). Đôi khi, ta thấy người ta dùng "y ta" để chỉ cho cả nam lẫn nữ. Nếu muốn kỹ, nhấn mạnh là nữ, người ta dùng "y thị.".

❖ Bây giờ, ta nói về mấy chữ **"va", "chị va".** Ta hãy xem lại đoạn văn tóm tắt chuyện của Trương Vĩnh Ký:

> "Cách ít bữa tới ngày ăn lễ sanh nhựt ông ngoại *Túy kiều*, cả hai ông bà và hai em *Túy kiều* đều đi, để **chị va** ở nhà coi nhà. **Chị ta ở nhà một mình thong thả, đeo đồ vào đánh áo đánh quần, đóng cửa, ra phía sau, tuốt qua nhà *Kim trọng*.** Leo qua gặp *Kim trọng* dắc vào nhà, ở đó trò chuyện, làm thơ, làm phú, đánh đờn đánh địch, **thề nguyền với nhau cho một ngày một đêm; khuya lại *Kim trọng* muốn xáp việc, mà va không cho**..." (*Chú ý: Tôi giữ nguyên phần chính tả và lối viết xưa của Trương Vĩnh Ký*).

Từ [6] "va", trong Việt Nam Quấc Âm Tự Vị của Huình Tịnh Của, định nghĩa là "người ấy, nó" (ngoài nghĩa là "đụng vào"); và "chàng va" là "chàng ta, gã ấy, người ấy", "chú va" là "chú ta, chú nghỉ", "nhà va" là "nhà ta, nhà gã, gã ấy", và "chị va" là "chị ta, chị ấy". Như thế, vào thời Trương Vĩnh Ký và Huình Tịnh Của, từ "va" được dùng chung, trung tính, và là một đại danh từ ngôi thứ ba, số ít. Khi xác định rõ hơn, như trong "chị va" mà TVK đã dùng thay đổi với "chị ta" ở đoạn trích văn trên, nó xác định rõ cho phái nữ. Nhưng "va" không thì có thể dùng chung cho cả hai phái.

❖ Về từ **"lịch sự"** mà TVK dùng để chỉ hai chị em Kiều và Vân, ĐNQATV giải thích "Lịch" là chữ Hán, có nghĩa "trải qua, tầng trải"; còn "lịch sự" là "trải việc, đẹp đẻ (sic), xinh tốt". Từ này hiện nay chúng ta sử dụng, dù vẫn còn mang dấu vết, ý nghĩa cũ, nhưng cách dùng và sắc thái của từ phần nào đã khác đi. Chúng ta không dùng từ "lịch sự" để khen một người con gái xinh đẹp, tươi thắm nữa. Giờ đây, tiếng Việt có nhiều từ khác. Nhất là đối với giới trẻ. Một thí dụ: hai chàng trai trẻ thời nay nói với nhau về một cô gái đẹp, đáng yêu, thắm tươi, hấp dẫn, hoặc là một chàng trai nào đó nói ngay với cô gái đẹp và đáng yêu mà mình thích: "Ôi! Trông em *long lanh / lung linh* quá!".

❖ Trong câu "[K]huya lại *Kim trọng* muốn **xáp việc,** mà **va** không cho…", thì "va" ở đây chỉ Thuý Kiều. Kiều đã nghiêm nghị mà từ chối thái độ, hay lời "đề nghị khiếm nhã" ("Indecent Proposal", tên một cuốn phim nổi tiếng của Mỹ đầu thập niên '90, với Robert Redford và Demi Moore) của chàng Kim.

"Xáp việc". Chữ nghĩa đến là hay! Có phải là động ngữ này được dùng để viết tắt cho nguyên cụm "xáp (đến mà làm) việc"? Mà "làm việc" gì?

❖ Trong đoạn từ câu 497 đến câu 504: *Hoa hương càng tỏ thức hồng, Đầu mày cuối mặt càng nồng tấm yêu. Sóng tình dường đã xiêu xiêu, Xem trong âu yếm có* **chìu** *lả lơi. Thưa rằng đừng lấy làm chơi,* **Giẽ** *cho thưa hết một lời đã nao.* **Vĩ chi** *một đoá yêu đào, Vườn hồng chi dám ngăn rào chim xanh*. (Các dị bản của những từ in đứng: Chiều, Rẽ, Vẻ chi).

Đây chính là đoạn mà cụ Trương nhắc đến chuyện Kim Trọng muốn "xáp việc". Nguyễn Du không xác định chủ từ của những đoạn thơ này, nhưng người đọc theo dõi mạch chuyện thì hiểu ngay. Nguyễn Lượng, trong một bản Kiều Nôm, nói về chuyện "lả lơi" này, đã bình: "*Đăng hạ mỹ nhân, cầm thanh liêu loạn. Tình tự tương hà dĩ kham! Tình cảnh nhược hiện.*" (Người đẹp dưới đèn, tiếng đàn khêu gợi. Sao cầm lòng cho được! Tình cảnh như hiện ra sống động.)

❖ Trương Vĩnh Ký chú "giẽ" là (hượm), khoan đã, thủng thẳng. Còn dị bản "rẽ" cũng có thể nói là "rỉ", có nghĩa là "xin", "hãy". "Rẽ cho" có nghĩa là "xin cho", "hãy cho", nói một cách dịu dàng. Trong cụm "**Giẽ cho**"/"**Rẽ cho**", ta thấy có sự biến âm gi > r (chuyển từ bl- , như trong blải > giải/rải, trải (tổ hợp phụ âm đầu này (bl-) được ghi nhận trong Từ điển Việt-Bồ-La của Alexandre de Rhodes). Một bản Kiều khác chú thích "Rẽ cho": rẽ ra cho, xê ra cho. Có bậc thức giả cho rằng cả truyện Kiều xây dựng và đứng vững trên một chữ "rẽ". Giả sử lúc đó Kiều không nói được như thế, không giữ được thái độ nghiêm trang, và chiều theo ý Kim Trọng, thì đời Kiều đến đấy là xong. Nguyễn Du không còn xây dựng được gì thêm về tính cách và con người đáng quý của Kiều nữa. Vậy thì khi nói đến chuyện chàng Kim đòi "xáp việc" ở đây, ta phải nhớ đến cụm "Giẽ cho"/"Rẽ cho" của Kiều. Chính cụm từ này, cho thấy thái độ của Thuý Kiều, mới làm cho Kiều và Truyện Kiều sống mãi!

[…]

Chú thích:

[1] Có thể xem "*Utahns who drop the T in words like 'mountain' not so unusual, BYU study says*" của Mandy Morgan. https://www.deseretnews.com/article/865570211/Utahns-who-drop-the-T-in-words-like-mountain-not-so-unusual-Y-study-says.html

.

[2] Có thể xem thêm "*Biến Đổi Ngữ Âm: Những Vấn Đề Lý Luận*" của TS. Nguyễn Đình Hiền, trường Đại Học Ngoại Ngữ, Đại Học Quốc Gia Hà Nội.
http://repository.ulis.vnu.edu.vn/handle/ULIS_123456789/914

[3] Xem phần *Avant-Propos* của Trương Vĩnh Ký ở đầu quyển sách. Xin ghi lại đoạn đầu: *"Le poème que nous publions en quốc ngữ, est celui qui est dans la bouche de tous les Annamites, hommes comme femmes, garçons comme filles. Il est le plus estimé, le plus* goûté *des lettrés, des illettrés et même des femmes, à cause de la morale qu'il renferme, si bien expliquée, si heureusement présentée sous tous les rapports, si justement appropriée à toutes les circonstances de la vie humaine. (...)"*

[4] Âm x, ký âm là / s / được gọi là âm xát xuýt chân răng, vô thanh, và âm s, ký âm / ʂ /, được gọi là âm xát quặt lưỡi, vô thanh. Theo Nguyễn Tài Cẩn ("*Giáo trình lịch sử ngữ âm tiếng Việt (sơ thảo)*". Nhà xuất bản Giáo dục, 1995), "trong phương ngữ miền Bắc *s*- đồng âm với *x*-, cả hai đều được phát âm là /s/." Âm /ʂ/ đang dần biến mất khỏi phương ngữ miền Nam. Ngày càng có nhiều người nói phương ngữ miền Nam phát âm *s* và *x* giống nhau, cả hai đều được phát âm là /s/ giống như phương ngữ miền Bắc.

[5] Về Thomas Jefferson và bản Tuyên Ngôn Độc Lập của Nước Mỹ, có lẽ ta nên nói thêm chút ít ở đây: Jefferson đã đưa ra những ý/lý tưởng đẹp và quan trọng ("tất cả mọi người sinh ra đều bình đẳng", "những quyền tất yếu và bất khả xâm phạm", "quyền được Sống, được Tự Do và mưu cầu Hạnh Phúc") từ ảnh hưởng của John Locke, một triết gia Anh, với bản *Second Treatise of Government* của Locke được viết vào năm 1689 vào thời điểm cuộc Cách Mạng Vinh Quang (Glorious Revolution) của Anh quốc, lật đổ triều đại của James II. Các đại biểu Mỹ lúc ấy đã sửa đổi chút ít bản nháp Tuyên Ngôn của Jefferson, nhưng cũng cắt bỏ khoảng 25 phần trăm phần cuối, ở đó Jefferson đã đề nghị bãi bỏ chế độ nô lệ và việc buôn nô lệ (slave trade), đồng thời lên án vua Anh vì tiếp tục cho phép việc buôn nô lệ. Sau này,

Jefferson đã than thở là văn bản Tuyên Ngôn Độc Lập do ông soạn bị các đại biểu "ngoạm" và "cắn xé tả tơi".

Ngay từ thời tuổi trẻ, Jefferson đã cho rằng chế độ nô lệ là không đúng. Và ông đã được đánh giá tốt cho việc tìm cách lên án chế độ nô lệ, hay ít nhất là việc buôn nô lệ, trong bản Tuyên Ngôn mà ông soạn. Ông tin, như triết gia Tô-cách-lan Francis Hutcheson, rằng tất cả mọi người sinh ra đều *bình đẳng về mặt đạo đức* (morally equal), và rằng Tạo hoá không sinh ra "chủ" hay "nô". Vấn đề khó giải thích được là ông vẫn giữ lại đa số nô lệ của mình cho đến hết đời. Có vẻ là Jefferson chống đối chế độ nô lệ trên mặt nguyên tắc, nhưng ông không thấy một cách nào rõ rệt để chấm dứt nó một cách ổn thoả một khi nó đã được thiết định. Nếu chế độ nô lệ được xoá bỏ toàn bộ ngay lập tức, ông sợ là thành kiến của người da trắng và nỗi cay đắng của người da đen sẽ đẩy quốc gia vào một trận chiến mang tính tàn sát, huỷ diệt, mà, rốt cục, người da trắng sẽ thắng. Ông sợ rằng nếu người da đen được giải phóng, họ sẽ không có chỗ nào để đi và không có phương tiện gì để có thể tự tồn tại, sống còn. Chưa kể là chính Jefferson và các chủ đồn điền miền Nam cũng vẫn còn dựa vào sức người nô lệ về mặt kinh tế. Câu "All men are created equal", thật sự, chỉ là một ước vọng, một khát vọng, một hướng về, hướng tới. Nhiều phần chính khát vọng đó đã đưa đến cuộc Nội Chiến Nam-Mỹ, xoá bỏ chế độ nô lệ, và sau đó cho đến bây giờ, tiếp tục kích thích người da đen (và cả người phụ nữ Mỹ cũng như những người gốc thiểu số) tranh đấu cho những quyền mà họ thấy cần phải có cho họ.

Tóm lại, tôi nghĩ, trong bản Tuyên Ngôn Độc Lập của Mỹ, chữ "mọi người" ("all men") trong câu "mọi người sinh ra đều bình đẳng", một cách lý tưởng, được hiểu là bao gồm tất cả nam và nữ, da đen cũng như da trắng, v.v., trong khát vọng, mong ước, và hướng tới của nó, của xã hội, đất nước Mỹ. [Chữ **"man"/"men"** này có gốc Proto-Indo-European (PIE) là **man*, sang Proto-Germanic là **mannaz* hay **manwaz*, sang Old English là "*mann*", "*man*", để chỉ chung con người, nam cũng như nữ. Chữ **"hommme"/"hommes"** hiện tại của Pháp cũng vậy. Từ PIE **ǵʰmṓ* , sang Proto-Italic **hemō,* sang Old Latin *hemō,* sang Latin *homō, hominem,* sang Old French *home, hom, hume, homme,* sang Middle French *homme* đều chỉ chung con người, bất luận nam nữ]. Bản Tuyên Ngôn, dù sao, không phải là một phần của một văn kiện căn bản mang tính pháp lý của nước Mỹ, như bản Hiến Pháp (the Constitution) hay bản Tuyên Ngôn Nhân Quyền (the Bill of Rights). Chữ nghĩa của nó, dù thế nào đi nữa, phản ánh những lý tưởng của nước Mỹ. Và, thật sự, giữa "hiện thực thô nhám" và ước mơ, khát vọng, luôn có một khoảng cách để con người nỗ lực hướng tới.

Ngôn ngữ được phát biểu trong những chu cảnh văn hoá và xã hội, và trong những nỗ lực riêng của con người. Từ đó, nó có thể có những chỗ vênh khi so với thực tại, hoặc khi được xét trong những hệ quy chiếu khác nhau về không gian hay thời gian. Điều đó, một mặt, là do "hoàn cảnh sống của con người" ("human conditions"); mặt khác, nó cũng thúc đẩy con người tiếp tục điều chỉnh hướng sống, điều kiện sống của mình để mỗi ngày mỗi sống xứng đáng hơn, "thật" hơn, "đúng" hơn, trong khát vọng của con người nói chung.

[6] Có khi tôi dùng ***chữ*** "va", có khi tôi dùng ***từ*** "va", vì, như một trong những viên gạch khái niệm xây dựng ngành ngôn ngữ học hiện đại, "từ" (word) là một đơn vị cao hơn cấp bậc "hình vị" (morpheme) (vốn có khi được gọi là "tiếng", "tiếng một", hay "chữ", trong tiếng Việt). Một từ có thể là một chữ, như *đầu, mắt, cười, nói, khinh, trọng,* v.v., là những từ đơn; nhưng nó cũng có thể bao gồm nhiều chữ, nhiều hình vị, như trong trường hợp của từ kép, từ láy, chẳng hạn như *thanh niên, tiềm thuỷ đĩnh, sạch sành sanh, lấp lánh, nhi nhô*, vớ va vớ vẩn, thậm thì thậm thụt, lấm la lấm lét, v.v.. Một thí dụ giản dị trong tiếng Anh: *boy* (một từ, một hình vị); *boyish* (boy+ish, một từ, hai hình vị); và *boyishness* (boy+ish+ness, một từ, ba hình vị).

Quan niệm của ngành ngôn ngữ học truyền thống của Âu châu cũng xem từ (word), chứ không phải "hình vị" (morpheme), là đơn vị cơ bản của ngôn ngữ. Ngành ngôn ngữ học miêu tả (descriptive linguistics) của Mỹ, sau thời hoàng kim, đã bị phê bình vì xem hình vị là đơn vị cơ bản của ngôn ngữ. Vì làm như vậy khiến cho ranh giới giữa hình thái học và cú pháp học không còn nữa, là không chú ý đến sự khác biệt giữa cái bộ phận và cái toàn thể. Nhà ngôn ngữ V.Z. Panfilov cho rằng "Hiểu lời nói là một chuỗi liên tục của các chiết đoạn hình vị, hình vị là "vật liệu" để xây dựng nên phát ngôn, là làm sai lệch bức tranh chân thực của quá trình giao tiếp bằng lời nói. Làm như vậy là bỏ đi tất cả những gì liên quan đến từ với tư cách "vật chứa" các ý nghĩa sự vật mà qua đó hình thành nên hệ thống ý nghĩa ngôn ngữ-xã hội.", và nhà ngôn ngữ V.M. Solncev đã chứng minh "từ là một đơn vị bắt buộc phải có của mọi ngôn ngữ, còn hình vị chỉ là một loại đơn vị bất thường, có khi chúng mất đi, có khi chúng lại xuất hiện ở trong lịch sử ngôn ngữ. Từ là một đơn vị vĩnh hằng, bao giờ nó cũng có mặt trong suốt quá trình tồn tại của ngôn ngữ." (dẫn theo "*Những khác biệt trong hệ thống ngữ pháp tiếng Việt của Nguyễn Tài Cẩn*" của GS. TS. Nguyễn Thiện Giáp).

Tiếng trong tiếng Việt thường được hiểu là ***âm tiết***, về phương diện là một đơn vị có nghĩa. Trên chữ viết, mỗi tiếng được ghi thành một ***chữ***. ***Hình vị*** có hình thức cấu tạo của một âm tiết, tức là mỗi hình vị trùng với một âm tiết. Nó có vai trò như ***từ*** nhưng nó không phải là từ, vì từ có thể bao gồm một hay nhiều hình vị (một hay nhiều chữ). Âm tiết, hình vị và từ là đơn vị của ngôn ngữ. Tiếng là đơn vị của lời nói.

Như thế, "va" có thể là một chữ, hay là một từ (thuộc dạng từ đơn, một từ một chữ). Còn những từ như "thiếu nữ", "so sánh", "nhanh nhẹn" (một từ có hai chữ), hay "tất tần tật", "sạch sành sanh" (một từ ba chữ), "hớt hơ hớt hải", "lóng nga lóng ngóng" (một từ bốn chữ), v.v., thì tất cả đều được quan niệm là một từ chứ không phải một chữ. Còn các chữ cái như *a, b, c, d*, v.v., thì có khi được gọi là "chữ cái", có khi được gọi là "con chữ".

Về Tính Vũ Đoán trong Viết, Đọc, và Thẩm Thức Văn Chương

Van Gogh - Blossoming Chestnut Branches

Literary fiction commits a double arbitrariness: that of invention itself and the arbitrariness with which it imitates what is essentially arbitrary: reality.

(Văn chương phạm vào hai lần vũ đoán: một là cái vũ đoán của tự thân sự sáng tạo, và hai là cái vũ đoán của sự mô phỏng một thứ mà chính nó, tự bản chất, cũng là một sự vũ đoán: hiện thực)

Añicos/ Bits (Những mảnh vụn) / Juan Calzadilla

.1.

Thế giới là một văn bản. Chúng ta đang sống trong một thế giới của những ký hiệu, và ký hiệu với trùng trùng lớp lớp nghĩa của chúng đang vây quanh con người mỗi ngày, hay đúng hơn, từng giây từng phút, đòi hỏi được giải mã, khám phá.

Thế giới ngập chìm trong đại dương của những ký hiệu. Con người, trong mỗi xã hội, mỗi quốc gia, được điều kiện hoá để bơi lội hoặc trôi nổi trên đại dương của những lớp sóng ký hiệu đó. Có những con người, để tìm một ốc đảo cho riêng mình sau những giờ phút trôi nổi bập bềnh trên những làn sóng của ký hiệu mỗi ngày, đã tìm cách trú thân trong những cuốn sách. Nhiều người tưởng, như thế, họ tìm được những phút giây an toàn cho mình, sau cuộc vật lộn, trôi nổi trên những con sóng của ký hiệu cuộc đời kia. Nhưng thật ra, hy vọng đó nhiều khi chỉ là một ảo tưởng. Mở một trang sách, bước vào thế giới của chữ nghĩa, con người đã đẩy cửa để bước vào một thế giới khác, cũng đầy ắp những ký hiệu. Những ký hiệu trong sách cũng đòi hỏi phải được giải mã, lột vỏ. Có thế, chúng mới có thể dâng hiến cho người đọc cái tinh chất của chúng, cái chất ngọt, cay, đắng, chát, mặn mà, thơm tho, nồng đượm, hay cái cảm giác thô ráp, mềm mại, sắc lẻm, xù xì… của cuộc đời.

Tìm đến những ốc đảo ấy, mỗi người sẽ chỉ còn có chính mình. Họ mang theo cùng với mình tất cả những gì làm nên con người họ, tất cả những gì cấu thành cái thế giới tinh thần của họ: kinh nghiệm sống, những điều trải qua trong đời, giáo dục, sở thích, những ham muốn từ thấp nhất đến cao nhất, thậm chí những dục vọng, những mộng tưởng, lý tưởng của cả một đời. Tất cả những hành trang vô hình đó họ đặt bên cạnh mình khi ngồi trước trang sách. Cuốn sách, bấy giờ, là một văn bản tràn ứ những ký hiệu. Chúng tràn lênh ra, bập bềnh như trên một mặt sóng. Chúng như những làn nước, những lớp nước, chỉ chực tràn ra khỏi trang sách trước mặt người đọc. Có khi chúng lại là những tiếng chim, tiếng gió chạy đuổi nhau trong một cánh rừng đầy nắng lá, hay chúng là những âm thanh, những bóng dáng chập chờn của cuộc đời lúc xa lúc gần, lúc rõ nét khi nhoà nhạt, thức ngủ trong chính chúng ta, trong những thời gian và không gian mà chúng ta không thể luôn luôn gọi tên hay định tính.

Tất cả hiện ra từ trang sách, tất cả bùng lên từ văn bản.

Đó là văn chương. Và, có lẽ, để nói về văn chương, những lời lẽ có thể mang ít nhiều dấu vết văn chương như vài đoạn văn trên cũng là tạm đủ. Chúng ta phải đi vào hiện thực “xám” của lý thuyết ("tất cả mọi lý thuyết thì đều màu xám, còn cây đời thì mãi mãi xanh tươi") để có thể cảm nhận, nắm bắt được rõ hơn những điều mà chúng ta muốn nói.

Julia Kristéva, người đã giới thiệu những ý tưởng về liên văn bản (intertextuality) của Bakhtin đến với thế giới Tây phương, đã cho thấy văn bản là một thế giới được cấu trúc hoá. Nó là một hiện trường, nơi xảy ra những sự gặp gỡ, đối thoại, hoặc va đập của những hình ảnh, tư tưởng, văn hoá, hay, nói tóm lại, của những thế giới khác nhau. Trong một văn bản, có nhiều dấu ấn của các văn bản khác. Những văn bản này có thể xa rời nhau trong cả không gian lẫn thời gian. Chúng đan xen chồng chéo và tạo nên những hàm nghĩa, liên nghĩa trên văn bản gốc. Những văn bản này nằm chìm, lẩn và khuất sâu dưới lớp chữ của văn bản gốc mà mỗi người đọc, với kinh nghiệm, sự giáo dục và những phẩm chất riêng làm thành con người tinh thần của mình, tự phát hiện ra. Có thể nói văn bản là một nguồn nghĩa vô tận. [1] Nghĩa của một từ luôn mời gọi, liên kết với những nghĩa khác, và luôn chờ để được đánh thức dậy trong cái đọc của mỗi con người khác nhau. Nghĩa của chữ, như thế, luôn biến hoá, mở rộng. Nó luôn ở trong thế tiềm năng và có thể triển khai vô giới hạn. Những hàm nghĩa, liên nghĩa luôn nằm trong thể tiềm tại để chờ được khai mở.

Như thế, một văn bản có thể đem lại nhiều ý nghĩa khác nhau cho những con người khác nhau. Mỗi văn bản là một liên văn bản. Từ một văn bản văn học, người ta có thể nhìn ra nhiều tác phẩm khác nhau. Và chính là vì tính chất này mà một tác phẩm văn học trở nên có chiều sâu, có sức hút của nó. Những cách nhìn khác nhau, những cái thấy khác nhau, những cách giải mã khác nhau, tất cả làm nên độ lấp lánh của một tác phẩm.

Ở một góc cạnh khác, theo Serge Dubrowski, cấu trúc của một tác phẩm không phải là một cái gì có tính ổn định, nhất thành bất biến. Mà nó là một thế giới mở. Một tác phẩm văn học có thể mang trong mình nhiều lớp nghĩa, và nghĩa của nó không bao giờ có tính chung kết, dứt khoát. Nó thay đổi tuỳ theo cái nhìn, góc nhìn của người đọc, sự quan sát và thái độ quan sát nó của người ấy. [2] Cấu trúc là cấu trúc đối với một con người đặc thù nào đó. Cái cấu trúc ấy sẽ thay đổi không chỉ từ cá nhân này sang cá nhân khác, mà còn từ những lần đọc này sang lần đọc khác của cùng một con người qua thời gian. Bởi vậy, ý nghĩa của tác phẩm cũng có thể thay đổi theo những tâm cảnh, tâm thế khác nhau, những sự "rót vào" khác nhau của mỗi người đọc hay mỗi lần đọc. Ý nghĩa của tác phẩm, bấy giờ, được dựa trên một phương trình mà tất cả những gì người đọc mang vào trang sách cùng với mình khi đọc trở nên những biến số không thể không được tính đến. "Ý nghĩa của tác phẩm", như thế, trở nên một hàm số, thay đổi với những biến số mà người đọc mang vào cùng với cá tính riêng và tất cả những gì làm nên con người hắn.

Tình hình này làm ta liên tưởng đến cái nhìn của cơ học lượng tử đối với các vật thể, đúng hơn là các chất thể (particles), được khảo sát. Người ta không thể bỏ qua cái "thái độ", cái dự tính, cái ý hướng của người làm công việc khảo sát thí nghiệm đó, cũng như không thể bỏ qua những thiết bị mà ông ta dùng để đo lường. Những điều ấy có thể làm thay đổi kết quả của thí nghiệm.

Nói rộng ra, tất cả mọi sự xảy ra trong thế giới hiện tượng này đều như thế. Cái nhìn tạo ra thế giới. Hay, đúng hơn, chính cái tâm ý của ta đã tạo ra thế giới này. Đây không còn phải là vấn đề tâm lý hay triết lý nữa, cho dù Duy Thức luận của Phật giáo, nhìn một cách chung, cũng đưa ra một kết luận như thế. Đọc những quyển sách như *The Tao of Physics* của Fritjof Capra, hay *The Holographic Universe* của Michael Talbot, trình bày cái nhìn của nhiều nhà vật lý lý thuyết, vật lý lượng tử cũng như của một vài nhà khoa học nghiên cứu về thần kinh, về não bộ nổi tiếng, như David Bohm (London University) và Karl Pribam (Stanford University), khiến ta phải giật mình khi thấy rằng cả thế giới, và, rộng hơn, cả vũ trụ này, trong quan sát và nghiên cứu của họ, cũng giống như một quyển sách, chỉ là những văn bản mở, để con người "rót" cái nội dung riêng tư của nó vào, làm nên cái lấp lánh của những "văn bản" khác nhau. [3]

Nói như L. Wittgenstein (với mệnh đề nổi tiếng, xuất hiện trong câu đầu tiên của tiểu luận triết học *Tractatus Logico-Philosophicus* của ông), "The world is all that is the case". *Thế gian là tất cả những gì là trường hợp.* Hay, hiểu rộng ra thì: *Tất cả mọi sự đều diễn ra trong thế gian.* Phải, thế gian, như thế, là nơi dung chứa mọi trường hợp, mọi hoàn cảnh, nơi diễn ra đủ sự. [4] Và "sự" đây là "sự kiện/dữ kiện" (facts) chứ không phải là "sự vật" (things). [5] Nhìn ở một góc độ nào đó, và chỉ giới hạn trong việc xét văn bản, phán đoán này có những chỗ gần gũi với xác quyết của những nhà nghiên cứu văn bản theo tinh thần của chủ nghĩa hình thức Nga, hay của cấu trúc luận, nhìn văn bản như một cấu trúc mang tính tự trị. Và cả J. Derrida nữa, mà tên tuổi được gắn liền với Giải-cấu-trúc luận (thuyết Huỷ-tạo) về sau, cũng thế, khi nói rằng không có gì ở ngoài văn bản. Tất cả mọi sự là ở bên trong.

Văn bản là một thế giới, và trong thế giới đó, chữ nghĩa (là những yếu tố cấu thành nó) cứ trượt đi. Nó được xây dựng bởi một lớp ngôn từ động. Chữ và nghĩa, các nghĩa tố, trượt vào nhau cũng như trượt qua nhau (glissement), để lại những dấu mờ, những ký hiệu của ký hiệu, như những tinh vân, khi sáng khi tối trước mắt con người. Nghĩa vẫy gọi nghĩa, nghĩa liên kết và rủ rê nhau. Ký hiệu tạo ra ký hiệu, và những ký hiệu mới được tạo ra đó lại sinh sản ra những ký hiệu khác. Đọc là đi vào trung tâm của những vòng tròn tạo nghĩa. Đọc là một "thực hành tạo nghĩa" (pratique signifiante), nói như J. Kristéva. Tất cả những ký hiệu, và những dấu mờ của chúng, dệt nên một tấm thảm bay với những hàm nghĩa, liên nghĩa, nghĩa sáng nghĩa tối, nghĩa mờ nghĩa đục, nghĩa nhoè nghĩa nét, đan kết, xoắn bện vào nhau. Một tấm thảm kỳ diệu. Tấm thảm này có thể nâng con người lên và chở nó đi khắp mọi nơi.

Cũng có thể nhìn văn bản như một ống kính vạn hoa (kaleidoscope). Tất cả những ký hiệu, như đã nói, trượt vào nhau, trượt qua nhau, và làm thành sự khác biệt. Những kết hợp khác nhau đó làm nên thế giới. Mỗi lần ống kính xoay, lại một thế giới khác hiện ra. Và mỗi người chúng ta đều có những cách xoay ống kính riêng của mình.

Một điều cũng nên nhắc lại ở đây là tính vũ đoán của ký hiệu (ngôn ngữ). Như F. de Saussure đã phân tích, giữa sự vật được phản ánh (như con ngựa, cái cây, v.v.) với cái-biểu-đạt (là mặt chữ, vỏ tiếng hay vỏ ngữ âm) và cái-được-biểu-đạt (tức khái niệm được phản ánh bên trong những chữ "con ngựa" hay "cái cây", v.v.) không hề có một quan hệ hữu cơ nào. Đó chỉ là một sự vũ đoán, chấp định. Một quy ước của một tập thể người. [6] Và chính là từ sự chấp định này, ký hiệu (ngôn ngữ) nói chung và văn bản văn học nói riêng, mang tính đa nghĩa, mơ hồ và nhập nhằng trong cái nghĩa tích cực của nó. Sở dĩ thế là vì, như đã nói, với sự khám phá và phân tích của Saussure và nhiều nhà ký hiệu học sau này, trong cùng một vỏ tiếng, vỏ âm thanh (enveloppe sonore), con người có thể lồng ghép, đắp đổi nhiều nội dung có liên hệ xa gần với nhau. Những nghĩa xuất phát từ những chi, những nhánh chính, và những nghĩa từ những chi, những nhánh phụ. Trường nghĩa cứ thế mà sinh sôi nẩy nở. Các nghĩa trượt lên nhau, trượt vào nhau và trượt qua nhau đã làm thành một trường nghĩa rộng lớn. Nghĩa tạo ra nghĩa, từ những liên nghĩa, hàm nghĩa, nghĩa ẩn, nghĩa chìm, và dấu vết của chúng, sau khi bị vượt qua, vẫn còn tiếp tục nằm ở đấy, làm đầy cái không gian ngữ nghĩa. Và cái chu trình ấy có thể tiếp diễn một cách vô tận.

Sử dụng những con chữ như một thứ khế ước xã hội, các nhà văn nhà thơ phải tuân thủ những luật tắc của chữ viết, của văn phạm. Nhưng, dựa trên chính những quy tắc ấy, kẻ sáng tạo lại có thể tự do hư cấu trong thế giới của mình bằng cách mở rộng phạm vi ngữ nghĩa của các ký hiệu hắn dùng, nhất là trong thơ. Bằng cách sử dụng và lồng ghép hai trục chọn lựa và kết hợp khi hành từ và bố (trí) câu như một chiếc đũa thần [7], con người có thể sáng tạo ra nhiều thế giới kỳ diệu, với cá tính và qua hư cấu chủ quan, vũ đoán riêng của mình.

.2.

Giống như trong sáng tác, phê bình cũng là một hoạt động hoàn toàn mang tính chủ quan, vũ đoán, thậm chí hư cấu. Đúng, hiểu theo một nghĩa nào đó, phê bình cũng là một dạng sáng tạo dựa trên hư cấu. Và nó rất chủ quan, vũ đoán. [8] Nhưng cũng chính tính chất chủ quan, vũ đoán và hư cấu này đã làm nên điều kỳ diệu mà chữ viết của con người đã làm được. Là vất đẩy người đọc vào một (hay những) thế giới mới, không hề mòn. Nó mở ra những thế giới. Với cá tính, kiến thức, bản lĩnh, và, thậm chí, sự mơ mộng riêng của mình, và, dĩ nhiên, cũng với việc phải tuân thủ một số quy luật nội tại của việc đọc văn bản, mỗi người đọc, người phê bình, có thể mở ra những thế giới khác lạ khi tiếp cận với văn bản. Phê bình và đọc văn đúng nghĩa không bao giờ mở ra những *thế giới phẳng*, như cái thế giới hiện tại mà con người đang sống, trong quan niệm của Thomas Friedman. Mà, với những hàm nghĩa và liên nghĩa, nó mở ra những thế giới "cong", đầy sức sống. Những thế giới này, nói một cách hình tượng, lồng vào nhau, chập vào nhau, và trao đổi chất cho nhau. Đọc một văn bản văn học, để biến nó thành một tác phẩm, có lẽ điều người đọc cần làm không phải chỉ là dùng lý trí, mà là dùng, nhiều hơn, sự liên tưởng và trí tưởng tượng của mình.

Hãy thử đọc một vài câu thơ của Trần Dạ Từ:

Thuở làm thơ yêu em
Trời mưa chưa ướt áo
Hoa cúc vàng bên thềm
Gió may lưng bờ dậu
Chiều sương dầy bốn phía
Lòng anh mấy ngã ba
Tiếng đời đi rất nhẹ

.

Nhịp sầu lên thiết tha

Thuở làm thơ yêu em
Cả dòng sông thương nhớ
Cả vai cầu tay nghiêng
Tương tư trời thành phố (…)

(*Thuở làm thơ yêu em*, 1962)

Những câu thơ thật đẹp. Và Cung Tiến đã đưa những câu thơ như lụa phất ấy vào nhạc của mình. Thuở làm thơ yêu em. Một thuở. Chắc chắn cái thuở ấy đã qua. Ta không cần tìm biết hệ quả của những hành động chàng tuổi trẻ đã làm trong thuở ấy. Điều đó không cần thiết. Chỉ biết rằng đã có một thuở trong đời. Tình yêu. Trời mưa. Hoa cúc. Mầu vàng hoa. Gió may. Bờ dậu. Những ký hiệu và những hình ảnh lồng vào nhau. Những con âm vang lên trong đầu. Chúng nhân nhau lên trong trí và trong tâm hồn của mỗi người đọc thơ, vì những hình ảnh, những ám gợi về tình yêu, về những cơn mưa, v.v., trong mỗi con người là khác nhau và gắn bó với nhiều ấn tượng. Chúng tạo ra hàng loạt các trường nghĩa. Từ những kinh nghiệm, xúc cảm, và từ những liên tưởng rất vũ đoán của mỗi người đọc, một con âm hoặc một con chữ có thể lôi cuốn nhau và tạo thành một cơn lũ. Nếu có thể cộng hết lại những hình ảnh, ấn tượng, rung động của tất cả mọi người trong thế gian này khi đọc một câu thơ hay một bài thơ của một thi sĩ bất kỳ nào đó, ta sẽ có cả một thế giới. Vậy thì, với bao nhiêu bài thơ, câu thơ mà con người có trong cuộc đời này (chưa nói đến những câu văn hoặc những tác phẩm dài hơi khác), chúng ta có bao nhiêu thế giới?

Trong bốn câu thơ đầu, dù sao đi nữa, có lẽ trong trí óc của một người Việt như tôi, những ấn tượng mang lại có nhiều âm hao, ám ảnh Việt Nam. Vì những *hoa cúc*, *gió may* và *bờ dậu* chăng? Có lẽ. Những hình ảnh ấy rung lên, lấp loá, chập vào những hình ảnh khác trong tôi. Hãy chỉ thử đưa ra một vài trong bao nhiêu ấn tượng nở bùng lên trong đầu. Hoa cúc, làm tôi nhớ đến một câu thơ của Nguyên Sa, *Áo nàng vàng, anh về yêu hoa cúc.* Chỉ là nhớ đến, không cần biết hoa cúc trong câu thơ của ai nở trước. Gió may, tôi nhớ quá đôi mắt của người con gái trong thơ Quang Dũng, *Mắt kia em có sầu cô quạnh / Khi chớm may về một sớm mai*. Và gần hơn nữa là cái *gió heo may đã về, chiều tím loang vỉa hè* của Trịnh Công Sơn. Còn bờ dậu? Nó làm tôi nhớ đến *Nhà nàng ở cạnh nhà tôi / Cách nhau cái dậu mồng tơi xanh rờn* của Nguyễn Bính. Bờ dậu, thậm chí còn làm tôi nhớ đến những câu thơ

Đứng im ngoài hàng dậu / Em mỉm nụ nhiệm mầu / Lặng nhìn em kinh ngạc / Vừa thoáng nghe em hát / Lời ca em thiên thâu / Ta sụp lạy cúi đầu (*Thược dược*, Quách Thoại). Một đoá hoa nở bên bờ dậu đấy. Bao nhiêu là hình ảnh thật Việt Nam!

Sang bốn câu thơ kế, hình ảnh Việt Nam chắc vẫn còn đấy. Nhưng chúng không còn đậm đặc như trong bốn câu thơ đầu nữa, với những hình ảnh có chút chênh chao ngả nhẹ theo nhịp ngữ pháp Tây phương, cộng với những thủ pháp nhân hoá và ẩn dụ được dựng lên trong từng câu thơ. Đến đoạn ba, tự nhiên ta thấy như được dẫn vào một khung trời "lạ hoá" với những đường nét không gian không còn hoàn toàn mang tính điển hình của một khung cảnh Việt Nam. A, thế nào là Việt Nam? Rất khó nói, có lẽ là do cách đọc, cách cảm cùng với kinh nghiệm đọc và rung động của từng người. Riêng tôi, cả đoạn thơ này tự nhiên nhắc tôi nhiều đến những khung trời Paris của Jacques Prévert. Riêng câu *Cả vai cầu tay nghiêng* thì lại làm tôi đặc biệt nhớ đến Apollinaire trong bài *Le Pont Mirabeau*. Trong bài này, thi sĩ đã tả hai người nam và nữ, hai kẻ yêu nhau, trong một tư thế thật đẹp, giống như trong một số bức tranh vẽ tình nhân của Chagall:

Les mains dans les mains restons face à face
Tandis que sous
Le pont de nos bras passe
Des éternels regards l'onde si lasse...

Vienne la nuit sonne l'heure
Les jours s'en vont je demeure

(Cứ mặt nhìn mặt, cứ tay cầm tay
Cánh tay mình kết cầu này
Cho làn nước dưới kia chạy trốn
Những ánh nhìn muôn thuở chán chường thay ...

Cho đêm cứ về, cho giờ cứ điểm
Tháng ngày đi anh vẫn còn đây.

[Hoàng Hưng dịch]

Những liên tưởng đã dẫn tôi đi xa như thế, để tôi nhìn thấy trong *Cả vai cầu tay nghiêng* những hình ảnh còn in đậm trong lòng tôi của *Le pont de nos bras,* và cả một khung trời thương yêu của Apollinaire có dòng sông Seine chảy qua. Tất cả các liên tưởng đều là vũ đoán. Và sự vũ đoán đó đã làm cho bài thơ, đối với tôi, có thêm chiều dày và lấp lánh hơn.

Đọc là liên tưởng và thực hiện những hành động vũ đoán như thế. Nhưng viết thì cũng không khác. Khi chúng ta viết, dù thơ hay văn (nhưng đặc biệt là thơ), sự chọn lựa, kết hợp các từ ngữ cũng chính là một hành động rất vũ đoán. Nhất là khi ta, một cách vô tình hay hữu ý, sử dụng những biện pháp chuyển nghĩa/những dụ pháp (tropes) như ẩn dụ, hoán dụ, so sánh, nhân hoá, v.v.. Khi một người Việt Nam nào đó, trong xa xưa, đã sáng tạo ra câu *Lòng em như quán bán hàng / Còn anh là khách qua đàng trú chân*, hay câu *Em như cái giếng giữa đàng / Người khôn rửa mặt, kẻ phàm rửa chân*, thì quả là người đó đã rất vũ đoán để đem so sánh tâm hồn hay thân phận của một con người (đặc biệt lại là một người con gái) với một túp hàng quán, hay như một cái giếng. Thế nhưng, chính cái vũ đoán đó đã để lại cho chúng ta những câu ca dao tuyệt vời như thế cho đến bây giờ. Nó làm cho những hình ảnh ấy sống mãi. Cũng thế, trong vở chèo Thị Kính, tác giả đã cho Thị Mầu "chào hàng"/"nhá hàng" với anh Nô bằng một câu chòng ghẹo táo bạo, *Gió xuân đánh tốc dải yếm đào / Anh trông thấy oản sao không vào thắp hương*. Tác giả của câu chèo tinh quái và "kinh khủng" này đã đặt vào miệng Thị Mầu một ẩn dụ thật … trẻ không tha, già không thương (hay *Phật không tha, Chúa không thương* ?—vì "oản" là để cúng Phật, và câu hát bóng gió đầy tính... trêu *hoa* ghẹo nguyệt kia, "gọi mời thắp hương" kia, lại được thốt ra trong khung cảnh nghiêm trang nơi cửa thiền. Mà chính là vì ả Thị Mầu đang ve vẩy ở nơi đấy nên mới có cớ giục mời người ta vào thắp hương như thế!). Một sự nhìn ngắm, liên kết để rồi so sánh đến vậy, không gì khác, chính là một sự vũ đoán, ập vào nhau những hình ảnh, những khái niệm đáng lẽ là rất xa nhau. Nó làm bật ra những tia lửa của sự sáng tạo. Đúng là có những cái vũ đoán chết người, nhưng chúng đã khắc nét vào văn chương như thế.

.3.

Trở lại với chuyện đọc văn. Khi đọc *À l'ombre des jeunes filles en fleurs (Dưới bóng những cô gái đương hoa)* của Marcel Proust, trong bộ *À la Recherche du Temps Perdu (Đi Tìm Thời Gian Đã Mất)*, Bernard Raffalli [9] đã nghĩ đến những bông hồng nở vội của Ronsard

(*Mignonne / Allons voir si la rose / Qui se matin avait déclose / ... Vivez, si m'en croyez, n'attendez à demain / Cueillez dès aujourd'hui les roses de la vie—Em ơi, ta hãy ra xem / Đoá hồng đã nở bên thềm hay chưa / ... Hái đi, đừng để quá mùa / Hoa hồng cuộc sống chẳng chờ đến mai*). Cùng lúc, ông cũng nghĩ đến những bông hoa ác, những bông hoa tội lỗi (Les Fleurs du Mal) của Baudelaire, cùng với cái mùi của dục tính và sự tàn rữa; đồng thời, ông cũng nhớ đến cả những cô gái lửa (Les Filles du Feu) của Nerval. Một sự liên tưởng nhìn thoáng qua tưởng là vũ đoán, nhưng hẳn nhiên là nó có nguồn gốc từ kinh nghiệm đọc, mơ mộng, và phân tích của Raffalli. Trong tác phẩm của Proust, hình ảnh những cô gái đẹp tươi, đương trong lứa tuổi hoa niên ấy, được liên kết với nhiều hình ảnh của những khóm hoa, những bụi hoa, tươi sáng có, mà tàn rữa cũng có. Và những người con gái đương hoa kia, cùng với nhân vật chính là người kể chuyện, với những mối tình, những ham muốn bị kìm nén của họ, như những đoá hồng toả ra một mùi hương thương nhớ, phả khắp những trang sách. Kinh nghiệm đọc và những liên tưởng của nhà phê bình đã đem lại hạnh phúc cho người đọc ông. Chúng cũng làm dày thêm sự hiểu biết và làm phong phú tâm hồn người đọc.

Cũng thế, trong *Poésie et Profondeur (Thi ca và Độ sâu),* Jean Pierre Richard đã phát hiện ra rằng cả Baudelaire, Gérard de Nerval, Arthur Rimbaud và Paul Verlaine đều bị ám ảnh bởi độ sâu. Rimbaud thì muốn lấp bằng độ sâu, và nếu không thực hiện được, ông tìm cách thoát ra khỏi nó. Nerval thì muốn giảm bớt độ sâu bằng nỗ lực mô tả những gì nổi lên, những sự vật nổi lềnh bềnh trên mặt nước. Verlaine, yếu đuối hơn, luôn bị sự ám ảnh kinh hoàng của những độ sâu vô tận, những lỗ hổng không đáy. Còn Baudelaire thì, cho dù có hãi sợ, có hoang mang choáng váng trước cái hút xoáy của những độ sâu, vẫn muốn đâm đầu lao mình xuống tận đáy vực. [10] Phải có một liên tưởng bén nhậy, cộng với một sự vũ đoán nhất định, cùng với một năng khiếu phân tích tâm lý đến một độ nào đó, thì người ta mới có thể đưa ra những so sánh và nối kết như thế. Và thao tác của Pierre Richard có thể đã là, đầu tiên, ông nhìn thấy hình ảnh độ sâu nơi một nhà thơ nào đó trong bốn nhà thơ vừa kể, cùng với phản ứng và cơ chế tâm lý của nhà thơ ấy. Từ đó, ông đã liên tưởng đến những nhà thơ còn lại mà, qua thơ ca của họ, ông cũng đã bắt gặp những độ sâu, với những phẩm chất khác. Rồi, có thể bằng một phương pháp gần gũi với phương pháp xếp chồng những văn bản của bốn nhà thơ này lên nhau, ông đi sâu vào tìm hiểu kỹ hơn tính cách và phong cách của từng nhà thơ. Tất cả đều bắt nguồn từ liên tưởng, từ sự nối kết các (liên) văn bản của nhà phê bình.

Khi nghe những câu hát này trong bài *Đêm* của Trịnh Công Sơn (TCS):

Đêm xanh hay đêm đỏ
Đêm hồng đêm mong manh
Đêm đêm rừng nuôi gió
Đêm hồng má thị thành

Đêm ôm vai em nhỏ
Giấc ngủ như chiêm bao
Đêm thơm từng chiếc lá
Cho tình bay lên cao

Đêm sâu không xa lạ
Kéo gần đêm thiên thu
Đêm xin thành nỗi nhớ
Đêm đợi đoá hẹn hò

Đêm yên như phố cổ
Chút tình riêng xôn xao
Đêm xa gần môi má
Có dài không đêm thâu (...)

tự nhiên tôi nhớ đến bài *Đêm Trăng* của Đoàn Thị Lam Luyến (ĐTLL):

Đêm dài như châu chấu
Của tuổi thơ chín mười
Đồng trưa mưa rào tạnh
Theo đàn châu chấu bơi

Đêm dài như xác pháo
Xé tan tuổi đôi mươi
Chưa tiêu gì ra món
Đã hết veo cuộc đời

Đêm dài... đêm cành đa
Như kiến leo cành cộc
Leo vào rồi leo ra
Đâu biết mình trùng lặp

Hai bài thơ, nếu có thể nói như thế, có nhiều nét khác nhau, cho dù chúng đều lấy đêm làm xuất phát điểm. Ta sẽ không phân tích dài dòng vào chi tiết để thấy rõ những sự khác biệt đó. Có lẽ chỉ nên nói là, dù có dùng các con âm Việt, chữ nghĩa Việt, các tác giả đã sử dụng những chất liệu ngôn ngữ khác nhau để làm ra những sản phẩm khác xa nhau. Cho dù chúng đều gắn bó với những thủ pháp chuyển nghĩa giống nhau như ẩn dụ, hoán dụ, so sánh, nhân hoá, v.v., hai bài thơ đã tạo nên hai khí quyển khác biệt. Chúng như hai khối tinh vân tự xoay vần theo quỹ đạo của riêng mình.

Bài thơ của TCS có mật độ dày hơn của những biện pháp tu từ ập vào nhau, như trong những hình ảnh *đêm đêm rừng nuôi gió, đêm đợi đoá hẹn hò*. Bài thơ đưa ra cái nhìn từ xa đến gần, rồi lại từ gần ra xa, và từ ngoài vào trong, rồi từ trong ra ngoài, về mặt không gian; và từ điểm quy chiếu của hiện tại, kéo dài cho nó chạm vào cõi xa thẳm của thiên thu, rồi lại thu kéo về cõi người bé nhỏ, xét về mặt thời gian. Còn bài thơ của ĐTLL thì lại bắt vào những hình ảnh liên văn bản trong những câu như *Đêm dài... đêm cành đa, như kiến leo cành cộc.* Câu thơ làm ta nhớ đến câu ca dao tuổi nhỏ *Con kiến mày leo cành đa. Leo phải cành cộc leo ra leo vào. Con kiến mày leo cành đào. Leo phải cành cộc leo vào leo ra...* Nó tạo nên một cảm thức quẩn quanh, bít bùng, không lối thoát. Những câu thơ soi chiếu vào hạnh phúc tuổi thơ và thân phận mình hiện tại. Hình ảnh châu chấu, được lặp đi lặp lại hai lần, gắn với một cái gì sinh động, hớn hở. Một mầu xanh như ngọc của thân mình những con châu chấu được đưa vào cận ảnh dưới ánh mắt tuổi thơ. Chân chúng búng tanh tách, và chúng bơi trên mặt nước. Điều đó gắn với cái hồn nhiên, sinh động của tuổi nhỏ. Rồi những mảnh pháo hồng nổ tan tác. Rộn rã đấy, nhưng rồi vụt biến nhanh. Cuộc đời trôi qua vội vã, rồi vỡ vụn như những xác pháo. Để, cuối cùng, cái còn lại chỉ là sự nhỏ nhoi, quanh đi quẩn lại của những lối mòn... Ngoài ra, thủ pháp so sánh trong *Đêm Trăng* lại là một cái gì mang tính rất biểu kiến. Dạng thức thì là so sánh, *Đêm dài như châu chấu, Đêm dài như xác pháo*, nhưng bản chất thì lại là ẩn dụ lồng vào hoán dụ (bởi lẽ, đêm không thể nào dài như... châu chấu hay xác pháo được).

Hai bài thơ đưa ra những khắc khoải riêng, những tâm sự đặc thù, theo những hướng khác nhau, và tạo ra những không gian, thời gian khác biệt. Vậy mà nó lại thu hút nhau, ập vào nhau trong cảm thức của một người đọc. Đọc hay nghe riêng biệt bài hát của TCS và bài thơ của ĐTLL, chắc chắn là mỗi người đọc khác lại thấy nẩy nở ra trong lòng mình những liên tưởng khác biệt, những ám gợi, những hình ảnh không trùng hợp với cách liên tưởng, cách đọc của tác giả bài viết này. Đó chính là do kinh nghiệm sống và đọc, do cơ chế tâm lý riêng của mỗi người khi tiếp cận với tác phẩm.

Liên tưởng có khi được giải thích, có khi không, nhưng chắc chắn là chúng có những gốc rễ của mình. Bởi vậy, khi nói phê bình là một hành động chủ quan và vũ đoán, thì *chủ quan* là đúng, còn *vũ đoán* chỉ là một cách nói có phần cường điệu. Bởi đó không hề là một thái độ tuỳ tiện. Nó có gốc rễ, và gốc rễ ấy nằm trong "vùng giao", vùng chồng lấp lên nhau của liên tưởng và sáng tạo. Và thái độ đó thích hợp với một định nghĩa của "vũ đoán", là "dựa trên, hoặc tuỳ thuộc vào, sự thẩm định hay chọn lựa mang tính cá nhân" (based on or subject to individual judgment or preference—*www.thefreedictionary.com*). Và, đúng thế, người tiếp cận văn bản, tuỳ vào độ mở của văn bản mà hắn đang khảo sát, phải có những nỗ lực riêng của mình để bóc, tách những lớp nghĩa, cũng như nối kết những ấn tượng, những hình ảnh mà tác giả đã đưa vào tác phẩm một cách hữu thức hoặc vô thức. Có thế, hắn mới cảm nhận được những hạnh phúc của sự đọc.

Đọc là một hành trình thám mã. Là một quá trình tìm nghĩa và tạo nghĩa. Qua liên tưởng, qua chọn lựa, qua kết hợp. Cũng giống như khi chúng ta viết. Chỉ có điều là khi viết, hai thao tác chọn lựa và kết hợp được thực hiện một cách có vẻ có ý thức hơn. Và có thời gian hơn. Còn trong khi đọc, tất cả những điều này xảy ra rất nhanh. Người đọc không kịp trở tay. Những hình ảnh và ấn tượng tóm lấy ta và vứt đẩy ta vào một cơn cuồng lũ của ý nghĩa, liên nghĩa và hàm nghĩa. Hai loạt nghĩa sau là những cái không hề có mặt trên văn bản. Theo Pierre Macherey, cái đặc thù của văn học là nó luôn hàm chứa trong nó một cái vắng mặt. Văn bản là cái được nói ra, nhưng trong cái được nói ra đó có hàm chứa những cái không được nói ra. Cái nói ra dựa vào cái không được nói ra. Có một sự chồng lên nhau giữa cái được nói ra và cái ẩn kín bên trong, cái lùi khuất khỏi tiền trường sân khấu. Đó là cái không được phát ngôn, tức sự im lặng. [11] Văn bản là một không gian, một hiện trường được tổ chức theo các quy luật ngôn ngữ. Nó che đậy ở bên dưới nó những cái vắng mặt, những kho tàng được chôn giấu, ẩn kín. Bởi vậy, đọc hay phê bình văn học là đi tìm cái bị che giấu kia, đi tìm cái vắng mặt, cái không hề hiện diện tại hiện trường.

.4.

Như đã nói, ký hiệu ngôn ngữ, nói chung, mang tính vũ đoán. Đọc, phê bình, tìm cách mở một văn bản, cũng hàm chứa tính chất đó, nhưng ở một cấp độ khác. Những cái được nói, được viết ra và những cái ở đằng sau, ở bên trong, ở hậu trường, giằng co, đòi được khám phá, bộc lộ. Chính điều đó khiến cho tác phẩm trở nên mơ hồ, "nhập nhằng", đa nghĩa. Chúng tạo nên một độ căng, do sự giằng kéo của các ý nghĩa, liên nghĩa, và hàm nghĩa, mà người đọc phải tìm cách giải quyết.

Tạo được một tác phẩm đầy tính "khiêu gợi" như thế, trong chừng mực nào đó, với ý thức của mình, kẻ sáng tạo làm nổi rõ dấu ấn sáng tạo của hắn. Tôi nói "trong chừng mực nào đó, với ý thức của mình", vì không phải lúc nào tác giả cũng kiểm soát được những điều mình viết ra. Rất nhiều khi, chữ, nghĩa, và các hình ảnh, ý tưởng trong một văn bản vượt ra khỏi ý thức của người viết. Đọc được, hay, đúng hơn, đọc thấy, những điều ẩn kín, những điều không nói ra trong văn bản, những vết tích của vô thức, những liên tưởng bất ngờ làm bật sáng văn bản, những ngã rẽ lối quành của nghĩa, cũng khẳng định bản lĩnh của người đọc, người phê bình. Đó là sự xâm nhập văn bản và bóc nó ra, coi nó như một dạng *scriptible (khả tác)*. Là không nhìn nó một cách hời hợt như một dạng *lisible (khả độc)*. [12] Một tác phẩm thật sự luôn ở trạng thái tiềm thế. Nó luôn có thể được soi rọi, nhìn ngắm và phân tích lại, để cung hiến cho người đọc những cách nhìn mới, những ý nghĩa mới.

Như thế, theo tôi, đọc là sự phân vân (của chủ thể đọc) giữa những hình ảnh, những ấn tượng, là sự phân vân (của hắn) giữa ý tưởng này và ý tưởng nọ, giữa liên tưởng này và liên tưởng kia. Là sự gặp gỡ của chủ thể đọc với các nghĩa trong văn bản, để rồi phải quyết định trước sự giằng kéo của các nghĩa tố khác nhau. Từ đó, người đọc có thể nhìn thấy một thế giới đa nghĩa, nhiều chiều cạnh, một thế giới lấp lánh nhiều mầu sắc. Đó không còn là một thế giới bị mòn đi trong cái nhìn trượt theo quán tính của cuộc sống thường ngày. Đọc là đồng sáng tạo chính là ở trong tinh thần đó.

Khi đọc, có nghĩa là khi làm những "thực hành tạo nghĩa", có lẽ cũng không nên quá hăng hái để vội quyết đoán là tác giả đã thiếu sót vì đã không trình bày được điều này hay điều kia (nhất là khi chúng khá hiển nhiên), như chúng đáng lý phải được trình bày như vậy. Dù là đọc một bài thơ, một truyện ngắn, một cuốn tiểu thuyết, hay một tác phẩm phê bình. Tất cả đều là những văn bản văn học. Có thể có một lý do nào đó đã khiến tác giả không viết chúng ra, hoặc là đã giữ chúng lại để trình bày trong một dịp khác thích hợp hơn. Trường hợp Tolstoi có thể là một thí dụ đáng nghĩ.

Sau khi *Chiến Tranh và Hoà Bình* được xuất bản, “báo chí cấp tiến đương thời đã trách cứ Tolstoi là trong tác phẩm đồ sộ ấy thiếu hẳn dấu vết của hiện thực thảm khốc của chế độ nông nô, một đặc trưng nổi bật của thời đại...”. Tuy nhiên, tìm hiểu sâu thêm qua việc nghiên cứu các bản nháp của tác phẩm, người ta thấy rằng, trong những dị bản đầu tiên, Tolstoi đã mô tả chi tiết các khía cạnh tiêu cực, đen tối, phản ánh những khổ đau của tầng lớp nông nô. Đó là những mô tả hết sức hiện thực cuộc sống khổ đau của những lớp người nghèo khó, của những con người thấp cổ bé miệng, cho dù họ là nông nô hay binh lính. Những mô tả này cho thấy mâu thuẫn gay gắt giữa những tầng lớp trên, như địa chủ và sĩ quan, với những tầng lớp dưới, như nông nô và binh lính đói rét. Dù sao, những mô tả này không thấy xuất hiện trong văn bản cuối cùng được phát hành. Những nhà nghiên cứu Tolstoi đã cho rằng, “cảm hứng chủ đạo của *Chiến Tranh và Hoà Bình* (…) là niềm tin say đắm của tác giả vào tư tưởng mà ông cho rằng thời đại mà ông miêu tả là thời đại nảy nở cao nhất của đạo đức nhân dân, là thời kỳ phục hưng của toàn dân Nga, đã đưa họ tới chiến công cứu nước.” Chính cái cảm hứng chủ đạo này, cuối cùng, đã khiến Tolstoi phải hy sinh những mô tả về những phương diện khổ đau của nông nô, để tập trung nhấn mạnh vào lòng dũng cảm, ý chí và sức mạnh của nhân dân trong chiến tranh vệ quốc. [13] Để đạt hiệu ứng tối đa trong việc trình bày đề tài của mình, Tolstoi đã phải chọn lựa. Và hy sinh.

Một người đọc có ý thức và có sự cẩn trọng có lẽ cũng nên chú ý đến những cái vắng mặt khá hiển nhiên trong một văn bản văn học, để thử lý giải những sự vắng mặt đó, trước khi lên tiếng phản đối hay đưa ra phán quyết của mình. Đúng như Macherey đã nói: một tác phẩm không bao giờ thổ lộ được hết tất cả những gì tác giả muốn nói, bởi vì "để nói ra một điều gì đó thì có những điều khác đã không được nói ra, hoặc không nên nói ra." [11]

Trong kinh nghiệm cá nhân, về phương diện này, tôi cũng đã rất ngạc nhiên và khá bất ngờ khi thấy trong tập *Những Bài Ca Không Năm Tháng*, tuyển hơn 120 ca khúc của mình, được xuất bản mấy năm trước khi anh mất, Trịnh Công Sơn đã không đưa vào những ca khúc phản chiến một thời đã làm nên tên tuổi anh. Có lẽ đã có một suy nghĩ đắn đo nào đó, có một ý nghĩa quyết định, đã khiến anh không đưa chúng vào tuyển tập đánh dấu một đời sáng tác này của mình. Tôi bỡ ngỡ, nhưng thấy không nhất thiết phải lý giải điều đó. Cho dù, hình như, con người dễ dàng đưa ra một phán đoán về một hành vi của người khác, hơn là về hành vi của chính mình. Bất cứ phán đoán nào trong vấn đề này cũng đều có thể là một phán đoán mang tính đơn giản và dễ dãi. Và quyết định đó, có tính cách hết sức cá nhân của người nhạc sĩ, cũng không làm mất đi giá trị và những dấu ấn lửa mà loạt tác phẩm này đã tạo ra trên lương tâm, trên tâm thức con người, Việt Nam cũng như toàn thế giới.

Khi viết chuyên luận về Trịnh Công Sơn [14], lúc đầu, tôi cũng đã đi vào phân tích sâu khía cạnh phản chiến của những loạt ca khúc như *Ca Khúc Da Vàng, Kinh Việt Nam*, v.v.. Nhưng sau đó, tôi đã bỏ đi tất cả, chỉ còn giữ lại một phần ngắn trong chương hai, *Dẫn Vào Những Ám Ảnh Nghệ Thuật*, phần *Ám Ảnh Chiến Tranh*. Tôi muốn tập trung vào những chủ tố về Thân Phận Con Người (nói chung—không phải chỉ về thân phận con người Việt Nam, đóng khung trong một cuộc chiến), Tình Yêu và Nỗi Cô Đơn trong sáng tác của Trịnh Công Sơn. Và tôi đã làm điều ấy với một chủ ý văn chương và tránh đi sâu vào những phân tích lý thuyết. Những chủ tố ấy được nhấn mạnh, trình bầy chỗ đậm, chỗ lợt trong suốt chuyên luận. Tôi đã giải quyết sự giằng co và độ căng giữa những chủ tố quan trọng, xét về mặt đối tượng nghiên cứu của mình, bằng cách nhấn kỹ một vài nhịp khúc này và buông lơi một vài nhịp khúc khác. Âu đó cũng là một chọn lựa vũ đoán trong quá trình xây dựng văn bản.

.5.

Viết, Đọc, Thẩm Thức văn bản văn học để biến nó thành tác phẩm, ít nhất cho chính mình, có những quy luật chung mà người viết, người đọc phải tuân thủ. Nhưng từ những cái chung đó, mỗi người lại có những bước đi riêng trong hành trình lập mã và thám mã của mình. Tất cả những cái riêng đó đều có thể đem lại một độ dày thêm cho văn bản, một ánh sáng mới cho tác phẩm mà mình xây dựng hoặc tiếp cận. Địa lý của văn học nói riêng, và nghệ thuật nói chung, từ đó, được mở rộng thêm. Và con đường đi vào tác phẩm, như thế, không phải là một con đường mòn, một con đường một chiều. Nó có thể, qua cách viết, cách đọc, cách thẩm thức, lý giải rất chủ quan, mang tính vũ đoán của mỗi cá nhân người viết hay người đọc, biến thành một thế giới.

Viết và đọc đều là những nỗ lực rất riêng tư, chủ quan, vũ đoán và mang đầy tính hư cấu. Phê bình, một nhịp nhảy, một vũ điệu, so với bước đi của cái đọc thông thường, cũng vậy. Nó mang đầy nét hư cấu, chủ quan. Nó cho thấy bản lĩnh hay tài hoa của mỗi người.

Hãy biến những con đường mòn thành một thế giới. Hãy cứ, bằng những nỗ lực rất riêng tư và chủ quan của mình, nới giãn cái biên độ của thế giới ấy ra. Để nó làm thành vũ trụ.

Kẻ viết hay người đọc nào lại không thiết tha muốn hướng về cái vũ trụ ấy.

Tustin Ranch, Calif.
12. VIII. 2009
(Xem lại & nhuận sắc: tháng IX. 2015)

Chú thích:

[1] Xem Julia Kristéva, *Recherches pour une sémanalyse,* Paris: Seuil, 1969

[2] Xem Serge Doubrowsky, *Pourquoi la nouvelle critique?,* Paris: Mercure de France, 1966

[3] Đây chỉ là một so sánh hết sức đơn giản, vắn gọn của tác giả bài này về những lý thuyết khá phức tạp được một số nhà vật lý lượng tử và nhà khoa học nghiên cứu về thần kinh đưa ra. Thật sự, qua nghiên cứu, họ nhìn thế giới, đúng hơn cả vũ trụ này, như một hình ảnh *hologram*, một *vũ trụ toàn ảnh*, do chính tâm và ý của con người phóng chiếu ra.

[4] "World", ở đây, có thể dịch là *thế giới*, hay *thế gian.* Tôi thích từ "thế gian", cho dù "thế gian" hay "thế giới" thì đều chỉ thẳng vào cái cõi thế này. Sự chọn lựa có lẽ là do liên tưởng. Khi chọn "gian", có lẽ vô thức đã nhắc tôi nhớ đến những câu như *"Thi thị khả giải bất khả giải chi* gian*"* (Thơ nằm trong khoảng có thể giải thích và không thể giải thích được), và *"Duy giang thượng chi thanh phong, dữ sơn* gian *chi minh nguyệt"* (Chỉ có gió mát ở trên sông cùng với trăng sáng ở sườn núi—Tô Thức, *Tiền Xích Bích Phú*). "Gian", so với "giới", gợi ra ấn tượng về một không gian có tính giới hạn rõ rệt, cụ thể. Nó lại mang

tính "thơ mộng" vì một, hai liên tưởng như trên. Đó là một chọn lựa mang tính vũ đoán trong vấn đề đọc, hay dịch.

[5] *Facts*, sự kiện (có những chỗ được hiểu như "dữ kiện"), là những phát biểu đúng về sự vật (*things*). "Ghế" là một sự vật; còn mệnh đề "Cái ghế này mầu đỏ" thì đó là (hay có thể là) một sự kiện. Thế gian chỉ bao gồm những "sự kiện" mà ta có thể phát biểu ra bằng câu/mệnh đề. "Thế gian" như chúng ta biết, theo Wittgenstein, chẳng qua chỉ là hoàn cảnh, chỉ giản dị là một tập hợp của những sự kiện được biết—đó chính là "what is the case"—, hơn là những sự vật tách biệt khỏi những gì mà chúng ta có thể nói về chúng. Chính ngôn ngữ đã xây dựng nên hình ảnh và cảm thức của chúng ta về thế giới, về mọi thứ bao quanh chúng ta, cũng như về kinh nghiệm của chúng ta đối với chúng.

[6] Roman Jakobson và những người trong nhóm *Chủ nghĩa Tượng trưng về Âm* (Sound Symbolism), ngược lại, đã cho rằng quan hệ giữa cái-biểu-đạt (CBĐ) và cái-được-biểu-đạt (CĐBĐ) là thiết yếu, không hề có tính vũ đoán. Luận điểm của nhóm này, đặc biệt của R. Jakobson, có những nét độc đáo. Một khía cạnh của chủ nghĩa tượng trưng về âm, đã khiến Jakobson quan tâm đặc biệt, liên hệ đến các nguyên âm mang mầu sắc ("coloured vowels"). Hiện tượng này chưa được tất cả các nhà ngôn ngữ công nhận, và vẫn còn đang được tiếp tục tranh luận, nghiên cứu (inconclusive and under investigation), cho dù Jakobson đã thử áp dụng nó vào việc bình thơ Mallarmé và đưa ra được một số phát hiện độc đáo. [6 bis] Việc ông và Claude Lévi-Strauss cùng đọc chung bài thơ *Les Chats* (Mèo) của Baudelaire cũng vậy. (Dù sao, có thể xem thêm luận văn *Describing Poetic Structures: Two approaches to Baudelaire's "Les Chats"* của Michael Riffaterre, nhà phê bình nổi tiếng Mỹ, giáo sư đại học Columbia, tác giả của *Semiotics of Poetry* (*Ký hiệu học về Thơ*), phản bác Jakobson và Lévi-Strauss). Tuy nhiên, trong việc đọc thơ, nếu biết sử dụng một cách hợp lý những hệ luận của cả hai quan điểm này, về sự liên hệ giữa CBĐ và CĐBĐ, người ta dễ bắt được ý nghĩa và những nhịp đập quan trọng của trái tim thơ. Trong vai trò một nhà ngôn ngữ và một nhà thi pháp, Jakobson đã có nhiều đóng góp đáng kể; nhưng có lẽ một trong những đóng góp nổi bật của ông là, từ sự mở rộng về quan hệ liên tưởng và quan hệ ngữ đoạn của Saussure, phát hiện về trục lựa chọn (the axis of selection) và trục kết hợp (the axis of combination) trong thao tác hoạt động của ngôn ngữ, đặc biệt trong việc sáng tạo và đọc thơ.

[6 bis] Xem Arby Ted Siraki, *Problems of a Linguistic Problem: On Roman Jakobson's Coloured Vowels,* Berlin: Springer Netherland (Neophilologus, tập 93, số 1, Jan. 2009)

[7] Thường, đối với thơ, người ta áp dụng trục chọn lựa (gắn liền với ẩn dụ) nhiều; với văn, trục kết hợp (gắn liền với hoán dụ). Nhưng, cả trong văn lẫn trong thơ, khả năng lồng ghép nhuần nhuyễn hai trục và hai thủ pháp này vào nhau để đưa đến những kết quả thẩm mỹ thích đáng là một nghệ thuật. Nó là một dấu chỉ rõ nét của sự sáng tạo.

[8] Ở đây, chúng ta chỉ tạm nói gọn về vấn đề đọc và phê bình như một quá trình tạo nghĩa, trong đó tính chất vũ đoán của ký hiệu đưa đến những liên nghĩa, hàm nghĩa, đã làm đổ xô lên văn bản một trường nghĩa, có thể nói là vô tận, với những liên văn bản mà người đọc, người phê bình có thể tìm ra trên bản gốc. Chúng ta không đi vào những khía cạnh đặc thù của những lý thuyết về đọc văn bản, như thuyết Hồi ứng của người đọc (Reader Response), hay thuyết Giải cấu trúc/Huỷ tạo (Deconstruction) chẳng hạn. Những vấn đề đó cần được trình bày trong những bài khác.

[9] Xem Bernard Raffalli, *Le Manuscrit de "À l'Ombre des Jeunes Filles en Fleurs"*, Paris: Laffont, 1998.

[10] Xem Jean Pierre Richard, *Poésie et Profondeur*, Paris: Seuil, 1955.

[11] Xem Pierre Macherey, *Pour une théorie de production littéraire,* Paris: Maspéro, 1966

[12] Đây là những từ do Roland Barthes sáng tạo ra. Văn học theo dạng *lisible*, "khả độc", là loại văn học dễ dãi, không đòi hỏi sự đóng góp của người đọc trong việc tạo nghĩa cho văn bản. Nó là loại văn học biến người đọc thành một con người thụ động và lười lĩnh. Nó tách người đọc ra khỏi người viết. Văn học theo dạng *scriptible*, "khả tác", trái lại, là loại văn học đòi hỏi người đọc phải góp sức tạo nghĩa cho văn bản. Nó bắt người đọc phải động não để làm việc và tạo thói quen cho hắn tìm kiếm cái không nói ra trong văn bản. Đọc, với loại văn bản này, là một quá trình tạo nghĩa.

[13] Xem Trần Đình Sử, *Văn Học và Thời Gian*, Hà Nội: Nxb Văn Học, 2000.

[14] Bùi Vĩnh Phúc, *Trịnh Công Sơn / Ngôn Ngữ và Những Ám Ảnh Nghệ Thuật*, California: Văn Mới, 2005. Tái bản lần thứ nhất tại Việt Nam, bản có bổ sung: Nhà xuất bản Văn Hoá Sài Gòn, 2008. Sau đó là những lần tái bản khác, như lần của nhà xuất bản Trẻ, 2012.

Thanh Tâm Tuyền [1936-2006]

Đinh Cường vẽ Thanh Tâm Tuyền.

Thanh Tâm Tuyền là khuôn mặt, là tiếng thơ độc đáo của nhóm Sáng Tạo. Ông là một biểu tượng thơ của miền Nam sau 1954. Một biểu tượng *mở cõi*. Tiếng nói ấy của thơ, nơi Thanh Tâm Tuyền, không giống với những tiếng nói trước đó hoặc cùng thời với ông. Thậm chí, sau ông. Ông lên tiếng về cuộc đời, về tự do, về tình yêu. Nhưng sự lên tiếng ấy mang trong nó một bản chất khác. Nó mới. Và nó làm ngạc nhiên, thích thú. Hoặc nó đem đến một hiệu ứng ngược lại: nó làm khó chịu, bực bội. Những thước phim đen trắng pha đầy chất tượng trưng-siêu thực trong thơ Thanh Tâm Tuyền vẫn chiếu nhấp nháy trong lòng ta.

Thanh Tâm Tuyền đòi hỏi tự do. Tự do trong mọi thể thái của nó. Người thi sĩ ấy đã làm thơ, và thơ của ông trước tiên là một sự phá bỏ những xiềng xích cũ. Sự cân đối, mực thước, cùng nhịp điệu, lối gieo vần của những thể thơ cũ có lẽ đã cản trở Thanh Tâm Tuyền trong cách diễn đạt những tư tưởng vỡ bờ, những lề lối suy nghĩ nằm ngoài khuôn phép của ông. Thanh Tâm Tuyền muốn cho hơi thở mình được tự do, tư tưởng mình được phóng khoát, nên ông đã đẩy thơ tự do của ông, thời ấy, vào những con đường hết sức mới lạ. Dĩ nhiên là Thanh Tâm Tuyền không thể thoát khỏi ảnh hưởng của những trào lưu Tây Phương đang ghi những dấu ấn trên tâm thức của thanh niên thời đó. Nhưng việc ông can đảm và sáng tạo đưa vào thi ca chúng ta thời ấy những thể mới, ý mới như ông đã làm cũng đã cho chúng ta thấy tính cách khai phá của ông.

Trên đường đi tìm một tự do hằng khao khát, Thanh Tâm Tuyền, như bất cứ ai chọn cuộc lên đường đầy thử thách để tìm một dải đất mới cho mình, đã có những lúc phẫn nộ. Có những phẫn nộ chính đáng, trong đó có những mầm hạt cho một hạnh phúc ước mơ sau này. Có những phẫn nộ xem ra vô lý, vô cớ, không dựa trên một lý do chính đáng nào cả, nếu ta không làm một cuộc nội soi vào tâm lý nhà thơ, không đi vào "thâm cung, mật thất" của tâm hồn ông. Nhưng thật ra thì phẫn nộ, phản kháng là yếu tính của con người nghệ sĩ, của kẻ sáng tạo.

Cần để ý đến những nỗ lực đổi mới thơ của Thanh Tâm Tuyền, kể từ khi ông viết những bài thơ tự do làm rối mắt, rối tim và rối trí nhiều người từ những năm cuối thập niên '50. Thơ tự do của ông đã ghi một dấu ấn rõ nét trên khuôn mặt của thi ca miền Nam, nói riêng, và văn học nghệ thuật miền Nam Việt Nam, nói chung. Nó phản ánh những ngày ông từ bỏ Apollon thanh thản, hài hoà, yên bình để chạm mặt Dionysos đầy biến động, hỗn loạn và cuồng nộ. Để, từ đó, "vượt qua" và "vượt lên". Dấu ấn và ảnh hưởng ấy vẫn còn có thể được nhìn thấy cho đến hôm nay trên văn học cả nước, dĩ nhiên cùng với sự cộng hưởng từ nhiều nguồn ảnh hưởng khác.

Thơ tự do của Thanh Tâm Tuyền là một *âm bản* lạ lùng của/về thành phố & tình yêu, cùng với những biểu tượng nhiều mặt và đứt gẫy, mất liên hệ của chúng, phản ánh tâm thức cùng lúc hoà đồng với mọi sự, mọi vật chung quanh, như cả ông cùng với những vật, những người, những sự đó đều được làm bằng cùng một chất liệu, đồng thời, nó cũng cho thấy, từ trong vô thức cho đến phong cách, diễn ngôn bên ngoài của ý thức, cái tinh thần "tôi là người là một người khác" nơi ông. Hình ảnh cái tôi bị xé rách từ chính nó trong thơ Thanh Tâm Tuyền làm người đọc, nếu không quen biết với một vài tác giả nổi bật, đặc biệt những tác giả liên hệ đến thuyết hiện sinh, cảm thấy ngỡ ngàng, quái dị và xa lạ.

Nhưng tập thơ "Thơ ở đâu xa", viết trong giai đoạn tù ngục, khoảng 30 năm sau, lại cho thấy một *dương bản* nơi ý thức sáng chói của nhà thơ. Nó viết về đời sống cùng khổ nhưng đầy ý nghĩa của một người. Nó viết về thiên nhiên, dịu hiền, khổ hạnh, bình đạm và thậm chí thơ mộng của con người ấy. Nó như một thứ nhật ký về đời sống đày ải. Có khắc khoải, đớn đau, nhưng cương ngạnh, tha thiết.

Trong "Thơ ở đâu xa", cái mới của Thanh Tâm Tuyền được phát lộ trong hình ảnh, đã đành; nhưng điều quan trọng, tạo nên một dấu ấn rõ nét trong thơ ông, ở thời kỳ này, là, ngoài một số bài thơ tự do theo lối cũ nhưng với một sắc thái mới, giản dị hơn, buốt sắc hơn, thơ mộng đằm thắm hơn, và cũng mới lạ hơn trong phần chữ nghĩa cũng như trong tiết nhịp và vần điệu, ngoài một vài bài thơ xuôi rất đẹp, thơ mộng và thiết tha đến nao lòng, ngoài một vài bài lục bát mà hình ảnh mới và đẹp như búp nõn, những bài còn lại là những bài thơ tám chữ, bảy chữ, sáu chữ, năm chữ, bốn chữ. Một số bài chỉ có bốn câu, như thơ tứ tuyệt đời Đường, đôi khi lại như thơ *haiku* của Basho hay Issa.

Trong những bài thơ mang phong khí cổ ấy, cái mới và cái làm nên Thanh Tâm Tuyền vẫn là những hình ảnh rất sáng tạo, rất sắc nét và rất riêng của ông, được đặt trên một cái nền u nhã và có vẻ cổ kính. Đó là một kết hợp rất nghệ thuật. Chúng là những hình, những ảnh, những âm, những chữ cương ngạnh, thiết tha, rực sáng, reo múa nơi hồn người.

Cái Tôi kỳ việt và Âm Bản Thành phố/Tình yêu trong thơ tự do Thanh Tâm Tuyền (*)

.1.

Cái Tôi, như một thứ âm bản thành phố

Một buổi chiều, một buổi chiều nào đó, như tất cả những buổi chiều ta đã lang thang trên xứ lạ, như tất cả những buổi chiều mặt trời rơi xuống xoáy buồn vào trái tim, ta nhìn đời sống mình bốc khói. Khói cay ngun ngún cháy đi tất cả những ngày đã qua, cháy đi những mộng tưởng cũ kỹ, những hè đường đầy lá úa ướt át, những dòng sông thở nồng mùi gỗ mục. Đời đã ngun ngún cháy đi những giây phút hạnh phúc đẹp đẽ và mơ mộng nhất của ta, cháy đi những cửa sổ mở tung nhìn con chim bay trên trời, những ngõ hẹp cất giấu bóng chiều âm ỉ, và khuôn mặt em, khuôn mặt ướt mưa mà hai bàn tay ta đã nâng niu như một cánh hoa gần. Trong mắt em ta nhìn thấy ngoài kia cơn mưa chụp xuống giăng kín buổi chiều. Em chớp mi, và bầu trời phủ đầy bóng tối. Một bóng tối thơm ngát mùi hoa chanh.

Một buổi chiều, một buổi chiều nào đó, giam mình giữa dòng xe cộ trùng điệp của giờ tan sở, để chiếc xe tự động lăn theo dòng nối tiếp mệt nhoài, tâm tư ta lại nhớ về những buổi chiều cũ ở quê nhà. Những buổi chiều đã ngun ngún bay đi. Bay đi như khói thuốc, như chút hương cũ kỹ của mùa. Những buổi chiều trời thắp mãi tiếng mưa sầu. *Làm thế nào để quên được nhau. Hạt mưa kia long lanh nỗi nhớ niềm từ biệt, hoàng hôn bàng hoàng màu khói nhạt...*

Ta chợt nhớ đến người thi sĩ ấy. Thanh Tâm Tuyền. Bây giờ, ông đang nuôi những cơn mộng nào. Ông đã sống như thế nào giữa lòng quê nhà mưa bay gió thổi [1]. Ông nhìn ngắm như thế nào những con đường, những buổi chiều, những băng đá, những cửa sổ, những ngõ hẻm, những dòng sông, những thành phố ngày xưa. Những "kiến trúc tâm hồn" cũ.

Bằng đường nét nhịp nhàng
cửa sổ xuôi mi mắt đẹp
ngõ hẻm sáng trưng
nhạc khúc dạo mở đầu
bay bay hàng lửa điện
đường mơ rộng mười lần
xe khiêu vũ
bóng người đổ ven tường
bâng khuâng âu yếm
giữa hồ nổ pháo bông
rực tia dài quyến luyến
bờ hè sao chứa nổi
hân hoan
kiến trúc tâm hồn
ít nhất một ngày thành phố
(Kiến Trúc)

Thanh Tâm Tuyền luôn sống với hình ảnh, sống bằng hình ảnh. Chúng tạo thành một ma-trận của hiện sinh ông:

tôi sống thường trực bằng hình ảnh
cửa sổ mở ánh sáng bình minh
ngoại ô nhà ngói đường xe điện
sân ga đường dan díu chân trời
bến tàu phu khuân vác ống khói
hải cảng tàu biển chân vịt quay
ban mai buổi chiều vội vã đêm
cày máy ruộng cao sông lớn hiền
để cho ngực ai huy hoàng rực rỡ
âm thanh nhảy đều răng cẩm thạch
bầy tóc cánh đồng...
(Hình Ảnh)

Thành phố, với những biểu tượng của nó, công viên, dòng sông, hải cảng, bến tàu, kè đá, những chiếc xe buýt, những đèn đường, dây điện, nhà máy, cơ xưởng, ghế đá, gạch ngói, xi-măng, kim khí, công trường, con thuyền, những ống khói tàu, quán xá, nhà cửa, đường phố, những con người, và đặc biệt những người nữ, những người nữ có tên và không tên, những anh em bè bạn, v.v..

Chập chùng bờ hàng hoá
... bến tàu
sớm mai
biển tím thổi gió mặn vào sông
thành sắt đỏ hoen
... rưng rưng bắp tay hải cảng
say bát rượu cuối cùng
(Bến tàu)

Những biểu tượng ấy. Như những chi thể của người. Chúng nhân nhau lên, mọc dài ra, rậm rạp, chuyển động, như một biến khúc, một biến tấu của cái trật tự, của những quy thức, những định chế mà con người mong muốn đặt ra để chuẩn mực hoá, quy thức hoá đời sống. Cái đời sống đầy biến động, không ngừng nhảy múa và làm bắn ra những ảo ảnh hỗn loạn trong những giấc mơ người, thậm chí trong cả tâm trí con người khi nó mở mắt. Những biểu tượng gần gũi, thân mến và làm đau khổ ấy. Bây giờ, Thanh Tâm Tuyền đã sống như thế nào giữa những hình ảnh và ý tưởng đã từng không ngừng mọc rễ, sinh sôi và ám ảnh ông suốt những ngày xưa? Những ngày ông từ bỏ Apollon thanh thản, hài hoà, yên bình để chạm mặt Dionysos đầy biến động, hỗn loạn và cuồng nộ?

Trời thì còn mưa, mưa mãi. Mưa rơi ướt những hoài vọng, những ước mơ, và bóng tối như đang đổ xuống không cùng. Ta muốn bật một que diêm để cùng Thanh Tâm Tuyền nhìn lại những buổi chiều cũ, có hơi ấm ngày xưa.

Buổi chiều vào chật khoang xe. Đèn thắp lên
Tiếng máy nổ bỗng thành tiếng cười dài
Mưa xuống bên ngoài, ngoài cửa sổ. Những bàn tay níu lấy vòng sắt lạnh
Mỗi ngày chúng ta đứng bên nhau không quen nhau
Thân mật ngó lên mái tóc rối nền trời khuya
Ngó vào mắt hoang xa dòng sông không bờ [...]
Chuyến xe buýt chạy trong buổi chiều. Trời mưa, mưa ngoài châu thành.
Không tìm thấy bến không đỗ lại
Vai áo đã ướt đầy

Tóc em rét mướt
Một ngày mới bắt đầu với tờ báo phát hành sớm gói trên tay.
Xe còn chạy mưa hoài dòng sông hoang mắt bỏ cố níu lấy cửa xe...
(Một chỗ trên ô-tô-buýt)

Que diêm đã bật lên rồi đó, chúng ta có ngửi thấy hơi ấm quê nhà? Ôi, một chiều mưa, mưa rơi ngoài châu thành, chiếc xe buýt xanh chạy vào trái tim, dòng sông và những chấm mưa lổ đổ, buổi chiều xanh lơ màu sương khói, vai áo em mềm ướt hồng da thịt, vùng tóc rối rét đầy. Em hiền, em hiền như bánh không men, như ngọn tháp giáo đường ngoài xa kia vươn lên như một búp nến. Hơi lửa nhỏ nhẹ cháy vào lòng ta rét mướt. Xe chạy hoài dòng sông nuối mắt. Búp nến buồn hiu hắt những hơi mưa. Sợi tóc quệt ngang vành môi theo đường bay của gió. Những con chim bay vào cõi sa mù…

Nhưng trong những giấc mơ đẹp và có vần điệu ấy (những giấc mơ như muốn tách ra xa chút nữa khỏi những hình ảnh tầm thường, bề bộn ngổn ngang của đời sống, những tiếng động của kim loại, của cơ khí rú rít ầm ì, những tạp âm, tạp ảnh của chiếc vòng quay cuộc thế) bỗng lại mọc lên những nỗi đời còm cõi không hoa. Những nhà cửa, đường phố, gỗ đá, kim loại, nhà máy, dây điện, đèn đường, dòng sông, kè đá… lại trở về nhảy múa. Và ta lại thấy một con người nổi chìm trong đó. Thanh Tâm Tuyền.

*

Tôi muốn viết về Thanh Tâm Tuyền như ông vẫn còn đang đứng ở đấy, bên một cây cầu hay một dòng sông, tay sờ lên đường viền của những vòng sắt lạnh. Tôi muốn viết về ông như viết về những kỷ niệm của mỗi một chúng ta. Tôi không nghĩ là thơ ông đã tạo được những rung động trong đông đảo quần chúng hay được tất cả những người thưởng ngoạn, những người làm văn nghệ thời đó nhất trí chấp nhận như một giá trị hiển nhiên. Thanh Tâm Tuyền, và một vài người khác cùng thời với ông, đã có công giới thiệu và làm bùng nở một dòng thơ tự do đầy sức sống trong một giai đoạn phát triển của văn học miền Nam. Trong cái nhiệt tình thắp lửa, có những lúc có thể là ông đã phát biểu cái tiếng nói thơ, chuyên chở tâm tình và sự suy tư của ông, ở những cung bậc quá khác lạ với những âm điệu vẫn được những người khác—những người cùng sống ở một thời đại với ông—thường dùng.

Thanh Tâm Tuyền đã được yêu thương, ca tụng cũng như đã bị lên án và chối bỏ trong những năm ông bám lấy thơ, coi thơ như một cung cách sống, một nỗ lực để có thể sống cái đời sống của mình một cách trọn vẹn. Thẳng thắn, không vào khuôn, như cây cành mọc trong thiên nhiên, trong không gian của trời và đất. Không chấp nhận để bị uốn mình trong chậu cảnh.

Ngoài một số những bài thơ làm sau giai đoạn 1964, chưa được in thành tập, những bài thơ tiêu biểu nhất của ông, làm trong những giai đoạn trước đó, đã được ông thu góp trong hai tập *Tôi không còn cô độc* (1955) và *Liên-đêm-mặt trời tìm thấy* (1964). Hai tập thơ đã trình bày trước độc giả con người của Thanh Tâm Tuyền một cách khá rõ nét. Kiêu căng, ngạo mạn, lạnh lùng, cô độc, cô đơn, cô lữ, lãng mạn, tha thiết, dằn vặt, yêu thương, khô khan, bùng cháy, mệt mỏi, hoài nghi, thất vọng, siêu hình, trong sáng, rắc rối, phức tạp, xót xa, phẫn nộ... Đó là một số từ người ta có thể dùng để nói về thơ Thanh Tâm Tuyền, về Thanh Tâm Tuyền. Ông đã sống và ôm lấy đời sống mình như ông đã cảm nhận và thức nhận nó, cho dù cái sống ấy không đi song hành, đồng bộ với những cái sống của hầu hết mọi người xung quanh. Nhưng trong tận cội rễ mình, ông đã nhìn và cảm cuộc sống như thế. Ông đã sống thiết tha và vũ bão trong đời sống ấy. Một thế sống có thể đã làm người đời nhìn ông trong dạng thức của những tính từ chỉ định ở trên. Ông đã sống với những ngộ nhận, có lẽ? Trong cuộc sống ấy, có những lúc ông cũng đã cảm thấy mệt mỏi, hoài nghi, và thất vọng, nhưng trong tất cả những trạng thái sống đó, tôi chưa từng thấy ông sợ sệt.

Như con sư tử và như đứa trẻ thơ (đúng, Thanh Tâm Tuyền cũng có đôi khi như thế) của Nietzsche, Thanh Tâm Tuyền đi vào đời sống với tất cả những say đắm, yêu thương, thơ dại và phẫn nộ chất chứa trong hồn ông. Bây giờ, Thanh Tâm Tuyền vẫn đang ở tại quê nhà, vẫn còn canh giữ cho ta những giấc mộng cũ, và những bài thơ của ông, lang thang ở những xó góc tối tăm nào đó của đời sống, của trí óc ta, thỉnh thoảng vẫn còn khua gõ những bước chân âm thầm trở về. Và ta lại nhìn ra những bóng mưa của thời gian xưa cũ. Những thước phim đen trắng pha đầy chất tượng trưng-siêu thực trong thơ Thanh Tâm Tuyền vẫn chiếu nhấp nháy trong lòng ta:

bỗng nhiên hè đường tách lìa khỏi linh hồn,
rồi những mặt nhà những chòm cây xe cộ nghĩa là thành phố đáng ghét
như thù nghịch ...
(Thành phố)

Thế nhưng thành phố vẫn đó, vẫn xanh lơ, vẫn hè đường, vẫn quán xá, những con đường vẫn chia cắt, những chòm cây và xe cộ vẫn đuổi theo nhau, những dòng sông vẫn chảy lặng lẽ, mưa vẫn rơi, mưa rơi nhỏ nhẹ, mưa rơi ngoài châu thành. Một người vẫn đứng đó trong lòng xe buýt. Một trái tim ướt đẫm...

Thành phố chính là ***âm bản*** của tấm phim chụp trong lòng nhà thơ [2]. Thanh Tâm Tuyền đi giữa những biểu tượng của phố xá, và tâm hồn ông đầy những bước sóng vang âm cái thế giới bên ngoài. Cái nhộn nhịp và cái mệt mỏi. Cái khổ đau và cái hân hoan. Cái êm đềm và cái hỗn loạn. Bao nhiêu hình ảnh của cuộc đời ánh xạ vào tâm hồn nhà thơ. Cái nhịp sống ấy đi vào và mở tung những cửa ngõ của hồn, biến thành những câu thơ dài ngắn, khuất khúc, đứt gãy, kỳ lạ, long lanh và chảy máu. Những câu thơ có vẻ mất kết nối, lộ ra những khoảng trống ở nhiều chỗ trên bề mặt văn bản, nhưng chúng sẽ được liên kết, gắn bó lại trong cái nhịp điệu chung của ý tưởng và hình ảnh của toàn bài. Những câu thơ như những mạch máu chạy dọc ngang, đứt nối, rồi lại nối kết và rượt đuổi nhau, băng qua trái tim, băng qua trí não, như những sân ga, làm thành những núi, sông, chia biệt:

những dòng sông những đường cày núi nhọn
những biệt li rạn nứt lòng đường...
(Bài Ngợi Ca Tình Yêu)

Mạch máu của những câu thơ lại tiếp tục chạy dọc ngang, qua những con cầu, tiếng sắt thép cọ quẹt nhau, tiếng nước trôi, thành phố, đốm lửa, dòng sông, sân ga, ngọn đèn. Rồi là một sự mất kết nối, *mặt đồng hồ kim không chuyển động, rừng khuya không tiếng vang:*

Hai người yêu nhau rất tình cờ
như trên cùng một toa xe lửa
tàu chạy qua cầu nghe tiếng sắt và tiếng nước trôi mau
nhìn về đốm lửa yếu thành phố trên sông
thành phố trẻ thơ tiêu điều ru dưới những bầu trời xấu
của lòng tin phủ tro
hãy yêu nhau rất tình cờ
như mặt trăng may mắn thoát ra ngoài vòm mây
chiếc đầu máy mệt nhọc dừng lại một ga nhỏ
với một ngọn đèn đêm

một người giữ ga già mặt đồng hồ kim không chuyển động
và rừng khuya không tiếng vang
(Tình cờ)

Những mạch máu như những đường ray, chia cắt, ráp nối chằng chịt. Chạy vào đêm. Như một giọng hát, một nét nhạc, một tiếng kèn rách, người con gái, áo đen, quá khứ trên da trống, mặt trời mù, mưa, sình lầy, nhát búa, tương lai, lửa, thổ máu, bốc hơi, đập vỡ… Như những ấn tượng, vụt hiện, ráp nối, và biến động. Những ráp nối chồng lấp chằng chịt của đêm, kết nối và mất kết nối, trong đường ray mù tối của tâm hồn người.

Một giọng trầm đêm / Niềm cô độc sâu / Nét nhạc xanh cung thương đen /
Mi mắt trĩu mùa đông cũ / Cái chết bốc hơi / Tiếng kèn rách vô hình dáng /
Người con gái áo đen xoã tóc ngất /
Hai cánh tay dài quấn quại hai con trăn hiền lành /
Không khí nhiễm độc / Đập vỡ / Quá khứ hỗn xược trên da trống /
Ném mảnh chai lên mặt trời mù / Nói thầm nói thầm
Mưa rét mướt / Thời gian dần trừ khử /
Giọng như hơi cháy dưới sình lầy / Nhát búa hoảng hốt /
Tương lai thét đớn đau / Lửa ma trơi vụt tắt /
Tiếng cười dữ tợn / Người con gái áo đen /
Thổ máu / Cái chết bốc hơi chóng mặt / Nôn xuống chân giận hờn đá sỏi /
Đập vỡ đập vỡ đập vỡ đập vỡ /
Niềm cô độc sâu
Giọng trầm đêm hút
(Đêm / khúc thứ 9)

.2.

Tôi là người là một người khác—một con người bị xé rách

Nhìn một cách nào đó, Thanh Tâm Tuyền là một hữu thể bị "giam giữ" trong đời sống. Nhưng, nói như thế là một nghịch ngôn, một *oxymoron*, vì sống là sống cùng và sống với. Con người là một hữu-thể-tại-thế, một hữu-thể-ở-đó (Dasein), nói như Heidegger. Vì thế, bảo rằng nhà thơ bị "giam giữ" trong đời sống thì chỉ là một cách nói. Có "giam giữ" thì mới có ý thức "vượt thoát", muốn chặt đứt "xích xiềng". Như vậy, có một sự liên hệ, ràng buộc giữa ông với cuộc đời ngoài kia, với ngoại giới, với mọi sự "trong cõi", lúc thì xa lạ, lúc lại gần gũi. Nhưng dù thế nào, nhà thơ cũng muốn nhìn tận mặt và sống sự hiện hữu của mọi sự trong cuộc đời. Mọi sự. Mà, gần gũi nhất, như đã nói, trong cái không-gian-thành-phố của ông, là những con đường, những buổi chiều, công viên, dòng sông, hải cảng, bến tàu, kè đá, những chiếc xe buýt, những đèn đường, dây điện, nhà máy, cơ xưởng, ghế đá, gạch ngói, xi-măng, kim khí, công trường, con thuyền, những ống khói tàu, quán xá, nhà cửa, đường phố, và những con người. Trong bản thể Thanh Tâm Tuyền, có một con người nhìn và cảm thấy tất cả những sự sống, những biểu tượng đó là thân mật, gần gũi, là gắn bó, thiết tha, nhưng cũng lại có một con người khác chỉ nhìn và cảm thấy ở chúng sự xa lạ, hoặc sự sa đoạ, không còn nguyên bản chất đáng yêu hay bình thường của chúng nữa:

Ngoại ô chới với bên dòng dây điện mỏng con đường hẻm
cụt và chuyến xe già...
Mùa hạ trôi cao dưới chân đồi bát ngát, màu đất xám, nỗi cô
đơn dần nhỏ lại hoá tôi thành thứ rễ cây kì lạ.
(Thành phố)

Tôi lết qua những đường mòn như loài bò sát tủi thân.
Những buổi chiều quạnh quẽ không còn là chiều.
(Hơi thở)

Hai con người bên trong ấy thường sẽ không thể chấp nhận được nhau.

Con người Thanh Tâm Tuyền ý thức rõ hơn ai hết, hoặc cảm nhận rõ hơn ai hết, mình là một hữu thể bị giằng xé, trong tinh thần hiện sinh như K. Jaspers hoặc J.P. Sartre đã diễn tả. Thật sự, con người trong đời sống hiện đại, nếu sống buốt sắc, sống thật sự, đều có thể có cái cảm nhận ấy, ít ra, ở một lúc này hay lúc khác của cuộc sống. Nhưng cảm nhận, rồi thức nhận mọi sự như thế, rồi sống với cái *cảm*, cái *thức* đó một cách vũ bão, thâm thiết và chan chứa như Thanh Tâm Tuyền, thì không có mấy ai. Ta có thể nhìn thấy cái cảm và cái sống đó nơi Hölderlin và Van Gogh, như Jaspers đã có lần nhận xét. Đó là trạng thái bừng ngộ và sáng suốt, mặc dù trong một dạng thức, từ một vài giác độ nào đó, có thể được xem như là một chứng bệnh tinh thần. Hay, ngược lại, là dấu chỉ của thiên tài. Khi đó, tấm màn phủ che thế giới như được xé toang ra.

Tôi là người là một người khác, Thanh Tâm Tuyền đã nói như thế. Arthur Rimbaud cũng nói, "Je *est* un autre", tôi là một người khác. (Chữ *est* tôi in nghiêng để nhấn mạnh, không phải là *Je suis*, nhưng là *Je est*. Không phải *I* am *somebody else*, mà là *I* is *somebody else*). Đó là một cái tôi phủ nhận một cái tôi khác trong chính mình. Những cái tôi sống bên trong và nói với ra bên ngoài. Thật sự, như cái nhìn của Sartre, con người không ai tự đóng kín trong bản thân mình. Nó luôn luôn sống trong một vũ trụ con người, vũ trụ có những người khác. Vì sống là sống cùng và sống với. Nhưng khi Thanh Tâm Tuyền tự xác định "Tôi là một người khác" như thế, có thể nhà thơ muốn nói rằng tôi không phải là người mà các bạn thấy, mà các bạn gặp, và các bạn phải e dè khi giao tiếp và đối đãi. Tôi là một với các bạn. Giữa "các bạn" (đường phố, dòng sông, cây cầu, kè đá, dây điện, chòm cây, mái nhà, biển suối, cống rãnh, tiếng chim, cơn giận, nỗi đau, niềm vui, sầu khổ, hạnh phúc, v.v.) và tôi không có gì ngăn cách. Tôi cùng một thể với các bạn. Chúng ta được làm ra từ cùng một chất liệu, một "cơ tầng". Tôi và thế giới là một. Đó là một mong muốn, một mơ ước. Nhưng, rồi ta sẽ thấy, không phải lúc nào nhà thơ cũng hiện thực hoá được ước mơ này. Vì cuộc đời, mọi sự, không phải lúc nào cũng là thân thiện.

Nhưng "Tôi là một người khác" cũng cho thấy con người bên trong của ta, hay, đúng và rõ nét hơn, con người bên trong của nhà thơ, là một cái gì khác, ít ra là với bên ngoài. Một cái gì xa lạ, chưa có thể định danh, định nghĩa hoàn toàn được. Cái gì đó trong tôi vẫn tiếp tục biến động, thay đổi, như một khối *rubic* nhiều mặt. Các cảm xúc và ý tưởng trong tôi vụt biến vụt hiện, và biến đổi, khiến tôi không hiểu thấu được mình nếu tôi không ngày đêm theo dõi, quán sát chúng [3]. Tôi như là đồng loại với mọi sự, mọi vật chung quanh, nhưng lại xa lạ với chính mình.

Tôi chờ đợi
lớn lên cùng dông bão
hôm nay tuổi nhỏ khóc trên vai
tìm cánh tay nước biển
con ngựa buồn
lửa trốn con ngươi [...]
Tôi chờ đợi
cười lên sặc sỡ

la qua mái ngói
thành phố đồng ruộng
bấu lấy tim tôi
thành nhịp thở
ngõ cụt đường làng cỏ hoa cống rãnh
cây già đá sỏi bùn nước mặn nồng
chảy máu
tiếng kêu...

Tôi là tiếng nói là tiếng khóc
những người bỏ đi hẹn trở về...
tôi chờ đợi
tôi là tiếng thơ là tiếng cười...
(Bài Ngợi Ca Tình Yêu)

Và, cũng với câu xác định đó, *Tôi là người là một người khác*, có thể là tôi đã muốn nói với một con người bên trong tôi, một người tự xưng là tôi, rằng tôi không phải là "tôi", là cái "người lạ" ấy. Tôi phủ nhận "tôi". Tôi không chấp nhận "hắn", cái con người luôn giằng co, xâu xé với tôi, để tôi không thể sống như mình muốn. Sự đôi co, giằng kéo ấy làm cho tôi như bị xé rách. Tôi không muốn tiếp tục cuộc co kéo nữa. Tôi xác định, tôi là tôi, là một con người. Và là một người khác.

tôi buồn chết như buồn ngủ
dù tôi đang đứng trên bờ sông
nước đen sâu thao thức
tôi hét tên tôi cho nguôi giận
thanh tâm tuyền
đêm ngã xuống khoảng thì thầm tội lỗi
em bé quàng khăn đỏ ơi
này một con chó sói
thứ chó sói lang thang

tôi thèm giết tôi
loài sát nhân muôn đời
tôi gào tên tôi thảm thiết
thanh tâm tuyền
bóp cổ tôi chết gục
để tôi được phục sinh
(Phục Sinh)

Thanh Tâm Tuyền có lẽ đã nói với chính mình, và với thế giới, với cuộc đời, những điều như thế. Khi nói như vậy, ông trở nên chan hoà, mật thiết với mọi sự chung quanh, và ông cũng tự xác định với chính cái tôi thứ hai của mình. *Tôi là người là một người khác*. Dù sao, cũng có khi, hai con người bên trong ấy bắt tay hoà hoãn. Và, khi đó, *Nửa đêm, mọi người ngủ ôm lấy mình / Một người khác trong giấc mơ.* Những khi như thế, dòng thơ Thanh Tâm Tuyền như mang một giọng nói khác, một tông điệu khác. Giọng nói ấy tự biểu lộ mình trong tình yêu. Nó mềm mại, dịu dàng và tha thiết hơn.

đôi khi anh muốn tin
ngoài đời thơm phức những trái cây của thượng đế
mà bên những trái cây ngọt ngào đôi môi em
nguồn sữa mật khởi đầu
đôi khi anh muốn tin
ngoài đời đầy cỏ hoa tinh khiết
mà bên cỏ hoa quyến rũ cánh tay em
vòng ân ái
(Lệ đá xanh)

Anh cần đốt điếu thuốc ấy / Vì có nụ cười sau làn khói / Với mầu mắt em hoàng hôn màu áo em / Trong buổi chiều miền đồi núi / Điếu thuốc như một lời trao gửi chưa thành nghĩa / Như tên em hay tên loài hoa nào biết được / Anh sợ những ngôn ngữ bơ vơ / Khóm rừng quên dưới thung lũng / Bầy cỏ hoang ven đường / Mọc lên trong hồn anh dại dột...

Nhưng điếu thuốc bỗng trở niềm hắt hủi...
Em có biết sau lúc em từ biệt / Điếu thuốc cháy trên môi như người bạn chết...

... Rồi anh bước trên những chiều dốc lạnh / Con đường duỗi dài cánh tay người chết đuối / Cầu cứu thành phố bỏ trốn đâu...
(Bài hát buồn)

anh gọi thầm một mình
trong giấc mơ phủ làn tóc biếc....
một phố bình dân có chợ và những quán ăn
giản dị như trang nhật ký của anh....

Sự vắng mặt của em và bãi biển mùa đông
thành phố đau từ mỗi cột đèn...
(Liên. Những bài thơ tình thời chia cắt)

.3.

Cô đơn/Cô độc/Tình yêu/Tự do, những sắc diện của một khuôn mặt đá đen

Là một người mang tâm thế/tâm thức cô độc giữa cuộc sống và cô đơn giữa đám đông, Thanh Tâm Tuyền chọn cho mình sự tự do. Cho dù để đạt được tự do ấy, có những khi ông phải buông mình vào, hoặc là chọn cho mình, một thế sống xa lạ với những người khác. Đôi khi cái thế sống ấy đưa ông đến một thái độ xem như nổi loạn, hoặc dửng dưng.

Giữa sống và mình, giữa chết và mình không
ngăn cách đừng tìm kiếm. Đi vào đám đông,
ngủ cô đơn trên giường bệnh hay sẽ nằm
mãi mãi ngoài nghĩa địa vẫn chẳng có gì khác lạ...
(Từ chối)

Nếu nhìn hiện sinh con người, như trong cái nhìn của Heidegger, là một hữu thể bước vào thế gian, một sự Tồn tại trong Thế gian (In-der-Welt-Sein), thì con người được ném vào sự hiện diện của chính mình. Tồn tại trong Thế gian là một cơ cấu nền tảng của hiện hữu. Và con người là một Hữu-thể-hướng-tử, tức một tồn tại, một hiện hữu cho cái chết, hướng về cái chết (Sein-zum-Tode). Con người đi trước vào cái chết. Như thế, suy nghĩ của nhà thơ là một điều tự nhiên. Thanh Tâm Tuyền có lẽ đã nhận thức được điều ấy. Yếu tính của con người là một trạng thức hiện hữu, và yếu tính ấy thuộc về thế giới hiện tượng, xuất hiện ra để mà qua đi. Bởi vậy, trong triết lý của Heidegger, khởi điểm của Hữu thể là Vô thể. Là Hư vô, Hư không. Trong Hư vô và qua cái Hư vô, con người nhận biết được hiện hữu mình, tồn tại mình. Và Hữu thể, như thế, được đồng hoá, hay có sự gắn bó, kết hợp với Hư vô. Suy tư về Hư vô làm con người ý thức về ý nghĩa cuộc tồn tại, hiện sinh của mình. Điều đó làm nó sống có dự phóng, có ý nghĩa hơn.

Trong đầu là hư vô
Trong mắt là hoang đảo
Trên môi là thần chú
Trên tay là trống không
Cả đời là sa mạc
Cả tôi là tự do
(Đêm, khúc số 3 / Tặng Duy Thanh)

Hư vô, nhìn ở một góc cạnh nào đó trong thân phận con người, nghe có vẻ tiêu cực. Thanh Tâm Tuyền viết, *Trong đầu là hư vô / Trong mắt là hoang đảo / Cả đời là sa mạc.* Dù sao, sức sống, niềm mong muốn giao cảm và kết hợp với mọi sự, mọi người xung quanh nơi ông vẫn là một lực hướng tâm mạnh mẽ. Cho dù cái lực ly tâm kia, của một tâm hồn cô đơn, một kẻ lữ hành cô độc, vẫn luôn muốn quăng đẩy ông ra xa (như William Sharp đã viết, *My heart is a lonely hunter that hunts on a lonely hill.* Tâm hồn tôi là một kẻ săn đuổi cô đơn; nó đi săn trên một ngọn đồi cô liêu.) Ly tâm và hướng tâm. Cái "tâm" ấy là cuộc đời, cuộc sống, mà trái tim Thanh Tâm Tuyền, dù thế nào, vẫn muốn chọn như một chốn lưu cư. Thế nên, dù cho có những lúc nhìn thấy hay nhìn ra những ảo ảnh của cuộc đời, với những móng vuốt và gai sắc của nó, nhà thơ vẫn không thể và không muốn chặt đứt tất cả. Tình yêu trong ông vẫn mãnh liệt hơn.

Thanh Tâm Tuyền có một khuôn mặt dễ gần, thiết tha hơn khi ông nói về tình yêu. Thật ra, bài thơ nào của Thanh Tâm Tuyền lại không có tình yêu trong đó. Tình yêu giữa nam và nữ. Tình yêu mến thiên nhiên, yêu thương con người nói chung. Tình yêu giữa ánh sáng và bóng tối, tình yêu đồng loại bị dồn nén bởi sự tàn ác, bất công và nước mắt—nổ bùng ra thành phẫn nộ. Tình yêu làm Thanh Tâm Tuyền trở nên lãng mạn, và đau khổ, nhục nhằn. Tình yêu xót xa hoà chung với sự đau khổ vì nỗi đời, vì mệnh nước.

Nói như thế có nghĩa là nói về gần như tất cả những bài thơ của Thanh Tâm Tuyền, vì, có thể nói, bài thơ nào của ông mà lại không chứa đựng tình yêu. Dù sao, có những bài thơ trong đó ông đã đưa vào quá nhiều những hình ảnh, những tư tưởng siêu hình, và những điều ấy, ở một vài góc cạnh và giác độ nào đó, làm thơ ông mất bớt đi sự lôi cuốn. Điều tôi đang nói đây có thể là một điều kỳ lạ đối với một số người yêu thích Thanh Tâm Tuyền và nghĩ rằng thơ ông chủ yếu ở chỗ siêu thực, như thơ của Paul Eluard, Breton, Aragon, Rimbaud, Lautréamont... Thật sự, nói chung, thơ Thanh Tâm Tuyền đúng là rất gần với thơ của các nhà thơ siêu thực của Pháp; nhưng trong thơ của ông, những bài mà cảm tính và lý tính được diễn ra ở một mức độ cân bằng, hoặc nghiêng nhiều hơn về phía cảm tính, có lẽ lại dễ cuốn hút người đọc hơn. Cho dù điều này không hẳn là nhất thiết. Những bài quá nghiêng về lý tính, có vẻ quá sức siêu thực hay siêu hình, đôi lúc làm cho ông phần nào bớt đi sự tự nhiên, tự tại của mình [4]. Những bài thơ ấy, phần nào, che giấu ông lại, thay vì mở ông ra với nụ cười tiếng khóc, với sự xót xa thương yêu, dằn vặt, phẫn nộ... của mình. Mà chính những điều ấy lại làm Thanh Tâm Tuyền gần gũi con người hơn.

Hãy đọc ít đoạn thơ cũ của Thanh Tâm Tuyền, *những lời thơ rất cũ gõ cửa trái tim nàng kia*, để thấy lại bóng dáng của tình yêu, sự dịu dàng của bóng tối, những xót xa, đau khổ của nỗi đời, mệnh nước đan kín lấy nhau.

> *Hỡi Liên những Liên và Liên*
> *Anh muốn nghe một bài hát buồn - lời anh không thành điệu - muốn nghe một bản hát buồn. Thí dụ. Trưa nắng giữa ngã năm ngã sáu có chợ có ga, đường tàu mải miết. Bóng tối lặng thinh em hát lên làm sao mà chịu đựng, hoa lá chia sầu. Một góc bàn anh hôn màu gỗ trống.*
>
> *Hỡi Liên những Liên và Liên*
> *Chẳng là anh ngông cuồng kiếm tìm tổ quốc vậy em biết không. Mà tổ quốc ngàn đời nín thở vì trời thì xanh mà khổ đau nói sao cho hết. Chẳng là anh chót yêu em vậy em biết không? Mà khi yêu nhau, trong những đêm sao hằng hà, làm thế nào để quên được nhau...*
> (Nói về dĩ vãng)

Đôi khi ở nơi đất lạ này, trưa nắng giữa ngã năm ngã sáu có chợ có ga, đường tàu mải miết, tôi chợt rưng rưng nhớ nhà. Tổ quốc ngàn đời nín thở vì trời thì xanh mà khổ đau nói sao cho hết. Người thi sĩ ấy đã cảm ra những điều xót xa bàng hoàng này từ những ngày xưa. Sự bén nhạy của người thi sĩ đã khiến cho chàng ta được gọi tên như những nhà tiên tri thấu thị. Những nhà tiên tri này lên tiếng báo trước định mệnh của con người. Định mệnh có thể mang hình một cây thập tự nhưng cũng có thể là sự phục sinh. Nó có thể có mùi vị ẩm mốc của những đám lá chết nhưng cũng có thể có mùi thơm mát của những giọt sương long lanh đầu lá. Lên tiếng nói về những điều đó là nỗi khao khát đồng thời cũng là chức năng của người thi sĩ. Thế nhưng, xưa cũng như nay, trong một số những khung cảnh lịch sử khắc nghiệt hoặc những hoàn cảnh xã hội oan trái, thi sĩ không còn quyền cất lên tiếng nói để làm tròn chức năng cũng như để thỏa mãn những khao khát của chàng. Chàng bị tước đi tiếng nói. Thi sĩ bị lưu đày khỏi quê hương hay bị lưu đày vào đời sống cùng khốn theo cả hai nghĩa đen và bóng. Ngày xưa, thời Platon, người ta trịnh trọng và lễ phép (giả hình) choàng vòng hoa vào cổ người thi sĩ, rồi đuổi họ ra khỏi xứ sở. Bây giờ, người ta không cần triết học, người ta vất bỏ sự lễ phép (giả hình và không giả hình), người ta tóm lấy cổ thi sĩ và tống chàng vào ngục. Ngục tù của trái tim hay ngục tù của đời sống. Hãy vào trong ngục mà rao giảng cho bóng tối lòng yêu thương và những điều tiên tri của ngươi, hỡi kẻ thi sĩ kia. Trong vùng bóng tối đó, ngươi hãy nói lên sự thấu thị của ngươi. Đâu là sự thật của cuộc đời? Mặt trời đang lên ngoài kia, và ngươi là kẻ ngồi trong bóng tối. Hỡi kẻ thi sĩ kia, trong lòng đêm đen, ngươi còn muốn lên tiếng nói năng gì?!!

Ngày xưa, người thi sĩ đã phẫn nộ, đã hét lên, đã run lên, đã giận dữ, đã tràn nước mắt... vì những kẻ đòi độc quyền ban phát sự thật như thế. Hãy nhớ về Hung gia lợi, 1956.

Hãy cho anh khóc bằng mắt em
Những cuộc tình duyên Budapest
Anh một trái tim em một trái tim
Chúng kéo đầy đường chiến xa đại bác
Hãy cho anh giận bằng ngực em
Như chúng bắn lửa thép vào
Môi son họng súng
Mỗi ngã tư mặt anh là hàng rào
Hãy cho anh la bằng cổ em
Trời mai bay rực rỡ
Chúng nó say giết người như gạch ngói
Như lòng chúng ta thèm khát tương lai
Hãy cho anh run bằng má em
Khi chúng đóng mọi đường biên giới
Lùa những ngón tay vào nhau
Thân thể anh chờ đợi
Hãy cho anh ngủ bằng trán em
Đau dấu đạn
Đêm không bao giờ không bao giờ đêm
Chúng tấn công hoài những buổi sáng
Hãy cho anh chết bằng da em
Trong giây xích chiến xa tội nghiệp

Anh sẽ sống bằng hơi thở em
Hỡi những người kế tiếp

Hãy cho anh khóc bằng mắt em
Những cuộc tình duyên Budapest
(Hãy cho anh khóc bằng mắt em những cuộc tình duyên Budapest)

Phẫn nộ là phẫn nộ trước sự đè nén, áp bức và dối trá, bưng bít sự thật. Sự thật của người thi sĩ, sự thật cháy hoài trong trái tim người thi sĩ là gì? Đó là tình yêu. Tình yêu trong tất cả mọi thể thái và lốt vỏ của nó: hạnh phúc, đau khổ, hoang mang, xót xa, hoài nghi, tuyệt vọng, rạng rỡ, âm u, hơi thở, tiếng cười, ngọt ngào, cay đắng, gần gũi, cách xa, dịu dàng, hung bạo, phương phi, rực rỡ, mệt mỏi, chán chường...

Hãy khép mắt khép mắt thật khẽ
Có thấy chúng ta rơi vào giấc ngủ sâu vào những giấc mơ
Hương hoàng lan lẫn mái tóc người yêu
Xa thành phố bỗng lạc đường
Tại sao cánh rừng cháy tôi một mình
Người nào ngủ đây người nào chết đây thân xác tan tành
Hãy khép mắt khép thật kín
Và chúng ta rơi vào cơn ác mộng một mình
(Khai từ của một bản anh hùng ca)

Em gối đầu sương xuống
Chuyện trò bằng bóng hình
Tôi đẹp như hình tôi
Như cuộc đời
Như mọi người
[...]
Em là lá biếc là mây cao là tiếng hát
Sớm mai khua thức nhiều nhớ thương
Em là cánh hoa là khói sóng
Đêm màu hồng
(Bài ngợi ca tình yêu)

Tình yêu trong thơ Thanh Tâm Tuyền ít khi được nhìn thấy dưới một khía cạnh vẹn toàn. Tình yêu ấy luôn luôn xao động, sấp ngửa giữa ánh sáng và bóng tối, giữa chúm môi lá biếc những chòm hôn vội vàng và con đường đi buổi chiều hấp hối, ôi buổi chiều sương mù, giữa những

Ngón tay âm thầm trò chuyện
Những bước chân thỏ rừng
Chạy trên cỏ sắc
Sợi tóc đen như một chuỗi cười

và:

[...]
Điếu thuốc bỗng trở niềm hắt hủi
Khói tím buồn
Vì chiều theo chân em sang bên kia đồi
Nụ cười mang theo
[...]
Em có biết sau lúc em từ biệt
Điếu thuốc cháy trên môi như người bạn chết
Hơi nóng khô nhành củi gẫy tàn...

Tình yêu trong thơ Thanh Tâm Tuyền còn là tình nhân ái, là lời yêu thương cho những con người cô độc, lẻ loi, trong bóng tối chảy thảm giọt lệ sầu. Thi sĩ khi nghĩ đến mình, đồng thời, chàng nghĩ đến những người xung quanh. Nhìn cuộc lênh đênh chìm nổi của người khác, chàng nghĩ đến cuộc lang thang, nỗi cô đơn của chính mình.

Những mơ-ước-hoài-nghi-ngọt-ngào-cay-đắng-thiết-tha cứ thế quyện lấy trái tim chàng.

Tôi biết những người khóc lẻ loi
không nguôi một phút
những người khóc lệ không rơi ngoài tim mình
em biết không
lệ là những viên đá xanh
tim rũ rượi

đôi khi anh muốn tin
ngoài đời chỉ có trời sao là đáng kể
mà bên những vì sao lấp lánh đôi mắt em
đến ngày cuối
đôi khi anh muốn tin

ngoài đời thơm phức những trái cây của Thượng Đế
mà bên những trái cây ngọt ngào đôi môi em
nguồn sữa mật khởi đầu
đôi khi anh muốn tin
ngoài đời đầy cỏ hoa tinh khiết
mà bên cỏ hoa quyến rũ cánh tay em
vòng ân ái
đôi khi anh muốn tin
ôi những người khóc lẻ loi một mình
đau đớn lệ là những viên đá xanh
tim rũ rượi
(Lệ đá xanh)

Trong ngôn ngữ tình yêu của Thanh Tâm Tuyền, những sợi tóc không còn chỉ là những sợi tóc, những sợi tóc đen như một chuỗi cười. Những giọt lệ không còn là những giọt lệ, nhưng lệ là những viên đá xanh. Và môi em là trái cây ngọt ngào. Cánh tay, thân thể em là cỏ hoa quyến rũ. Buổi chiều không còn đứng yên, nhưng chiều theo chân em sang bên kia đồi. Và bệnh viện mắt kín mưa đêm. Đêm trong thơ Thanh Tâm Tuyền, như thế, có một thân xác và một linh hồn.

Đêm hiền từ nhỏ to trên trán
Màu đen sáng đủ ngó vào nụ cười
Có đấy không này em mưa chan hoà
Trên ngực trên ngực em bát ngát

Thân thể người con gái, người đàn bà trở thành một cái gì vừa cụ thể, gần gũi, có thể ăn cắn như một thứ trái cây, có thể ngửi được, vùi đầu vào được, sờ mó, nâng niu, vuốt ve được... vừa trở nên một cái gì trừu tượng hoặc thanh thoát xa vời:

Da trắng như tiếng hát ở trên trời...
Anh cúi xuống hôn cánh môi tím màu đêm mà thương nhớ...
Đừng trói anh vào trần gian bằng mắt em nhìn kia...
Người đàn bà rũ tóc thành một cơn bão mặn
Hương nồng chiều dòng kinh mùa hè...

Tất cả những sự chuyển dịch, biến hoá từ hơi thở của tình yêu ấy luôn luôn kéo thi sĩ vào thiên nhiên. Một thiên nhiên khi thì trong xanh, bừng lên sáng sủa như một tiếng chim, nhưng cũng có những lúc cái thiên nhiên ấy lại chỉ hiện ra ở những hình thể sắc cạnh, chỉ là những khối gỗ, sắt vô tri. Ta nhớ lại Thanh Tâm Tuyền là một con người tự do, nhưng cũng là một con người bị giằng xé. Trong bản thể ấy có hai con người. Và thế giới, cũng như mọi sự, không phải lúc nào nhà thơ cũng có thể tìm thấy ở đó một niềm giao cảm.

Trước hết, đây là thiên nhiên mềm, mở tung cửa sáng vào trời xanh. Tiếng mưa gõ nhịp lách tách vào mắt em.

> [...]
> *Cửa sổ trời những mắt chưa quen*
> *trán hoang đồng cỏ*
> *run đường môi kỷ niệm*
> *đi qua những thành phố đầy tim*
> *cười đổ mưa một mình*
> (Của em)

Hay là thiên nhiên của mùa về với những bông mía trắng phất phơ hay đám lau buồn lắt lay trong gió.

> [...]
> *Ai xui rằng mùa măng chưa tới*
> *Mà mùa về măng thôi chẳng ngọt*
> *Vườn măng rừng tháng sáu đêm sâu*
> *Muốn làm người học trò mười bảy tuổi*
> *Đạp xe trên đường đồng*
> *Bông mía trắng những căn nhà ngủ dưới cây...*
> (Bao giờ)
> [...]
> *Tuổi ấu thơ hòn cù lao xa khuất*
> *Và tình yêu như đám lau buồn*
> *Vàm sông nước xoáy như tiếng cười thầm*
> *Ở sau lưng ở trước mặt*
> *Anh thả người trôi nổi*
> (Sầu khúc)

Đó là những mảnh thiên nhiên hiền lành, thơ mộng, hoặc buồn bã, nhưng trong chúng, người ta vẫn thấy một cái gì thân mật, gần gũi. Nhưng đó là khi con người còn giữ lại được mình. Khi người ta cảm nhận được sự mất mát, xa lạ của mình đối với chính mình, khi người ta thấy mình đang bị cái thiên nhiên của sắt thép gỗ đá, của tiếng cơ khí chạm vào nhau và phát ra tiếng kêu của một loài sắt lạnh, của những cao ốc, những cột đèn... bao phủ lấy họ, áp đảo họ, người ta không còn thấy được nét mềm mại thơ mộng của thiên nhiên nữa.

Anh sợ những cột đèn đổ xuống
Rồi dây điện cuốn lấy chúng ta
Bóp chết mọi hy vọng
Nên anh dìu em đi xa

Đi đi chúng ta đến công viên
Nơi anh sẽ hôn em đắm đuối
Ôi môi em như mật đắng
Như móng sắc thương đau
Đi đi anh đưa em vào quán rượu
Có một chút Paris
Để anh được làm thi sĩ
Hay nửa đêm Hà Nội
Anh [...] ôm em trong tay mà đã nhớ em ngày sắp tới.
Chiếc kèn hát mãi than van
Điệu nhạc gầy níu nhau tuyệt vọng
Sao tuổi trẻ quá buồn
Như con mắt giận dữ
Sao tuổi trẻ quá buồn
Như bàn ghế không bầy...
Anh đưa em đi trốn
Những dày vò ngày mai
(Dạ khúc)

Khi người ta ý thức được tình trạng bị mất mát, bị xâm chiếm, bị tha hóa của mình thì người ta hoặc là chạy trốn, hoặc chống cự lại, hoặc là trở nên chai lì, mất hết rung động trước những hiện hữu quanh mình. Lòng trở nên dửng dưng, hoang vắng.

Vứt mẩu thuốc cuối cùng xuống dòng sông
Mà lòng mình phơi trên kè đá
Con thuyền xuôi
Chiều không xanh không tím không hồng
Những ống khói tàu mệt lả
(Bao giờ)

Trước một đời sống đang bị cuộn tròn vào tiếng cười của cơ khí, *của tiếng động cơ xô anh vào bẫy, trên cát lầy lún mãi, tuổi thiếu niên chạy về nhảy múa trên tóc anh và gọi*, có những lúc người thi sĩ đã dửng dưng một cách xót xa như thế. Buổi chiều bây giờ trở thành dửng dưng, như lòng ta dửng dưng nhìn những ống khói cơ khí kia kiệt sức. Màu sắc thường làm dậy lên những rung động trong hồn người. Buổi sáng sắc xanh, buổi trưa sắc trắng, buổi chiều sắc tím, hay hồng. Cũng có khi yêu đời, người ta thấy buổi chiều sắc xanh, hoặc đang yêu người, ta thấy chiều lên sắc hồng; còn khi người ta buồn hoặc để lòng mình lãng mạn vu vơ bập bềnh tiếng sóng, người ta thấy chiều tím. Chiều không xanh không tím không hồng, ấy là chiều đã không còn chỗ trú ngụ trong lòng người. Chiều đã đi ra ngoài trí nhớ. Chiều đã trở thành một thực thể biệt lập, ngoại tại. Và dửng dưng:

Em biết không?
Em biết không?
Trong ngục tù giam giữ những than van
Người ta kêu một mình
Thành tiếng động rửng rưng đống sắt rỉ hoen rơi đổ
Não óc anh hàng chấn song nguyền rủa
Khi em đi qua những đường phố dẫm nát những giấc mộng theo đòi
Hy vọng dội lên trong mọi hồi trống rỗng
Anh ngắm hai bàn tay anh nhớ tàn lá về chiều
Khóc thờ ơ ngoài không trung...
(Sầu khúc)

Nhưng Thanh Tâm Tuyền không để cho những tù ngục của mệt mỏi, dửng dưng ấy giam giữ ông. Ông bám vào tình yêu, vào sự lãng mạn của mình. Đó là chiếc chìa khóa giúp ông mở tung những cánh cửa của chán nản, của tuyệt vọng, của mệt mỏi, của sự đồng phục trong đời sống, của những sắt thép gỗ đá và những mệnh lệnh liên tiếp được dựng lên, tung ra để cầm nắm, để giam giữ tâm-ý-thể con người. Khuôn mặt tình yêu có trong sáng hay buồn bã, đôi mắt tình yêu có rạng rỡ hay thảm sầu, chàng thi sĩ vẫn tìm ra ở đó những phúc âm của đời mình.

[...]
Hãy ngửa khuôn cổ tròn như một cành hoa trắng, anh đeo vào đây vòng ca ngợi

Hãy chìm mắt xuống những lớp nhớ nhung như biển lớn an đang dâng
Hãy đặt bàn tay mười ngón lửa sưởi lên môi anh từng lạnh giá bởi những lời đã thốt
Anh sẽ hôn em, thời khắc hạnh phúc vẫn mong manh
[...]
Bởi con chim vẫn giam trong lồng ngực vừa được bay nên bay mau hơn ánh sáng, anh nhìn được mắt em tuyệt vời tận muôn nghìn quá khứ.
Bởi con chim đã bay kịp thời-gian nên chậm lại, anh nhìn thấu hồn em trong suốt những mai sau.
Bởi con chim còn xòe cánh liệng tròn, anh thâu nhận hết qua vô vàn hình ảnh
(Liên-đêm-mặt trời tìm thấy)

[...]
Anh đưa tiễn em, gửi theo những giấc mộng giấu kín hết đời.
Em lên đường và anh chỉ còn chân tay tẻ nhạt vô duyên như xứ sở tang thương vì bom đạn.
(Chiều trên phi trường)

.4.

Nhịp điệu không vần của những cánh rừng

Trong tình yêu riêng của mình, Thanh Tâm Tuyền đã sống và chết trong đời sống như thế, đã hạnh phúc và đớn đau như thế, nhưng người thi sĩ ấy không để tình yêu che mờ hết những rung động khác trong con người chàng. Thanh Tâm Tuyền đòi hỏi tự do. Tự do trong mọi thể thái của nó. Người thi sĩ ấy đã làm thơ, và thơ của ông trước tiên là một sự phá bỏ những xiềng xích cũ. Sự cân đối, mực thước, cùng nhịp điệu, lối gieo vần của những thể thơ cũ có lẽ đã cản trở Thanh Tâm Tuyền trong cách diễn đạt những tư tưởng vỡ bờ, những lề lối suy nghĩ nằm ngoài khuôn phép của ông. Thanh Tâm Tuyền muốn cho hơi thở mình được tự do, tư tưởng mình được phóng khoát, nên ông đã đẩy thơ tự do của ông, thời ấy, vào những con đường hết sức mới lạ. Dĩ nhiên là Thanh Tâm Tuyền không thể thoát khỏi ảnh hưởng của những trào lưu Tây phương đang ghi những dấu ấn trên tâm thức của thanh niên thời đó. Nhưng việc ông can đảm và sáng tạo đưa vào thi ca chúng ta thời ấy những thể mới, ý mới như ông đã làm cũng đã cho chúng ta thấy tính cách khai phá của ông.

Trên đường đi tìm một tự do hằng khao khát, Thanh Tâm Tuyền, như bất cứ ai chọn cuộc lên đường đầy thử thách để tìm một dải đất mới cho mình, đã có những lúc phẫn nộ. Có những phẫn nộ chính đáng, trong đó có những mầm hạt cho một hạnh phúc ước mơ sau này. Có những phẫn nộ xem ra vô lý, vô cớ, không dựa trên một lý do chính đáng nào cả, nếu ta không làm một cuộc nội soi vào tâm lý nhà thơ. Nhưng thật ra thì phẫn nộ, phản kháng là yếu tính của con người nghệ sĩ, của kẻ sáng tạo. Tôi thấy, ở một mức độ và góc cạnh nào đó, sự phản kháng của Thanh Tâm Tuyền có một số nét gần gũi với cung cách phản kháng của Albert Camus.

Trong *Con người phản kháng* (*L'homme révolté*), và trước đó, thể hiện trong *Kẻ xa lạ* (*L'étranger*), Camus đã trình bày ý nghĩa của cung cách *phản kháng* này. Nhiều người và nhiều nhà phê bình đã không hiểu rõ ý nghĩa phản kháng trong các tác phẩm của Camus nên đã đưa ra những bàn cãi và phê bình đi ra ngoài những điều ông muốn nói, và bởi thế, đã thất bại trong việc đánh giá các tác phẩm của ông. Bây giờ, sau khi những bàn cãi sôi nổi đã lắng xuống, Albert Camus đã chết, và tác phẩm của ông đã được xếp vào loại những tác phẩm chứa đựng những giá trị thâm sâu và nhân bản nhất của con người [5], người ta mới nhìn kỹ hơn những ý nghĩa mà Camus đã mang đến cùng với từ "phản kháng" trong văn chương ông. Camus đã không dùng từ này theo nghĩa vẫn được chấp nhận. Sự phản kháng của ông không trực tiếp để chống lại cái khát vọng có tính cách lãng mạn để thăng hoa và tiêu diệt những giới hạn ràng buộc con người. Sự phản kháng này nhắm thẳng vào tất cả những âm mưu, những sức cản làm giảm bớt đi cái khả năng của con người trong việc nắm bắt những cơ hội để sống hạnh phúc trong vòng những giới hạn ấy. Những kẻ thù mà Camus vạch mặt và không ngừng chiến đấu để chống lại là tất cả những sức mạnh làm đông cứng, mô-mi-hoá con người, cho dù bất cứ những sức mạnh này ở dưới dạng nào—tinh thần, cá nhân, hay định chế—bắt nguồn từ sự vô cảm, mơ ngủ, hay từ những mạng lưới chằng chịt của các ý thức hệ, xanh hay đỏ, của thời đại này nhằm trói buộc và cầm bắt tâm-ý-thể con người [6].

Hãy đọc lại *Hãy cho anh khóc bằng mắt em những cuộc tình duyên Budapest* để thấy sự phản kháng này của Thanh Tâm Tuyền. Hay là đọc bài sau đây:

Ngực anh thủng lỗ đạn tròn
lưỡi lê thấu phổi
tim còn nhảy đập
nhịp ba nhịp ba nhịp ba
tình yêu tự do mãi mãi
[...]
núi cao uốn cây rừng
nhịp ba nhịp ba nhịp ba
tình yêu tự do mãi mãi
đất nước ào ào vỗ nhịp
triều biển chập chùng
Hà Nội Huế Sài gòn
ôm nhau nức nở
[...]
nhịp ba
tình yêu
tự do
mãi mãi
tình yêu tự do mãi mãi
tình yêu tự do mãi mãi
tình yêu tự do
mãi mãi anh ơi
(Nhịp ba)

Hoặc sự phản kháng của Thanh Tâm Tuyền trước những bất hạnh, những bất công, những bất túc của lương tâm con người. Trong lời phản kháng này, ta vẫn còn nghe ra một niềm hy vọng.

Một người da đen một khúc hát đen
Bầu trời đen sâu không cùng
Những dòng nước mắt

Xé nát thân thể bằng tiếng kèn đồng
Bằng giọng của máu của tủy của hồn bắt đầu ngày tháng
Giữa rừng không lời rừng mãi trống không
[...]
Vì Blues không xanh vì điệu Blues đen
Trên màu da nức nở
Trong hộp đêm

Bắt đầu chảy máu thầm kín khóc cổ họng mình
Ngón tay cầu lấy ống kèn như một bùa thiêng
[...]
thế giới va chạm những loài kim réo gọi
Thời gian mềm
không gặp thời gian
Không gian quay thành những vòng kỷ niệm
Rồi một buổi nào Blues hiện về xanh
(Đen)

Đen ở đây là một khí quyển. Một khí quyển xã hội, văn hoá và nghệ thuật. Đen trong màu da, đen trong cõi sống. Đen trong khúc hát, đen trong tiếng kèn. Tiếng kèn vút lên thảm thiết như máu nhỏ trong hồn, trong tuỷ. Tiếng kèn đi vào cuộc đời, phủ chụp lấy con người. Nó hoà tan tất cả vào sự khốn cùng, tủi cực. Nó không còn phân biệt màu da nữa khi nó tràn lấp thân phận người như những lớp sóng. Những con sóng rách nát phủ chụp lên đời sống người. Blues, điệu khúc buồn, đen. Cho những cảnh đời sầu thảm, dưới đáy. Cho những phận đời nhược tiểu. Nhưng, đâu đó, nhà thơ vẫn còn nuôi một chút hy vọng. *Rồi một buổi nào Blues hiện về xanh* [7].

Và sau đây là một cơn phẫn nộ xem ra vô lý, vô cớ, không dựa trên một lý do chính đáng nào cả, nếu ta không chịu khó đi vào những thâm cung, mật thất của tâm lý nhà thơ, như ta đã nói. Nào ai có biết tôi phẫn nộ gì. Cuộc đời này lúc nào cũng chật hẹp, tù túng, người nhìn người hau háu những móng vuốt giơ ra. Tôi phẫn nộ với tất cả mọi thứ đảo lộn hay đã được sắp xếp để đặt vào thế giới này, biến nó thành những công thức. Hay tôi phẫn nộ với chính con người bên trong của tôi. Con người luôn kìm giữ tôi lại. Tôi, hay "kẻ đó", mới là con người "chính diện" trong chính bản thể tôi, linh hồn tôi?

Tôi buồn chết như buồn ngủ
dù tôi đang đứng trên bờ sông
nước đen sâu thao thức
tôi hét tên tôi cho nguôi giận
thanh tâm tuyền
đêm ngã xuống khoảng thì thầm tội lỗi... [8]
(Phục sinh)

Ngôn ngữ của Thanh Tâm Tuyền mạnh và chắc; nhịp điệu sắc gọn ở những bài mang ý phẫn nộ. Trong những bài nói chuyện yêu đương chan chứa, những hình ảnh dịu được đưa vào đã giúp điều chỉnh giọng thơ. Chính Thanh Tâm Tuyền cũng có nói xa gần đến điều này khi bảo thơ tự do "không gieo vần lối đồng âm đồng thanh, vần của nó là vần ẩn giấu cách xa (có thể đi tới khác âm, nghịch thanh), nhịp điệu của nó là sự phối hợp của một toàn thể không khuôn trong một số câu nhất định khiến cho hơi thơ tự do dễ kéo dài hơn các hơi thơ khác" [9]. Ngoài ra, cũng trong đoạn trình bày về thơ tự do, cũng như về thái độ, cung cách làm thơ của mình, trong tập *Liên-đêm-mặt trời tìm thấy*, Thanh Tâm Tuyền cũng nhắc đến một thứ nhịp điệu gọi là nhịp điệu của hình ảnh, một thứ nhịp điệu khác là nhịp điệu của ý tưởng, cả hai thứ này là sự thể hiện của nhịp điệu của ý thức.

Những điều Thanh Tâm Tuyền phát biểu rất đáng cho chúng ta lưu ý. Tôi sẽ không phân tích nhiều về cấu trúc thơ Thanh Tâm Tuyền, để chia sẻ cái nhìn cũng như phát biểu này của nhà thơ, trên những mặt từ pháp, cú pháp, ngữ âm, ngữ nghĩa, ngữ ảnh, bố cục, sự sắp xếp câu đoạn, ý tưởng, các hình ảnh, các vang âm, các biện pháp chuyển nghĩa (tropes) trong đó có cả sự điệp ý, điệp từ, điệp hình ảnh, khiến các ý tưởng và hình ảnh vang động, liên hệ, vẫy gọi nhau và làm chúng trở nên những mối liên kết trong một tấm lưới rung động những bước sóng xô đẩy, kết nối chúng là toàn bài thơ, v.v.. Cho dù tất cả những điều này, cùng nhau, có thể giải thích được, phần nào, những gì ông nói.

Tôi muốn làm một điều khác, nhìn một cách khác.

Nhịp điệu của hình ảnh, nhịp điệu của ý tưởng, nhịp điệu của ý thức. Hãy nghĩ đến một rừng cây. Một rừng cây nguyên sinh, chẳng hạn. Cây mọc trong rừng không cần vần, không theo vần, không nhất thiết phải ngay hàng thẳng lối. Có ánh nắng là có sự sống, có sự mọc lên và trưởng thành. Có tiết tấu riêng của chúng. Có tình yêu là có sự sống, có sự phát triển. Cây cối mọc cùng nhau có tình yêu dành cho nhau không? Hẳn là phải có. Chúng hẳn là phải "phải lòng" nhau, phải yêu thương nhau mới mọc lên cạnh nhau như thế. Con người, trong "bối cảnh" này, có lẽ chỉ là một cái duyên, nếu có thể nói được như thế, một chút duyên phù trợ. Một chút duyên, trong lẽ nhân duyên. Cả một rừng cây, như một bài thơ, cho ta thấy rõ nhịp điệu của hình ảnh, cho dù cây cối có thể không mọc "ngay hàng thẳng lối" để "tiếp ứng" nhau. Còn ý tưởng và ý thức? Chắc là có đấy. Một rừng cây cũng sẽ có riêng trong chúng một nhịp điệu về ý tưởng và ý thức nào đó, nhìn từ góc độ của Kẻ Sáng Tạo, của Thiên Nhiên, của Trời Đất. Những bài thơ của Thanh Tâm Tuyền, chẳng hạn như các bài *Vĩ Tuyến, Chim, Lệ Đá Xanh, Hoa, Bến Tàu, Mưa Ngủ*, chẳng hạn, đều có thể nhìn như những cánh rừng như thế. Chưa kể những bài dài hơn, hay gần chất văn xuôi hơn.

Thanh Tâm Tuyền tạo nhịp điệu cho hình ảnh, ý tưởng từ công phu riêng của ông, từ ý thức ông, từ sự mẫn cảm nghệ thuật nơi ông. Ông hay dùng những bước sóng của hình ảnh, như đã nói, để kết nối, để đảo ánh, phản chiếu những ý tưởng, hình ảnh trong thơ mình, qua những từ hay những nét ảnh mang tính "chìa khoá". Những bước sóng ấy được ông thả cho chìm nổi, hay đôi khi cuồn cuộn, khắp bài thơ, mà tôi tạm gọi là những "ba ảnh", hay những lớp sóng, những bước sóng của hình ảnh. Hình ảnh làm thành những lớp sóng, những ba động. Chúng tạo nên một nhịp điệu lan truyền trong bài thơ mà, nếu không có sự mẫn cảm, người đọc có thể không bắt được chúng. Ngoài ra, tôi tin rằng, cũng rất nhiều khi, ông tạo được điều đó từ trực giác, từ vô thức và tiềm thức luôn làm việc trong ông. Cái trực giác nhạy bén của một lối nhìn tượng trưng-siêu thực. Của những hình ảnh, ý tưởng luôn đập trong ông cái tiếng đập thiết tha của sự gắn bó, nối kết và hoà điệu.

Có thể nói, trong gần như tất cả các bài thơ của Thanh Tâm Tuyền, người ta đều có thể nhìn ra hay cảm nhận về phát biểu của ông về một thứ nhịp điệu của ý tưởng và hình ảnh trong thơ. Ở đây, ta hãy thử đọc lại một, hai bài thơ của ông để cảm nhận cái mặt biển với những bước sóng ấy của nhịp điệu:

Nửa đêm, mọi người ngủ ôm lấy mình
Một người khác trong giấc mơ
Trăng vừa xanh, đèn sân khấu, rất buồn rất buồn,
dạ khúc ca
Biển chập chùng hằng thế kỉ xưa
Người lên tiếng khóc
Nô lệ nghìn năm nhân loại gục đầu
Chia tay cho ta đi như một loài cỏ cây điên dại
Như một hồn lang thang không gặp được bóng mình
Xoá hờn oán ngày ngày sóng ngã cao đầu choáng váng
Rồi trời sáng chỉ còn sương trắng không nhìn thấy
mặt nhau
Đau như thú dữ cháy rừng. Ta đập tan hình hài
và thức giấc
(Thức giấc)

Đấy là một thứ nhan sắc mới của thơ. Nó trải sóng và bước đi bằng những bước của một thứ nhịp điệu-hình ảnh. Những hình ảnh ráp nối, thường là không logic, phi tuyến tính, đôi khi liên kết, rồi mất liên kết, rồi hoà ảnh, hoà điệu trở lại trong một nhịp khúc mới. Ý nghĩa của bài thơ có thể không đến ngay, hay không bao giờ đến hoàn toàn, nhưng nó đem lại cho người đọc một tâm trạng, một cảm thức vừa gần gũi, vừa xa lạ như trong một giấc mơ. Người trở về với quá khứ nguyên thuỷ của nó, thất lạc chính mình, gắn bó và lạc lõng trong những phức ảnh có tính gốc mẫu, những cổ mẫu mang tính nguồn gốc trong mơ. *Nửa đêm / ngủ / một người khác / giấc mơ / trăng / biển / rừng / hồn / cỏ cây / điên dại / khóc / chia tay / lang thang / choáng váng / không nhìn thấy mặt nhau / thú dữ / đau / cháy / không gặp được bóng mình / hình hài / đập vỡ / trời sáng / trắng / thức giấc.* Và, đặc biệt, cũng nên chú ý đến những yếu tố cơ bản là NƯỚC (biển chập chùng, sóng ngã), LỬA (hờn oán, cháy rừng), TRỜI (trăng vừa xanh, trời sáng), ĐẤT (nhân loại, cỏ cây, thú dữ), THỜI GIAN (chập chùng, hằng, nghìn năm, xưa, thế kỷ, ngày ngày), KHÔNG GIAN (lang thang, đi, bóng, trời, sương trắng…) Các ý tưởng, hình ảnh gợi nhiều hơn tả, độ mở rất rộng, ánh xạ, khúc xạ nhau, tạo nên những phép chiếu kỳ bí, lạ lùng. Những phép chiếu ý, chiếu hình, chiếu ngôn ngữ, chiếu lập thể. Những hình ảnh chớp tắt, loé sáng, tán lạc, kết nối, vỡ tan. Và người trở về với hiện thực trắng và thô của mình. Một thứ nhan-sắc-thơ có phần quái lạ, hoang dại và kỳ dị, kỳ ảo, được trình hiện với những mảnh vỡ như rơi ra từ vô thức, tiềm thức, trong một cấu trúc được sắp xếp và hình thành, phần nào, từ ý thức sáng suốt.

Hầu hết các bài thơ tự do của Thanh Tâm Tuyền đều phản ánh, trong bố cục, trong cấu trúc của chúng, những hình ảnh, ý tưởng với độ mở rộng như thế—những độ mở có thể, một cách rất kỳ dị, nghịch ngôn, được toả chiếu từ những "hố đen", và những (vùng) "vật chất tối", chứa đầy năng lượng, từ những chỗ mất liên kết, trống và trắng—nhưng lại có thể được thu nhiếp, soi chiếu, phân tích, bằng một nhịp thức, một lối phân giải theo một kiểu phác đồ tổng quát như trên. Hãy nghe Thanh Tâm Tuyền định nghĩa và mô tả khuôn mặt ấy của thơ, một lần nữa:

hơn một loài quạ đen khủng khiếp
cánh màn trắng ngón tay lo âu vuốt mắt
hãy đánh rơi vào buổi chiều của trời
một cuộc đời tròn như hạt cốm
mùa thứ ba trong năm nhỏ sữa
may mắn như bài thơ gồm những âm trắc đồng tình

cần thêm vào tam đoạn luận
người là phải chết
mày là một người vậy mày phải chết

một yết thị
các con hãy ngủ tim những người thân yêu
cuộc hành trình thiêng liêng đi mãi bằng dòng máu

hoàn thành bao nhiêu tác phẩm
chỉ để sau rốt kết luận một lời
anh hãy từ biệt mọi người bằng tác phẩm của anh

một câu thơ hay tự nhiên như lời nói
bài thơ hay là cái chết cuối cùng

giã từ cái gường cái bàn cái ghế
một người hai người và ba người

một người hai người và ba người
(Định nghĩa một bài thơ hay)

Nhưng, như tôi đã nhận xét, trong những bài có chủ ý rõ là nói về tình yêu nam nữ, tình yêu đôi lứa, Thanh Tâm Tuyền vẫn dùng những nhịp gãy, nhịp trắc trở, những dấu nhấn, những liên kết và những khoảng trống liên kết khác thường so với những thể thơ cũ. Nhưng những hình ảnh rất đẹp và lạ và mới trong những bài thơ này đã làm cho cả bài thơ mềm đi và bay lên như một tiếng chim vào cửa sổ trời mở rộng.

Đêm hiền từ nhỏ to trên trán
Màu đen sáng đủ ngó vào nụ cười
Có đấy không này em mưa chan hoà
Trên ngực trên ngực em bát ngát
Một lần không gian xảo hết cả nhiệt tình
Đầy rất đầy hai trũng tay
Người ta bảo đêm tháng giêng cỏ cây hiện thành người
Anh bảo em chúng ta hãy là
Những cây leo yếu đuối
Những cỏ non dại dột
Mùa xuân đòi em trong quấn quít chờ đợi

Da trắng như tiếng hát ở trên trời
Anh cúi hôn cánh môi tím màu đêm mà thương nhớ
Từng chút một từng chút một
Em biến thành pho tượng rực rỡ

Anh biến thành thiên tài ngây thơ
Trong đầu là hư vô
Trong mắt là hoang đảo
Trên môi là thần chú
Trên tay là trống không
Cả đời là sa mạc
Cả tôi là tự do
(Đêm, khúc số 3 / Tặng Duy Thanh)

Đọc kỹ, thật sự, ở một số bài, người ta vẫn thấy Thanh Tâm Tuyền còn sử dụng những vần hoặc nhịp điệu của thơ cũ. Những bài này không nhiều, nhưng vẫn có. Và vẫn rất đáng yêu. Hãy đọc lại năm câu thơ này:

Vứt mẩu thuốc cuối cùng xuống dòng sông
Mà lòng mình phơi trên kè đá
Con thuyền xuôi
Chiều không xanh không tím không hồng
Những ống khói tàu mệt lả.
(Bao giờ)

Vần vẫn còn đấy, mặc dù nhịp điệu có được làm cho sai khác đi. Đoạn thơ sau đây cũng thế. Vần vẫn còn đó, nhưng nhịp điệu đã được chuyển hoá đi làm cho khác lạ, tạo nên những *syncopes* như trong âm nhạc. Những âm được sử dụng cũng là những âm chõi, cùng với những nhịp nhấn khác lạ, làm cho bài thơ toát ra một cảm giác buồn bực, dồn nét, bứt rứt. Tất cả những điều đó dọi phóng thành một cảnh buồn, chiếu mãi trong tâm thức người đọc. Những cảnh ấy được tạo nên bằng những bức ảnh đen trắng hoặc có màu xám xịt. Tiếng lóc cóc của vó ngựa trên đường về huyệt mộ và tiếng kèn *harmonica* nổi bật lên trong bối cảnh này.

Khi đêm chạy trở lui
Người nào thổi harmonica
Tôi đến bằng mọi cách
Tiếng kèn khóc oà

Mưa bẩn sân ga
Toa tầu hạng ba
Chuyến xe hàng ốm yếu

Thổ mộ con ngựa già
Đường mòn đưa đến huyệt
Đứa trẻ con thổi harmonica
Trong hoàng hôn tóc rối
Tiếng kèn khóa oà...
(Sầu khúc)

.5.

Cái Tôi kỳ việt. Cái tối thượng, cái vực thẳm và cái bi tráng của con người qua Sophocles và Heidegger

Tôi đã yêu thơ, đã làm thơ, và đã đọc thơ của nhiều người. Càng đọc nhiều tôi lại càng yêu nhiều. Càng yêu nhiều, tôi lại cứ muốn đọc mãi. Thơ làm cho ta yêu cuộc sống hơn, thiết tha với sự sống hơn. Nếu thơ không làm được những điều đó, không gợi lên trong lòng người đọc những tình cảm đó, thơ không đạt đến cứu cánh của nó nữa.

Thơ Thanh Tâm Tuyền cho tôi nhiều cảm xúc. Mỗi lần trở lại với thơ ông, tôi đều tìm ra một nét gì mà tôi đã chưa hề thấy trước đó. Bởi những ý tưởng, những hình ảnh Thanh Tâm Tuyền sử dụng thường không nằm trong những ước lệ của tiếng nói hay của lối suy tư hằng ngày, ta thường không nhìn ra được hết cái chân diện mục của chúng. Gần gũi với trường phái thơ siêu thực của Pháp, những hình ảnh mà Thanh Tâm Tuyền sử dụng trong thơ ông cũng, phần nào, có tác dụng của những đường nét trong những bức tranh siêu thực của các hoạ sĩ thế kỷ 20. Dù sao, nếu nhìn dưới khía cạnh hội họa, tôi nghĩ chúng ta đều thấy rằng những "bức tranh cất tiếng" [10] của Thanh Tâm Tuyền có nhiều nét gần gũi với các bức tranh của những họa sĩ siêu thực lớp sau như Max Ernst, René Magritte, Salvador Dali, Pierre Roy... hơn là với những họa sĩ siêu thực lớp trước như Jean (Hans) Arp [11]. Nói về tính chất siêu thực trong văn chương, cũng như trong các thể thái khác, có lẽ không ai có thẩm quyền hơn André Breton. Ông định nghĩa: *tính cách siêu thực là cái tính cách tự động thuần túy xét trên mặt tâm linh, qua đó, nó được diễn tả ra hết sức rõ ràng—bằng chữ viết, hoặc bằng bất cứ một thể thái nào khác—cái tiến trình tư duy thật sự của con người. Đây là tiếng nói của bất cứ một hình thái thẩm mỹ hay đạo đức nào*. Được sáng tạo ra từ những thúc đẩy ở ngoài phạm vi luận lý và lấy chất liệu từ tiềm thức và từ những thị kiến nghệ thuật, các thi sĩ hoặc họa sĩ thuộc trường phái siêu thực đã sáng tạo nên những tác phẩm xuất phát từ những mơ mộng thuần túy của họ về một thế giới mà họ mong ước đạt tới. Tác phẩm của họ không còn nằm trong phạm trù thực tại mà đã bước chân sang một biên địa khác, có những lý tưởng, những ước mơ, và ngay cả những ảo vọng nữa. Đây là những con chim vô hình đập cánh và bay vào cõi vô biên, để rơi lại những tiếng hót vương vất trong cõi trần gian.

Thơ Thanh Tâm Tuyền, ở một số khía cạnh, đã bay nghiêng về những vùng không gian đó. Còn ông, trong chốn trần gian tăm tối và đầy lệ thảm kia, nơi dàn đồng ca của tiền bạc, máu mê và quyền lực vẫn còn che kín cả bóng đêm lẫn bóng ngày, nơi *mặt trời mù* mà ông đã muốn dùng *mảnh chai* để ném lên hòng đánh thức, nơi những tiếng nói bình thường của con người đang còn quờ quạng, dắt díu nhau trong đêm mù tối, nơi *máu trong tim / Chảy nhanh như máy móc đau ốm / ... / Ở cuối đêm*, với *Những ám hiệu / Của mặt biển đen*, ông sẽ ra sao?

Những câu thơ tiên tri ngày nào có trở về trong đời sống kẻ thi sĩ?

Những giấc ngủ xiềng xích
Cuộc lưu đày thêm xa
Tôi trốn về lẩn lút
Đất đai không tìm ra
Đâu cũng toàn quỷ sứ
Riễu cợt tôi ngây ngô

Cớ sao nhà ngươi khóc
Muốn làm người là điên
Con người thì cô độc
Không phép thuật nhiệm mầu

Tôi khóc mặc tôi khóc
Bầy quỷ nhảy xung quanh
Tôi khóc hoài tôi khóc
Và chúng nó phát điên

Chúng tước lấy tiếng nói
Giam tôi trong bóng tối.
Tôi khóc không ra lời
Và tôi đi lang thang
Tôi đi tìm tiếng nói

Cho cổ họng của tôi
[...]
Tôi nhìn người tuyệt vọng
Tôi nhìn người khẩn cầu
Linh hồn tôi rách nát
Lời nói còn ở đâu ....
(Liên-đêm-mặt trời tìm thấy)

Thanh Tâm Tuyền, ngay trong những ngày xưa, thời ông còn được tự do làm thơ hạnh-phúc-yêu-thương-phẫn-nộ, đã cho thấy ông là một con người đã từng nếm nhiều trái-cây-đau-khổ. Tôi nghĩ là ông đã đọc nhiều, đi nhiều, thấy nhiều, cảm nhiều, mơ mộng nhiều, suy nghĩ nhiều, nhớ thương nhiều... Ông đã sống nhiều và ông đã trải đời sống mình ra thơ. Thơ ông, và cả ông nữa, đã được hàn gắn, hay vẫn còn bị xé rách? Đó là một con người với ý chí/ý thức sống mãnh liệt và với tiềm thức/vô thức luôn như một ngọn lửa bốc bùng, cháy nóng. Con người ấy, nhìn ở một góc cạnh nào đó, có những lúc có vẻ ngạo mạn, vô lý, rừng rú, vì bị nhìn qua những ngộ nhận, định kiến, nhưng, khi nhìn kỹ và bắt được ngọn nguồn những phẫn nộ, xa cách, đau đớn trong ông, người ta nhận ra là nhà thơ đã sống rất thật cuộc đời mình. Thanh Tâm Tuyền đã sống buốt sắc, sôi nổi, thiết tha, và đắm đuối, dịu dàng. Tất cả chỉ là vì Thơ và cho Thơ.

Trong cái nhìn mang tính bản thể luận và thi pháp học của Heidegger, con người là một hữu thể "kỳ lạ", "quái dị", "bí ẩn", "kinh khủng" nhất. Nó chứa đựng cả cái tối thượng lẫn cái vực thẳm. Và tính hai mặt này chỉ xuất lộ rõ rệt nhất trong cái nhìn sâu sắc của thơ ca. Con người là kẻ sáng tạo, kẻ tìm được đường tới. Nó là nơi tồn tại của ngôn ngữ, hiểu biết và đam mê. Và chừng nào con người còn là nơi tồn tại của ngôn ngữ, hiểu biết và đam mê, bạo lực trong hành động và bạo lực trong lời nói là một phần không thể tách rời trong hiện hữu nó. "Con người kinh khủng", "kẻ bạo lực", đồng thời là "con người bí ẩn, đầy sáng tạo" này, dấn mình vào những điều chưa từng được nói, đột nhập vào những điều chưa được suy nghĩ, buộc những điều chưa xảy ra phải xảy ra, và khiến cho những điều chưa bao giờ được nhìn thấy xuất hiện ra trước mắt. Nơi hắn, cái trung tâm, cái trọng lực không thể kìm giữ.

Con người là kẻ sáng tạo và luôn muốn vượt thắng. Thế nhưng, trong cơn bạo lực vô cớ, không kìm hãm của những chuyến lang thang, nó đã bị bắn, bị đẩy ra khỏi khuôn khổ tự nhiên và quen thuộc của mình. Rõ hơn, nó bị cắt khỏi cái chốn lưu cư quen thuộc của bản thể mình, của cái hữu-thể-tại-thế [Tại-hữu/Hiện (tính) thể/Dasein] của chính nó.

Cái hữu-thể-tại-thế ấy là ma-trận hiện sinh của con người. Bị xé ra khỏi ma-trận này, con người có thể sẽ rơi vào vị thế của những nhân vật chính diện của kịch bi tráng Hy Lạp. Oedipus, Antigone là điển hình cho những nhân vật bi tráng như thế. Điều này càng được chiếu sáng trong nhân học chính trị của Heidegger.

Sophocles, trước đó, cùng trong hướng nhìn này về con người, trong phát biểu qua thi kịch về sự "kỳ lạ", "quái dị", không chịu ở yên, không chấp nhận bị "đóng gói" trong thể thức, không chấp nhận lưu cư trong cái giới hạn, cũng đã cho thấy con người vừa là một cái gì kinh khủng, đáng sợ, vừa là một cái gì kỳ diệu. Trong lời nói, trong suy tưởng, trong hành động, trong mọi thể thái của nó, vượt khỏi những giấc mơ hoang dại nhất của mình, con người, trong sự khôn ngoan, kỳ diệu và kinh khủng, nó đã vượt qua tất cả. Khi thì bước vào linh địa của cái tốt, cái trong sáng, trinh tuyền, hạnh phúc, lúc lại sa chân vào quái địa của cái xấu, cái ác, cái khổ đau, cái tàn hung bạo liệt. Nó có tính thắng vượt và có tính "bạo động". Nó có sự sáng tạo, có khuynh hướng vươn tới cái lạ, cái không bình thường, với sức mạnh của tinh thần vượt thắng, vượt qua cái giới hạn của sự bình thường.

Có lẽ Thanh Tâm Tuyền đã sống cái sống uy dũng và có phần nào bi tráng này hơn đa số con người hiện sống giữa đời như chúng ta chăng?

.6.

Để tóm kết bài viết này, tôi muốn ghi lại những dòng chữ sau đây của Rainer Maria Rilke. Người thi sĩ Đức tài hoa và tha thiết ấy đã nói những lời hết sức thật và sống động về thơ, về sự làm thơ:

> Người ta phải chờ đợi và gom góp những cảm xúc và sự dịu ngọt của cả đời dài, có khi cả một đời người, tới lúc đó, ở cuối cuộc gom góp đó, người ta mới có thể viết được mươi câu thơ hay. Bởi lẽ, thơ, không phải như người ta tưởng chỉ là những cảm xúc giản dị, mà nó chính là kinh nghiệm.
>
> Để có thể viết được một câu thơ, người ta phải thấy bao nhiêu là thành phố, bao nhiêu là người là vật, người ta phải hiểu biết về loài vật, người ta phải cảm được sự sung sướng của con chim bay và biết được những cánh hoa nhỏ bé đã mở mắt chào đón bình minh như thế nào. Người ta phải có khả

> năng nhớ lại những con đường ở những xứ sở xa xôi mà người ta đã đi qua, những gặp gỡ bất ngờ và những chia tay xa tắp trong trí nhớ. Người ta phải có khả năng nhớ lại được những ngày niên thiếu với những dấu vết khó giải thích, nhớ lại những bậc sinh thành mà người ta đã làm cho đau khổ khi những bậc sinh thành này mang đến cho người ta niềm vui mà người ta không thèm đón bắt, nhớ lại những cơn đau yếu hết sức kỳ lạ bắt đầu bằng một số những thay đổi sâu xa và trầm trọng, nhớ lại những ngày người ta ẩn kín, im lặng trong phòng, nhớ lại những buổi sáng bên bờ biển, những biển hồ sông rạch, nhớ lại những buổi tối lang thang đã bay qua đời người ta rồi bay tuốt lên trời cao với những vì sao [...]. Người ta phải có những kỷ niệm về những đêm yêu đương, không đêm nào giống một đêm nào, có những hồi tưởng về những tiếng la hét của phụ nữ trong khi sinh đẻ, và về những người đàn bà nhẹ bẫng, tái nhợt, nằm thiêm thiếp trên giường sau khi sinh nở. Nhưng người ta cũng cần phải có kinh nghiệm ở bên cạnh một người đang chết, người ta cần phải có kinh nghiệm ngồi bên cạnh một người đã chết rồi trong một căn phòng có cửa sổ mở tung ra những cơn ồn ào từng chập. Nhưng chỉ có hồi niệm không vẫn chưa đủ. Người ta phải có khả năng để quên chúng đi khi chúng trở nên quá nhiều, quá đầy trong óc người ta, và người ta phải có lòng nhẫn nại để chờ cho đến khi chúng quay trở lại. Bởi vì những hồi niệm chưa phải là điều thiết yếu. Hồi niệm chỉ là thiết yếu khi chúng biến thành máu chảy trong trái tim, trong thân thể người ta, khi chúng trở thành những dáng vẻ và điệu bộ, không tên tuổi và không còn có thể tách thoát, phân biệt khỏi chính chúng ta. Chỉ tới lúc đó người ta mới có thể bất ngờ, trong một thời khắc hiếm hoi nào đó, viết ra chữ đầu tiên của một câu thơ đang bắt đầu ngoi lên từ trong những vùng âm u mờ mờ sương đục của hồi niệm và chảy tràn ra ngoài [12].

Thanh Tâm Tuyền đã dâng hiến cho đời nhiều dòng thơ rất đẹp, những câu thơ, những bài thơ đau khổ và phẫn nộ và tha thiết và thương yêu của ông đã làm cho ta hạnh phúc, ngỡ ngàng, và xót xa đến chảy nước mắt. Nhưng nếu Thanh Tâm Tuyền chỉ có được mươi câu thơ hay, ông cũng xứng đáng cho ta yêu mến và cảm phục, bởi lẽ ông đã sống, đã tân toan trong đời sống, đã chịu đựng và gìn giữ tất cả để trở nên một thi sĩ.

Hãy choàng vào cổ thi sĩ một vòng hoa và hãy để chàng ngồi giữa chúng ta trong cuộc đời này.

1986
(Bổ sung mở rộng: XI. 2023)

Chú thích:

(*) Bài này, "*Cái Tôi kỳ việt và Âm bản Thành phố/Tình yêu trong thơ tự do Thanh Tâm Tuyền*", được phát triển, bổ sung và mở rộng từ bài viết gốc năm 1986, với tựa "Thanh Tâm Tuyền, người thi sĩ ấy", theo tinh thần tựa đề "L'Homme, cet Inconnu" (1935) (Con Người, kẻ Xa Lạ ấy) của Alexis Carrel (Nobel 1912). Một vài chủ đề đã được đưa vào, hay tô đậm, qua một cái nhìn hồi cố và tái thẩm, để làm đầy đặn và làm rõ hơn các đường nét về thơ Thanh Tâm Tuyền, vốn, trong bản gốc nguyên thuỷ, đã được vạch ra nhưng chưa được khai thác kỹ.

"Kỳ", trong "kỳ việt", có thể được hiểu là "kỳ dị", "kỳ quái", hay "kỳ khôi" ("khôi", theo nghĩa "ngọc quý", hay "lớn lao"), "kỳ bí", "kỳ diệu", một cái gì lạ lùng, khác với, hoặc đi xa hơn, vượt khỏi cái bình phàm, cái thường tình. Còn "việt", xin hiểu theo nghĩa là "vượt qua, băng qua, vượt lên" như trong "việt dã" (băng đồng), "siêu việt" (vượt lên trên), hay "phiên san việt lĩnh" (翻山越嶺 trèo đèo vượt núi).

Xem thêm về *dương bản thiên nhiên* trong hồn thơ Thanh Tâm Tuyền qua tiểu luận "Cái Tôi ẩn mật và Dương bản Thiên nhiên ngày vây hãm trong *Thơ ở đâu xa* của Thanh Tâm Tuyền" *(hay* "Biệt Khúc cho Thanh Tâm Tuyền", 2006 (nhuận sắc 2023)) của Bùi Vĩnh Phúc.

[1] Bài này nguyên thuỷ được viết vào năm 1986, khi Thanh Tâm Tuyền còn sống tại Việt Nam, chưa định cư tại Mỹ. Được bổ sung mở rộng vào năm 2023.

[2] Xem chú thích (*) về *dương bản* thơ Thanh Tâm Tuyền.

[3] Về chủ đề và hình ảnh cái-tôi-bị-xé-rách này, Edgar Allan Poe có một thể hiện rất đặc biệt qua truyện *William Wilson*. Nét độc đáo của

Poe nằm ở chỗ ông không để nhân vật chính, William Wilson, bị xé rách ở bên trong, trong phần sâu kín của nội tâm anh ta. Poe để cho nhân vật bị tách làm hai trong "đời thực". Và để họ theo đuổi, giám sát, kình chống và tìm cách "đối trị" nhau bên ngoài "tiền trường", trên sân khấu của đời sống, của cõi người xương thịt. Và sự bị xé rách đó đưa đến một chung cuộc gay cấn. Chuyện này của Poe đã tạo cảm hứng cho Luis Malle đưa nó lên màn bạc vào năm 1968, với Alain Delon (trong hai vai) đóng vai chính, cùng với Brigitte Bardot. Tên phim là *Histoires extraordinaires*, chuyện thứ hai trong ba chuyện.

[4] Thật ra, có thể nói tính chất siêu thực thường không dung nạp lý tính. Siêu thực ở ngoài lý trí. Thế nhưng, những đoạn thơ mà nhiều người nghĩ có vẻ "siêu thực" nhất của Thanh Tâm Tuyền lại chứa đựng đầy lý tính. Và hình ảnh trong những bài này thường mang màu sắc ẩn dụ. Xin xem *Liên-đêm-mặt trời tìm thấy* ở các bài "Hơi thở", "Thành phố"; "Bài không tên" ở trang 72, đoạn 10; "Sầu khúc", đoạn 5; "Từ chối"; "Bài không tên" trang 113-123.

[5] Trong một tiểu luận tựa đề là "Camus in America", Serge Doubrovsky đã cho rằng Camus là một nhà văn vĩ đại của nước Mỹ. Và mặc dù Camus đương nhiên là một nhà văn lớn của Pháp, nhìn dưới khía cạnh quần chúng, ông vĩ đại hơn nữa trong lòng người Mỹ. Trường hợp đặc biệt và độc nhất của Camus được tạo ra do một sự liên đới cảm nhận và chia sẻ giữa Camus, tác phẩm của ông và quần chúng Mỹ. Cái chết đột ngột của Camus làm chấn động bất cứ một con người nào có suy tư. Chưa nói đến phản ứng của giới văn học, có nhiều người bình thường đã nước mắt đầm đìa khi nghe tin Camus chết; có những người khác thề nhịn ăn trong nhiều ngày. Trên nước Mỹ, nơi văn chương chỉ được coi là một hoạt động có tính cách phụ thuộc, cái chết của Hemingway và Faulkner không để lại những giọt nước mắt. Chưa nói là một tác giả ngoại quốc, một nhà văn nổi tiếng của Mỹ chết đi cũng không gây xúc động gì lắm trong lòng quần chúng Mỹ cho bằng cái chết của một tay chơi football hồi hưu. Trường hợp Camus là trường hợp đặc biệt và độc nhất ("Camus in America". Trích *N.R.F.*, XCVIII, 01/02/1961, 292-296, Ellen Conroy Kennedy dịch ra Anh văn).

[6] Xem Germaine Brée, *Introduction to Camus*, Prentice Hall, Inc. 1962.

[7] Có thể xem thêm "Nghệ Thuật Đen" (1960), tiểu luận của Thanh Tâm Tuyền.

[8] Việc "mình tự gọi tên mình" có thể có một số lý do. Chẳng hạn, một là để tự xác định con người mình, tự giới thiệu mình với thế giới, với cuộc đời; hai là để tự an ủi, tự cầm nén vết thương, niềm vui hay nỗi thống khổ của mình; và ba là để đối thoại, lên tiếng với con người khác bên trong mình, một sự lên tiếng có thể ôn hoà, giận dữ, hay cuồng nộ.

Thật sự, Thanh Tâm Tuyền không phải là người đầu tiên tự gọi tên mình một cách đau khổ trong thơ. Trước đó, một nhà thơ khác cũng đã tự gọi tên mình một cách thống khổ như thế. Xem Federico García Lorca, "Thơ ở New York", "Đất và trăng".

Quiero llorar porque me da la gana
como lloran los ninos del último banco
porque yo no soy un poeta, ni un hombre, ni una hoja
pero sí un pulso herido (...)
Quiero llorar diciendo mi nombre,
Federico García Lorca, a la orilla de este lago...
(Tôi muốn khóc bởi vì tôi muốn khóc
như những đứa trẻ con khóc buồn trên những tay ghế dựa của những kẻ ngẩn ngơ
bởi vì tôi không là thi sĩ, cũng chẳng là con người, chẳng là cánh lá
nhưng chỉ là cái nẩy bật chảy máu của một vết thương (...)
Tôi muốn khóc và gọi tên tôi
Federico García Lorca, bên bờ hồ này...)

[9] Xem *Liên-đêm-mặt trời tìm thấy*, 1964.

[10] Chữ của Plutarch (diễn lại ý của Simonides): "Painting is mute poetry, and poetry a speaking picture", Irving Babbitt, *The New Laokoon*, Boston and New York, 1910.

[11] Những họa sĩ siêu thực đầu tiên, trong nỗ lực diễn tả những kinh nghiệm nội tâm, ở bên ngoài ý thức, đã đi theo con đường sử dụng các kỹ thuật của tâm lý học hiện đại. Sơn hay mực được vẩy đổ trên vải vẽ không có một mục đích để tạo một hình thể rõ rệt nào trong óc người sáng tạo. Những mảnh giấy nhỏ cũng được xé ra và thả xuống mặt

tranh, tạo nên những sự kết hợp bất ngờ. Nhà nghệ sĩ siêu thực hy vọng rằng những sự kết hợp bất ngờ đó có thể là chìa khoá mở toang cánh cửa tiềm thức của họ. Những họa sĩ siêu thực lớp sau phát triển tính cách siêu thực theo một kỹ thuật khác. Họ diễn tả lại cái thế giới của những giấc mộng mà họ có qua nỗ lực thực hiện những bức tranh tiến đến độ chính xác và rõ ràng như sự chính xác, rõ nét của một tấm ảnh chụp. Mặc dù có vẻ đứng ở một cực bên kia với những họa sĩ siêu thực đầu tiên trong kỹ thuật sáng tạo, những họa sĩ siêu thực lớp sau này cũng nhấn mạnh rằng hình ảnh trong tranh của họ là những hình ảnh tự phát, tự sinh, và có những liên hệ trực tiếp với những kinh nghiệm vô thức của thế giới nội tâm họ.

[12] Rainer Maria Rilke, *The Notebooks of Malte Laurids Brigge*, M.D. Herter Norton dịch ra Anh văn (W.W. Norton & Company, Inc., 1949). BVP thoát dịch.

Tô Thuỳ Yên [1938-2019]

(trích)

Tô Thùy Yên, sơn dầu trên vải bố. Tranh Đinh Cường

Tô Thùy Yên là một nhà thơ Việt Nam lớn lên trong cái bối cảnh tinh thần của con người thế kỷ. Ông đã nhận chịu và đã kế thừa cái gia sản chung của nhân loại trong suy nghĩ và trong tiếng nói của mình. Nhưng trong tiến trình sống và phát triển, trong khi học hỏi và chia sẻ những kinh nghiệm chung của nhân loại, ông còn có được những kinh nghiệm riêng của chính mình. Những kinh nghiệm riêng này của Tô Thùy Yên là những kinh nghiệm của một con người nói riêng, mang cá tính độc nhất như bất cứ một con người nào trên thế gian; đồng thời, chúng còn là những kinh nghiệm của một nhà thơ, và của một nhà thơ Việt Nam, trong bối cảnh lịch sử Việt Nam lồng vào khung lịch sử của thế giới trong một giai đoạn nhất định của lịch sử con người. Bởi thế, những kinh nghiệm ấy trở nên hết sức đặc thù đến nỗi chúng gần như được chọn lựa để trao ban.

Sự trao ban ấy thật là kinh khủng. Bởi lẽ, kẻ nhận chịu sự trao ban ấy sẽ phải sống những kinh nghiệm của hắn. Sống không, chưa đủ. Phải viết lên, phải nói ra, phải tàn rụng đi vì những đau khổ và phải tái sinh để tiếp tục sống những khổ đau ấy. Và chứng minh rằng đau khổ xác định và bừng hoá những giá trị con người.

Chữ, nghĩa và hình ảnh trong thơ Tô Thuỳ Yên là những vảy sáng, những nét sáng, những vệt sáng trong thơ ông. Chúng có nét óng ánh của tơ trời mà cũng có cái ánh sắc của vàng kim. Tất cả đều được chọn lựa, "sao tẩm" thật kỹ, để khi được đưa vào các câu thơ, chúng bật ra cái chất óng ngời, đôi khi ma mị của chữ, của hình và của nghĩa. Là một nhà thơ, Tô Thuỳ Yên là người giàu có nhờ vào cái tài sản vô giá đó.

[…]

.2.

Tình yêu, cô đơn và đau khổ trong thơ Tô Thuỳ Yên

Trong thơ Tô Thùy Yên, *Tình yêu, Cô đơn* và *Đau khổ* là một hợp chất sống và sáng tạo của nhà thơ. Chúng gắn bó vào nhau khó có thể tách rời. Tình yêu là hạnh phúc. Nhưng hạnh phúc, nếu được cảm nhận với một ý thức quá sắc bén, sẽ đưa đến cô đơn. Cô đơn, vì những giới hạn của cuộc sống đã không cho phép con người đi đến tận cùng tình yêu của mình. Một cách vật lý, hay trên bình diện triết lý, siêu hình. Tô Thùy Yên viết: *Tình yêu là khuôn mặt dịu dàng nhất của cô đơn* ("Ba dấu chân trên một quãng sầu"). Khuôn mặt dịu dàng nhất? Có thật vậy chăng? Hay thật ra, người ta chỉ cần nói: *Tình yêu là khuôn mặt bên kia của cô đơn*. Khi ta hạnh phúc, đầm ấm với người mình yêu trên phố nắng chiều phai, thì cô đơn đã nằm đợi ta trên giường vắng. Khi nụ cười của em soi sáng đời ta những buổi sớm mai chim ca ánh ỏi, thì những giọt lệ của buổi chia tay đã nằm chờ sẵn trong một đêm dài sâu thẳm bóng đêm. Và lúc ấy, nỗi cô đơn sẽ đẩy ta vào đau khổ, vào hiu quạnh của riêng mình. Cô đơn và đau khổ không nhất thiết phải xuất hiện cùng lúc với tình yêu, nhưng chúng thấp thoáng ở đâu đó trên khuôn mặt của nỗi dịu dàng kia.

Dù sao, trước hết, chúng ta hãy thử nhìn ngắm khuôn mặt của tình yêu trong thơ Tô Thùy Yên.

> *Với thân thể lân tinh, em sáng lên trong bóng tối, hạt kim cương rạng ngời trong mỏ than đêm, anh trông thấy em không nhầm lẫn được.*
> *Với thịt da gỗ quí, giọt mật tinh khôi nằm giữa đài hoa thơm nức, em dâng hương anh, gã du mục lạc loài trong nhớp nhúa. (...)*
> *Em là chiếc thuyền đời thượng cổ chở đến anh hoa trái tốt tươi ngọt ngào của miền đất anh biết qua thần thoại.*
> *Em là dòng suối trong veo nhí nhảnh chảy mang theo nhan sắc của bầu trời, dòng suối đưa chân anh vào hứa địa.*

Đêm đông phương, đêm xanh xao, thơm tho và ấm áp (...)
Cả khu vườn tráng men tráng bạc và trên trời tinh tú xum xuê.
Hồn anh cũng tráng men buồn thiu và âm u chất sáng. (...)
Tháp đôi thân thể vào nhau, anh nhân lên với em thành vô vàn khoái cảm.
Với linh hồn xao xuyến của rừng thu, anh trút sạch lá vàng đau khổ cũ.
("Lễ tấn phong tình yêu")

Có thể nói đây là những câu thơ đẹp nhất được trích trong bài thơ có tên ở trên. Bài thơ này được làm trong giai đoạn 1956-1960. Ngôn ngữ và hình ảnh trong thơ của Tô Thùy Yên đã có những nét khác lạ so với hình ảnh và ngôn ngữ của những nhà thơ cùng thời. Nhưng, cho dù có thế đi nữa, hình ảnh thơ của Tô Thùy Yên trong giai đoạn này vẫn còn tính chất nạm bạc, đặc biệt nếu ta đọc toàn bài. Chẳng hạn trong bài vừa nói, vẫn còn một số hình ảnh *cliché* mà tôi đã không trích ra. Chúng nằm trong những nhóm từ như *sự can trường của hiện hữu, thám hiểm tương lai, băng qua thiếu thời với đôi giày vạn dặm, trong nghĩa địa lãng quên, cây đàn lãng tử, thanh kiếm giang hồ*... Dù sao, nói chung, những bài thơ trong giai đoạn này của Tô Thùy Yên đã thấp thoáng cho thấy một tài thơ hùng vĩ về sau, khoảng giai đoạn từ 1970 trở đi.

Hãy đọc thêm một vài đoạn thơ nữa của giai đoạn 1956-1960 này.

Giữa mùa hạ khô tôi bốc cháy
Đời vốn ngăn chia tôi bốc cháy một mình
Bầy tiếng thất thanh cuống cuồng bay tán loạn
Cánh chạm vào tường trong suốt của cô đơn
Nhưng em đến kịp thời khỏa thân xin cứu lửa
Tôi vốc đầy tay đôi vú áp lên môi
Em xõa mái tóc rừng trầm hương mê trùm lấp kín
(...)
Như cây nến cháy ngày đêm trên quan tài quá khứ
Đời tôi em thắp buổi âm u
Mòn rã lần lần ra nước mắt
Chảy đọng thành một vũng lãng quên xanh
Có phải tôi đi qua rồi mất dạng

Như tấm gương em không giữ lại hình tôi
("Tình yêu và cô đơn")

Đọc kỹ, chúng ta thấy Tô Thùy Yên đã có nỗ lực làm mới hình ảnh, làm mới cách nhìn trong thơ mình. Trong nỗ lực đó, ông viết được những câu thơ có một vóc dáng lạ. Nhưng, dù sao, như đã nói, đó vẫn là một sự dát vàng cẩn bạc của Tô Thùy Yên trong giai đoạn này. Đó vẫn là những nỗ lực, những cố gắng. Hình ảnh và ngôn ngữ thơ vẫn chưa hoàn toàn đạt được sự ung dung, tự tại. Có thể nói, đa số những bài thơ tự do của Tô Thùy Yên trong giai đoạn đầu tay thời 1956-1960 này đều ở trong hướng nỗ lực, tìm tòi, và tìm cách thử định hình ấy. Trừ những bài thơ bảy chữ, tám chữ, và lục bát.

Hãy thử đọc bài "Tội nghiệp'', được viết năm 1958:

Hai đứa kéo nhau chạy vào mộng mị
Giờ tắt thở nằm trên bãi hư vô
Bầy ngựa chứng hàng thùy dương vó bão
Biển đưa trăng lăn vào đá tiếng ru.

Chỉ có bốn câu. Hình ảnh sắc nét và bạo liệt, dịu dàng và thơ mộng, và, cùng lúc, lại thoáng tính chất siêu hình. Những hình ảnh *mộng mị, tắt thở, bãi hư vô, bầy ngựa chứng, hàng thùy dương, vó, bão, vó bão, biển, trăng, đưa, lăn, đá, tiếng ru* là những hình ảnh được xếp cạnh nhau và chồng lên nhau. Chúng như những hình ảnh của một cuộn phim quay chậm và vô thanh. Những hình ảnh đi sau cứ tiếp tục được đẩy vào võng mô và chồng lên nhau trước khi cái hình ảnh đi trước kịp thời tan biến. Tiếng thở hổn hển của hai kẻ kéo nhau chạy vào mộng mị, tiếng bầy thùy dương tung vó như bầy ngựa chứng trong lũ cuồng phong, tiếng biển như ru đưa sóng vào đá (đưa như đưa võng)... làm nền cho những hình ảnh kia. Nhưng đây là cái nền âm thanh bùng vỡ, dội đập ì ầm trong trí tưởng ta, lắng sâu dưới cái tầng vô thanh của hiện thực. Tính chất đối chọi của sự bùng vỡ, cuồng loạn ở tầng vô thức và cái vô thanh ở tầng ý thức, trong cảm nhận của riêng tôi về bài thơ này, đã làm cho bài thơ trở thành đặc biệt. Bài thơ đánh vào cảm xúc tôi như một đợt sóng òa lên, phủ lấp và luồn vào tất cả những ngõ ngách của tâm hồn. Chỉ với bốn câu thơ, thi tài của Tô Thùy Yên đã hiện rõ.

Trong bài "Chiều trên phá Tam Giang'', làm năm 1972, một bài thơ thiết tha và chín nục cảm xúc chiến tranh, tình yêu của người thơ thuở này đã chín. Nó tự nhiên, mọc lên giữa đời sống của một người lính trận giữa một ngày buồn bã đứng trên bờ sông mép nước. Cái tình yêu ấy mạnh mẽ, cháy bỏng, nhưng vẫn mềm như một cành mai ngả xuống tay đời:

Chiếc trực thăng bay là mặt nước
Như cơn mộng nhanh
Phá Tam Giang, phá Tam Giang
Bờ bãi hỗn mang, dòng bát ngát
Cát hôn mê, nước miệt mài trôi
(...)
Chiều trên phá Tam Giang
Anh sực nhớ em
Nhớ bất tận (...)
Anh yêu em, yêu nuối tuổi hai mươi
Thấy trong lòng nở thật lẻ loi
Một cành mai nhị độ (...)

Những chuyến đi xa tiếp tục đẩy ta vào đời sống. Đó là niềm chung thủy với đời sống của ta, với nỗi cô đơn ôm ấp trái tim đầm đìa gai nhọn của ta.

Và để ta cứ còn mãi mãi yêu em.

Anh đã yêu những chuyến đi đêm đời sống chẳng nghỉ ngơi, những bến bắc như em không giấc ngủ suông trổ sai oằn mộng mị. Anh nhớ mãi những thị trấn anh chỉ ngủ đỗ lại một lần, sáng tinh sương sau chia tay không hề rõ mặt. Nào anh có biết vì sao anh nhận chịu thân một phiến nam châm dính những đau buồn lân cận (...) Đau khổ như biển khơi trên mặt cuồng điên mà dưới đáy im lìm (...) Anh mời em ngày đám cưới anh đến dự cùng chồng và cháu bé, về sau kết nghĩa sui gia, đau khổ nhân lên. Cuộc đời, cuộc đời, bis, bis. Khóc đi em
("Phương")

Khổ đau và cô đơn, trong thời tuổi trẻ, thường gắn liền với tình yêu. Thật sự, đó là những khuôn mặt khác nhau của một huyền nhiệm cuộc đời. Những yếu tố ấy trình hiện trước con người, chen kẽ nhau, xoắn xít lấy nhau, nhân nhau lên, và làm cho chúng ta cảm nhận cũng như thức nhận rõ sức mạnh và niềm thắm tươi của đời sống. Hay là sự lôi cuốn của cái chết. Có những người đã bị đẩy đến sự chọn lựa giữa hai sức hút ấy.

Tôi vùi mình xuống cô đơn như quả mìn nổ chậm...
(“Đêm hè“)

Nhưng khi con người đã chín với với kinh nghiệm đời, đã chín với những năm tháng chồng chất trên vai, bây giờ, cô đơn và đau khổ vẫn hiện diện trong đời sống nó, nhưng chúng không còn là hệ quả của tình yêu nữa. Mà chúng là hệ quả của một sự hiểu biết lớn, một sự nhìn ngắm thiết thân và cẩn trọng đối với cuộc đời. Có khi, chúng là kết quả của một sự lang thang đi tìm linh hồn vũ trụ:

Sống trên đời, chuyện ghê gớm quá
Vậy mà ta sống có kỳ không?
Nước mắt ta tuôn khi nghĩ tới
Những người đã chết, chết như rơm... (...)

Ta ngắm gốc cây nứt nở vỏ
Gốc cây to đến mấy người ôm
Nghĩ tới bao điều thầm lặng lớn
Trí ta không đủ lực đo lường (...)

Hề, ta trở lại căn nhà cỏ
Tử tội mừng ơn lịch sử tha
Ba vách, ngọn đèn xanh, bóng lẻ
Ngày qua ngày, cho hết đời ta.
(“Hề, ta trở lại gian nhà cỏ”)

Đó là nỗi cô đơn qua một sự thức nhận lớn. Một nỗi cô đơn giữa dòng sử lịch.

Cũng với nỗi cô đơn và khổ đau vì lẽ hợp tan, vì nỗi phù du đó của đời sống, trong “Em nhỏ, làm chi chim biển bắc“, Tô Thùy Yên viết:

Đồi lộng đưa nhau xuống cuối ngày
Thấy âu sầu hiện mỗi thân cây
Cỏ cao quấn quít chân chùng bước
Ghim xót xa đầy vạt áo bay

Làm sao đi hết những con đường
Gió với cây cùng khóc hợp tan
Mỗi đóa hoa trên đồng chói lọi
Cũng xui phù thế ngậm ngùi thân (...)

Như André của Léon Tolstoi trong *Chiến Tranh và Hòa Bình*, trong tịch lặng bình yên, ngắm nhìn những thân cây nứt nẻ vỏ, thấy được cả cái đau khổ lẫn cái hùng vĩ, kỳ bí của kiếp người, hay giữa bãi chiến trường, trong những giây phút cuối cùng trước khi nhắm mắt, nhìn những bè mây trôi lang thang muôn đời giữa bầu trời cao rộng, thấy được cái bao la của tâm hồn vũ trụ, cái vĩnh hằng đẹp đẽ của đời sống con người, Tô Thùy Yên cũng bắt gặp và nhìn ra những ý nghĩa đó trong đời sống mình.

Đêm, nằm ngắm trời sao bát ngát, nghe tiếng triều dập dồn xô đẩy, thấy ngày tháng là những bóng nắng cuối chiều, ông nhận ra được cái bao la của vũ trụ. Và cái cô đơn, khắc khoải của lòng mình:

Nằm đây phủ sáng hằng hà sao
Nghe thủy triều lui bậc bậc sầu
Nghe tiếng mõ chùa khô khốc khóc
U minh ngày tháng bóng lao đao
("Vườn hạ")

Nhìn một hiện tượng thiên nhiên, trái tim ông cũng chạm nỗi đau đời:

Con đường đi mỏi mà không tận
Lượn sóng trên ghềnh nhọn rách tơi (...)

Tưởng tượng ta về nơi bản trạch
Đóa hoa buông cánh khi tàn hương

Tiếng rụng tuyệt âm rền tịch mịch
Dòng sông tới biển nức tuôn, tuôn...

Các mùa chuyển động trong trời trống
Di điểu qua sông xẻ luống sầu
Ly biệt chẳng từ hạt cát ngọc
Tuần hoàn đến cả giọt sương châu (...)

Tàu chuối xác xơ reo ngất ngất
Nỗi đời bi thiết xé lưa tưa (...)
("Tưởng tượng ta về nơi bản trạch")

Nhưng cái cô đơn thấm thía nhất, là cái cô đơn vây bủa cùng một lúc bằng tấm lưới đan kín khít vừa của thế giới vật lý bên ngoài vừa của thế giới tâm lý bên trong. Nỗi cô đơn ấy quấn chặt lấy trái tim ta bằng những ngón tay dịu dàng và thân thiết của nó. Nó đẩy ta vào một góc tối, ẩm, và lạnh lẽo của đời; ở đấy, nó đánh bẫy tâm hồn ta. Và ta để cho mình rơi mềm vào chiếc bẫy của cô đơn ấy. Nỗi cô đơn da diết của Tô Thùy Yên có cái mùi ẩm mốc của một đêm mưa.

Ga dầm mưa chịu co ro
Cưu mang tàu thấm rét chờ sáng đi
Khoác rừng dầy núi ngồi lì
Vân vi đường sắt phân ly mấy cành
Vài thân súc gỗ tênh hênh
Cỏ ôm ấp hẳn lãng quên tay người
Đèn le lói vết thương tươi
Trời da thi thể mưa ngùi chấm than
Hiên ga nhỏ giọt cường toan
Xuống tim quằn quại hàng hàng ưu tư
Trong cơ thể máu chần chừ
Ngoài trời khói thuốc vật vờ ngại bay
Làm gì đây để giải khuây
Ngắm tay mới biết mình gầy hơn xưa
Ngồi chờ tàu góc ga thưa

Nghe hồn ẩm mốc một mùa lạnh căm.
("Trời mưa đêm xa nhà")

Bài lục bát này là một bài thơ thật đẹp để diễn tả nỗi cô đơn của con người. Những hình ảnh rất mới. Giống như những đồng tiền mới đúc, chúng có trong chúng cái chất thơm và sáng trong cảm nhận ta, cái tiếng vang tinh khôi mới mẻ của chúng trong tâm trí ta. Bài thơ mang trong nó cái hơi thở mênh mang của thời gian, ngút ngàn, thăm thẳm, đồng thời cũng mở ra từ nó cái buồn hắt hiu của không gian vừa co bé lại, vừa dàn trải ra cùng với đêm mưa sùi sụt ngoài kia. Giọng thơ có thể còn ẩn chứa một chút không gian thiết tha của Huy Cận; nhưng hồn thơ, ý thơ, sức sống của thơ thì hoàn toàn mới. Nó mang trong nó cái phong vị của thời đại vẫn hằng ngun ngún như một ngọn lửa cháy mềm trong lòng nhà thơ. Tô Thùy Yên đã làm mới thơ lục bát của chúng ta, qua bài thơ này, không hẳn bằng những nhịp điệu mới—cho dù có những câu thơ buông nhịp lẻ (đặc biệt là ba câu đầu bài)—, nhưng là bằng những cảm xúc mới được thể hiện qua những hình ảnh chưa hề mòn. Đóng góp của Tô Thùy Yên, ở đây, thuộc về chất chứ không thuộc về thể.

.3.

Thời gian trong thơ Tô Thùy Yên

Thời gian trong thơ của Tô Thùy Yên không phải là thời gian của Salvador Dali, thời gian với đặc trưng nổi bật là lững lờ trôi chảy, lỏng ra, nhão ra, và chùng lại với thiên thu. Thời gian ấy cũng không phải là thời gian của Giorgio de Chirico, kỳ dị một cách âm u, khiến cho người đối diện với nó có một cảm giác hoảng hốt và mất lối. Nếu có thể làm một so sánh nào đó về tính thời gian trong thơ Tô Thùy Yên với thời gian được biểu hiện trong hội họa hiện đại, thì thời gian trong thơ Tô Thùy Yên đã chia sẻ nhiều nét với thời gian của René Magritte. Cũng là siêu thực, nhưng Magritte đã đi theo một con đường khác với Dali và Chirico. Thời gian của Dali là một thời gian ám ảnh, tàn rữa, và chứa đầy chất ảo. Thời gian của Chirico đóng vào những khung cảnh vật lý thê lương và kỳ bí, giam nhốt người ta trong cái siêu hình của những giấc mơ nghiêng về những chiều kích của vực thẳm. Thời gian của

René Magritte là một thời gian bám sát vào thiên nhiên. Nhưng thiên nhiên trong tranh ông là một thứ thiên nhiên thật mà ảo, với những yếu tố cấu thành đổi chỗ lẫn cho nhau, dan díu vào nhau, khiến cho người thưởng ngoạn dễ mất định hướng khi nhìn vào tác phẩm của Magritte.

Thời gian của Tô Thùy Yên có những lúc đã chia sẻ những nét siêu thực của Magritte như thế. Ngoài ra, nó còn mang chứa trong nó những ấn tượng kỳ dị khác, mới, lạ, và đặc biệt Tô Thùy Yên. Cái thời gian ấy gần như luôn luôn tìm cách gắn bó, dan díu với thế giới vật chất của thiên nhiên bên ngoài (Vậy thì thời gian là một cái gì trôi chảy bên trong chăng? Bên trong cái gì? Đây là những câu hỏi rất siêu hình mà may ra chỉ có thơ và hội họa là thỉnh thoảng mới có thể đến gần để trả lời một cách huyền bí và thơ mộng.)

Thời gian trong thơ Tô Thùy Yên gắn bó, dan díu với thiên nhiên. Nhưng đó là một thiên nhiên đứt rễ. Một thiên nhiên nhiều lúc hình như không còn gắn bó, ràng buộc vào nhau theo một trật tự vật lý thông thường. Những cấu tố của nó như bị tách ra để bám vào những mảnh thời gian khác biệt trong tâm thức nhà thơ.

Thời gian đứt quãng dài vô định
Như sợi dây diều băng mất tăm
Lòng anh thảng thốt, sông chao sóng
Kỷ niệm buông tay rú ngất chìm (...)

Mùa hè đi khuất kêu không lại
Bãi mía điêu tàn gốc cháy thui (...)

Trời cao mỏi mắt chòm mây bạc
Thăm thẳm trưa, thời gian chết xanh
Ngoài cõi chói chang hư ảo múa
Dường như ai réo ấu danh anh (...)
Ai cúi soi mương rong khỏa mặt
Thấy hồn mùa cũ đọng xanh xao (...)
("Vườn hạ")

Thời gian trong thơ Tô Thùy Yên cũng trôi chảy. Một dòng. Bên trong hay bên ngoài của tâm thức con người. Làm sao biết. Nó bám vào trí nhớ như một chất keo, một chất keo đủng đỉnh. Nó không cột con người nhà thơ vào một ghềnh đá nào của quá khứ, mà cũng không hẳn là nó buông thả con người ra.

Quên quên, nhớ nhớ tiền sinh kiếp
Thiên cổ mang mang, thế sự nhòa (...)
Mùa hạ tàn trôi trôi đóm lửa
Dòng ngày tháng trắng chảy lơ mơ
("Hề, ta trở lại gian nhà cỏ")

Trong tâm thức của Tô Thùy Yên, thời gian cũng thường có đặc tính thụ động. Nó là chốn để nhà thơ trú thân sau những cơn xiêu tán với đời:

Ta gắng về sâu lòng quá vãng
Truy tầm mê mỏi lý sơ nguyên (...)
Trăm năm, rồi lại trăm năm khác
Tên đóa hoa này, ngươi nhớ chăng?
("Mòn gót chân sương nắng tháng năm")

Nên ta phó mặc cho trời đất
Trời đất vô ngôn lại bất nhân
Nên ta lẳng lặng đi đi khuất
Trong lãng quên xanh hút thời gian
("Hề, ta trở lại căn nhà nhỏ")

Nhưng thời gian không hẳn đã là nơi nhà thơ có thể yên tâm trở về để dò dẫm, nghe ngóng lại đời. Khi trí nhớ của thời gian cũng đã trôi tuột ra ngoài thiên cổ, thời gian chỉ còn là nỗi thất vọng của nhà thơ khi, bây giờ, nhìn thấy mình không còn gì để bám víu, hắn đành trở lại với đời sống và lang thang đi tìm một lẽ cảm thông:

Ta về như tứ thơ xiêu tán
Trong cõi hoang đường trắng lãng quên
("Ta về")

Biển Bắc tuyệt mù con nhạn lạc

Thời gian mất trí trắng vô âm
Hỡi người cố cựu trong trời đất
Khi nước tràn sông, có nén tâm?
("Mòn gót chân sương nắng tháng năm")

Như thế, trong thơ Tô Thùy Yên, thời gian có thể có những đặc tính như *động, lỏng, chảy, cháy, mất trí, đứt, đi khuất*, và *chết*. Nó vừa có tính vật thể, vừa có tính con người. Vật thể, khi nhà thơ nhìn nó như một "chất thể" mang tính ngoại giới. Nhà thơ dùng nó như một tấm gương, một ngọn đèn để săm soi hay chong sáng cái linh hồn khắc khoải của mình. Con người, khi nhà thơ nhìn thấy chính mình qua nó. Thời gian, ở đây, có cùng xương thịt với con người. Khi *thời gian mất trí trắng vô âm*, thì đó chính là hệ quả của việc con người đi lạc ra ngoài trí nhớ. Khi *mùa hè đi khuất kêu không lại* thì đó chính là tuổi trẻ của ta đã ra đi một ngày biệt mù tăm tích. Còn *thời gian chết xanh* thì chính là sự đứng dừng lại của tâm thức, một sự cột giữ thời gian lại của vô thức để ý thức nhà thơ có thể trở về thăm viếng lại thơ ấu mình.

Thời gian trong thơ Tô Thùy Yên vừa có tính nội giới, vừa có tính ngoại giới một cách mơ mơ hồ hồ trong sự đuổi bắt nhau của hữu thức và vô thức. Nó đầy tính cách siêu thực mà nhiều lúc lại mặc một tấm áo may cắt trên tấm vải của hiện thực. Bởi thế, thời gian của Tô Thùy Yên có những lúc nghiêng về chiều sâu siêu hình. Một thứ siêu hình trắng, buồn, và lặng lẽ:

Ngọn đèn hư ảo chong linh vị
Thắp trắng thời gian mái tóc em
("Góa phụ")

Thời gian kết đá mốc u tịch
Ta lấy làm bia tưởng niệm Người
("Trường Sa hành")

[…]

.5.

Tính chất siêu hình trong thơ Tô Thùy Yên

Trong thơ Tô Thùy Yên, người ta có thể thấy tính chất siêu hình bàng bạc, cùng khắp. Cái tính chất ấy đã có từ những bài thơ đầu của ông những năm 1956-1960. Rồi bẵng đi có đến khoảng chục năm, người ta hình như không thấy thơ ông đăng báo. Rồi, đột nhiên, từ khoảng năm 1970-1971 trở đi cho đến 1975, thơ ông bắt đầu lại thấy đăng trở lại trên báo chí. Và trong giai đoạn này, phong thái của Tô Thùy Yên chững chạc, phong độ hẳn. Những vấn đề ông đặt ra trong thơ là những vấn đề lớn của con người, đặc biệt của con người Việt Nam trong cái bối cảnh giằng xé của hai miền đất nước.

Nhưng vượt lên trên cái tiếng nói của một con người Việt Nam, trong cái bối cảnh đặc thù của lịch sử ấy, trong thơ của Tô Thùy Yên, người ta thấy vang lên cái tiếng nói của con người muôn thuở và muôn nơi, đối mặt với cái mang mang, bao la rợn ngợp của đất trời, của vũ trụ. Những câu hỏi được đặt ra trước những phi lý của đời sống, hay để xác định lại những giá trị của cuộc đời, của bao nhà văn, nhà thơ, của những triết gia phương Đông, phương Tây, đã đưa đến những trào lưu triết học một thời làm tuổi trẻ say mê. Tất cả những điều ấy chắc chắn đã có những ảnh hưởng không nhỏ trên suy nghĩ và trong tiến trình sáng tạo của Tô Thùy Yên. Dù sao, là một nhà thơ, đặc biệt một nhà thơ Việt Nam với những điều kiện sống vật lý và tinh thần hết sức Việt Nam, tiếng nói thơ của Tô Thùy Yên có những nét đặc thù riêng của nó.

Ngay vào tháng 4 năm 1956 trên *Sáng Tạo*, bài "Cánh đồng con ngựa chuyến tàu" của Tô Thùy Yên đã mang trong nó một ám ảnh siêu hình. Đó là một ám ảnh về thời gian. Hay là về không gian?

Trên cánh đồng hoang thuần một màu
Trên cánh đồng hoang dài đến đỗi
Tàu chạy mau mà qua rất lâu
Tàu chạy mau tàu chạy rất mau
Ngựa rượt tàu rượt tàu rượt tàu
Cỏ cây cỏ cây lùi chóng mặt
Gò nổng cao rồi thung lũng sâu
Ngựa thở hào hển thở hào hển

Tàu chạy mau vẫn mau vẫn mau
Mặt trời mọc xong mặt trời lặn
Ngựa gục đầu gục đầu gục đầu
Cánh đồng a! cánh đồng sắp hết
Tàu chạy mau càng mau càng mau
Ngựa ngã lăn mình mướt như cỏ
Như giữa nền nhung một vết nâu.
("Cánh đồng con ngựa chuyến tàu")

Bài thơ, với những hình ảnh rất thực, rất cụ thể, lại có vẻ như một bức tranh siêu thực. Nó như được phóng chiếu vào tâm thức người đọc từ một giấc mơ miên man nào đó của con người. Con ngựa và chuyến tàu, và cả cánh đồng nữa, tất cả như những biểu tượng và ám ảnh về một thời gian vụt gấp, về một không gian mở rộng mãi như muốn nuốt chửng lấy con người. Con tàu, một khối không gian co chặt, nén ép, đâm sầm vào tâm trí và vào giấc mơ của con người với cái cận ảnh của nó được phóng lớn lên cùng với tiếng sầm sập của thời gian. Trên một hệ trục tọa độ không-thời, con tàu là một chất điểm. Trong nó, có cả thời gian và không gian đang lao đi vùn vụt. Cánh đồng là trang giấy trắng, biểu diễn sự đi về của thiên cổ, của vũ trụ, càn khôn. Nó có thể cứ còn được kéo dài, lắp dài ra mãi. Con ngựa là biểu tượng cho những ước mơ của con người, và cuộc sống hữu hạn của nó. Nếu nhìn vào bài thơ theo cách nhìn phân tâm của Carl Jung, bài thơ này, với những biểu tượng của ám ảnh, của giấc mơ xâm thực vào đời sống như thế, đã nói trước về hướng tới và cuộc lữ của Tô Thùy Yên. Ông không thể nào thoát khỏi cái định mệnh con ngựa-chuyến tàu của mình.

[Hình ảnh con ngựa, trong những phân tích tiếp theo dưới đây, sẽ cho thấy còn tiếp tục theo đuổi Tô Thùy Yên trong nhiều năm nữa. Còn con tàu, hai mươi ba năm sau, vào năm 1979, Tô Thùy Yên đã nhìn lại mặt nó. Hơn thế nữa, từ trong cái cõi không gian chật hẹp tù mù lửa tóe và cứng cộm thể tích kia, ông đã ghé mắt nhìn ra ngoài đời. Phải, đó chính là con tàu chở tù từ Nam ra Bắc. Và, bây giờ, đối mặt với định mệnh mình, ông ngồi im nghe tiếng ầm ầm của sắt thép chuyển di theo dòng sử lịch.

Tàu đi lúc đó đêm vừa mỏi
Lúc đó sao trời đã ngủ mê (...)

Thức dậy những ai còn sống đó
Nhìn ra nhớ lấy phút giây này
Tàu đi như một cơn giông lửa
Cuồn cuộn sao từ ống khói bay (...)

Toa nêm lúc nhúc hồn oan khốc
Đèn bão mờ soi chẳng rõ ai
Ta gọi bàng hoàng ta thất lạc
Đất lạ ơi đừng hất hủi ta (...)

Tàu đi những chấn động hung hãn
Sắt thép kinh hoàng va đập nhau
Ta tưởng chừng như thời đại động
Xô đi ầm ĩ một cơn đau

Ta nghe rêm nhức thân tàn lạc
Các thỏi xương lìa đụng chạm nhau
Nghe cả hồn ta bị cán nghiến
Trên đường lịch sử sắt tuôn mau (...)
("Tàu đêm")

Con tàu hung hãn lao đi như một cơn điên đảo. Nó giống như là chiếc *troika* ba ngựa của lịch sử Nga những năm đầu mùa cách mạng, lao đi, lao mãi vào đêm đen thảm thiết. Con tàu sắt, ở đây, cũng lao đi vào đêm đen như thế. Nó bóc đi từng mảng lớn của thời đại và ném chúng mất hút vào đêm tối. Đêm vực dậy những khốn khổ, tan tác, và hoang mang sầu.]

Khởi từ cái định mệnh ấy, Tô Thùy Yên tiếp tục cuộc lên đường của mình vào đời sống. Hãy chú ý đến kinh nghiệm của nhà thơ:

Cũng kiếp ngựa nhưng là ngựa rằn nên không để cưỡi, tôi mở con đường máu cho tâm khảm thoát thân. Khỏi bề mặt của cuộc đời bình lặng.
Tôi trang bị hoài nghi mà thám hiểm tương lai, ngày một lạc sâu thêm vào hoang địa, nỗi chán chường cứ trải rộng ra.

Và vòm trời như nắp áo quan bằng cẩm thạch.
(...)
Đêm khuya, tôi mở cửa sổ ra, ngưỡng mộ dự thính cuộc hòa tấu âm thầm của các tinh cầu trong khoảng không.
Và quên đi những điều đã nghe thấy ban ngày dưới phố.
("Lễ tấn phong tình yêu")

Vòm trời như nóc áo quan bằng cẩm thạch. Cuộc hòa tấu âm thầm của các tinh cầu. Đó là cái nhìn trong cuộc sống của đời thường, hay đó là sự xâm thực của những giấc mơ vào đời sống?

Và con ngựa vẫn lại tiếp tục phóng tới. Hệ trục không gian-thời gian mở rộng. Những giấc mơ tan tác rụng rời. Và con ngựa có lẽ lại sắp sửa để lại "giữa nền nhung" của hệ tọa độ kia "một vết nâu" chóng mặt.

Trăm năm, rồi lại trăm năm khác
Tên đóa hoa này, ngươi nhớ chăng?
Con ngựa bất kham cuồng bão táp
Cõi hồng trần lôi nỗi kinh tâm
Tiếng kêu réo đuối trong thăm thẳm
Mòn gót chân sương nắng tháng năm...
("Mòn gót chân sương nắng tháng năm")

Trong một cái nhìn liên văn bản (inter-textual), xét trong giới hạn thi sử qua những bài thơ của Tô Thuỳ Yên chảy suốt cuộc đời ông, ta thấy ám ảnh con ngựa-thời gian-ước mơ là một ám ảnh dài lâu trong cuộc lữ của Tô Thùy Yên. Bài "Cánh đồng con ngựa chuyến tàu" làm vào năm 1956, bài "Lễ tấn phong tình yêu" làm vào khoảng vài năm sau đó, có thể 1958 hay 1959, và bài "Mòn gót chân sương nắng tháng năm" làm vào năm 1972. Con ngựa của ông rồi sẽ ngã gục trong một hình ảnh rõ nét hoặc hàm ẩn ở đâu đó trong bài. Thế nhưng, nó lại được sống lại trong một bài thơ khác. Những ước mơ của con người, tha thiết là thế, nên cho dù cuộc sống nó có hữu hạn, con ngựa kia vẫn tiếp tục dong dả phóng tới để rượt đuổi định mệnh của mình. Những giấc mơ, một khi đã lên đường, sẽ không bao giờ bỏ cuộc.

Nỗi ám ảnh siêu hình tiếp tục theo đuổi nhà thơ. Nhìn đi đâu, ông cũng chạm mặt nó. Những tiếng động trong trời đất cũng kéo ông về gần với nỗi ám ảnh muôn đời của mình:

Em chạy tìm anh ngoài cõi gió
Lửa oan khốc giỡn cười ghê hồn
Tiếng kêu đá lở long thiên cổ
Cát loạn muôn trùng xóa dấu chân

Em độc thoại lời kinh ánh xanh
Trăng lu khuya mỏi nén hương tàn
Chó tru thăm thẳm ngây thiên địa
Mái ngói nghiêng triền trái rụng lăn
("Góa phụ")

Con chim lạc bạn kêu trời rộng
Hồn chết trôi miền dạ lý hương
("Vườn hạ")

Các mùa chuyển động trong trời trống
Di điểu qua sông xẻ luống sầu
Ly biệt chẳng từ hạt cát ngọc
Tuần hoàn đến cả giọt sương châu
("Tưởng tượng ta về nơi bản Trạch")

Ở đây, ta có dăm pho sách
Và một dòng sông, mấy cụm mây...
Dòng sông u hiển trôi vô lượng
Dòng sông hiền triết chảy vô tâm (...)
Trên dốc thời gian hòn đá tuột
Lăn dài kinh động cả hư vô (...)
("Hề, ta trở lại gian nhà cỏ")

Hình ảnh hòn đá lăn trên dốc của Tô Thùy Yên làm ta chạnh nhớ đến tảng đá lăn của huyền thoại Sisyphe. Camus đã cho thấy ý nghĩa của cuộc sống con người giữa đời trong liên hệ với nỗi đau khổ nhục nhằn của hình phạt kia. Sisyphe cứ phải tiếp tục đẩy tảng đá lên chót núi, cho dù là, sau đó, nó lại lăn xuống. Chính cái thái độ tiếp tục đi tiếp, và đi cho hết, cái bổn phận và định mệnh của mình kia của Sisyphe, đã làm cho "cuộc hiện sinh" của Sisyphe có ý nghĩa. Và có hạnh phúc. Đó cũng chính là ý nghĩa và hạnh phúc của kiếp người. [1]

Bài "Trường Sa hành" là một bài thơ thể hiện rõ tính siêu hình và những ám ảnh về thời gian, không gian, và ý nghĩa của cuộc sống giữa đời của con người trong thi giới của Tô Thùy Yên. Tôi sẽ phân tích nó riêng trong phần cuối của tiểu luận này để giới thiệu một cách nhìn và một hướng phân tích thơ.

Để kết cho phần bàn về những ám ảnh siêu hình của Tô Thùy Yên, tôi xin đóng nó lại bằng hướng nhìn tích cực của nhà thơ về định mệnh và cuộc lữ của chính ông—hay đó chính là định mệnh và cuộc lữ của bất cứ một con người nào có ý thức về cuộc hiện sinh của mình giữa đời:

Hoàng hôn xô bóng ta trên cát
Ta lớn lao và ta cô đơn
Ngưỡng mộ cây xương rồng gắng gượng
Thân trần đứng lẻ giữa đồng trơn (...)

Biểu dương - hãy biểu dương cùng tận
Vinh dự lầm than của kiếp người
Hi hữu một lần trên trái đất
Và rồi tất cả sẽ nguôi ngoai.
("Và rồi tất cả sẽ nguôi ngoai")

.6.

Thi ảnh và ngôn ngữ của Tô Thùy Yên trong "Trường Sa hành"

Toàn bộ thi phẩm của Tô Thùy Yên trải dài trên dưới ba mươi lăm năm, ít nhất từ 1956 đến nay, dù chưa được thu góp để xuất bản như một chỉnh thể hữu cơ, gắn bó, giúp cho người đọc có được một cái nhìn nhất quán về thế giới của nhà thơ [2], cũng đã để toát ra từ đó, từ những bài thơ rời cấu thành linh hồn nó, cái không khí chung đã bao trùm lấy tâm hồn thi sĩ. Chúng ta đã có cơ hội nói về cái không khí, cái khí hậu vây bủa thi ca của Tô Thùy Yên trong những phần phân tích ở trên.

"Trường Sa hành" là một dấu mốc đặc biệt, khắc hoạ nhân dáng Tô Thùy Yên trong tư tưởng, ngôn ngữ đặc thù của riêng ông, đồng thời, cho thấy được cái nhìn vào nhân giới và nhiên giới của nhà thơ, và những khắc khoải siêu hình của ông. Cùng với chùm thơ "Quỷ xướng thi", gồm ba bài thơ bảy chữ nhiều đoạn, "Trường Sa hành" đã làm cho Tô Thùy Yên trở nên lớn lao trong thi ca. Bài thơ như một dấu ấn đóng xuống đời thơ của một thi sĩ, đã giữ mãi tên tuổi cũng như nhân dáng của Tô Thùy Yên trong lòng người đọc. Cái thế giới mà ông đã tạo nên qua bài thơ này cứ như một vệt lân tinh sáng mãi trong bóng đêm của trí nhớ chúng ta. Có thể ta không có ý thức về nó trong cuộc đời thường, nhưng cái vệt lân tinh lung linh và lóng lánh ánh bạc kia cứ mãi còn theo đuổi ta trong những đêm tối của trần gian.

Khi ta sụp cửa lòng mình xuống để ngăn che đi những huyên náo bên ngoài, cái thế giới khốc liệt, rưng rưng biển và xanh lơ mộng kia lại bật sáng long lanh trong lòng trí ta quạnh quẽ.

"Trường Sa hành" gồm có mười sáu đoạn. Mỗi đoạn bốn câu, mỗi câu bảy chữ.

Trường Sa! Trường Sa đảo chuếnh choáng
Thăm thẳm sầu vây trắng bốn bề
Lính thú mươi người lạ sóng nước
Đêm nằm còn tưởng đảo trôi đi

Mùa Đông Bắc gió miên man thổi
Khiến cả lòng ta cũng rách tưa
Ta hỏi han hề Hiu Quạnh Lớn
Mà Hiu Quạnh Lớn vẫn làm ngơ

Đảo hoang vắng cả hồn ma quỷ
Thảo mộc thời nguyên thủy lạ tên
Mỗi ngày mỗi đắp xanh rờn lạnh
Lên xác thân người mãi đứng yên

Bài thơ mở ra với một hình ảnh chuếnh choáng. Người chuếnh choáng khi vừa qua một cuộc hải hành, bị vất lên đảo, thấy đất chòng chành, không vững chân. Hay người chuếnh choáng vì cái sầu vây trắng bốn bề đang thăm thẳm vây phủ chung quanh? Hay chuếnh choáng bắt nguồn từ cả hai cái yếu tố vật lý và tâm lý kia? Hai mũi tên, từ hai cửa ngõ tạo nên cái hiện hữu của con người, cùng bay đến và cắm phập vào hồng tâm. Chuếnh choáng, như một dội đập êm ái, cuốn hút, dịu dàng. Vừa chìm lẫn vào, vừa lan toả ra. Ba âm trắc tận cùng của một câu thơ dẫn đầu bằng bốn âm ngang, bằng phẳng đã làm cho tác dụng chuếnh choáng nổi bật lên. Trong ba âm trắc đó, hai âm cuối chói lên cùng với liên âm *uênh oang*, gần như trong những từ *chuệch choạc, loạng choạng* càng làm sắc lên cái cảm giác mà nhà thơ cảm thấy. Nhà thơ nói *đảo chuếnh choáng*, nhưng thật ra đảo, tự thân nó, như một hữu thể vô tri giác, không hề chuếnh choáng. Nó tạo ra cái tác dụng chuếnh choáng trên não thùy con người với sự hiện hữu bàng hoàng của nó. Chỉ chính sự hiện hữu ấy không thôi cũng đã tạo nên một tấm lưới sầu, thăm thẳm, dày đặc, kín khít, bao phủ và giữ ghịt lấy con người. Cái cảm giác chuếnh choáng, chòng chành kia đã khiến cho những người lính thú, trong đó có nhà thơ, đêm nằm còn tưởng hòn đảo bập bềnh trôi đi. Hòn đảo, như một con tàu ma, trôi đi, trôi mãi, bập bềnh, bập bềnh vào vô cùng đêm thủy tận.

Gió thổi. Gió miên man thổi. Lòng thi sĩ như những tàu lá chuối tưa rách, líu ríu, quờ quạng trong biển gió. Phóng tầm mắt vào không gian, chỉ thấy có hiu quạnh chực chờ. Một Hiu Quạnh Lớn. Hiu Quạnh ấy từ chối con người.

Đảo hoang đến nỗi hồn ma bóng quỷ cũng vắng. Rêu rong thảo mộc còn giữ hình dáng ngày sáng thế. Mịt thẳm thời gian. Cái màu xanh hoang dã và rờn lạnh kia như đắp mãi lên con người bây giờ, chết sững, những tấm khăn liệm kỳ bí, lạ lùng.

Bốn trăm hải lý nhớ không tới
Ta khóc cười như tự bạo hành
Dập giận, vác khòm lưng nhẫn nhục
Đường thân thế lỡ, cố đi nhanh

Sóng thiên cổ khóc, biển tang chế
Hữu hạn nào không tủi nhỏ nhoi
Tiếc ta chẳng được bao nhiêu lệ
Nên tưởng trùng dương khóc trắng trời

Mùa gió xoay chiều gió khốc liệt
Bãi Đông lở mất bãi Tây bồi

Dăm cây bật gốc chờ tan xác
Có hối ra đời chẳng chọn nơi?

Sầu đã vây kín. Đảo cứ trôi đi, trôi mãi vào vô cùng thủy tận. Những người lính thú như bị tung lưới chụp bắt, có cố vùng vẫy cũng chỉ như một thứ tự bạo hành. Đành nhẫn nhục, cố đi tiếp con đường nhân thế của mình.

Trong cảnh ấy, nhà thơ cố gắng tách thoát ra khỏi cái hữu hạn của con người. Ông đứng nhìn trời đất. Chỉ thấy sóng. Và biển. Sóng cứ thế, tiếng khóc đập đầu vào ghềnh đá của nó đã cất lên tự lúc nào, thời nào. Mang mang thiên cổ sầu. Biển thì mãi chít trên đầu một vành tang trắng. Hay lễ phục của nó mỗi ngày trước thánh lễ của trời đất, của vũ trụ bao la, là một bộ quần áo sô gai? *Sóng thiên cổ khóc / biển tang chế*. Trong ngữ cảnh của một kiến trúc song song, kết hợp để nhấn mạnh, ở đây, phải hiểu *tang chế* là một động từ, vì *khóc* là một động từ. *Sóng* và *biển* là hai chủ từ. *Khóc* và *tang chế* là hai động từ, dùng song song và có tính kết hợp để nhấn mạnh ý. *Thiên cổ* là tính từ, bổ nghĩa cho *sóng*. Căn bản là một danh từ, *tang chế*, ở đây, biến thành động từ, để mang một nét sống động đau đớn. Không phải là cái đau buồn riêng mà là một cái đau buồn cất lên tiếng khóc. Đất đai bên lở bên bồi. Và gió. Gió tiếp tục gào thét những tiếng gào khốc liệt. Trùng dương thì như một hồ nước mắt khổng lồ. Rân rấn, mênh mang, tuyệt mệnh.

Trong làn mước vịnh xanh lơ mộng
Những cụm rong óng ả bập bềnh
Như những tầng buồn lay động mãi
Dưới hồn ta tịch mịch long lanh

Mặt trời chiều rã rưng rưng biển
Vầng khói chim đen thẳng thốt quần
Kinh động đất trời như cháy đảo...
Ta nghe chừng phỏng khắp châu thân

Ta ngồi bên đống lửa man rợ
Hong tóc râu, chờ chín miếng mồi
Nghe cây dừa ngất gió trùng điệp
Suốt kiếp đau dài nỗi tả tơi

Chú em hãy hát, hát thật lớn
Những điệu vui, bất kể điệu nào
Cho ấm bữa cơm chiều viễn xứ
Cho mái đầu ta chớ cúi sâu

Trong cảnh tang chế khốc liệt kia, ta phải cố gắng sống. Phải tìm cách để tồn sinh. Hãy tìm một chút đẹp đẽ còn sót lại để nuôi lấy mộng. Nhà thơ nhìn vào làn nước vịnh xanh lơ và thấy còn sót lại chút mộng nhỏ, mềm. *Xanh lơ mộng* là một cụm từ, một ngữ đoạn, một ngữ tuyến (phrase), làm rõ nghĩa cho *làn nước vịnh*. Vì là sự kết hợp của cả một cụm từ, những ý *xanh lơ* và *mộng* sóng sánh bập bềnh ôm ấp lấy nhau, chứ không tĩnh tại như *xanh lơ* hoặc *mộng* đứng tách riêng. Bổ ngữ *xanh lơ mộng*, nhờ sự kết hợp, diễn tả được sự sóng sánh của làn nước. *Xanh lơ* thuộc phạm trù và nhận thức của giác quan: thị giác. *Mộng* thuộc phạm vi nhận thức của lý trí hay tình cảm. *Xanh lơ mộng* là sự chen kẽ của thực tại và ảo giác trong cái tâm thế chuếnh choáng của nhà thơ giữa một khung cảnh tang chế và khốc liệt của ngoại giới. Nhìn vào làn nước vịnh thấy gì? Thấy *xanh lơ mộng*. Thấy gì nữa? *Những cụm rong óng ả bập bềnh*. Nhưng những cụm rong này lại gợi cho nhà thơ nhớ về những tầng buồn mãi còn lay động trong hồn hắn. Hồn ta, như một hải quốc xa xôi, hoang lạnh, long lanh, tịch mịch, chẳng có một chút thân ái cận kề.

Chiều rơi. Rã. Rụng. Mặt trời bị cắt cổ. *Le soleil cou coupé*. Apollinaire. *Mặt trời chiều rã rưng rưng biển*. Có thể hiểu *rã* là động từ của *mặt trời chiều*. *Rưng rưng* là tính từ bổ nghĩa cho *biển*. Một mặt trời đang tan ra thành máu. Và biển rưng rưng nước mắt nhìn cảnh hấp hối kia. Hay *rưng rưng* chính là tâm cảm của tác giả, trước cái chết của mặt nhật, đang quán chiếu lấy lòng mình. *Rưng rưng* là tính từ, đứng trước, làm rõ nghĩa cho *biển*. Ngữ pháp rất mới. Cũng thế, trong *vầng khói chim đen thảng thốt quần*, *thảng thốt* là trạng từ chỉ thể cách, đứng trước động từ *quần*, cũng là một ngữ pháp rất Tây phương. Đặt vào câu thơ, nó làm bật ra cái mới của sự bất ngờ. Hình ảnh cả một vầng nhật tan, toé ra thành máu lênh láng mặt biển, khiến bầy chim đen lúc thì tan tác thất thần, lúc thì bay vòng vô định hướng, làm nên một quầng đen xao xác, kinh động cả trời đất. Nhà thơ, trong cảnh kinh hoàng và vỡ nát ấy của thiên nhiên, thấy như cả hòn đảo bốc cháy. Và những tia lửa, đỏ, nóng, lỏng và sôi, bắn tung toé vào mình.

Câu *Mặt trời chiều rã rưng rưng biển* cũng có thể được ngắt thành:

Mặt trời chiều / rã rưng rưng / biển

Mặt trời chiều và *biển* là hai cực trên dưới của một không gian đáng lẽ là phân cực, yên ắng, và có thứ tự. Nhưng khi ta đọc câu thơ này với nhịp 3/3/1 như thế, bây giờ ta cảm thấy là cái mặt trời ấy đang biến chất và biến thể một cách rất rõ ràng. Rõ hơn là cách ngắt nhịp 4/3 nhiều. Mặt trời—cái khối tinh vân chứa đầy những nguyên tử *hydrogen* sôi sục trong tâm của nó kia, những nguyên tử *hydrogen* này có thể kết hợp với nhau để cho ra những nguyên tử *helium* trong một phản ứng đặc biệt làm chuyển hoá một trọng khối nhỏ bé thành một nguồn năng lực vĩ đại qua một tiến trình kết hợp nhiệt nhân (thermonuclear fusion)—trước mắt nhà thơ, bây giờ, đang là một sự hủy thể. Nó rã ra, loang ra và tràn lan lênh láng. Nó đang trải qua một sự chết rưng rưng. Để cuối cùng trở thành biển. Một biển sầu lênh láng máu. *Rã rưng rưng*. Ba âm rung sát nhau tạo nên những hiệu ứng xót xa đau đớn, vừa trên mặt vật lý vừa trên mặt tâm lý. Vừa ngoài vừa trong. Tất cả đều đang rã ra, đang run rẩy, đang rạn nứt. Làm sao mà nhà thơ lại không khỏi không cảm thấy những tia lửa đang bắn ra làm phỏng khắp thân thể mình.

Ai hét trong lòng ta mỗi lúc
Như người bị bức tử canh khuya
Xé toang từng mảng đời tê điếng
Mà gửi cùng mây, đỏ thảm thê

Ta nói với từng tinh tú một
Hằng đêm tất cả chuyện trong lòng
Bãi lân tinh thức âm u sáng
Ta thấy đầu ta cũng sáng trưng

Đất liền, ta gọi, nghe ta không?
Đập hoảng Vô Biên, tín hiệu trùng
Mở, mở giùm ta khoảng cách đặc
Con chim động giấc gào cô đơn

Ngày. Ngày trắng chói chang như giữa
Ánh sáng vang lừng điệu múa điên

Mái tóc sầu nung từng sợi đỏ
Kêu giòn như tiếng nứt hoa niên

Con tàu ma, là hòn đảo chuếnh choáng và khốc liệt kia, vẫn tiếp tục trôi đi, trôi mãi vào thủy tận. Nhà thơ biết mình đã bị đẩy vào một cuộc lữ oan nghiệt, cuộc lữ của một người lính thú bị vất lên đảo hoang để chuẩn bị nhìn thấy định mệnh của mình, của anh em bè bạn. Tiếng hét của kẻ bị bức tử không bung thoát được ra ngoài để tan mất vào không gian rộng lớn ngoài kia, mà nó cứ dội vang oan khuất trong lòng kẻ bị hành hình. Không lối thoát, tiếng hét cào xé và bứt rách đi từng mảng đời người. Nó xé toạc đời sống, và gửi tâm hồn con người về nỗi chết trên cao. Mây. Đỏ thảm thê. Thảm thê cùng với tiếng hét từng chập bị giam hãm trong lòng.

Nhưng, những khi đêm xuống, thu góp lại những mảnh hồn rách nát của mình, nhà thơ ngồi nói chuyện với những vì sao cô độc trên cao. Cuộc tâm sự kéo dài bất tận. Ông ngồi nói chuyện với từng tinh tú một. Hình ảnh bãi lân tinh thức, trên cao, sáng âm u, kỳ diệu, từ mái đầu của nhà thơ, lung linh lấp lánh bao ý nghĩ vượt lên trên trời cao, là một thi ảnh rất lạ. Cái đầu như loé lân tinh. Hay như một điểm kết tập và phản chiếu ánh sáng u ảo của vũ trụ. Nó là một điểm phản ánh những hồi quang và những kỳ bí thẳm sâu của vũ trụ mênh mông xa tít. Cái đầu, bây giờ, là nơi trời đất, vũ trụ, thời gian, không gian và những mối cảm xúc, u hoài, sầu nhớ, chứng tỏ sự có mặt của chúng. Cái đầu, địa bàn hoạt động với diện tích thu nhỏ lại của tất cả những sức mạnh bên trong và bên ngoài con người. Và bãi lân tinh vẫn tiếp tục thức, âm u sáng, để đối thoại với điểm sáng nhỏ nhoi ở dưới kia, thi sĩ. Trong sự sáng vẫn còn cái âm u mang mang rợn ngợp của những sức mạnh siêu hình.

Đoạn thơ *Đất liền, ta gọi, nghe ta không?* là đoạn thơ duy nhất trong bài thơ mười sáu đoạn này được gieo vần bằng. Tất cả những đoạn khác được hạ vần trắc, tạo tác dụng khốc liệt, kinh hoàng, u uất cho toàn bài. Nhưng đoạn thơ bốn câu vần bằng này lại có một nhịp gãy, gấp khúc, gấp gáp, tạo cảm giác hoảng loạn rõ nét. Hãy đọc lại nó đúng như nhịp điệu mà nó đã được viết ra:

Đất liền / ta gọi / nghe ta không?
Đập hoảng Vô Biên / tín hiệu trùng
Mở / mở giùm ta khoảng cách đặc
Con chim động giấc / gào cô đơn

Như kẻ tử tội bị che mất lối về dương thế, nhà thơ cất tiếng gọi đất liền hốt hoảng, trong khi con tàu ma, là cái đảo chuếnh choáng, khốc liệt kia, vẫn tiếp tục cái hành trình của nó vào vô cùng thủy tận. Đập thẳng tay vào Vô Biên, chỉ thấy một tín hiệu u u. Chùng và lạc. Tín hiệu đứt hơi, hấp hối, và đang chết. Sự kinh hoàng càng tăng lên. Con người, nó đưa tay đập liên hồi vào cánh cửa của sự chết. *Mở, mở giùm ta khoảng cách đặc*. Tại sao lại *khoảng cách đặc*? Có phải để làm bật rõ tâm trạng của con người với cảm giác đang bị giam vào một con tàu bít bùng, cứng, đầy, và tối, đang trôi vào hư vô, đang chìm vào tận tuyệt. *Con chim động giấc gào cô đơn*? Con chim nào đây? Hay là một biểu tượng cho những giấc mơ bé nhỏ bị giam hãm của con người!

Tất cả các động tác trong đoạn thơ này đều có tính cách hoảng loạn: *đập, hoảng, mở, mở, động giấc, gào. Khoảng cách đặc* được dùng như một thứ *oxymoron*, một từ nghịch lý ngay trong chính bản thân của nó, để làm bật lên sự phi lý của hoàn cảnh, sự mỉa mai của số phận. *Vô biên, tín hiệu trùng, cô đơn* là những sợi tơ mỏng mảnh gắn vào cõi siêu hình. Cả đoạn thơ là một tiếng kêu cứu vô vọng của con người bị vất hẫng vào cõi lãng quên.

Ngày rồi đêm. Đêm rồi ngày. Đời sống (hay nỗi chết) cứ thế trôi qua. Ngày, trắng ngất, chói chang, như một thanh kim loại, được một bàn tay vô hình nào đó giũa mãi trên kia. Ánh sáng nhảy múa hỗn loạn và điên dại trong một điệu nhạc chói, gắt, hoảng loạn. Và vô thanh. Mái tóc sầu đau của kẻ tử tội, bây giờ, nhìn từng sợi, thấy như bị nung đỏ lên trong một nhiệt độ khủng khiếp. Ánh sáng vẫn vang lừng mãi một điệu múa điên cuồng, man dại. Từng sợi tóc bị nung đỏ, nứt rạn thành tiếng kêu vỡ của tuổi trẻ. Chính là cái hữu hạn, soi chiếu qua mái tóc bị nung đỏ trong nắng chói của kẻ bị hành hình, đang nứt rạn ra. Tuổi trẻ rạn nứt, vỡ tan, như ước mộng hoa niên của một lớp người.

Ôi! Lũ cây gầy ven bãi sụp
Rễ bung còn gượng cuộc tồn sinh
Gắng tươi cho đến ngày trôi ngã
Hay đến ngày bờ tái tạo xanh

San hô mọc tủa thêm cành nhánh
Những nỗi niềm kia cũng mãn khai
Thời gian kết đá mốc u tịch
Ta lấy làm bia tưởng niệm Người.

Đây là đoạn kết của "Trường Sa hành". Nhìn vào thiên nhiên hoang lở, rách nát, nhưng vẫn cố gắng sống xứng đáng, trong danh dự, cái cuộc tồn sinh của mình cho đến ngày thật sự gục ngã, hay cho đến ngày được sống lại với cái ý nghĩa như thực của cuộc sống, nhà thơ nhìn ra cái ý sống của mình. Của Con Người, nói chung.

Hòn đảo, nhìn ở một kích thước lớn rộng hơn, chính là cái cuộc đời chuếnh choáng bít bùng này. Đời sống sẽ còn trổ ra muôn ngàn nhánh khổ. Con người sẽ còn tiếp tục bị vất đẩy vào những nỗi đau đớn, xót xa. Trong vinh dự lầm than của kiếp người, những nỗi đau của nó sẽ mãn khai, đầy cành sống. Nhưng có phải chính sự đau khổ, chua xót và lầm than kia lại là những dấu chỉ vào cái danh dự của kiếp người? Thời gian rồi cũng sẽ như đá hóa thạch. Trên tảng đá u tịch, sắc cứng và mốc meo dựng sững vào Đời Đời ấy, nhà thơ trân trọng khắc nét hai chữ: Con Người.

Toàn bài "Trường Sa hành" được bao phủ bởi một bầu khí quyển hoang lạnh, âm u và khốc liệt, đầy tính siêu hình. Bài thơ, cùng với cái bầu khí quyển bao quanh nó, trôi vừa khốc liệt với cái độ cuồng nộ băng băng của nó, vừa dật dờ với cái bối cảnh âm u vào tâm thức ta. Nó cứ còn trôi đi mãi, trong cái hải quốc sâu thẳm của lòng ta, rách tưa tiếng gió và âm u tiếng những con sóng thiên cổ ầm ì. Con tàu chuếnh choáng vẫn tiếp tục trôi đi, trôi đi. Trôi mãi vào thiên cổ.

Và con người, kẻ cô đơn, lầm than và bị lưu đày kia, nó phải tìm ra được vinh dự và nghĩa sống của nó giữa chốn lưu đày.

Irvine, California
Tháng VIII.1992
Tháng VII.1995

Chú Thích:

[1] Xem Albert Camus, *Le Mythe de Sisyphe / Essai sur L'Absurde*, Collection Idées, Éditions Gallimard, 1942.

[2] Chuyên luận nhỏ này được khởi viết vào năm 1992, nhấn nhứ trong thời gian tiếp sau đó, và hoàn tất vào năm 1995. Thời gian ấy, tất cả những bài thơ của Tô Thùy Yên mà tôi sưu tập được, để, từ đó, xây dựng nên chuyên luận này, là do sự tự tìm kiếm và do bè bạn gửi cho. Xin được ghi nhận sự giúp đỡ, lục tìm giúp một số bài thơ, và gửi cho tác giả bài viết này, của một số thân hữu, đặc biệt là nhà văn Mai Thảo và nhà phê bình Nguyễn Hưng Quốc. Kể từ khi ra khỏi nước cho đến nay, Tô Thùy Yên đã in được hai tập thơ: *Thơ Tuyển* (1995) và *Thắp Tạ* (2004). (Ghi chú năm 2004).

*** ***Ghi chú mới nhất vào cuối năm 2018:*** Theo tin của trang mạng Diễn Đàn Thế Kỷ, một tuyển tập thơ mới nhất của Tô Thuỳ Yên vừa được hoàn tất qua sự giúp đỡ của các thân hữu. Xin trích một đoạn giới thiệu trên Diễn Đàn Thế Kỷ:

"Cuối năm 2018, bỗng có tin vui : Tuyển Tập Thơ Tô Thùy Yên *đã in xong, từ Đài Loan đã về đến Hoa Kỳ. Cuốn thơ nghe nói dự định đã mấy năm trời, nhưng trùng trình mãi, đến năm nay mới có một nhóm bạn bè chung nhau in ấn và xuất bản theo đúng các tiêu chuẩn của nhà thơ.*

Đây là một tuyển tập bao trùm cả một đời làm thơ của Tô Thùy Yên, mỗi giai đoạn là một số bài tiêu biểu nhất, từ bài Cánh Đồng Con Ngựa Chuyến Tàu *đăng trên tạp chí Sáng Tạo năm 1956, cho đến* Chiều Trên Phá Tam Giang *(1972),* Trường Sa Hành *(1974); rồi biến cố 1975 tới, tác giả đi tù cải tạo với* Mùa Hạn *(Nghệ Tĩnh 1979),* Tàu Đêm *(1980); rồi 10 năm sau ra khỏi tù với* Ta Về. *Và nhiều bài khác làm trong nước và khi ra hải ngoại. Tổng cộng 96 bài trải dài hầu như cả một cuộc đời làm thơ của một thi sĩ độc đáo sâu thẳm vào bậc nhất của Việt Nam thời hiện đại."*
(trích DĐTK, 12/23/18)

1992 & 1994.
nhuận sắc và cập nhật vào tháng Một, 2019.

[Trích từ **"Tô Thuỳ Yên:**
Thơ, như một vinh dự lầm than của kiếp người"]

Mấy Suy Nghĩ Thơ

"Một thi phẩm là một bí mật mà để giải mã nó độc giả có chìa khóa trong óc tưởng tượng của chính mình"

(Stephane Mallarmé)

"Qua nhà thơ, người ta trông thấy tầm cỡ của thời đại mà ông ta sống"

(Jirí Wolker)

1.

Một nhà thi pháp học có cho rằng thơ là một "kiến trúc đầy âm vang". Điều này chắc khó ai có thể phủ định được. Dù sao, nhìn một cách khác, tôi muốn nói rằng, thế giới thơ là một không gian đầy sóng. Sóng âm thanh, sóng ngữ nghĩa, sóng hình ảnh, tư tưởng, liên tưởng đan quyện vào nhau. Bồng bế, ôm ấp lấy nhau. Vì độ nén của mình, nói chung, một bài thơ là một chỉnh thể hết sức chặt chẽ (mặc dù từ nó ta vẫn có thể thênh thang bước ra ngoài để trở về với thế giới riêng tư của những kinh nghiệm cá nhân mình, và chính những kinh nghiệm cá nhân này của ta lại làm cho bài thơ khi được ta đọc càng tăng thêm độ dày và độ lóng lánh của nó.)

Không gian của một bài thơ, nhìn dưới một góc cạnh nào đó, giống như không gian trong ý niệm *bootstrap* của vật lý lượng tử [1]. Ý niệm này cho rằng vạn vật nương tựa vào nhau mà thành, mà sống. Mỗi một chất điểm cực vi của vật chất, của thực hữu, thật sự không phải là những điểm hoàn toàn độc lập. Chúng không có những thực thể riêng biệt. Chất điểm này phát sinh và có mặt chính là vì chất điểm kia. Hãy hình dung một khối cầu. Nó được tạo nên bởi tất cả các điểm trên diện tích hình cầu cũng như tất cả các điểm trong lòng cầu. Thiếu một trong những điểm đó, hình cầu sẽ không hiện hữu nữa. Hãy nối tất cả mỗi một điểm với tất cả những điểm khác nó trong hình cầu, ta sẽ có một mạng lưới chằng chịt tạo nên bởi sự kết nối này. Mỗi điểm trong hình cầu, bây giờ, liên hệ với tất cả những điểm khác nó.

Vậy thì để lặp lại, một bài thơ, nhìn ở một góc cạnh nào đó, chính là một thế giới như thế. Thường thì bài thơ càng ngắn, độ áp dụng ý niệm *bootstrap* này đối với nó càng tăng. Những sóng âm thanh, ngữ nghĩa, hình ảnh, tư tưởng, liên tưởng của hệ thống ấy càng bị ép sát và va chạm, soi chiếu, ánh xạ, dội đập vào nhau để cho ta những cảm xúc mãnh liệt, những ấn tượng sắc nét. Mỗi một từ trong bài thơ đều rất quan trọng. Chúng như những con cờ khác nhau trong một bàn cờ. Những con cờ có ý nghĩa vì chúng được đặt nằm ở những vị trí nào đó trong sự bố trí chung. Một con cờ sẽ chẳng còn gì giá trị khi nó không được liên hệ đối chiếu với những quân cờ khác. Các từ trong một bài thơ cũng vậy. Chúng chỉ có giá trị khi được đặt ở một vị trí nào đó trong một cấu trúc hoàn chỉnh; ở đó, ý nghĩa nó được nâng dậy nhờ những từ, những ý khác bao bọc xung quanh.

Bài thơ, như thế, là một *trường-ngữ-nghĩa* (semantic field / champ sémantique), đồng thời cũng là một *trường-liên-hợp* (associative field/champ associatif), hay, nói cho đúng hơn, một bài thơ là một hệ thống ký hiệu lồng ghép vào nhau, bồng bế xoắn xít lấy nhau. Đó là một văn bản di động trên nhiều bình diện, gồm nhiều *trường*, nhiều hệ thống, nhiều lớp sóng chồng chất, đan chéo cài đặt vào nhau. Chúng tạo ra những liên hệ, làm cho mỗi từ ngữ cũng như vị trí của nó trong một bài thơ trở nên quan trọng. Và cũng chính là ở trên căn bản của một sự di động chồng chéo, bồng bế, lồng ghép đó mà một bài thơ dễ trở nên lóng lánh. Ý nghĩa của nó trở nên giàu có hơn.

2.

Một bài thơ có thể là bất cứ cái gì. Nó có thể nói bất cứ một điều gì. Tiếng nói của thơ có thể nhẹ nhàng như nét rung của một cánh bướm non trong rừng vắng. Nó cũng có thể như một chấn động dữ dội đánh ngay vào màng tang ta, như một tiếng nổ chát chúa làm rung chuyển cả tâm can và con người ta. Nó có thể như từng đợt sóng òa lên bao phủ ta trong tấm màn lưới trắng xóa kín bưng của nó, để rồi từ từ du đẩy ta vào một thế giới của bao cảm giác khác lạ mà ta chưa từng kinh nghiệm. Nó cũng có thể là một cánh rừng mọc dần lên những chồi non trong nắng, và những lá cây mới mẻ, những cành cây vươn ra, những đóa hoa chứa đầy hương thơm, những con côn trùng say sưa vò vẽ. Rồi từng bước, cả một rừng cây bất chợt lớn lên với tiếng xôn xao của trời đất, của vũ trụ trong nó. Rồi cả rừng cây ôm trọn lấy ta trong một niềm hoan lạc bùng vỡ, trộn lẫn với niềm hoan lạc của chính ta.

Một bài thơ có thể nói lên những điều nhỏ bé hay những sự lớn lao. Nó có thể nói về những điều có thực hay về những điều chỉ hoàn toàn ở trong mộng tưởng. Một bài thơ có thể là một tiếng cười, mà nó cũng có thể là một giọt nước mắt. Nó là tiếng tôn vinh, là lời tụng ca, nhưng cũng có thể là lời lên án. Nó có thể nói về lòng thiết tha, nhân ái hay về sự độc ác, dã man của con người; về tình yêu và sự sinh nở của tạo vật hay về lòng thù ghét và cái chết của muôn loài... Một bài thơ có thể cho ta hương vị ngọt ngào nhưng cũng có thể đem đến cho ta những chất đắng cay. Nó mang đến cho ta mùi thơm của cánh hoa vừa hé và cũng có thể mang lại mùi hôi thối của cái chết đang rữa nát và trở về lòng đất. Hận thù và yêu thương, công bằng và độc ác, hiện thực và mộng tưởng, trắng và đen, sớm mai và bóng tối... Tất cả đều có thể có mặt trong thơ. Tất cả đều có thể là thơ nếu chúng được thi sĩ thổi vào sức sống. Thơ là giấc mộng đồng thời cũng là hiện thực của đời sống con người.

3.

Thơ giúp con người tiếp cận với không gian vật lý bên ngoài và thế giới tâm lý bên trong của nó một cách thâm sâu hơn. Thơ giúp cho nó nhìn, ngửi, nghe, động chạm và thưởng thức những hương vị trần gian, hương vị cuộc đời với những giác quan mới. Nó giúp cho con người đi sâu vào vùng ý thức, tiềm thức và vô thức của mình với những ngọn đuốc bùng lửa. Trước khi có thơ, con người chỉ là một sinh vật quờ quạng giữa đời. Trên cõi đất mênh mông và giữa vô cùng vũ trụ, nó là sinh vật nhỏ bé, yếu đuối nằm sát với mặt đất mà không có một phương cách gì để giao tiếp, đối thoại với thần linh, với những sức mạnh bên ngoài nó. Còn đối với thế giới thâm sâu bên trong của chính hồn mình, con người lại càng chỉ nhìn thấy đó là một mê lộ tối tăm, chằng chịt. Khi chưa xây dựng được ngôn ngữ và hình tượng thơ, con người chỉ là một sinh vật câm cứng và u mê trước vũ trụ và với chính linh hồn mình. Trong buổi bình minh của trí óc nhân loại, chính Thượng Đế đã đặt thơ vào giữa trái tim của con người như một đoá hoa thơm mát còn vương những giọt sương mai.

4.

Con người, trong thế kỷ hiện tại đang bị rút đẩy vào một cuộc sống đua chen với tốc độ. Chúng ta bị ám ảnh vì thì giờ; bởi thế, cái gì ta cũng phải làm vội làm vàng. Trong việc đọc, chúng ta cũng có khuynh hướng đọc thật nhanh để thu được một số lượng thông tin tối đa trong một thời gian tối thiểu. Nhiều mẫu quảng cáo và nhiều bản văn được tước sạch tất cả những lớp vỏ bên ngoài, chỉ để phô ra cái cốt yếu, cũng cốt là để cho người đọc đỡ mất thì giờ và tiêu hoá cái lượng thông tin ấy cho nhanh và dễ.

Dù sao, thơ là một văn bản đặc biệt và khác hẳn những loại văn bản khác. Nó đòi hỏi sự tinh tế, chọn lọc. Thơ đòi hỏi thời gian. Một bài thơ làm rung động lòng người không thể được viết như một bản văn hay một mẫu quảng cáo. Nó đòi hỏi người viết phải trăn trở, ăn nằm với nó một cách thâm thiết, sâu lắng hơn.

Người đọc thơ cũng thế. Muốn thấy cái hay của thơ, muốn nhìn thấy trái tim mình được làm mới lại trước cuộc đời, họ phải xếp đặt thì giờ để có thể chia sẻ với thơ một cách thiết tha. Thơ đòi sự chân thành. Nếu không, thơ sẽ chẳng mở cửa lòng mình.

Thơ là một đoá quỳnh hoa đòi người thưởng thức phải chuẩn bị để bước vào chia sẻ hương thơm của nó.

Có những khi, một câu thơ ngắn có thể nói với chúng ta nhiều điều hơn là cả một đoạn văn dài. Cũng như, có những khi, một đóa hoa có thể tỏ lộ để chúng ta bừng ngộ ra nhiều bí mật của cuộc đời, của trái tim người, hơn là một thân cây đầy cành lá.

Sở dĩ như thế, là vì thơ chủ vào âm thanh và ý nghĩa của từ trong một chỉnh thể toàn vẹn hơn là văn xuôi.

5.

Một thi sĩ nói rằng, *"Nếu ta tước bỏ cái phần âm thanh ra khỏi thơ thì có lẽ cũng giống như ta xé cánh một con chim đi vậy."* Thật thế, ta có thể nói tất cả các âm trong thơ đều chứa nghĩa. Thi sĩ, cũng giống như các nhạc sĩ, là những người rất nhạy cảm với tác dụng của âm thanh. Bằng cách biến đổi hay thay đi một số âm thanh và nhịp điệu nào đó, thi sĩ có thể gợi lên trong tâm hồn chúng ta những cảm xúc khác biệt. Nắm vững ngữ âm là một trong những điều quan yếu giúp cho một nhà thơ thành công. Điều này, đúng cho thơ có vần cũng như cho cả những loại thơ không vần, thơ tự do, thơ xuôi... Bởi lẽ, một người làm thơ, dù là thơ được viết theo thể thức nào đi nữa, cũng không thể không quan tâm đến—một cách hữu thức hay vô thức—những âm thanh của những từ ngữ mà mình viết ra.

Ở tầng thấp nhất, nhìn một cách nào đó, một người thật sự là thi sĩ, khi viết ra những câu thơ, vô thức của người ấy sẽ tự động làm việc để giúp nhà thơ phối hợp và phân bố các âm thanh trên những từ ngữ mà người ấy phải dùng để diễn đạt ý mình. Ở một tầng cao hơn, ý thức của người thi sĩ sẽ phải làm việc để giúp người ấy chọn lựa các từ ngữ với những âm thanh thích hợp để được đặt gần nhau hay cách xa nhau. Không phải chỉ chọn lựa không, mà còn phải biến đổi, hoặc thay thế từ này bằng một từ khác, xứng hợp hơn, để tạo nên một tác dụng mong muốn nào đó. Lên đến tầng cao nhất, đối với một thi sĩ thật sự, thì cả vô thức lẫn ý thức của người ấy đều phải làm việc. Các tầng *thức* này bổ túc lẫn cho nhau. Có thế, bài thơ mới đạt được hiệu năng tối đa trong trái tim người đọc mà người thi sĩ mong muốn nó phải có.

6.

Nói về âm thanh, thơ Việt lại chia làm hai phần: âm và thanh. Về âm, ta lại phải chia làm hai loại: nguyên âm và phụ âm.

Nguyên âm lại chia làm âm mở và âm khép, âm bổng và âm trầm. Giữa các âm mở và khép, bổng và trầm này, còn có các âm ở vào khoảng giữa những độ mở và độ vang đó.

Phụ âm thì lại chia làm nhiều loại, nhưng sự đối lập quan trọng nhất liên hệ đến các phụ âm cuối. Sự đối lập này đưa đến sự phân bố phụ âm cuối thành hai loại: âm vang và âm tắc. [2]

Người thi sĩ sử dụng ngôn ngữ phù thủy là người, bằng ý thức hay vô thức hoặc tiềm thức mình, không những biết chọn những từ nào chuyển đạt được đúng ý hắn, mà còn biết chọn lựa đúng những từ với những yếu tố về ngữ âm—thể hiện qua các âm vị—đem lại cho mình các tác dụng cần thiết của hình tượng mà mình muốn làm bùng nở trong trái tim và tâm tư người đọc.

Hãy thử xét một hai thí dụ:

Lung linh bóng sáng bỗng rung mình
(Nguyệt Cầm, Xuân Diệu)

Những làng trung đoàn ta đi qua
(Những Làng Đi Qua, Quang Dũng)

Những câu thơ chứa đầy nhạc tính vì các tác giả đã đầy khéo léo và sáng tạo trong cách sử dụng những từ chứa những âm vang trong những phụ âm cuối và những nguyên âm mở và bổng để tạo thêm tác dụng rung động cần thiết cho chúng. Những hình tượng trong các câu thơ này là những bông hoa mà các âm thanh "thần bí" và rực rỡ kia chính là những mặt trời giấu sẵn trong chúng. Khi chúng ta đọc lên những câu thơ này, mặt trời thức giấc và gõ cửa những bông hoa. Hình tượng được bật sáng.

Trong câu thơ đầu, những phụ âm vang NG, NH, được lặp đi lặp lại liên tiếp ở mỗi từ, đã làm cho hình ảnh ánh trăng trở nên sóng sánh, lung linh, long lanh như sắp vỡ ra thành lệ. Tác giả đã chuẩn bị hết sức chu đáo câu thơ này để giới thiệu ý thơ theo ngay sau nó:

Vì nghe nương tử trong câu hát
Đã chết đêm rằm theo nước xanh

Bóng trăng đã xúc động để có thể bất cứ lúc nào sẽ chảy tan thành lệ để thương tiếc cho cái chết của người con gái kia. Những âm lướt và luyến láy của từ "lung linh" cũng như những âm mở "o" và "a" trong "bóng sáng" đã tạo cho người đọc cảm giác là ánh trăng đang run rẩy và có thể đang rạn vỡ. Cái ánh sáng lung linh mờ ảo của nó dập dờn như sóng. Âm "ô" trong "bỗng" và đặc biệt âm khép "u" trong "lung" và "rung" đã đột nhiên tạo ra một vùng bóng tối màu tang—dù thoảng qua—để đưa người đọc xuống hình ảnh bên dưới. Cả đoạn:

Mây vắng, trời trong, đêm thủy tinh

Lung linh bóng sáng bỗng rung mình
Vì nghe nương tử trong câu hát
Đã chết đêm rằm theo nước xanh

được tác giả bố trí bằng những hình ảnh và âm thanh hết sức khéo léo. Đầu tiên, đó là một không gian trong và sáng, mênh mông, thinh lặng. Rồi ánh trăng, như một hữu thể đau khổ, bắt đầu như rạn vỡ, rung lên. Trời đất như không chỉ còn một màu trong sáng nữa mà là đã bắt đầu pha màu thương khó. Bởi vì, người con gái kia đã chết trong một đêm rằm xanh xanh ánh nước.

Trong câu thơ của Quang Dũng dẫn trên, những âm vang NG và N, những âm mở A, OA, và âm bổng I đã tạo ra trong không khí bao quanh người đọc những tiếng bước rầm rập, ngân xa, vang động của đoàn quân chống Pháp. Nhịp ngắt *những làng / trung đoàn ta đi qua* cho thấy tiếng bước chân hùng tráng của đoàn quân cứu quốc vang lên, vang lên, thổi vào không gian sức sống, rồi cứ thế mà ngân vang, ngân xa mãi.

Thanh cũng là một yếu tố quan trọng của từ. Một cách tổng quát, những thanh trắc tạo ra những hình tượng mạnh, thanh bằng (bình) nhẹ. Nhưng trong thanh bình ta lại có phù bình và trầm bình. Phù bình là không dấu, thường tạo ra những cảm giác loang xa, ngân vang, chơi vơi; trầm bình, dấu huyền, tạo ra những cảm giác lắng đọng, tha thiết. Tuy nhiên, những thanh trầm bình, nếu được lặp đi lặp lại trong một câu hay một đoạn thơ, có thể sẽ tạo ra được những cảm giác dồn dập, có khi đi đến mạnh mẽ, như cách Quang Dũng đã sử dụng chúng ở câu trên.

Nói tóm, âm thanh trong thơ rất quan trọng. Nó quyết định phần hồn của một bài thơ. Để lặp lại, tôi muốn nói rằng âm thanh chính là mặt trời soi chiếu và bật sáng những hình tượng thơ.

7.

Một nét đặc sắc khác của thơ, đó là vấn đề ngữ pháp.

Thơ có khả năng mang trong nó một chìa khóa ngữ pháp khác biệt so với chìa khóa đã được chế định cho văn xuôi. Một cách tổng quát, ngữ pháp thơ mở và không có tính chất chặt cứng. Nhờ thế, nó giúp cho thơ tỏ lộ dễ dàng chất sáng lóng lánh và bất ngờ của nó. Nói như vậy không có nghĩa là người làm thơ có quyền phá bỏ tất cả mọi hiểu biết về ngữ pháp mà họ phải có khi sáng tác. Nhưng thơ có những ngoại lệ của nó. Cái ngoại lệ mà người ta gọi là "poetic license", cái cho phép của thơ.

Và chính những ngoại lệ này, khi được áp dụng một cách sáng tạo sẽ làm cho chất thơ trở nên sinh động, lấp lánh hơn.

Bàn về mặt ngữ pháp của thơ, trong phần phân biệt giữa thơ và văn, Nguyễn Hưng Quốc, trong tập tiểu luận ***Nghĩ Về Thơ***, có viết:

> *"... Thơ có quy luật ngữ pháp riêng của nó. Ngữ pháp của văn xuôi là đòi hỏi sự có mặt đầy đủ của các thành phần tạo câu. Phải có chủ từ, phải có động từ, rồi phải có các thành phần phụ thuộc như giới từ, liên từ v.v... Những thành phần ấy tạo nên sự chính xác cho câu văn. "Ngữ Pháp" của thơ nhắc đến, trước hết, mục tiêu biểu cảm và truyền cảm. Nó là một thứ ngữ pháp tình. Nó chấp nhận là đúng, cái câu thơ này của Tản Đà:* Cỏ vàng cây đỏ bóng tà tà dương. *Trong tiếng Việt, làm gì có* tà tà dương. *Thừa một chữ* tà. *Nhưng nếu bỏ đi một chữ* tà *hoặc thay thế nó bằng một chữ gì khác, câu thơ lại thành dở ngay tức khắc. Trong cái sai của nó, nhóm từ* tà tà dương *đã miêu tả được cái cảnh dần dần nghiêng bóng của mặt trời, cái cảnh dần dần nhạt màu của nắng, cái cảnh dần dần rộng thênh của bóng tối. Đạt được hiệu quả ấy, nó cần gì những qui luật về cú pháp của văn xuôi?"*

Về cách phân tích tác dụng của cụm từ *"tà tà dương"*, Nguyễn Hưng Quốc có những lý giải khôn khéo và khá lý thú. Dù sao, đang lúc bàn về ngữ pháp thơ, và trên căn bản cho rằng có những sự hoặc những độ *"lệch chuẩn"* về ngữ pháp trong thơ đầy chất bất ngờ và sáng tạo có thể làm cho một câu thơ, hay cả một bài thơ, lóng lánh và phất phới hơn, tôi thử đưa ra một lý giải khác về cách sử dụng cụm từ *"tà tà dương"* này của Tản Đà.

Tản Đà rất mới, rất sáng tạo, rất phóng túng và rất tài hoa. Chính vì thế nên Hoài Thanh đã trang trọng đưa ông lên trang đầu tập *Thi Nhân Việt Nam* như một người bắc cầu giữa hai thế hệ thơ, cũ và mới, và Tản Đà đã là người đầu tiên thoát ly ra khỏi những khuôn sáo, những tù túng của những tập quán văn thơ cũ.

Chính vì thế, tôi nghĩ, trong bài **"Cảm Thu, Tiễn Thu"**, có thể Tản Đà đã bố trí, dàn xếp câu thơ và ý tưởng của mình như sau:

Sắc đâu nhuộm ố quan hà
Cỏ vàng / cây đỏ / bóng tà tà dương

Để hình tượng hoá câu đầu, nhấn mạnh màu sắc về cảnh quan mang nhiều nét biểu cảm, làm cho ý nghĩa của nó được linh động và lóng lánh hơn, Tản Đà đã đưa ra một kiến trúc với ba vế song song ở câu thứ hai. Và đó chính là câu mà ta muốn bàn đến.

Trong câu này, ta thấy có ba mệnh đề [hoặc nếu không, nó là ba danh ngữ (noun phrase)] đồng đẳng và song song: *Cỏ vàng - cây đỏ - bóng tà tà dương*. Các chủ từ ở đây là *cỏ, cây,* và *bóng*. Các tính từ (trong phần vị ngữ hoặc trong kết cấu danh ngữ) là *vàng, đỏ* và *dương. Tà tà,* dùng theo tinh thần câu *Tà tà bóng ngả về tây* của Nguyễn Du, đứng làm trạng từ, bổ nghĩa cho *dương*.

Sự phá bung cái cũ, sáng tạo cái mới ở đây của Tản Đà, theo tôi, là nhà thơ đã dám biến danh từ *dương* [có thể đứng một mình với các mạo từ (article) thuần Việt như *vầng, ánh* hoặc *bóng...* [3]], có nghĩa là *mặt trời* hay là *chỗ có nắng* (Hán Việt Từ Điển, Nguyễn Văn Khôn), trong ngữ cảnh này, thành ra một tính từ [*Bóng tà tà dương*. Như thế, có nghĩa là cái màu sáng (của nắng) đang ngả dần dần, đang phai nhạt nhạt đi...] Bởi lẽ, tôi nghĩ, trong một kiến trúc song song như ta đã thấy, *bóng tà tà dương* không thể chỉ là một danh từ *(bóng tà dương)*. Nó phải có kết cấu của một mệnh đề (có thể hiểu ngầm động từ *thì*: Cỏ (thì) vàng, cây (thì) đỏ, bóng (thì) tà tà dương), hoặc, ít nhất, kết cấu của một danh ngữ (noun phrase), kết hợp bởi một danh từ và một tính từ (cỏ + vàng, cây + đỏ, bóng + dương; *tà tà* là một trạng từ chỉ sắc độ, phải bám vào *dương*).

Sở dĩ tôi dám đề nghị một cách lý giải như thế là vì cả trong chữ Hán lẫn trong chữ Việt của ta, trước đây cũng như bây giờ, và cả trong ngôn ngữ Âu Mỹ, sự biến đổi phận sự của một từ bằng cách biến đổi tính chất của nó là một điều vẫn xảy ra. Đặc biệt là trong tiếng Hán cũng như trong tiếng Âu Mỹ. Trong ngữ pháp Việt, sự đột biến này ngày xưa rất hiếm khi xảy ra, nhưng vẫn có; còn bây giờ, nó đã có mặt trong thơ.

Chẳng hạn trong tiếng Hán, những từ thông dụng có thể biến đổi phận sự là *thượng, hạ, trung*. Chúng thường được dùng như những giới từ với nghĩa ở trên, ở dưới, ở giữa; nhưng trong một số trường hợp, nó được biến thành động từ với nghĩa *lên, xuống, trúng (đúng)*. Trong những trường hợp ấy, có khi, chúng sẽ được đọc là *thướng, há, trúng* như: *thượng xa, hạ mã, trúng đích*; hoặc như trong:

Khuê trung thiếu phụ bất tri sầu
Xuân nhật ngưng trang thướng *thúy lâu*
(Khuê Oán, Vương Xương Linh)

hay:

Phản cảnh nhập thâm lâm
Phục chiếu thanh đài thượng
(Lộc Trại, Vương Duy)

hay:

Vương Tuấn lâu thuyền há *Ích Châu*
(Tây Tái Sơn Hoài Cổ, Lưu Vũ Tích)

Câu thơ thật đẹp của Nguyễn Du, trong bài **"Hoàng Mai kiều vãn diểu"**, có chữ "hồng":

Hoàng Mai kiều thượng tịch dương hồng

Chữ "hồng" này đã được nhà thơ tài tình biến nó từ một tính từ chỉ sắc đỏ hồng, đỏ nhạt thành một động từ. Nó có nghĩa là "Trên cầu Hoàng Mai bóng chiều *cháy đỏ*". Chính cái động từ "hồng" ấy đã tạo ấn tượng mạnh, làm cho ta hình dung cảnh mặt trời chiều ửng đỏ, trong một khung cảnh tịch lặng, cổ kính. Cái mặt nhật ấy đang rơi xuống, chầm chậm, lặng lẽ cháy, và đỏ hồng lên trong chiều. Mầu đỏ hồng ấy, như một bệt màu tuyệt diệu của một hoạ sĩ, làm cháy cả một khung trời. Nó cũng cháy lên, rực lên dịu dàng, khắc khoải trong tâm hồn nhà thơ.

Bên trên là nói chuyện chữ nghĩa trong Hán ngữ. Hán ngữ thường có những qui định cho phép hiểu một cách rõ ràng tính chất và ý nghĩa của những từ như thế. Trong Việt ngữ, đó hoàn toàn là một sự sáng tạo. Hoặc vì lý do tu từ, hoặc vì tài ba, phong cách của người làm thơ.

Thật ra, trong văn chương Việt, chưa bao giờ tôi thấy có ai dùng từ *dương* như một tính từ, mà theo ý tôi, nếu được dùng, thì nó có thể có nghĩa như là *sáng* (một cách chung, sáng ở một độ không, trung tính, chưa có trạng từ chỉ mức độ bổ nghĩa). Cách đây khoảng tám, chín mươi năm, một số đồng bào miền Bắc dùng tính từ *"già"* để chỉ động từ *"chết", "mất"*. Vú già trong *Chân Trời Cũ* của Hồ Dzếnh nói với tác giả về cái chết của bố ông: "Ông *già* rồi cậu ạ!" **(*Con Ngựa Trắng của Ba Tôi*, 1940).**

Trong văn thơ hiện đại, ta cũng có thể tìm thấy những cách sáng tạo này. Chẳng hạn:

Thu vươn này, thu vươn ra như ý

Mau rất mau trong muôn hoa kiều mỵ
Mùa rất trai *và ánh sáng rất cao*
(*Đừng Cho Lòng Bay Xa*, Hàn Mặc Tử)

Trai là danh từ biến thành tính từ, chỉ một cái gì tươi trẻ, phương phi.

Tôi qua tim nàng vay du dương
Tôi mang lên lầu lên cung thương
(*Tỳ Bà*, Bích Khê)

Du dương là tính từ biến thành danh từ.

Sóng thiên cổ khóc / biển tang chế
Hữu hạn nào không tủi nhỏ nhoi
(*Trường Sa Hành*, Tô Thùy Yên)

Tang chế là danh từ biến thành động từ, để tạo thành một kết hợp song song và đồng đẳng với *khóc*. Dùng như thế, *tang chế* tạo một ấn tượng rất mạnh để chỉ màu trắng tang tóc, thê lương của biển. Tác giả "nội tâm hóa" biển.

Tôi một bữa ngồi yên như bàn ghế
Nắng rọi trong đầu những trắng *bao la*
(*Uẩn Tình Kẻ Xa Xứ*, Cao Đông Khánh)

Trắng là tính từ biến thành danh từ. Nó không chỉ tính cách trắng, nhưng chỉ những khoảng trắng, chỉ sự trống trơn, mênh mông, sự bị *không hóa* của người lang thang, bơ vơ, lạc lõng và mất tất cả mọi thứ để neo giữ nó lại trong đời sống như một con người bình thường.

Trong hướng làm mới ngôn ngữ ấy, có một lần tôi cũng đã thử viết những câu thơ sau, và xin mạn phép đưa vào đây:

Hương bưởi ngoan ngoan dòng sông mềm
Môi em dìu dịu sóng triều lên
Lòng ta trăng đã tràn muôn cửa
Gió đã cài then, hương đã đêm.
...
Thôi nhé thôi thì xuân đã nở
Cây đã xuân phong *hoa đã thơm...*
(*Mùa Xuân Nhìn Gió Trời Ngất Ngất*, Bùi Vĩnh Phúc)

Đêm là danh từ biến thành tính từ. *Đêm*, như một tính từ, ở đây, diễn tả cả một mệnh đề dài, ý muốn nói rằng đêm đã xuống, mùi hương trở nên thanh thoát và lan toả trong không gian, không gian được lọc để đón lấy mùi hương tinh khiết. *Xuân phong* là danh từ [kép] (gió xuân) biến thành tính từ. Tôi muốn cho nó diễn một ý dài: trời đã vào Xuân, những chồi non đang mọc lên, nhựa sáp trong lòng cây đang reo vui, hoa đã đầy cành, và không gian thơm mùi sức sống.

[Trong phần cuối của bài viết này, tôi sẽ kết bằng một bài thơ Mỹ (có cả bản Việt dịch song song) để nói lên một yếu tính của thơ. Bài thơ rất ngắn này có đến bốn từ biến chất trong tinh thần chúng ta đang phân tích.]

Tôi không dám chắc là Tản Đà đã thực sự dùng những từ *tà tà* (trong nghĩa *tà tà* của Nguyễn Du) [4], và *dương* như trong tinh thần tôi vừa phân tích. Tôi chỉ muốn thử đưa ra lý giải này một cách hết sức dè dặt. Dù sao, tôi cũng không muốn nghĩ, và khó có thể nghĩ, rằng Tản Đà đã không để ý đủ đến cái kiến trúc song song ba vế của mình. Thi sĩ không thể làm đổ nhào cái kiến trúc tuyệt đẹp đó một cách dễ dàng như vậy. Nhưng nếu quả thực là Tản Đà đã, một cách hết sức sáng tạo và phóng túng, sử dụng chúng như thế (theo cách mà tôi thử nghĩ) trong thời điểm mà bài thơ đã được viết ra, thì, có lẽ, chúng ta lại càng phải quí phục cụ hơn nữa. Bởi vì, như thế, không những là tài tình và lãng mạn mà nhà thơ còn hết sức gần gũi với chúng ta. Ngoài ra, ta cũng có thể nghĩ đây là một lối chơi chữ kỳ tài của nhà thơ. Vừa dùng được từ *tà tà*, thi sĩ vừa tạo được liên tưởng cho người đọc đến hình ảnh *tà dương*, vừa sử dụng được một cách hết sức sáng tạo từ *dương*, như ta đã thử phân tích. Ai làm được hơn cụ? [5]

Dù sao, hai câu thơ của Tản Đà chỉ là một "cái cớ" đáng yêu giúp tôi trình bày một số những nét mở trong ngữ pháp thơ, đã và đang được thành tựu trong thơ của ta và của thế giới.

"Ngữ pháp mở" của thơ còn có thể được thể hiện ở một số những mặt khác nữa. Dù sao, những mặt đó chỉ bao gồm việc loại bỏ, không sử dụng hoặc hiểu ngầm một vài yếu tố ngữ pháp nào đó trong văn. Từ sự làm mất những yếu tố đó một cách sáng tạo, khiến cho câu thơ trở nên đẹp và giàu chất thơ hơn, hình tượng thơ trở nên sắc nét và gây ấn tượng mạnh hơn, thi sĩ đã đi vào cốt tủy và yếu tính của thơ.

8.

Ngữ pháp của thơ cũng nằm ở những dấu lặng. Không gian của trang giấy in thơ chứa đầy những dấu lặng. Bởi thế, nó có nhiều khoảng trống. Những khoảng trống này, theo tôi, cũng là một phần ngữ pháp của thơ. Đặc biệt đối với thơ tự do.

Sở dĩ trang in thơ tự do có nhiều khoảng trống là vì nó chứa những câu dài ngắn không đều. Những câu dài có thể chứa nhiều ý, chuyên chở nhiều hình tượng. Cũng có thể chúng là những câu, xét trên một tiêu chuẩn căn bản nào đó, được viết với những thành phần đầy đủ. Còn các câu ngắn, có thể chúng chỉ đưa ra một ý hay một hình ảnh. Cũng có khi chúng là những câu bị cắt ngắn di, không được thể hiện ở một dạng ngữ pháp hoàn chỉnh. Sự tự ý thức trong việc viết ra những câu ngắn, những câu "lệch chuẩn" một cách sáng tạo của thi sĩ, chính là một điều làm cho bài thơ có "xương thịt" mà vẫn nhẹ thênh và bay lên như một tiếng chim. Những câu bị cắt ngắn như thế thường chỉ là một cụm từ, một ngữ/ngữ đoạn (phrase), đưa bật ngay ra một ý tưởng hay một hình ảnh nào đó. Nó không lê thê kể lể mà, bất chợt, nở bùng ra như một đóa hoa. Có khi, nó là một đoá hoa được nhìn ở cận ảnh

Em gối đầu sương xuống
Chuyện trò bằng bóng mình
Tôi đẹp như hình tôi
Như cuộc đời
Như mọi người
...
Em là lá biếc là mây cao là tiếng hát
Sớm mai khua thức nhiều nhớ thương
Em là cánh hoa là khói sóng
Đêm mầu hồng
(*Bài Ngợi Ca Tình Yêu*, Thanh Tâm Tuyền)

Trang in thơ, so với trang in văn, như thế, trở thành một không gian mở, có nhiều khoảng trắng. Đó là những khoảng trắng ngữ pháp, rất nhiều khi. Đó là những dấu lặng trong thơ. Đọc thơ, thưởng thức thơ, cũng như khi hát, khi nghe một bài hát, ta phải để ý đến những dấu lặng. Bởi lẽ, chúng chính là một phần của toàn thể. Không nhìn ra những dấu lặng ấy, ta không thấy được cái hay của bài thơ. Đó là *một thứ ngữ pháp không minh nhiên*. Nhưng ta phải nhìn ra, nếu muốn đến gần với thơ. Đôi khi, ta muốn áp sát má mình vào một cánh hoa còn vương vấn những giọt sương mai. Ta không chỉ bằng lòng đứng xa mà thưởng thức. Đôi khi, ta muốn áp môi mình lên một bờ má kia để ngậm đi những giọt nước mắt. Ta chẳng muốn chỉ đứng xa mà ái ngại hoặc chỉ ngồi bên cạnh mà vỗ về. Những câu thơ ngắn, cũng như những khoảng trống trong thơ, cho chúng ta một không gian để tiến đến gần với thơ mà làm những cử chỉ thân ái ấy.

Thơ là tiếng nói cất lên từ ngôi thứ nhất. Tiếng nói ấy có khi trầm tĩnh; nhưng cũng có những lúc nó là những tiếng thảng thốt hoặc những lời đứt nghẹn. Từ đó, nó mở ra những dấu lặng của thơ.

Đừng quên, các bạn yêu thơ, Thơ sở dĩ cứ ở mãi với chúng ta trong những lúc tịch mịch của đời mình, khi những bếp lửa đã tàn, những tro than đã nguội, và dòng sông kia đã tịch mịch hồng ở một góc chiều khuất khúc quạnh hiu, chính là vì Thơ, có những lúc, đã để rơi xuống những dấu lặng như thế. Chúng loang ra thành những nỗi buồn phong kín hồn người.

Ngữ pháp thơ cũng là ngữ pháp của những dấu lặng.

9.

Thơ hay, phải có hình tượng.

Dù chúng ta làm thơ có vần điệu hay thơ tự do, thơ xuôi, v.v., muốn cho một bài thơ hay, chúng ta phải bật sáng nó bằng những hình tượng. Để nhấn mạnh điểm này, Victor Hugo viết: *"Tầm vóc của một nền văn minh được đo bằng số lượng hình tượng"*. Dĩ nhiên, chúng ta đều hiểu rằng Thơ đã xuất hiện cùng với buổi rạng đông của những nền văn minh. Trong những cõi tối của lịch sử, Thơ nằm im trong mang mang trời đất và trong âm u của hồn người. Chỉ khi con người bắt đầu tự giải phóng nó ra khỏi cõi u minh của trời và đất, khi nó tìm thoát ra khỏi vô minh, khi con người biết dùng ký hiệu (trong đó có tiếng nói và chữ viết) để thông báo cho nhau về những hình tượng liên hệ đến không gian sinh sống của nó—và sau đó là những hình tượng được tìm thấy trong những giấc mơ sâu thẳm của hồn nó—, con người mới làm Thơ.

Thơ là để nói lên cảm xúc. Nó cũng là cửa mở để đi vào hồn người. Cửa mở của Thơ nằm trong những hình tượng.

Thơ, nếu chỉ có âm thanh và nhịp điệu, mà thiếu hình tượng, thì sẽ không thể bỏ neo trong hồn người. Hình tượng là ánh sáng của Thơ.

Bởi thế, Thơ, trên và trước, là cảm xúc và hình tượng. Kỹ thuật chỉ là một kẻ đến sau.

Thơ hay không chủ vào hình thức. Nó có thể là thơ có vần hay thơ không vần. Nó có thể là thơ cũ hay thơ mới, là lục bát hay là tự do, là cổ điển hay là hiện đại. Nó có thể là lãng mạn hay biểu tượng, hiện thực hay siêu thực, ấn tượng hay trừu tượng, tượng trưng hay cụ thể... Nhưng Thơ hay phải mở ra cho ta thấy những hình tượng mới.

Hãy đọc lại những câu thơ đầy hình tượng này:

Ngả nghiêng đồi cao bọc trăng ngủ
Đầy mình lốm đốm những hào quang
(*Ngủ Với Trăng*, Hàn Mặc Tử)

Phất phơ hồn của bông hường
Trong hơi phiêu bạt còn vương máu hồng
(*Chiều*, Xuân Diệu)

Tôi là con nai bị chiều đánh lưới,
Không biết đi đâu, đứng sầu bóng tối.
(*Khi chiều giăng lưới*, Xuân Diệu)

Vạn chướng như bôn nhiễu lục điền
Trường giang như kiếm lập thanh thiên
(*Hiểu Quá Hương Giang*, Cao Bá Quát)
(Ruộng xanh và núi chạy vòng quanh
Sông dài: gươm dựng giữa trời xanh) [6]
(*Buổi sáng qua sông Hương*)

Vũ quá sơn dung sấu
Thiên trường nhạn ảnh cô
(*Giang Hành*, Nguyễn Trãi)
(Mưa bay qua dáng núi gầy
Trời mênh mông, nhạn, bóng ngây dáng buồn
Đi thuyền trên sông)

Khách chu hàn phiếm phiếm
Giang sắc vãn âm âm
Bất kiến ba đào tráng
An tri vạn lý tâm
(*Thanh Trì phiếm chu nam hạ*, Cao Bá Quát)
(Thuyền khách lạnh lùng trôi trên nước

Mầu sông sẫm tối lúc chiều buông
Không thấy ba đào hùng tráng gọi
Làm sao biết được chí muôn phương
Từ Thanh Trì buông thuyền xuôi Nam)

The riverbed, dried up, half full of leaves,
Us, listening to a river in the trees.
(Hai câu đề từ của tập *The Haw Lantern*, Seamus Heaney)

(Nửa lòng sông cạn xác lá khô
Sông chảy trong cây một dòng mơ.

Hay,
Nửa lòng sông cạn. Lá đầy.
Nghe sông thao thiết trong cây chảy tràn.

Hay, dịch và mở thêm ý:

Sông cạn nửa lòng, xác lá không
Xiết chảy trong cây một dòng sông
Ta nghe dòng chảy trong tâm lặng
Bật sáng một dòng xanh mênh mông)

Sầu nhãn vọng cùng thương hải ngoại
Nộ quyền huy phá bạch vân đoan
(*Vãn Quá Hải Vân Quan*, Trần Quí Cáp)
(Rách đôi mắt ngóng sầu xanh biển
Nát một quyền vung giận trắng mây
Chiều qua đèo Hải Vân—Vũ Hoàng Chương chuyển)

Bergère ô tour Eiffel le troupeau des ponts bêle ce matin
...
Et tu bois cet alcool brûlant comme ta vie
Ta vie que tu bois comme une eau-de-vie
(*Zone*, Apollinaire)
(Kẻ chăn cừu ơi hỡi tháp Eiffel
Bầy cừu của nàng là những cây cầu sáng nay kêu be be
...
Và mi uống cốc rượu cháy đỏ này như cuộc đời mi

Cuộc đời mi mà mi chơi như một cốc rượu mạnh
Zone / Vùng)

Bỗng dưng buồn bã không gian,
Mây bay lũng thấp giăng màn âm u.
Nai cao gót lẫn trong mù
Xuống rừng nẻo thuộc nhìn thu mới về.
(*Thu rừng*, Huy Cận)

Em lùa gió biếc vào trong tóc
Thổi lại phòng anh cả núi non.
(*Áo trắng*, Huy Cận)

The apparition of these faces in the crowd
Petals on a wet, black bough
(*In a Station of the Metro*, Ezra Pound)
(Những khuôn mặt đột ngột hiện ra trong đám người
Những cánh hoa dán chặt trên những cành cây đen ướt
Ở Một Trạm Xe Điện Ngầm)

mùa hạ cùng ta đi hài đỏ
qua cầu tơ liễu. nắng vàng trong
mùa hạ cùng ta che nón rộng
xuống đầm nước lục bơi thuyền sen
mùa hạ cùng ta thổi sáo trúc
diều ai lơ lửng mấy tuần trăng
mùa hạ theo ta vào nương bãi
chặt cụm mây vàng. hái mật ong
mùa hạ theo ta ra đầu núi
nhìn quanh. từng vạt khói bềnh bồng

năm năm. ta qua vùng thảo nguyên
nghe mơ hồ ngôi sao biếc gọi
(*Thảo Nguyên*, Nguyễn Xuân Thiệp)

Ngoài thẳm biển
Có cây nghìn lá
Nghìn lá reo nghìn xanh

Nghìn lá reo gốc gió.
Ngoài thẳm biển
Gió làm đứt chân trời
Ùa bão sóng.
(Gốc Gió, Hoàng Hưng)

Durant ces mois obscurs, ma vie n'a scintillé que lorsque je faisais l'amour avec toi.
Comme la luciole qui s'allume et s'éteint, s'allume et s'éteint
— nous pouvons par instants suivre son chemin
dans la nuit parmi les oliviers.
Durant ces mois obscurs, ma vie est restée affalée et inerte
Alors que mon corps s'en allait droit vers toi. La nuit, le ciel hurlait.
En cachette, nous tirions le lait du cosmos,
pour survivre."
(*Les Ratures du Feu*, Tomas Tranströmer)

Trong những tháng ảm đạm tăm tối ấy, đời anh chỉ bừng sáng khi anh yêu em.
Như con đom đóm loé sáng rồi ngúm tắt, loé sáng rồi ngúm tắt—có những lúc chúng ta có thể dõi theo đường bay của nó trong đêm tối giữa các tàng cây ôliu.
Trong những tháng ảm đạm tăm tối ấy, đời anh bị trì níu và trơ ì,
Nhưng thân xác anh bước thẳng đến bên em. Ban đêm, cả bầu trời thét gào.
Trong bí mật, chúng ta vắt sữa từ vũ trụ,
để sống còn.
(Những bôi xóa của lửa)

Dốc lên khúc khuỷu dốc thăm thẳm
Heo hút cồn mây, súng ngửi trời
Ngàn thước lên cao, ngàn thước xuống
Nhà ai Pha Luông mưa xa khơi
(*Tây Tiến*, Quang Dũng)

Khói thuốc xanh dòng khơi lối xưa
Đêm đêm sông Đáy lạnh đôi bờ
Thoáng hiện em về trong đáy cốc
Nói cười như chuyện một đêm mơ
(*Đôi bờ*, Quang Dũng)

Sớm hạ búp sen đôi gió
Sóng đòng buồm nhấp nhô thơm
Tóc liễu trường tân thơ cổ
Trời xanh côban rất Đường...
(*Vào Hè*, Lê Đạt)

Nụ xuân chớp đông
Hoa xuân chớp hồng
Chũm cau tứ thì chúm chím
Ú ớ mơ ngần
một giấc chim xuân
(*Nụ Xuân*, Lê Đạt)

Nguyên dạ không đình nguyệt mãn thiên
Y y bất cải cựu thuyền quyên
Nhất thiên xuân hứng thùy gia lạc
Vạn lý Quỳnh Châu thử dạ viên
Hồng Lĩnh vô gia huynh đệ tán
Bạch đầu đa hận tuế thời thiên
Cùng đồ liên nhữ dao tương kiến
Hải giác thiên nhai tam thập niên
(*Quỳnh Hải Nguyên Tiêu*, Nguyễn Du)

(Trăng nở đêm rằm sân bỏ không
Đẹp xưa trăng vẫn thúy em hồng
Xuân ghé nhà ai ngây ngất mộng
Quỳnh Châu dằm dặm trổ trăng song
Nhà cửa nát tan đỉnh núi Hồng
Căm căm ngày tháng trắng đầu bông
Đường đi không lối trăng gặp bóng
Biển tận trời xa ba mươi đông)
(—**Phạm Công Thiện** dịch thoát)

Phường xa nhịp sắt bon bon,
Tàu như dưới tỉnh, núi còn vọng âm.
Sân ga mái giọt âm thầm:
Máu đi có nhớ hồi tâm đêm nào?
Mình tôi với tuyết non cao;
Với cồn phố tịnh buốt vào xương da;
Với mây trên nhợt ánh tà;
Với đèn xóm hạ cũng là tịch liêu.
Tôi về bước bước đăm chiêu,
Tâm tư khoác kín sợ chiều lạnh thêm.
(*Khoác kín*, Cung Trầm Tưởng)

Người về trong lúc tàu đi
Rớt nhanh một nét tường vi hoang đường
(*Tiếng tàu hạ non*, Cung Trầm Tưởng)

Canh cá chua cho thêm mấy dọc hành. Em bảo anh sao ăn quá chậm. Thoảng nghe xơ xác những dọc hành trong cơn mưa đầu hạ. Tiếng cá quẫy giật mình đêm vắng. Và mùi rau thơm bịn rịn chân tường... Bát canh chua trong mâm cơm như giếng sâu không nhìn thấy đáy...
Ta rực rỡ trong vỏ bọc đêm tối. Hòa quyện đường vân thớ gỗ, rổ rá đan bện, ánh sáng gặp nhau nơi sợi tóc bóng đèn... Ta khai mở, tôn vinh nhau. Thành ngọn nến, nước sạch. Thành hoa tươi, hương thơm tế lễ tổ tông. Sông cuộn chảy cứu cánh rừng đang cháy. Lưỡi dao sắc cắt vào quả ngọt. Tảng đá vụn rời tự bay theo gió thổi. Ta đầu thai trong nhau. Nghe sữa đọng trong từng cọng cỏ, mắt thú dữ phát quang bóng tối, những giọt đắng chảy về túi mật, và tro than vùi xuống luống cày. Ta xoải mình trở thành người khác, làm hạt giống giã từ sân kho, bồ hóng gác bếp, giã từ thúng mủng, chum vò... lăn xuống đất đai.
(*Mưa trong đất*, Mai Văn Phấn)

Verde que te quiero verde
Verde viento. Verdes ramas
El barco sobre la mar
Y el caballo en la montaña...
(*Romance Sonambulo*, Federico García Lorca)
(Xanh lá, ta muốn em màu xanh lá
Cơn gió màu xanh. Các nhánh cây màu xanh

Cánh buồm trên biển và con ngựa trên đỉnh non cao...
Rong khúc mộng du/Somnabule ballad)

... Yo no soy un poeta, ni un hombre, ni una hoja,
pero sí un pulso herido...
(Poeta en Nueva York,* Federico García Lorca*)
(... Tôi không là thi sĩ, cũng chẳng là con người,
chẳng là cánh lá,
nhưng chỉ là cái nẩy bật chảy máu của một vết thương...
Thơ ở New York,* Federico García Lorca*)

Trưa bốc cháy lòa đồng đất rung
Chênh chao khói nắng bướm bay vờn
Bướm dại quẩn quanh bên tay cuốc
Đáp đậu bàn tay xòe ngửa không
(*Trưa, Tù và Bướm*, Thanh Tâm Tuyền)

Hai đứa kéo nhau chạy vào mộng mị
Giờ tắt thở nằm trên bãi hư vô
Bầy ngựa chứng hàng thùy dương vó bão
Biển đưa trăng lăn vào đá tiếng ru
(*Tội Nghiệp*, Tô Thùy Yên)

... Love has no other desire but to fulfill itself
But if you love and must needs have desires, let these be your desires:
To melt and be like a running brook that sings its melody to the night.
To know the pain of too much tenderness.
To be wounded by your own understanding of love;
And to bleed willingly and joyfully.
To wake at dawn with a winged heart and give thanks for another day of loving;
To rest at the noon hour and meditate love's ectasy;
To return home at eventide with gratitude;
And then to sleep with a prayer for the beloved in your heart and a song of praise upon your lips.
(*The Prophet, On Love*, Kahlil Gibran)

(Tình yêu chẳng có ước nguyện gì hơn là tự làm tròn đầy chính mình
Nhưng nếu ngươi yêu và cần có những điều ham muốn,
Hãy để cho những điều này trở nên ham muốn của ngươi:
Được chảy tan và như một dòng suối ca hát cho đêm.
Được biết nỗi đau đớn của quá nhiều âu yếm, dịu dàng.
Được bị thương vì chính sự hiểu biết của ngươi về tình yêu;
Và được chảy máu ra cho tình yêu một cách tự nguyện hân hoan
Được thức dậy vào buổi lê minh với trái tim tháp cánh
Và dâng lời cảm tạ đời đã cho ta thêm một ngày mới để yêu thương
Được nghỉ ngơi lúc giữa trưa và suy ngẫm về sự ngây ngất của tình yêu;
Được trở về nhà lúc chiều hôm với lòng biết ơn;
Và rồi được ngủ đi với lời nguyện cầu trong tim cho người yêu dấu và một khúc tụng ca trên đôi môi.
Ngôn Sứ/Kẻ Tiên Tri, Về Tình Yêu)

Tôi còn muốn trích nhiều nữa, nhưng trích sao cho hết. Đời sống có biết bao nhiêu câu thơ đẹp để nuôi dưỡng chúng ta. Hãy lớn lên và đi vào đời cùng những câu thơ mới tinh và đẹp đẽ như tiếng kèn ban sớm, nhưng cũng hãy lặng yên nghe những câu thơ như những tiếng mưa tịch mịch trong lòng. Nắng kia cũng như mưa nọ đều sẽ làm cho ta chín ngọt với đời, và từ đó, làm cho ta thêm hiểu và thêm yêu giá trị của cuộc sống.

Và nắng với mưa thì cũng là những hình tượng của thơ.

10.

Để kết thúc, tôi muốn đi một nhịp chõi.

Tôi muốn trích dẫn một bài thơ rất mới ở đây. Thơ của Nikki Giovanni. Sinh ở Knoxville, Tennessee năm 1943, hiện tại, nhà thơ nữ này đang dạy viết văn *(creative writing)* tại Rutgers University. Đây là một bài thơ phá thể *(dù tự nó đã mang thể tự do rồi)* và phá ngữ pháp. Nhưng đó không phải là điều chính yếu để tôi đưa nó vào phần kết những suy nghĩ về Thơ của tôi qua bài viết này. Điều chính là nó nói được một trong những vai trò cốt tủy của thơ (và đồng thời cũng của người làm thơ). Đó là nắm lấy ta và vất đẩy ta vào những bến bờ mới.

Ở đó, Thơ cùng trời đất cỏ cây thiên nhiên âm nhạc hoa lá mở ra đánh bẫy ta. Và ta hân hoan để cho thơ trói ta lại và đẩy ta ra hứng chịu những cơn mưa của khát vọng đời. Và rồi, bấy giờ thì thơ sẽ chuốc rượu mời ta.

ever been kidnapped
by a poet
if i were a poet
i'd kidnap you
put you in my phrases and meter
you to jones beach
or maybe coney island
lyric you in lilacs
dash you in the rain
blend into the beach
to complement my see
play the lyre for you
ode you with my love song
anything to win you
wrap you in the red black green
show you off to mama
yeah if i were a poet i'd kid
nap you
(*Kidnap Poem*, Nikki Giovanni) [7]

(có bao giờ bị bắt cóc chưa
bởi một nhà thơ
nếu tôi là một nhà thơ ấy à
tôi sẽ bắt cóc bạn
bỏ bạn vào trong những câu thơ tôi và nhồi
bạn ra biển
hay có lẽ một đảo hoang
làm cho bạn say sưa nhã nhạc trong hoa tử đinh hương
đẩy bạn vào mưa
trộn bạn vào biển
làm cho ngát cái nhìn tôi
chơi đàn thất huyền cho bạn nghe
tụng ca bạn với bài hát tình của tôi
bất cứ cái gì để chiếm lòng bạn
gói bạn lại với các thứ xanh đỏ tím vàng

đưa bạn ra khoe với mẹ
ừ, thế đấy, nếu tôi là một nhà thơ tôi sẽ bắt
cóc bạn
(Thơ Bắt Cóc)

Mong bạn, kẻ yêu thơ, luôn luôn để cho mình bị bắt cóc đi như thế.

Thi sĩ sẽ bắt
cóc
BẠN

VIII. 1993
Xem lại & nhuận sắc/bổ sung, III, 2025)

Chú thích:

[l] Ý niệm "bootstrap" được trình bày trong quyển *The Tao of Physics* (Đạo của Vật lý) của Fritjob Capra. Việc dùng ý niệm này để giải thích cấu trúc của thơ là trách nhiệm của riêng tôi.

[2] Âm mở: e, a, ă, o; âm khép: i, ư, u; giữa mở và khép: ê, ơ, â, ô, Âm bổng: i, ê, e; âm trầm: u, ô, o; giữa bổng và trầm: ư, ơ, â, a, ă. Âm vang: m, n, nh, ng; âm tắc: p, t, ch, c.

[3] *Vầng, ánh, bóng*... có thể là mạo từ (article) hay danh từ tùy theo cách chúng được sử dụng. Mạo từ trong tiếng Việt là một đề tài lý thú nhưng không thuộc phạm vi của bài viết này.

[4] Thật sự, *tà tà* trong *tà tà bóng ngả về Tây* của Nguyễn Du là một trạng từ chỉ thế cách, bổ nghĩa cho động từ *ngả*. *Tà tà* của Tản Đà là một trạng từ chỉ mức độ (ở đây, rõ hơn, chỉ sắc độ), bổ nghĩa cho tính từ *dương*, nếu *dương* được dùng như tính từ.

[5] Thêm một chú thích về vấn đề ngữ pháp ở đây:

Bóng tà tà dương, nếu dùng theo hướng một mệnh đề như đã thử phân tích, sẽ có kết cấu giống như câu thơ đã dẫn ở phía trên của Hàn Mặc

Tử, "Mùa rất trai và ánh sáng rất cao". Kết cấu ngữ pháp của cả hai câu sẽ phải là: chủ từ (danh từ) + động từ **thì** (hiểu ngầm) + trạng từ + tính từ. Bắt buộc phải có trạng từ trong kết cấu này. Nếu không, câu loại này vẫn có nghĩa, nhưng không phải là nghĩa mà tác giả (có thể) muốn dùng: *mùa trai* khác hẳn *mùa rất trai*, *bóng dương* khác hẳn *bóng tà tà dương*. *Mùa trai* (?!), nếu hiểu được, có thể là một danh ngữ (noun phrase); *bóng dương* là một danh ngữ (để chỉ mặt trời; *bóng*, ở đây, là mạo từ). Còn *mùa rất trai* và *bóng tà tà dương* là những mệnh đề mà ý nghĩa của chúng đã được thử phân tích.

[6] Trong phần trích thơ này, tôi để nguyên bản Pháp, Anh, Tây-Ban-Nha và Hán Việt, trước khi giới thiệu phần dịch, cốt là để cho ta nhìn rõ được tài hoa của các nhà thơ trong việc chọn từ ngữ với những âm thanh và ý nghĩa của chúng. Những câu thơ dịch, nếu không đề tên dịch giả, là những câu do tôi thực hiện.

[7] Trong bài thơ này, ngữ pháp bị phá nơi việc bỏ chủ từ ở nhiều chỗ, xuống dòng lạ đời giữa *meter* và *you*, cắt *kidnap* ra làm hai mảnh ở cuối bài. Các danh từ *meter, lyric, ode* được biến thành động từ với những nghĩa rất thơ, đặc biệt là động từ *(to) meter*. *See*, ngược lại, đang là động từ được biến thành danh từ.

Về vấn đề Ngôn Ngữ & Sự sáng tạo của Nhà văn, Nhà thơ

Trên tập san văn học nghệ thuật biên khảo Hợp Lưu, *số 13, tháng 10 & 11 năm 1993, tôi có cho phổ biến bài* Mấy Suy Nghĩ Thơ *(mà tôi vừa xem lại & nhuận sắc/bổ sung ở một vài chỗ), qua đó, tôi bàn về một số yếu tính của thơ cũng như đưa ra một vài suy nghĩ về nghệ thuật thơ nói chung. Đặc biệt, khi bàn về những nét sáng tạo trong thơ của một số tác giả, xưa cũng như nay, tôi có nhắc đến câu thơ* "[Sắc đâu nhuộm ố quan hà] Cỏ vàng cây đỏ bóng tà tà dương" *của Tản Đà. Trong cái nhìn thi pháp và phong cách học, tôi có đưa ra một vài suy nghĩ về câu thơ trên. Đi vào cấu trúc ngữ pháp (một phần của thi pháp và phong cách học), tôi cho rằng Tản Đà đã làm mới câu thơ và, cùng lúc, làm mới cái nhìn của người thưởng ngoạn thơ trong phong cách dùng từ của mình.*

Bài viết ấy có một số tiếng vang.

Mấy tháng sau số báo ấy, tòa soạn Hợp Lưu *có nhận được một bài đóng góp khá kỹ về vấn đề câu thơ của Tản Đà và về những lập luận của tôi. Bài viết của một thức giả, một nhà văn/một nhà phê bình. Trong tinh thần làm việc nghiêm túc, tòa soạn* Hợp Lưu *đã trao cho tôi một phóng ảnh bản thảo viết tay của bài viết ấy (lúc này* computer *và* internet *chưa thật sự phổ biến) để tôi suy nghĩ và trả lời. Và để* Hợp Lưu *đăng cả hai bài trên cùng một số báo (vì báo cứ hai tháng mới ra một số). Bài đóng góp của vị độc giả đưa ra một số nhận xét và suy nghĩ lý thú. Và tôi đã gửi bài trả lời của mình cho* Hợp Lưu. *Tuy nhiên, chỉ tiếc là, sau đó, vì một vài lý do đặc biệt, cả bài đóng góp của vị thức giả lẫn bài phúc đáp của tôi đều không có cơ hội phổ biến.*

Nhận thấy bài đóng góp vừa nói có những điểm lý thú và hữu ích, có thể làm căn bản cho một cuộc thảo luận nghiêm chỉnh và tích cực về mặt văn học, tôi xin tóm lược những nhận xét, những luận điểm và những đóng góp của tác giả bài viết trong phần dưới đây để, từ đó, trình bày một số những suy nghĩ và trao đổi về những điều đã được bài viết nêu lên.

Ngoài ra, từ những ý kiến trong bài góp ý, tôi thấy nảy sinh ra nhiều điều thật đẹp và thật đáng bàn về ngôn ngữ. Và sự thảo luận của tôi, mặc dù vẫn bám sát những câu hỏi được đặt ra cho tôi liên hệ đến quan điểm mà tôi đã trình bày trong bài Mấy Suy Nghĩ Thơ, *sẽ còn được mở rộng ra để bàn thêm về một số khía cạnh lý thú và đáng chú ý của ngôn ngữ.*

Trong cái nhìn của tôi, những vấn đề được thảo luận trong bài viết dưới đây có liên hệ đến ngôn ngữ nói chung, ngôn ngữ văn học nói riêng, từ đó, phong cách văn học và sự sáng tạo trong văn chương của các nhà văn, nhà thơ.

Bài viết của vị thức giả đóng góp với tôi đã tạo được những tiền đề tốt cho phần trình bày của tôi trong bài thảo luận này. [Bài thảo luận này của tôi đã được in trong sách *Lý luận và phê bình / Hai mươi năm văn học Việt ngoài nước, 1975-1995* (Bùi Vĩnh Phúc. California, Văn Nghệ, 1996) cùng với bài ***Mấy Suy Nghĩ Thơ*** của tôi.] *Phần thảo luận/trình bày dưới đây là nguyên văn bài viết ấy, vừa được nhuận sắc và bổ sung thêm một số chi tiết. Cả bài viết gốc, đăng trong sách vừa nói, và bài mới nhuận sắc đều chưa được phổ biến trên các báo chí hay các diễn đàn mạng.*

Tôi mong là vấn đề được trình bày và thảo luận trong bài sẽ được coi là một nỗ lực nhỏ trong việc tìm hiểu, soi chiếu thêm về một số khía cạnh của ngôn ngữ, đặc biệt ngôn ngữ văn học, cũng như một vài tìm hiểu/gợi ý về phong cách và các sáng tác văn học của người Việt. Xin, một lần nữa, được trân trọng cám ơn vị độc giả về những suy nghĩ và nhận xét lý thú và đáng quan tâm qua bài đóng góp, chia sẻ của mình.

BVP (tháng III. 2025)

Trong bài viết của mình, tác giả bài đóng góp đã đưa ra một số luận điểm để đặt vấn đề về những quan điểm mà tôi đã dùng để nhìn và phân tích câu thơ của Tản Đà. Có thể tóm gọn, nhưng vẫn đủ ý, những luận điểm ấy như sau:

1. Về vấn đề khu biệt từ loại: Vị độc giả cho rằng, ngày xưa, trong tiếng ta, các cụ không khu biệt từ loại, chỉ có một khái niệm chung chung về thực từ, hư từ; chỉ đến khi tiếp xúc với phương Tây, từ đầu thế kỷ XX, ta mới phân chia một cách mô phỏng theo văn phạm Tây phương, không có căn bản gì. Nhưng từ non nửa thế kỷ nay, từ loại đã được khu biệt rõ nét với Lê Văn Lý (1948, *Le Parler Vietnamien*), F. Martini (1950, *L'opposition nom et verbe Vietnamien*), và gần đây với Nguyễn Tài Cẩn (1975, *Từ loại danh từ trong tiếng Việt hiện đại*—chung với một số tác giả khác). [Thật ra, cuốn này hoàn toàn chỉ do Nguyễn Tài Cẩn viết. *BVP chú*]. Ông ghi nhận vắn gọn thêm: Lê Văn Lý đưa ra bảng so sánh, đối lập từ loại gồm 9 điểm; Martini thì đề xuất 7 tiêu chuẩn; Nguyễn Tài Cẩn nêu lên 3 đặc điểm của danh từ.

2. Theo quan điểm của ông, dù được dùng trong câu thơ của Tản Đà hay là dùng ở ngoài, *bóng tà* và *tà dương* là hai danh từ kép. Một thuần Việt và một Hán Việt. Ông coi *bóng tà* và *tà dương* đồng nghĩa với nhau, mặc dù chúng có những âm vang về ý nghĩa khá khác nhau do cấu trúc thuần Việt và Hán Việt của chúng. Trong hướng nhìn này, ông cũng coi *bóng tà dương* là một danh từ. Ông đưa thí dụ tên một quyển truyện của nhà văn Lê Minh, *Bóng Tà Dương*, in năm 1944 tại Hà Nội.

3. Theo ông, *bóng dương* là một từ chứ không phải là một cụm từ; bởi thế, ta không thể tách *bóng* và *dương* ra để phân tích riêng. Ông dẫn *Chinh Phụ Ngâm*:

Hướng dương lòng thiếp dường hoa
Lòng chàng lẩn thẩn e tà bóng dương
Bóng dương để hoa vàng chẳng đoái
Hoa để vàng cũng tại bóng dương.

Ông cho rằng từ *bóng dương* luyến láy trong bốn câu thơ trên là dịch chữ *lưu quang*, cũng được lập đi lập lại ba lần trong nguyên bản chữ Hán của Đặng Trần Côn. Ông coi *bóng dương* là danh từ, làm chủ từ hay vị từ gián tiếp trong bốn câu thơ trên.

Theo ông, khi ta nói *bóng dương* thì đây là một từ cố định, một thứ thành ngữ văn học. Người ta thỉnh thoảng thấy nó trong *Chinh Phụ Ngâm* (4 nơi) hay *Cung Oán Ngâm Khúc* (2 lần, ẩn dụ hình ảnh vua). *Bóng dương* không thể coi là một cụm từ, cũng giống như Nguyễn Kim Thản đã khu biệt: *trả lời* là một từ; còn *trả nợ* là một cụm từ. Hoặc như Hồ Lê phân biệt: *sân rộng* là một cụm từ tự do; còn *sân bay* là một từ cố định.

Ông đưa thêm các từ cố định nữa như *nhà đất, nhà thương điên, nhà thổ, mặt trời*. Ông cho rằng *bóng dương, bóng đá, bóng tròn* được sử dụng theo một quy cách như nhau. Ông lý luận, người ta không nói *bóng rất dương, bóng một dương, bóng ba đá...*

4. Trong hướng lý luận coi *tà dương* là một từ, ông không chấp nhận việc tách *tà* ra khỏi *dương*. Tuy nhiên, dẫn Hồ Lê (1976, *Vấn đề cấu tạo từ của tiếng Việt hiện đại*), ông cho rằng, ở những nơi khác, *tà* cũng có nghĩa khi nó được coi như một "nguyên vị tiềm tàng" gốc Hán dùng để kết hợp thành từ Hán Việt. Ông dẫn chữ *tà* theo nghĩa là *ác*, *xấu* như trong *tà đạo, tà thuyết, tà dâm*. Ông cho rằng chữ *tà tà* Việt hóa ngày nay có một ý nghĩa và âm vang khác. Ông dẫn Trịnh Công Sơn: *Và như thế tôi cứ say dài dài, và như thế tôi cứ say tà tà.*

5. Tác giả cho rằng câu *Cỏ vàng cây đỏ bóng tà tà dương* phải được ngắt ra làm bốn khúc, theo nhịp 2/ 2/ 2/ 2. Ông cho rằng hơi thở và hơi thơ phải ngưng lại sau chữ *bóng tà*. Ông bảo, "quy luật thơ lục bát không cho phép có một biệt lệ nào khác." Do đó, phải tách lìa hai chữ *tà tà*, vì chúng khác nhau về mặt ngữ âm (*tà* trước dài hơn *tà* sau), và về mặt ngữ nghĩa (*tà* trước là cấu trúc tiếng Việt, mô tả ánh nắng chiều cụ thể; *tà* sau là cấu trúc Hán Việt, tạo một không khí mông lung như một cảm từ.)

6. Bác bỏ hướng phân tích của tôi trên mặt lý thuyết ngôn ngữ, liên hệ đến vấn đề sáng tạo trong văn chương, ông cho rằng *dương* không thể là tính từ trong cụm *bóng tà tà dương* (trong câu thơ *Cỏ vàng cây đỏ bóng tà tà dương*). Ông đưa câu thơ *Hoa ghen thua thắm liễu hờn kém xanh* để lập luận: những hệ từ *thua, kém* (hay *bằng, rất...*) xác định những chữ *xanh, thắm* là tính từ. Từ *dương* không dùng kèm được như vậy thì không là tính từ. Cũng trong hướng phân tích ấy, ông cho rằng người ta có thể dùng những hư từ cầu khiến *hãy, đừng, chớ* với những chữ *hờn* và *ghen*; vậy *hờn* và *ghen* là động từ. Những hư từ kể trên không thể dùng kèm với *hoa* và *liễu*, vì *hoa* và *liễu* là danh từ.

7. Về sự hoán chuyển từ loại của từ, tác giả bài góp ý, giống như trong hướng trình bày của tôi về thao tác đặc biệt của từ loại, đã đóng góp thêm được nhiều thí dụ lý thú. Chẳng hạn:

Trăng rất trăng *là trăng của tình duyên.*

Ông cho rằng, *Trăng* là danh từ, nhưng với phụ tố *rất*, Xuân Diệu dùng nó như tính từ.

Đã sương, đã khói, *đã vài mấy năm* (Hoa Tiên)

Sương, khói dùng như tính từ.

> *Ảo tưởng nghiêng* vầng trán khói sương.
>
> (...) *Chưa khuất đầu non* đã cố nhân.
>
> (...) *Em đến thăm tôi nắng* đã chiều.
>
> (...) Tình cũng quan san *từ đáy mắt.* (Đinh Hùng)

Trong bài viết của mình, tôi trích Hàn Mặc Tử:

> *Mau rất mau trong hương hoa kiều mỵ*
> *Mùa rất trai và ánh sáng rất cao*

Tôi cho rằng trong hai câu thơ trên, với phong cách sáng tạo của mình, nhà thơ đã biến *trai* (trong *Mùa rất trai*) đang từ danh từ thành ra tính từ. Tác giả bài góp ý cho rằng, thật ra, về mặt từ loại, chữ *trai* không được khu biệt. Nó sẽ là danh từ khi ta nói: *Vương viên ngoại có một trai, hai gái*; nó là tính từ khi ta nói: *Viên ngoại có ba người con, một người con trai và...* Trong câu sau này, từ *trai* là tính từ bổ nghĩa cho danh từ *người con* (mà ta không nên nhầm với chữ *con*, loại từ, trong *con mèo, con sông*). Ông cho rằng câu thơ của Hàn Mặc Tử chỉ là một lối từ hoa: *trai* là một tính từ vì có chữ *rất*, nhằm nhân cách hóa chữ *mùa* ẩn dụ thời gian.

Bảy điểm trên là tóm gọn, và đủ, những luận điểm và trao đổi mà tác giả bài góp ý đưa ra. Nội dung của những luận điểm này, xét trên mặt ngôn ngữ, rất đáng chú ý. Nó đặt ra những câu hỏi và những vấn đề mà chúng ta nên thảo luận. Ngôn ngữ là chất liệu để con người xây dựng những công trình suy tư của mình; đặc biệt, đối với những người làm văn chương, ngôn ngữ tạo nên phong cách của mỗi một chúng ta. Trong suy nghĩ ấy, dưới đây, tôi sẽ đưa ra những suy nghĩ và luận điểm của tôi về những vấn đề đã được bài viết của vị thức giả đặt ra, trong tinh thần tôn trọng và trao đổi. Tôi hy vọng những trình bày dưới đây sẽ góp phần làm sáng rõ một vài quan niệm mà tôi có trên những khía cạnh ngôn ngữ, ngữ pháp, văn chương, và những sáng tạo văn chương.

1.

Về vấn đề khu biệt từ loại: Theo sự hiểu biết của tôi, tôi không nghĩ rằng ngày xưa, các cụ ta đã không khu biệt chúng, mà chỉ có một khái niệm chung chung về thực từ và hư từ. Tôi cũng không nghĩ rằng chỉ từ đầu thế kỷ XX, ta mới chia một cách mô phỏng theo văn phạm Tây phương và, thực chất, chẳng có căn bản gì. Tôi công nhận là những đóng góp của các nhà ngôn ngữ như Lê Văn Lý, F. Martini, và Nguyễn Tài Cẩn đã giúp cho sự khu biệt ấy càng ngày càng rõ rệt hơn. Nhưng, tôi chỉ muốn nói là, theo chỗ tôi được biết, ngữ pháp tiếng Việt đã được xác lập trên một căn bản có hệ thống từ khoảng hai thế kỷ trước đó. Vào giữa thế kỷ XVII, giáo sĩ Đắc Lộ (Alexandre de Rhodes) đã soạn một cuốn sách về ngữ pháp tiếng Việt, *Linguae Annamiticae seu Tunchinensis brevis Declaratio* (*Khái Luận về Tiếng An-nam hay Tiếng Đàng Ngoài*) mà Thanh Lãng, trong *Biểu Nhất Lãm Văn Học Cận Đại* (Tự Do, Sàigòn, 1958, trang 23) viết: "Chính phần này được tục gọi là cuốn văn phạm Việt Nam đầu tiên." Đỗ Quang Chính, trong *Lịch Sử Chữ Quốc Ngữ* (Ra Khơi, Sàigòn, 1972, trang 85) cũng viết: "Đây là cuốn ngữ pháp Việt Nam, nhưng soạn bằng La ngữ".

Trong sách này, ngữ pháp tiếng Việt 1651 hoàn toàn theo ngữ pháp La-tinh, cũng khu biệt từ loại, trong đó có bốn từ loại chuyển biến là danh từ, tính từ, đại từ và động từ, và bốn từ loại bất biến là phó từ, giới từ, liên từ và thán từ [1]. Sách này đã được dùng để hướng dẫn các cụ ta ngày xưa học về chữ quốc ngữ.

2.

Tác giả bài góp ý cho rằng *bóng tà* và *tà dương* là hai danh từ kép, một thuần Việt, một Hán Việt. Tôi nghĩ, *tà dương* là một danh từ kép thì tương đối có thể chấp nhận (dù sao, tôi sẽ nói thêm về danh từ này); còn *bóng tà*, hoặc *bóng tà dương*, hoặc *bóng dương*, thì không hẳn như thế.

Chúng ta thường dễ dãi cho rằng những cụm này là những danh từ (có những lúc, để giản dị hóa vấn đề, tôi cũng đã tạm chấp nhận như thế). Nhưng thật ra, trong thực chất, những ngữ tuyến ấy không phải là những danh từ.

Ta sẽ dần dần phân tích những vấn đề ấy ở đây.

Trước hết, nói về *tà dương*. Bây giờ, tạm thời, ta coi nó là một danh từ kép. Các tự điển Hán Việt cũng chấp nhận như thế. Nhưng, theo tôi, xét về mặt ngữ nguyên, *dương* là một từ độc lập. Về trường hợp từ *tà dương* được sử dụng như một danh từ kép, trong nhãn tuyến ngữ học lịch sử (historical linguistics), tôi nghĩ, lúc đầu, *dương* là một danh từ, *tà* là tính từ. Trong một số trường hợp để diễn ý mặt trời xế bóng, người Trung Hoa xưa kết hợp *tà* và *dương* lại với nhau. Có thể lúc đầu, *tà dương* đã được dùng như một danh ngữ (một cụm từ, một ngữ tuyến, kết hợp bởi danh từ *dương* và tính từ *tà*). Về sau, dùng mãi, cụm từ ấy trở nên quen thuộc trong lối nói và viết của quần chúng và của những người trước tác. Nó trở thành một cách dùng thường xuyên, và từ đó, được coi là một danh từ kép.

Bóng tà* không có nghĩa (thật đúng) là *tà dương như cách người góp ý nghĩ. Bởi người ta không luôn luôn chỉ nói *bóng tà* để chỉ *tà dương*; người ta còn nói *bóng tà dương*. Vậy, thật sự, theo lối nói của ngữ pháp Việt, *bóng tà dương* mới có cùng nghĩa với *tà dương* (không có mạo từ); còn *bóng tà* thì chỉ có nghĩa là *cái bóng xiên, chếch* mà thôi. Sở dĩ *bóng tà* thường hay được hiểu (ngầm) là mặt trời chếch bóng (*tà dương*) vì người ta hay tả cảnh mặt trời chếch bóng. Thật sự, người ta cũng có thể nói, theo ngữ pháp Việt, *bóng nguyệt tà* và *bóng dương tà* (Thí dụ, bài hát *Tình Cố Đô* của Lam Phương & Mạnh Thường, có những câu "*Rừng trùng trùng bao la, đường bao xa dưới ánh (bóng) dương tà. Này là dòng sông sâu, nguồn nước đổ biết đâu chăng là. Hôm nay đây bơ vơ vì nghiệp nước thương quê nhà. Hà Nội ơi nhớ nhé, ngày hồi hương ta vẫn mong chờ...*"); và như thế, cái bóng ở đây (nếu *bóng* được dùng như một danh từ) có thể là bóng trăng hay bóng mặt trời.

Bóng nguyệt tà hay *bóng dương tà*, như thế, là những cụm từ, những danh ngữ (noun phrase), chứ không phải là danh từ (*Bóng*: mạo từ, bổ nghĩa cho *dương*; *dương*: danh từ; *tà*: tính từ, bổ nghĩa cho *dương*). *Bóng dương tà* và *bóng tà dương*, cả hai đều được dùng theo kết cấu của ngữ pháp Việt (bóng+dương+tà; bóng+tà dương), và cả *bóng tà* (bóng+tà) cũng thế, đều là những danh ngữ.

So sánh: Trong phân tích ngữ pháp, *cái bát* không phải là một danh từ. *Bát* là danh từ; còn *cái* là loại từ (có khi được xem là phó danh từ), bổ nghĩa cho *bát*. (*Bát* đứng một mình đã đủ nghĩa rồi, không nhất thiết phải luôn luôn đi với *cái*. Người ta có thể nói, *Ăn một bát, ăn hai bát*, chứ không cần, hoặc đúng hơn, không được nói, **Ăn một cái bát, ăn hai cái bát* (!!); hoặc, người ta hát, "*Lạy trời mưa xuống, lấy nước tôi* *uống, lấy ruộng tôi cầy, lấy đầy bát cơm, lấy rơm đun bếp...*"). *Cái bát* (cũng như *cái nhà, con chó, con mèo...*), như thế, trong phân tích ngữ pháp, là một danh ngữ, là một cụm từ, một ngữ tuyến. (*Nhà, chó, mèo...* có thể đứng một mình làm chủ từ, không cần có một mạo từ đặt trước nó). Ngữ tuyến ấy là tổ hợp của hai đơn vị từ khác biệt, với hai yếu tố mang ý nghĩa nhỏ nhất, không thể phân tích ra được nữa, xét trên căn bản hình thái học (morphology). Mỗi đơn vị từ này là một âm hiệu, mang một ý nghĩa riêng biệt, và có một phận sự ngữ pháp nhất định.

Nếu cho *tà dương* là một từ, thì *bóng tà dương*, với *bóng* là mạo từ, cũng có kết cấu giống như kết cấu của *cái bát*. Nó là một danh ngữ. Còn *bóng tà*, cũng là một danh ngữ, nhưng, ở đây, sự kết cấu khác hẳn: *bóng* là danh từ, *tà* là tính từ. Danh ngữ này được tạo nên bởi một danh từ và một tính từ; khác với kết cấu của *cái bát* và *bóng tà dương* (một mạo từ + một danh từ). *Bóng tà*, như thế, không phải là một danh từ kép.

Ngoài ra, nếu ngắt câu thơ của Tản Đà ra như người viết bài đề nghị: *Cỏ vàng, cây đỏ, bóng tà—tà dương* (và nếu cứ tạm thời cho *bóng tà* là một danh từ kép như người viết bài góp ý đã làm), chưa nói đến chuyện rắc rối là đã có *bóng tà* rồi lại còn thêm *tà dương*, ba thành phần *cỏ vàng, cây đỏ* và *bóng tà* này không có được sự cân bằng cần thiết mà nó đáng lẽ phải có (căn cứ trên yếu tố thẩm mỹ của câu thơ). Chỉ bởi một lẽ giản dị là: *cỏ vàng* và *cây đỏ* không thể xem là những danh từ kép được. Chúng là những kết hợp danh ngữ. *Vàng* và *đỏ* có thể được thay thế bởi những tính từ chỉ màu sắc khác để kết hợp với *cỏ* và *cây*. Bỏ *tà dương* ra ngoài, Tản Đà còn ba thành phần *cỏ vàng, cây đỏ* và *bóng tà*. Hai phần đầu là *cỏ vàng* và *cây đỏ* đã là những kết hợp song song, hai danh ngữ hoặc hai mệnh đề, như tôi đã thử phân tích (danh ngữ: cỏ+vàng, cây+đỏ / mệnh đề: cỏ (thì) vàng, cây (thì) đỏ); nếu xem *bóng tà* là danh từ kép thì sự thăng bằng của câu thơ sẽ bị gẫy đổ.

Bóng tà dương, tên quyển truyện của Lê Minh, trong nhãn tuyến ngữ pháp học, cũng là một ngữ tuyến. Ở đây, nó là một danh ngữ. *Tà dương* có thể đứng một mình được mà vẫn có nghĩa. *Bóng*, như thế, là mạo từ. Hoặc, *bóng*, tự nó, trên mặt ngôn ngữ, đã có nghĩa rồi. Người ta có thể thêm từ *tà dương* vào để xác định bóng ấy là bóng gì. Trong trường hợp này, *bóng* sẽ là danh từ; còn *tà dương* là một danh từ được dùng như tính từ, để bổ nghĩa cho *bóng*. Nhiều tên truyện, tên phim, tên bài hát... vẫn thường được đặt với một ngữ tuyến như thế.

Còn *bóng tà tà dương*? Vì ta phải tìm cách xác định ý nghĩa của hai chữ *tà*, nên ta đụng phải vấn đề mà ta đang thảo luận và tìm cách tháo gỡ. *Bóng tà tà dương*, trong cái nhìn của tôi trên mặt ngữ pháp để thử lý giải câu thơ của Tản Đà—một câu thơ mà tôi nghĩ là có thể có nét sáng tạo đặc biệt—từ bài *Mấy Suy Nghĩ Thơ*, tôi đã nghĩ là nó không thể là một kết hợp của hai danh từ kép *bóng tà* và *tà dương*. Nó phải là một mệnh đề với hệ từ *thì* hiểu ngầm (mà trong tiếng Việt là không cần thiết): *Bóng (thì) tà tà dương. Dương*, ở đây, dùng một cách sáng tạo như một tính từ, là vấn đề mà tôi sẽ bàn thêm ở một phần dưới khi nói về tính cách "lệch chuẩn", tính cách "đi ra ngoài cái bình thường", tính cách "phá vỡ" trong tiến trình sáng tạo của nhà văn, nhà thơ.

3.

Như đã nói, tôi coi *bóng dương* là một cụm từ chứ không phải là một từ. **Nó là một cụm được tổ chức theo cấu trúc hướng tâm (chính phụ)**, như các soạn giả của Ủy ban Khoa học Xã hội Việt Nam (Viện Thông tin Khoa học Xã hội) cũng đã làm với cụm *hoa mai*. Theo các nhà ngôn ngữ này, đồng ý và hoàn toàn chia sẻ với L. Bloomfield, họ cho rằng *hoa mai* là một cụm chứ không phải là một từ. [2]

Mặc dù trong một vài trường hợp đặc biệt, *bóng dương* được dùng như một từ cố định, ẩn dụ hình ảnh vua, đúng như người góp ý đã nói, nó không luôn luôn được dùng như vậy. Hay nói cho rõ hơn, sự dùng *bóng dương* như một từ cố định chiếm một tần số rất thấp. Có *bóng dương*, nhưng người ta cũng có *bóng nguyệt, bóng câu, bóng hồng, bóng ô*... Như trong câu thơ *Bóng nguyệt leo song sờ sẫm gối* (trong bài "Thức khuya", hay "Đêm không ngủ" của Hàn Mặc Tử). Dĩ nhiên, ở đây, tôi chỉ giới hạn đưa ra một vài kết hợp khó, trong đó, *bóng* đi với một từ Hán Việt, đặc biệt là từ đơn. Còn nếu mở rộng hơn, cho *bóng* kết hợp cả với những từ kép HV, hay cả với những từ (đơn và kép) thuần Việt, thì chúng ta sẽ có vô số.

Bỏ ra ngoài vấn đề bản dịch *Chinh Phụ Ngâm* rất hay của Phan Huy Ích (hoặc Đoàn Thị Điểm?) đã làm cho chúng ta hãnh diện về khả tính và mỹ tính của tiếng Việt, chúng ta, ai cũng biết, khi dịch một đoạn văn, một đoạn thơ, từ ngôn ngữ này sang ngôn ngữ khác, không hẳn là lúc nào ta cũng tìm được một từ thật chính xác và song song về mặt từ loại để dịch một từ trong nguyên tác. Nhiều khi, để dịch một từ, ta phải dùng cả một ngữ (một cụm từ), hay ngược lại. Ở đây cũng vậy, *lưu quang* là một danh từ kép; nhưng như thế không có nghĩa *bóng dương* phải là một danh từ kép. Hơn nữa, theo tôi, cụm *bóng dương* cũng chưa diễn được hết ý thật đẹp của từ kép *lưu quang*. Mặc dù là *bóng dương* có diễn được một phần ý của *lưu quang*, nó đâu đã diễn được hết ý.

Như thế, còn nói gì nữa đến chuyện song song về từ loại. (Ngoài ra, sở dĩ *lưu quang* được dịch thoát sang tiếng Việt thành *bóng dương* là vì, trong câu dịch đầu tiên, dịch giả đã cho chữ *tà* vào để xác định tính chất của *bóng dương* lúc ấy. Sau khi *bóng dương* đã được xác định như thế ngay từ đầu rồi, bấy giờ, dịch giả mới yên chí sử dụng nó thêm hai lần nữa, tin tưởng rằng từ *tà* và những dấu ấn của nó đã được ghi lại trong trí não, trong tưởng tượng của người đọc. Ta hãy cùng xem lại những câu dịch ấy:

Hướng dương lòng thiếp dường hoa
Lòng chàng lẩn thẩn e tà bóng dương
Bóng dương để hoa vàng chẳng đoái
Hoa để vàng cũng tại bóng dương.)

Một điều nữa mà ta cũng nên để ý là: có rất nhiều trường hợp giữa những từ Hán Việt và thuần Việt, có những lúc chúng được dịch rất sát mà, về mặt cấu trúc ngữ pháp, không hẳn cả hai đều phải giống nhau. Tôi sẽ bàn về điều này ở một phần dưới trong mấy câu thơ Đường của Nguyễn Du.

Để lặp lại, trong một vài trường hợp, *bóng dương* có thể được xem là một danh từ kép. Nhưng trong nhiều trường hợp khác, nó là một cụm từ, một danh ngữ, chứ không phải là một danh từ kép. Nó là một ngữ tuyến, bao gồm một ý nghĩa vị (sémantème), *dương*, và một ngữ vị (một từ ngữ diễn tả những tương quan giữa những ý nghĩa vị), *bóng*. [3]

Ngoài việc *bóng dương* ẩn dụ vua, trong ít trường hợp đặc biệt, được dùng như một thành ngữ văn học, một từ kép cố định, *bóng* (trong *bóng dương*) có thể dùng với những danh từ đơn Hán Việt khác như đã nói (*bóng nguyệt, bóng câu, bóng hồng, bóng ô...*). Cụm *bóng dương* cũng còn có thể có những ý nghĩa khác nhau khi ta dùng nó trong những ngữ cảnh khác nhau. Chẳng hạn khi nói, "Bóng dương để những vệt lốm đốm trên sân", có lẽ ta nên hiểu *bóng dương* ở đây là cái bóng nắng, cái ánh nắng của mặt trời. Còn khi nói, "Bóng dương đỏ ối đã khuất sau quả núi màu xanh lục", ta nên hiểu *bóng dương* ở đây là mặt trời.

Bóng dương, hay *bóng nguyệt*, nếu được dùng để chỉ mặt trời hay mặt trăng, thì một mình từ *dương* hay *nguyệt* đã chở được ý đó rồi, *bóng* chỉ là một loại từ thêm vào. Bởi thế, trong cách nhìn của ngôn ngữ học hiện đại, nó là một cụm từ (Như trong cụm *a student*, từ *student* đã đủ diễn cái nghĩa chính yếu của cụm ấy rồi. Loại từ/Mạo từ *a* chỉ giữ một vai trò xác định chức năng ngữ pháp của *student*, đồng thời giới hạn nghĩa của từ này ở một phương diện nào đó). Nếu chủ ý của người viết (hay nói) muốn diễn tả ý cái bóng của mặt trời, mặt trăng..., thì *bóng* sẽ là chủ từ, *dương* chỉ là bổ từ hay còn gọi là định từ (tùy cách gọi của những trường phái ngôn ngữ khác nhau), bổ nghĩa cho *bóng*. Bóng gì? Bóng *dương* (bóng của mặt trời), không phải bóng *nguyệt*. Còn như nếu chúng ta chấp nhận để những từ kết hợp với *bóng* ở một dạng tự do hơn, thì, ngoài những từ đơn Hán Việt như ta đã thử kể (*bóng hồng, bóng câu, bóng nguyệt, bóng ô...*), ta có thể cho bóng kết hợp với những từ kép: *bóng thời gian, bóng quá khứ, bóng hoàng hôn, bóng (ma) ảo ảnh...* Mở rộng nữa, kết hợp với từ thuần Việt, ta có thể có *bóng cây, bóng lá, bóng mây, bóng mặt trời, bóng nụ cười em* (The shadow of your smile, tên một bài hát, một chiếc bóng mát của cuộc tình đầu!), *bóng nhỏ giáo đường...*

Ngoài ra, *bóng dương* còn được sử dụng trong phạm vi số lô đề, trong đó người ta dùng phương pháp "âm dương ngũ hành trong lô đề" để cho ra các con số thuộc về *bóng âm* (1-4, 2-9, 3-6, 5-8, 0-7) hay *bóng dương* (1-6, 2-7, 3-8, 4-9, 5-0). Mở rộng ra (nhưng không nhất thiết liên quan, gắn bó về mặt ý nghĩa của *bóng dương* trong bài), cụm *bóng dương* cũng còn được dùng trong lĩnh vực sản phẩm về bóng đèn LED của Hàn Quốc, như được phổ biến và quảng cáo trên báo chí. *Bóng dương* được dùng để đối chiếu với *bóng lá, bóng đỏ, bóng trắng*, v.v., của loại sản phẩm này. *Dương*, ở đây, được hiểu là màu xanh dương (của bóng đèn); cũng như *lá* được hiểu là màu xanh lá cây. Tôi sẽ trình bày thêm về ý nghĩa của *dương*, liên hệ đến màu sắc, ở một đoạn dưới.

Nhưng trong tiếng Việt, thường thường (nhưng không phải luôn luôn), hai từ *bóng* và *dương* hay đi chung với nhau để chỉ cái nghĩa của từ *dương*. Dù sao, nói như thế không có nghĩa là *dương* không thể đứng một mình làm chủ từ được (không nhất thiết là *dương* phải luôn luôn đi với *bóng* để làm thành một từ kép cố định trong một số trường hợp, hoặc để tạo một kết hợp danh ngữ). Người ta có thể nói, *"Dương tà nguyệt lặn, rồi nguyệt lặn dương tà. Thời gian đi như bóng câu qua cửa sổ!" Tà* và *lặn*, trong câu này sẽ là hai động từ (*tà* ở đây được dùng với một thang độ Việt hóa rất cao). *Dương* và *nguyệt*, là những từ Hán Việt, sẽ đứng độc lập một mình để làm chủ từ. **Chính vì *dương* có thể đứng một mình làm chủ từ như thế, nó không nhất thiết phải đi với *bóng*.** Khi kết hợp với *bóng* để thành *bóng dương*, nó chỉ là thành phần của một cụm. *Bóng dương* là một cụm từ, một ngữ đoạn, một ngữ tuyến.

Sự khu biệt của Nguyễn Kim Thản (coi *trả lời* là một từ, còn *trả nợ* là một cụm), cũng như của Hồ Lê (coi *sân rộng* là một cụm và *sân bay* là một từ) rất đúng. Nhưng, như chúng ta đã phân tích về cấu trúc của *bóng dương*, các từ *trả lời* và *sân bay* không thể đem so sánh với *bóng dương* được, vì kết cấu ngữ pháp của chúng so với *bóng dương* khác hẳn nhau. Nếu muốn so sánh, tôi nghĩ ta có thể so sánh (mặc dù tôi vẫn thấy chưa hoàn toàn sát) *trả lời*, và đặc biệt, *sân bay*, với *dế mèn, dế lửa, dế than, dế cơm, dế ốc tiêu*... (hay với *tàu chiến, tàu ngầm, tàu tuần dương.../chiến hạm, tiềm thủy đĩnh, tuần dương hạm*...), và so sánh *trả nợ, sân rộng* với *dế trống, dế mái* (hay *tàu cũ, tàu mới, tàu gỗ, tàu sắt*...). Sự so sánh ấy, tôi nghĩ, tương đối hợp lý hơn. Cũng thế, những từ *nhà đất, nhà thổ, nhà thương điên, mặt trời, bóng đá, bóng tròn* không thể so sánh với kết cấu *bóng dương*. Chúng ta nên lưu ý là *dương* có thể đứng một mình được, và nó vẫn chuyên chở được cái ý của cả cụm. Những từ vừa liệt kê không có khả năng ấy. [4]

4.

Tác giả bài góp ý không chấp nhận việc tách *dương* ra khỏi *tà*. Tôi đã nói về trường hợp của từ *tà dương* rồi. Nhưng thật sự, trong bài viết của mình, tôi không có ý muốn tách *dương* ra khỏi *tà*. Nhưng tôi muốn tách *tà tà* ra khỏi *dương*, và tách *bóng* ra khỏi *tà tà. Bóng* trở thành chủ từ. Và *dương* trở thành tính từ, đứng làm bổ định từ (complement) trong một vị ngữ có hệ từ *thì* hiểu ngầm. Cái cần bàn vẫn là cách sử dụng một cách sáng tạo từ *dương*.

Tôi xin trở lại với tính chất sáng tạo và sự chơi chữ trong văn chương.

Hàn Mặc Tử viết, "*Tôi sẽ đi tìm mỏm đá trắng / Ngồi lên để thả cái hồn thơ*". Cái hồn thơ, nghe rất thơ mộng và tội nghiệp! Từ *cái* dùng rất đắc. *Cái hồn thơ*. Như một cánh diều. Như một vì sao được thả vào hoang mang, cô đơn, giữa thiên địa. Nguyễn Bính viết, *"Hoa chanh nở giữa vườn chanh / Thầy u mình với chúng mình chân quê / Hôm qua em đi tỉnh về / Hương đồng gió nội bay đi ít nhiều!"* Chân quê! Người ta nói *chân thực, chân chất, chân thành, v.v.*, và *gốc quê, dân quê, đồng quê, v.v.*. Nguyễn Bính nói *chân quê*, một từ Hán Việt vui vẻ bên một từ thuần Việt. Và *chân quê* trở nên nổi tiếng. Trịnh Công Sơn hát, *"Có nắng vàng nghèo trên lối đi xa / Có tối thật đều trong linh hồn nhỏ / Có* mắt thật chiều *dưới trán ngây thơ." Thật chiều*, lối dùng này không đi theo những quy luật ngữ pháp, nhưng thực hay. Ông còn đi xa hơn trong bài "Tôi Ơi Đừng Tuyệt Vọng":

(...) *Tôi là ai mà còn khi giấu lệ?*

Tôi là ai mà còn trần gian thế*?*
Tôi là ai, là ai, mà yêu quá đời này?
Đừng tuyệt vọng, tôi ơi, đừng tuyệt vọng
Nắng vàng phai như một nỗi đời riêng
Đừng tuyệt vọng, em ơi, đừng tuyệt vọng
Em hồn nhiên, rồi em sẽ bình minh *(...)*

Trở lại với Tản Đà, cụ viết, "*Cái hạc bay lên vút tận trời*", mà không viết *con hạc*. Đó là một điều mới, đặc biệt trong thời điểm mà bài thơ được viết ra. Cũng thế, trong bài "Cảm Thu, Tiễn Thu" (vốn có hai câu thơ là chủ đề chính của bài viết này), cụ viết, *"Từ vào thu đến nay / Gió thu hiu hắt / Sương thu lạnh / Trăng thu bạch / Khói thu xây thành..."* A, *trăng thu bạch*. Từ *bạch*, ở đây, là một từ Hán Việt, thang độ Việt hóa thấp (nếu được dùng như một tính từ, chứ không như một trạng từ theo kiểu *trắng bạch*), thường là chỉ dùng trong những kết hợp Hán Việt khác như *nguyệt bạch* (kết cấu ngữ pháp thuần Việt, hay được dùng như một từ cố định, một thứ thuật ngữ văn học gốc Hán, xin xem thêm ở dưới), hay *bạch thạch* (kết cấu ngữ pháp Hán Việt, trong *"Nam sơn xán bạch thạch lạn! Sinh bất phùng Nghiêu dữ thuấn thiện. Đoản bố đan y tài chi cán. Trường dạ mạn mạn hà thời đán?"* ("Phạn Ngưu Ca" của Nịnh Thích—bài hát làm cho Tề Hoàn Công nhìn ra con người tài giỏi của Nịnh Thích—có nghĩa là "Núi Nam rực rỡ, đá trắng sáng sủa. Đẻ ra không gặp lúc vua Nghiêu nhường ngôi cho vua Thuấn. Vải ngắn áo đơn bó chịt lấy cái thân gầy mòn. Cứ lan man ở trong chỗ đêm tối biết đến ngày nào?) Nhưng "bạch" thường *không, hoặc rất hiếm khi*, được dùng kết hợp trong một ngữ tuyến (là một danh ngữ), đứng sau một danh từ thuần Việt, mà danh từ này đã có một tính từ (Hán Việt) khác làm bổ từ đứng ngay sau nó rồi. Và cả hai tính từ này đều bổ nghĩa cho danh từ trong danh ngữ ấy, theo dạng [*Danh từ (thuần Việt) + tính từ ([HV], bổ từ 1 của DT) + tính từ ([HV (bạch)], bổ từ 2 của DT)*]. Tức là, ở đây, cả "*thu*" và "*bạch*" đều bổ nghĩa cho danh từ thuần Việt "*Trăng*".

Hoặc, phân tích một cách khác, đúng hơn trong trường hợp này: một danh từ thuần Việt và bổ từ 1 (HV) kết hợp lại thành một danh ngữ nhỏ, và toàn bộ danh ngữ nhỏ này được tính từ "bạch", là bổ từ 2, làm rõ nghĩa, qua dạng [*[DT (thuần Việt) + TT ([HV], bổ từ 1 cho DT)] + TT ([HV (bạch), bổ từ 2 cho danh ngữ đi ngay trước nó*]. Một kết hợp đặc biệt hơn. Tức là "*bạch*", ở đây, bổ nghĩa cho cả cụm "*Trăng thu*". Vậy mà Tản Đà, với sự bất ngờ và hứng cảm riêng của mình, đã tạo ra nó. Và thi sĩ đã làm cho câu thơ ấy trở nên thật đẹp. *Trăng thu bạch.*

Thật sự, ta không nhất thiết phải đưa ra những định dạng ngữ pháp như đã thử trình bày, phân tích ở trên. Cái mà ta muốn làm, ở đây, là cho thấy nét đặc biệt của từ "bạch" và cách dụng từ "thần sầu" của Tản Đà trong tiếng Việt. Như cách chúng ta sẽ dần dần phân tích ở những đoạn dưới.

Trở lại cấu trúc *Trăng thu bạch* rất đẹp của Tản Đà, ta có thể nghĩ cụm *Hoa hồng bạch* cũng có được cái kết cấu ấy. Dù sao, so sánh này, tôi nghĩ, không hoàn toàn đứng vững. Ta sẽ phân tích nó.

Trong cái nhìn của tôi, các từ "hồng bạch", "chuột bạch", "chuột cống", "chuột chù", "chuột chũi" (danh pháp khoa học Talpidae), "ngựa bạch" (từ "ngựa bạch tạng"), "chó ngao" (bulldog), "chó bạch tạng", "chồn hôi" (Mephitidae), "dế trũi" (danh pháp khoa học Gryllotalpidae), "gấu trúc", v.v., đều là một đơn vị từ, vì các từ *bạch, cống, chù, chũi, ngao, bạch tạng, hôi, trũi, trúc*, v.v., ở đây không phải là những hình vị tự do (free morphemes). Chúng là những những hình vị ràng buộc (bound morphemes), được dùng kết hợp với danh từ đi trước là *hồng, chuột, ngựa, chó, chồn, dế, gấu*, v.v., để chỉ thể loại, giống loài. Như trong các từ "dế than", "dế lửa", "dế trũi". Hay trong các từ "tàu ngầm" (tiềm thuỷ đĩnh, tiếng Anh *submarine*), "tàu tuần dương" (tuần dương hạm, tiếng Anh *cutter*), hay, thậm chí "tàu lửa" (xe lửa, hoả xa, *train*). Tất cả đều là những đơn vị từ cố định, không tách ra được. Như trên, ta cũng không thể xem các đơn vị "than", "lửa", "trũi" / "bạch", "chù", "chũi" (liên hệ đến dế và chuột) là những đơn vị riêng lẻ, có thể tách ra hỏi những danh từ đứng ngay trước chúng. Vì chúng được kết hợp lại với nhau để chỉ một giống, một thể loại riêng biệt (species) trong một chủng loại chung (genus), lớn hơn (như đối với thể loại chung và lớn hơn là "dế" hay "chuột").

[Định nghĩa của "Species": *a category of biological classification ranking immediately below the genus or subgenus, comprising related organisms or populations potentially capable of interbreeding, and being designated by a binomial that consists of the name of a genus followed by a Latin or latinized uncapitalized noun or adjective agreeing grammatically with the genus name*. (Merriam-Webster Dictionary / Một phạm trù phân loại sinh học xếp ngay dưới chi hoặc phân chi, bao gồm các sinh vật hoặc quần thể có quan hệ họ hàng có khả năng giao phối với nhau, và được chỉ định bằng một tên gọi kép/danh từ kép (một tên gọi gồm hai phần kết hợp cùng nhau) bao gồm tên của một chi theo sau là một danh từ hoặc tính từ không viết hoa theo tiếng Latin hoặc được Latin-hóa phù hợp về mặt ngữ pháp với tên của chi.]

Nhưng trong các cụm như “dế trống”, “dế mái”, “tàu cũ”, “tàu mới”, “chồn già, “chồn non”, ta có thể tách các từ *trống, mái, cũ, mới, già, non* ra khỏi các danh từ đứng trước chúng. Vì *trống, mái, cũ, mới, già, non* là các hình vị tự do, không bị lệ thuộc.

Về các từ mang tính giống loài, thể loại, nằm trong một kết hợp cố định và bền vững, ta có thể nói đến cá. Cá là một chủng loại lớn, bao gồm trong nó các loài cá với những tên riêng để chỉ các tiểu loại riêng của chúng. Ta có thể tạm kể một số loại cá như: *cá mú, cá thờn bơn, cá lóc, cá trê, cá mè, cá quả, cá hồi, cá mòi, cá trích, cá chép, cá nheo, cá chạch, cá lăng, cá tra, cá rô, cá sặc, cá bống, cá trắm, cá trôi, cá diếc,* v.v.. Ta không thể tách, chẳng hạn, “mú”, hay “nheo”, hay “lóc”, hay “mòi”, hay “lăng” ra và xem những từ ấy là bổ nghĩa cho “cá”, hay, ngược lại, “cá” bổ nghĩa cho chúng. [Dù sao, đôi khi, người ta có thể nói gọn là “Con diếc” hay “con trê” thay cho “con (cá) diếc” hay “con (cá) trê”]. Hay, nói về chim, ta không thể tách “nhại” ra hỏi “chim nhại” (như trong tựa truyện *Giết Con Chim Nhại / To Kill a Mockingbird* của Harper Lee) được.

“Bạch” trong “*Trăng thu bạch*” là một hình vị tự do. Có thể thay thế “bạch” bằng “sáng”, “mờ”, v.v. Còn “bạch” trong “*Hoa hồng bạch*” là một hình vị ràng buộc, vì, như đã nói, “hồng bạch” (gần như “bạch hồng”) là một từ chỉ giống loại (ngay khi đó là một giống loại được lai phối), mang tính “cố định” như “hồng vàng”, “hồng trắng” (có thể xem là “hồng bạch”, xin xem thêm phân tích ở dưới), “hồng đen”, “hồng nhung” (xin xem thêm ở dưới), “hồng cổ” (hay “hồng bạch cổ”), “hồng đào (cổ) (hay còn gọi là “hồng phấn”) đều là những tiểu loại nhỏ (species) của một chủng loại lớn là (hoa) *hồng (Rosa)*. Về trường hợp “hồng bạch”, nó còn gọi là “hoa nhược tâm”, danh pháp khoa học của “hồng bạch” là Rosa alba [*Alba*, tiếng Latin, dạng giống cái của *albus*, là màu trắng]. “Tầm xuân” là Rosa canina. Như đã nói, những danh pháp này là tên gọi theo tiếng Latin hay được Latin-hóa, là tên gọi kép/danh từ kép bao gồm tên của một chi theo sau là một danh từ hoặc tính từ không viết hoa. Tên gọi đó, dù có hai phần, vẫn chỉ là một đơn vị, không được tách ra. “Bụp giấm”, danh pháp là Hibicus sabdariffa, còn có tên khác là “giền cá”. Dĩ nhiên, ta không nên phân tích là trong tên hoa “bụp giấm” hay “giền cá” thì “giấm” làm rõ nghĩa cho “bụp”, hay “cá” bổ nghĩa cho “giền”. Hay ngược lại. “Bụp giấm”, hay “giền cá”, là một tên riêng, một đơn vị từ. Cũng thế, “dế than”, “dế trũi”, “tàu thuỷ”, “tàu lửa”, “chồn hôi”, “chuột chũi”, “chuột chù”, “chuột bạch”, “hồng bạch”, v.v., đều là một đơn vị từ. Chúng là những tiểu loại (species) khác biệt, với tên riêng của tiểu loại, trong những chủng loại chung (genus), lớn hơn.

Tôi nghĩ ngữ pháp nước nào cũng có những cái tế vi và phức tạp như vậy. [5] Và người ta, hay, đúng hơn, các nhà ngôn ngữ hay ngữ pháp học, có thể có những cách nhìn khác nhau khi xét về sự kết hợp của một nhóm từ. Hay sự phân tích ngữ pháp của nó. [Xin xem chú thích 8 về câu "*I told him to water the garden*"]. Và, vì vậy, một điểm tế nhị khác của ngữ pháp Việt mà ta cũng có thể bàn ở đây: Trong tiếng Việt, "hồng bạch" và "hồng trắng" xem ra là đồng nghĩa. Nhưng, trong quan điểm của tôi, khi nói "hồng trắng", ta nhấn mạnh đến (hoa) hồng, và hoa hồng này là loại hoa mang sắc trắng. Bởi thế, "trắng", ở đây, trong một vài trường hợp nào đó, có thể được xem như là tính từ, bổ nghĩa cho (hoa) "hồng". Và có thể được tách ra hỏi "hồng". "Hồng trắng" vẫn là một tiểu loại của (hoa) hồng, nhưng về mặt ngữ pháp, trong cái nhìn của tôi, nó hơi khác với "hồng bạch". Khi nói "hồng bạch", cái mà ta muốn nhấn mạnh đến lại là về một tiểu loại của (hoa) hồng. Nó là "hồng bạch", không phải các loại hồng khác, như "hồng đỏ", "hồng vàng", 'hồng đen". Tất cả đều là những tiểu loại riêng biệt, dù do lai phối mà thành. Cũng như "hồng bạch", "hồng đỏ" là một "species" của "hồng". Nhưng nó còn có các tiểu loại của riêng mình. Như "hồng đỏ đậm", "hồng đỏ nhung", "hồng đỏ tươi". Nếu phân tích về mặt từ pháp, ngữ pháp, trong quan điểm của tôi, ta có thể tách "đậm", "nhung" và "tươi" ra khỏi "hồng đỏ", và nhìn chúng như những tính từ. Còn "hồng nhung"? Tôi nhìn nó như một từ cố định. Giống như "hồng bạch", "chuột bạch". Vì chữ "nhung", ở đây, thay thế cho "đỏ (mịn, mềm như) nhung", trong cụm "hồng đỏ nhung" được nhắc đến ở trên. Nó ("hồng nhung") là một tiểu loại của "hồng đỏ", và "hồng đỏ" bây giờ là một phân chi (subgenus) của (hoa) "hồng".

Cũng thế khi ta so sánh "hoàng mai" và "bạch mai" với "mai vàng" và "mai trắng". Trong cái nhìn của tôi, khi nói đến "hoàng mai" và "bạch mai", ta quan tâm nhiều đến loại hoa; còn khi nói đến "mai vàng" và "mai trắng", ta sẽ quan tâm, nhiều hơn, đến màu hoa. Dĩ nhiên, màu đây là màu của (hoa) mai. Và, đối với tất cả, tôi nhìn "hoàng mai", "bạch mai", lẫn "mai vàng" và "mai trắng" đều là những đơn vị cố định.

Trở lại với cấu trúc chính mà ta đang bàn. Là "Trăng thu bạch". Trong "*Trăng thu bạch*" hay "Trăng thu sáng" có ba đơn vị, là ba từ riêng biệt. Còn cấu trúc "*Hoa hồng bạch*", trong cái nhìn của tôi, tiếp tục theo hướng của những phân tích trên, chỉ có hai đơn vị thôi, là "hoa" và "hồng bạch". Có thể biến cấu trúc này thành ba đơn vị, nếu ta chuyển nó thành "Hoa hồng bạch tươi", "Hoa hồng bạch héo", hay

"Hoa hồng bạch thanh thoát" chẳng hạn. Vì thế, cấu trúc của "*Hoa hồng bạch*" (cứ tạm cho "Hoa" là một từ (thuần) Việt, vì nó đã được Việt hoá ở mức độ cao) không nên được xét là ngang bằng hay tương đương với cấu trúc của "*Trăng thu bạch*".

Ta có thể mở rộng cụm "hoa hồng bạch" để nhìn rõ hơn thể loại của nó qua câu: "Một đoá hoa hồng bạch tươi thắm được cắm trong lọ." Ở đây, ta có "một", biểu thị bằng (A), là số từ; "đoá/(B): phó danh từ [*] ; "hoa"/(C): danh từ; "hồng bạch"/(D): danh từ; "tươi thắm"/(E): tính từ; "được cắm trong lọ"/(F): ngữ động từ (theo dạng *participial phrase*, dẫn đầu bằng một phân từ). Trong ngữ động từ này, ta còn có một giới ngữ (*prepositional phrase*) là "trong lọ" nằm lọt thỏm vào bên trong cụm. Về mặt phận sự, ta có A làm bổ từ cho B; B làm BT cho C; D cũng làm BT cho C; E cũng làm BT cho C; và F cũng làm BT cho C.

[[*] Có những người gọi các từ như *con* (bò), *cái* (dù), *đoá* (hoa), *cánh* (chim/hoa/diều), *người* (đàn bà), *tấm* (màn), *bức* (tường), *bộ* (bàn ghế, quần áo), *cây* (ổi/cột/kim/đinh), v.v., là "tiền danh từ" (Phan Khôi); "loại từ" (Trần Trọng Kim và nhóm làm *Việt Nam văn phạm*; và cũng là quan điểm của Trương Văn Chình & Nguyễn Hiến Lê); "danh từ giả tá" (Lê Ngọc Vượng); "quán từ" (E. Diguel); "hình thức chỉ danh của danh từ" (Trương Vĩnh Ký). Có người coi chúng là một loại nhỏ trong danh từ. Có người gọi là "phó danh từ" (Nguyễn Kim Thản, cũng như Nguyễn Lân). Và theo Nguyễn Kim Thản, *phó danh từ có thể thay thế chỗ cho danh từ*. Như thế, trong một câu như "*Một cánh/đoá hoa thược dược bỗng nở một cách nhiệm màu*", thì trong cụm "*Một cánh/đoá hoa thược dược*" đứng làm chủ ngữ, nếu ta lược bỏ chữ "hoa", vốn là danh từ trong cụm này, để thành "Một cánh/đoá thược dược" thì, lúc ấy, "cánh" hay "đoá" đang là phó danh từ sẽ biến thành danh từ, đứng làm đầu tố trong danh ngữ ấy. Cũng thế, trong một câu như "*Một con cá quả đang bơi lội nhởn nhơ*", "quả" và "cá" không đứng riêng lẻ như ta đã bàn [vì như thế sẽ tạo một hiệu ứng nhiễu, có thể làm sai lạc thông tin], "cá quả" sẽ là một danh từ kết hợp, làm định ngữ (bổ từ) cho "con". "Con", như thế, trong trường hợp này, đang từ một phó danh từ biến thành danh từ. Đối với các chủng loại chim, dế, v.v., cũng thế. Chẳng hạn: "*Một con (chim) chào mào đang bay lượn*", "*Một con dế trũi đang bò đến*". Nếu bỏ chữ "chim" trong câu trước đi, "con" sẽ là danh từ thay vì là phó danh từ. Trong câu sau thì, vì "dế trũi" là một đơn vị kết hợp, "con" đã đứng trước nó để làm vai trò danh từ.

Các ông Trần Trọng Kim, Bùi Kỷ, Phạm Duy Khiêm, trong *Việt Nam văn phạm* (Hà Nội, 1940) cho các từ như *cá, hoa, chim*, v.v., đều

.

được gọi là *loại từ riêng*, cũng như *người*, và cùng một từ loại với *con, cái* mà các tác giả gọi là *loại từ chung*. Trong khi, các tác giả trong sách *Ngôn Ngữ Học/Khuynh hướng, Lĩnh vực, Khái niệm* (xem lại chú thích 2) lại xem "hoa" là một danh từ. Như trong phân tích về cụm "Hoa mai"].

Và, để trở lại với những suy nghĩ về cách dùng từ của Tản Đà, như đã nói ở một phần trên, ta có một cụm từ Hán Việt là "nguyệt bạch", được dùng từ xa xưa đến thời hiện đại. Và cho đến bây giờ. Dù sao, "nguyệt bạch" (tạm hiểu là *trăng trong, trăng thanh*) ở đây là một từ cố định trong tiếng Hán. Cũng giống như từ "phong thanh" (tạm hiểu là *gió mát*). Đó là những đơn vị cố định, một kiểu thuật ngữ văn học. Đây là "nguyệt bạch" và "phong thanh", chứ không phải "bạch nguyệt" và "thanh phong". Ta có thể thấy chúng, đặc biệt đang xét đến đơn vị "nguyệt bạch" 月白, trong nhiều bài thơ khác nhau, của các tác giả cổ bên Trung Hoa, cũng như của các tác giả Việt Nam. Nghĩa chung của "nguyệt bạch" là để chỉ màu sắc. Theo Đào Duy Anh, đó là "một thứ sắc nhuộm xanh lợt". Theo Nguyễn Quốc Hùng, đó là "màu trắng xanh (như ánh trăng)". Nó rất khác, về mặt kết cấu ngữ pháp, với cách dùng trong cấu trúc "Trăng (thu) bạch" của Tản Đà.

Hãy đọc trong "Hậu Xích Bích Phú" của Tô Thức: "Dĩ nhi thán viết: "Hữu khách vô tửu, hữu tửu vô hào; *nguyệt bạch phong thanh*, như thử lương dạ hà?" 已而歎曰：有客無酒，有酒無肴；月白風清，如此良夜何 ("Rồi mà than rằng: "Có khách không có rượu, có rượu không có nhắm; trăng trong gió mát, đêm đẹp này biết làm thế nào?"). Hay trong "Quá Thần Phù hải khẩu" của Nguyễn Trãi: "Thần Phù hải khẩu dạ trung qua / Nại thử *phong thanh nguyệt bạch* hà" 神符海口夜中過 / 奈此風清月白何 ("Qua cửa khẩu Thần Phù vào lúc giữa đêm / Gió mát trăng thanh quá, làm sao đây?"). Hay trong " Tái hạ khúc" của Trình Khải Sung: "Ngũ Quốc thành đầu thu *nguyệt bạch*" 五國城頭秋月白 ("Trăng thu nhạt trên thành Ngũ Quốc"). Hay trong "Văn Địch" của Lê Địch: "Giang thuỷ trừng thanh giang *nguyệt bạch*" 江水澄清江月白 ("Trăng trắng xoá trên dòng sông trong vắt"). Hay trong " Tỳ Bà Hành" của Bạch Cư Dị: "Đông thuyền tây phảng tiêu vô ngôn / Duy kiến giang tâm thu *nguyệt bạch*" 東船西舫悄無言 / 惟見江心秋月白 ("Thuyền mảng đông tây lặng im, không một tiếng nói / Chỉ thấy vầng trăng thu rọi sáng giữa sông"). "*Thuyền mấy lá đông tây lặng ngắt / Một vầng trăng trong vắt lòng sông*". Hai câu thơ trong bài thơ dịch nổi tiếng này có nguồn cho là của Phan Huy Vịnh, nhưng các nguồn theo gia phả của dòng họ Phan Huy ghi rõ là của Phan Huy Thực (bố của Phan Huy Vịnh). Đọc bài thơ "Tỳ Bà Hành" qua bản Hán Việt đã hạnh phúc. Khi đọc bài dịch của Phan Huy Thực, thấy "thơm tho cả môi miệng"!

Còn đây là "nguyệt bạch" trong thơ Việt Nam. Chẳng hạn trong bài "Tương Tư" của Nguyên Sa, "Tôi đã gặp em từ bao giờ / Kể từ *nguyệt bạch* xuống đêm khuya / Kể từ gió thổi trong vừng tóc / Hay lúc thu về cánh nhạn kia?". Hay trong Phạm Thiên Thư của "Ngày Xưa Hoàng Thị": "Bước em thênh thang / Áo tà *nguyệt bạch* / Ôm nghiêng cặp sách/ Vai nhỏ tóc dài / Ta đi theo hoài / Gót giày thầm lặng…").

Thuật ngữ/thành ngữ văn học "nguyệt bạch", nguyên gốc có nghĩa như tôi đã trình bày ở trên theo Đào Duy Anh và Nguyễn Quốc Hùng, là để chỉ màu sắc (một màu xanh trong, nhẹ và sáng, như của ánh trăng). Sau, nó được dùng để chỉ cảnh trăng trong, trăng thanh, trăng sáng. Nếu đi chung với "phong thanh", cả nhóm "nguyệt bạch phong thanh", hay "phong thanh nguyệt bạch" là để chỉ chung cảnh gió mát trăng trong. Nếu "nguyệt bạch" đi với "thu" ở trước đó, nó chỉ cảnh trăng trong, trăng sáng đêm thu. Một cảnh thật đẹp.

Cụm "Trăng thu bạch" của Tản Đà, có thể đã có khởi nguyên từ "nguyệt bạch" chăng? Có thể. Một người viết văn, làm thơ, sáng tạo nghệ thuật, luôn luôn thực hiện những công trình tim óc không những chỉ với ý thức mà còn cả với tiềm thức và vô thức mình. Tất cả cái đọc, cái hiểu, cái biết, cái rung động, cái nằm sâu, thậm chí cái đã ngủ quên, trong con người hắn, sẽ cùng kết hợp để đưa hắn vào cuộc sáng tạo.

Ngoài ra, ngôn ngữ văn chương cũng chỉ là sự tái sử dụng, sự dùng lại những ngữ liệu đã có, chỉ là sự lặp lại, sự bắt chước nhau thôi. Nhưng *với một phong cách*. Với sự biến hoá, làm mới, chẳng hạn. Cái quan trọng của sáng tạo là phong cách. Nếu Tản Đà chỉ dùng "Trăng bạch" thôi, thì đó cũng đã là một cách dùng mới. Chưa thấy ai dùng. Khi ông dùng "Trăng thu bạch" thì, như đã thử trình bày, nó còn đặc biệt hơn. Vì cụm hay câu này có nhiều cách nhìn và phân tích. Và đều cho ta thấy cái mới trong những cách nhìn đó.

Chúng ta đã đi khá sâu vào "kiến trúc" *Trăng thu bạch* của Tản Đà. Nhưng còn một khả năng nữa mà tôi muốn nói về "kiến trúc" này. Đó là, để tạo những kết hợp đồng đẳng với các câu *Khói thu xây thành, Lá thu rơi rụng đầu ghềnh,* và *Sông thu đưa lá bao ngành biệt ly,* các cụm mà ta tạm gọi là danh ngữ trước đó là *Gió thu hiu hắt,* rồi *Sương thu lạnh,* và *Trăng thu bạch*, tác giả, và cả người đọc, có thể nhìn các danh ngữ đó, bây giờ, là các câu hoàn chỉnh. Nhìn như thế là nhìn theo cấu trúc Đề - Thuyết, một dạng cấu trúc mà người Việt rất thường sử dụng, nhìn theo cách lý giải của Cao Xuân Hạo. [6] Những câu như thế có thể không có những hệ từ (động từ) *thì* hay *là*. Nhưng, nói chung, trong trường hợp nếu ta có thể cho *thì* hay *là* (tuỳ trường hợp) vào vị trí sau phần Đề và trước phần Thuyết, ta sẽ đưa cả cụm mà trước đó ta có thể xem là một ngữ tuyến, vì chưa nhìn thấy rõ "hình dạng" của một câu trong nó, thành một câu rõ rệt theo cấu trúc Chủ - Vị. Thật sự, Chủ ngữ cũng là một loại Đề, nhưng nó hẹp hơn và không có nhiều "vai" bằng Đề. Nói gọn, phạm vi của Chủ ngữ không có được một biên độ rộng lớn để bao quát những đối tượng, chủ đề mà người Việt có thể dùng để kiến tạo câu.

Trở lại phần phân tích của chúng ta. Các cấu trúc *Khói thu xây thành / Lá thu rơi rụng đầu ghềnh / Sông thu đưa lá bao ngành biệt ly* cho ta thấy rõ cấu trúc Chủ - Vị của chúng. Trong những cấu trúc rõ rệt là câu này, các động từ, theo thứ tự, sẽ là *xây, rơi rụng*, và *đưa*. Khi ta "xoay" các cấu trúc Đề - Thuyết của các cụm *Khói thu hiu hắt, Sương thu lạnh* và *Trăng thu bạch* sang cấu trúc Chủ - Vị, hệ từ *thì* sẽ nằm ngay sau phần Đề (bây giờ biến thành Chủ ngữ) là *Khói thu, Sương thu* và *Trăng thu*. Như thế, các "cụm" này trở nên các câu rõ rệt, với các tính từ theo thứ tự là *hiu hắt, lạnh*, và *bạch* nằm trong phần Vị ngữ, ngay sau hệ từ (động từ) *thì* hiểu ngầm. *Hiu hắt* và *lạnh* là những từ "thuần Việt", không làm cho ta thấy có gì đặc biệt trong kiến tạo ngữ pháp của câu. Nhưng *bạch* là một từ Hán Việt, thường xuất hiện trong dạng kết hợp với một từ (Hán Việt) khác, lại đứng đơn độc sau *thì*, để làm sáng nghĩa của Chủ ngữ *Trăng thu*. Nó là một từ Hán Việt, trong vai tính từ, đứng đơn độc, ngạo nghễ, trong phần Vị ngữ, sau hệ từ *thì* hiểu ngầm. Cấu trúc này, *Trăng thu bạch,* thật lạ và đẹp.

Làm sao ta biết được trong ý thức của Tản Đà (và quan trọng hơn nữa, trong tiềm thức và vô thức của cụ) chuyện gì đã xảy ra khi cụ viết câu *Cỏ vàng cây đỏ bóng tà tà dương* ? **Ai là người kiểm soát thao tác ngôn ngữ trong sáng tạo của một nhà thơ, của một nghệ sĩ**. Trên một số quy luật căn bản của ngôn ngữ, ta chỉ có thể đưa ra một vài suy giải có thể là khác nhau để giải thích những trường hợp như thế này. Và cũng chính là vì có những trường hợp như trường hợp của câu thơ *Cỏ vàng cây đỏ bóng tà tà dương* mà chúng ta đang thảo luận đây, mà một câu thơ, một bài thơ, một tác phẩm, một nghệ sĩ trở nên kỳ diệu trước mắt người thưởng ngoạn.

Về những từ *tà* và *tà tà*. Người góp ý dẫn Hồ Lê, cho *tà* là một "nguyên vị tiềm tàng", có nghĩa là *ác, xấu*, như trong *tà đạo, tà thuyết, tà dâm*... Còn chữ *tà tà* Việt hóa ngày nay mang một ý nghĩa và âm vang khác, chẳng hạn trong *say tà tà*. Những đóng góp ấy đều đúng cả. Nhưng chưa đủ. Thật sự, cả *tà* lẫn *tà tà* đều là những từ Hán Việt. *Tà*, ngoài nghĩa là *ác, xấu* ra, còn có nghĩa là *nghiêng, xéo, xiên, chếch*. Còn *tà tà* là *chênh chếch, xiên xiên* [7] . Từ đó, những danh từ Hán Việt, biểu thị tính chất lệch, cong, nghiêng, xéo, xiên, xuất hiện rất nhiều trong ngữ vựng Hán Việt: *tà giác* (Toán, gọi chung các góc tù và các góc nhọn), *tà giác chùy* (khối chóp xiên), *tà khán* (nhìn xiên), *tà nguyệt* (mặt trăng xế), *tà nhãn* (mắt lé), *tà phương hình* (hình thoi), *tà viên chùy* (hình nón xiên), v.v.. Còn từ *tà tà*, nếu nó không phải là một từ Hán Việt đã được dùng từ rất lâu đời rồi, như Nguyễn Du đã dùng nó (trong câu thơ *Tà tà bóng ngả về tây*), tôi đã chẳng dám xem nó là một trạng từ trong mệnh đề (hoặc trong cụm) *bóng tà tà dương* của Tản Đà. Có lẽ, một phần lớn, vì không nghĩ rằng *tà tà* là một từ Hán Việt, đã được dùng từ rất lâu đời rồi (mà nghĩ rằng nó chỉ là một từ được Việt hóa trong thập niên 1960, 1970 của thế kỷ XX), nên người góp ý mới không chấp nhận cho tôi nhìn nó như một trạng từ.

Kinh nghiệm nghiên cứu ngữ pháp của các nhà ngôn ngữ học trên thế giới cho ta thấy là, trong một số trường hợp tế vi, trong một số cụm, một số câu, khi lý giải và phân tích, người ta không dám bảo nhau là hoàn toàn sai. Họ chỉ dám đề nghị một cách nhìn mới mà thôi. [8]

Chúng ta đã bàn về *bóng dương* ở một đoạn trên, nhưng thật sự, đó không phải là điểm quan trọng của sự thảo luận. Trong cái nhìn của tôi, điểm quan trọng nằm ở những từ *bóng, tà tà, dương, bóng tà, tà dương*, cùng với phận sự và ý nghĩa của chúng trong cấu trúc thẩm mỹ chung của câu thơ tạo nên sự thảo luận. Vấn đề bây giờ là *bóng tà tà dương* có nhất thiết phải là *bóng tà* và *tà dương* không. Hay là ta nên nhìn nó một cách khác để thấy sự bất ngờ và đẹp đẽ của câu thơ. Tác giả bài góp ý không chấp nhận việc tách *dương* ra khỏi *tà*. Vấn đề tôi nghĩ chúng ta cũng nên để tâm trong lúc thảo luận là ý nghĩa và cấu trúc ngữ pháp của nguyên cụm từ *bóng tà tà dương* cùng với liên hệ của nó trong cấu trúc ngữ pháp của toàn câu thơ tám chữ. Cách nhìn đề nghị của tôi không phải là chỉ tách *dương* ra khỏi *tà*, mà là tách cả *bóng* và *dương* ra khỏi *tà*, xem *tà tà* như một trạng từ, *bóng* là chủ từ, hệ từ *thì* hiểu ngầm, *dương* là tính từ. Cách nhìn này có thể bị xem là "táo bạo", nhưng nó cũng dựa trên những hiện tượng bất ngờ xảy ra trong ngôn ngữ mà tôi sẽ bàn ở một đoạn dưới.

5.

Coi *bóng tà* và *tà dương* là hai từ riêng biệt trong cấu trúc của toàn câu thơ, người góp ý cho rằng câu *Cỏ vàng cây đỏ bóng tà tà dương* phải được ngắt ra làm bốn khúc, theo nhịp 2/ 2/ 2/ 2. Ông cho rằng hơi thở và hơi thơ phải ngưng lại sau chữ *bóng tà*, và, theo ông, quy luật thơ lục bát không cho phép có một biệt lệ nào khác.

Trong suy nghĩ của tôi, thời Tản Đà, trong thơ lục bát, người ta thường hay gieo vần và ngắt vần ở những quãng chẵn. Thơ, như thế, rất êm đềm, chảy thư thái một dòng. Dù sao, với con người nghệ sĩ Tản Đà, tôi không chắc câu thơ mà chúng ta đang thảo luận nhất thiết đã phải được ngắt như thế. Trước hết là vì khi ngắt như vậy, sự cân bằng về mặt cú pháp và thẩm mỹ của câu thơ bị gẫy đổ như tôi đã phân tích. Thứ hai, chúng ta đã có kinh nghiệm rằng Tản Đà không chịu câu thúc. Trong cách sử dụng ngôn ngữ nói chung. Về mặt nhịp điệu, chúng ta sẽ đưa ra ngay dưới đây một câu thơ lục bát của ông mà cách ngắt nhịp đã phá bỏ quy luật chẵn vừa nói. Tôi nghĩ, một cách ý thức, hoặc một cách vô thức, Tản Đà có thể đã ngắt như cách tôi đã thử trình bày trong bài *Mấy Suy Nghĩ Thơ*: 2/ 2/ 4, trong đó bốn chữ cuối cùng—nếu phải ngắt—có thể đã được ngắt, rất nhanh, thành 1/ 3. Như thế, *tà tà* đi với nhau. Là một trạng từ, nó chỉ một trạng thái của buổi chiều đổ nghiêng theo triền nắng. Nó diễn tả được một cách rất cụ thể cái dáng nghiêng nghiêng, phai phai, nhạt nhạt ấy. Của nắng. Của bóng mặt trời.

Trong một phần của bài, nói chuyện Tản Đà dịch thơ, chính tác giả bài góp ý cũng đã nhắc hai câu thơ Tản Đà dịch *Thu tịch lữ hoài* của Lý Bạch. Tản Đà dịch

Lương phong độ thu hải
Xuy ngã hương tứ phi

thành

Lạnh lùng gió vượt bể thu
Hồn quê theo gió như vù vù *bay.*

Câu thơ có thể hơi buồn cười ở hai chữ *vù vù*, dùng hơi ép. Nhưng chắc chẳng ai trong chúng ta nghĩ là Tản Đà sẽ cắt hai chữ *vù vù* ra để chiều nhịp chẵn của hai câu thơ lục bát. Tản Đà, một cách rõ ràng, đã phá nhịp thơ chẵn của lục bát trong hai câu thơ dịch này.

Ngoài ra, ngay trong bài thơ "Cảm Thu, Tiễn Thu", ngoài câu *Cỏ vàng, cây đỏ, bóng tà tà dương*, Tản Đà còn có một câu gieo nhịp lẻ nữa. Câu thơ quá hay, quá nổi tiếng, nên đa số chúng ta không để ý là nó đã phá luật nhịp chẵn (thường xuyên) trong sự gieo vần trong thơ lục bát:

Vèo trông lá rụng đầy sân
Công danh phù thế có ngần ấy *thôi*

Có ngần ấy là một cụm từ cần cả ba chữ mới đủ nghĩa. Bởi thế, ta không thể ngắt nhịp chẵn được. Còn nếu ngắt nhịp ngay sau "có ngần" để chiều nhịp chẵn, thì cách đọc, cách ngắt ấy thật là không hợp lý!

Còn thơ bây giờ? **Như Tản Đà, và dĩ nhiên là còn đi xa hơn cụ, các nhà thơ hiện đại của chúng ta không coi quy luật về nhịp chẵn của lục bát là một quy luật bất biến.** Thử đọc một vài câu thơ của chúng ta hôm nay.

ngày tôi. Trôi trên lưng, đồi
cây khô gốc đợi, lá bồi hồi, *reo* (...)
(Khúc 19 tháng Chín*, Du Tử Lê*)

(...)
rơi. Im. Rừng vươn tay che
chỗ sâu: lũng, cỏ. Khe tì vết, *quen*
đêm. Hôn. Mùi. Vùng thân. *Thơm*
trắng. Xanh. Tím. Đỏ. Hồng. Đen. Nâu. Vàng.
(Xuống thấp.* Du Tử Lê*)

hồi còn ở núi Quảng Yên
nằm không ngủ được, ngồi thiền mỏi lưng
đêm khuya uống nụ trà sâm
ngâm thơ lục bát cũng thành nhớ em
những ngày hai đứa nằm im
những sông tóc chảy cắt miền thịt da
những giờ mây núi bay qua
chiều quen tím sẫm chỗ tà huy *non* (...)
(*Hồi ở Quảng Yên*, Nguyên Sa)

Và bài thơ sau đây của Nguyễn Tất Nhiên. Nó không chỉ thả nhịp lẻ ở ba chữ cuối của câu tám như các đoạn thơ vừa trích ở trên, mà rất nhiều chỗ trong cả bài thơ được đánh nhịp lẻ. Như cách tôi thử dùng các dấu chéo để tách bạch chúng:

Đò qua sông / chuyến đầu ngày
Người qua sông / mặc áo dài suông eo
Sông hiền / sóng lạ lùng reo
Trời mênh mang / cũng nhìn theo / ái tình
Người qua sông / qua một mình
Nắng trên sông / nắng vàng hanh mái đầu
Xin em vài sợi tóc nhầu
Trói thân ta / với nghìn sầu chung nơi
Mong em gìn lấy ơn trời
Thấy quanh năm / thấy ta / đời tai ương*!*
Người qua sông / mặc áo hường
nắng dương gian / nắng buồn hơn trước *nhiều...*
(Chuyến đò Cửu Long, **Nguyễn Tất Nhiên*)***

Đó là thơ của ta bây giờ.

Hãy thử trở về quá khứ một chút:

(...)
Chiều nay chẳng có mưa dầm
Mình sao nước mắt lại đầm đầm *tuôn*
(*Nỗi buồn vô duyên—Cẩm Châu duyên*, Hàn Mặc Tử)

Hay đi xa hơn nữa. Hãy trở về với Truyện Kiều của Nguyễn Du:

(...)
Lỡ chân trót đã vào đây
Khóa buồng xuân để đợi ngày đào non
Người còn thì của hãy còn
Tìm nơi xứng đáng làm con cái *nhà* (...)

Tôi chỉ trích thử một vài đoạn thơ để chia sẻ với người góp ý và với bạn đọc những nét mới trong thơ ta, trong sáng tạo của nhà thơ. Những câu thơ phá nhịp chẵn của lục bát như những câu thơ vừa dẫn có thể được tìm thấy rất nhiều trong thơ của ta bây giờ. Ngày xưa, có thể chúng là biệt lệ. Bây giờ thì đó là một hơi thơ rất tự nhiên. Nhưng vẫn mới và đẹp.

6.

Tác giả bài góp ý cho rằng một số hệ từ, trong đó có hệ từ *rất*, được dùng để xác định tính chất của từ loại. Từ nào dùng được với *rất* thì là tính từ; không dùng được thì không là tính từ. Điều đó đúng. Nhưng chỉ đúng một nửa. Và chỉ đúng trong quy ước chuẩn mà thôi. Mà những điều ta đang thảo luận đây lại diễn ra trong vùng "lệch chuẩn". Lệch chuẩn một cách độc đáo. Thật sự, trên căn bản, hướng phân tích của tôi về câu thơ của Tản Đà là nhìn câu thơ ấy trên một cái nền lệch chuẩn. Và tôi nhìn ra sự bất ngờ, sự sáng tạo của nhà thơ nằm ở đó.

Cách nhìn ấy là một cách nhìn có tính cách gợi mở và đề nghị. Chính trong cách nhìn ấy cũng chứa đầy nét lệch chuẩn rồi, mặc dù sự lệch chuẩn ấy có những căn cứ của nó như tôi đã thử trình bày và còn tiếp tục thảo luận thêm trong phần cuối của bài này. Cách nhìn và suy nghĩ của tác giả bài góp ý dựa trên một số hiểu biết quy phạm về ngôn ngữ nói chung và ngữ pháp nói riêng. Dù sao, hai cái nhìn như thế thật khó có thể gặp nhau. Nhưng điều quý là, nhờ thế, tôi có dịp trình bày một số suy nghĩ của mình về vấn đề ngôn ngữ và sáng tạo của nhà thơ, nhà văn nói chung.

Trở lại với hệ từ *rất*, dùng như một thứ thuốc thử để xác định tính từ.

Chúng ta nhớ lại câu thơ của Xuân Diệu mà, trong phần góp ý, người viết có nhắc tới. *Trăng rất trăng là trăng của tình duyên*. Ông cũng cho rằng, "*Trăng* là danh từ, nhưng với phụ tố *rất*, Xuân Diệu dùng nó như tính từ." Vậy là tôi phải cám ơn ông đã trả lời hộ tôi, rằng, *rất* không hẳn là một loại thuốc thử tốt trong những trường hợp tác giả cố tình "lệch chuẩn" để làm một cái gì mới.

Chúng ta cũng có thể nghe người khác nói hay viết: *Trăng rất ngọc / Dáng của nàng rất liễu / Đôi mắt nàng rất mộng / Trong chiếc áo dài, cô bé trông rất thiếu nữ*. *Ngọc, liễu, mộng, thiếu nữ* đều là những từ Hán Việt. Chúng là những danh từ. Như *dương* là một danh từ. Thường thì *rất*, một trạng từ thuần Việt, không thể đi chung với những danh từ (nhất là danh từ Hán Việt) như thế. Vậy mà trong sự phá bỏ cái cũ, phá bỏ những quy luật, có những con người bình thường, không nhất thiết phải là nhà văn, nhà thơ, đã có những cách dùng sáng tạo như thế.

Vậy, xét về mặt phong cách sáng tạo, nếu những danh từ Hán Việt như *ngọc, liễu, mộng, thiếu nữ*, v.v., được sử dụng như những tính từ, có thể dùng được với *rất*, thì, nếu *dương*, trong một ngữ cảnh đặc biệt nào đó, được một con người sáng tạo nào đó, dùng như một tính từ, tôi nghĩ là nó cũng có thể có khả năng đó, bằng cách tự biến đổi từ loại, đồng thời, biến đổi phần nào về mặt ngữ nghĩa nữa.

Dù sao, so với những từ vừa kể, *dương* có một thang độ Việt hóa thấp hơn; bởi vậy, ta khó thấy hoặc tưởng tượng là nó có thể được dùng như một tính từ. Và như thế, ta khó có thể tưởng tượng được là có một cụm từ *rất dương*. Nhưng nếu không có một cụm từ như thế, điều ấy có đủ cho ta kết luận rằng *dương* không thể dùng như một tính từ không?

Hoàng, ô, đa, thiểu... là những tính từ Hán Việt (cũng có thể là những danh từ trong những trường hợp khác). Chúng cũng không chấp nhận cho *rất* đứng trước để bổ nghĩa cho chúng. Chẳng lẽ vì điều ấy mà chúng không được xem là những tính từ nữa?

Đực, cái, trống, mái... là những tính từ thuần Việt (để chỉ phái tính, giống); chúng cũng không cho *rất* đứng trước chúng. Như thế, chẳng lẽ chúng bị mất tính chất tính từ?

Không, chúng vẫn là những tính từ. Từ *rất* không hẳn là một thứ thuốc thử chính xác để xét xem một từ có phải là tính từ hay không. Người ta không nói *rất ô, rất hoàng*, nhưng như thế không có nghĩa là *ô* hay *hoàng* không còn là tính từ. Bởi lẽ ta có *hoàng ngọc, hoàng hà*, v.v., hay *ô mã, ô long, ô đậu* (đậu đen), *ô cân* (khăn màu đen), *ô danh*, v.v..

Sở dĩ *rất dương* không hiện hữu (ít nhất là theo tiêu chuẩn thông thường) là vì *rất* và *dương* đều có những đặc tính ngữ nghĩa của chúng giống như *ô, hoàng, đa, thiểu*... mà ta đã kể. *Dương* không chấp nhận trạng từ thuần Việt *rất* đi trước nó. *Rất* cũng không chấp nhận những trạng từ vừa kể đi sau nó. Ta có thể tạo một luật ngôn ngữ về hiện tượng này. Nói *rất*, là một trạng từ, mà lại không đi được với *dương*, nên *dương* không thể làm tính từ, thì cũng như nói *gỗ*, là một danh từ, mà lại không đi được với *ăn*, nên *ăn* không phải là một động từ.

Luật ngữ pháp của động từ *ăn* (cấu trúc kết hợp của nó) là:

Ăn + Danh từ	[. cụ thể [. chỉ cái ăn được]

Ta có thể có những kết hợp: *ăn cơm, ăn phở, ăn bún bò, ăn bánh bèo* ...

(Những kết hợp như *ăn sương, ăn ý, ăn trớt, ăn nhịp, ăn khách, ăn ảnh*... thì lại là những vấn đề khác. Khảo sát những kết hợp của động từ *ăn* trong thành ngữ, tục ngữ Việt Nam là khảo sát một vùng "lệch chuẩn" của ngôn ngữ. Cái sáng tạo và cái chất thơ của con người Việt Nam trong đời sống hằng ngày nằm ở những câu ca dao, tục ngữ rất "lệch chuẩn" về tiếng nói và ngôn ngữ này.)

Vậy thì, theo luật ngôn ngữ tổng quát, danh từ đi sau *ăn* phải chỉ một cái gì ăn được: *gỗ, đá, nhà, xe, đèn, rừng, cầu, cống, tự do, danh dự, dân tộc...* là những danh từ không thỏa mãn hai điều kiện đặt ra trong dấu móc. Bởi thế, chúng không đi sau động từ *ăn* được. Tuy nhiên, không phải vì thế mà chúng không còn là những danh từ. Tương tự như luật ngữ pháp của *ăn* [9], tôi tạm thời đề nghị luật sau cho *rất*:

Rất + [. tính từ thuần Việt
. tính từ kép (Hán Việt)
. tính từ đơn (Hán Việt—nhưng thang độ Việt hóa rất cao)
(. danh từ kép Hán Việt—dùng như tính từ (mang nghĩa rất biểu tượng)]

Những trường hợp dưới đây, theo tiêu chuẩn bình thường, không thể xảy ra:

* Rất + [. tính từ đơn (Hán Việt)
(. danh từ đơn (Hán Việt—dùng như tính từ))]

Với những tính từ đơn Hán Việt có thang độ Việt hóa thật cao như: *tệ, tình, chỉnh, khổ*..., người ta có thể thấy: *rất tệ, rất tình, rất khổ, rất chỉnh* (nhưng người ta cũng nói *thậm tệ, chí tình, cực khổ, hoàn chỉnh*... Tôi nghĩ những kết hợp này lúc đầu là những ngữ tuyến (cụm); sau dùng quen, với kết hợp thường xuyên như thế, hóa ra tính từ kép. Bởi thế, người ta còn nói: *rất thậm tệ, rất chí tình, rất cực khổ*... Thật ra, nói vậy là thừa từ *rất*. Cũng như nếu nói *sông Hồng hà, biển Nam hải, trường tư thục*... là nói thừa những từ *sông, biển*, và *trường*...) Thang độ Việt hóa của *dương* còn thấp, nên, theo nguyên tắc, nó không đi với *rất*. Nhưng như thế, không có nghĩa là nó không thể đứng làm tính từ. Ngoài ra, nếu một kẻ sáng tạo, sau khi quyết định dùng *dương* như một tính từ, ai cấm hắn dùng cụm *rất dương* trong một ngữ cảnh đặc biệt nào đó, như người ta đã dùng *rất mộng, rất ngọc, rất liễu*... một cách rất lạ và đẹp.

Thí dụ, nếu có một nhà thơ nào đó nói: *Mặt trời hôm nay rất dương*, hay *Sắc nắng hôm nay rất dương*, chắc tôi cũng thấy cách dùng chữ ấy không đến nỗi quá lạ và quá mới như cách dùng ngôn ngữ và hình ảnh của thi sĩ Đặng Đình Hưng trong tập thơ *Bến Lạ*. Đặng Đình Hưng [10], cùng thời với Trần Dần, Lê Đạt, v.v., là một trong những khuôn mặt được chú ý trong hướng làm mới thơ ca. Trong thi phẩm *Bến Lạ* (Sàigòn, 1991), được đánh giá cao bởi một số nhà bình thơ, ông dùng nhiều từ, nhiều cụm từ, nhiều hình ảnh rất mới (còn có hay hay không thì lại là tùy sự rung động của mỗi người). Tôi thử trích một đoạn:

Tôi khắc biết mênh mông một cái bẹn Epicure ngập chìa truồng
bốn fia cơn mưa tú lơ khơ xanh đỏ con sập sành bọ ngựa bậu
vào nhảy tung! cõng đi chơi trên lưng Nilông Cáctông của Định
Mệnh!
Tôi hề biết / kể cả quả mít nứt
Tôi đã tìm ở sau cái gương / cũng không có jì hết...
Tôi đã tiếp đau thương những nhỏ nhỏ thường thường
Đã húp ra đi từng bát những nhạt nhạt mềm mềm và rất ngon

Đặng Đình Hưng, trong nhận xét của tôi, có những bài thơ/câu thơ khác hay và đẹp hơn. Chẳng hạn:

Cửa Ô
Khăn gói trên tay
    một độ đường
        hàng bàng rớm đỏ
Cửa Ô
    ngã ba ngã bảy
        đường zây cột đèn đỏ
Cửa Ô cỗ xe tay jà khấp khểnh
        cuối Ô ổ gà xa xa thành phố lạc...

Hay,

Khi còn bé
tôi đánh thức ban mai dậy
từ nửa đêm
Khoác bộ áo hồng rộng
tôi làm
đám mây nhòm vào bể nước...

Cũng thế, có một nhà thơ khác, rất nổi tiếng trong hướng làm mới thi ca, là Lê Đạt, đã được giới thưởng ngoạn chú ý qua tập thơ *Bóng Chữ*. Tự xem mình là một "phu chữ", Lê Đạt, với những thao tác ngôn ngữ rất lạ, và đẹp, cũng đã tạo nên một cuộc tranh luận khá lớn trong giới văn nghệ ở Sàigòn vào năm 1994. Vấn đề tranh luận cũng xoay quanh thủ pháp dùng từ, dùng hình ảnh, dùng các con âm, các âm bồi, của nhà thơ. Người thì nức nở khen hay; kẻ lại chê thơ không có nghĩa, chữ dùng vô nghĩa, nghĩa đi ra khỏi từ... Thật ra, nếu đứng từ góc độ sáng tạo, với một thẩm mỹ mới, chúng ta sẽ nhìn khác.

Hãy thử đọc một vài bài thơ/câu thơ của Lê Đạt:

Vải Thanh Hà
Tàu ú còi tu hú kêu vườn đỏ
Tuổi vào ga mùa ủ lửa má vừa

Áo trắng
Áo trắng bước bồng bềnh mây trắng
Trời sáng ngần thân phố khỏa xuân

Tấm chữ
Anh rình trắng nghìn trăng nghiêng ngõ mộng
Bước thị thơm chân chữ động em về

Tóc phố
Chấp chới đèn lên tóc phố
Gáy nêông chiều lả liễu lam bay

Thu Nhà Em
Anh đến mùa thu nhà em
Nắng cúc lăm răm vũng nhỏ
Mà cho đấy rửa lông mày
Nông nỗi heo may từ đó
Mưa đêm tuổi nổi ao đầy
Đồi cốm đường thon ngõ cỏ
Bướm lượn bay hoa ngày
Tin phấn vàng hay thuở gió
Tóc hong mùi ca dao
Thu rất em
và xanh rất cao

Vào Hè
... Ơi em rất ô
Ơi em rất hồ
Nắng vỗ ồ hô trúc bạch
Bước động ngày thon róc rách

Quan Họ
Tóc trắng tầm xanh qua cầu với gió
Đùi bãi ngô non
ngo ngó sông đầy
Cây gạo già
lơi tình
lên hiệu đỏ
La lả cành
cởi thắm
để hoa bay

Ở đây không phải là nơi để phân tích và bình thơ Lê Đạt. Nhưng với thơ như của Lê Đạt chẳng hạn, người ta cần phải có một cái nhìn mới, một thẩm thức mới, một thẩm mỹ đi ra khỏi lối mòn, để có thể thấy được cái hay, cái đẹp, cái biến hoá và sáng tạo của nó.

Trình bày một vài sự kiện văn học này ở đây, tôi chỉ muốn nói lên một điều: con người sáng tạo rất nhiều khi phá bỏ hình thức, lối mòn trong cung cách sáng tạo của mình. Được ưa thích hay không thì lại là một vấn đề khác. Người thẩm thức, kẻ thưởng ngoạn cũng thế, anh ta có quyền rung động và hiểu một sáng tạo phẩm theo ý riêng của anh ta. Trong kinh nghiệm sáng tạo cũng như kinh nghiệm thưởng ngoạn, sự đi ra ngoài cái bình thường không hẳn phải là điều sai hay dở. [11]

Xin trở lại câu chuyện của chúng ta. Những luật ngôn ngữ liên hệ đến ngữ pháp và ngữ nghĩa của động từ *ăn* và trạng từ *rất*, như vừa được trình bày, cũng giống như những luật trong hình thái học (morphology).

Chẳng hạn, trong tiếng Việt, /b/ chỉ có thể đứng ở vị trí khởi đầu của một từ, không thể đứng vào vị trí cuối. (Còn trong tiếng Anh, /b/ có thể đứng ở cả hai vị trí):

Việt: # buồn # bắp	Anh: # beatific # beaver
	mob # tub # # bob # # bulb #

Hay lấy chữ ghép đôi (digraph) /ng/ , kết hợp bởi hai con chữ n và g. Âm /ng/ này, tạo thành âm vị /ŋ / . Trong tiếng Việt, nó có thể đứng ở vị trí đầu hoặc cuối của một từ. (Trong tiếng Anh, /ng/ chỉ có thể đứng ở vị trí cuối):

Việt: # ngoan # ngã bóng # phỗng # # ngỗng # # nghiêng #
Anh: sing # fang #

7.

Về sự hoán chuyển từ loại của từ, trước hết, trong phần này, ta hãy nói về từ loại của *trai*. *Trai*, tôi nghĩ, căn bản là một danh từ. Dùng như Hàn Mặc Tử, biến nó thành một tính từ, là rất mới. ***Con trai, con gái*, cũng như *trai, gái*, đều là những danh từ bất khả phân. Cũng như những từ *đàn bà, đàn ông*.** *Con*, trong *con trai, con gái*, không phải là mạo từ hay loại từ. Nó không phải là một loại con như con vật, chẳng hạn như *con mèo, con chó, con cua*... *Đàn*, trong *đàn ông, đàn bà* cũng không phải để chỉ một tập hợp súc vật, như *đàn trâu, đàn kiến*... Nếu xét về mặt ngôn ngữ học lịch sử và ngôn ngữ học xã hội, có thể những từ này ngày xưa đã được khởi sự dùng trong một tinh thần gần gũi với những từ *con* và *đàn*, để chỉ một đơn vị hay một tập hợp loài vật. Con người, trong thời sơ cổ, đời sống cũng còn man dã, nên *con* và *đàn* có thể đã được dùng theo nghĩa cho loài vật như thế. Từ *con người* được dùng theo ý nghĩa đó. Người, trong cái nhìn xã hội hoặc nhân chủng, cũng là một động vật sống quần cư theo bầy đàn như các động vật khác. Nhưng ngôn ngữ có những biến đổi theo sự biến đổi của đời sống xã hội, của ý thức xã hội [12] . Đây là lĩnh vực nghiên cứu của từ nguyên học, của ngôn ngữ học lịch sử. Bây giờ, *con người, con gái, con trai, đàn ông, đàn bà*, không thể được xem là những kết hợp ngữ tuyến hay cụm. Đó không phải là sự kết hợp của một mạo từ (hay loại từ) và một danh từ, như trường hợp của *cái kéo, con dao, con sóc, đàn bướm*... *Con* và *đàn* không thể tách ra khỏi *con người, con trai, con gái*, hay *đàn ông, đàn bà*. Những kết hợp đó chỉ được coi là một đơn vị từ. Bởi thế, bây giờ, người ta có thể nói: *người (chị) đàn bà, người (cô) con gái, anh (cậu) con trai, người (tên, gã) đàn ông*, v.v.. *Con* và *đàn*, như thế, không còn là loại từ. *Người, chị, cô, anh, cậu, tên, gã*... là loại từ.

Về câu mà tác giả bài góp ý đưa ra, "Vương viên ngoại có ba người con, một người con trai và...", từ đó, ông cho rằng, như thế, *trai* là tính từ, bổ nghĩa cho *người con*. Tôi nghĩ khác. Tôi nghĩ từ *con trai*, ở đây, vẫn là một từ bất khả phân. Nó là danh từ [13] . Câu đó nên được hiểu là, *"Vương viên ngoại có ba người con; một người (là) con trai và..."* *Người* và *con*, ở mệnh đề sau, sẽ không còn đi chung với nhau nữa. *Con trai* là một từ nằm ở phần vị ngữ (predicate); *người* là chủ từ; *một* là số từ, bổ nghĩa cho *người*. Hệ từ (động từ) *là*, hiểu ngầm, chen vào giữa. Trong Việt ngữ, có thể nói có rất nhiều câu được viết hay nói với hệ từ *là, thì* hiểu ngầm như thế.

Để kết luận về từ *trai* (hoặc *gái*), ta có thể nói rằng chúng là những từ được khu biệt rõ. Đó là danh từ. Chúng không thể đứng làm tính từ trong những câu tiêu chuẩn. Dùng như Hàn Mặc Tử, biến *trai* thành một tính từ, là một cách dùng rất sáng tạo mà tôi đã đưa ra để bàn về sự sáng tạo trong thơ văn. Muốn biết từ *trai* có thể làm tính từ trong những câu văn tiêu chuẩn được không, ta hãy làm một phép thử. Nếu *trai* (hay *gái*) là những từ loại không khu biệt (tức là nó có thể khi thì làm danh từ, khi thì làm tính từ), theo cách suy nghĩ của người góp ý, nó có thể có trạng từ chỉ mức độ *rất* trước nó (vì nó là một từ thuần Việt); đồng thời, nó vẫn có thể đứng một mình không cần có *rất* đứng trước, mà vẫn làm cho câu văn xuôi chảy và có ý nghĩa. Vậy thì, hãy xét lại hai câu thơ của Hàn Mặc Tử:

Mau rất mau trong muôn hoa kiều mỵ
Mùa rất trai *và ánh sáng rất cao*

Muốn biết *trai*, trên căn bản tiêu chuẩn, có là tính từ không, ta chỉ việc bỏ từ *rất* ra ngoài. *Mùa trai* là cái gì? Nó không có nghĩa. Bởi vậy, xét về mặt tiêu chuẩn, *trai* không thể là tính từ. Nó phải là danh từ. Hàn Mặc Tử, đã dùng nó một cách hết sức sáng tạo, biến nó thành tính từ và cho đi chung với trạng từ *rất*. Trước khi Hàn Mặc Tử viết câu này, *trai* không thể được hình dung là có thể đứng làm tính từ như thế.

Dù sao, trong bài này, như đã ghi ra, người góp ý cũng có công giúp tôi đưa ra thêm được một số những câu thơ rất độc đáo của những nhà thơ Việt. Chúng độc đáo ở chỗ người viết chúng đã có những sáng tạo bất ngờ trong việc sử dụng từ loại. Họ chơi từ loại và chơi ngữ pháp một cách thần kỳ. Chính những sự cố tình "lệch chuẩn" một cách sáng tạo như thế đã làm cho văn chương trở nên cuốn hút hơn. **Ta tìm ra ở văn chương những lối nói, những lối viết mới.** Cái mới ấy, tôi nghĩ người viết bài góp ý cũng đồng ý với tôi, là sự sáng tạo của nhà thơ, nhà văn.

Khi Mai Thảo viết:

Cõi không là thơ. Không còn gì nữa hết là thơ. Nơi không còn gì nữa hết là khởi đầu thơ. Một xóa bỏ tận cùng. Từ xóa bỏ chính nó. Tôi xóa bỏ xong tôi. Không còn gì nữa hết. Tôi thơ.
(*Ta Thấy Hình Ta Những Miếu Đền*, nxb Văn Khoa, 1989)

thì trong cụm (hay đúng hơn, trong câu) ***Tôi thơ*** cuối cùng ấy, *thơ* thuộc từ loại nào? Danh từ? Tính từ? Hay trạng từ? Hay, thậm chí, động từ? Đó là một câu viết rất mới và đẹp. Nó thu gọn tất cả ý nghĩa của một đời người trong một từ. *Thơ*. Ngắn, gọn, và thẳng tắp như một ánh sao bay.

Bây giờ chúng ta hãy trở về với câu thơ của Tản Đà.

Câu thơ ấy, tôi đã đề nghị cách ngắt là *Cỏ vàng / cây đỏ / bóng tà tà dương*. Trong đề nghị của tôi, đó là ba mệnh đề hiểu ngầm động từ *thì*: Cỏ (thì) vàng, cây (thì) đỏ, bóng (thì) tà tà dương (hoặc, nếu không, có thể xem nó là ba danh ngữ (noun phrase): *Cỏ + vàng, cây + đỏ, bóng + dương* (*tà tà* là trạng từ chỉ thể cách hoặc mức độ, sắc độ.) *Dương*, ở đây, dùng như thế, như một tính từ, có thể có nghĩa như là *sáng*. Cái sáng của mặt trời, của ánh nắng, ở độ không, trung tính, chưa có tính từ chỉ thể cách, sắc độ, hoặc mức độ bổ nghĩa. Còn bình thường, là một danh từ, *dương* có nghĩa là *mặt trời* hay *chỗ có nắng* (*Hán Việt tự điển*, Nguyễn Văn Khôn) hay *mặt trời, ánh sáng* (*Việt Nam tự điển*, Lê Văn Đức và Lê Ngọc Trụ) trong những ngữ cảnh mà chúng ta đang khảo sát.

Ngoài ra, nếu không ngại đẩy sự suy luận đi xa hơn, tôi lại muốn nói thêm—một lần nữa—rằng, nào ai biết được tiềm thức và vô thức (và có khi cả ý thức) của Tản Đà hoạt động ra sao khi nhà thơ viết:

Sắc đâu nhuộm ố quan hà
Cỏ vàng cây đỏ bóng tà tà dương

Một cách ý thức hay một cách vô thức, có khi nhà thơ lại muốn chơi màu sắc ở đây. Nhà thơ đã đối chọi ba màu vàng, đỏ và dương. *Dương* được hiểu như một màu xanh sậm, màu xanh nước biển, màu của bầu trời đang chuẩn bị để đi vào tối. Người ta có xanh lá cây (xanh lục, xanh lá) và xanh dương. Khi diễn tả, trong câu nói thường ngày và trong văn chương, có những tác giả viết (hoặc nói) là màu lá (cây), màu lục. Họ biến những từ *lá (cây)* và *lục*, đang là những bổ từ làm rõ nghĩa cho *xanh*, thành ra những từ chính để chỉ màu xanh lá cây. Nếu *lá (cây)* có thể được dùng thay cho *xanh lá cây*, thì *dương* tại sao lại không có thể được dùng (trong một phút đắc ý hay xuất thần đầy nét sáng tạo của nhà thơ) để thay cho *xanh dương* (xanh màu đại dương, màu nước biển). Trong sự chơi chữ xuất thần này, *dương* chợt biến từ mặt trời ra thành biển. Câu thơ được viết bằng chữ quốc ngữ chứ không phải bằng chữ Hán, nên ý nghĩa của nó được mở rộng một cách tự do cho cả người sáng tác lẫn người thưởng ngoạn.

Trong phần mở đầu của bài thơ *Cảm Thu, Tiễn Thu* của mình, Tản Đà đã đưa ra một cái nhìn tổng quát và rất rộng về cảnh quan, về cảm thức, tình cảm chung của ông đối với khung cảnh trước mắt và trong tâm tưởng. Cái cảm thức chung về mùa thu, trên các mặt thiên nhiên địa lý ấy, ảnh hưởng lên tâm thức ông khiến, sau đó, ông đã nghĩ đến thân phận và định mệnh của nhiều tầng lớp người trong xã hội:

Từ vào thu đến nay,
Gió thu hiu hắt,
Sương thu lạnh,
Giăng [Trăng] thu bạch,
Khói thu xây thành.
Lá thu rơi rụng đầu ghềnh,
Sông thu đưa lá bao ngành biệt ly.
Nhạn về én lại bay đi,
Đêm thì vượn hót, ngày thì ve ngâm.
Lá sen tàn tạ trong đầm,
Nặng mang giọt lệ âm thầm khóc hoa.
Sắc đâu nhuộm ố quan hà,
Cỏ vàng, cây đỏ, bóng tà tà dương.
Nào người cố lý tha hương,
Cảm thu, ai có tư lường hỡi ai? (…)

Sắc đâu nhuộm ố quan hà. *Quan hà*, nghĩa là *cửa ải và sông*, gợi nhắc đến cảnh chia ly. Nhà thơ *nhìn* và *tưởng* về những cảnh tượng khắp trời đất trong mùa thu (thu của đất trời, thu của lòng người, và thu của đời người) mà cảm và thương xót cho các kiếp sống. Ông cảm nhận bao cảnh đất đai, sông nước. Trong mùa thu. *Cỏ vàng, cây đỏ, bóng tà tà dương*. Đó là những hình ảnh và màu sắc đã ghi dấu ấn trong tâm hồn thi sĩ.

Trở lại cái màu, cái chất *dương* trong ý thơ. Nó có thể là (màu) mặt trời pha với màu sông, biển. Màu vàng (có khi là vàng sẫm, hay vàng chói, như cái màu vàng mặt trời lung linh thiên địa của Van Gogh khi ông ở xứ Arles) đang biến hoá và biến chất, từ vàng sẫm, vàng chói, vàng óng sang vàng cam vàng hườm, rồi chuyển hoá, pha vào mầu xanh của sông biển, của đại dương thăm thẳm. Mặt trời hóa ra biển lớn. Ánh sáng hóa thành sắc màu. Và kìa, một cái bóng chênh chếch xanh (*tà tà dương*). *Dương* của mặt trời, *dương* của đại dương của biển cả, tất cả đang bồng bềnh và chập chờn trong cảm thức. *Chênh chếch xanh*. Trạng từ *chênh chếch* nếu được dùng như thế thì thật là tuyệt diệu. Mặt trời đang pha vào màu biển. Hay cả bầu trời đang sẫm lại, tối lại, có thể được ánh chiếu, được pha với màu của đại dương, sông nước. Sự chơi chữ, vì được tăng lên nhiều cấp như vậy, khiến cho cả câu thơ mang đậm nét ấn tượng trong tâm trí người đọc. Cảnh *cỏ vàng cây đỏ bóng tà tà dương*, bây giờ, như được vẽ ra với họa pháp của bậc thầy Monet.

Và cuối cùng, bây giờ, tôi lại xin phép đề nghị thêm một cách nhìn khác, có thể còn lạ và... (hy vọng) đẹp hơn nữa. Cách nhìn này vẫn bảo đảm được thẩm mỹ cấu trúc của câu thơ, không làm gẫy đổ sự cân bằng của ba vế. Về mặt cú pháp cũng như về mặt hình tượng.

Hãy xem *vàng, đỏ* và *dương* là ba động từ. Cách phân nhịp vẫn là cách mà tôi đã đề nghị: Cỏ vàng / cây đỏ / bóng tà tà dương. *Tà tà* vẫn đi chung với nhau và là trạng từ. Điều khác duy nhất trong cách nhìn này là ba tính từ *vàng, đỏ* và *dương* biến thành ba động từ. Câu thơ lúc ấy sẽ gọn, sắc và mạnh hơn nữa. Cái buồn, cái đẹp, sẽ xót xa, vò xé hơn. Cỏ và cây đang vàng lên, đỏ lên. *Dương*, động từ, ở đây, sẽ được hiểu theo nghĩa là *cháy lên, rực lên*. Và như thế, lúc này, cái rung động của ta có cháy lên không? Cỏ vàng lên một nỗi đớn đau trong gió mùa se sắt. Cây đỏ úa lên trong sắc thu. Và bóng (của mặt trời) cháy lên cái ánh sáng hắt hiu của buổi chiều đang ngả. Ba mệnh đề. Ba động từ. Mạnh, đối chọi, và thê thiết buồn.

Tại sao tôi lại dám cho *vàng, đỏ* và *dương* là ba động từ?

Sự suy nghĩ, lý giải và phân tích của tôi có gốc rễ trong những câu thơ cổ ngày xưa. Trong thơ Đường.

Ta hãy ngậm ngùi đọc lại bài *Hành Cung* của Nguyên Chẩn.

Liêu lạc cố hành cung	寥落古行宮
Cung hoa tịch mịch hồng	宮花寂寞紅
Bạch đầu cung nữ tại	白頭宮女在
Nhàn tọa thuyết Huyền Tông	閒坐說玄宗

Thường, người ta nghĩ *tịch mịch hồng*, ở câu số hai của bài thơ, là một danh ngữ (noun phrase), trong đó hồng là danh từ, *tịch mịch* là tính từ; hay như một ngữ tính từ (adjective phrase), trong đó *hồng* là tính từ, *tịch mịch* là trạng từ. Như Ngô Tất Tố đã nghĩ. Và như nhiều người khác đã nghĩ như thế. Còn tôi, tôi muốn nghĩ khác. Một cách nào đó, tôi muốn nghĩ theo lối nhìn và phân tích của Đỗ Bằng Đoàn và Bùi Khánh Đản, qua đó, *tịch mịch hồng* là một ngữ động từ (verb phrase), trong đó *hồng* là động từ và *tịch mịch* là trạng từ, bổ nghĩa cho *hồng*. [*Hồng*, ở đây, là động từ, như chữ "hồng" trong câu thơ *Hoàng Mai kiều thượng tịch dương hồng* của Nguyễn Du, đã được phân tích trong bài *Mấy Suy Nghĩ Thơ* của tôi].

Nghĩ như thế thì câu thơ tự nhiên sinh động hẳn lên biết bao. Câu thơ xao động, mang chứa trong nó một linh hồn đầy nước mắt: Hoa ở trong cung *nở đỏ lên* một cách tịch mịch. *Tịch mịch hồng* là như thế. Nó không hẳn chỉ là cái màu đỏ bất động của đóa hoa kia. Nó có một linh hồn. Nó xao xuyến. Chữ *hồng* ấy, nó nở, và hồn ta xúc động ngẩn ngơ.

Hoa không chết lặng. Hoa nở đỏ một nỗi thảm sầu trong lòng ta. [14]

Bóng tà tà dương. Bóng nắng chênh đi, mềm đi, nhẹ đi (tà tà) cho chiều thêm võ vàng màu quan tái. Cái bóng nắng kia thoi thóp. Nó có cái hơi thở của nó. Của thiên nhiên trong câu thơ. Trong tâm hồn và trong trái tim người ngắm cảnh.

Rất hiếm khi *hồng* có thể được xem, được dùng như một động từ (với nghĩa là *làm cho đỏ, nở đỏ lên...*) Cũng thế, làm sao có thể nhìn *dương* như một tính từ hay động từ, như ta đã thử bàn.

Nhưng trong văn thơ nói riêng và trong sự sáng tạo nói chung, cái gì cũng có thể xảy ra. Nó xảy ra trong một quy luật thẩm mỹ riêng của nó. Miễn là chúng ta có một trái tim để rung cảm và có một con mắt để nhìn thấy.

Sự sáng tạo, như thế, có khi ở trong một cái nhìn bậc hai. Hay trong một cái nhìn phân nhánh. Một thí dụ khác nữa về cách nhìn ngữ pháp:

Phu tử vấn thương nhân hồ bất vấn mã.

(Nguyên văn trong Luận Ngữ là: 廄焚 子退朝 曰 傷人乎 不問馬

Khải phần Tử thối triều viết thương nhân hồ bất vấn mã .

Trong những cổ bản chữ Hán, các câu văn không dùng chấm câu. Vì thế, ý nghĩa của câu, trong một số trường hợp, có thể giải thích thế này hay thế khác.)

Vậy, câu viết gọn lại ở trên (*Phu tử vấn thương nhân hồ bất vấn mã)* có nghĩa là gì?

Nên hiểu là: Phu tử hỏi có ai bị thương không, không, (bấy giờ mới) hỏi (đến) ngựa.

Hay nên hiểu là: Phu tử hỏi có ai bị thương không, không (quan tâm để) hỏi (về) ngựa.

Vậy thì, sau khi ở triều về, thấy đám cháy, cái quan tâm của Phu tử là ở người trước, ngựa sau; hay cái quan tâm ấy chỉ nhắm vào người?

Nhìn cách nào cũng có cái đúng của nó. Cho dù, để nhấn mạnh đến lòng nhân của Phu tử, người ta thường có khuynh hướng nghiêng về ý sau.

Một thí dụ khác. Ta hãy đọc lại hai câu thơ của Lý Bạch (nói về cảnh bạn ông là Uông Luân tiễn ông ra đi). Ông nghe tiếng hát tiễn trên bờ:

Hốt văn ngạn thượng đạp ca thanh (…)
Bất cập Uông Luân tống ngã tình

Đạp ca thanh là gì? Có phải là *tiếng vừa giậm chân vừa hát* (đạp: giậm chân) như các soạn giả quyển Thơ Đường, nhà xuất bản Văn Học Hà Nội (1987), đã hiểu không? Tiễn bạn đi tại sao lại phải giậm chân trên bờ thình thịch như thế? Hay lại có nghĩa là *tiếng hát bài "Đạp ca"* (một điệu từ). Còn *Uông Luân tống ngã tình* ? Là tình ta tiễn Uông Luân (cụm từ *Uông Luân tống* (tiễn Uông Luân) bổ nghĩa cho cụm *ngã tình* (tình ta). Hay nên hiểu cho đúng là tình của Uông Luân tiễn ta (cụm *Uông Luân tống ngã* (Uông Luân tiễn ta) bổ nghĩa cho *tình*). [15]

Một thí dụ nữa về sự sáng tạo. Sáng tạo của người làm thơ, hay sáng tạo của người đọc thơ.

Hãy đọc lại hai câu thơ này của Nguyễn Du:

Cổ tự mai hoa hoàng diệp lý
Tiên triều tăng lão bạch vân trung

(*Thăm chùa Thiền Tông*, Nguyễn Du)

Ta nên hiểu hai câu thơ này như thế nào?

Hiểu là:

Hoa mai ở ngôi chùa cổ, trong đám lá vàng
Vị sư già triều trước, giữa cõi mây trắng

Hay nên hiểu là:

Cây mai ở ngôi chùa cổ *nở hoa* trong đám lá vàng
Vị sư triều đại trước *già đi* giữa cõi mây trắng

Vấn đề ở đây được đặt ra ở chỗ, *mai hoa* có phải là *hoa mai* không? Hay lại là *cây mai nở hoa* (*hoa*, biến thành động từ). *Tăng lão* có phải là vị sư già không? Hay lại là *vị sư già đi* (*lão*, biến thành động từ). Quan trọng là ở cách ngắt đoạn. Hai câu thơ ấy, nếu mỗi câu được ngắt đoạn là 3 / 4 thì sẽ khác xa về mặt ý nghĩa so với khi chúng được ngắt là 4 / 3. Ngắt 3 / 4 như thế là nhìn *hoa* và *lão* như những động từ:

Cổ tự mai / hoa hoàng diệp lý
Tiên triều tăng / lão bạch vân trung

Khi nhìn *hoa* và *lão* như động từ, ta thấy cả thế giới như bị đảo lộn. Câu thơ càng trở nên đẹp và sinh động biết bao. Ta nhìn thấy sự xao động của thiên nhiên và bước đi của thời gian. Nguyễn Du càng trở nên đáng yêu hơn nữa. Và làm sao ta biết được là Nguyễn Du, khi viết những câu thơ trên, đã không dùng *hoa* và *lão* như những động từ? [16]

Người Anh, Mỹ cũng có thể biến những tính từ *white, red*... thành động từ *whiten, redden*. Người Pháp biến những tính từ *blanche, rouge, jaune*... ra động từ *blanchir, rougir, jaunir*... Nhưng chính cái rõ rệt trong sự thay đổi phần tiếp vĩ ngữ của các từ này đã làm giảm mất cái kỳ ảo đáng yêu của ngôn ngữ, cái hay và cái bất ngờ của sự sáng tạo hay sự nhìn thấy. Như trong những thí dụ mà ta vừa thử phân tích. Tất cả những điều mà tôi vừa trình bày ở trên không nằm trong sự tiêu chuẩn hóa của các quy luật. Chúng nằm trong sự rung động của trái tim và trong mắt nhìn của mỗi người thưởng ngoạn.

Tôi không khẳng định rằng trường hợp của *bóng tà tà dương* giống y hệt như trường hợp của những câu thơ trên. Cách lý giải về kết cấu của cụm từ *bóng tà tà dương* trong bài này, cũng như trong bài *Mấy Suy Nghĩ Thơ* của tôi, chỉ là sự thử tiếp cận với cái bất ngờ, trên một căn bản khả hữu của quy luật ngôn ngữ và của sự sáng tạo. Sự lý giải đó cũng dựa trên những sự kiện đã xảy ra trong ngôn ngữ, trong thao tác ngôn ngữ của các nhà văn, nhà thơ. Cùng lúc, nó cho phép tôi bảo vệ sự thẩm mỹ cần thiết của cái đẹp câu thơ trong hình ảnh, trong rung cảm, và trong cấu trúc. Tôi nghĩ, khi chúng ta chia sẻ sự rung cảm của mình với những người khác, và khi chúng ta tiếp nhận sự chia sẻ của người, kinh nghiệm của chúng ta sẽ được nhân lên. Cái kinh-nghiệm-được-nhân-lên ấy sẽ cho chúng ta một chiếc kính vạn hoa để nhìn vào đời sống, nhìn vào văn chương. Cánh bướm của cái đẹp, của sự sáng tạo chấp chới xuân hạ thu đông trong đó.

(tháng II. 1994
Xem lại & nhuận sắc/bổ sung: tháng III. 2025)

Chú Thích:

[1] Nguyễn Khắc Xuyên, *Ngữ Pháp Tiếng Việt của Đắc Lộ 1651*, nhà xuất bản Thời Điểm, California, 1993.

Đàng Ngoài, hay Đông Kinh (Tunchinensis, theo cách gọi của đời Lê Thái Tổ), qua cách trình bày của Đắc Lộ trong quyển *Hành Trình và Truyền Giáo*, xuất bản tại Paris năm 1653, bao gồm cả Đàng Trong, lúc đó chưa ly khai với Đàng Ngoài và còn nằm trong Đàng Ngoài.

(2) Ủy ban Khoa học Xã hội Việt Nam, *Ngôn Ngữ Học/Khuynh hướng, Lĩnh vực, Khái niệm*, nxb Khoa Học Xã Hội, Hà Nội, 1986, trang 124.

Trong tập hai của bộ sách này, phần viết về Ngữ Pháp Học, các soạn giả Hà Nội đã hoàn toàn đồng ý với Bloomfield và nhiều nhà ngôn ngữ học khác trên thế giới về cách khu biệt từ và cụm từ. Đưa ra thí dụ *Hoa mai / nở*, họ coi *hoa mai* là một cụm từ, cấu tạo theo lối chính phụ hay hướng tâm.

Hoa mai là chủ ngữ. Nó là một cụm chứ không phải một từ, trong đó *hoa* là yếu tố chính; *mai* là định tố, miêu tả tính chất, tên gọi của hoa. *Hoa* là yếu tố trung tâm (gọi là đầu tố); các yếu tố miêu tả (yếu tố đặt sau nó) và hạn định (yếu tố đặt trước nó) đều hướng về nó.

Một thí dụ nữa, cũng trong quyển sách trên, để làm rõ khái niệm này: *Cành hoa mai* (*Cành*: định tố; *hoa*: đầu tố; *mai*: định tố).

Theo hướng phân tích ấy, tùy theo cách sử dụng và cách hiểu, cụm *bóng dương* có thể được diễn tả như sau: Bóng dương (định tố+đầu tố), hoặc Bóng dương (đầu tố+định tố). So với cấu trúc *Cành hoa mai* ở trên, *bóng* có thể đứng ở vị trí của *cành* hay *hoa*. *Dương* đứng sau *bóng*. Nó có thể đứng ở vị trí của *hoa* hay *mai*.

(Trái với cụm từ hướng tâm là cụm từ ly tâm, còn gọi là cụm từ tường thuật hay chủ vị (Bloomfield). Đây là cụm từ mà hình thức lập thành không cùng chức năng với yếu tố có sẵn. Thí dụ: *Hoa / nở—Hoa nở* khác với "hoa" và "nở". Cụm từ hướng tâm là cụm từ mà yếu tố thêm vào không cùng chức năng với yếu tố có sẵn: *Hoa mai*).

Và một điều thêm nữa ở đây, nếu *mai hoa* có thể được coi như là một danh từ kép [Hán Việt] (nhưng cẩn thận những trường hợp như *mai hoa hoàng diệp lý* của Nguyễn Du), thì *hoa mai* lại không phải. *Hoa mai* là một cụm, một ngữ tuyến.

[3] Lê Văn Lý, *Le parler vietnamien. Sa structure phonologique et morphologique fonctionnel. Esquisse d'une grammaire vietnamienne*, nxb Hương Sơn, Paris, 1948. Bản dịch *Sơ Thảo Ngữ Pháp Việt Nam*, nxb Dân Chúa in lại từ bản của Sàigòn, trang 27.

Các nhà ngữ pháp thế giới hiện nay đều xem những tập hợp sau đây là một cụm, chứ không phải là một từ: *une fille, a student*, v.v.. Mỗi cụm như thế chứa hai yếu tố tạo nghĩa nhỏ nhất có thể tách ra được về mặt ngữ pháp và ngữ nghĩa; chẳng hạn *student* là danh từ và *a* là loại từ/mạo từ. Kết hợp lại, chúng tạo thành một danh ngữ (noun phrase). Chúng không phải là một danh từ (dù đơn hay kép). *Student* được gọi là một ý nghĩa vị (sémantème), hay theo một lối nói khác là đầu tố; *a* được gọi là một ngữ vị, hay một định tố.

[4] Như đã phân tích, *dương* cũng như *nguyệt* không nhất thiết phải bám vào *bóng*, bởi vì *bóng dương, bóng nguyệt* không (nhất thiết) phải là những từ kép cố định. Như một từ Hán Việt, chúng có thể đứng một mình trong câu văn thuần Việt như nhiều từ Hán Việt khác. Ta đã thử xét vai trò của chúng ở vị trí chủ từ. Bây giờ, ta xét chúng ở những vị trí khác. Chẳng hạn, từ *nguyệt*, nếu được dùng một cách sáng tạo, hình ảnh của nó trở nên rất mới và đẹp.

* Dùng như danh từ đứng làm bổ định từ (complement—từ do tôi đặt, vì nếu gọi là túc từ như người ta vẫn thường gọi, có thể nó sẽ bị lộn với túc từ trực tiếp hoặc gián tiếp):

Từ khi em là nguyệt, lòng tôi bỗng nghe ra: buồn vui kia là một, như quên trong nỗi nhớ... (TCS)

* Dùng như một tính từ, trong một cụm làm rõ nghĩa cho một bổ định từ:

Đó là một nhan sắc đã rất nguyệt rằm.

(Phong cách dùng từ và hình ảnh của nhiều nhà văn, nhà thơ hiện nay, đặc biệt theo phong cách của Mai Thảo. *Đã rất nguyệt rằm* là một cụm, một tính ngữ (adjective phrase), dùng như tính từ, làm rõ nghĩa cho *nhan sắc*. *Nguyệt* là tính từ chính trong ngữ tuyến này. *Rằm* là tính từ được dùng đặc biệt trong cụm như một trạng từ chỉ sắc thái hay mức độ. *Đã* chỉ thời.)

[5] Ngữ pháp nước nào cũng có cái tế nhị và phức tạp của nó. Xin xem thêm chú thích 8 bên dưới để thấy rõ hơn về nhận xét này. Ở đây, trong tiếng Việt, xin nói về cái rắc rối của sự định danh khác biệt, chồng chéo giữa loại từ/mạo từ và phó danh từ (cũng như một số từ ngữ định danh khác đã được nhắc đến trong bài) của các tác giả khác nhau. Khi nói về chủng loại "hoa", có vẻ như chúng ta xem "hoa" là danh từ, như trong cụm "hoa mai" đã thảo luận ở chú thích 2. Dù sao, có những tác giả xem "hoa" là loại từ. Nhưng "hoa" cũng có thể bị lược bỏ đi (hoặc không cần thiết). Bởi thế, ta có thể nói "mai", "lan", "cúc", "diên vỹ", "thược dược", v.v., mà không nhất thiết phải có từ "hoa" đứng trước đó. Trong nhiều trường hợp.

Đối với loài chim cũng vậy, có những tác giả xem "chim" là loại từ: ta có thể nói "chích choè", "sáo", mà không cần nói "chim chích choè" hay "chim sáo". Nhưng, đối với những loài chim khác, chẳng hạn như "chim nhại" (mockingbird), từ "chim" là một phần bất khả tách biệt khỏi cái tên chung. Ta phải nói là "chim nhại", "chim gõ kiến", hay rõ hơn, "con chim nhại", "con chim gõ kiến", chứ không thể, để chỉ những loài chim này, chỉ nói thoải mái là "nhại" hay "gõ kiến" là đủ. Trong những trường hợp giống như dạng "con chim nhại", "con" đang là phó danh từ sẽ được dùng như danh từ, và "chim nhại" sẽ là một từ kết hợp, làm rõ nghĩa cho "con". Ta không thể tách "nhại" ra hỏi cái "chi", cái "genus" của nó là "chim", không giống như ta có thể nói trống kiểu "thược dược", "diên vỹ", "lan", "cúc", v.v..

Đối với một vài chủng loại khác cũng có thể có trường hợp tương tự. Thế nhưng, có những chủng loại, như dế hay cá, khi nói về tiểu loại của chúng, thường thì ta phải xem từ "dế" hay "cá" là một thành phần gắn liền với tên của tiểu loại đó. Phải nói "dế trũi", "dế lửa", v.v., hay "cá mè", "cá quả", v.v., chứ không thể chỉ nói là "trũi", "lửa", hay "mè", "quả". Nói vậy sẽ tạo nên *sự khuyết nghĩa*, thông tin sẽ không được chuyển tải đầy đủ, tạo *hiệu ứng nhiễu* trong giao tiếp, đưa đến việc hiểu sai thông tin.

Trong những trường hợp như thế, loại từ (hay phó danh từ) được dùng, khi cần thiết, sẽ không phải là tên của loài/tiểu loại nữa (như với các tiểu loại hoa, như hoa mai, hoa hồng, hoa hồng bạch ["Hồng" (Rosa) là một tiểu loại (species) của chi (genus) "Hoa"; còn "Hồng bạch" (Rosa alba) là một tiểu loại (species) của "Hồng" (và trong liên hệ này, bây giờ, "Hồng" là phân chi (subgenus) của "Hoa"] , hoa tường vy, v.v.), mà sẽ là "con", hay 'chú", hay "chàng", chẳng hạn (như, con dế than, chàng dế lửa, chú cá mè, v.v.)

Đối với một số tác giả, như đã trình bày trong bài, họ xem các từ theo dạng *con, cái, chú, chàng, cậu*, v.v., là phó danh từ (chứ không phải là loại từ). Và trong trường hợp không có danh từ chính như thế, các dạng phó danh từ ấy sẽ thay thế danh từ, xem như được chuyển thành danh từ. Theo Nguyễn Kim Thản, ông nghĩ rằng, có lẽ trong một thời gian lịch sử xa xôi, phó danh từ đã là những từ độc lập, đóng vai trò trung tâm, còn danh từ ngày nay thì khi đó đóng vai trò phụ thuộc, vai trò định ngữ. Tôi nghĩ là nhận xét của ông có cơ sở, vì ngay từ thế kỷ XV, trong thơ của Nguyễn Trãi, ta đã thấy những cụm từ như *con am, cái râu bạc, con lều, bà ngựa*, v.v.. Những từ *con, cái, bà*, v.v., như thế, có lẽ đã xuất hiện trước cả thời Nguyễn Trãi nữa. Các tên gọi như *loại từ, phó danh từ*… chỉ được tạo ra sau này.

[6] Một cách nói quen thuộc của người Việt, như câu "Chó treo, mèo đậy", là câu Cao Xuân Hạo đưa ra để giải thích và làm sáng cấu trúc Đề - Thuyết. Nếu nhìn theo lối của cấu trúc Chủ - Vị mà người Tây phương và Âu Mỹ thường dùng, ý nghĩa của câu nói này rất khó để nắm bắt cho đúng. Thật sự, đây là một câu có hai mệnh đề: *Chó treo / Mèo đậy*. Khi nghe (hay đọc) mấy chữ "Chó treo, mèo đậy", như Cao Xuân Hạo phân tích, phản ứng tự nhiên của người nước ngoài "*là hiểu "chó" như "chủ ngữ", "treo" như "động từ", và hiểu câu ấy là "chó làm cái việc treo, mèo làm cái việc đậy". Đó là cái nghĩa duy nhất mà một câu tiếng Âu châu có cấu trúc như trên cho phép hiểu. Ngoài cái vai "kẻ hành động" ra, chủ ngữ của tiếng châu Âu chỉ còn đóng được hai ba vai khác, như vai người hay vật mang một tính chất (nó mập), có một tình cảm (nó buồn), v.v., mà thôi.*

Trong khi đó, câu trong những thứ tiếng không có chủ ngữ như tiếng Việt có một cấu trúc khác hẳn: nó gồm hai phần trong đó phần thứ nhất nêu lên một cái Đề (một đề tài) còn phần hai nói một điều gì có liên quan đến cái Đề ấy. Phần này gọi là Thuyết. Đề có thể bất cứ là vai gì, có bất cứ quan hệ gì với Thuyết, miễn sao thành một nhận định có ý nghĩa, có một nội dung thông báo nào đấy, cho nên các kiểu câu trong các thứ tiếng này đa dạng gấp mấy mươi lần các kiểu câu của tiếng châu Âu."

Vậy, thành ngữ "Chó treo, mèo đậy", nhìn theo cấu trúc Đề - Thuyết, nên được hiểu thành "Chó thì treo, mèo thì đậy". Ý muốn nhắc chúng ta cần cất trữ thức ăn cho cẩn thận trước chó và mèo là những con vật chúng ta có thể nuôi trong nhà. Đối với chó thì ta phải treo thức ăn lên cao, vì chó không leo trèo được; nhưng đối với mèo thì ta chỉ cần đậy thức ăn lại, vì mèo không có sức như chó để lật tung thức ăn lên hay phá đổ nó nếu thức ăn để trong bát hay một thứ gì tương tự như thế để cất giữ.

Quan hệ Đề - Thuyết cho thấy có nhiều sự phù hợp với đặc điểm loại hình của tiếng Việt là một ngôn ngữ thiên chủ đề. Câu, theo lối đề - thuyết, được cấu trúc thành hai phần đề và thuyết, trong đó, theo Cao Xuân Hạo, "*đề là điểm xuất phát, là cái cơ sở, cái điểm tựa làm bàn đạp cho đà triển khai của câu*" được trình bày ở phần thuyết.

Xin xem các công trình "*Tiếng Việt – Sơ thảo Ngữ pháp chức năng*" (1991) và "*Tiếng Việt – Văn Việt – Người Việt*" (2001) (trong đó đặc biệt là bài "*Linh hồn tiếng Việt*") của Cao Xuân Hạo.

[7] Nguyễn Văn Khôn, *Hán Việt Tự Điển*, nxb Đại Nam in lại bản của nxb Khai Trí, Sàigòn, trang 810. *Tà* 邪 (bộ *nhĩ*) là lệch, cong và *tà* 斜 (bộ *đẩu*) là nghiêng, xéo, xiên, được viết với những bộ khác nhau.

[8] Một thí dụ: trong ngữ pháp Anh, một câu theo dạng

I told him to water the garden.

đã làm điên đầu bao nhà ngữ pháp học nổi tiếng trên thế giới. Hornby, người soạn bộ từ điển Oxford, cùng với nhà ngữ pháp học Ekersley, cho rằng ngữ tuyến *him to water the garden* có dạng của một accusative-infinitive construction. Nhà ngữ học Nestfield thì cho cụm *to water the garden* là một infinitive phrase, dùng như một objective complement. Ông nhìn cụm ấy như nhìn từ *green* trong câu *I painted the door green*, trong đó, *green*, theo quy chuẩn ngữ pháp, là một tính từ, đứng làm objective complement trong câu.

Có những trường phái ngữ pháp khác xem cụm *him to water the garden* được dùng như một túc từ trực tiếp (D.O.). Một trường phái khác xem *him* là túc từ gián tiếp (I.O.), còn cụm *to water the garden* giữ vai trò của một túc từ trực tiếp (D.O.).

Như vậy thì ai đúng ai sai? Dĩ nhiên, những nhà ngôn ngữ ấy cũng tranh luận để nêu ra cái lý của mình. Và theo dõi những lý giải ấy, người ta học hỏi được nhiều điều về chính cái ngôn ngữ mà người ta sử dụng hằng ngày kia. Thật ra, các nhà ngôn ngữ cũng chẳng ai dám bảo ai là sai, mặc dù họ rất nhiệt huyết trong những cuộc thảo luận hay trong những bài viết để lý giải cái nhìn của mình. Họ chỉ muốn đưa ra một cái nhìn, cùng lúc, vẫn tôn trọng cái nhìn của người khác.

[9] Những luật về ngôn ngữ mà ta thử đưa ra trong bài, chẳng hạn về cách dùng với những từ "ăn" hoặc "rất", là những luật tổng quát. Chúng có thể bị phá vỡ trong một số trường hợp ngoại lệ. Như đối với luật về từ/khái niệm "ăn". Trong văn chương, và thậm chí trong ngôn ngữ thường ngày, người ta có thể nói là "Tàu ăn than" (nhớ cảnh "tàu hoả" phải chạy máy bằng than như trong một cảnh của phim "Doctor Zhivago" lúc băng qua cánh đồng đầy tuyết trắng); hay "Một lần cho tởn tới già / Đừng đi nước mặn cho hà ăn chân"; hay cách viết biểu tượng như "Ăn thành phố", "Ăn hải cảng", v.v.. Dù sao, chính những ngoại lệ làm nên giá trị của quy luật. Và, trong văn chương, sự sáng tạo nhiều khi là ở việc phá vỡ quy luật để tạo nên cái mới, nếu cần thiết.

[10] Đặng Đình Hưng là bố của nhạc sĩ/nghệ sĩ Đặng Thái Sơn, (người đoạt) giải dương cầm thế giới tại cuộc thi piano quốc tế Frédéric Chopin lần thứ X (tháng Mười,1980) ở Warszawa (Ba Lan)]. Đây là lần đầu tiên giải piano quốc tế được trao cho một người châu Á,

[11] Xin xem thêm bài "Về Tính Vũ Đoán trong Viết, Đọc, và Thẩm Thức Văn Chương", của Bùi Vĩnh Phúc, tại
http://phannguyenartist.blogspot.com/2017/09/bui-vinh-phuc.html

[12] Trong đa số các ngôn ngữ Ấn-Âu (Indo-European), chẳng hạn như trong tiếng Anh, từ để chỉ nhân loại, con người nói chung là *man* (số nhiều là *men*), hay *mankind. Man*, từ tiếng Anh cổ-đại *mann*, cũng để chỉ một người đàn ông. Ở những xã hội xưa, người ta coi (vai trò của) đàn ông là quan trọng, nên từ ấy và ý nghĩa của nó đã được dùng trong

bối cảnh xã hội và trong khung suy nghĩ vừa nói. Nhưng ý thức xã hội dần dần thay đổi theo sự thay đổi của những xã hội, người ta có thêm từ để chỉ người nữ. *Woman, women*. Cái dấu ấn ngôn ngữ, phản ánh một lối nhìn vẫn còn đó; nhưng cách người ta nhìn nó trong thời đại mới đã khác đi. Trong tiếng Việt, từ *thanh niên* là một trường hợp tương tự. Ngày xưa, từ ấy được dùng để chỉ chung những người tuổi trẻ, tuổi xanh. Nay, nó thường được dùng để chỉ những người tuổi trẻ phái nam. Để chỉ những người phái nữ khoảng cùng lứa tuổi ấy, người ta thường dùng *thiếu nữ* hay *thanh nữ*.

(Dĩ nhiên, *man* và *thanh niên*, trong một số ngữ cảnh, vẫn được dùng theo nghĩa gốc; nhưng trong những ngữ cảnh có hàm ý đối lập phái tính, nó chỉ được dùng theo nghĩa thu hẹp của nó.)

[13] *Đàn bà, đàn ông* thì rõ quá rồi. Chúng là một đơn vị từ. Và thường được dùng như một danh từ tập hợp. Thí dụ: *Đàn bà là những bông hoa biết nói!* Nhưng *con trai* và *con gái* thì cũng thế. Chẳng hạn: *Con trai (thì) hay nghịch; con gái (thì) hay khóc!*

Khi nói, *áo đàn ông* (hay *áo con trai*) thì ta nên hiểu là *áo (của) đàn ông*, hay *áo (của) con trai*. *Đàn ông, con trai*, trong trường hợp này, vẫn là danh từ. *Áo, quần*, trong tiếng Việt, không hề có phái tính. Nó không thể là đực, cái hay trống, mái gì cả; bởi vậy, *đàn bà, đàn ông, con trai, con gái*, nếu chúng đi với những từ đại loại như *áo, quần*, v.v., thì chúng cũng vẫn là danh từ. Ngay cả trong trường hợp dễ dãi, ta không cho là cụm từ *áo con trai* có hiểu ngầm từ *của* (chỉ một liên hệ sở hữu) chen vào, thì *con trai*, trong trường hợp ấy, vẫn là một danh từ trong bản chất. Nó chỉ được dùng như tính từ trong cụm đó mà thôi. Như trong cụm *tiểu luận văn học*. *Văn học*, trên căn bản, vẫn là một danh từ; nó chỉ được dùng như tính từ trong cụm ấy.

Như thế, ta không thể bảo rằng *đàn ông, đàn bà, con trai, con gái* (hay nói tắt là *trai, gái*) là những từ không khu biệt.

[14] Theo tìm hiểu của tôi, ít nhất có gần 20 bản dịch ra các thứ tiếng như Anh, Pháp, Đức bài thơ *Hành Cung* của Nguyên Chẩn. Đa số đều nhìn "hồng", một cách bình thường, như một tính từ. Có những bản dịch, vì một lý do nào đó, tìm cách lướt qua, bỏ hẳn chữ "hồng" đi, không dịch nó. Chỉ nhấn mạnh vào ý "hoa nở". Dù sao, có hai bản dịch, một của John C.H.Wu trong *The Four Seasons of T'ang Dynasty*, và một của Paul Jacob trong *Vacances du Pouvoir*, dịch theo hướng cho "hồng" là một động từ. Câu dịch của C.H.Wu: *The flowers in utter loneliness blush* ("Blush", "đỏ lên", "rực hồng lên". Động từ "blush"

khiến ta nghĩ về những đoá hoa như những người con gái còn xuân đẹp). Câu dịch của Paul Jacob: *Dans le palais rougit, seule, une fleur.* "Rougit" (trong ngữ cảnh này, cũng mang nghĩa "đỏ lên", "rực hồng lên" như động từ "blush"), từ động từ nguyên mẫu "rougir", ở đây, được dùng theo lối đảo trang. Mệnh đề chính là "Une fleur rougit"; từ "seule" và trạng ngữ (adverbial phrase) "Dans le palais" đều đứng vai trò bổ từ/bổ ngữ cho động từ 'rougit".) "Hồng", trong "Cung hoa tịch mịch hồng", như thế, có thể là tính từ hay động từ. Nhìn cách nào cũng có cái lý và cái ý của nó. Như đã nói, tôi nghiêng về cách nhìn nó như một động từ. Để thấy được cái sống động của cảnh và cái sáng tạo của chữ và nghĩa.

[15] Xem Trần Văn Tích, *Tu Từ Học...Y Khoa* (Văn Học, số 72 & 73, tháng 2 và 3, 1992).
Ghi chú thêm: "Hốt văn… đạp ca thanh" là cảnh sinh hoạt ở trên bờ. "Đạp ca" là một vũ điệu dân gian khá thịnh hành ở đời Đường. Có thể đó là cảnh trên bến dưới thuyền tấp nập phồn hoa của ca, vũ, nhạc… Ngày xưa, các tri âm hay tiễn nhau ở chốn ca lâu.
Chi tiết này giống như hình ảnh trong bài *Hoàng Hạc lâu tống Mạnh Hạo Nhiên chi Quảng Lăng*: "Yên hoa tam nguyệt há Dương Châu" ("yên hoa" là người đẹp, là chốn ca lâu tửu điếm mà giới tao nhân mặc khách hay tụ hội, đặc biệt là trước khi tiễn biệt nhau).

[16] Xem Đỗ Quý Toàn, *Tìm Thơ Trong Tiếng Nói*, nxb Thanh Văn, California, 1992.

Theo tôi, về bài thơ *Thăm chùa Thiền Tông* này của Nguyễn Du, hai câu thơ được trích dẫn ở đây chỉ là hai câu thơ được truyền tụng. Và, thật ra, chúng khác so với bản in trong các sách văn học. Sự khác biệt này nằm ở câu thứ ba, câu *thực* đầu tiên, với *"Cổ tự..."* Ngoài ra, bài thơ này thường được gọi tên là *Vọng Thiên Thai Tự*. Dù sao, chính cái khác biệt (hoặc sai lạc) ấy, phần nào, hoặc từ một góc độ nào đó, cũng làm cho bài thơ có cái nét đặc biệt riêng. Có dịp, tôi sẽ bàn kỹ lại sự khác biệt về mặt ý nghĩa, và một vài khía cạnh liên hệ khác, của hai câu thơ này trong toàn bài thơ chữ Hán của Nguyễn Du.

Phụ chú:

Để làm sáng rõ một số khía cạnh của một vài khái niệm hoặc vấn đề được thảo luận trong bài chính, ở phần phụ chú này, tôi muốn đưa thêm một vài nhận xét và suy nghĩ để bổ túc cho một số điều đã được trình bày.

.1.

Trong hệ thống từ vựng rất phong phú của ngôn ngữ Việt hiện đại, ta có rất nhiều từ Hán Việt. Theo một vài khảo sát của các nhà ngôn ngữ, trong tiếng Việt bây giờ, ta có thể nói là số từ ngữ Hán Việt có thể lên đến trên dưới sáu mươi phần trăm. Dĩ nhiên khái niệm từ Hán Việt được dùng để đo đếm này khá phức tap, vì các nhà ngôn ngữ không những phải đi ngược về quá khứ để lật tung cả những từ Hán đã có mặt trong Việt ngữ trong các thời kỳ Đường Tống, mà, có khi, họ còn phải đi ngược lại trước cả thời Đường nữa.

Trước khi sử dụng Việt ngữ dựa trên mẫu tự Latin, chúng ta đã có chữ Nôm. Sự chế tác chữ Nôm của ông cha ta cũng có nhiều cách thức, tạm kể một số cách như giả tá, hội ý, hài thanh, v.v.. Nhiều chữ Nôm được hình thành bằng cách lấy ngay những chữ gốc Hán, dùng trong Hán văn cổ điển (tức được vay mượn nguyên dạng từ chữ Hán), đọc theo âm Hán Việt, thường có nghĩa cố định, và có thể tra cứu được trong các từ điển Hán Việt hiện đại.

Dù từ Hán Việt có gốc Hán , nhưng cả trong chữ Nôm lẫn chữ Quốc ngữ hiện đại, chúng đã hoà vào ngôn ngữ chung của dân tộc, nên ta có thể yên tâm xem chúng đều là tiếng Việt. Và ta hãnh diện vì sự phong phú của tiếng ta (cả Nôm lẫn Quốc ngữ), với sự phong phú của nhiều từ Hán Việt như thế.

Ở đây, ta tạm thời chỉ xét đến việc nhận diện từ Hán Việt trong chữ Nôm.

Trong thao tác làm việc, để xét một từ trong một văn bản chữ Nôm là một từ Nôm được ông cha ta chế tác, dựa trên chữ Hán, hay là một từ Hán Việt được mượn thẳng nguyên dạng từ tiếng Hán, và đọc theo âm Việt (nên gọi là từ Hán Việt), ta dựa theo những tiêu chí sau: 1/ Từ ấy là chữ gốc Hán, dùng trong một/các văn bản viết bằng Hán văn cổ (có thể của cả các tác giả Trung Hoa lẫn Việt Nam). 2/ Được vay mượn nguyên dạng từ chữ Hán của Trung Hoa. Và 3/ Thường có nghĩa cố định, có thể tra cứu được trong các từ điển Hán Việt hiện đại, và ý nghĩa của nó trong văn bản Nôm cũng tương tự như thế. Hội đủ được các điều kiện trên, từ được xét sẽ là một từ Hán Việt.

Ta tạm thử xét ba từ "tà tà, "thường thường" và "thanh thanh". Tất cả đều có trong Truyện Kiều. Các định nghĩa được đưa ra ở đây nằm trong nhiều từ điển Hán Việt hiện đại được phổ dụng và có thể có trên mạng.

• Tà tà 斜斜. Có nghĩa là 'nghiêng, chéo, xiên xiên', hay chỉ ánh nắng buổi chiều phai phai, nhạt nhạt đi. Câu thơ "Xuân vị lão / Phong tế liễu tà tà" (春未老 / 風細柳斜斜) của Tô Đông Pha trong "Vọng Giang Nam – Siêu Nhiên Đài Tác", có nghĩa là "Xuân chưa muộn / Gió nhẹ, liễu la đà", hay "Mùa xuân như vẫn còn nguyên, vẫn chưa già / Gió nhè nhẹ liễu nghiêng nghiêng".

Một thí dụ khác. "Điệp chướng hiểu mai yên vũ / Hốt tác phi hoa vô số / Chỉnh chỉnh phục tà tà" (疊嶂曉埋煙雨 忽作飛花無數 整整復斜斜) trong "Như mộng lệnh - Tuyết trung tác", một bài từ của Tô Tường, thời Nam Tống. Nó có nghĩa là "Mưa mù núi xa ẩn hiện trong buổi sớm mai / Bỗng hoá ngàn hoa bay loạn / Khi rơi thẳng, lúc lại bay nghiêng".

Trong Truyện Kiều của Nguyễn Du có hai câu lục bát: "Tà tà bóng ngả về tây / Chị em thơ thẩn dan tay ra về (bản Nôm là 斜斜𦛿我術西 / 姊媕他矧扛𠄼黜術). Hai chữ "tà tà" của Nguyễn Du lấy nguyên dạng hai chữ "tà tà" trong các bản thơ cổ như đã trình bày ở trên. Nghĩa của nó cũng là "nghiêng nghiêng, xéo (không thẳng), chênh chếch". Từ "tà tà" là trạng từ, bổ nghĩa cho động từ "ngả". Bóng chiều ngả chênh chếch, nghiêng nghiêng. Còn trong câu sau, trạng từ "thơ thẩn" bổ nghĩa cho động từ "dan tay", là nắm tay, dắt tay nhau.

Ta còn có thể thấy từ "tà tà" này trong các cụm như "tà tà phi điểu" (斜斜飛鳥, Chim bay nghiêng, lượn qua lượn lại), hay "nhật tà tà" (日斜斜, Mặt trời nghiêng bóng, hay Ngày tàn, Chiều rủ bóng). Còn từ "tà tà", theo nghĩa là "thong thả", "thư thái, thoải mái, không lo ngại gì", như trong "sống tà tà", "đi tà tà", "chơi tà tà", "uống tà tà", "say tà tà", v.v., như đã có dịp nói trong bài, là một từ Nôm được Việt hoá sau này, với một nét nghĩa khác so với nghĩa của từ "tà tà" Hán-Việt.

• Thường thường 常常. Có nghĩa là "luôn luôn, trung bình, không có gì trội hơn"; "bình thường"; "thói chung"; "lâu mãi"; "nhiều lần"; "tiếp nối luôn, không dứt". Chẳng hạn trong bài "Độc chước" của Nguyễn Văn Giao, một danh sĩ Việt Nam thế kỷ XIX: "An đắc hữu tửu thời / Thường thường hữu tri kỷ" (安得有酒時 / 常常有知己 Ước sao khi có rượu thì thường thường có luôn cả bạn tri âm). Trong Truyện Kiều, ở ngay phần đầu giới thiệu gia thế nhà họ Vương, có câu: "Gia tư nghĩ cũng thường thường bậc trung" (bản Nôm là 家資擬拱常常堛中). Hai từ "thường thường" ở Truyện Kiều và ở trong bài "Độc chước" là một, và cùng mang nét nghĩa chung là "bình thường" hay "thường như thế". Chữ "thường" đứng riêng cũng có những nghĩa như đã thử liệt kê, nhưng cấu trúc đôi sẽ mang nghĩa mạnh hơn. Đối với nét nghĩa "nhiều lần" hay "lâu mãi" thì trong tiếng Việt ta thường nói, chẳng hạn, "Anh ta thường hay chơi trò nghịch ngợm", hay "Cô ấy thường buồn". "Cây thường xuân" 常春 (danh pháp khoa học là Hedera helix) sở dĩ được gọi tên như thế vì cây luôn giữ được màu xanh quanh năm, bất kể mùa đông hay hè.

Hãy nhìn lại câu: "Gia tư nghĩ cũng thường thường bậc trung" trong Truyện Kiều (家資擬拱常常堛中). Từ "thường thường" ở đây (cấu trúc đôi của từ "thường" 常), ngoài nghĩa có thể hiểu là "bình thường", "trung bình", nó còn có thể có nghĩa là gia cảnh nhà họ Vương thường là như vậy, không giàu có hay nghèo khổ gì. Có thể có lúc lên lúc xuống chút ít, nhưng thông thường thì gia cảnh là thế, ở "bậc trung". Từ "thường thường" 常常 đó là từ mượn thẳng trong văn bản Hán cổ. Cũng như trong câu thơ "Đăng nhân thủ tuế thường thường tục" (燈因守歲常常續) của Nguyễn Phi Khanh, chỉ cảnh ngọn đèn vẫn thường được nối bấc, thắp sáng mãi. Đèn cùng thức với người suốt đêm trừ tịch.

Như đã trình bày, "thường" hay "thường thường" 常常 có thể có nhiều nghĩa. Nó mang những nghĩa như "luôn luôn, trung bình, không có gì trội hay đặc biệt hơn"; "bình thường"; "luôn, hay, thường, vốn"; "thói chung"; "lâu mãi"; "nhiều lần"; "tiếp nối luôn, không dứt". Có thể thấy chữ "thường" hay "thường thường" này trong rất nhiều văn bản Nôm hay Hán của các tác giả Việt Nam, mang chứa những nghĩa vừa nói. Chẳng hạn như trong hai câu thơ "Cũng trong hai chữ chung tình / Sao người thường bấy mà mình quái thay" trong truyện Nôm "Mai Đình Mộng Ký" của Nguyễn Huy Hồ. Hai câu thơ trên phản ánh sự đối lập giữa cái "thường" của người đời và cái "quái" của chính bản thân tác giả trong cách cảm nhận về tình cảm và cuộc sống. Cụm "thường bấy" 常閉 có nghĩa là "bấy lâu nay [người đời vẫn] bình thường" [Còn sao ta lại quái khác thế này]. Hay hai câu thơ "Pháp thân thường trú (trụ) / Phổ mãn thái hư" 法身常住 / 普滿太虛 trong "Đắc Thú Lâm Tuyền Thành Đạo Ca", một bài thơ dài theo thể cổ phong, của Điều Ngự Giác Hoàng Trần Nhân Tông. Bài thơ sử dụng văn hóa Phật giáo, từ ngữ mang tính triết lý sâu sắc và mỹ học thiền. Hiện ta cũng có động từ kép "thường trú" và "danh từ kép "thường trú nhân".

Từ Hán Việt "thường" 常 (dùng theo cấu trúc đôi là "thường thường" 常常) viết với bộ "cân" 巾, có những nghĩa như ta đã nói. Trong văn bản Nôm, nó cũng được viết và đọc y như thế. Nếu trong trường hợp được xem là từ Nôm, theo từ/tự điển của Trần Văn Kiệm và của Viện Hán Nôm, nghĩa của nó sẽ bị giới hạn, thu gọn lại để chỉ là "bình thường", "thói thường", "không có gì đặc biệt" (và chính từ Hán Việt "thường" cũng đã bao hàm những nghĩa này). Nhưng, về mặt chữ Nôm, "thường" 常 còn có nghĩa là "sàn nhà" (theo từ điển của Hồ Lê), và âm đọc cũng là "sàn".

• Thanh thanh 清清. Chữ 'thanh' 清 có nghĩa là "trong sạch"; "xinh đẹp, tú mỹ" (như trong "mi thanh mục tú", mày xinh mắt đẹp); "trong" (chẳng hạn để nói về nước); "sạch" (chẳng hạn để nói về phẩm cách); "mát" và "sáng" (như trong 清風明月 'thanh phong minh nguyệt", gió mát trăng thanh/sáng); "lặng, thanh vắng" (như trong 清夜 "thanh dạ", đêm trong lành, yên tĩnh); "ít, không nhiều" (tđ Đào Duy Anh). Trong tiếng Việt, nói về "mùi vị nhạt nhạt thanh thanh" là chỉ vào cái vị nhẹ, mát, ít gia vị của món ăn. Còn nói "Cô ấy có nét thon thả, thanh thanh" thì thường là muốn khen cô ấy trông đẹp đẽ, cao quý, "xinh đẹp, tú mỹ", dáng người gọn, không "to lớn, đậm đà". Trong Truyện Kiều có câu: "Khác màu kẻ quý người thanh" (chữ Nôm 'người thanh' là 㝵清 , người đẹp đẽ, cao quý). Còn trong câu hát của bài "Ngày Hạnh Phúc" của Lam Phương, "Trời hôm nay thanh thanh, gió đưa cành mơn man tà áo" thì "thanh thanh" có lẽ vừa chỉ màu xanh nhẹ của bầu trời, vừa chỉ vẻ tươi mát, trong lành của khung cảnh thiên nhiên, tức là nó có thể ôm luôn hai nghĩa "xanh xanh" 青青 và "mát mẻ, trong lành" 清清.

Trong bài Thú Thanh Nhàn (Bạch Vân thi tập) của Nguyễn Bỉnh Khiêm, ta có câu "Trăng thanh gió mát là tương thức" [Nước biếc non xanh ấy cố tri], hai chữ Nôm "trăng thanh" cũng được viết là 腠 清.

Trong tác phẩm Chinh Phụ Ngâm (征婦吟) của Đặng Trần Côn viết bằng Hán văn, có nhiều câu thơ, đoạn thơ rất đẹp, gây ấn tượng và được nhiều người biết. Ta có thể kể đến hai câu thơ này:

Thanh thanh lưu thuỷ, bất tẩy thiếp tâm sầu
Thanh thanh phương thảo, bất vong thiếp tâm ưu
(Nước trong vắt chảy mãi, cũng chẳng rửa được nỗi sầu trong lòng thiếp.
Cỏ thơm xanh ngát, vẫn chẳng làm thiếp quên nỗi lo lắng trong lòng.)
清清流水，不洗妾心愁
青青芳草，不忘妾心憂

Hai câu thơ này được Phan Huy Ích (có thuyết cho là của Đoàn Thị Điểm) dịch thành:
Nước trong chảy, lòng phiền khôn rửa
Cỏ xanh thơm, dạ nhớ khó khuây

Cũng nên để ý, hai từ "thanh thanh" trong hai câu sóng đôi này khác nhau. Từ trong câu trên để chỉ sự trong trẻo của nước (清清); từ ở câu dưới để chỉ sự xanh ngát của cỏ (青青).

Như thế, cả ba từ "tà tà", "thường thường' và "thanh thanh" đều có thể được tìm thấy trong cách nói Việt, trong các câu thơ Nôm, và trong các văn bản chữ Hán. Chúng cũng có thể được tra cứu trong các từ/tự điển Hán Việt. Nghĩa của các từ này, trong cả các văn bản Hán và Nôm, là như nhau, và là nghĩa mà ta đã trình bày và phân tích ở trên. Bởi thế, theo các tiêu chí về mặt thao tác để xác định văn bản và ý nghĩa, cả ba từ này đều là những từ Hán Việt, dù chúng nằm trong các văn bản Nôm cổ hay Việt ngữ hiện đại.

Sở dĩ ba từ này, và một số từ khác có dạng tương tự, dễ bị nhầm lẫn với các từ Nôm, hay Việt, vì chúng được dùng khá nhiều trong các văn bản Nôm, và cũng được cấu trúc theo dạng láy đôi, giống như những từ láy (theo dạng đặc biệt là láy đôi, mà ngữ pháp Việt Nam có thể gọi là "từ lặp"). Cũng nằm trong dạng từ láy, nhưng những "từ lặp" không phải là những từ điệp vận (tức láy vần, như 'tần ngần', 'lơ thơ', 'tù mù', v.v.), hay từ láy phụ âm đầu (như 'ngơ ngác', 'thủng thẳng', 'húng hắng', 'chằng chịt', v.v.). Còn 'dàu dàu', 'nao nao', 'hiu hiu', 'ào ào', 'rành rành', v.v., là những từ lặp trong tiếng Nôm, tiếng Việt.

Dù sao, điều quan trọng là tất cả những từ Hán Việt được ôm ấp và gìn giữ trong lời ăn tiếng nói Việt, trong ngôn ngữ Việt, chính là tiếng Việt, chữ Việt. Chúng mang đường nét, âm điệu Việt. Và chúng có thể có những thang độ Việt hoá khác nhau, mặc dù vẫn là từ Hán Việt. Cùng với những từ ngữ Việt khác, chúng đã là một phần máu thịt và tâm hồn của con người Việt, của văn hoá Việt. Nhận biết, yêu thương và gìn giữ tất cả những điều ấy là niềm hãnh diện, đồng thời cũng là trách nhiệm, của mỗi một chúng ta.

.2.

Trở lại và nói thêm đôi chút về từ Hán Việt. Từ Hán Việt trong tiếng Việt, văn Việt là những từ bắt đầu du nhập vào tiếng Việt chủ yếu từ thời Bắc thuộc, phát triển trong thời Đường – Tống (từ thế kỷ thứ VII đến tk thứ XIII), đặc biệt trong giai đoạn Nho giáo chi phối văn hóa (thế kỷ X –XIX), và thường thông qua con đường văn viết. Có những từ Hán Việt đã đi vào ngôn ngữ và văn hoá Việt từ rất lâu đời, chẳng hạn hai từ "khinh" 輕 và "đầu" 頭. "Khinh" một người nào là xem nhẹ người ấy, không xem trọng họ. "Khinh", tiếng HV, có nghĩa là "nhẹ", như trong "bom khinh khí" (hydrogen bomb), hay "khinh tội" (misdemeanor /tội nhẹ), để đối với "trọng tội" (crime, felony /tội nặng). Từ "đầu" cũng thế (chẳng hạn trong "cái đầu", "dân đầu gấu", "đầu xanh tuổi trẻ", "đầu lĩnh" 頭領 = "thủ lĩnh" 首領). Ta có thể nghĩ "đầu" là một từ Việt. Thì đúng là thế! Nhưng truy ngược từ nguyên, ta biết đó là một tiếng Hán Việt có gốc từ một từ Hán cổ. Trong ngôn ngữ Việt, "khinh" và "đầu có một thang độ Việt hoá rất cao, nhất là từ "đầu". Nó gần như đã được Việt hoá hoàn toàn, và, trong một số trường hợp, có thể được xem như một từ thuần Việt. Các từ HV có những thang độ Việt hoá khác nhau.

• Các từ "tà tà", "thường thường" và "thanh thanh" trong Truyện Kiều, như đã bàn, đều có hơn một nghĩa. Các nghĩa này được xét tuỳ vào ngữ cảnh.

Hãy xét câu thơ "Bước dần theo ngọn tiểu khê / Lần xem phong cảnh có bề thanh thanh" của Nguyễn Du. Chữ "thanh thanh" ở đây có thể được dùng để chỉ phong cảnh hữu tình, đẹp đẽ. Đó cũng là một nét nghĩa của chữ "thanh" 清, hay "thanh thanh" 清清, trong chữ Hán. Còn trong câu thơ Chinh Phụ Ngâm, "Thanh thanh lưu thuỷ, bất tẩy thiếp tâm sầu" 清清流水, 不洗妾心愁, thì "thanh thanh" có nghĩa là "trong trẻo", "trong mát", "trong vắt", "trong trong". Nước trong chảy vẫn không tẩy rửa được nỗi muộn phiền trong lòng thiếp. Nhưng, trong chữ Hán, "thanh" 清 không chỉ có nghĩa là "trong", dù nó chứa bộ "thuỷ". Nó không nhất thiết chỉ nói cụ thể về "nước". Nó còn có thể nói về (phẩm cách hay đời sống, lối sống của) con người, về phong cảnh thiên nhiên, về không gian (mát, nhẹ, sáng, yên tĩnh), về vị nhẹ, thanh, không đậm mùi gia vị của thức ăn. Về cái nét đẹp đẽ, thon thả, của nhân dáng con người. Vân vân. Chữ "thanh" này cũng có thể được ghép với một từ gốc Hán khác để làm thành một từ ghép, như "thanh tịnh" 清淨, "thanh trọc" 清濁 /"trọc thanh", đục trong (Gẫm việc đời mà ngắm kẻ trọc thanh. Này này sĩ mới hoàn danh / "Kẻ Sĩ", Nguyễn Công Trứ). Tất cả các nghĩa của từ "thanh" 清 (mở rộng ra là "thanh thanh") đều là nghĩa được ghi của chữ Hán trong các từ/tự điển HV. [Chỉ riêng về nghĩa "lặng, yên tĩnh, thanh vắng" của từ này thì hai từ/tự điển của Viện Hán Nôm và của Trần Văn Kiệm mới cho là cũng được dùng như một từ Nôm.]

• Có suy nghĩ cho rằng từ "tà tà" trong câu thơ "Tà tà bóng ngả về tây" của Nguyễn Du là một từ Nôm, và câu ấy mang nghĩa là "mặt trời đang *từ từ* ngả về phía tây, đang lặn". Hãy nói về từ "tà tà" 斜 斜, liên hệ đến "mặt trời". Dĩ nhiên, mặt trời chẳng chuyển động hay bị ngả nghiêng gì cả. Đó là do cái bóng của nó tạo hiệu ứng ấy. Khi ta nói "Mặt trời nghiêng bóng" thì đây là một cách nói có phần ẩn dụ. Phải, mặt trời không nghiêng. Nó vẫn ở đấy, tròn đầy, cháy nóng và sáng. Nhưng với chúng ta – những kẻ ngụ cư trên mặt đất – ánh sáng của mặt trời đi qua thời gian, và trong buổi chiều muộn, nó đưa đến một cái bóng dịu nhẹ, một nét chếch lệch, đổ dài. Cái bóng đó đổ dài, nghiêng đi, chếch đi. "Tà tà bóng ngả về tây" là vậy. Ta gọi đó là "chiều tà", là "bóng xế", "bóng chiều". Trong Truyện Kiều, câu thơ "Bóng chiều như giục cơn buồn…" đã khơi gợi một trạng thái, một nếp gấp hai. Đó là "Faltung/Zweifalt", nói theo ngôn ngữ Heidegger. "Bóng" là dấu vết của ánh sáng. "Buồn" là phản hồi nội tâm của kẻ sống trong bóng. Bóng chiều. Ở đây, ánh sáng không còn là hiện tượng quang học thuần túy. Nó vừa là ánh sáng, vừa là cái để mất đi. Chính trong cái dáng đổ dài của bóng chiều, mặt trời lộ ra bằng sự khuất bóng của nó.

Câu "Xuân vị lão / Phong tế liễu tà tà" (春未老/風細柳斜斜) của Tô Đông Pha cũng vậy. Như đã viết, nó có nghĩa là "Xuân chưa muộn / Gió nhẹ, liễu la đà", hay "Mùa xuân như vẫn còn nguyên, vẫn chưa già / Gió nhè nhẹ liễu nghiêng nghiêng". Nhành liễu không ngay hay thẳng tắp. Không đứng yên. Nó la đà, nghiêng nghiêng, đong đưa trước gió.

• Từ "tà tà", dù sao, trong một số trường hợp, cũng có thể là chữ Nôm. Từ "tà tà" 斜 斜, theo nghĩa nghiêng nghiêng, chênh chếch, như vừa trình bày, là từ Hán Việt. Còn từ "tà tà" theo nghĩa là chậm rãi, thong thả, từ từ, thư thái, không lo ngại gì, v.v., viết là 鈄 鈄, được từ/tự điển của Trần Văn Kiệm và The Nôm Foundation xem là chữ Nôm. Hai chữ "tà" này hơi khác nhau. "Tà" 斜 (nghiêng, chếch) viết với bộ "đẩu" 斗, có âm Hán Việt là "tà" (hay "gia"), và âm để đọc trong văn bản Nôm cũng là "tà", với thí dụ là "Chiều tà". Tức là nó được mượn nguyên từ, cả âm và nghĩa, trong chữ Hán. "Tà" 鈄 (chậm rãi, từ từ) viết với bộ "kim" 金, có âm Hán Việt là "đẩu", và âm Nôm là "tà", với thí dụ là "Cứ tà tà" (on a go-slow). Đây là hiện tượng giả tá trong việc tạo tiếng Nôm. Lấy một chữ Hán có sẵn để dùng với âm khác, bất kể nghĩa gốc Hán. Còn câu "Tà tà bóng ngả về tây" của Nguyễn Du được viết trong bản Nôm là 斜斜䏧我衛西. "Tà tà" 斜斜 ở đây, như thế, có nghĩa là nghiêng nghiêng, chênh chếch. Và nó là từ Hán Việt, được mượn thẳng cả âm lẫn nghĩa từ chữ Hán.

.3.

Trong tập "Thơ Tản Đà", ở bản in năm 1925, ta nhận thấy sách in có ghi gạch nối ở một số từ đôi Nôm và từ kép Hán Việt, trong đó có từ "tà dương" trong câu "Cỏ vàng cây đỏ bóng tà tà dương". Từ "tà dương" này trong tất cả các bản in khác sau đó đều không có gạch nối. Dù sao, xét riêng bản in năm 1925, tôi nhận xét thế này: Có rất nhiều từ trong tập thơ, theo tiêu chuẩn vừa nói, đáng lẽ nên có dấu gạch nối thì lại không có. Chỉ xin lấy cụ thể bài "Cảm thu, tiễn thu", và chỉ lấy tạm 4 câu mà ta đang bàn: 'Sắc đâu nhuộm ố quan hà / Cỏ vàng, cây đỏ, bóng tà tà dương / Nào người cố lý, tha hương / Cảm thu, ai có tư lường hỡi ai?' Từ 'tà dương' trong cụm 'bóng tà tà dương' ở đây được cho gạch nối; nhưng các từ khác, cũng là từ kép Hán Việt thì lại không có gạch nối. Như các từ 'quan hà', 'cố lý'(nghĩa như 'cố hương'), 'tha hương', và 'tư lường' (một cách phát âm khác của 'tư lượng'. 'Lượng' còn có cách phát âm là 'lương' hay 'lường'). Tất cả các từ này đều được xem là từ kép theo các từ/tự điển HánViệt .

Chẳng hạn từ 'tư lượng' 思量 ('tư lường') là 'suy nghĩ, đắn đo; nhớ nghĩ, tương tư; lo ngại, ưu tư; tâm tư'. Như trong: 'Tòng đầu nhất nhất tư lượng khởi / Vãng nhật giao tình bất khuy nhữ / Ký nhiên ân ái như phù vân / Hà bất đương sơ mạc tương dữ?' (Từ đầu đến cuối, [lòng] chỉ tưởng tượng âm thầm / Cuộc tình này những ngày trước không quên được / Ký ức về yêu thương lướt qua như áng mây nổi / Tại sao không thể quay lại cái thuở ban đầu ấy cùng nhau? —Trường Hận Ca của Vương Kiều Loan). Hay như trong 'Mai tuyết tranh xuân vị khẳng hàng / Tao nhân bình tỷ phí tư lường' (Mai và tuyết cùng nhau giành xuân chẳng bên nào chịu nhịn / Khiến kẻ tao nhân phải bỏ công bình phẩm, so sánh. — Tuyết mai kỳ 1 của Lư Mai Pha).

Hay từ 'quan hà' 關河 là 'cửa ải và sông, nói về sự chia biệt, đi xa, xa xôi'. Hán-Việt Từ Điển của Đào Duy Anh nói thêm: 'Chén quan-hà là chén rượu tiễn người đi xa, phải qua cửa ải và sông.' Hãy lấy mấy câu đầu trong bài hát 'Biệt Kinh Kỳ' của Minh Kỳ: 'Bạn ơi quan hà xin cạn chén ly bôi / Ngày mai tôi đã… đã đi xa rồi'. Hay trong Đoạn Trường Tân Thanh: 'Tiễn đưa một chén quan hà / Xuân đình thoắt đã dạo ra cao đình'.

Trong câu ''Sắc đâu nhuộm ố quan hà', chữ 'nhuộm' trong bài lại bị xếp chữ thành '*nhuộn*'. Cụm 'cảnh vật đổi thay' trong bài 'Chơi Huế'

.

bị xếp chữ thành 'cảnh *vất* đổi thay' . Ngoài ra, chỉ trong 4 câu của bài 'Cảm thu, tiễn thu', ta đã thấy sự dùng dấu gạch nối không được áp dụng một cách toàn bộ, như đã nói. Mặc dù, bình thường, khi 'tà dương' dùng một mình, nó là một từ kép, nhưng, như một tồn nghi, tôi ngờ là có thể từ 'tà dương' được gạch nối trong cụm 'bóng tà tà dương' nơi sách 'Thơ Tản Đà', in năm 1925, chỉ là một thói quen xếp chữ trong việc in ấn.

Cũng có thể là Tản Đà đã viết từ 'tà dương' có gạch nối như thế trong bản in năm 1925. Trong các bản in sau này của bài 'Cảm thu, tiễn thu' có thể tìm thấy được, ta không thấy từ 'tà dương' này, hoặc bất kỳ một từ nào khác, được để dấu nối. Việc sai khác như thế, một phần có thể vì quy tắc chính tả thay đổi, mà cũng có thể là từ lời dặn cho việc thay đổi ấy của chính Tản Đà, cho những lần in sau này, trước khi ông mất. Trong lịch sử văn học, ta biết có nhiều tác phẩm, đặc biệt là trong thi ca, đã được chính các tác giả viết lại, sửa lại, cho những lần in khác nhau. Chỉ tạm đưa ra ba thí dụ: cuốn 'Terre des Hommes' của Saint-Exupery bản in lần đầu (với tựa đề 'Du Vent, Des Sables, et Des Étoiles') và các bản in sau có nhiều chỗ thêm bớt, thay đổi khác nhau. Và bài thơ 'Tống Biệt Hành' của Thâm Tâm, in lần đầu trên báo Tiểu thuyết thứ bảy năm 1940 có 6 khổ thơ; các lần sau, từ năm 1968 trở đi, có 7 khổ thơ. Cũng thế là hai phiên bản khác nhau của bài thơ 'Râu Xanh' của Cung Trầm Tưởng mà tôi có nhắc đến trong bài viết 'Văn Học Miền Nam: Phẩm tính và Ý nghĩa'.

Tản Đà lại hay dùng vần nhịp lẻ. Như 'Phòng văn nửa khép cánh thu / Đèn văn một ngọn trông *lù dù* xanh.', hay 'Rừng Ngang sương khói mịt mù / Gió âm, giăng lạnh, cây *lù rù* đen. 'Lù dù' và 'lù rù', dùng như thế, rất giống với câu thơ dịch của ông trong bài 'Thu Tịch Lữ Hoài' của Lý Bạch: 'Lương phong độ thu hải / Xuy ngã hương tứ phi' thành 'Lạnh lùng gió vượt bể thu / Hồn quê theo gió như *vù vù* bay'. Từ đó, việc nhìn 'tà tà' trong câu thơ 'Cỏ vàng, cây đỏ, bóng tà tà dương' của Tản Đà là một từ kép HV, chen vào giữa hai chữ 'bóng' và 'dương', ngoài những luận điểm khác nữa, có cái lý của nó.

• Dù sao, có một điều quan trọng nên nói. Đối với một người đọc, người xưa có câu 'Tận tín thư bất như vô thư' (Quá tin vào sách thì thà là/không bằng không có sách). Ở thế kỷ XX, khi khuyên các nhà thơ đương thời (cũng là một dạng người đọc) cần phải vượt qua người đi trước, Harold Bloom, người có thể được xem là nhà phê bình kiệt xuất nhất của nước Mỹ, đã chỉ dẫn cho họ là hãy 'đọc sai, diễn giải sai' một cách cố ý, khôn ngoan và sáng tạo những gì đã được người trước (đúng hơn là các nhà thơ thời trước) viết. Để làm bật ra cái nhìn mới, cái thấy mới, cái thấy đặc biệt và sáng tạo từ sự 'misreading', sự diễn giải khác đi, 'sai' đi, một cách cố tình của mình. 'Misreading', sự 'đọc sai', 'diễn giải sai', một cách cố ý, dựa trên những cơ sở khả hữu, dựa trên cái 'khả thể' của việc đọc, sẽ dẫn đưa người đọc đến những cái nhìn độc đáo, đặc thù và thú vị. Ông đưa ra sáu chiến lược 'misreading'. Tôi chỉ muốn nhấn mạnh, và nói tóm, ở đây đến hai chiến lược là Clinamen (Lệch hướng) [Người đọc, nhà thơ mới, cố tình thay đổi hướng đi, dù chỉ là 'lệch nhẹ', của các nhà thơ thời trước, của văn bản mình đang tiếp cận] và Apophrades (Người chết trở về) [Liên hệ đến việc ảnh hưởng cũ của nhà thơ thời trước quay trở lại, nhưng giờ đây nó bị/được người đọc (hay nhà thơ mới) diễn giải theo một lối khác, làm mới nó theo cách của mình].

Như thế, đối với người đọc, ngay cả nếu như từ 'tà dương' đã thực sự có dấu gạch nối, trong câu thơ ta đang xét [mà trong tất cả các văn bản khác của bài thơ 'Cảm thu, tiễn thu', ngoại trừ bản 1925 (với những sai sót của nó), đều không hề có dấu nối], cái nhìn và cái đọc của người đọc thơ vẫn là điều quan trọng. Người đọc có thể nhìn hay đọc một cách khác lạ để làm bật ra cái sắc diện mới của một câu thơ, một bài thơ. Người viết có sự sáng tạo trong việc viết, và người đọc cũng có cái sáng tạo trong sự đọc của mình.

• Đối với Truyện Kiều ở các bản Nôm cổ (như bản 1870, là bản Kinh đời Tự Đức, do Nguyễn Quảng Tuân phiên âm và khảo dị), được viết từ trên xuống dưới và từ phải sang trái, câu 'Tà tà bóng ngả về tây' được viết với từ 'tà tà' 斜斜. Đó là một từ Hán Việt trong tiếng Việt, trước đó đã được sử dụng trong nhiều bài thơ Hán cổ, như tôi đã có dịp trình bày. Nó có nghĩa là 'nghiêng, chéo, xiên xiên', hay chỉ ánh nắng buổi chiều phai phai, nhạt nhạt đi. 'Tà tà''còn được xem là (bóng mặt trời, mặt trăng) hơi chếch về phía tây, khi ngày hoặc đêm sắp hết. Còn từ 'tà tà', với nghĩa là 'thư thái, không lo ngại gì', như trong 'sống tà tà', 'làm tà tà', 'đi tà tà', 'chơi tà tà', 'uống tà tà', 'say tà tà', v.v., là một từ Nôm. Là một từ được Việt hoá sau này, mang một nét nghĩa khác so với nghĩa của từ HV 'tà tà'. Về sự phân biệt giữa hai từ "tà tà"

Hán Việt và Nôm thì tôi đã trình bày ở một đoạn trên. Trong các từ điển/tự điển chữ Nôm, hoặc Hán [và] Nôm, các từ Hán Việt và Nôm được ghi rõ theo cách hướng dẫn ghi chú của mỗi sách.

Trong 'Truyện Kiều (bản Trương Vĩnh Ký 1911)/Kim, Vân, Kiều truyện', Trương Vĩnh Ký không giải thích riêng chữ 'tà tà', nhưng chú thích chung câu 'Tà-tà bóng ngã [sic] về tây' là 'Chiều, mặt-trời xiêng [sic] lặn.' Nghĩa này hợp với các giải thích ở trên về từ 'tà tà' HV. Nó là trạng từ bổ nghĩa cho 'ngã' ['ngả'].

.4.

Về dạng "từ láy" (hay "từ lấp láy") trong tiếng Việt mà tôi đã có dịp trình bày trên, trong đoạn cuối này, tôi xin ghi lại ở đây với một vài nhận xét bổ chú cho rõ hơn. Ngoài ra, "từ láy" là một vấn đề vẫn đang còn được giới ngôn ngữ học Việt tiếp tục nghiên cứu thêm, vì có câu hỏi đặt ra là: "Thật sự có từ láy trong tiếng Việt hay không? Có thể đưa ra một phương thức tạo từ láy? Hay là, có nhiều từ mà, hiện nay, ta "tạm gọi" là từ láy vì, hiện tại, ta chưa thể tìm ra ý nghĩa riêng biệt của các "yếu tố láy" trong các từ ấy. Chẳng hạn, đối với các từ như *bối rối, lừ đừ, hở hang, hát hỏng,* v.v., ta có thể yên tâm khi biết nghĩa chung của cả từ là gì, mà không cần phải quan tâm đến việc tìm hiểu xem các chữ như *bối, lừ, hang, hỏng,* v.v., có nghĩa riêng của chúng (trong kết hợp của từ) không. Và nếu chúng có nghĩa riêng, và các nghĩa này đưa đến việc chúng (*bối, lừ, hang, hỏng,* v.v.) là một từ gốc Hán, thì những từ vừa nói có còn được xem là từ láy nữa không. Vì trong tiếng Việt, từ láy thường được xem là được tạo nên từ các kết hợp thuần Việt.

Việc tìm hiểu, học hỏi, tra cứu từ nguyên của các từ có thể có gốc Hán trong nhiều từ láy tiếng Việt có thể đưa đến một cái nhìn mới và khác đi về vấn đề từ láy. Đó là quan điểm của nhà ngôn ngữ Cao Xuân Hạo và nhà nghiên cứu (về từ nguyên) An Chi.

Dù sao, ta tạm gác những vấn nạn ấy ở đây, mà chỉ đưa ra cái nhìn chung, về chuyện từ láy trong tiếng Việt hiện tại.

Các từ mà ta bàn như "tà tà", "thường thường", "thanh thanh", hay những từ tương tự như "buồn buồn", "chán chán", "nghèo nghèo", "nản nản", "(nói) bô bô", v.v., có cấu trúc điệp từ. Đó là sự lặp lại hai CHỮ giống nhau. Ngoại trừ ba từ đầu "tà tà", "thường thường", "thanh thanh", mà ta đã bàn khá kỹ, là từ Hán Việt có cấu trúc đôi, các từ còn lại được xem là "từ lặp", hay "từ trùng lặp". Nó là một dạng của từ láy, hay từ lấp láy, trong tiếng Việt. Từ "điệp vận" không phải là từ trùng lặp (lặp lại hoàn toàn một chữ), mà chỉ là từ "láy VẦN", như "lật đật", "(khóc) ti tỉ", "lơ mơ". Một dạng từ láy khác là láy PHỤ ÂM ĐẦU, như "nóng nảy", "ngột ngạt", "lỡ làng", "sững sờ", v.v.. Đó là nói về mặt cấu tạo của từ láy.

Về mặt ý nghĩa của từ láy, chúng ta có thể có các dạng sau: 1/ hai chữ đều có nghĩa, như "mệt mỏi", "thở than", "trầy trật", v.v.; 2/ hai chữ đều không có nghĩa (trong nghĩa chung của từ), như "sớn sác", "cọc cạch", "ngầy ngật", v.v.. Và 3/ một chữ có nghĩa + một chữ vô nghĩa (trong nghĩa chung của từ), như "sung sướng", "khóc lóc", "mê mẩn", v.v.. Ngoài ra, ta còn có các dạng láy ba và láy bốn. Láy ba, như: (người) khoẻ khoè khoe, (khóc) tỉ tì ti, (bé) tẻo tèo teo, (biết) tất tần tật, v.v.. Láy bốn, như: lanh cha lanh chanh, lập cà lập cập, nhi nha nhi nhô, ngập ngà ngập ngừng, hí ha hí hởn, v.v..

Từ và nghĩa. Chữ và "bóng chữ", "vân chữ". Âm vang, màu sắc và hình ảnh của tiếng và lời làm nên thế giới của ta. Như một con người Việt, chúng ta nằm gọn trong lòng và trong vòng tay ôm ấp của chữ nghĩa Việt. "Chữ" ở đây không còn chỉ là ký tự, mà là nơi âm vang của Tồn tại, là điểm nối giữa Con Người và Tồn Tại, giữa con người và hiện hữu nó.

Tôi nhớ đến hình ảnh những con người nắm tay và cùng hát ca, nhảy múa, trong bức tranh "La Danse"/"The Dance" của Henri Matisse, để ca tụng cuộc sống kỳ diệu. Cuộc sống—ở một góc cạnh nào đó—được kiến tạo bởi ngôn ngữ, những ký hiệu và màu sắc lẫn âm vang của nó, và tất cả những gì bao quanh và dính dự, liên đới với chữ và lời.

Bùi Giáng [1926-1998]

Bùi Giáng qua nét vẽ Dinh Cường.

Công phu và đóng góp của Bùi Giáng hiển lộ trên cả ba mặt: thơ ca, triết lý và dịch thuật. Nhưng, có lẽ, người đọc thường nhìn thấy "thể tính" của Bùi Giáng, rõ nhất, trong thơ.

Nhưng, trước khi nói về thơ, có lẽ ta phải công nhận rằng, Bùi Giáng đã tung hoành ở nhiều lĩnh vực khác nữa, như dịch thuật, triết lý, biên soạn sách giáo khoa, bình luận văn học, v.v.. Và ở lĩnh vực nào, ông cũng có những đóng góp tốt đẹp. Dù sao, nếu cần phải đánh giá một cách kỹ tính, ta có thể nhận thấy là ở giai đoạn thập niên '50 và (có lẽ) đến giữa thập niên '60, chữ nghĩa Bùi Giáng có nhiều phần thiết tha, nghiêm cẩn hơn giai đoạn sau đó (cho dù lúc nào thì ta cũng có thể thấy ở ông môt phong cách rất khác người: trong lối suy nghĩ, diễn ý, và trong cách thế hành từ, sử dụng ngôn ngữ nói chung). Khuôn mặt tinh thần của Bùi Giáng trong giai đoạn '50 – '60 vừa nói, với sức khoẻ thể lý và tinh thần của tác giả còn tương đối sung mãn, cũng cho thấy nhiều nét tài tuấn hơn.

Bàn về thơ của Bùi Giáng, dĩ nhiên là có thể có nhiều giác độ khác nhau, nhiều cảm thụ khác biệt. Trong quan điểm riêng, tôi nghĩ không nên xé lẻ từng bài thơ, từng câu thơ của ông ra mà xét định, bình giá là dở hay hay. Đặc biệt để phán xét một cách tiêu cực. Tôi nhìn cõi thơ của Bùi Giáng, nói riêng, và cả những công trình, những đóng góp khác của ông, nói chung, là một khu rừng nguyên sinh, mà chính sự rậm rạp, tràn lan, phong nhiêu và chằng chéo của nó, trong cả những nét tích cực và tiêu cực, đã làm nên cái phong cách độc đáo, có một không hai của ông. Trong cái nhìn của tôi, nếu chúng ta cắt bỏ đi những cành cây rậm rạp, những dây leo bò tràn lan trên mặt đất, những tàng lá rậm rịt trên cao, vốn làm nên cái quang cảnh phong nhiêu rậm rạp kỳ bí của khu rừng nguyên sinh ấy, nghĩa là nếu chúng ta *thử* (hoặc *cố gắng*) làm cho nó trở nên phong quang để… gió và ánh ngày có thể chiếu sáng, bay lượn một cách đẹp tươi trong đó, khu rừng ấy sẽ mất đi cái sức hút mang tính "huyền bí và ma quái" của nó.

Đọc Bùi Giáng, nhất là đọc thơ Bùi Giáng, tôi nghĩ, là phải đọc trong cái tâm thức toàn thể và "xuyên suốt" này. Có lẽ cứ nên để cái phong nhiêu, kỳ bí, tràn lan kia lan toả trong tâm thức ta khi đi vào "cuộc chữ" của ông. Hãy cứ để cái phong khí "nguyên sinh" của khu rừng mịt mùng ánh lục kia phong toả lấy ta. Và cảm nhận toàn vẹn sự trình hiện ấy của con người nhà thơ. Cho dù ta tiếp cận ông từ bất cứ mặt cắt nào của khối đá đen, đầy rêu phong ẩm ướt, và đầy những lồi lõm và méo mó này. Trong thơ, trong văn. Hay trong dịch thuật, sáng tác.

Hãy cứ để ông được *là*. Được *là* ông *như thế*. Đừng bắt ông *phải là*. Thế này hay thế khác. Hãy cứ để ông được "*thì*". Như trong câu "Thơ văn của Bùi Giáng *thì* rậm rạp, quái dị.". "Thì", như "Bầu trời *thì* xanh" ("Der Himmel *ist* blau"), theo lối đặt vấn đề một cách đầy tính triết học, mang hướng truy vấn bản thể luận qua con đường hiện tượng luận của Martin Heidegger, để nhìn lại tận mặt "hữu thể". Và nhìn như Heidegger thì: *Ist* (*Is*, tiếng Anh; *Là, Thì*, tiếng Việt) [trong câu "Der Himmel *ist* blau"] chính là *Sein* (*Being*, tiếng Anh; *Hữu Thể*, *Tồn Thể, Vĩnh Thể, Tồn Tại*, tiếng Việt). Hay, thích đáng hơn, hãy để *Sein* kết hợp với *Da* (ở đó). Ở ngay trong đời. *Dasein. Hiện Thể* (Hữu-thể-tại-thế/Tại-hữu). Bùi Giáng là ông chính ở cái sự *Dasein, Hiện Thể* đó.

Hãy cứ để Bùi Giáng như thế với khuôn mặt lồi lõm, méo mó, rêu phong của ông. Đừng cố gắng làm hay đòi hỏi nó phải phẳng phiu, cân đối, phong quang, sáng sủa như ta muốn.

"Bầu trời", tự nó, đồng nghĩa với "xanh". Bản chất của nó *là* "xanh". Như Bùi Giáng *là* chính ông. Hiện hữu. Lồi lõm. Méo mó. Rêu phong. Quái dị. Rậm rạp. Tràn lan. Kỳ bí. Đó là bản chất của Bùi Giáng. Như cách thế ông đã sống, đã viết, đã là, và đã tồn tại ở đời.

Hãy cứ thử để những con chữ, những ý tưởng của nhà thơ bay múa trong ta, dù ta đến với ông qua những trang văn hay những dòng thơ. Hãy đừng mặc định một thể thức mà ta nghĩ là nên có trong sự diễn tả của Bùi Giáng. Hãy trì ngự trong "cuộc chữ" đó. Và mỉm cười. Và thán phục. Ở những chỗ ta thấy đó đúng là cảm nhận của mình.

Hãy đi vào và giáp mặt với khu rừng nguyên sinh đầy ánh lục kia.

Và hãy chạm tay vào cái khối đá đen đầy rêu phong, lồi lõm, hoang quái nọ.

Rồi hãy thử

… *"nhìn trăng có thấy nguyên màu ấy không"*.

Bùi Giáng,
bước chân đi tìm hồn nguyên tiêu và một màu hoa trên ngàn

Người đã bỏ đường kia ở lại
Để đi vào đối diện hư không
Bờ thánh thót thu sau về vạn đại
Lời chào kia nức nở lạnh vân mồng
(Lá Hoa Cồn)

.1.

Người thi sĩ ấy đã ra đi. Cho dù người đã yêu thương thắm thiết trần gian và cuộc tồn sinh này. Nhưng giờ hẹn đã đến, và người phải rời bỏ cuộc lữ hiện tại để lên đường đi về một biên giới khác. Cho dù cuộc lữ người vừa rời bỏ có thể vẫn còn lắm chuyện thiết tha, người đã chọn cuộc lên đường, bỏ con đường kia ở lại. Trước khi đi vào đối diện hư không, giữa lòng những đêm thâu lục nhạt của cuộc đời, người đã nằm suy nghĩ và mơ ước những gì? Có phải người mơ được trở lại "một miền quê hẻo lánh, xung quanh có ruộng đồng sông núi trùng điệp, những đám cỏ chạy dài suốt cả tuổi thơ" [1]. Người muốn trở về đó để tìm kiếm lại một màu xanh không còn nữa của những ngày tuổi nhỏ, hay để tìm lại một ánh trăng châu thổ, một giọt sương tỳ hải, những cánh châu chấu chuồn chuồn mà ai đó đã thả đầy trong mấy vạt nắng mong manh sầu úa một chốn quê nhà? Chốn quê nhà kia, nơi có những bóng tre, một màu rạ, một bờ ruộng, một con đường, một khúc sông… mà lúc nào người cũng mãi gìn giữ trong chính thịt xương thân thể mình:

Con đường, bờ ruộng, khúc sông...
Bóng tre, màu rạ như trong ruột rà
(Martin Heidegger và Tư tưởng Hiện Đại II)

Hay là người vẫn còn mãi nhớ về bờ lúa cũ, nơi người vẫn còn nhìn thấy in đậm một dấu chân em:

Em chết trên bờ lúa
Để lại trên đường mòn
Một dấu chân bước của
Một bàn chân bé con

Anh qua miền cao nguyên
Nhìn mây trời bữa nọ
Đêm cuồng mưa khóc điên
Trăng cuồng khuya trốn gió

Mười năm sau xuống ruộng
Đếm lại lúa bờ liền
Máu trong mình mòn ruỗng
Xương trong mình rã riêng

Anh đi về đô hội
Ngó phố thị mơ màng
Anh vùi thân trong tội lỗi
Chợt đêm nào gió bờ nọ bay sang.
(Bờ Lúa, trích nguyên bài)

Hay là người muốn trở lại những ngày xưa để lùa bò vào đồi sim trái chín:

Anh lùa bò vào đồi sim trái chín
Cho bò ăn cỏ giữa rừng sim
Anh nhìn lên trời xanh đỏ chín
Anh ngó bốn bề cây lá gió rung rinh
[...]

Cây lá bốn bên song song từng lứa
Sánh đôi nhau như ứa lệ ngàn hàng
Hạnh phúc trời với đất mang mang
Với bò giữa rừng hoang đương gặm cỏ
Với người ngó ngất ngây đương nằm đó
Không biết trời đất có ngó mình không
(Anh lùa bò vào đồi sim trái chín)

Hay người muốn tìm lại những ngày tháng ngao du cũ, những sương bình nguyên, một màu hoa trên ngàn, và những đêm sâu đầy màu sử lịch của một khúc sa mạc trường ca? Người đã sống điên dại giữa đời, hay đúng hơn, người đã chọn một cuộc chơi vĩ đại, trầm thống với tất cả "thân thể máu me và da xương" của chính mình mà mẹ cha cũng như trời đất đã ban cho. Chẳng mấy kẻ trên đời này đã dám xông vào trận như thế. Người làm ta nghĩ đến Paul Gauguin, kẻ đã dám từ bỏ thế giới văn minh của con người để đi tìm một sắc màu thơ mộng mới cho chính cuộc tồn sinh mình. Gauguin, cũng như người, đã suốt đời lang thang để đi tìm một màu hoa sơ thủy. Người cũng đã làm ta nghĩ đến Van Gogh, kẻ đã tự ý đánh mất cái khôn ngoan của những con người sống giữa đời thường, để có thể đi sâu vào trong ánh sáng điên cuồng chói lọi của những *starry nights*, của những đêm sao lồng lộng, và nhìn ra ở đó những chính bản của cuộc đời. Cuộc đời như chúng ta đang sống chỉ là những phó bản với thật lắm điều sai chệch. Bùi Giáng đã van xin:

> "*... Hãy để yên cho tôi điên tôi dại. Đừng ai nói đến tôi. Và nhất là đừng có bàn đến thơ tôi. Tôi không dám si mê, cũng không dám hoài vọng. Một mai tôi chết. Nghĩa là tôi không còn sống. Tôi sống trong cơn dại cơn điên. Tôi làm thơ trong cơn điên cơn dại. Nghĩa là tôi chết hai ba lần trong trận sống...*"

Hãy nghe lời kinh *Cầu Nguyện Ca* mà người thi sĩ đã viết:

Hãy mang tôi đến giữa đời
Giết tôi chết giữa cõi đời mốc meo
Hãy mang tôi tới nắng chiều
Giết tôi chết giữa một triều khe nương

Hãy mang tôi tới dặm trường
Giết tôi chết giữa con đường bơ vơ
Hãy mang tôi tới bất ngờ
Giết tôi ngẫu nhĩ trong giờ ngẫu nhiên
Hãy mang tôi tới diện tiền
Giết tôi chết giữa người thuyền quyên kia...
(Sa Mạc Trường Ca)

.2.

Nhắc đến Bùi Giáng, người ta hay nói về thơ của ông. Đó cũng là điều tất nhiên. Ông là một thi sĩ bát ngát, ngây thơ và cỏ hoa điên đảo. Cỏ hoa điên đảo trong cõi đời cũng như trong những cõi phi-đời và pha-đời. Còn ngây thơ, bát ngát là ở trong cõi bờ tịch lặng của triết lý uyên nguyên mà ông vẫn hằng lui tới. Thơ Bùi Giáng tràn đầy thiên nhiên hoa cỏ của một thế giới sơ đầu vẫn còn giữ mãi một hồn nguyên tiêu ẩn mật. Thơ ông đựng đầy ẩn ngữ, mật ngữ, nhưng không trì nặng mà vẫn bay lượn phiêu diêu như những cánh châu chấu chuồn chuồn ở ngoài đồng nội. Ông làm thơ, nhưng không cần biết thơ là gì:

Bắt chước ông Khổng Tử
Con chim thì ta biết nó bay
Con cá thì ta biết nó lội
Thằng thi sĩ thì ta biết nó làm thơ
Nhưng thơ là gì
Thì đó là điều
Ta không biết
(Sa Mạc Trường Ca)

Kẻ thi sĩ không biết thơ là gì, nhưng ông biết rõ tại sao ông lại làm thơ:

"Thơ tôi làm [...] chỉ là một cách dìu ba đào về chân trời khác. Đi vào giữa trung tâm bão động một lúc thì lập tức xô ngôn ngữ thoát ra, phá vòng vây áp bức. Tôi gạ gẫm với châu chấu chuồn chuồn, đem phó thác thảm họa trần gian cho chuồn chuồn mang trên hai cánh mỏng bay đi. [...]

[T]ôi ra bờ sông nằm ngủ khóc một mình thơ dại giữa chiêm bao. Trong chiêm bao thơ về lãng đãng thì từ đó vần bất tuyệt cũng lãng đãng chiêm bao..."

Có những người đã thử bàn về thơ của Bùi Giáng. Tôi cũng đã thử có lần "vạch hai lá cỏ ra nhìn" để rủ một lũ chuồn chuồn châu chấu trở về bay liệng trong thơ ông [2]. Tôi yêu cái hình ảnh của Bùi Giáng trong một màu trăng châu thổ và trong đìu hiu của hoang vu những lá hoa cồn, hay trong những bài ca quần đảo; nhưng tôi cũng rất thích cái nét thơ mộng đầy nhiệt tình, nhiệt thú, nhiệt huyết của ông trên cả hơn một ngàn trang sách trong ba tập *Tư Tưởng Hiện Đại* (in khổ lớn). Để thấy được những nét tài hoa và cái đọc, cái biết phơi phới [3] của Bùi Giáng về văn học, tư tưởng và triết lý Tây phương cũng như Đông phương, tôi nghĩ người ta phải tìm vào những trang sách này. Những trang sách mà Bùi Giáng đã viết trong những năm ngoài ba mươi tuổi của mình, những năm đầu thập niên sáu mươi. Con người này tài hoa rất mực, chu du trong thế giới tư tưởng và ngôn ngữ Tây phương nhưng lúc nào cũng yêu thương thắm thiết một màu hoa bên ngàn của ngôn ngữ Việt.

Có lần ông nói với Trần Tuấn Kiệt là ông viết về triết học, bàn về tư tưởng hiện đại là để cuối cùng nêu lên mấy câu về Kiều hay của Huy Cận chơi. Quả thật là có thế. Nhưng không phải chỉ là như thế. Bùi Giáng nói chơi đấy thôi. Trong những quyển này, ông bàn về một số những khuôn mặt lớn của tư tưởng hiện đại như Karl Jaspers, Jean-Paul Sartre, André Malraux, Saint-Exupéry, Gabriel Marcel, Albert Camus, Paul Claudel, Simone Weil, Martin Heidegger, William Faulkner, Nietzsche, Kierkegaard… Từ những khuôn mặt này, và đặc biệt là từ Heidegger, Bùi Giáng đã bàn rộng ra về những vấn đề của triết lý và tư tưởng hiện đại. Đọc mấy cuốn này để hiểu Bùi-Giáng-trẻ là như thế nào. Ông vẫn luôn là một nhà thơ, một con người hết sức thơ mộng. Nhưng ông lại là một con người của lý luận và mang đầy tính "vượt biên" trong cung cách dắt dìu ngôn ngữ, tư tưởng của mình. Ông gạt bỏ mọi rào cản trong sự diễn tả và trong mạch lý luận. Ông sẵn sàng đưa Khổng, Lão, Trang cũng như cả Thúy Kiều, Kim Cương, Phùng Khánh, Brigitte Bardot, Marilyn Monroe, Dương Quý Phi, Ariane, Diane, Nausicaa, Juliet, Desdemona… vào trong cuộc thảo luận mà ông bày ra với Heidegger, Nietzsche, Sartre, cũng như với những nhà tư tưởng lớn khác của thế giới. Bùi Giáng cho rằng những người con gái đó "phải trở về bủa rộng chiêm bao để thiết lập mộng luân lưu giữa thời gian bay múa", và có như thế thì "cuộc tồn hoạt của tồn sinh [mới] được tiếp xúc trở lại với hương màu vạn cổ…"

.

Bùi Giáng không thích Sartre vì, trong cái nhìn của ông, Sartre đã quá bất công với Camus, không hiểu Faulkner cũng như kỹ thuật thời gian đồng hiện của nhà văn này trong *The Sound and the Fury,* và không ngay thẳng với Heidegger. Sartre đã tìm cách giết chết Camus trong việc "giải thích" *L'Étranger* một cách không đúng tinh thần mã thượng trong bài *Explication de l'Étranger* của mình. Và Sartre đã bóp méo, xuyên tạc, rồi sau đó tấn công Heidegger, tung hỏa mù về tư tưởng của Heidegger vào thế giới trí thức Tây phương.

Trong quyển đầu, Tư Tưởng Hiện Đại, Bùi Giáng còn khá nghiêm túc, tính chất "vượt biên" trong ngôn ngữ, tư tưởng của ông, phần lớn, còn nằm đằng sau những con chữ, những mặt chữ, chứ chưa lộ hẳn ra ngoài. Những nhận định của ông về Sartre, trong khi bàn về Camus, còn sự quý mến và nể trọng. Qua đến quyển hai, *Martin Heidegger và Tư Tưởng Hiện Đại I* (M.H. và TTHĐ) vì giận Jean Wahl, giáo sư đại học Sorbonne, qua quyển *Vers la fin de l'Ontologie* của ông này nhằm phê bình quyển *Introduction à la Métaphysique (Einfuhrung in die Metaphysik)* của Heidegger, và giận Sartre trong việc ông cho rằng Sartre đã xuyên tạc triết gia này, có những chỗ Bùi Giáng đã "mày tao chi tớ" với họ. Ông cho rằng Jean Wahl đã *"bám vào những chi tiết mấp mô mà bỏ quên nguồn thác chảy. Cái phần sâu thẳm trong chiêm niệm viễn tượng siêu hình "dư dục vô ngôn" Heidegger gọi là cái phần Im-pensé [...] hoàn toàn bị Jean Wahl và Sartre hững hờ không dọ tới. Jean Wahl là hình ảnh biểu trưng trọn vẹn cái sa đọa của duy lý thô thiển mài miệt trong cái học công truyền đo đếm quanh năm [...] Cái gì gì Jean Wahl cũng nằng nặc đòi cho được "tout à fait". Đức Khổng Tử thấy vậy, Ngài bèn lắc đầu: Nếu đòi hỏi mãi cho được cái "tout à fait" thì than ôi! còn chi là cái cõi lòng của ta nữa [...] Cái phần vô-suy tư là cái phần quý báu ta trao gửi êm đềm cho mỗi mỗi tinh anh. Hãy mở tâm thức mình ra mà đón lấy..."*

Bàn về việc Sartre, trong cái nhìn của Bùi Giáng, bóp méo và xuyên tạc rồi tấn công Heidegger trong khái niệm "In-der-Welt-sein" của triết gia này trong cuốn *l'Être et le Néant (Hữu Thể và Hư Vô)* của mình, Bùi Giáng viết:

> *"Ở đây, rõ ràng ý Sartre muốn triệt để công kích Heidegger cho tả tơi tan tành trong-hào-ngoài-lũy—bằng cái toán quan quân kỳ dị truy sát đuổi dài. Bởi đâu ta dám bảo như vậy. Bởi rằng: cái tiếng l'être-au-milieu-du-monde là tiếng của Heidegger. Vật-thể-trong-đời hay tại-thể-trong-thế-gian chính là In-der-Welt-sein—một khái niệm cốt yếu*

trong tư tưởng Heidegger. Và sở dĩ ta bảo rằng đám loạn quân truy sát của Sartre quả thật là kỳ dị, ấy bởi rằng: Sartre xuyên tạc trước, rồi tra tấn sau. Sartre bóp méo tư tưởng của người ta rồi lên án người ta.

Cái khái niệm "trong đời" của Heidegger không có nghĩa ù lì, trơ trơ gỗ mục như Sartre bảo. Tại-thể-trong-đời, là xuất võng ngoại tồn phát tiết tinh hoa ra ngoài cõi đời để mở-phô-đời-cõi, thiết lập lại bên dòng cái cuộc đời rời rã cho kết-tụ-tròn-đầy lài liễu soi gương, khâm phụng lên đường theo thiết tha phóng hoạt—là thiên chức con người trước tiếng gọi Vô Ngôn.

Sartre đã đẩy Logos Hình Nhi Thượng của Heidegger cho té xuống bình diện Hình Nhi Hạ. Phusis bị dập hết hương màu. Thế còn chi là hồng nhan em Thúy? Tha hồ mà đo đếm đuổi xô. Đem bụi lầy bết vào thân tiên tử, đem bùn-đen trát vào mình mẩy mềm mại của giai nhân, rồi la to: – Con đĩ kia ơi! Mày hãy đưa tứ chi cho ông xiềng xích lại, rồi vào ngục tối mà nằm. Ông là nhân viên kiểm tục.

Duy có điều: Sartre vẫn đáng được ta mến là ở chỗ: Cái điệu tài-tình-ba-gai của Sartre nghe ra lắm chiều ngộ nghĩnh. Dường như Sartre thử đùa một cuộc chơi—để xem thử thiên hạ sẽ nghĩ như thế nào. Nếu ta nói chơi, mà đời lại nghe theo làm thật, lại ngây thơ hơn con trẻ, cứ lượm đá mà ném mãi vào thân thể giai nhân để tự-biến-mình-làm-quỷ—thì cũng là đáng cho cái kiếp các ngươi lắm đó. Giai nhân chết đi, thì rồi các người sẽ cưới ma-cuồng về mà ôm ấp [...]" [4]

Phong cách diễn tả của Bùi Giáng cho thấy ông có sở học rộng, mặc dù ông cũng rất chủ quan. Ở đây, ông là một nhà phê bình; nhưng cái chất nghệ sĩ trong con người ông còn mãnh liệt hơn cái chất phê bình kia. Và nghệ sĩ nào mà lại không chủ quan. Ông có cái tài hoa trong ngôn ngữ, cái nhiệt tình trong việc bênh vực cho lẽ phải trong quan điểm của mình, và cái cao ngạo, "pha" đời của một người coi thường cái học từ chương, trường ốc, khinh thường cái nhóm "trường trại lao xao". Tự nói về ngôn ngữ của chính mình, ông bảo: *"Lời mông-lung-cỏ-lá là xem thường hệ-thống-lý-luận-phỉnh-gạt của những phường giá áo túi cơm là cá chậu chim lồng"* (M.H. và TTHĐ II) và *"Đã là người Việt Nam thì chẳng lẽ lại viết triết học bằng chữ. Phải viết bằng lời. Mà lời của biển dâu không thể là lời văn xuôi. Phải là lời thơ "tái tân thanh" tái tạo. Văn xuôi cũng phải buộc là thơ. Và mở cửa cho thơ rúc vào nằm trong một vòng tròn trịa méo mó ôm nhau."* (Martin Heidegger và Tư Tưởng Hiện Đại I).

Bởi vậy, cho dù ngoài thơ ra, Bùi Giáng có dịch một số tác phẩm của văn chương thế giới, có bình luận chú thích về tư tưởng hiện đại, thật sự, tất cả những gì ông viết ra đều nằm trong một bài thơ lớn. Một bài thơ lớn theo cả nghĩa đen và nghĩa bóng. Bài thơ đó chính là đời sống của ông, là cuộc tồn lưu kỳ thú mà ông đã chọn lựa để sống trọn vẹn sinh mệnh mình trong cuộc lữ trần gian này:

Tôi đã nguyện yêu trần gian trọn vẹn
Hết tâm hồn và hết cả da xương
(Mưa Nguồn)

Bùi Giáng viết mấy quyển *Tư Tưởng Hiện Đại* chỉ là để, cuối cùng, nêu lên mấy câu của Tố Như trong Kiều hay mấy câu thơ của Huy Cận. Thì thực là như thế đó. Nhưng ông cũng viết những quyển sách ấy để nói lên những vấn đề trầm trọng của sử lịch Việt Nam, của con người Việt Nam, giữa mấy trời lửa khói:

Bóng mây trời cũ hao mòn
Chiêm bao náo động riêng còn hai tay
Tấm thân với mảnh hình hài
Tấm thân thể với canh dài bão dông
Cá khe nước cõng lên đồng
Ruộng hoang mang khóc đêm mồng một giêng
Tạ từ tháng chạp quay nghiêng
Ẩm trang sử lịch thu triền miên trôi

*

Bỏ trăng gió lại cho đời
Bỏ ngang ngửa sóng với lời hẹn hoa
Bỏ người yêu bỏ bóng ma
Bỏ hình hài của tiên nga trên trời
Bây giờ riêng đối diện tôi
Còn hai con mắt khóc người một con
(Mắt Buồn / trích nguyên bài trong tập Mưa Nguồn)

Ẩm trang sử lịch. *Sử lịch*. Hình như đây là chữ đặc biệt của Bùi Giáng. Trước ông, hình như chưa có ai dùng từ *sử lịch*. Và kể từ Bùi Giáng, mỗi khi viết về ông, hoặc mỗi khi viết theo thể điệu của ông, người ta thường dùng từ này để nói lên cái tính lịch sử của đời sống, của con người, của một cuộc lữ, hay của một vòng quay, một dòng vận động. Có thể nhiều người trong chúng ta thấy từ ấy lạ, đầy nét Bùi Giáng, và đã tưởng là người thi sĩ cho "nét chữ lên đàng quẩn quanh". Và chúng ta cũng cho nét chữ của mình quanh quẩn lên đàng đuổi theo nét chữ của người. Điều đó cũng là hợp lý khi đi tìm hay khi nói về phong cách của nhà thơ. Có lẽ ít người biết rằng, dù là có một phong cách dùng từ độc đáo, trong việc dùng từ "sử lịch" này, Bùi Giáng có quan niệm rõ ràng của ông. Ông sáng tạo ra từ "Sử Lịch"—hoặc nếu nó đã có trước đó, trong văn mạch của ông nó đã được dùng theo một nghĩa đặc biệt—để diễn một khái niệm triết lý của Heidegger. Ở đây không phải chỉ là chuyện "hóa ra nét chữ lên đàng quẩn quanh" mà thôi. *Sử lịch* là lịch sử nhuốm đẫm màu thời gian pha phôi thiên cổ. Ở phần phụ lục cuối sách trong quyển *Martin Heidegger và Tư Tưởng hiện Đại II,* trong phần chú giải về những ngôn từ cốt yếu của Heidegger (vài chục từ) mà Bùi Giáng có nhắn gửi với người đọc là: "Nắm lấy chừng này Ngôn từ, bạn sẽ có cái Chìa Khóa mở một Cửa Mộng", ông chú giải về từ *Geschichte* theo thể điệu Bùi Giáng:

> " [...]
> **Geschichte:** *Sử Lịch, Sử Mệnh, Sử Kiếp, Hồng Sử, Thanh Sử...*
>
> *Trên trang sách Heidegger, tiếng* Geschichte *có âm vang kỳ bí não nùng như những tiếng* Cổ Lục Sử Xanh *của Nguyễn Du. Trong Đức Ngữ cũng có tiếng* Historie *như* History *(Anh),* Histoire *(Pháp).*
>
> *Theo nghĩa thông dụng thì trong Đức Ngữ hai tiếng* Historie *và* Geschichte *vẫn không khác gì nhau. Nhưng trong sách Heidegger thì triết gia phân biệt hẳn hai nghĩa.* ***Historie*** *được dùng theo nghĩa sử là sử ký, sử sự, sử kiện, sử chi li biến cố. Tĩnh tự là* historisch. *Còn* ***Geschichte*** *thì có nghĩa man mác mênh mông của Thời Gian hòa vào Vĩnh Thể trong tâm thức con người là Tại Thể hoài vọng luân lưu. Âm hưởng Sử Lịch phiêu bồng trong chiều hướng quá vãng theo về bờ cõi mai sau.*

Những tiếng Geschichte, geschichtlich, Geschichtlichkeit *đều mang đủ những gì trầm trọng của* Sein und Zeit [5] *của* Zeitlichkeit *chan gội tồn lưu tố chất... Dịch giả Anh, Pháp đã bối rối rất nhiều trước những tiếng này. Việt Nam nhờ có Nguyễn Du nên đỡ sợ.*

Tạm đưa một vài thí dụ để dễ nhận nghĩa hơn: khi bàn tới tiếng philosophia *của Cổ Hy Lạp, Heidegger bảo: vì tiếng kia là của Hy Lạp ngàn xưa mênh mông, nên lời của* philosophia *là lời của nghĩa Con Đường, lời của Đạo. Đến bây giờ, theo dấu cỏ, ta đi. Bước trên đường, và ta hiểu đạo* philosophia. *Nhưng thật ra cái con đường của yêu thương cái* sophon *đã mất nhiều cỏ hoa vì bàn chân ta thô bạo. Ta bứt trụi lá cây. Và từ đó ta tưởng mình quen biết con đường, nhưng thật ra cũng hầu như không biết. Biết rất mù mờ, dù có nhớ rõ vanh vách những hòn sỏi, những cồn lau. Dù có thuộc làu làu những gì trong Cổ Sử: chuyện trước, chuyện sau, câu đầu, hàng cuối, sử ký, sử ghi, sử sự tràn lan đùn đẩy. Vẫn chưa rõ đạo của đường. Bởi đâu?*

[Bỏ một đoạn trích tiếng Đức của Bùi Giáng để làm bật nghĩa ***historische Kenntnisse****.]*

Ấy bởi rằng những Sở Tri Sử Ký chồng chất kia (viele historische Kenntnisse) nó nằm trong trí óc lao xao, nó xui ta bận trí đếm đo hoài, nên ta không còn tâm linh mà mặc niệm. Ta bỏ lạc tồn lưu và mất trụi cái cốt thiết của Căn Cơ ẩn kín (innerst Grundzug) của Sử Lịch là Geschichmangte *nằm trong Sử-tố-chất của Tại Thể*—die Geschichtlichkeit des Daseins.

Cầu thệ thủy ngồi trơ cổ độ
Quán thu phong đứng rũ tà huy

Lời cổ độ gây rung động dị thường. Vì Dasein đã nhìn vạn vật trong vẻ kỳ ảo Sơ Khai. U huyền trong cổ độ, huyền mộng trong tà huy, mộng tình trong thệ thủy, tình tự trong thu phong... Đứng rũ vì nhớ nhung, ngồi trơ vì thê thiết. Quán và Cầu là hình ảnh của hoài niệm về Sơ Thủy không nguôi....”

Đoạn trích dẫn vừa rồi khá dài. Nhưng, ở đây, tôi chỉ muốn cho người đọc thấy rằng nhiều khi chúng ta cứ tưởng rằng Bùi Giáng chỉ thích đùa cợt gùn ghè giỡn chơi với chữ nghĩa, nhưng thật sự thì chẳng phải vậy. Ông đùa giỡn, điên đảo, quẩn quanh hoa cỏ thật, nhưng ông cũng là một người thật hết lòng nghiêm cẩn với chữ nghĩa của mình. Ta hãy thử đọc vài ba định nghĩa nữa của ông về mấy từ thiết yếu trong sách của Heidegger, người mà Bùi Giáng rất mực tâm đắc và yêu mến.

> *Sein:* Hữu Thể, Tồn Thể, Vĩnh Thể.
> *Seiende:* Hiện sinh, Hiện Thể, Vật Thể
> *Gefrage:* Điệu hỏi ò e, lao xao, theo lối trường trại ồn ào, làm tan nát màu hương của chiêm niệm u uyên.

Hai từ đầu nghiêm cẩn. Từ thứ ba rất "mông lung cỏ lá", diễn được cái ý xem thường "lối trường trại" ồn ào của Bùi Giáng.

.3.

Con người của Bùi Giáng không chỉ để lộ nét tài hoa trong thơ của mình. Hay trong hàng ngàn trang sách của *Tư Tưởng Hiện Đại*, và trong hàng mấy ngàn trang sách khác nữa của những quyển khảo luận về văn chương, tư tưởng Việt Nam cũng như về văn chương, tư tưởng thế giới. Nét tài hoa ẩn mật mở phơi hào hứng của ông còn được thể hiện rất rõ trong những dịch phẩm mà ông đã để lại cho đời. Tùy vào cái tạng của mỗi người mà chúng ta có thể cảm hay không cảm, thích hay không thích, cái phong cách dìu ba đào về những chân trời viễn mộng trong những bản dịch của Bùi Giáng. Dù sao, ai cũng phải công nhận đó là những bản dịch đặc biệt, những bản dịch có một không hai trong văn dịch của chúng ta.

Có một lần, Bùi Giáng đã thổ lộ về quan niệm dịch văn của mình trong lời Tựa quyển *Cõi Người Ta* [6] mà ông dịch từ *Terre des Hommes* của Saint-Exupéry như sau:

> *" [...] Theo dõi giấc mộng dài của Saint-Exupéry, lại gọi ngôn ngữ Việt Nam về hạ tứ, nhiều phen phải bàng hoàng: Chúng ta đứng trước mấy lần hiểm họa của màu sắc lục hồng cứ trùng điệp rủ nhau bay, tung lên phủ xuống [...]*
> *Dịch văn—sao cứ gọi là dịch?—dịch văn biến thành câu chuyện; vừa bay lên, vừa lặn xuống, vừa lẽo đẽo nối liền hai bờ ngôn ngữ quá xa nhau. Thật vừa vui, vừa mệt mỏi.*

Ngôn ngữ đa âm đòi hỏi lối phiên dịch như thế nào qua ngôn ngữ đơn âm? Đó là điều đáng xui chúng ta tư lự đăm chiêu.

Vì lẽ: tiết điệu đa âm có một phong thái dồi dào đương yêu cầu được tái hiện. Đây là trường hợp: ở bên kia từ ngữ, tiết điệu của ngôn ngữ đương nói rất nhiều.

May sao, Việt ngữ đơn âm lại giàu sang âm vận. Nhưng không phải ở mọi cơ hội đều giản dị giàu sang. Do đó cần thêm một chút chuyển hóa thỏa đáng thì lời dịch sẽ tái lập được "cung bậc" gieo vàng của nguyên ngôn. Mà nguyên ngôn Saint-Exupéry lại chứa chan những thơ mộng khi u trầm, ngậm ngùi lúc lộng lẫy. Cái điệu nói la cà diệu vợi, vừa chát chát vừa hắt hiu, lúc nhắc tình bạn hữu, lúc gợi tiếng U già, lúc chuyện trò với gái trên nhịp cầu hai cõi hoang vu. "Tả nhi nữ tư tình, đãng khí hồi trường. Tả anh hùng sự tích, nghĩa bạc vân tiêu." [...]

Trong bản dịch, có mấy chỗ thêm vài lời, ấy là gắng đưa ngôn ngữ đơn âm đuổi theo tiết điệu ngôn ngữ đa âm. Thỉnh thoảng lại bớt vài lời, ấy là bởi: Việt ngữ mang nhiều tính chất parataxique trong khi Pháp ngữ lại triệt để là một ngôn ngữ syntaxique. [...] "

Sau đây, ta hãy thử đọc một đoạn trong *Terre des Hommes* của Saint-Exupéry, rồi thử tìm xem cái giọng điệu lãng đãng thơ mộng ấy của Saint-Exupéry ngân vang bồi hồi trong bản dịch *Cõi Người Ta* của Bùi Giáng ra sao:

J'ai atterri dans la douceur du soir. Punta Arenas! Je m'adosse contre une fontaine et regarde les jeunes filles. A deux pas de leur grâce, je sens mieux encore le mystère humain. Dans un monde où la vie rejoint si bien la vie, où les fleurs dans le lit même du vent se mêlent aux fleurs, où le cygne connait tous les cygnes, les hommes seuls bâtissent leur solitude.

Quel espace réserve entre eux leur part spirituelle! Un songe de jeune fille l'isole de moi, comment l'y joindre? Que connaitre d'une jeune fille qui rentre chez elle à pas lents, les yeux baissés et se souriante à elle-même, et déjà pleine d'inventions et de mensonges adorables? Elle a pu, des pensées, de la voix et des silences d'un amant, se former un Royaume, et dès lors il n'est plus pour elle, en dehors de lui, que des barbares. Mieux que dans une autre planète, je la sens enfermée dans son secret, dans ses coutumes, dans les échos chantants de sa mémoire. Née hier de volcans, de pelouses ou de la saumure des mers, la voici déjà à demi divine.

Punta Arenas! Je m'adosse contre une fontaine. Des vieilles viennent y puiser; de leur drame je ne connaitrait que ce mouvement de servants. Un enfant, la nuque au mur, pleure en silence; il ne subsistera de lui, dans mon souvenir, qu'un bel enfant à jamais inconsolable. Je suis un étranger. Je ne sais rien. Je n'entre pas dans leurs Empires. [7]

Lời văn của Saint-Exupéry mang tiết điệu trầm buồn, u hoài, đầy nét vợi xa lãng đãng. Và, từ đó, Bùi Giáng dịch là:

Tôi hạ cánh giữa tịch mịch chiều vàng. Punta Arenas! Hãy nhìn ta tựa lưng vào bờ giếng mà ngó gái giữa thanh xuân. Cách nhau hai bước, tôi càng cảm thấy rõ cái lẽ huyền nhiệm kiếp người... Trong một thế giới mà sự sống giao tiếp dễ dàng với sự sống, mà những cành hoa giữa lòng gió hồn nhiên hôn phối với những cành hoa, một thế giới mà con thiên nga nào cũng quen biết mọi con thiên nga, trong thế giới đó, chỉ riêng con người là xây dựng căn lầu mộng cô đơn.

Phần tinh anh còn cách biệt nhau nghìn trùng. Một giấc mộng "đầu hoa ngang ngửa thắm" của gái xuân càng chia nường biệt lập tôi, biết làm sao mà tìm cái lối vào trong nẻo đó ở trong kia? Làm sao hạnh ngộ, làm sao nghe ra, làm sao ngóng thấy, làm sao biết rõ những cơn man mác trong nhịp bước gái tơ đi lững thững chiều hôm về căn nhà cha mẹ, mắt lim dim khép mở hai hàng, hai đôi má núng đồng tiền mở nụ, một mình mỉm cười với gió ẩy tà xiêm một mình em hay, một mình em biết, một mình rộn lên những trận viễn du khai phá, những mộng tưởng phát minh, những u hương rập rình quân nhạc dối nhau xiêu đình đổ quán... Nàng đã tự thiết lập một điện đài ẩn bí trong một vương quốc rẽ riêng, bằng những gì của riêng ai đem lại, bằng những gì của gã tình nhân đăm chiêu tơ tưởng? bằng điệu nói của chàng? bằng lặng lẽ của anh? Từ đó về sau, đối với em, chỉ riêng chàng là hoàng tử chí tôn, ngoài chàng ra, người người trong thiên hạ thảy thảy là bọn lưu manh man dại côn đồ? Em khép thân ngà trong một cõi, kín đáo hơn lối vào một viễn cách hành tinh, em che lấp đời riêng trong những lối đi về kiều diễm, trong những thói nhà băng tuyết, trong những âm thanh dìu dặt của ký ức não nàng lờ lững phỉ phong. Sinh ra từ giữa lòng núi lửa, từ giữa lòng thảo hoa, từ chất muối trùng khơi thổi mặn, mới đó hôm qua, nay em đã hầu thành Tiên Nữ.

Punta Arenas! Tôi tựa lưng vào bờ giếng. Những đàn bà già nua tới đây lấy nước. Trong tấn bi kịch đời họ, ngày mai tôi sẽ biết riêng chỉ một cử động tôi đòi ấy thôi. Một bé con ngửa cổ vào tường, khóc lặng lẽ. Ngày mai trong kỷ niệm của tôi, sẽ chỉ còn ghi riêng hình ảnh một đứa bé lạc loài, sầu khổ không nguôi. Tôi là kẻ lạ tới đây. Tôi không biết, không biết gì hết cả. Thế giới họ, tôi không thể bước vào. Làm sao tôi dám nói.

Ngày còn trẻ, những năm mười tám, mười chín, hai mươi, đọc *Terre des Hommes*, rồi đọc bản dịch *Cõi Người Ta* của Bùi Giáng, thú thật, tôi chịu không nổi. Trong những tháng năm tuổi trẻ ấy, cái gì mình cũng muốn đâu vào đấy, cái gì mình cũng muốn thẳng lối ngay hàng. Mình thích sự nghiêm cẩn, thích sự gọn gàng chính xác. Câu văn của Bùi Giáng thêm thắt lòng vòng, ngõ trước vườn sau, mông lung lá cỏ. Làm sao tuổi hai mươi ngày ấy chấp nhận được.

Nhưng rồi thời gian trôi qua lãng đãng. Bây giờ, đọc lại câu văn dịch của Bùi Giáng, tôi thấy bập bềnh cái hơi thở u hoài của trần gian thênh thang mà miên man lồng lộng. Trên những câu văn của Bùi Giáng, tôi vẫn thấy còn sót lại một vạt nắng vàng trong man mác chiều tà. Người con gái đầy ắp xuân thì, cúi đầu, tự mỉm cười với chính mình, bước đi lững thững về nhà, trong lòng chất đầy mơ mộng. Những bà già ra giếng kín nước. Một cậu bé con ngửa cổ vào tường, khóc lặng lẽ. Câu văn dịch của Bùi Giáng lòng vòng diệu vợi. Thế mà bây giờ, đọc lại, sao tôi lại thấy nó để lại trong lòng mình những ấn tượng thật mạnh và buồn. [8]

Một bản dịch khác của Bùi Giáng, cũng là một tác phẩm của Saint-Exupéry, mà tôi rất thích là quyển *Le Petit Prince*. Bản dịch của Bùi Giáng là *Hoàng Tử Bé* [9]. Đây là một cuốn sách tuyệt vời. Và bản dịch của Bùi Giáng cũng đạt được độ tuyệt vời của nguyên tác. Cuốn sách kể lại câu chuyện của một chú hoàng tử bé, sống trên một tinh cầu xa xăm. Chàng có một đóa hoa và chàng đã ngày ngày tận tâm tưới nước, chăm sóc cho đóa hoa ấy. Đó là một đóa hoa đặc biệt của một chủng tử đặc biệt trên tinh cầu chàng. Đó là đóa hoa duy nhất của chủng tử nọ, và chính là vì đóa hoa yêu kiều diễm lệ này mà hoàng tử bé đã lên đường phiêu lưu. Chàng đi qua nhiều tinh cầu khác nhau và thấy được nhiều sự lạ lùng trong tính chất của "con người": một ông vua, một người hay khoe khoang, một chàng thích ăn nhậu, một người làm áp-phe, một người chuyên đi thắp đèn, một nhà địa lý. Tới trái đất, sau khi gặp một con rắn, sau khi gặp những đóa hoa hồng, hoàng tử bé kia gặp một con chồn. Và, trong nguyên tác cũng như trong bản dịch của Bùi Giáng, con chồn này quả là phiêu hốt và thơ mộng đáng yêu quá thể.

Sau khi gặp gỡ, chào hỏi nhau, hoàng tử bé nói chàng muốn con chồn đến ở chơi với chàng, vì chàng buồn quá. Con chồn trả lời là nó không thể chơi đùa với chàng được vì nó chưa được "tuần dưỡng", bởi thế tính khí chưa thuần. Hoàng tử bé hỏi con chồn "tuần dưỡng" là gì. Nhưng con chồn nói sang chuyện khác. Sau hai, ba lần như thế, hoàng tử bé vẫn không quên câu hỏi của mình. Chàng lại hỏi con chồn: Tuần dưỡng có nghĩa là gì?

> *– Đó là một điều bị quên lãng quá nhiều, con chồn đáp: đó có nghĩa là "tạo nên những mối liên lạc..."*
> *– Tạo nên những mối liên lạc?*
> *– Hẳn thế, con chồn nói. Đối với tôi, chú hiện giờ chỉ là một đứa trẻ giống y như trăm nghìn đứa trẻ bé khác. Và ta không cần thiết gì tới chú. Và chú cũng chẳng cần gì tới ta. Đối với chú, ta chỉ là một con chồn lũi lang thang như trăm nghìn con chồn lũi phất phơ phiêu hốt dưới sương trời lỗ đỗ thế thôi. Nhưng nếu chú tuần tuần thiện dưỡng ta, thì chúng ta sẽ cần tới nhau. Chú sẽ trở nên duy nhất trong cõi đời, đối với ta. Ta sẽ trở nên duy nhất trong cõi đời, đối với chú...*
> *– Ta bắt đầu hiểu rồi đó, hoàng tử bé nói. Có một đóa hoa... ta tưởng nàng đã tuần dưỡng ta... [...]*

Thế rồi con chồn tâm sự:

> *– Đời ta tẻ nhạt. Ta đuổi bắt những con gà mái, loài người đuổi bắt ta. Mọi con gà mái đều giống nhau, và mọi mọi con người đều giống nhau (dù là người phồn hoa rực rỡ,*

> *dù là người phố thị đìu hiu...) Vậy nên ta có u sầu chán ngán đôi chút. Nhưng nếu chú tuần dưỡng ta, cuộc sống của ta sẽ sáng sủa ra, kể như có bóng mặt trời chiếu vào vậy [...] Và này coi kìa! Chú có thấy ở đằng xa kia kìa những cánh đồng lúa mì đó chớ? Ta không ăn bánh mì. Lúa mì đối với ta vô dụng. Những cánh đồng lúa mì chả có nhắc nhở ta cái gì ráo. Và cái điều đó, thật đáng buồn! Nhưng chú có những sợi tóc màu vàng óng. Vậy nên sự vụ sẽ trở thành huyền diệu, một khi chú đã tuần dưỡng ta xong! Lúa mì, màu vàng óng, từ đó về sau sẽ nhắc nhở ta nhớ tới chú. Và từ đó ta sẽ yêu tiếng gió thổi thánh thót trong lúa mì hiu hiu... [...]*

Rồi con chồn thủ thỉ hẹn hò. Cho nhu cầu "tuần dưỡng", nó yêu cầu hoàng tử bé đến đúng giờ, mỗi ngày. Và nó giải thích rõ lý do vì sao chàng phải đúng giờ như thế:

> *– [...] Nếu chú đến, chẳng hạn, vào lúc bốn giờ chiều, thì khởi từ lúc ba giờ chiều, cõi lòng ta đã bắt đầu sung sướng. Tới bốn giờ chiều thì, ha! ta loay hoay, e ngại, ta ngồi đứng không an; ta sẽ khám phá được ý nghĩa vô ngần hắt hiu của phù du mênh mông hạnh phúc! Nhưng nếu chú tới bất kể lúc nào, thì ta sẽ chẳng biết đâu vào đâu mà mò ra cho đúng cái giờ phải chuẩn bị cho cái trái tim, cái phút phải vận y phục vào cho cái cõi lòng đón chào tươm tất... Cần phải có những nghi thức thơ mộng, những điển lễ phôi pha. [...]*

"Tuần dưỡng", từ này nghe lạ. [10] Bùi Giáng khéo chọn từ, nó làm cho mình nhớ mãi. Trong những dịp đi lang thang vào các nhà sách bên Âu châu, năm này năm nọ tôi đã mua được năm, sáu bản dịch khác nhau của tác phẩm này. Vì là sách dành cho trẻ con (!) [11], ấn bản của ngôn ngữ nào cũng in thật đẹp với những hình vẽ bằng màu nước của chính Saint-Exupéry. Trở lại với "tuần dưỡng". Ở đây, xin lấy ra vài bản dịch với những ngôn ngữ thông dụng. Trong nguyên tác, Saint-Ex dùng từ "apprivoiser". Bản Anh dịch của Katherine Woods, dùng từ "tame". Bản Tây-ban-nha, dịch giả Bonaficio del Carril dùng "domesticar". Những từ này, nói chung, là những từ bình thường, quen thuộc, không đặc biệt tạo ra một ấn tượng rõ nét. Từ của Bùi Giáng dùng, đối với người Việt chúng ta, nghe thấy lạ lẫm. Và nó tạo được ấn tượng sâu sắc làm cho ta nhớ mãi.

Câu con chồn nói, *"Đối với chú, ta chỉ là một con chồn lũi lang thang giống như trăm nghìn con chồn lũi phất phơ phiêu hốt dưới sương trời lỗ đỗ thế thôi"* là một câu đầy nét Bùi Giáng. Bản chính chỉ là *"Je ne suis pour toi qu'un renard semblable à cent millle renards."* Bản Anh dịch là, *"To you, I am nothing more than a fox like a hundred thousand other foxes."* Bản Tây-ban-nha, *"No soy para ti más que un zorro semejante a cien mil zorros."* Cái sự vụ "lang thang [...] phất phơ phiêu hốt dưới sương trời lỗ đỗ" hoàn toàn là do Bùi Giáng thêm vào. Nhưng sao nó lại làm cho câu văn phiêu bồng phất phơ thơ mộng làm vậy! Dịch được một câu như thế có lẽ vì chính Bùi Giáng cũng đã là một con người "lang thang phất phơ phiêu hốt dưới sương trời lỗ đỗ" suốt cả đời mình.

Câu *"Cần phải có những nghi thức thơ mộng, những điển lễ phôi pha"*, trong chính bản, chỉ là, *"Il faut des rites."* Bản tiếng Anh, *"One must observe the proper rites..."* Bản Tây-ban-nha, *"Los ritos son necesarios."*

Câu *"Mọi con gà mái đều giống nhau, và mọi mọi con người đều giống nhau (dù là người phồn hoa rực rỡ, dù là người phố thị đìu hiu...). Vậy nên ta có u sầu chán ngán đôi chút"*, trong chính bản là *"Toutes les poules se ressemblent, et tous les hommes se ressemblent. Je m'ennuie donc un peu."* Bản Anh, *"All the chickens are just alike, and all the men are just alike. And, in consequence, I am a little bored."* Bản Tây-ban-nha, *"Todas las gallinas se parecen y todos los hombres se parecen. Me aburro, pues, un poco."* Cái phần thêm thắt vào, "dù là người phồn hoa rực rỡ, dù là người phố thị đìu hiu", của Bùi Giáng, trong cảm nhận của riêng tôi, thật là "đã". Nó làm cho con chồn lũi ấy phất phơ phiêu hốt hơn những con chồn trong chính bản và trong các bản dịch kia nhiều. Nó làm cho cuộc đối thoại của hoàng tử bé và chú chồn ấy "có da có thịt" thêm. Nó làm cho những "nhân vật" ấy có cá tính hơn nữa.

Như thế, ta thấy rõ là Bùi Giáng đã làm đúng với quan niệm dịch văn mà ông đã đề ra, *"Dịch văn biến thành câu chuyện; vừa bay lên, vừa lặn xuống, vừa lẽo đẽo nối liền hai bờ ngôn ngữ quá xa nhau. [...] Trong bản dịch, có mấy chỗ thêm vài lời, ấy là gắng đưa ngôn ngữ đơn âm đuổi theo tiết điệu ngôn ngữ đa âm.[...]"* Bùi Giáng, trên một số phương diện, quả đã thành công một cách đáng yêu trong những bản dịch của mình.

.4.

Tôi nhớ trong tập *Mưa Nguồn*, Bùi Giáng có viết:

Em về mấy thế kỷ sau
Nhìn trăng có thấy nguyên màu ấy không
Ta đi gửi lại đôi dòng
Lá rơi có dội ở trong sương mù

Bùi Giáng đã ra đi rồi. Nhưng vầng trăng ông để lại vẫn mãi còn nguyên một màu sơ thủy. Những lá hoa cồn hay những dòng chữ mà ông để lại cho đời vẫn thấp thoáng mãi trong những bóng sương mù của thi ca, của hồn nguyên tiêu ngày cũ. Mãi mãi, chúng sẽ còn để ngân lại trong lòng những người yêu quý ông những tiếng gọi trở về. Trở về bến sơ đầu của những cơn mưa nguồn ngày cũ, của những bài ca quần đảo hoang vu, của những lời cố quận mịt mù gang tấc. Hẳn đã nhiều lần trong cuộc tồn sinh của mình, Bùi Giáng đã nhận thấy rằng quê hương của ông, cố quận của ông đã không còn như xưa. Dù quê hương hay cố quận đó có được hiểu như thế nào đi nữa thì ông cũng đã "chết nhiều lần trong trận sống", và trong cuộc đời này, hình như nhiều lúc ông đã lạc mất lối về. Bởi thế, để tìm về đường xưa lối cũ của những hồn nguyên tiêu (*Ngõ ban sơ, hạnh ngân dài / Cổng xô còn vọng điệu tài tử qua / Lỡ từ lạc bước bước ra / Chết từ sơ ngộ màu hoa trên ngàn*), có lẽ người thi sĩ ấy chỉ còn có thể tìm về và tìm vào những cuộc chiêm bao:

Hỗn mang về giữa hiên nhà
Bây giờ cố quận tên là chiêm bao
(Rượu Uống)

Một giấc chiêm bao có mang mang thật nhiều nắng lạ:

Người nằm ngủ thấy gì
Thấy thật nhiều nắng lạ
(Mưa Nguồn)

Nắng lạ ấy có lẽ là thứ nắng đã làm cho "trời xanh đỏ chín" trong rừng sim những ngày chăn bò tuổi nhỏ của Bùi Giáng. Và chắc đó cũng là thứ nắng làm cho ông thấy "*cây lá bốn bên song song từng lứa / sánh đôi nhau như ứa lệ ngàn hàng*" khi ông để cho bò tự do gặm cỏ trong rừng sim, còn mình thì nằm ngó ngất ngây trời đất, nghe "*mùi thoang thoảng lách lau sương đượm / mùi gây gây gấy gấy của hương rừng / mùi lên men phủ ngập mông lung / không biết nữa mà cần chi biết nữa*".

Bùi Giáng đã yêu trần gian, yêu cuộc sống, yêu cuộc chơi mà ông đã dấn thân vào với tất cả hồn xác, với tất cả "thân thể máu me và da xương" của mình biết bao:

(...) Xin yêu mãi yêu và yêu nhau mãi
Trần gian ơi! cánh bướm cánh chuồn chuồn
Con kiến bé cùng hoa hoang cỏ dại
Con vi trùng cùng sâu bọ cũng yêu luôn

Còn ở lại một ngày còn yêu mãi
Còn một đêm còn thở với trăng sao
Thì cánh mộng còn tung lên không ngại
Níu trời xanh tay với kiễng chân cao.
(Mưa Nguồn)

Đọc Bùi Giáng, biết về cuộc sống của ông sau này, thương yêu và quý mến ông lắm có những khi tôi tự hỏi rằng tuổi thơ của ông đã như thế nào, và ông đã sống tuổi trẻ của mình ra sao. Ông đã nhìn thấy những gì khi ông vừa biết mở rộng cặp mắt để ngó vào đời. Những viễn tượng nào trong thuở đầu xanh mà ông nhìn thấy đã đẩy ông vào cuộc lữ:

Cũng vô lý như lần kia dưới lá
Con chim bay bỏ lại nhánh khô cành
Đời đã mất tự bao giờ giữa dạ
Khi lỡ nhìn viễn tượng lúc đầu xanh

Buổi trưa đi vào giữa lòng lá nhỏ
Tiếng kêu kia còn một chút mong manh
Dòng nức nở như tia hồng đốm đỏ
Lạc trời cao kết tụ bóng không thành

Lá cũng mất như một lần đã lỡ
Trời đã xanh như tuổi ngọc đã xanh
Trời còn đó giữa tháng ngày lỡ dở
Hồn nguyên tiêu ai kiếm lại cho mình

Đường vất vả vó ngựa chồn lảo đảo
Cồn sương đi vào sương lạnh miên man
Bờ bến cũ ngậm ngùi sông nước dạo
Đêm tàn canh khắc vợi nguyệt gương ngàn

Một lần đứng lên mấy lần ngồi xuống
Ngón trên tay và tóc xõa trên đầu
Tình đếm lại muôn vàn thôi đã uống
Để bây giờ em có biết nơi đâu

Bờ trùng ngộ một phen nầy phen nữa
Tờ cảo thơm như lệ ứa pha hồng
Hồn hoa cỏ Phượng Thành Hy Lạp ứa
Nghe một lần vĩnh viễn gặp hư không
(Hư Vô và Vĩnh Viễn / trích nguyên bài trong Mưa Nguồn)

Nguyễn Đức Quỳnh có lần nói Bùi Giáng giống như là Lão Tử. Ông không dẫn giải gì thêm. Thật sự, so sánh nào cũng khập khễnh, nhất là khi ta so sánh những đối tượng sống xa nhau cả trong thời gian lẫn không gian như thế. Nhưng nếu ta chấp nhận tính tương đối của sự so sánh, hẳn nhiên nhận xét ấy có những điểm đích đáng của nó. Lão Tử chống lại và mạt sát lễ. Chương 38 sách *Lão Tử (Đạo Đức Kinh)* chép: *"Thất Đạo nhi hậu Đức, thất Đức nhi hậu nhân, thất nhân nhi hậu nghĩa, thất nghĩa nhi hậu lễ. Phù lễ giả, trung tín chi bạc nhi loạn chi thủ"*, có nghĩa là "Đạo mất rồi sau mới có Đức, Đức mất rồi sau mới có nhân, nhân mất rồi sau mới có nghĩa, nghĩa mất rồi sau mới có lễ. Lễ là biểu hiện sự suy vi của trung tín (trung hậu, thành tín), là đầu mối của sự hỗn loạn" [12]. Bùi Giáng cũng không thích lễ nghi phiền toái. Ông rất ghét cái thói "lễ nghĩa" của những kẻ từ chương, trường ốc mà ông gọi là "bọn trường trại lao xao". Ông không thích cái giọng mà ông gọi là "bo-bo-lễ-nhượng-hương-nguyện-lưa-thưa" của họ. Ông cũng rất ghét những màn thủ tục lễ nghi rườm rà. Thậm chí, theo Mai Thảo, có những lần Bùi Giáng ra đứng tắm ở cái máy nước trước tòa soạn báo Văn cũ ở đường Phạm Ngũ Lão, Sài Gòn, thản nhiên trước bao nhiêu người qua kẻ lại, quần áo lướt thướt đi qua đường, một đám con nít tròn mắt đi theo. Ông mặc quần áo thùng thình, mái tóc dài đạo sĩ, cái túi vải trên vai, lại thêm một cây gậy chống nữa. Ông lang thang đây đó, ngủ bất cứ ở đâu, dưới trời sao, dưới một gầm cầu, hay dưới một mái hiên. Có những lúc lại thấy ông đeo một xâu chuỗi toàn giày dép và quần áo phụ nữ quanh cổ. Trẻ con và người lớn đều xem ông là một người điên. Bùi Giáng điên vì đời. Nhưng, ở một mặt nào đó, ông lại là một người rất sáng suốt. Lão Tử giấu mình, ẩn danh. Bùi Giáng sống với đời, thiết tha với cuộc chơi mà ông đã chọn với tất cả "thân thể máu me và da xương" của mình.

Tôi nghĩ, trong nhiều khía cạnh, có lẽ Bùi Giáng giống Trang Tử hơn. Trang Tử chọn lối sống tiêu dao, lại thích lý luận, tranh cãi hào hứng với mọi người, đặc biệt với bạn thân là Huệ Tử. Một cá tính nữa của Trang là vui sống, thiết tha với cuộc sống [13]. Tất cả những điều này ta đều thấy thể hiện nơi con người Bùi Giáng. Ông là con người của tiêu dao, lang thang phiêu hốt dưới sương trời lỗ đỗ, không chấp nhận bất cứ một hình thức gò bó nào. Và ông chấp nhận trả giá cho cuộc chơi, cho cuộc tồn sinh của mình.

Nói mà chơi chứ Bùi Giáng chẳng phải Trang mà cũng chẳng phải Lão. Ông là một con người Việt Nam, yêu truyện Kiều, yêu Nguyễn Du, Huy Cận, và yêu luôn ca dao chuồn chuồn châu chấu. Ông yêu ngôn ngữ quê hương, và ông đã cả đời ăn nằm, chơi nghịch nghiêm trang với nó. Bùi Giáng là một người đã đi lang thang trong chốn tư tưởng của nhân loại, trong cõi thi ca của thế giới, nhưng lúc nào ông cũng chỉ muốn cuộn mình "tròn trịa méo mó" để nằm trong vòng nôi của ngôn ngữ dân tộc. Hôm nay, ông đã bỏ đi. Bỏ đi để tìm lại một màu hoa cũ. Một màu hoa trên ngàn. Một hồn nguyên tiêu. Một giấc mộng ban đầu đã bao năm khuất bóng. (*Hỏi tên rằng biển xanh dâu / Hỏi quê rằng mộng ban đầu đã xa*). Xin chúc ông lên đường phơi phới. Xin chúc ông tìm lại được một bầy nắng lạ. Và nguyên sơ một vầng trăng cũ. Một vầng trăng châu thổ. Cùng những sắc màu thiên thu cổ độ. Và xin bẻ tặng ông một nhành mai ngày cũ.

Những nhành mai sớm sương bên lá
Những nhành liễu chiều gió bên cây
Cũng lay lắt bởi đời xuân em ạ

.

Thế nên chi anh cũng viết dòng này

Hồng vàng tụ bữa kia em có thấy
Nước xuôi dòng là cổ độ nhìn theo
Tuổi mười sáu bây giờ lên gấp gảy
Mộng miên man là mây phủ lưng đèo

Buồn phố thị cũng xa bay như gió
Cộ xe nhiều cũng nhảy bổng như hươu
Bờ cõi dựng xuân xanh em còn đó
Bến đào nguyên anh khoác áo khinh cừu

Tìm theo dấu chân người xưa tư lự
Ở bên đường ngóng dõi khánh vân bay
Mờ con mắt một lần lên tiếng thử
Em ồ em, anh nói một lời này
(Những Nhành Mai / Trích nguyên bài trong Mưa Nguồn)

Bùi Giáng, có lẽ đã đến lúc ông lên đường trở về cố quận. Chúng ta phải chia tay. Lần cuối, xin tiễn ông một bài thơ cũ. Một bài thơ năm nào. Tôi vẫn tin rằng, một ngày nào đó, một cách nào đó, ông sẽ trở về. Và, ở đây, tôi xin phép được *không* nói lời vĩnh biệt.

Người đã bỏ đường kia ở lại
Để đi vào đối diện hư không
Bờ thánh thót thu sau về vạn đại
Lời chào kia nức nở lạnh vân mồng

Bóng trắng như sương vàng bay pha hạc
Quanh Trường Thành bờ cõi đất in rêu
Dòng trở lại ngậm ngùi khe bến cát
Gió mông lung vì mây nổi lưng đèo

Xuân đi đến đi về nằm ở giữa
Hẹn một kỳ bấn loạn mấy mùa đông

Màu tuyết bạch mơ màng trang lệ ứa
Rớt chung quanh là đú đởn cầu vồng

Từ vĩnh biệt một lần đi từ đó
Nước xuôi dòng cổ độ chẳng nhìn theo
Lòng lây lất bên trời phương hướng nọ
Mắt ngu ngơ nhìn bọt nước sa bèo
(Từ Thức / Trích nguyên bài trong tập Lá Hoa Cồn)

Irvine, California.
1998

Chú Thích:

[1] Trong *Ngày Tháng Ngao Du*, Bùi Giáng thổ lộ: "(…) Hồi nhỏ, tôi đã được sanh ra và lớn lên trong miền quê hẻo lánh, xung quanh có ruộng đồng sông núi trùng điệp, những đám cỏ chạy suốt cả tuổi thơ (làng tôi xưa kia có nhiều cỏ mọc. Cỏ mọc từ trong làng ra ngoài ruộng, tới những cồn, gò, đồi núi thật xanh). Từ đó về sau, tôi tìm kiếm mãi một màu xanh không còn nữa vì những trái bom và hòn đạn thiêu nướng khổng lồ…."

[2] Xem Bùi Vĩnh Phúc, *Vấn đề thẩm thức một tác phẩm nghệ thuật*, Văn Học số 10 (tháng 11, 1986). Đăng lại trong *Hai mươi năm văn học Việt Nam hải ngoại, 1975-1995* (California: Đại Nam, 1995) và *Lý luận và phê bình / Hai mươi năm văn học Việt ngoài nước, 1975-1995* (California: Văn Nghệ, 1996).

[3] Đọc sách có nhiều cách đọc, và cách đọc của Bùi Giáng (và ngay cả cách dịch của ông) mang rất đậm tính phơi phới, phóng khoáng và thơ mộng. Dù là trong thi ca, trong dịch thuật, hay trong việc phê bình tư tưởng hiện đại, cách làm của Bùi Giáng mang cái cung cách của một thi sĩ. Với tự do của chính hắn ta. Điều đó có thể rất trái chống với tinh thần làm việc một cách khoa học, phân minh và nghiêm túc. Nói như

vậy để đặt trở lại tất cả tác phẩm của Bùi Giáng (kể cả và nhất là thơ) trong một mắt nhìn nào đó mà tôi nghĩ tôi muốn có khi tiếp cận những gì ông viết. Dĩ nhiên, một con người như Bùi Giáng có thể được tiếp cận từ nhiều giác độ khác nhau. Và chính những sự khác biệt trong mắt nhìn của người đời ấy tạo nên vóc dáng của Bùi Giáng.

[4] Trong *Martin Heidegger và Tư Tưởng Hiện Đại II* (Saigon: Bờ Cửu Long Nam Việt), 1963. [Đề tên nhà xuất bản như thế, nhưng tôi nghĩ đây là nhà xuất bản An Tiêm của thày Thanh Tuệ]. Ở đây, phê bình Sartre, nhưng Bùi Giáng phần nào vẫn còn lòng quý mến Sartre; bởi thế, ông áp dụng chiến thuật vừa đánh Sartre lại vừa đỡ đòn cho triết gia này. Tôi nghĩ, dù sao đi nữa, Bùi Giáng vẫn còn lòng quý mến Sartre, đặc biệt qua vở kịch *Les Mouches* .

[5] *Sein und Zeit*, Hữu Thể và Thời Gian, một tác phẩm cốt yếu của Heidegger.

[6] A. de Saint-Exupéry, *Terre des Hommes*. Bản dịch *Cõi Người Ta* của Bùi Giáng. Sài Gòn: Quế Sơn Võ Tánh, 1960, trang 77-9.

[7] A. de Saint-Exupéry, *Terre des Hommes*. Paris: Gallimard, 1963 (trang 71-2) (theo bản in năm 1939)

[8] Để thấy rõ phong cách dịch văn của Bùi Giáng, có lẽ sẽ không thừa trong việc ghi lại ở đây phần dịch Anh văn của cùng một đoạn văn trên trong bản dịch *Terre des Hommes* của Lewis Galantière dưới tựa đề *Wind, Sand and Stars* (San Diego, New York, London: Harcourt Brace Jovanovich, Publishers, 1967):

> *I landed in the peace of evening. Punta Arenas! I leaned against a fountain and looked at the girls in the square. Standing there within a couple of feet of their grace, I felt more poignantly than ever the human mystery.*
>
> *In a world in which life so perfectly responds to life, where flowers mingle with flowers in the wind's eye, where the swan is the familiar of all swans, man alone builds his own isolation. What a space betweeen men their spiritual natures create!*
>
> *A girl's reverie isolates her from me, and how shall I enter into it? What can one know of a girl who passes,*

walking with slow steps homeward, eyes lowered, smiling to herself, filled with adorable inventions and with fables? Out of the thought, the voice, the silences of a lover, she can form an empire, and thereafter she sees in all the world but him a people of barbarians. More surely than if she were on another planet, I feel her to be locked up in her language, in her secret, in her habits, in the singing echoes of her memory. Born yesterday of the volcanoes, of greenswards, of brine of the sea, she walks here already half divine.

Punta Arenas! I lean against a fountain. Old women come up to draw water: of their drama I shall know nothing but these gestures of farm servants. A child, his head against the wall, weeps in silence: there will remain of him in my memory only a beautiful child forever inconsolable. I am a stranger. I know nothing. I do not enter into their empires. [Man in the presence of man is as solitary as in the face of a wide winter sky in which there sweeps, never to be tamed, a flight of trumpeting geese.]

Phần trong dấu ngoặc đứng là phần được Saint-Exupéry thêm vào trong những ấn bản sau. Phần này không có trong nguyên bản tiếng Pháp xuất bản năm 1939 và tái bản trong tủ sách *Le Livre de Poche* năm 1963. Trong bản sửa chữa và thêm thắt của những lần in sau, có những đoạn và những chương Saint-Exupéry sắp xếp lại hoặc thêm vào mà bản đầu tiên không có. Bản tiếng Anh, dịch giả Galantière lấy lại tựa đề cũ của Saint-Ex cho *Terre des Hommes* là *Du vent, des sables et des étoiles / Wind, sand and stars*, có đủ tất cả những thay đổi, thêm thắt và sửa chữa mà Saint-Ex đã thực hiện về sau. Bản Bùi Giáng dịch là bản cũ.

[9] A. de Saint-Exupéry, *Le Petit Prince*. Bản dịch *Hoàng Tử Bé* của Bùi Giáng. Paris, California: An Tiêm (in lần ba), 1990.

[10] Từ "tuần dưỡng" này xuất hiện trên dưới mười lần trong đoạn nói chuyện của con chồn và hoàng tử bé. "Tuần" [馴], bộ "mã", còn có một âm là "huấn". Hán-Việt từ điển của Đào Duy Anh đã đưa ra một số định nghĩa vắn gọn về từ này như sau: "Con ngựa lành gọi là tuần - Thuận theo - Tốt - Dần dần - Dạy dỗ"; và "tuần dưỡng" [馴養] là "nuôi nấng và dạy dỗ". Theo từ điển Thiều Chửu thì "tuần" là "Quen,

lành. Ngựa tập đã thuần theo như ý người gọi là 'tuần'. Nói rộng ra phàm vật gì dữ tợn mà rèn tập cho đều theo như ý mình đều gọi là 'tuần' ". Bùi Giáng là một người tuy rất hay "đùa vui" với chữ nghĩa, nhưng cũng là một người hết sức nghiêm cẩn trong cách dùng chữ. "Tuần dưỡng", một từ Hán-Việt, với cách Bùi Giáng dùng trong văn cảnh này, theo tôi, bao hàm ý "*làm cho thuần, lành, tốt* bằng cách *dạy dỗ dần dần*". Trong một ấn bản ở Việt Nam, sau 1975, in lại dịch phẩm *Hoàng Tử Bé* của Bùi Giáng, tất cả những từ "tuần dưỡng" của Bùi Giáng trong đoạn này, đều đã được biên tập lại thành "thuần dưỡng". Có lẽ là với mục đích để độc giả (nhất là các độc giả trẻ) dễ hiểu (?!!). Nếu đúng như vậy, tôi hiểu thiện chí của người biên tập; nhưng, ở một mặt khác, điều này làm hỏng mất phong cách đặc thù của Bùi Giáng, một người rất giỏi về chữ nghĩa, và có một thẩm mỹ đặc biệt trong việc sai sử ngôn ngữ của mình. Việc "biên tập" đó, vì thế, tôi nghĩ, là một việc làm không đúng. Đó là chưa nói đến việc làm sai chệch, lệch rối dịch phẩm của Bùi Giáng về mặt văn bản học.

[11] Quyển *Le Petit Prince* của Saint-Exupéry đã được dịch ra nhiều ngôn ngữ trên thế giới. Bùi Giáng có lẽ rất thích thú khi nó được coi là sách của trẻ con. Tôi nghĩ khi dịch quyển này, Bùi Giáng cũng có được cái hạnh phúc rất là con trẻ như Saint-Exupéry khi viết nó vậy. Cuốn sách thật thích hợp với con người Bùi Giáng. Nó là sách kể chuyện cho trẻ con, nhưng người lớn xem vào lại còn thích thú hơn là con trẻ nữa. Cái tuyệt vời và đáng yêu của Saint-Exupéry là ở đây. Viết truyện trẻ con để nêu ra mấy câu hỏi triết lý vừa trầm trọng vừa thơ ngây về con người, về đời sống chơi! Trẻ con tha hồ đọc mà không hề hấn gì. Người lớn cũng tha hồ đọc để sung sướng tìm lại một đứa bé con trong tâm hồn mình.

[12] Xem Nguyễn Hiến Lê, *Lão Tử Đạo Đức Kinh*. Hà Nội: Văn Hóa, 1994, trang 17.

[13] Xem Nguyễn Hiến Lê, *Trang Tử Nam Hoa Kinh*. Hà Nội: Văn Hóa, 1994.

Trích đoạn bàn về thơ của Bùi Giáng trong tiểu luận *Vấn đề thẩm thức một tác phẩm nghệ thuật* của **Bùi Vĩnh Phúc**

[...]

Nếu nhiều bức tranh của Picasso xem ra quái dị và không thể chú giải nổi thì chính là bởi cách nhìn của chúng ta. Chúng ta chỉ quen với cái nhìn, qua đó, thực thể hiện ra trước mắt chúng ta trên một mặt phẳng. Thật khó để có thể thay đổi cái nhìn khiến cho nó đem đến cho chúng ta, cùng một lúc, những khía cạnh, những mặt khác nhau của sự vật.

Vấn đề thẩm thức ở đây đã trở nên phức tạp. Chúng ta có quyền chê tranh Picasso, và người khác cũng có quyền nhận xét về những... kinh nghiệm mỹ học dễ dãi của chúng ta.

Đọc thơ cũng thế.

Chúng ta hãy thử xét hai câu lục-bát này của Bùi Giáng:

Bây giờ em ở nơi đâu
Cỏ trên mình mẩy em sầu ra sao
(Sa mạc trường ca)

Chúng ta thấy hai câu thơ thế nào? Có dị hợm quá chăng? Có chất thơ chăng? Hai câu thơ này có nằm trong những ước lệ bình thường của thi ca hay không?

Trước hết, ta có thể thấy hai câu lục-bát trên đây là hai mệnh đề độc lập với nhau. Mỗi mệnh đề là một câu hỏi; và hai câu hỏi được đưa ra liên tiếp. Chẳng khác gì mấy chàng Anh, Mỹ gặp nhau nói, *"How do you do? Business looking up, eh?"* Câu hỏi ở vế lục, nếu bỏ bớt từ "nơi" thì không khác gì một câu nói, một lời hỏi thăm bình thường. *Bây giờ em ở đâu?* Ngôn ngữ rất giản dị. Y như là lời nói hằng ngày.

Câu hỏi ở vế bát có một vài điểm nên phân tích.

Thứ nhất, "cỏ" và "sầu". Một là danh từ, một là tính từ đóng vai bổ-túc-từ (complement) (động từ "thì" được hiểu ngầm). Cả hai đều là những từ chúng ta dễ bắt gặp trong thơ. Tuy nhiên, cách dùng hai từ này trong câu thơ của Bùi Giáng có những điểm đặc biệt. Tại sao để thăm hỏi một người con gái, một người em nào đó, thi sĩ lại hỏi về cỏ. Cỏ đây là cỏ nào? Sao không dùng những ước lệ bình thường? Chẳng hạn như hỏi, "Lòng em, (hoặc tim em) có buồn không?" …

Vấn đề thứ hai là, *tại sao cỏ lại sầu?*

Trong thi ca, hình ảnh của cỏ cây, hoa lá có khi là một hình ảnh của sự vươn dậy, hớn hở, sáng tươi, bềnh bồng, tha thướt…

Như Nguyễn Du đã viết:

Cỏ non xanh tận chân trời
Cành lê trắng điểm một vài bông hoa

hay thơ mộng, lãng-mạn-hồng như cỏ của Phạm Duy:

Rước em lên đồi cỏ non *ngập lối*
Rước em lên đồi hẹn với bình minh
Đôi chân xinh xinh như tình đang khép nép
Hãy vứt chiếc dép bước đi trên cỏ hồng
(Lời bài "Cỏ hồng", Phạm Duy)

Có lúc, cỏ cây cũng buồn… Cỏ cây chia theo cái nhịp tâm ý của con người. Lại Nguyễn Du:

Sè sè nấm đất bên đàng
Rầu rầu ngọn cỏ *nửa vàng nửa xanh*

Hay Xuân Diệu tiền chiến:

Gió lướt thướt kéo mình qua cỏ rối
Đêm bâng khuâng đôi miếng lẩn trong cành

Hoặc Tư Không Thự đời Trung Đường trong "Tặc Bình Hậu Tống Nhân Bắc Qui":

Thế loạn đồng nam khứ,
Thời thanh độc bắc hoàn.
Tha hương sinh bạch phát,
Cựu quốc kiến thanh san.
Hiểu nguyệt quá tàn lũy,
Phồn tinh túc cố quan.
Hàn cầm dữ suy thảo,
Xứ xứ bạn sầu nhan.

(Lúc loạn cùng nhau lánh
Khi yên về một mình
Quê người tóc đã bạc
Núi cũ mây còn xanh
Trăng sớm vượt tàn lũy
Sao khuya trọ cổ thành
Cỏ hoang *chim chóc lạnh*
Đây đó sầu mông mênh)
(Đào Mộng Nam dịch)

(Cỏ hoang? Nếu dịch "*Hàn cầm dữ* **suy thảo**" là "**Cỏ cằn** *chim chóc lạnh*" thì có lẽ sát nghĩa hơn.)

Vậy là cây cỏ cũng buồn. Buồn vui ở đây là do cái tâm ta chiếu vào. Tâm ta là cái tâm vô định, cho nên cỏ có lúc buồn lúc vui.

Tại sao Bùi Giáng thấy cỏ sầu?

Bởi lẽ thi sĩ xa người em nên chính cái tâm của thi sĩ động trước, thi sĩ sầu. Và, vừa dùng phương pháp nội quan (introspection) của tâm lý học ngôi thứ nhất để nhìn vào lòng mình, vừa dùng phương pháp của tâm lý học ngôi thứ hai để tìm đến và chia sẻ với em, thi sĩ thấy em cũng sầu. Dựa trên một quan hệ thân mật nào đó đã có với nhau từ trước mà ta không rõ, thi sĩ biết chắc là *cỏ trên mình mẩy em* cũng sầu, cũng héo. Đây là một hình ảnh cụ thể, có tính cách vật lý/thể lý. Không phải lòng sầu hay tim sầu, nhưng là cỏ sầu. Cỏ trên mình mẩy là một vật có thực chứ không phải cỏ mọc trong linh hồn, hay cỏ mọc trên nỗi-buồn-tôi trong văn chương hiện sinh.

Đến đây, không cần phải trình bày thêm, có lẽ chúng ta đã thấy rõ hai từ "cỏ" và "sầu" trong câu thơ Bùi Giáng đã được dùng một cách rất đặc biệt. Cỏ chính là … người, sau khi thi sĩ đã liên tiếp áp dụng hai phương pháp so sánh ngầm (ẩn dụ) và hoán dụ. Còn "sầu" được dùng theo lối nhân cách hóa.

Từ kép "mình mẩy", nếu tách khỏi hai câu thơ của Bùi Giáng kể trên, sẽ bị nhìn là không mang màu sắc thi ca. *Mình mẩy* thiếu chất thơ. "Mình" nếu đi với một tính từ nào khác, chẳng hạn như *mình ngọc (da ngà),* thì chúng ta thường thấy trong thi ca; còn *mình mẩy* thường chỉ xuất hiện trong văn chương. Loại tả chân. Nhất là nếu từ "mẩy", dùng độc lập, lại được dùng như tính từ. Hoặc trong những câu nói thông thường hằng ngày, như: *"Vào trong tắm rửa mình mẩy đi anh, rồi muốn làm gì thì làm. Em đâu có biến mất đi đâu. Cắt cỏ xong người anh hôi rình à! Chịu 'hổng' nổi!!"...*

Tuy nhiên, đọc lại hai câu thơ của Bùi Giáng, chúng ta phải nhận là khó có thể tìm được từ nào hay hơn để thay vào chỗ của từ kép "mình mẩy" mà Bùi Giáng đã dùng. Những từ "cỏ" và "mình mẩy" cuộn lấy nhau, cho chúng ta một hình ảnh rõ nét trong nhãn trường của thi sĩ, đồng thời, cho chúng ta hiểu rõ tâm tư ông và những ước muốn thầm kín của ông. Từ "sầu" đi theo ngay sau đó làm ta bỡ ngỡ. Và khiến cho ta thấy thi sĩ đáng yêu quá, thơ mộng quá.

Từ "cỏ" và "mình mẩy" trong câu thơ của Bùi Giáng đặt lại vấn đề cái tục (profanity) trong văn chương. Cái tục của Bùi Giáng ở đây có thể được so sánh với cái tục của D. H. Lawrence trong *Lady Chatterley's Lover,* của Anais Nin trong những quyển *erotica* như *Delta of Venus* và *Little Birds,* của Gustave Flaubert trong *Madame Bovary,* của Henry Miller trong *Black Spring, Tropic of Cancer* và *Tropic of Capricorn...* Đây là những cái tục thơ mộng, làm đẹp chứ không làm xấu văn chương.

Về ý nghĩa, ta thấy hai câu thơ Bùi Giáng có thể diễn ra văn xuôi đại loại như sau: *Em ở đâu? Anh nhớ em lắm. Anh mong có em ở bên cạnh để anh ân-cần-săn-sóc-nhỏ-to-âu-yếm-vuốt-ve em. Em có buồn nhớ anh từng-chút-một không?!...*

Thật sự thì không nhất thiết phải diễn giảng hai câu thơ của Bùi Giáng ra như thế, có thể có những cách diễn giải khác. Nhưng đại loại, tinh thần hai câu thơ là vậy. Ai quen biết với luật ngôn-ngữ-tạo-tác (transformational/generative grammar) của Noam Chomsky đều hiểu rằng những câu nói bình thường mỗi ngày của chúng ta đều là kết quả của một chuỗi những cách sắp xếp văn phạm khác nhau với những luật biến hoá liên tiếp, xảy ra một cách tự động trong tiềm thức ta, để, cuối cùng, cho ra những câu nói gọn gàng kia. Có được cái khả năng sắp xếp, biến đổi hết sức đặc biệt và nhanh chóng đó là vì ta đã được nuôi dưỡng trong một dòng văn hoá luôn nhồi nắn, dạy dỗ cho ta cái ngôn ngữ mà ta sẽ sử dụng sau này ngay từ khi ta mới chào đời.

Thi sĩ cũng thế. Sở dĩ thi sĩ tìm được những cách nói thơ mộng, súc tích, hay đẹp đẽ, độc đáo, bất ngờ—so với những câu nói bình thường của chúng ta trong đời sống mỗi ngày—chính là do nơi hắn đã luôn sống, mơ, và trau dồi cái ngôn ngữ của hắn để có thể diễn tả lại một cách trọn vẹn, độc đáo và đầy hình tượng những giấc mơ mà hắn có.

Về mặt nhịp điệu, hai câu thơ của Bùi Giáng có thể được ngắt đoạn như sau:

Bây giờ / em ở nơi đâu
Cỏ trên mình mẩy em / sầu ra sao

Trên quan điểm từ-vụ-học, và hiểu một cách bình thường, thì câu lục bắt buộc phải ngắt 2-4, câu bát 5-3. "Bây giờ" là một trạng từ, đứng vai trò của một trạng ngữ (adverbial phrase), phải được tách ra khỏi mệnh đề chính. Mệnh đề "em ở nơi đâu" là một câu hoàn chỉnh và ngắn, không cần tách đoạn.

Câu bát, nguyên cả cụm từ "Cỏ trên mình mẩy em" là chủ từ. Nó là một danh-ngữ (noun phrase), đứng vai trò chủ ngữ (subject) và không thể tách ra được. Dù sao, ta nhận thấy trong cụm từ này, "Cỏ" là danh từ chính, và "trên mình mẩy em" (hiểu ngầm động từ "mọc") là trạng ngữ chỉ nơi chốn (hay vị trí), làm rõ nghĩa cho danh từ "cỏ" (hay rõ và đúng hơn là cho động từ hiểu ngầm "mọc"). Cụm từ "sầu ra sao" là vị ngữ (predicate), trong đó "sầu" là bổ túc từ (complement) (với động từ "thì" được hiểu ngầm), "ra sao" là trạng từ. Trong Anh và Pháp ngữ, cũng như trong một số ngôn ngữ khác, trạng từ "ra sao" này được một luật biến hóa (transformational rule) cho phép nhẩy lên đầu câu để biến thành những từ *How* và *Comment*, v.v.; đồng thời luật này lại kéo theo một luật nữa, bắt buộc việc đảo ngược chủ từ và động từ trong câu.

Vậy thì với nhịp điệu như vậy, cách ngắt như thế, vần "đâu" và "sầu" trở nên rõ ràng và được nhấn mạnh. "Đâu" vì là vần ở cuối câu lục nên dĩ nhiên được chú ý. "Sầu" được chú ý nhấn mạnh vì "mình mẩy em" đã được đọc nhỏ đi, sau khi "cỏ" ở đầu câu được nhấn mạnh. Vậy "nơi đâu" và "sầu", hai ý chính trong câu thơ lục-bát của Bùi Giáng, với cách sắp xếp nhịp điệu và cách ngắt giọng của thi sĩ, đã được để ý rõ ràng.

Ngoài ra, ở câu bát, vì ngắt nhịp lẻ 5-3 nên câu thơ đưa ra được một cảm xúc bồn chồn, lo lắng, bứt rứt, bồi hồi… Nó cho thấy sự bất an. Điều đó diễn tả được tâm ý của thi sĩ.

Về phương diện phát âm học, âm "âu" trong "nơi đâu" và "sầu" là một âm chúm. Tôi muốn nói là khi phát ra âm này, đôi môi người đọc hay nói phải chúm lại. Động tác chúm môi tạo hình ảnh một cái hôn, một sự trao gửi, yêu thương. Từ "đâu", bắt đầu bằng phụ âm *đờ* trong tiếng Việt, là một âm mà khi phát ra, đầu lưỡi phải chạm vào thành lợi ở ổ răng phía sau những răng cửa ở hàm trên. Tiếng Anh gọi âm này là *apico-alveolar*. Gần giống như âm [d] của những từ *do, did* trong tiếng Anh. Từ "đâu" lại có thanh phù bình chứ không phải trầm bình. Bởi thế, câu hỏi được đặt ra một cách nhẹ nhàng, âu yếm: *Em ở nơi đâu?*

Từ "sầu" bắt đầu bằng phụ âm *sờ*, đọc là [s] (voiceless alveolar fricative) theo lối Bắc, hoặc đọc là [ʂ] (voiceless postalveolar retroflex fricative) theo lối Nam hoặc Trung, đều là những âm xát xuýt (fricative), phát ra hơi gió (sibilant) một cách liên tục. Tuy nhiên, nếu đọc theo lối Nam và Trung [ʂ] (âm quặt lưỡi) thì cuống lưỡi phải chạm vào phần vòm cứng ở ngay sau ổ răng cửa hàm trên, hơi gió được cuộn, ép lại, và đẩy ra mạnh hơn. Nếu đọc theo lối Bắc [s] (âm chân răng) thì nó cũng giống như trường hợp của âm [d] trong "đâu". Bùi Giáng sinh ở Quảng Nam, người miền Trung, cho nên chắc đọc "sầu" với âm đầu là [ʂ]. Từ "sầu", như thế, sẽ có âm gió thở mạnh ra (dù phần nào nghe nặng và đặc hơn so với âm /s/), lại thêm thanh trầm bình (huyền) đè xuống một cách thiết tha, nặng và buồn, da diết, rất hợp với tâm trạng thi sĩ.

Có người sẽ nói: "Những từ "đâu" và "sầu" thì ai cũng phát âm như thế, cứ gì phải đến khi thi sĩ nói thì chúng mới có được những tác dụng vừa kể". Nhận xét này rất đúng; nhưng chính vì thế, nó lại càng nhấn mạnh được sự tinh tế và tính trực cảm của người thi sĩ khi hắn biết dùng, biết chọn lựa những từ, những âm thích hợp để diễn tả ý mình.

Thật ra thì Bùi Giáng cũng có thể viết:

Bây giờ em đã đi luôn
Cỏ trên mình mẩy em buồn ra sao

Nhưng, nếu viết như thế, ngoài việc không giữ lại được cái ngữ ý và ngữ khí đáng yêu của câu thơ tuyệt vời kia, câu thơ được sửa đổi đó cũng sẽ không đưa đến được một số hiệu ứng như chúng ta vừa phân tích. Những hiệu ứng liên tưởng xảy ra từ phương diện phát âm.

Như thế, ta thấy là chỉ vỏn vẹn với hai câu thơ của Bùi Giáng, đọc qua tưởng là chơi, thử phân tích một chút như vậy thì ta thấy nó là một cấu trúc rất hoàn chỉnh. Cấu trúc này thi sĩ không cố tìm cách sắp xếp như những phương trình toán học hay như một tòa kiến trúc với những dụng công tỉ mỉ. Thi sĩ thở ra thơ. Trong vô thức, trong tiềm thức, thi sĩ luôn sống với giấc mơ của mình; bởi thế, khi thở ra, thơ đã là một chỉnh thể vừa có tính thơ mộng của thi ca, vừa chứa đựng trong nó tất cả *những yếu tố ngữ âm, ngữ nghĩa, ngữ pháp, ngữ khí và ngữ ý* cần thiết để diễn tả tâm ý mình.

Nếu đọc thơ cho kỹ, ta sẽ thấy con người tác giả hiện rõ mồn một.

Lại lấy bốn câu khác, cũng của Bùi Giáng. Sở dĩ tôi đưa Bùi Giáng vào trong bài tiểu luận này là vì ông là một thi sĩ đặc biệt. Như Picasso đã phá hết những quy ước cổ điển trong hội họa với những bức tranh lập thể, Bùi Giáng, trong thế giới thi ca, đã phá vỡ mọi thứ đều đều như thế. Hình tượng, ngôn ngữ, tình ý trong thơ ông bị đảo tứ lộn tam và bị sắp xếp lại. *Lưu tồn khuyên giải thấp cao. Chưa xong tồn lý đã dào tồn lưu.* Những hình tượng, ngôn ngữ đó thoắt biến thoắt hiện và làm mở bùng ra nhiều khía cạnh khác nhau của cõi người ta, để người thưởng ngoạn nhận ra chúng cùng một lúc. Ấy là cõi thơ Bùi Giáng. Thơ phá ngôn, phá ý và phá hình.

Người con gái / lội qua khe
Bàn chân với nước lạnh / đè lên nhau
Nỗi niềm / tưởng lại xưa sau
Bàn chân với nước / cùng nhau lại đè
(Gái lội qua khe)

Chúng ta sẽ thôi không phân tích mấy câu thơ này như cách chúng ta đã làm với hai câu thơ trước nữa. Cho dù chúng ta có thể viết được cả một tiểu luận về bài thơ đặc biệt này. Tạm thời, ở đây, ta có thể cùng thấy với nhau là qua cái nhịp ngắt mà ta đã thử làm 3-3 / 5-3 / 2-4 / 4-4, những hình tượng trong thơ được mở ra. Động tác lội qua khe có vương nét gập ghềnh, chao đảo với nhịp lẻ. Nước lạnh và bàn chân đè lên nhau, cứ thế liên tục và tranh chiếm chỗ của nhau, động tác không được nhịp nhàng, cũng với nhịp lẻ. Thế rồi, một, hai, chục năm sau ta ngồi nhớ lại, và trăm ngàn năm nữa sau khi ta đã mất đi, những hình ảnh đó vẫn mãi còn trong cái vũ trụ của vật lý lượng tử kia. Mỗi hình ảnh đã xảy ra đều còn mãi trong chốn không gian, thời gian mênh mang

.

bất tuyệt và thẳm sâu dàn trải không cùng này. Thật ra thì phải nói là *ta đã xảy ra* với hình ảnh em lội qua khe, phải không? Vì ta rồi sẽ mất đi, mà cái *hình ảnh em lội qua khe* sẽ còn mãi, dù cho một, hai ba triệu năm sau có tồn lưu lui tới.

Bởi thế, khi tưởng lại sự vụ em lội qua khe như vậy, mọi thứ bây giờ thảy đều nhịp nhàng, êm ái trong nỗi tưởng tôi. Mọi thứ vẫn vậy, vẫn khe, vẫn nước lạnh cùng bàn chân đè qua đè lại, thế nhưng mọi sự bây giờ là thơ mộng, là dịu dàng xuôi chảy. Đúng với những nhịp chẵn của hai câu dưới.

Người con gái, lội, khe, bàn chân, nước, lạnh, và *đè* (những hai lần) có làm cho ta liên tưởng kha khá đến cái dục tính *libido* và Freud. Nhưng, Bùi Giáng và Nguyễn Đức Sơn thì lúc nào mà lại chẳng... *libido* trong thi ca Việt Nam.

Những nhận xét vừa rồi về các bức tranh của Matisse, Picasso, và về một vài câu thơ của Bùi Giáng cũng có thể cho ta thấy là vấn đề thẩm thức nghệ thuật có những cái công phu của nó. Chúng ta dễ dàng chấp nhận cái quen thuộc, cái gần gũi, và, nhiều khi, cái giản dị, mà chối bỏ những cái khác lạ, kỳ bí. Nhưng thật sự có những cái khác lạ, kỳ dị ẩn giấu trong chúng những nét sáng tạo. Bởi thế, thẩm thức phải là một thói quen cần phải được luôn luôn trau giồi để mỗi ngày mỗi trở nên tinh tế, sắc bén. Trong sự thẩm thức tác phẩm nghệ thuật ở bất cứ một bộ môn nào, nỗ lực đi đến gần hơn nữa những đối tượng mà lúc ban đầu ta cảm thấy khó hiểu sẽ luôn đưa lại một phần thưởng quý báu là, một lúc nào đó, ta sẽ làm tác phẩm mở bùng ra trước mắt nhìn hạnh phúc của mình.

[...]

Xin xem toàn bài trong Bùi Vĩnh Phúc, *Vấn đề thẩm thức một tác phẩm nghệ thuật,* nguyệt san Văn Học số 10 (tháng 11, 1986). Đăng lại trong *Hai mươi năm văn học Việt Nam hải ngoại, 1975-1995* (California, Đại Nam, 1995) và *Lý Luận và Phê Bình / Hai Mươi Năm Văn Học Việt Ngoài Nước, 1975-1995* (California, Văn Nghệ, 1996)

Phạm Công Thiện [1941-2011]

Bìa sách của Đinh Cường

Phạm Công Thiện yêu triết, yêu sự khôn ngoan, theo nghĩa của chữ *Philosophy* với các gốc rễ cành nhánh của nó [*Philosophy* / (φιλεῖν *phileîn*, "yêu", và σοφία *sophía*, "trí tuệ"): với *philein (động từ), philos (tính từ), philus (tiếp tố), philia (danh từ/tiếp tố)* và *sophia (danh từ/tiếp tố)*]. Ông yêu mọi thứ liên quan đến triết, nhưng ông không phải là triết gia. Ít nhất, theo nghĩa hẹp của nó. Như một người sống vì triết, sống cho triết. Ngoài những sáng tác của mình trong các lĩnh vực như tản luận, triết luận, tuỳ bút/tuỳ luận và thơ, ông có khả năng đặc biệt là làm người đọc yêu triết và thơ qua những bản dịch của ông về triết luận hay về thi ca (hoặc là những tác phẩm mang tính phối kết giữa hai lĩnh vực này) của những tác giả nổi tiếng. Chẳng hạn như các quyển *Về thể tính của chân lý*, và *Triết lý là gì?*, của Martin Heidegger; *Tự do đầu tiên và cuối cùng* của Jiddu Krishnamurti; *Thư gửi người thi sĩ trẻ tuổi* của Rainer Maria Rilke; *Tôi là ai? Đây là người mà chúng ta mong đợi!* (Ecce Homo) của Friedrich Nietzsche, v.v.

Phạm Công Thiện là một hiện tượng đặc biệt của văn nghệ Sài Gòn, văn nghệ miền Nam, đặc biệt trong giới tuổi trẻ trí thức, những người có đọc sách, vào những thập niên ’60, ’70 của miền Nam Việt Nam. Ông nổi bật lên với tác phẩm *Ý thức mới trong văn nghệ và triết học* (vừa mang tính triết luận, phê bình, “tuyên ngôn”, lại vừa mang rất nhiều nét của tuỳ bút lãng mạn), viết vào những năm trên dưới 20 tuổi của tác giả. Tác phẩm đưa ra *cái nhìn, cái cảm, cái luận, cái mỹ học* của ông về văn chương thế giới. Ông được hầu hết người đọc sách biết đến, qua quyển sách thượng dẫn và nhiều quyển sách khác. Nhiều người yêu và cũng có những người ghét. Yêu, vì lối viết lôi cuốn, thơ mộng, với sự hiểu biết rộng rãi về các tư tưởng Đông Tây, các trào lưu và văn chương thế giới. Và ghét, vì lối viết, lối diễn ý, lối lập luận, trong một số bài, mang tính “báng bổ”, khiêu khích, cực đoan, công kích nhiều đối tượng, với ngôn ngữ và lập luận đặc thù, có khi pha chất “bí hiểm” (vì đi sâu vào những miền “hố thẳm tư tưởng” với một thứ ngôn ngữ chính xác nhưng đặc dị) của riêng ông. Những yêu ghét ấy cho thấy ông là một người thu hút được nhiều sự chú ý, có nhiều suy tưởng, thơ mộng thiết tha, đắm đuối sâu lắng, nhưng cũng có lúc hoang ngôn/hoang ngông và cực đoan. Phong cách của Phạm Công Thiện là phong cách của một nghệ sĩ, không phải là phong cách của một người chấp nhận sự quy củ, hay tính bài bản của các quy thức trường ốc. Trong nhiều cuốn sách của mình, chữ viết của Phạm Công Thiện sóng sánh chất thơ.

Tư tưởng và chữ nghĩa của Phạm Công Thiện có những điểm tích cực và/hay tiêu cực gì? Hiện tượng Phạm Công Thiện như thế nào, có những nét đặc biệt gì đáng chú ý, và nó cho thấy một vài nét tâm thức nào của con người miền Nam, nhất là tuổi trẻ trí thức miền Nam, trước cuộc chiến tàn khốc trên đất nước Việt, trước một số trào lưu và tác giả hiện đại của văn chương thế giới, là những điều vẫn còn được bàn cãi. Nhưng dấu ấn của ông đã được đóng xuống.

Văn của Phạm Công Thiện, dù có những khúc, những đoạn đầy tinh thần nổi loạn, chống phá, “bùng nổ”, vẫn luôn dung chứa trong nó, như đã nói, chất thơ, chất say của rượu mềm. Và nắng, và gió, và lửa của những cơn mộng cũ, của những hải đảo xa xôi. Là một người yêu ngôn ngữ, chữ nghĩa nói chung, Phạm Công Thiện thường đi sâu vào lĩnh địa/linh địa này. Ông dẫn dụ, lôi cuốn người đọc bằng cái nhìn thiết tha nhưng cũng "ma mị", và bằng tâm hồn rạt rào sóng gió, mơ mộng của mình. Là một người đã soạn một quyển *Tinh Âm Từ Điển* tiếng Anh từ năm 16 tuổi, và cũng biết thêm một số ngôn ngữ khác, kể cả tiếng Sanskrit và tiếng Latin, Phạm Công Thiện say mê chữ và các ý tưởng từ những con chữ. Trong sáng tác, điều này kéo ông vào những biển từ. Để ông bơi lội, nhào lộn tung tẩy và sống cuồn cuộn trong đó. Chính là lòng yêu chữ nghĩa ấy, một cách hết sức thơ mộng, đã nuôi sống Phạm Công Thiện trong suốt một đời cầm bút.

Đọc Phạm Công Thiện, nếu chỉ lướt qua, và chỉ đọc những đoạn nào mình thích, chẳng hạn những đoạn mang nhiều chất thơ, ta dễ thấy dòng văn ấy lôi cuốn, nhiều khi trong trẻo, hồn nhiên, tha thiết. Khiến ta có thể hình dung văn ông như những con sông bao la ở Nam Mỹ, những con sông nhiều khi ta thấy nước chảy trong vắt, với những thân cây mọc từ dưới nước trồi lên cao, ánh mặt trời xuyên qua những tàng lá, những kẽ lá, chiếu xuống, tạo thành cả một khung cảnh nên thơ, rung động. Ánh nước rung động, và lòng ta cũng rung động. Nhưng, thật sự, nếu đọc kỹ (và chịu khó đọc hết các tác phẩm của ông), ta sẽ thấy, cùng với những đoạn nên thơ, thiết tha và đầy lôi cuốn như đã nói, có những đoạn, những phần, những bài mang những tư tưởng rất cực đoan, đôi khi đi đến chỗ "yêu ngôn", say cuồng, cùng với các lập luận có những khi lòng vòng, chồng chéo, nhưng đầy tính luận lý. Những lúc như thế, ta lại hình dung thấy dòng văn của Phạm Công Thiện như những hang động tối tăm nhưng vẫn đầy thu hút ở Quảng Bình, hay như những vùng đầm lầy Đồng Tháp Mười thời Nam tiến, với hệ sinh thái của động-thực vật hoang dã, dưới nước và trên rừng, cùng với nhiều loài phiêu lưu thảo, sống đời cộng sinh, tràn đầy, ăm ắp sức sống. Dưới "nghìn mặt trời rực rỡ". Hay dưới đơn lẻ một ánh trăng xanh.

Tất cả, dù sao, đều ánh lên một nét gì đó cùng lúc mang tính cuồng nộ, hoang dại và mơ mộng, thiết tha. Dù cho chúng có được đặt trong một quần thể, ở một vài góc độ nào đó, trong một số trường hợp nào đó, đầy sự chằng chịt kết nối dọc ngang đan xen trong bầu khí ẩm thấp, mù tối.

Người ta có thể đọc Phạm Công Thiện, đọc kỹ, đọc hết, trong toàn bộ cái khí quyển mà nó tạo ra. Hoặc chỉ đọc ông, như cách ông muốn, nhiều khi, ở những đoạn trong trẻo, thiết tha, nên thơ nhất. Và, thật sự, cái cốt tính của Phạm Công Thiện có lẽ chính là ở những chỗ như thế.

Vì vậy, cho dù Phạm Công Thiện đã để lại những tác phẩm, những dịch phẩm đáng quý, cho dù việc đọc ông thường là một hạnh phúc, nhưng, nếu muốn, theo phong cách của chính Phạm Công Thiện khi nói về văn chương thế giới (và về các tác giả thế giới): "Hãy đốt bỏ tất cả các cuốn sách (của)..., và chỉ chừa lại (cuốn)..." (một lối nói khá "bốc" và "cuồng", nhưng cũng mang một chất thơ [mộng/ngây] và ngông ngược, đáng yêu riêng), người ta cũng có thể nói: Hãy đốt bỏ tất cả các cuốn sách của Phạm Công Thiện, và chỉ giữ lại những ý tưởng thơ mộng của ông, những suy nghĩ đắm đuối và dạt dào của ông, những tư tưởng đằm sâu của ông. Về sách vở, về tư tưởng, về thơ ca, về triết lý, và về cuộc đời. Nói chung. Những điều đó là thể tính, là căn cốt và hơi thở của một người, theo tôi, đã lãng đãng và lênh đênh-thơ mộng-hồn nhiên-tha thiết đi vào và đi qua cuộc trần gian này.

Ư nhữ ý vân hà?

Mấy Tưởng Khúc với/về Phạm Công Thiện

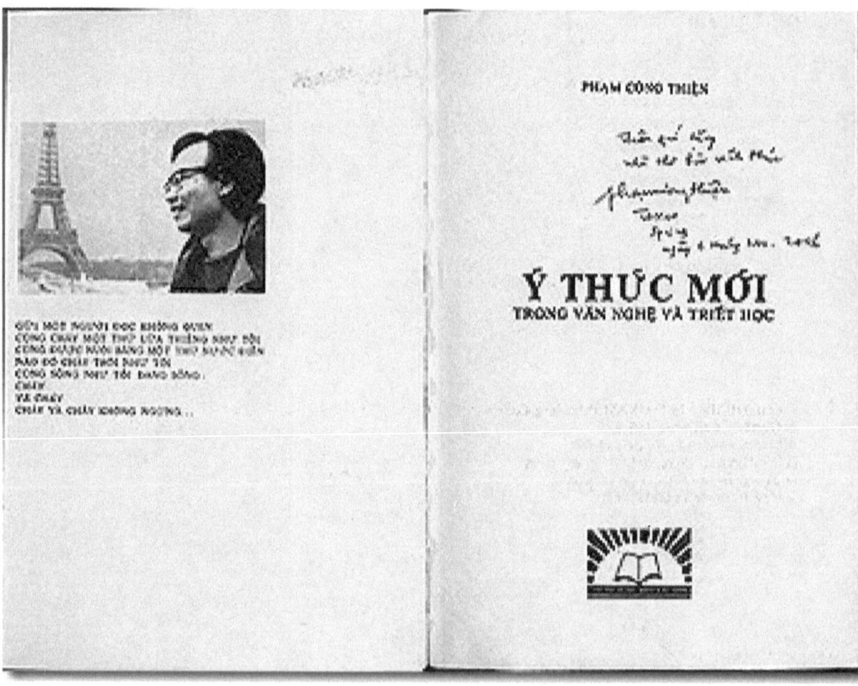

Phạm Công Thiện đã ra đi. Tôi muốn ghi lại ở đây một chút kỷ niệm và gắn bó mà chúng tôi, ở một giai đoạn nào đó, trong đời, đã có với nhau. Những kỷ niệm có thể đơn sơ, nhưng vẫn là những ngọn lửa cháy. Mềm mại đỏ. Và bền bỉ.

Có những chữ vừa viết xong, sau khi biết anh đã lên đường. Có những chữ đã viết, đã chia sẻ với nhau từ thật nhiều năm trước. Tôi gom lại ở đây, như những *tưởng khúc*, gửi cho chàng tuổi trẻ, một-chàng-tuổi-trẻ-muôn-đời trong trái tim thơ mộng của mình, như một chút chia sẻ cho cuộc lên đường đi theo những bè mây trắng của chàng, hôm nay.

Xin giã biệt.

(10 tháng III. 2011)

. I .

Phạm Công Thiện thân mến,

Anh lại vừa lên đường rồi, phải không? Lại làm một màn *somnambule ballad* mà anh từng thách tôi dịch ra tiếng Việt theo thể điệu của Federico García Lorca. Và tôi đã dịch cái tựa đề này thành *"Rong khúc mộng du"*. Bây giờ thì chính anh lại đang thực hiện một cuộc đi chơi rong đầy tính cách mộng mị như vậy!

Nhớ những lần chúng ta cùng nhau đi thư viện mượn sách về đọc. Cả hai khệ nệ bê hai chồng sách cao nghệu ra xe, ngất ngưởng đi bộ trên con đường có cỏ mọc um tùm hai bên. Và cũng có mấy con bướm non thơ thẩn tung cánh trên cỏ hoa nữa. Y hệt như chúng mình. Nhưng chúng có thể khôn hơn bọn ta. Chúng đi tìm hoa chứ không đi lục sách như anh và tôi. Không biết chúng nó có thật là "những con bướm non" không? Thôi, hãy cứ nghĩ như thế cho đời có thêm chút thơ và mộng. Thì chúng ta lúc đó cũng đâu còn "non" gì nữa. Thậm chí chúng ta còn hay đùa và gọi nhau là "cụ". (Thoáng cái thế mà đã trên dưới 20 năm rồi!) Nhưng hạnh phúc của mình khi ôm đống sách ấy ra khỏi thư viện thì hẳn là vẫn đầy chất thơ dại. Lòng chúng ta lúc ấy không hề vướng... mùi tục lụy của trần gian, phải không? Buổi chiều ấy nắng vàng như son, sơn phết mềm mại trên những bờ tường thành phố, lên trên những lá cây, vỏ cây, thân cây, lên trên cả những mái nhà đen đủi cổ lỗ bám đầy rêu lục. Và lên cả những trái tim chứa đầy những nỗi niềm thơ mộng thiết tha.

Và rồi mặt trời hôm ấy đã rớt trên hồ nước sóng sánh hơi thu trước mặt anh và tôi ở Newport Beach. A, *Le soleil cou coupé.*[*] Anh nói, nhớ lại một câu thơ loang máu hiện đại của Apollinaire. Một câu thơ tàn bạo trong hình ảnh và ấn tượng, và xuất sắc trong diễn tả tâm trạng. Còn tôi thì nói, đó là một thứ *"L'Isolé Soleil"* [**] của Daniel Maximin mang đầy âm điệu jazz ngẫu hứng. Cái tên tiểu thuyết này, *"L'Isolé Soleil"* cũng tạo một hiệu ứng âm học thật đặc biệt: những âm [l] chòng chành, lung linh sóng sánh, bọc lấy những âm [z] (trong *"L'Isolé"*) và [s] (trong *"Soleil"*). Nó tạo nên một ấn tượng rung, một hình ảnh nhảy múa sóng sánh của mặt trời. Cuốn sách chứa đựng bi kịch, huyền thoại, lịch sử, chính trị, v.v., của các đảo xứ vùng West Indies. Nhưng, trên hết, đó là âm nhạc. Mặt trời kia, nó đang sóng sánh trên dòng nước đỏ. Đó chính là một sự điên dại dịu dàng. Và chúng ta cùng cười phá lên vì những liên tưởng đầy chất man dại của mình.

Mây vẫn đang bay ngỗ ngược trên trời. Và chim, quá nhiều chim, cũng còn bay xao xác trong mầu chiều hồng thẫm.

Tôi vẫn nhớ có những năm, vào ngày đầu năm mới, từ những chốn xa xôi nào, anh đã gọi điện cho tôi để nói những lời thăm hỏi đầu năm. Cám ơn anh. Chỉ là mấy lời thăm hỏi. Anh không nói gì về những quyển sách cũ của mình. Anh chỉ nói bây giờ tôi là một người làm vườn. Tưới nước, bắt sâu, và chơi với hoa lá. Dù sao, anh lừa tôi sao được! Tôi biết anh yêu cuộc sống mới của mình, anh yêu cả sâu bọ, vườn tược và lá hoa. Nhưng tôi cũng biết là anh vẫn còn thiết tha với những cơn mộng cũ. Lửa than vẫn còn đó, ngun ngún đỏ dưới những tàn tro kia.

Bây giờ, anh lại lên đường một lần nữa. Thật như vậy sao? Tôi nhớ những quyển sách anh tặng tôi. Những quyển sách mà anh đã viết trong những cơn điên dại thơ mộng của mình. Hay đó lại chính là những lúc anh sáng suốt và hạnh phúc nhất. Những quyển sách mà anh đã đưa tận tay cho tôi với chữ ký tặng còn tươi mới, hay những quyển sách được anh gửi đến tận nhà từ những địa chỉ xa xôi. Có những quyển mới viết sau này, nhưng cũng có những quyển cũ đã viết từ những ngày xưa. Dù sao, tôi vẫn thường để chung chúng lại với nhau để, lâu lâu, lấy ra một quyển nào đó, và đọc lại đôi chỗ. Nhất là những quyển sách cũ. Để nhớ lại những ngày hoang tàn lửa khói. Và cũng để nhớ lại dịu dàng những mây gió trong đời.

Mây gió đã chảy qua đời ta, và khói lửa đã đốt sạch hết rồi những ngày tháng cũ. *Cháy* và *Chảy*, phải không? Cháy và Chảy đi tất cả những mộng mị, những thiết tha, những điên cuồng, những thơ dại của biết bao ngày tháng cũ. Cháy và Chảy đi tất cả những cánh chim và những bóng mây, những bông hoa thơ dại và những con bướm trắng, những bình minh vụt nở và những đêm tối lụi tàn. Cháy và Chảy đi đôi mắt lấp lóa nhìn đời để thấy đời sống chỉ là những gì nằm trong một chiếc kính vạn hoa vĩ đại. Và Cháy và Chảy đi trái tim lúc nào cũng ngun ngún những ngọn lửa say đời.

Bây giờ, tất cả sẽ chỉ là một chút *tịch mịch hồng* còn sót lại.

Hãy lên đường, Phạm Công Thiện, như anh vẫn thường muốn ra đi như thế. Rồi chúng ta, mọi người và mỗi người, tất cả chúng ta đều sẽ có lúc phải nói với nhau những lời chia biệt. Nhưng chia biệt cũng chính là để gặp gỡ lại một ngày.

Bạn ơi,

Hãy lên đường với nụ cười hồn nhiên.

Và hãy nhớ mang theo với mình một chùm mây trắng.

---

* "Mặt trời bị cắt cổ": câu cuối trong bài *Zone* của Apollinaire.

** "Mặt trời đơn độc" (bản dịch tiếng Anh là *Lone Sun*) của Daniel Maximin, một nhà thơ, một tác giả tiểu thuyết và một tiểu luận gia, sinh tại Saint-Claude, Guadeloupe, vào năm 1947. Cùng gia đình di cư sang Pháp, học ở Sorbonne. Từ 1980 đến 1989 làm chủ biên văn học tạp chí *Présence Africaine*. Trở về Guadeloupe vào năm 1989, làm Giám Đốc Vùng về Văn hóa, và được phong tước hiệp sĩ *Légion d'honneur* vào năm 1993.

. II .

Bài bên dưới được viết cách đây 22 năm. Phạm Công Thiện lúc đó còn đang ở tại thành phố Garden Grove, thuộc Nam California của nước Mỹ. Garden Grove, mà ông ví von giống như cái *holy grove* linh hiện ở làng Colonus, quê hương của thiên tài Hy Lạp Sophocles, "cái *grove* linh hiện, linh địa, nơi ông vua mù mắt ăn mày Oedipus được thần linh phù trợ tiếp dẫn đưa đi mất, không dấu vết, lìa bỏ cõi đời hiu quạnh." Biệt xứ và sang sống tại Pháp, từ đó cho đến khi làm cuộc ra đi vĩnh viễn, Phạm Công Thiện đã liên tục xê dịch và sống tại nhiều nơi trên thế giới, đặc biệt ở Úc và Mỹ. Là một người không bao giờ lái xe, không bắt điện thoại, không dùng computer, và, dĩ nhiên, không sử dụng e-mail, trước khi mất, ông sống tại một tiểu bang ở nước Mỹ, hạnh phúc với việc làm vườn và đọc sách. Một thế sống cách ly với "xã hội văn minh" của loài người như thế làm cho ta nghĩ đến trường hợp của J. D. Salinger, tác giả của *The Catcher in The Rye (Bắt Trẻ Đồng Xanh).*

Khi viết bài dưới đây lúc 22 năm trước, cũng như bây giờ, tôi nhớ lại những lần Phạm Công Thiện và tôi ngồi nói chuyện văn chương với nhau, những lần đi chơi chung, nhất là lần Phạm Công Thiện, Nguyễn Trọng Khôi (họa sĩ) và tôi ngồi trong một quán cà phê lúc gần hai giờ khuya cùng ca hát hạnh phúc. Quán gần như chỉ còn có ba chúng tôi. Nguyễn Trọng Khôi vừa đàn vừa hát. Anh hát thật hay và có thể lực. Anh hát Trịnh Công Sơn, như đã có những lần anh cùng đi hát với Trịnh Công Sơn như thế, "Lòng ta có khi tựa như vắng ai. Nhiều khi đã vui cười, nhiều khi đứng riêng ngoài. Nhiều đêm muốn đi về con phố xa. Nhiều đêm muốn quay về *xoè diêm đốt cái* nhà" (chữ nghiêng là do Nguyễn Trọng Khôi tự sửa ca từ của Trịnh Công Sơn: "Nhiều đêm muốn quay về *ngồi yên dưới mái* nhà"). Phạm Công Thiện thì lâu lâu hứng chí chỉ "hực lên" một vài câu, của một vài bài nào đó, theo cái kiểu của riêng ông… Bài này đã được viết trong những hồi tưởng đáng yêu đó. Về bạn bè.

Nó cũng được viết với một số hồi ức thật đẹp mà tôi còn giữ được về tuổi trẻ của mình những ngày còn sống hạnh phúc và thiết tha tại Việt Nam. Khi viết *Đi cho hết một đêm hoang vu trên mặt đất,* Phạm Công Thiện ở vào tuổi 47. Khi viết bài dưới đây về Phạm Công Thiện và quyển sách này của ông, tôi cũng chỉ mới 36. Rất nhiều nước đã trôi dưới chân cầu và rất nhiều đám mây đã trôi qua đời ta. Khi bài này được đăng lần đầu trên tạp chí Văn Học ở Mỹ, Phạm Công Thiện đọc được và nói với tôi theo giọng của ông, "Bài này là một thứ *fire for fire*". Rồi ông dịch luôn, "lửa đáp lửa". Và ông bảo đây là bài viết của "một thi sĩ viết cho một thi sĩ" (sic). Nhiều năm sau gặp lại, ông vẫn nói là bài viết này đã giúp ông hiểu chính mình hơn. Đó là lối nói rất đáng yêu của tác giả *Ý thức mới trong văn nghệ và triết học.*

Tôi cho đăng lại bài này như một lời tưởng niệm Phạm Công Thiện và như một sự chia sẻ với độc giả khắp nơi về sự ra đi của nhà thơ. Tôi xin cám ơn các độc giả nếu, trong sự rộng lượng của mình, quý vị cũng đồng ý với Phạm Công Thiện cho phép tôi được làm "thi sĩ" chứ không phải làm một nhà phê bình trong bài viết này. Cho dù, ở một số góc cạnh nào đó, bài viết này cũng không đi ra khỏi cái nhìn phê bình của nó.

. III .

Đêm và ngày, và Phạm Công Thiện, và bốn mươi bảy năm trôi qua trên mặt đất (Đọc và nhìn lại Phạm Công Thiện qua "*Đi cho hết một đêm hoang vu trên mặt đất*")

1.

Trước hết là màu đen. Màu đen của khu vườn đêm trĩu những hoa và trái kỳ lạ. Hương thơm của chúng chín như mật ong làm choáng những bước chân. Những bước chân thả hoang vào thiên địa đắm hoang mang. Đi. Đi như một con tàu say. Con tàu hụ vào đêm sương những bước đi chuếnh choáng của giông gió cuộc đời. Đi. Đi hút vào đêm đen theo một tiếng gọi kỳ lạ như Céline đã đi. *Voyage au bout de la nuit.* Đi vào một mùa Xuân đen, một *printemps noir* (black spring) tàn bạo và ngây ngất thần trí như Henry Miller. Đi cho rách những đêm hoang, những đêm hoang rách rưới nhưng thơ mộng như những bài thơ rách nát rút ra từ đời sống. Những bài thơ như những cánh chim thả vào đêm tối những hải đảo hoang vu của Xuân Hạ Thu Đông. Những cánh chim bỗng lóe hồng theo một dòng mặt trời vừa mọc. Ánh sáng đã ra đời.

Cánh cửa sổ dựng đứng một cây cam, trái vàng cây, trái đỏ lá (...) Một người đang ngồi viết. *Ánh sáng California đang tưới qua trang giấy trắng. Trang giấy trắng nằm trên cái bàn viết; cái bàn viết đứng bốn chân trước mặt cửa sổ có một cây cam say gió mai, sai quả nặng trĩu như ngày hôm nay thơ mộng đầy phù chú hiển hiện từ trời cao đổ giộc trút xuống gian phòng...* (trang 13), một gian phòng có cây cam sai trái mọc hỏng chân trên khung cửa sổ.

Hình ảnh ban đêm là hình ảnh của tôi. Hình ảnh ban ngày với cây cam sai trái là hình ảnh của Phạm Công Thiện. Cây cam ấy đứng hỏng chân trên khung cửa sổ. Và khung cửa sổ mở ra mở vào phất phơ cái đời sống ngút say như khói của Phạm Công Thiện. Khung cửa sổ làm mở ra trên ba trăm trang sách thơ mộng như những con kiến đi ra đi vào một cái lỗ nhỏ nào đó trên một cành cây mùa Xuân mùa Thu mùa Đông mùa Hạ. Những dòng chữ là những con kiến đen di động và gật đầu chào nhau giữa cuộc đời. Những dòng chữ nói lên cả một đời người hay là chẳng nói lên một điều gì cả. Điều đó không cần thiết. Cái đáng nhớ là có một sự di động. Từ sự di động đó, mọi thứ gặp gỡ và chào hỏi nhau và tất cả làm ra sự sống.

Đi cho hết một đêm hoang vu trên mặt đất là một cuốn sách viết về sự sống. Sự sống di động và thở ra thở vào như những lá cây mùa xuân. Đây là một quyển sách Phạm Công Thiện làm ngạc nhiên nhiều người vì tính chất gần gũi với đời sống của nó. Nhưng thật ra, chính là đời sống làm ngạc nhiên. Nó làm ngạc nhiên chúng ta mỗi giây mỗi phút. Chúng ta không ai làm ngạc nhiên ai mà chỉ chứng kiến đời sống làm ngạc nhiên mỗi người và mọi người.

Đi cho hết một đêm hoang vu trên mặt đất là cuốn sách mới của Phạm Công Thiện. Không kể một số bài viết không đều đặn của tác giả, có một số nét đặc biệt riêng nhưng không tạo được một hơi thở chung, đã xuất hiện rải rác trên một số báo từ 1975 đến nay (và phần lớn trên nguyệt san Quê Mẹ tại Pháp do nhà thơ Thi Vũ chăm sóc), đây là cuốn sách đầu tiên của Phạm Công Thiện, viết "sau 17 năm trời bỏ viết tiếng Việt", với một dòng văn nhất quán, một hơi thở liên tục, được xuất bản tại Hoa Kỳ vào tháng 5, 1988.

Cuốn sách gồm 37 chương dài ngắn khác nhau, và một chương kết, được viết bên một cây cam sai trái (trái vàng cây, trái đỏ lá), với hình ảnh xuất hiện nhiều lần của một bầy quạ đen (có vài con trọc đầu) đi chuếnh choáng (có khi trượt chân té). Và tiếng lóc cóc của những chiếc xe thổ mộ được dùng làm nhạc đệm. Trong khung cảnh đó, người ta ngửi được mùi thơm (có khi thơm ủng) của những trái cam, người ta thấy được một khoảng trời xanh (có cây cam mọc hỏng chân), những con quạ đi đi lại lại (như tìm kiếm một ý nghĩa nào đó của đời sống?), trượt té (bắt gặp chân lý?), người ta nghe thấy tiếng gõ lóc cóc của cuộc đời (cuộc đời trong ta hay cuộc đời ngoài kia?). Và cũng có những khi người ta bắt gặp bóng dáng của một người nữ, một con loan, một con phượng mái. Một con phượng mái rù rì nhỏ nhẹ thiên thanh. Và những khe nước róc rách chảy. Và những búi cỏ dại hoang mang phơ phất trong đêm. Rồi có một con quạ làm bộ ho khan dăm tiếng vào đời sống. Tất cả những hình ảnh âm thanh màu sắc hương vị đó trộn lại với nhau làm ra ý nghĩa của cuộc đời.

Ngửi một mùi thơm, người ta nhớ lại bao nhiêu cảnh đời đã sống, bao nhiêu xuân xanh đã vụt qua, bao nhiêu mộng tưởng đã bay thành khói chiều. Và những con người, những quyển sách, những ngày tháng đã đi qua, những nơi chốn đã trở thành ký ức, những rượu mạnh của tuổi trẻ, những nhiệt hứng của những ngày chân đạp trên gió sớm để bước vào đời. Tất cả những mùi vị những trái cây những rượu ngon của cuộc đời đó bỗng bây giờ trở lại khi người ta hơn bốn mươi bảy tuổi, người ta ngồi bên khung cửa sổ nhìn ra cây cam sai trái và những con quạ trọc đầu trượt chân té lên té xuống và tiếng lóc cóc của những con ngựa gõ vào trí nhớ. Người ta ngồi và viết ra những con kiến nhỏ của cuộc đời. Những con kiến đi vào mọi thứ ngõ ngách, mọi thứ lỗ hổng của đời sống. Những con kiến hồn nhiên, vui tươi, say mê, thô tục, lãng mạn, phất phơ, ngờ nghệch, thông minh, sáng sủa, u tối, mệt mỏi, ngạo mạn, tự chế, tự phúng, tự hào, tự mãn, tự ái, tự kiêu, tự hạ, tự tri, tự túc. Những con kiến hay có ý nghĩ tự tử nhưng luôn luôn tự triển hạn. Những con kiến, cũng như những dòng chữ kia, chưa muốn tự xoá. Chúng vẫn còn tiếp tục muốn đi trên những cành cây xuân hạ thu đông lưu dấu cuộc đời. Đi, như là một hành động để tìm kiếm ý nghĩa đích thực của sự sống.

*

Đi cho hết một đêm hoang vu trên mặt đất có một nhịp thở khác với những nhịp thở mà Phạm Công Thiện đã thở ra thở vô (đôi khi thở mạnh, thở gấp tạo thành những cơn ho vào đời sống; hoặc đôi khi chỉ là những tiếng ho khan cho vui) trong suốt cuộc đời của ông. Đây là một hơi thở dịu dàng khỏe mạnh có pha mùi chuếnh choáng thơ mộng đáng yêu của một người vừa uống xong một ly rượu nho. Hay chính hắn là một ly rượu nho, ai biết? Một ly rượu nho màu đỏ *bordeaux* có mùi vị say sưa mềm mại của nắng thơm màu hổ phách, có mùi gió biển ngất ngây của những hải ngạn xa xôi, có những đêm sâu ủ mùi nguyệt bạch. Tịch mịch hồng. Và có mặt trời (nếu mặt trời có thực) quay lông lốc theo vòng thiên địa. Ực một hớp rượu ấy vào người, nếu người ta đang yêu đời, đang yêu những cây trái trần gian, người ta sẽ thấy là đời có thêm vị ngọt. Nhưng nếu người ta đang chán nản, mệt mỏi, và đang muốn chấm dứt một sự di động hay những sự di động, người ta sẽ dễ bị cái hớp rượu kia làm hoang mang thần trí và, vì thế, có thể càng làm cho người ta thấy mông lung hơn khi người ta đang muốn tìm một chỗ để bám víu vào đời sống.

Đây là cuốn sách mà, tôi nghĩ, tác giả tự phơi bày mình một cách chân thật nhất so với tất cả những cuốn sách mà ông đã viết. Phạm Công Thiện của tuổi mười chín, hai mươi và những năm trong tuổi hai mươi có cái say, cái bốc, cái hào, cái ngông, cái sáng của một người tuổi trẻ. Một người tuổi trẻ từng nhiều lần nhận mình là thiên tài (Phạm Công Thiện cho in quyển *Anh ngữ tinh âm từ điển* năm 16 tuổi làm học giả Nguyễn Hiến Lê phải ngạc nhiên; viết *Ý thức mới trong văn nghệ và triết học* ở tuổi trên dưới hai mươi). Tất cả những nét sắc cạnh, bùng bốc ấy như một ngọn lửa cháy. Bén và sắc và bùng và như có lân tinh. Nó đẹp và dễ làm cho tuổi trẻ say mê. Cùng lúc, nó như có tính cách phá hủy. Mà không phá hủy sao được khi người ta hai mươi tuổi, khi bốn trời thì hoang tàn lửa khói mà người cứu chữa thì hầu như chẳng có một ai. Phá hủy (nếu có thể nói được như vậy), chỉ là một lối tự biểu hiện khả năng tự tồn, tự cứu trước cuộc đời hoang tàn khói lửa. Có khi người ta phải đốt cả một cánh rừng để chặn một cơn bão lửa đang tràn đến. Trong ý thức, người ta đốt. Trong vô thức, người ta đốt. Hành động đốt, làm bốc lửa ấy, ý thức hay không ý thức, biết hay không biết, nhiều khi chỉ là một phản ứng của đời sống vào chính đời sống. Con người chỉ là kẻ chứng kiến sự phản ứng ấy mà thôi. Tôi yêu những ngọn lửa cháy vì tôi hiểu chính chúng là những phản ứng của cuộc đời đối với chính nó. Chính những ngọn lửa làm đời sống tiếp tục đổi mới và sinh thành. Nhưng tiếng lửa nổ, sự cháy, sự nóng và sự sáng hung hãn có thể làm nhiều người không thích. Sự phản ứng của họ trước ngọn lửa lại là một phản ứng khác của cuộc đời với chính cuộc đời. Và phản ứng ấy cũng góp phần tạo nên đời sống theo nghĩa biện chứng của nó.

Phạm Công Thiện tuổi của những năm cuối bốn mươi không phải là một ngọn lửa cháy trong một môi trường vật lý và làm tạo ra những hiệu ứng vật lý như sự nổ, hơi nóng, sự sáng và, có thể, sức đốt, sức phá hủy. Tôi nghĩ không phải ông không còn khả năng để tiếp tục sống-một-sự-cháy-vật-lý, một sự cháy nhiều lúc cho thấy có sự nhảy múa của những tia lửa, những ánh lửa. Một sự nhảy múa làm nhiều khi người ta tưởng rằng ngọn lửa không có thực (như cái mặt trời choáng váng thiên địa kia). Tôi nghĩ ông đã (hoặc đang muốn) bắt tay chào biệt với sự cháy ấy. Cái làm cho nóng, cháy, say sưa, bùng bốc người khác, bây giờ, trong chữ viết và ý tưởng của Phạm Công Thiện, là cái mềm mại chuếnh choáng ấm nóng của nắng, của gió, của những hải ngạn xa xôi, là cái hung bạo ngọt ngào của những mùa đêm ủ sâu mùi nguyệt bạch. Đó là cái hớp rượu, cái sự cháy làm nóng lên lồng ngực, là cái chuếnh choáng ngất ngư bốc người ta bay lên, đẩy người ta đi mãi vào những đêm dài vô tận của chữ nghĩa, văn chương và của những hồi tưởng réo gọi ôm vẫy quấn quít.

Cả cuốn sách *Đi cho hết một đêm hoang vu trên mặt đất* của Phạm Công Thiện là một hơi rượu dài, làm choáng váng ngất ngây thần trí trong những hồi tưởng liên tiếp miên man như một cơn mộng chưa muốn bay thoát về trời. Đó là một tiếng chuông đánh mãi vào trong những giấc mơ của đời sống, làm lên men tất cả những mộng tưởng xa và gần của một người (hay của những người) lúc nào cũng thấy cháy bập bùng trong quả tim mình những ánh lửa trần gian. Đây là cuốn sách của một kẻ thơ mộng muốn đi ngược về những khoảng trời mây trắng cũ, và muốn đi xuôi, đi tới về những nẻo đường trần gian ít ai chịu lai vãng. Có phải vì thế mà, nhiều khi, thi sĩ chính là những kẻ chịu nhận kiếp lưu đầy. Phải thế không, hỡi kẻ thi sĩ kia?

2.

Đi cho hết một đêm hoang vu trên mặt đất có cái chủ đề quán xuyến (motif) là hình ảnh của cây cam sai trái mọc hỏng chân trên cái cửa sổ mở ra những tiếng lóc cóc của cuộc đời, là những con quạ trọc đầu đi té lên té xuống hết từ trang sách này qua trang sách khác (thử đếm một ít trang: 22, 23, 24, 25, 49, 82, 105, 119, 260…), là con phượng mái hoá thành cô con gái Huế đi làm năm ngày một tuần từ sáu giờ sáng đến bốn giờ chiều để cho một con quạ ngồi ở nhà ho phất phơ vào đời sống, là trí nhớ dan díu với đời sống lãng mạn biến ra những cuộc mộng du vòng quanh trái đất và vòng quanh văn chương chữ nghĩa của con người. Những hình ảnh vừa nói, làm nên cái *nhạc tố* kỳ lạ này trong cuốn sách (như một thứ trường khúc) của Phạm Công Thiện, đã giống như những ánh lửa ngọt ngào mê muội cháy lóe lên và cứ bập bùng đâu đó, như thế, trong suốt cuộc du hành của tác giả vào trong lòng đêm tối hoang vu kia. Những con quạ, và những bước chân trật té của chúng, và tiếng kêu khô giọng ngắn sắc của chúng vào trong cái không gian yên tĩnh của ban mai, sự lặp đi lặp lại hình ảnh những con quạ thơ mộng huyền bí làm ta bỗng nhớ đến những con quạ đầu đen và những con chim gõ mõ nổi tiếng của Carl Sandburg (1878-1967) trong bài "Những con đường sông nước":

> *Hãy cứ để cho lũ quạ bay qua với những tiếng kêu quạ quạ của chúng*
> *Chúng đã bơi qua những đêm tối mịt mùng của những mỏ than đâu đó mơ hồ*
> *Hãy cứ để cho chúng kêu lên những tiếng quạ quạ hoang vu*
> *Hãy cứ để cho con chim gõ kiến mổ bung bung vào gốc cây hồ đào*
> *Nó đã bơi qua những hồ đỏ những hồ xanh đâu đó cả những trăm năm*

Và màu xanh đã bay lên cánh nó, còn màu đỏ thì bay lên đầu
Hãy cứ để cho cái đầu đỏ kia đập hoài những tiếng bung bung
...
("River Roads", Bùi Vĩnh Phúc tạm dịch)

Đi cho hết một đêm hoang vu trên mặt đất, theo tôi, có một giọng văn, một hơi văn vừa hiên ngang, đầy sinh lực và ngổ ngáo của Henry Miller trong *Printemps noir* (*Mùa Xuân đen),* lại vừa có cái hơi thở say sưa, mộng mị và cái sức cuốn hút vào một thứ chiều sâu không đáy của đêm dài kỳ bí trong *Voyage au bout de la nuit* (tạm dịch, *Du hành vào đêm tối không cùng*) của Céline. Nó lại có cái giọng tự thuật, tự quán chiếu hết sức thơ mộng và đắm đuối và tha thiết và bừng nhụy đơm hoa của Rainer Maria Rilke trong *Die Aufzeichnungen des Malte Laurids Brigge (Hồi ký của Malte Laurids Brigge)*. Cái chất thơ mộng rất Rilke khi nhìn vào đời sống ấy đã được Phạm Công Thiện thở ra khi ông viết *Mặt trời không bao giờ có thực* khoảng hai mươi năm trước.

Với những men nồng và ngây ngất vừa kể, cộng với một sắc thái đặc biệt rất riêng tư, rất Việt Nam, rất Phạm Công Thiện, *Đi cho hết một đêm hoang vu trên mặt đất* cho thấy Phạm Công Thiện với một hơi thở mãnh liệt hơn, thơ mộng hơn, và đắm đuối say sưa, hồn nhiên, thông minh, đáng mến… hơn Phạm Công Thiện ở những cuốn sách của một hai thập niên trước… Ngọn lửa bây giờ đã cháy đằm, cháy ngọt. Và nhiều khi, cùng với sức nóng mềm mại ấm áp của ngọn lửa mà người ta cảm thấy nó để lại trên da thịt mình, người ta còn ngửi thấy, trong ngọn lửa, mùi thơm hoang dại ngất ngây của gió đời. Trong mùi thơm trộn lẫn của gió đời và lửa ấm ấy, người ta ngửi được mùi của những bến tàu ướt lạnh trong đêm, những náo nức của từng ban mai bừng nhụy nơi những thành phố gió (những thành phố cũ mà người ta đã đi qua và đã để rơi lại trong ký ức vẩn vơ của người ta), những hiu quạnh thiết tha của đời sống đã từng nắm lấy và quấn chặt trái tim người ta bằng những sợi dây dịu dàng điêu đứng…

Có người có thể cho rằng Phạm Công Thiện sẽ không thể viết được nếu ông không đụng vào một tác giả, một cuốn sách, một tư tưởng nào đó của một người nào đó, và tất cả những điều này kéo ông đi mãi vào những suy nghĩ chằng chịt của chính mình. Điều này, nhìn ở một góc cạnh nào đó, có thể đúng. Sức đọc của Phạm Công Thiện mạnh, sức nhạy cảm và rung động cũng như tấm lòng thiết tha muốn chia sẻ nơi ông quá mãnh liệt và quá sắc. Chính cái bản chất đó, ngọn lửa đó nơi con người ông đã làm cho ông đi (và dẫn chúng ta đi) vào cuộc du hành của chữ nghĩa và ý tưởng.

Nhưng, tất cả văn chương, tư tưởng, triết lý, suy nghĩ, mộng mị... của con người đã chẳng là một sự *đụng chạm, đụng vào, đụng đến*... đó sao? Sẽ không có một quyển sách nào ra đời nếu, trước đó, tác giả của nó đã không đụng vào một dòng chữ, một suy nghĩ nào đó, của một người nào đó sống trước ông ta hoặc cùng thời với ông ta. Sẽ chẳng có một quyển sách nào ra đời nếu, trước đó, tác giả của nó đã không đụng vào một kinh nghiệm sống riêng tư của bà ta như một con người trong cuộc đời. Một con người sống thật trong cuộc đời là một con người sẵn sàng đứng giữa để cho mọi thứ chung quanh đụng chạm vào mình. Đó cũng là một con người không hề sợ sệt khi phải đụng chạm, sờ mó vào mọi thứ quanh mình để có thể rung động, khóc cười, đau khổ, hạnh phúc, hèn yếu, mạnh mẽ, hiên ngang, bi thiết... và sống một cách đích thực.

Marcel Proust đụng vào tách trà, và thế là mấy ngàn trang sách được bôi đen kịt kia trở thành một kiệt tác của nhân loại. *À la recherche du temps perdu*. Đi tìm thời gian đã mất. Cả một cuộc đời sống dậy. Ngôi làng xa xưa cùng với nhà cửa cây cối vườn tược con người chim chóc hoa lá mặt trời dần dần nở lại như những mầu nhiệm của đời sống được tái hiện, được sống lại một lần nữa, trong cõi thời gian xa lạc kia. Tolstoy đụng vào lịch sử, đụng vào con người, và mấy ngàn trang sách *Chiến tranh và Hoà bình* mở ra. Mở ra cùng với nó là đời sống hôi hổi nhiều mặt của con người muôn thuở và muôn nơi; là ý nghĩa của sự sống, của cái chết con người; là những tình cảm tế vi nhất của con người trong mọi sắc độ, mọi gam màu của nó. Anais Nin đụng vào cuộc sống và vài ngàn trang sách của năm cuốn nhật ký (với những rung động, những nhận xét sâu sắc, đầy tính khai thị về đời sống, về giá trị của đời sống, về thẩm mỹ của đời sống) ra đời. Có thể nói nhật ký của Anais Nin là một trong vài cuốn nhật ký có giá trị văn chương nhất của con người hiện đại.

Phạm Công Thiện đã đụng chạm, đã sờ mó vào những tư tưởng, những chữ nghĩa thơ mộng thắm thiết đầy sức cuốn hút kỳ diệu của văn chương nhân loại. Nhiều người đã nhìn Phạm Công Thiện như một triết gia. Và họ có cái lý của họ. Chính Phạm Công Thiện, trong một giai đoạn nào đó của đời sống, hay trong những góc cạnh nào đó của đời sống, cũng đã để hé lộ và hiển lộ ra cái cách thể hiện sinh này của mình. (*Hiển* hay *hé* đều là những dụng ý của Phạm Công Thiện, và chính là chấp vào những cái dụng ý này, người ta đã khen hoặc chê Phạm Công

Thiện hết lời). Đối với tôi, tôi không nghĩ ông là một triết gia (theo thể điệu triết lý của Parménide chứ không phải theo nhịp suy tư của Héraclite) mặc dù chắc chắn ông cũng là một người yêu mê triết và đã từng ăn nằm với triết. Cả Đông lẫn Tây. Nếu hỏi, "Phạm Công Thiện LÀ gì?" thì câu trả lời vắn gọn "LÀ triết gia", nhìn theo lối lý giải của Héraclite, thì sự hiện sinh như là một triết gia ấy của Phạm Công Thiện là một dịch thể. Nhưng nếu nhìn theo nhịp thở của Parménide, thì sự hiện sinh ấy là một thường thể (là thể tính). Vậy, tùy theo cách nhìn dịch hay thường, ta sẽ thấy Phạm Công Thiện có là triết gia hay không. Thật ra, hai nhịp nhảy của Héraclite và Parménide cũng chỉ giống như hai nhịp đập của trái tim mà thôi. *Thường* hay *dịch* thì cũng trở về với Anaximandre, nghĩa là trở về với Tính (Song thể – *dịch* và *thường* – nằm trong Tính nghĩa).

Để trở lại với Phạm Công Thiện, tôi muốn nhìn ông như một nhà văn, một nhà thơ (hết sức *cuồn cuộn* và *phá vỡ* và *thơ mộng* và *đắm đuối* và *thiết tha*) theo cái nhìn *thường thể* của Parménide. Thể tính hay thường thể của con người Phạm Công Thiện chính yếu nằm trong năm tính từ chỉ định vừa kể (thêm nữa cũng được, nhưng cũng chỉ dan díu vào đó mà thôi). Còn con người triết gia của ông, theo nhịp nhảy của Héraclite, theo tôi, là *dịch thể*. Cái thể này thay đổi, biến hóa, và, tôi nghĩ, không phải là cái phần hồn thật sự của Phạm Công Thiện, mặc dù nó cũng là ông theo một nhịp nhảy múa nào đó như vừa phân tích.

Qua *Đi cho hết một đêm hoang vu trên mặt đất*, Phạm Công Thiện đã sống hết con người của ông, chính yếu, như một nhà thơ, một nhà văn. Dĩ nhiên, ta không thấy thiếu những suy tư có tính triết lý được bóp vụn ra như thủy tinh (hay như lân tinh?) chiếu sáng lấp lánh chập chờn quyến rũ trong suốt cuộc hành trình *vào* (hay *qua*?) đêm tối của ông. Nhưng tất cả những suy tư ấy đều được diễn ra bằng một hơi thở cuả Thơ, bằng một cái nhìn thơ mộng lãng mạn tha thiết đắm đuối hồn nhiên mở mắt vào đời. Chính cái đặc tính kỳ lạ này nơi quyển sách của Phạm Công Thiện đã khiến cho bài viết của tôi không thể trở thành một bài phê bình theo kiểu bình thường với những lý luận, phân tích, bình giải tăm tắp theo đường thẳng. Làm sao người ta có thể phân tích và phê bình một cặp mắt (và một tâm hồn) thơ mộng đắm đuối thiết tha lãng mạn hồn nhiên chan chứa nhìn vào cuộc đời. Có thể nói Phạm Công Thiện đã bỏ cả đời để yêu thương chan chứa lãng mạn hồn nhiên (và cũng có những lúc ngây thơ) với cuộc đời như thế. Điều đó đáng yêu chứ. Và điều đó đã thể hiện hết sức rõ rệt qua quyển sách này.

Tôi yêu biết bao cái hình ảnh của thanh niên Phạm Công Thiện, của chàng thi sĩ mơ mộng 23, 24 tuổi ngày nào cùng với người bạn trẻ trạc tuổi, Eduardo Zalamea – một thi sĩ châu Mỹ Latinh – đi lang thang trong khu phố Greenwich Village tại thành phố New York để bán những bài thơ mình làm trong các quán cà phê từ công trường Washington Square đến Sheridan Square. Ôi, mỗi bài thơ bán chỉ có một dollar cốt đủ tiền để mua sữa tươi và gà nướng ăn qua đêm. Vậy mà nhiều lúc không ai thèm mua thơ, để hai kẻ đắm đuối thơ mộng phải ngồi run lạnh dưới đèn đường. Và rồi *hai thằng bán thơ bước đi lầy lội trong những con đường khuya tuyết rã* (trang 127)!

Tôi cũng yêu những câu thơ của các thi sĩ châu Mỹ Latinh được Phạm Công Thiện trích dẫn và dịch ra. Đọc những câu thơ, những bài thơ này, tự nhiên trái tim tôi nhói đau như khi mình bất chợt đụng chạm vào những hạnh phúc mỏng manh xa xăm vời vợi. Những bài thơ mình đã đọc trong những đêm tuổi trẻ nào của quá khứ đã mịt mùng, của quê nhà đã trùng trùng chia cách, bây giờ, bất chợt sống lại. Những bài thơ mình đã đọc trong những đêm tối gió thổi và mưa rơi lắc rắc trên sân thượng của căn nhà cũ và mùi hoa ngọc lan lẫn hoa huệ trắng cùng đủ loại hoa dại phất phơ và tha thiết trong bóng tối của tuổi mười tám, hai mươi, bây giờ, cũng như những đóa hoa, lại khe khẽ mở nhẹ từng cánh nõn nà sương đêm. Ôi, những bài thơ đã làm cho ta nhói đau. Trái tim. Trái tim như một mặt hồ vỡ ánh trăng non xanh mướt. Nó run lên, vỡ ra dịu dàng chan chứa, cùng với những bài thơ.

Hãy đọc lại Federico García Lorca. *Xanh lá cây, ta muốn em xanh lá cây. Cơn gió xanh lá cây. Cành cây xanh xanh. Con thuyền trên biển và con ngựa trên đỉnh non cao*... (Verde que te quiero verde./ Verde viento. Verde ramas./ El barco sobre la mar/ y el caballo en la montana...) ("Rong khúc mộng du"/ Somnambule Ballad). Phạm Công Thiện chỉ trích dẫn ngần ấy thơ của bài thơ này và tôi đã không thể không lấy tuyển tập thơ của García Lorca (*The Selected Poems of Federico García Lorca*) ra để đọc lại và để nhớ, để mộng về những ngày tuổi trẻ hoang dại của mình. Bài thơ vừa trích, rất dài và rất thơ mộng bi thiết, có thể nói là một trong những bài thơ hay nhất của García Lorca. Hãy đọc thêm vài câu nữa. *Với bóng mờ ngang eo, Nàng đứng mơ mộng trên bạn công. Da thịt nàng xanh mướt và tóc nàng xanh xanh. Và đôi mắt thì màu bạc lạnh. Xanh lá cây, ta muốn em xanh lá cây. Dưới ánh trăng gipsy phiêu lãng, mọi vật đều nhìn ngắm nàng. Nhưng nàng chẳng hề thấy chúng*... (Con la sombra en la cintura/ ella suena en su baranda, / Verde carne, pelo verde, / con ojos de fría plate / Verde que te quiero verde./ Bajo la luna gitana, / las cosas están mirando / y ella no puede mirarlas...) Cuối cùng, vì cuộc tình nào mà nàng chết? Một trụ băng làm bằng ánh trăng lạnh giá đã nâng thân mình nàng lên khỏi mặt nước. Đêm trở nên thân mật vỗ về như một hình vuông nhỏ… Em ơi, xanh lá cây, ta muốn em xanh lá cây.

Tôi cũng rất yêu những đoạn Phạm Công Thiện nói về chữ nghĩa Việt Nam (chương 17, trang 151), về cô con gái Huế, về con phượng mái rù rì nhỏ nhẹ thiên thanh (ở nhiều chỗ), về sách vở chữ nghĩa nói chung (trang 70), về thi sĩ (trang 71, 72)… Có rất nhiều đoạn đáng yêu trong cuốn sách, và đoạn này lôi kéo bồng bế dan díu với đoạn kia khiến cuốn sách trở thành một sự liên tưởng thơ mộng kéo dài chằng chịt miên man vào đêm tối của trí nhớ hoang vu. Có một chương (chương 32, trang 279), Phạm Công Thiện chỉ viết toàn những câu 4 chữ (chừng hơn 200 câu) mà kể được gần hết cái đời sống tịch mịch hồng và náo loạn của mình. Chương này, cùng với chương 8 (trang 75) là chương Phạm Công Thiện chỉ đặt những câu hỏi *Tại sao?* (chừng vài trăm câu hỏi thơ mộng và bùng vỡ), đã nói được hết cả cuộc đời, con người, và nỗi đam mê của chính tác giả. Đây là hai chương kỳ dị nhưng rất nên thơ và đầy tính phá phách, đi lạc và đi lệch của họ Phạm.

Ngoài ra, chương sách nói về miền quê Mỹ Tho, nơi tác giả sinh trưởng (chương 23, trang 207) cũng là một chương hết sức đáng yêu. Mỹ Tho, với tất cả những dáng vẻ hồn hậu và thơ mộng của nó, được vẽ lại chen kẽ với những suy tư đầy tính lang thang và triết lý và đắm đuối thiết tha của Phạm Công Thiện. Trong đoạn này, có một câu tả cầu tàu Mỹ Tho rất đẹp. Và buồn, thật buồn.

> *Có những buổi chiều cầu tàu Mỹ Tho vắng bóng người, trời đỏ hồng bên kia cù lao Rồng, nó ngồi đọc Leopardi, "Bây giờ mi có thể an nghỉ vĩnh viễn, hỡi trái tim mệt mỏi của ta. Ảo vọng cuối cùng đã chết... An nghỉ vĩnh viễn đi. Mi đã thoi thóp nhiều rồi..."*

Đoạn quê nhà Mỹ Tho sông nước này làm tôi nhớ đến lá thư của một người bạn văn nghệ tài hoa (mà tôi tình cờ quen biết trong một cuộc lữ hết sức bất ngờ). Người bạn ở Mỹ mười mấy năm mà vẫn chỉ dằng dặc một nỗi nhớ nhà. Trong thư gửi cho tôi, kể chuyện đi thăm vườn cây cảnh quốc gia National Arboretum ở Washington D.C. bốn mùa Xuân Hạ Thu Đông, ở đoạn mùa Hạ, chàng viết:

> *Có năm tôi thấy trồng một giò huệ trắng nõn, đẹp và thơm như mùi thơm năm xưa vào những ngày rằm có cúng giỗ. Tất cả kỷ niệm cũ xô đẩy trở về qua mùi hương bông huệ trắng; nước mắt bỗng chảy ngược trở lại trong lòng. Trời*

nóng mà phải lau mặt bằng nước mắt khô của ngày cũ. Năm sau, cũng vào một ngày hè, tôi trở lại tìm giò huệ mọc chỗ này năm ngoái. Huệ cũ không thấy, mắt rán tìm chỉ thấy một đìu hiu. Đìu hiu ta hãy một đìu hiu. Ngày xưa tôi đã đi khắp xứ Mỹ và không thấy đâu trồng bông huệ. Chẳng biết bây giờ ở California / Florida đã có người Việt nào gây giống trồng bông huệ chưa? Có những mùi hương hay làm rộn trí nhớ như hương của mái tóc gội bồ kết hay xức dầu dừa, hương của mùi mồ hôi chất mái trên chiếc áo gối nhồi bông gòn, của hơi thở một thiếu nữ ngồi cùng chuyến đò chật, ngang trên nhánh sông ở Sa Đéc, vào ngày lộng gió. Tay nàng cầm một bó huệ trắng.

(Phạm Hiếu, thư riêng, viết vào những ngày đầu Xuân 1988 khi hoa kim hương vàng bắt đầu nở.)

3.

Để kết luận bài viết về Phạm Công Thiện, một phần nào dựa vào cuốn sách mới ra *Đi cho hết một đêm hoang vu trên mặt đất* của tác giả, tôi muốn nói, trước hết, rằng, Phạm Công Thiện là một nhà thơ, một nhà thơ với đúng nghĩa thơ mộng đẹp đẽ và đáng yêu đáng mến của danh vị này. Dù viết lách ở lãnh vực nào, qua chữ nghĩa và cách diễn tả, Phạm Công Thiện, như tôi nhìn thấy, vẫn nổi bật và đẹp nhất như một nhà thơ trọn nghĩa.

Đây là một người Việt Nam đã từng ăn nằm với chữ nghĩa một cách hết sức chung thủy mà tôi được biết, và bởi thế, Phạm Công Thiện, theo cách nhìn của tôi, là một trong ít người sử dụng chữ nghĩa Việt một cách tinh tế, sâu sắc và hết sức điêu luyện. Ông có viết trong quyển sách là ông đang học lại tiếng Việt. Một cách nào đó, điều này đúng. Chỉ có những người luôn luôn tìm tòi, học hỏi, học mãi mới có thể làm tinh tế cái nghệ thuật mà họ theo đuổi. Tôi nghĩ Phạm Công Thiện đã coi chữ nghĩa nói chung và, đặc biệt, chữ nghĩa Việt Nam nói riêng, là một nghệ thuật để ông trau dồi suốt đời. Bởi thế, tôi không lấy làm lạ khi nhận ra rằng ông có tài dùng chữ Việt Nam một cách tuyệt diệu. Hãy nhìn lại điều đó trong tất cả những cuốn sách mà ông đã viết. Chính điều này làm cho tôi yêu mến Phạm Công Thiện hơn bất cứ một điều nào khác nơi con người của ông.

Cuốn sách, không kể một vài thay đổi nhỏ trong hướng nhìn triết lý của tác giả *Ý thức mới trong văn nghệ và triết học* (chẳng hạn trong nhịp suy tư của tác giả về "Hư vô chủ nghĩa" khi cho nó nhập cuộc với đời sống thiết thân trong giai đoạn hiện tại của chính mình. Có giống như Hemingway trước và sau *For Whom the Bell Tolls?),* tác giả vẫn cho người đọc thấy một Phạm Công Thiện đắm đuối, thiết tha và bùng vỡ. Tuy nhiên, tất cả những tính chất này đã được làm cho lên men (làm dậy lên và say ngất và mềm ngọt đi) sau 47 năm tác giả đã tự để mình trôi qua trên mặt đất.

Dùng đại danh từ "nó" suốt cuốn sách để nói về mình, tác giả như đã dự định làm một cuộc "tự xoá" qua một lối nhảy lui từ ngôi thứ nhất xuống... ngôi thứ ba (!). Hay đấy chỉ là một lối nhảy lui hai bước để nhảy tới ba bước khác theo một thứ tu từ pháp mới? Có những đoạn tác giả đã tự cật vấn chính thái độ sống của mình bằng một cái nhìn phúng thích có tính cách tự trào. Sự cật vấn này, dù ở mức độ nào, sắc thái nào, dù được vẽ với gam màu nào, hoặc có khi chỉ là một sự ngụy luận, ngụy trào đi chăng nữa, cũng đã cho thấy một Phạm Công Thiện thiết tha và dịu dàng, hiểu biết với mình với người hơn. Tôi thật sự cảm thấy ông đáng yêu nhiều sau khi tôi buông quyển sách xuống. Quyển sách ông viết vào năm bốn mươi bảy tuổi.

Bốn mươi bảy năm như khói chiều trôi qua lãng đãng. Còn lại, chỉ là một dòng mây tha thiết phất phơ. Chớ hỏi đám mây kia sẽ trôi về đâu. Hãy để lòng ta trôi xa đi cùng mây trắng, rồi, một mai, rơi xuống muôn nẻo đời xa lạ, gặp gỡ chạm mặt mọi vui buồn của cuộc sống, khóc cười đôi chút với cuộc đời, rồi lại bốc hơi bay đi. Bay đi man mác vào những đêm tối hoang vu của trần gian thi thiết.

Hãy cứ để những dòng mây trôi đi thi thiết trên cuộc đời tóc trắng này.

Mồng 3 Tết Kỷ Tỵ, 1989
Tustin Ranch, Calif.

10. III. 2011

Từ Những Chùm Hoa đến Phục Sinh của Những Mùa Đời

.1.

Cái rét của những ngày đông giá đang bắt đầu dịu lại. Trời đất đang trong vòng quay chuyển mùa để đưa khí hậu vào Xuân. Những mầm cây, đang như từ trong một giấc đông miên, bật dậy. Háo hức. Đất trời đang chuẩn bị khoác lên mình một mầu xanh mới, trong khi nhựa cây đang dào dạt di chuyển trong thân, trong lá, trong cành. Nắng. Cái nắng thiết tha và mềm mại của mùa Xuân không chói gắt, hung bạo như nắng mùa Hè, nung đốt trời và đất, rồi để lại những vết thương tấy đỏ của mùa trong những vòm trời hoa phượng. Cái nắng của mùa Xuân tươi non, mạnh mẽ, nhưng vẫn mềm mại như sức trẻ đang vươn. Và rồi những chùm hoa, đủ mọi loại, sẽ lại dập dờn tự thả mình bay trước gió.

Tự những chùm hoa, người ta sống lại những hạnh phúc của đời.

Có phải thế không, khi nghĩ đến những phút giây đẹp tươi, hân hoan trong vòng tay cuộc sống, người ta thường nhìn thấy trong hậu cảnh của những niềm vui ấy thấp thoáng bóng dáng của những bông hoa, những chùm hoa. Trong không khí của mùa và của những niềm hạnh phúc cũ đang sống lại khi mùa về, chúng ta hãy thử nhìn ngắm những chùm hoa của một thi sĩ, nhà thơ Li-Young Lee, như tôi thử giới thiệu dưới đây. Và bao quanh những chùm hoa này là những chiêm nghiệm về những phút giây hạnh phúc khi chạm mặt và nhìn ra được những bí mật của đời. Có phải đó cũng là một thứ "hạnh của ẩn mật" như có lần Thanh Tâm Tuyền đã nói. [1]

From Blossoms

From blossoms comes
this brown paper bag of peaches
we bought from the boy
at the bend in the road where we turned toward
signs painted *Peaches*.

From laden boughs, from hands,
from sweet fellowship in the bins,
comes nectar at the roadside, succulent
peaches we devour, dusty skin and all,
comes the familiar dust of summer, dust we eat.

O, to take what we love inside,
to carry within us an orchard, to eat
not only the skin, but the shade,
not only the sugar, but the days, to hold
the fruit in our hands, adore it, then bite into
the round jubilance of peach.

There are days we live
as if death were nowhere
in the background; from joy
to joy to joy, from wing to wing,
from blossom to blossom to
impossible blossom, to sweet impossible blossom.

Từ những chùm hoa

Từ những chùm hoa
đến bịch giấy màu nâu đầy đào
mà chúng tôi mua từ cậu bé
tại chỗ quặt nơi con đường chúng tôi quẹo về phía
những dấu hiệu sơn hình Những Quả Đào.

Từ những cành cây trĩu quả, từ những bàn tay,
từ sự thân ái ngọt ngào bên nhau trong những hộp giấy,
đến mật hoa ở bên đường, mọng nước

những quả đào chúng ta ăn ngấu nghiến, vỏ pha bụi bặm và tất cả,
đến bụi đất quen thuộc của mùa hè, bụi đất mà chúng ta ăn.

Ôi, để đưa những gì chúng ta yêu thương vào trong lòng,
để mang theo trong tâm hồn chúng ta một vườn cây ăn quả, để ăn
không phải chỉ có vỏ, nhưng cả bóng râm,
không chỉ có đường ngọt, nhưng cả ngày tháng, để ôm giữ nâng niu
trái cây trong đôi tay chúng ta, tôn thờ nó, sau đó cắn vào
sự mừng vui hớn hở tròn trịa tuyệt vời của trái đào.

Có những ngày chúng ta sống
như thể cái chết là không hề có mặt
ở hậu cảnh; từ niềm vui này
đến niềm vui khác đến niềm vui khác nữa,
từ đôi cánh này sang đôi cánh nọ,
từ chùm hoa này đến chùm hoa kia đến
chùm hoa bất khả, đến chùm hoa bất khả ngọt ngào. (*)

Li-Young Lee có một dòng dõi, một tiểu sử khá đặc biệt. Ông sinh năm 1957 tại Jakarta, Indonesia, xuất thân từ một dòng dõi danh tiếng Trung Hoa. Ông cụ/cố ngoại của ông là vị tổng thống Cộng Hoà đầu tiên của đất nước này. [2] Bố của ông đã từng là y sĩ riêng của Mao Trạch Đông khi còn ở Trung Hoa lục địa; sau đó, bố ông đưa gia đình sang sống cuộc sống lưu vong tại Indonesia để tránh độc tài Cộng sản, và, ở đó, bố ông đã giúp trong việc thành lập đại học Gamaliel. Năm 1959, gia đình ông lại phải chạy khỏi đất nước này để tránh nạn chống người Hoa ở đây do nhà độc tài Indonesia là Sukarno khởi xướng. Sau năm năm lang thang trốn chạy qua các ngả Hồng Kông, Ma Cao, rồi Nhật Bản, gia đình ông cuối cùng đã định cư tại nước Mỹ vào năm 1964. Nhà thơ theo học tại các đại học Pittsburgh và Arizona, rồi tại State University of New York tại Brockport. Ông đã dạy tại nhiều đại học, kể cả Northwestern, Stanford, và University of Iowa. Ông là tác giả của nhiều tập thơ và hồi ký như *Behind My Eyes, Book of My Nights, The City in Which I Love You, The Winged Seed: A Remembrance,* v.v...

Kể từ khi cầm bút, ông đã có được nhiều giải thưởng danh giá. Từ Academy of American Poets, Whiting Writer's Award, William Carlos Williams Award, PEN Oakland/Josephine Miles Award, I. B. Lavan Award, v.v., bảy giải thưởng Pushcart, và các tặng thưởng từ Hội đồng Nghệ thuật Illinois, Commonwealth of Pennsylvania, Hội đồng Nghệ thuật Pennsylvania, và từ National Endowment for the Arts, cũng như học bổng từ Guggenheim Foundation. Vào năm 1998, nhà thơ nhận được học vị Tiến sĩ danh dự về Văn chương do State University of New York tại Brockport trao tặng.

Tất cả những vinh quang mà những giải thưởng này mang lại cho ông đều bắt nguồn, đa phần, từ những bài thơ mà nhà phê bình/nhà thơ Gerald Stern cho là đã đem được cái ngây ngất vào trong trường suy tưởng của Lee và để nó bao phủ những suy tưởng ấy. Thơ ông là một sự dâng hiến cho ngôn ngữ, và một niềm tin vào sự thiêng liêng của ngôn từ. Ông được biết đến nhiều vì những hình tượng sống động trong thơ mình, vì sự im lặng/những khoảng lặng, cũng như từ những kinh nghiệm cá nhân hoặc hồi ức của ông. Vì có một tuổi thơ đầy chấn động, thơ của ông thường mang những chủ đề về sự xa lạ/sự vong thân và sự truy tìm bản sắc. Những di dân (trong đó có những con người Việt Nam) có thể, ở những mức độ khác nhau, chia sẻ cái cảm thức đánh mất mình và nỗ lực tìm về nguồn gốc, tìm kiếm bản sắc của Lee nơi một vùng đất mới.

Và nếu, một ngày nào đó, bạn gặp một người
trên quê hương thứ hai
mà bạn gọi là nhà, và bạn tin rằng
bạn nhìn thấy trên khuôn mặt người kia
một khung trời mở rộng,
một lời hứa nào đó cho một cuộc bắt đầu mới
điều đó có thể có nghĩa là
bạn đang đứng ở quá xa...

Với những câu thơ như thế, nhà thơ muốn nói là, nếu bạn đứng ở gần hơn, nếu bạn đến gần hơn, nếu bạn đã thật sự bước vào đời sống trên quê hương thứ hai này, bạn sẽ thấy nhạt nhoà dần đi những mơ tưởng lúc đầu, khi bạn chuẩn bị hoặc bắt đầu cuộc sống trên quê hương mới. Những lời hứa nhạt dần đi cái vị ngọt ban đầu của chúng.

Nhưng, có lẽ, chúng ta nên trở về với bài thơ "Từ Những Chùm Hoa" của Lee, trở về với những dấu chỉ, những cái-biểu-đạt (signifiers) đầy ắp trong bài thơ này, để nhìn ra những cái-được-biểu-đạt (signifieds), những cái được cất giấu bên trong chúng.

Từ những chùm hoa, đến những bịch giấy màu nâu, chỗ quặt, những dấu hiệu sơn hình những quả đào, đến những cành cây trĩu quả, những bàn tay, những hộp giấy, rồi mật hoa bên đường, cuối cùng, nhà thơ cho người đọc thấy những trái đào "mọng nước", "sự tròn trịa hớn hở"
.

của chúng, và "những quả đào chúng ta ăn ngấu nghiến, vỏ pha bụi bặm và tất cả", "bụi đất mà chúng ta ăn"... Hình như trái đào của ông không chỉ còn là trái đào nữa. Mà nó là biểu tượng, là ẩn dụ về cuộc đời. Sự ngọt ngào của trái đào tiêu biểu cho những ngày vui, những giây phút hạnh phúc của cuộc sống. Những phút giây hạnh phúc khiến ông ăn không những "chỉ có vỏ, nhưng cả bóng râm, không chỉ có đường ngọt, nhưng cả ngày tháng", và ông cứ muốn cất giữ trong tâm hồn "cả một vườn cây ăn quả" để có thể tìm kiếm, đào bới trong khu vườn ấy những tháng năm hạnh phúc cũ. Cuộc đời mong ước của gần như tất cả chúng ta chính là khu vườn kia. Khu vườn đầy bóng râm, mùi thơm và hoa trái chín mọng. Nhưng "ngày tháng" mà ông nhắc lại khi nghĩ đến những "bóng râm" ấy có thể là ngày tháng, thời gian để cho những quả cây kia, từ chất nhựa mà mặt trời đốt nóng trong thân cây, trong cành, biến thành mầm, thành hoa, rồi, cuối cùng, mới thành những quả mọng nước lúc lỉu trên cành cây, trong tầm tay với của người. Những ngày tháng ấy cũng có thể nhắc cho chúng ta nhớ đến công lao của những người làm vườn, phải dang nắng bắt sâu, tỉa cành, tưới nước, để, một ngày nào đó, ta có thể, trong "những bóng râm" của đời, nâng niu những trái đào trong đôi tay và cắn vào sự mềm mại mọng nước tuyệt vời của nó.

Như thế, khi ăn trái đào, người ta có thể nhớ về tất cả. Nhớ lại là đã có một người làm vườn gieo hạt, trồng cây; đã có những kẻ phải tỉa cành, bắt sâu, tưới nước; đã có phân bón và những mùa nắng gió đi qua; và đã có mảnh đất nâng đỡ và làm lớn dậy cây đào và những trái ngọt thơm mọng nước lúc lỉu trên cành. Chúng ta nên nhớ lại tất cả. Như Kahlil Gibran đã nhớ lại nhiều điều khi cắn một trái táo hay khi uống một cốc rượu nho:

"(...) Và khi răng bạn cắn ngập vào trái táo, hãy thầm thì với nó trong trái tim mình:
'Những hạt của mi sẽ sống trong thân xác ta,
và những mầm nụ tương lai của mi sẽ đơm hoa trong tim ta,
và hương thơm của mi sẽ thành hơi thở ta,
và cùng nhau chúng ta sẽ hân hoan hạnh phúc qua các mùa',

(...) Rồi tới mùa đông, khi bạn lấy rượu nho, hãy cất lên trong lòng mình một bài hát cho mỗi một ly;
và hãy gửi vào bài hát ấy một nỗi hoài nhớ đến những ngày mùa thu, đến khu vườn nho, và đến cái máy ép nho." [3]

Cho dù yêu thương những tháng ngày hạnh phúc, tươi vui, người ta cũng không nên quên đi những ngày khổ đau, mưa gió, thất bại và buồn chán trong đời. Tác giả nhắc, "những quả đào chúng ta ăn ngấu nghiến, vỏ pha bụi bặm và tất cả, (...) bụi đất mà chúng ta ăn." Bụi bặm đất cát kia là những gì bám vào lớp vỏ mềm, phơn phớt lông tơ, dịu dàng, tròn trịa, cất giữ bên trong nó chất nước mọng thơm ngọt ngào của trái. Ôm ấp trái đào trong đôi bàn tay, người ta cắn vào sự tròn trịa mềm thơm kia một cách ngất ngây, ngấu nghiến. Bụi bặm đất cát bám trên trái đào nhắc con người nhớ đến những ngày tháng không hẳn là hạnh phúc trong đời hắn, những chông gai, những trở ngại. Có thể đó chính là những khổ đau mà hắn đã được chia phần trong đời. Hãy ôm lấy khổ đau và chiêm nghiệm chúng. Vì chúng cũng là một phần của cuộc sống. Khổ đau và niềm vui sướng đi chung với nhau. Và, nhiều khi, chính buồn đau thống khổ lại là mặt bên kia của lạc thú hân hoan. Hay là ngược lại.

Và, tôi nhớ, Kahlil Gibran cũng đã có dịp nói về những điều này:

" (...) Niềm vui của bạn là nỗi ưu sầu mình không che mạng.
Và tự cùng giếng khơi lòng mình nơi tiếng cười bạn vang lên lại thường khi là nơi chứa đầy nước mắt bạn.
Mà làm sao có thể khác đi?
Nỗi buồn càng khoét sâu chừng nào vào hiện sinh bạn thì niềm vui bạn chứa được càng nhiều.
Chẳng phải sao, cái ly đựng rượu nho của bạn chính là cái ly được nung đốt từ lò của người thợ gốm?
Và chẳng phải sao, chiếc tỳ-bà xoa dịu lòng bạn đã không từng là khúc gỗ bị dao khoét rỗng?
Khi vui, hãy nhìn sâu vào trong lòng mình, và bạn sẽ thấy rằng những gì đã khiến bạn buồn đau giờ lại đang đem cho bạn niềm vui.
Khi buồn, cũng hãy lại nhìn vào lòng mình, và bạn sẽ thấy rằng thực ra bạn đang khóc vì những gì đã từng làm bạn ngất ngây vui sướng.

(...) Chúng [vui buồn] không thể tách rời.
Cùng nhau chúng đến, và khi điều này ngồi chung với bạn ở bàn ăn, hãy nhớ rằng điều kia đang ngủ ngon trong giường bạn." [4]

Những thao tác liên-văn bản như thế này, tôi nghĩ, một phần có thể mở rộng những suy tưởng của Lee; mặt khác, chúng cũng có thể đào sâu vào một số điều ẩn mật mà bài thơ này của Lee cất giữ. Thật sự, tất cả những điều ẩn mật của đời vốn đều đã nằm đâu đó trong cuộc sống. Và những con người nhạy cảm, những nhà thơ, những nhà thấu thị đã nhìn thấy chúng, và kéo chúng vào giữa cuộc đời. Họ đưa chúng lên trang giấy, chiếu một ánh sáng trắng nguyên sơ vào chúng. Và, từ đó, từ những góc cạnh cảm nhận khác nhau trong lòng mình, những người đọc khác nhau sẽ chiếu vào cái ánh sáng trắng tinh tuyền kia những rung động riêng. Một phổ ánh sáng sẽ xuất hiện và cho ta đủ loại mầu sắc. Đó là sự giao ứng của cái viết và cái đọc. Và, qua đó, những thế giới được hình thành.

Đời sống là những đắp đổi giữa vui và buồn, hy vọng và thất vọng, tiếng khóc và nụ cười. Và, nhìn kìa, những quả đào. "Những quả đào mà chúng ta ăn ngấu nghiến, vỏ pha bụi bặm". Nhưng ngay cả khi được bọc trong bụi bặm như thế, những quả đào vẫn cứ ngon và ngọt và mọng nước. Ngay trong những ngày buồn nản trong cuộc sống, người ta vẫn có thể trở lại "khu vườn xưa", "cái vườn quả" trĩu nặng ấy trong hồn mình, để sống lại những giờ phút hân hoan, hạnh phúc. Một bờ tường nắng, một tiếng chim kêu đầu ngọn cây, những hạt mưa lấm tấm rồi lào rào loang lổ trên sân chiều, mùi thơm của ổi, của đào, của na, của mít, v.v. Tất cả những giây phút long lanh sáng láng và dịu thơm trong đời ấy sẽ che giấu hết đi những buồn đau của những ngày đen xám và trống vắng. Chỉ cần một vài khoảnh khắc bừng sáng trong đời để người ta nhìn ra ý nghĩa của cuộc sống.

Trong một bài phỏng vấn, Li-Young Lee nói, "Tôi tin sự hiện hữu mang tính chất thẩm mỹ, tôi tin ý thức thẩm mỹ, là dạng thể toàn vẹn hay cao vời nhất của sự hiện hữu mà chúng ta có thể đạt đến. Nó thiêng liêng hoá những gì chúng ta quan sát, hoặc những gì mà ta chú tâm đến. Nó làm linh thiêng, tôi không nên nói là 'làm linh thiêng', nó *bật mở* tính chất thiêng liêng của cuộc sống chúng ta. Bật mở tính chất thiêng liêng, bởi lẽ anh không dự phóng nó, anh không làm cho nó trở thành thiêng liêng, nó *là* sự thiêng liêng."

Trong hướng nhìn ấy của nhà thơ, tôi tin rằng mỗi lần một bông hoa nở, sự sống lại bắt đầu cuộc phục sinh của nó.

Mỗi lần trở lại "vườn quả kia" trong hồn mình, người ta cũng sẽ sống lại như thế.

"Vườn quả" mọc lên trong lòng ta không phải chỉ từ quả đào, quả ổi ta ăn, mà còn từ đất đai mà từ đó cây ổi, cây đào đã mọc lên, từ đất cát bụi bặm bám trên quả ổi, quả đào. Từ sự ăn ấy, cái bên trong và cái bên ngoài, cái ta và cái không-ta, cái ăn và cái được ăn, cái cụ thể và cái trừu tượng, trong thoáng chốc, bị xoá nhoà hoặc như tan biến vào nhau. Một ngất ngây bừng ngộ, một *epiphany*. Một sự kết hợp rất thánh. Một cảm quan đầy ánh sáng tôn giáo.

Cảm nghiệm rất tôn giáo này đã từng được Patricia Schlutt chỉ ra khi nói về bài thơ "The Gift" ("Món Quà Tặng") của Lee. Đây là một bài thơ nổi tiếng khác của nhà thơ, kể chuyện người cha nâng niu bàn tay của đứa con mình để giúp kéo cái dằm trong bàn tay bé nhỏ ấy ra. Để làm cho đứa con yên tâm và quên đi cái đau, người cha vừa tìm cách kéo cái dằm ra khỏi bàn tay nhỏ bé, vừa kể một câu truyện cho cậu bé nghe để cậu quên đi cái đau kia. "Tiếng nói của người cha là 'một cái giếng sâu đầy nước tối, một lời cầu nguyện' *('a well of dark water, a prayer')*. 'Lời nguyện' này tạo ra một ẩn dụ trong một quan hệ linh thánh giữa đứa bé và cha nó. Đó là một khoảnh khắc dịu dàng và đẹp. 'Nếu bạn đi vào buổi chiều hôm ấy / Hẳn bạn sẽ nghĩ là bạn thấy một người đàn ông / trồng một cái gì đó trong bàn tay đứa con trai / một giọt lệ bạc, một ngọn lửa nhỏ' (*'Had you entered that afternoon / You would have thought you saw a man / planting something in a boy's palm, / a silver tear, a tiny flame'*). Người đọc đã đọc nhiều tác phẩm của Lee có thể tự hỏi có phải ngọn lửa này chính là tình yêu hay không: tình yêu dành cho ngôn ngữ và tình yêu dành cho Thượng Đế, vì những chủ đề này xuất hiện trở đi trở lại nhiều lần trong sáng tác của nhà thơ."

Để tóm kết, có lẽ chúng ta cũng nên để ý đến đoạn cuối bài thơ "Từ Những Chùm Hoa" của Lee:

> *Có những ngày chúng ta sống*
> *như thể cái chết là không hề có mặt*
> *ở hậu cảnh; từ niềm vui này*
> *đến niềm vui khác đến niềm vui khác nữa,*
> *từ đôi cánh này sang đôi cánh nọ,*
> *từ chùm hoa này đến chùm hoa kia đến*
> *chùm hoa bất khả, đến chùm hoa bất khả ngọt ngào.*

Con người ta, trong cuộc sống, thường không mấy ai nghĩ đến cái chết sắp đến của mình. Chính tác giả, trong niềm thiết tha với những "tặng phẩm của trần gian", những tặng phẩm từ thiên nhiên, từ cuộc đời, cũng nhắc nhở chúng ta yêu những phút giây hiện tại, những phút giây hân hoan mà cuộc đời hiến tặng cho con người. Nhà thơ như nhắc cho chúng ta câu danh ngôn nổi tiếng *Carpe diem*. Hãy nắm lấy ngày hôm nay, vì mọi thứ sẽ qua rất nhanh.

Nhưng cái chết vẫn ở đó. Cái chết định nghĩa và khuôn buộc cuộc sống của mỗi người. Cái chết đứng trên cao và dọi cặp mắt nghiêm trang/nghiêm khắc của nó xuống đời sống con người. Rồi nó sẽ thống trị mỗi cái sống ấy, ở đoạn kết. Nhưng chính cái năng lực có tính cách thống trị này lại trở nên mất đi sức sống nếu nó không được nuôi dưỡng bởi dòng máu của đời sống, của những niềm vui rất thoáng qua, cho dù không toàn vẹn, bởi cái ánh sáng hồng ửng loé lên rất nhanh rồi vụt tắt vào đêm kia. Cái chết chỉ có ý nghĩa khi đã có sự sống mọc vươn lên trước nó.

Tôi nghĩ có lẽ nhà thơ cũng đã nghĩ đến điều ấy khi ông nhắc đến cái chết ở phần cuối bài này. Dù sao, chính những "chùm hoa bất khả, những chùm hoa bất khả ngọt ngào" của ông đã nở rộ trong trái tim người đọc, chứ không phải cái sức mạnh có tính thống trị kia.

Thơ của ông cho thấy sự đối thoại giữa cái vĩnh cửu và cái thoáng chốc. Cái mỹ học, và, có thể nói, cả cái đạo học, của thơ ca mà nhà thơ trình ra trước cuộc đời, có lẽ nằm ngay trong những cái nhìn, những suy tưởng, những cảm nghiệm đầy tính thiêng liêng ấy của ông.

.2.

Mùa Xuân cũng là mùa của sự phục sinh, sự sống lại.

Ở đây, tôi muốn chia sẻ thêm một đoạn văn, cũng có thể coi như một bài thơ xuôi, của Henry David Thoreau, một nhà tư tưởng có nhiều ảnh hưởng của Mỹ.

Tác phẩm nổi tiếng của ông, *Walden* (ban đầu được đặt tên là *Walden; or Life in the Woods*), được xuất bản vào năm 1854, là một chiêm nghiệm của ông về cuộc sống giản dị trong khung cảnh núi rừng. Nó bắt đầu từ sự kiện Thoreau, vào tháng Ba năm 1845, một thân một rìu, bỏ thế giới phồn tạp của con người, vào sống bên hồ Walden trong khu rừng núi thiên nhiên do người bạn (cũng là người thầy tinh thần) của ông là Ralph Waldo Emerson làm chủ. Nơi đây, ông đã xây một cái ngôi nhà nhỏ và tự mình trồng khoai tây, đậu, ngô, củ cải, v.v., quanh ngôi nhà nhỏ này. Ông đã sống và cảm nghiệm đời sống tự nhiên mà ông cho là lý tưởng ấy trong vòng hai năm, hai tháng, hai ngày tại ngôi nhà nhỏ, bên hồ Walden, gần Concord, Massachusetts. Quyển sách được xuất bản lần đầu, vào chín năm sau đó, một phần là một tuyên ngôn độc lập của ông, phần khác là một diễn tả về một thử nghiệm mang tính xã hội, một cuộc du hành khám phá những cõi bờ tinh thần, một thiên châm biếm, và một hướng dẫn luận về cuộc sống tự lực.

Cho dù ông đã xác nhận rõ Walden không hoàn toàn toàn nằm trong vùng hoang dại của thiên nhiên, mà nằm ở chỗ tiếp giáp của thiên nhiên và đời sống "văn minh", nằm trên bờ ranh của ngôi làng ông sống với rừng núi, ông đã học được nhiều điều từ cuộc sống này. Qua cuộc sống ở đây, Thoreau hy vọng ông có được một sự hiểu biết khách quan hơn về xã hội qua chính những cuộc thăm dò nội tâm đầy tính riêng tư của mình. Và quả có như thế, Walden chính là một thứ quê hương tinh thần của Thoreau. Ở đó, ông có thời gian lắng đọng, nghe ngóng, theo dõi, cảm thụ và trầm tư về đời sống mình, về tâm hồn mình.

Từ những chiêm nghiệm trong quyển sách mang nhiều chất trí tuệ này, Thoreau mang lại cho người đọc sự yên tĩnh trong tâm hồn qua việc hướng họ tới một cuộc sống giản dị, không cầu kỳ, phức tạp, và không chìm đắm vào vật chất. Phần nào, ông đưa người đọc trở về với cái triết lý của Đông phương, của người xưa, mà Nguyễn Công Trứ đã phát biểu trong bài "Chữ Nhàn": *"tri túc tiện túc, đãi túc, hà thời túc / tri nhàn tiện nhàn, đãi nhàn, hà thời nhàn"*.

Đoạn văn dưới đây trích từ đoạn kết của *Walden*:

> "The life in us is like the water in the river. It may rise this year higher than man has ever known it, and flood the parched uplands; even this may be the eventful year, which will drown out all our muskrats. It was not always dry land where we dwell. I see far inland the banks which the stream anciently washed, before science began to record its freshets. Every one has heard the story which has gone the rounds of New England, of a strong and beautiful bug which came out of the dry leaf of an old table of apple-tree wood, which had stood in a farmer's kitchen for sixty years, first in Connecticut, and afterward in Massachusetts — from an egg deposited in the living tree many years earlier still, as appeared by counting the annual layers beyond it; which was heard gnawing out for several weeks, hatched perchance by the heat of an urn. Who does not feel his faith in a resurrection and immortality strengthened by hearing of this? Who knows what beautiful and winged life, whose egg has been buried for ages under many concentric layers of woodenness in the dead

dry life of society, deposited at first in the alburnum of the green and living tree, which has been gradually converted into the semblance of its well-seasoned tomb — heard perchance gnawing out now for years by the astonished family of man, as they sat round the festive board — may unexpectedly come forth from amidst society's most trivial and handselled furniture, to enjoy its perfect summer life at last!

I do not say that John or Jonathan will realize all this; but such is the character of that morrow which mere lapse of time can never make to dawn. The light which puts out our eyes is darkness to us. Only that day dawns to which we are awake. There is more day to dawn. The sun is but a morning star. "

("Cuộc sống trong chúng ta cũng giống như nước trong dòng sông. Nó có thể dâng lên cao hơn năm nay so với kinh nghiệm mà người ta từng biết, và làm ngập ngụa các vùng núi khô cằn; ngay cả điều này có thể khiến năm nay là năm đầy sự kiện, sẽ nhấn chìm đi tất cả các con chuột xạ của chúng ta. Nơi chúng ta trú ngụ không phải lúc nào cũng là nơi đất khô. Tôi nhìn xa vào đất liền nơi các bờ đất mà dòng nước xưa rửa sạch, trước khi khoa học bắt đầu ghi nhận về những dòng chảy của nó. Mọi người đều đã từng nghe câu chuyện được truyền tụng tại New England, về một chú bọ đẹp và mạnh mẽ thoát ra từ một cánh bàn khô của một cái bàn cũ làm bằng gỗ cây táo, cái bàn đã đứng trong nhà bếp của một nông dân trong sáu mươi năm, đầu tiên ở Connecticut, sau đó chuyển về Massachusetts—từ một cái trứng bé tí, được vùi đặt trong một thân cây sống từ nhiều năm trước đó, như người ta đã nhận ra bằng cách đếm các lớp vỏ mọc ra hàng năm, mà người ta nghe lạo xạo trong suốt nhiều tuần, không chừng đã nở ra do nhiệt của một chiếc bình đựng trà hay cà-phê nóng. Ai mà lại chẳng cảm thấy niềm tin vào sự phục sinh và sự bất tử được gia tăng qua việc nghe những điều này? Ai biết được cái cuộc sống đẹp đẽ và có cánh nào, phát xuất từ một cái trứng bé tí được vùi lấp bao nhiêu năm dưới nhiều lớp vỏ đồng tâm của chất gỗ cứng trong cuộc sống khô chết của xã hội, đầu tiên được đặt trong dát gỗ của cái cây xanh và sống động kia, rồi dần dần hình thể nơi đó được chuyển biến thành một cái mộ bền vững từ năm này qua năm khác—tiếng gặm lạo xạo không chừng cái gia đình đầy ngạc nhiên này đã nghe được trong suốt bao nhiêu năm khi họ ngồi quanh bàn

tiệc—có thể bất ngờ xuất hiện từ giữa món đồ nội thất tầm thường như một món quà tặng của xã hội, để cuối cùng tận hưởng cuộc sống mùa hè hoàn hảo của nó!

Tôi không nói rằng một người bình thường sẽ nhận thức được tất cả điều này; nhưng đó chính là tính cách của ngày mai mà chỉ khoảng cách của thời gian không thôi không bao giờ có thể làm cho bừng dậy. Nguồn sáng đậy lại cặp mắt của chúng ta là bóng tối đối với chúng ta. Bình minh chỉ bừng dậy vào ngày mà chúng ta tỉnh thức. Còn nhiều ngày bừng dậy nữa. Mặt trời chỉ là một ngôi sao buổi sớm.")

Là người theo thuyết Siêu-việt luận (Transcendentalism), một hệ thống triết lý và xã hội phát khởi ở New England vào khoảng năm 1836, mang tính lý tưởng, chịu ảnh hưởng của chủ nghĩa lãng mạn, của triết luận Platon và Immanuel Kant, phần lớn dựa trên ý tưởng là để nắm bắt được tính chất của thực tại, con người trước hết phải khảo sát và phân tích cái tiến trình của lý luận vốn chi phối tính chất của kinh nghiệm, Thoreau đã "đi vào rừng" để có cơ hội và không gian (cả vật lý lẫn tinh thần) sâu lắng hơn trong việc dò tìm này. Siêu-việt luận ra đời để chống lại sự lên ngôi có tính "toàn trị" của chủ nghĩa duy lý. Nó cho rằng *thần tính* đi vào trong mọi ngóc ngách của thiên nhiên và con người. Trong nền văn học Mỹ, Ralph Waldo Emerson và Henry David Thoreau là những khuôn mặt nổi bật của Siêu-việt luận.

Câu chuyện về con bọ "đẹp và mạnh mẽ" kia nhắc cho ta thấy sự mầu nhiệm của đời sống. Nó nhắc nhở ta về sự phục sinh. Và vĩnh cửu. Có vẻ như Thoreau tin rằng những điều tốt đẹp mà con người thực hiện trong đời sẽ không bị chôn vùi đi cùng với cái chết của người ấy. Nó giúp con người không để hình ảnh cái chết đè nén năng lực sống trong nó. Trong quyển *The Quest for Life in Amber (Cuộc Truy Tìm Sự Sống trong Hổ Phách)* mà tôi có dịp đọc vào khoảng mùa Xuân năm ngoái, hai tác giả George Poinar và Roberta Poinar, hai nhà khoa học nổi tiếng làm việc trong lĩnh vực nghiên cứu côn trùng, tuyến trùng (nematodes) và vi sinh vật trong các phòng thí nghiệm, nghiên cứu của University of California tại Berkeley, sử dụng các kính hiển vi điện tử [5], đã tường trình một cách tỉ mỉ và công phu những nỗ lực đi tìm sự sống trong các mẩu, các khối hổ phách [6] mà họ đã tìm được tại nhiều nơi trên thế giới. Những kết quả nghiên cứu mang tính đột phá của họ đã làm sững sờ cộng đồng khoa học trên khắp thế giới: họ đã "bắt giữ" được những sợi DNA "sống" từ một con côn trùng có tuổi thọ trên 40 triệu năm. Bước đột phá này có ý nghĩa thật lớn lao đến nỗi nó trở thành một bản tin chính xuất hiện trên báo chí khắp nơi. Kể từ đó, phòng thí nghiệm của họ tiếp tục hoạt động tích cực và được khắp thế giới theo dõi. Và vào năm 1993, hai tác giả này và nhóm nghiên cứu của họ tại UC, Berkeley đã có thể tuyên bố với toàn nhân loại là họ đã thành công trong việc lưu giữ những sợi DNA có tuổi sống trên 125 triệu năm. Từ đó, giới khoa học có được DNA, những phân tử nguồn mạch của sự sống, để nghiên cứu từ thời sơ khai giai đoạn mà loài khủng long có mặt trên trái đất. [7]

Hãy trở lại với *Walden*. Đoạn kết của Thoreau trong cuốn sách này cho ta một vài suy nghĩ: Cuộc sống con người, tuỳ theo hoàn cảnh và thời gian, cũng như một dòng nước, lúc vơi lúc đầy, chảy mãi chảy mãi. Giống như dòng sông được làm đầy bởi những cơn mưa, càng nhận được nhiều nước nó càng trở nên vạm vỡ, lực lưỡng, xiết chảy, con người cũng thế. Hiểu biết càng nhiều, sức mạnh tinh thần càng trở nên lớn lao. Nhưng khi đã đạt đến một dung lượng "tới mức", nó phải tìm cách san sẻ cái năng lực ấy đi, bằng một cách thức nào đó, chẳng hạn như qua sự trao truyền, dạy dỗ. Nếu không, có lẽ sự tràn đầy, thừa mứa đó cũng không hơn gì, có khi lại còn nguy hại hơn, là có ít hoặc không có nước. Bởi lụt lội và sự tàn phá sẽ là điều khó tránh khỏi. Sự tích tụ năng lượng tinh thần cũng thế, mà sự tích tụ vật chất cũng thế. Sẽ là điều tốt nếu đó là một sự tích tụ vừa phải. Vượt quá một mức độ nào đó, trở nên thừa mứa, là sự nguy hại.

Thoreau, trong tác phẩm của mình, cho thấy sức mạnh của sự tưởng tượng, của sự sử dụng ẩn dụ, của nhận thức và lý giải, cái sức mạnh của con người mang tính liên kết và xây dựng cái nhìn trên huyền thoại, một thứ *mythopoeia*. Ông nhắc chúng ta là cuộc sống không phải lúc nào cũng dễ dàng, không phải lúc nào con người cũng sống trên "những vùng đất khô ráo", mà, có khi, cuộc sống của chúng ta "ngập nước" với sự lụt lội, tàn phá. "Chuột xạ" là những sinh vật sống trong dòng sông. Thoreau, ở đây, có lẽ muốn dùng ẩn dụ này để ám chỉ những năng lực tiêu cực trong cuộc sống. Con người phải tìm cách dứt bỏ những năng lực mang tính tiêu cực ấy khỏi tinh thần, khỏi đời sống mình. Rồi những cơn mưa, những dòng nước mới sẽ lại chảy đến, làm tràn đầy và làm tươi mới sự sống, năng lực của ta. Đừng giữ nước ao tù, tồn đọng. Nó sẽ làm ung thối dòng sống. Mà phải đổi mới. Rửa sạch và làm đầy dòng nước của cuộc đời mình.

Đoạn văn kết này còn đưa đến cho ta một bài học về sự hy vọng và lòng kiên nhẫn, tin tưởng. Hy vọng luôn nuôi dưỡng sự sống. Hy vọng vào những cái tưởng như đã bị vùi chôn, mất đi mãi mãi. Những cái tưởng là không còn, đã chết đi ấy, có thể, vẫn còn giữ trong chúng mầm sống. Chúng chỉ ẩn tàng ở đâu đó, chờ đợi một buổi sáng phục sinh. Và chúng ta sẽ được thấy lại sự sống đẹp đẽ, bay lượn vào một ngày mai. Nếu chúng ta biết kiên nhẫn chờ đợi. Và tin tưởng.

Mặt trời chỉ mọc cho những ai sẵn sàng đón đợi nó. Nếu con người chỉ nằm vùi trong chăn mà không chuẩn bị để có mặt trước sân nhà mỗi sáng chờ đợi một vầng hồng, ta sẽ không thể thấy mặt trời lên. *Bình minh chỉ bừng dậy vào ngày mà chúng ta tỉnh thức.* Ta chỉ thấy được mặt trời bằng những nỗ lực của chính mình, không phải qua ánh sáng của những kẻ khác.

Rồi một mặt trời mới sẽ lại mọc lên. *Còn nhiều ngày bừng dậy nữa. Mặt trời chỉ là một ngôi sao buổi sớm.*

Cuộc phục sinh kia sẽ không xảy ra chớp nhoáng. Nó cần thời gian. Sự kiên nhẫn. Sự chuẩn bị. Niềm tin. Và, dĩ nhiên, những nỗ lực phải có của con người.

.3.

Hai bài thơ cho mùa Xuân. Những Chùm Hoa và Sự Phục Sinh. Phục Sinh có nghĩa là sống lại, nhưng nó cũng có nghĩa là bắt đầu một chu kỳ mới.

Một tác giả hiện đại và một tác giả sống cách ta trên dưới 150 năm. Hai bài thơ của họ, đọc lại trong một mùa Xuân sắp đến này, lại mang đến cho tôi những máy động và phấn khích mới. Chúng làm ấm nóng trở lại những điều đã mòn, đã cũ, và, có thể, đang chết đi. Chúng nhắc cho tôi đến những nhịp đi của mùa màng, trời đất. Đến những lá hoa luôn chờ đợi để bừng dậy, để bước trở lại những bước nhảy dịu dàng và đằm thắm của tiết mùa.

Trong thời tiết của một mùa Xuân đang đến, tôi muốn nghe chảy xiết lại trong hồn mình cái tiếng.reo của dòng sông kia. Tiếng reo của những nhịp sống luôn luôn bồi hồi luân chuyển. Tôi muốn giữ lại trong tai mình tiếng lạo xạo, nghiến nhịp trên thớ gỗ. Những thớ gỗ đã cả trăm năm. Tôi muốn đôi mắt mình còn giữ lại được những vòng bay của một con bọ có đôi cánh đẹp, đập theo những tiết tấu kỳ lạ của trái tim nó. Một trái tim còn rất mới, cho dù đã phát xuất từ một cái trứng bọ cũ kỹ, lâu đời, vốn vùi sâu trong dát gỗ.

Và tôi cũng muốn giữ lại trong tầm nhìn mình những chùm hoa kia. Những chùm hoa đang đong đưa trước gió. Muốn giữ lại trong lòng mình mùi thơm của ổi, của đào, của na, của mít.

Tôi cũng muốn giữ lại trong lòng mình cái vườn quả trĩu ngọt kia, với nắng mưa, gió máy, và mùi thơm ngọt ngào thiết tha của nó.

Và hãy để nở bung trước mắt chúng ta những chùm hoa. Những chùm hoa bay bay trong nắng mới.

Tustin Ranch,
Calif., tháng Giêng 2016

Chú thích:

(*) Tất cả các bài thơ, đoạn thơ trích trong bài đều được dịch ra tiếng Việt bởi tác giả bài viết này.

[1] Tên thật của ông cụ/cố ngoại Lee là Viên Thế Khải (Yuan Shikai), một trong những nhân vật quyền thế của thời kỳ đầu Trung Hoa Dân Quốc (中华民国), là một chính thể tiếp nối sau triều đình nhà Thanh năm 1912, chấm dứt hơn 2000 năm phong kiến của Trung Hoa. Đây là chính thể cộng hoà hiện đại đầu tiên của Trung Hoa, từng lãnh đạo (trên danh nghĩa) toàn bộ đất nước Trung Hoa từ năm 1911 đến năm 1949, và lãnh đạo vùng lãnh thổ Đài Loan từ 1949 đến nay. Tôn Dật Tiên là tổng thống đầu tiên của Trung Hoa Dân Quốc thuộc Chính Phủ Lâm Thời (1/1912 – 3/1912); Viên Thế Khải là phó tổng thống. Viên lên nắm chức tổng thống trong Chính Phủ Lâm Thời vào tháng 3 cùng năm. Rồi vào tháng 10, 1913, ông được bầu làm tổng thống đầu tiên của Trung Hoa Dân Quốc (Republic of China). Tháng 3, 1916, Viên thoái vị. Ông chết vào tháng 6 của năm ấy.

Nói nhà thơ Li-Young Lee có một dòng dõi, một tiểu sử đặc biệt là vì, ngoài Viên Thế Khải mà hành trạng chúng ta không bàn ở đây vì đã được lịch sử Trung Hoa hiện đại soi chiếu, bố nhà thơ, cho dù là y sĩ riêng của Mao Trạch Đông, khi Cộng Hoà Nhân Dân Trung Hoa/Trung Hoa Nhân Dân Cộng Hoà Quốc (中华人民共和国, People's Republic of China) được thành lập bởi Mao, lại đưa gia đình lánh nạn sang Indonesia. Lee được sinh ra tại Jakarta năm 1957. Rồi, lại do hoàn cảnh chính trị thúc đẩy, gia đình ông phải trốn chạy một lần nữa (sau khi bố ông bị giam 19 tháng, vì không khí chính trị chống người Hoa do tổng thống Indonesia lúc ấy là Sukarno khởi xướng, tại một trại dành cho người cùi). Sau khi định cư tại Hoa Kỳ, bố ông lại vào chủng viện ở Pittsburgh học và trở thành một mục sư và sống đời mục vụ, coi sóc một giáo hội Presbyterian tại Pennsylvania. Về phần mình, nhà thơ lúc đầu học Sinh-Hoá (Biochemistry), sau mới chuyển sang thi ca. Thơ ông cho thấy nỗi cô đơn của người xa xứ, lòng hoài nhớ cùng với một ký ức mang nhiều chấn thương, cảm thức lưu vong, mất mát và sự truy tìm căn cước, bản sắc, nguồn cội, sự khiêm hạ, vị tha, tình yêu thiêng liêng dành cho ngôn ngữ và Thượng Đế, Nhiều bài đi rất gần với cảm thức tôn giáo.

[2] Nguyên văn: *"Đầm mình trong hạnh của ẩn mật / Mắt hoen nhòa hứng giọt thiên thâu"*, trong bài "Ngã trên núi Việt Hồng khi đi vác nứa" của Thanh Tâm Tuyền. Đây là một thứ hạnh phúc khác, một thứ bí mật khác của đời sống. Người ta có thể nhìn thấy hoặc cảm nhận được "hạnh phúc", ngay cả trong những giờ phút khốn khổ, cùng quẫn nhất của cuộc sống. Miễn là người ta có một trái tim nhậy cảm trước những vẻ đẹp đời, hay ngay cả trước những nỗi đau đời. Bí mật của hạnh phúc con người, có khi, nằm trong những phút giây kỳ bí ấy.

[3] Trong *The Prophet* của Kahlil Gibran, phần "On Eating and Drinking":

> "(...) And when you crush an apple with your teeth, say to it in your heart,
> 'Your seeds shall live in my body,
> And the buds of your tomorrow shall blossom in my heart,
> And your fragrance shall be my breath,
> And together we shall rejoice through all the seasons.'
> (...) And in winter, when you draw the wine, let there be in your heart a song for each cup;
> And let there be in the song a remembrance for the autumn days, and for the vineyard, and for the winepress. "

[4] Cũng trong *The Prophet* của Kahlil Gibran, phần "On Joy and Sorrow":

> " (...) Your joy is your sorrow unmasked.
> And the selfsame well from which your laughter rises was

oftentimes filled with your tears.
And how else can it be?
The deeper that sorrow carves into your being, the more joy you can contain.
Is not the cup that holds your wine the very cup that was burned in the potter's oven?
And is not the lute that soothes your spirit, the very wood that was hollowed with knives?
When you are joyous, look deep into your heart and you shall find it is only that which has given you sorrow that is giving you joy.
When you are sorrowful look again in your heart, and you shall see that in truth you are weeping for that which has been your delight.
(...) They are inseparable.
Together they come, and when one sits, alone with you at your board, remember that the other is asleep upon your bed."

[5] Về tuyến trùng: đó là giống giun tròn, có kích thước rất nhỏ, mắt thường chúng ta không nhìn thấy được. Chúng có khoảng hơn một ngàn loài, và gây hại cho nhiều loại cây trồng. Vòng đời của tuyến trùng được chia làm 5 giai đoạn. Trứng tuyến trùng tuổi 1, tuổi 2, tuổi 3, tuổi 4 và trưởng thành. Tùy vào cây ký chủ và nhiệt độ mà vòng đời của tuyến trùng kéo dài từ 40-60 ngày. Con cái đẻ hàng loạt trứng trong túi *gelatin* do chúng tự tiết ra trong trong quá trình sinh sản để bảo vệ trứng khỏi yếu tố bất lợi bên ngoài. Con đực phát triển theo chiều dài. Con cái phát triển theo chiều ngang và thành hình bầu dục hay hình giọt nước.

Về kính hiển vi điện tử (*electron microscope)*: đó là loại kính hiển vi với độ phóng đại và phân giải cao, sử dụng những tia *electron* thay cho tia sáng thường. Được thiết kế như một kính hiển vi ghép, nó tập trung những tia *electron* này qua một hệ thống kính phóng đại để đạt được hiệu ứng nói trên.

[6] Tổng quát về hổ phách: "Mặc dầu được xem là một loại đá quý, hổ phách là một chất liệu hoàn toàn hữu cơ phát xuất từ nhựa cây của những loài cây đã tuyệt chủng. Trong những khu rừng dày đặc của những thời Trung kỳ Cretaceous và Tertiary, khoảng giữa 10 và 100 triệu năm trước, những loài cây mang nhựa này đổ xuống và được các dòng sông mang về các vùng hải ngạn. Ở đó, những cây này và nhựa

cây của chúng được bao phủ bởi các trầm tích, và, qua nhiều triệu năm, chất nhựa này đặc cứng lại thành hổ phách. Mặc dầu nhiều lớp trầm tích hổ phách còn đọng lại nơi đáy cặn của đại dương, các biến cố địa chất thường đem các trầm tích hổ phách này đến những nơi khác.

Trong hàng ngàn năm, hổ phách thường được đẽo gọt, khắc chạm thành hạt, thành các đồ trang sức và các dạng thể mang tính trang trí khác. Tuy nhiên, ngày nay hổ phách được trân quý trên hết vì các mảng hoá thạch được lưu giữ bên trong chúng. Khi chất nhựa cây dẻo và dính tiết ra từ cây cối, các con vật, khoáng chất, và các chất liệu thuộc về cây bị giam giữ trong đó. Khi chất nhựa cây này cứng lại, những hoá thạch vừa nói—được gọi là những chất liệu bị vùi lấp—được bảo quản toàn vẹn, cung cấp cho các nhà khoa học hiện đại những thông tin quý giá về các loài đã bị diệt chủng." (Dịch theo đường nối của *encyclopedia.com* tại http://www.encyclopedia.com/topic/amber.aspx).

[7] *The Quest for Life in Amber*, George & Roberta Poinar, 1995. Reading, Massachusetts: Helix Books (Addison-Wesley Publishing Company). Qua những đoạn văn mà người đọc có thể cảm nhận như xem một cuốn phim về Indiana Jones hơn là đọc một nghiên cứu khoa học, vợ chồng Poinars đã mô tả chuyện làm thế nào mà một thú *hobby* lại biến thành một điều gần như sự ám ảnh rồi, cuối cùng, đưa đến một đột phá về mặt khoa học. Trên con đường đó, họ đã gặp đủ loại nhân vật bất thường, từ những tay buôn bán chợ đen nguy hiểm, những tay du kích sẵn sàng nổ súng, đến những nhà khoa học tài năng kiệt xuất, và, dĩ nhiên, những miếng hổ phách long lanh tuyệt đẹp lưu giữ những mẫu vật sống mấy trăm triệu năm. Những mẫu vật sống mà *San Francisco Examiner/Chronical Book Review* đã nhận xét là, "Với một loạt những bức hình chụp màu sống động và tuyệt vời, [các tác giả] đã rất thành công trong việc chia sẻ sự hào hứng ngất ngây trong việc cầm trong tay mình một mẩu hổ phách được hình thành có thể đến tận 225 triệu năm về trước."

Cái Sống, Thân Phận & Hiệu Ứng của Chữ

.1.

Cuốn sách *9 Khuôn Mặt. 9 Phong Khí Văn Chương* (viết về Thanh Tâm Tuyền, Mai Thảo, Vũ Khắc Khoan, Võ Phiến, Nguyễn Mộng Giác, Nguyễn Xuân Hoàng, Phạm Công Thiện, Bùi Giáng, và Tô Thuỳ Yên) của tôi vừa được nhà xuất bản Văn Học phát hành. Qua việc viết và cho phổ biến cuốn sách, tôi đã nhận được nhiều hồi ứng từ giới thưởng ngoạn, và cảm nhận được những tình cảm đẹp đẽ của những người đọc sách, trong đó có những người cầm bút và những bạn văn. Tôi xin được, qua bài viết này, gửi lời cám ơn chung đến tất cả.

Người cầm bút ngồi và viết một mình. Người ấy ngồi và viết ra những điều mình suy nghĩ, ôm ấp. Nhưng cái viết của tác giả, sự hoàn tất một cuốn sách, không chấm dứt với những chữ viết cuối cùng của hắn trên văn bản. Đúng, lúc ấy, nó chỉ là một văn bản. Độc giả sẽ là người thực hiện bước tiếp nối. Biến nó thành một tác phẩm, nếu nó xứng đáng. Được đọc, và được cảm nhận. Và có thể được nhớ.

Viết và đọc. Những bước đi ấy tạo nên đời sống văn học, văn chương, tạo nên cái sống của chữ. Không có cái viết và cái đọc, chữ nghĩa (rồi văn chương, nếu có) sẽ nằm trong bóng tối. Bóng tối của những tư tưởng, những nghĩ suy âm thầm, với những chữ có lẽ luôn xao động trong đầu trong tim một người, trong đầu trong tim những người cầm bút, nhưng ở một giác độ và một bình diện nào đó, chúng vẫn bất động. Cái viết và cái đọc làm cho nó, chữ viết, và cùng với nó là tư tưởng, xương thịt và hồn vía của chữ, được phả vào hơi thở của sự sống.

Tự thân cuốn sách của mình, tôi nghĩ, có thể không có ý nghĩa gì. Dù sao, tôi may mắn có được sự đồng cảm, chia sẻ và quý mến của người đọc, trong đó có nhiều bạn văn. Những người ấy đã đưa ý kiến, nhận xét và một số câu hỏi liên quan đến quyển sách, đến hướng viết và cái viết, cũng như một vài suy nghĩ của tôi liên quan đến chữ, đến việc đọc và việc viết, đến quan điểm sáng tác, đến phong cách, đến ngôn ngữ nói chung.

Tôi xin phép chia sẻ ở đây một vài câu hỏi như thế. [1] Và những suy nghĩ của tôi về những câu hỏi ấy. Những câu hỏi có thể phần nào mang tính riêng tư về mặt thao tác văn học đối với một tác giả, nhưng cũng có thể mang tính tổng quát để đi đến một sự sẻ chia suy nghĩ, kinh nghiệm. Những câu hỏi có ý nghĩa cho một người viết. Mở rộng ra, chúng cũng có thể có ý nghĩa, ở một số khía cạnh nào đó, đối với những người đọc. Chúng cho thấy cái viết không xuất hiện từ chỗ của cái không, và nó cũng không dừng lại ở chỗ của cái không. Nó tạo sự chuyển động và nối kết. Nó tạo một đường "link". Như những cái "link" mà chúng ta có thể tìm thấy trong những văn bản *hypertext* của thời đại bây giờ. Tôi mong những cái "link" này mở chúng ta ra, và giữ chúng ta lại trong vòng tay ấm áp và thân ái của chúng. Và của chữ.

.2.

Thưa anh, với việc viết và cho phổ biến cuốn sách 9 Khuôn Mặt. 9 Phong Khí Văn Chương, *hiện đang được sự quan tâm rộng rãi của giới thưởng ngoạn, anh muốn chia sẻ với người đọc Việt ở khắp nơi điều gì? Niềm đam mê và thiết tha nào đã dẫn anh đi tới việc hoàn thành công trình này?*

Xin được cám ơn người hỏi và các độc giả. Điều muốn chia sẻ về quyển sách thì tôi đã, phần nào, trình bày trong phần *Lời Vào Sách*. Có lẽ cũng không nên nói thêm. Tôi chỉ xin phép ghi lại ở đây một vài điều đã viết: "Tác giả chỉ hy vọng, qua chín khuôn mặt và phong khí được trình bày, giới thiệu, phê bình và nhận định trong cuốn sách này, có thể làm ánh lên đâu đó cái đẹp, cái rực, cái mềm mại, cái cương ngạnh, cái bay lượn, và cái phong nhiêu, sinh động của cả một vùng trời đất, cỏ hoa, một vùng văn hoá.

.

Khởi đi và được nuôi dưỡng trong hai mươi năm chiến tranh (1954-1975) trên đất đai, thổ ngơi nước Việt, rồi tiếp tục bừng nở, mang trong trái tim và lồng ngực mình tiếng đập và hơi thở của thời đại, cùng với mùi hương cuộc đời trên những hành trình lữ thứ, trong nội tâm hay ngoài Việt Nam, những nhà văn, nhà thơ Việt được giới thiệu ở đây đã tiếp tục làm lớn mạnh tiếng nói và tâm hồn dân tộc [...] Rồi, mở rộng ra, họ đã hoà lưu vào những thuỷ lưu lớn của thời đại, của thế giới, của văn chương con người."

Tôi tin là chữ viết và văn chương của những nhà văn, nhà thơ này là một minh chứng đẹp đẽ cho nền văn học Việt, bất kể thời gian, không gian, tâm cảm và hoàn cảnh sáng tác của họ.

Còn niềm đam mê và thiết tha nào ư? Tôi yêu văn chương, chữ nghĩa từ khi còn nhỏ. Lớn lên, dù đã có cơ hội tiếp cận, học hỏi, nghiền ngẫm cái viết, bút pháp, phong cách của bao nhiêu nhà văn, nhà thơ và những con người sáng tạo khác, viết từ những vùng văn hoá, thổ ngơi khác biệt trên thế giới, cái tiếng nói và chữ viết Việt vẫn luôn làm cho tôi rung động và hạnh phúc. Tôi viết về họ cũng có nghĩa là tôi viết về niềm hạnh phúc của mình. Viết về tâm hồn mình. Điều đó, một cách giản dị, cũng là sống. Ý thức về sự sống mình. Và cũng là một cách cám ơn của tôi đối với các nhà văn, nhà thơ Việt, nói riêng, và đối với đất nước, văn chương chữ nghĩa Việt nói chung.

Và, để nhắc lại, "Đời sống văn học, cũng như tâm hồn con người—đặc biệt, ở đây, tâm hồn người đọc— [...] là một thế giới kỳ diệu, đặc thù, và đầy ánh sắc, gam mầu, đầy hợp âm, xao động. Tôi mong cuốn sách này [...] có thể cho người đọc thấy được, ở những giác độ nào đó, cái khuôn mặt, cái phong cách và khí chất của những con người cầm bút được nhắc đến. Tôi mong, qua họ, người đọc có thể thấy hay cảm nhận được cái sức sống đẹp tươi và đầy màu sắc của một vùng trời đất hoa cỏ quê hương, nói riêng, và của cõi sống văn chương con người, nói chung. Cái cõi sống ấy, người viết và người đọc, ở nơi nào và thời nào, tôi tin, cũng đều muốn hướng đến. Trong đó, tất cả—người viết và người đọc, cái viết và cái đọc, cái được viết và cái được đọc—đều hạnh phúc quây quần và ca hát hạnh ngộ cùng nhau."

Thưa anh, trong việc viết phê bình văn học, anh có đặc biệt thích thú một hướng phân tích hay một phong cách phê bình, nhận định nào hay không?

Phê bình có thể có nhiều hướng, nhiều phong cách. Riêng tôi, tôi quý cái viết của nhà phê bình Gaston Bachelard (1884-1962). Ông là một người được thế giới biết đến như một triết gia, một nhà duy lý dấn thân, một người được đào tạo chuyên môn trong lĩnh vực khoa học, và đã có những công trình quan trọng trong lĩnh vực này.

Ngoài việc được xem là một nhà khoa học, Bachelard cũng được đánh giá là một nhà phê bình văn học kiệt xuất. Trong nhiều tác phẩm của mình, đặc biệt trong quyển *L'Eau et les Rêves (Nước và Những Giấc Mơ*), và, trước đó, trong quyển *La Psychanalyse du Feu (Phân Tâm Học về Lửa),* Bachelard đã dùng tinh thần khoa học pha với **một ngôn ngữ nhiều chất thơ**, tạo nên một thứ thi pháp kết hợp với những suy tưởng, phân tích hiện tượng luận, để đặt thi ca và văn chương trong một quan hệ tốt đẹp và nhiều thành tựu với khoa học về tâm lý.

Khuôn mặt trong gia tài khoa học/văn học của Bachelard mang dấu ấn của một nhận thức luận và một thi pháp học đặc thù, đã cho thấy triết lý, tư duy nơi ông là ***một tư duy kép***, gồm cả tư duy khoa học và tư duy thi ca. Ông cho thấy dù đó là hai mảng có vẻ đối chọi nhau, con người không thể tư duy mặt này mà thiếu mặt kia. *Animus* và *Anima.* Trong tác phẩm *La Poétique de la Reverie (Thi pháp của mơ mộng),* Bachelard đã đối lập *animus*, gắn bó với tinh thần khoa học, tượng trưng bằng lý trí, với *anima*, gắn bó với mơ mộng và tưởng tượng.

Cũng thế đối với Maurice Blanchot, một nhà phê bình kiệt xuất khác của Pháp. Trong tác phẩm *L'Ecriture du Désastre (Writing the Disaster,* 1980*),* một tác phẩm chứa đựng những suy tư mang tính triết học sâu sắc, thể hiện qua một lối viết được giới phê bình gọi là "prose fragments", người ta cũng có thể đọc được **những đoạn văn đầy thơ mộng** của Blanchot.

Tôi thích hướng phê bình và cái viết của cả Bachelard và Blanchot. Dĩ nhiên, còn có những người khác nữa. Có thể tạm kể như Mikhail Bakhtin, Roland Barthes, Roman Jakobson, Claude Lévi-Strauss, Jean Pierre Richard, Pierre Macherey, Charles Mauron, Normand Holland, Jean Starobinski, v.v. Mỗi người viết như thế là một ánh sao, mà cái ánh sáng họ để lại còn làm cho chúng ta, những người đọc, nhìn ngắm, theo đuổi.

Có những người nhận xét là văn phê bình của anh rất đẹp, có những chỗ giống như tuỳ bút, hay giống như thơ. Đó là một lời khen. Dù sao, anh có ngại người đọc như thế có thể nghĩ rằng anh đã đi xa khỏi cái cách mà phê bình nên có? Đọc kỹ, tôi thấy ngoài những đoạn đẹp như thơ và tuỳ bút, như đã được nhiều người ghi nhận, phê bình của anh lại cũng đầy tính lý luận, khoa học, những chuỗi lý giải sắc nét, chặt chẽ, nhiều khi mang màu sắc triết lý. Và anh cũng áp dụng những kiến thức, hiểu biết đặc biệt của anh về ngôn ngữ học, và một số những lãnh vực khác, để soi chiếu, phân tích các tác phẩm văn học. Những cái nhìn này đều có cái lý của chúng. Tôi thích những nhận định và những tham luận của các diễn giả trong buổi Ra Mắt Sách của anh. Như một nhà phê bình, quan điểm của anh trong việc viết, nói chung, và phê bình, nói riêng, là như thế nào?

Lại xin phép để trở lại một chút với Bachelard.

Mới chỉ đọc những dòng phê bình đẹp, nhiều chất thơ, có thể gần gũi với "tùy bút" của Bachelard (và, mở rộng ra, của cả Maurice Blanchot, hay của Wittgenstein, v.v.), người ta không nên vội nhận định về chữ viết, lối viết, hay tư tưởng của họ (vốn là những nhà phê bình hay triết gia) là đã đi xa khỏi phong cách cần thiết nên có của phê bình, của triết luận, từ đó, đưa đến một phán đoán, nhận định sai về mặt giá trị. Bởi, nói như Nabokov, *"Tiếng đập của một con sóng không thể giải thích toàn bộ biển cả." ("The breaking of a wave cannot explain the whole sea.")*

Dominique Lecourt, trong quyển *Le Jour et la Nuit (Ngày và Đêm),* viết về tác phẩm của Bachelard, đã cho thấy sự quan trọng trong **tư duy kép** của nhà phê bình này. Tư duy của ông kết hợp phần luận giải khoa học chặt chẽ, với một ý thức đầy sự thức tỉnh chói sáng, và một tưởng tượng thi ca thơ mộng và bay bổng, đầy chất thơ. Ngày và Đêm. Thế giới, đặc biệt là thế giới phê bình, cũng dường như cho rằng chính là phần "ban đêm" này của Bachelard đã khiến ông tạo được ảnh hưởng lâu dài trong phê bình và sự sùng mộ, yêu mến của người đọc.

Colette Gaudin, tác giả của *Gaston Bachelard / On Poetic Imagination and Reverie,* cho rằng phê bình về thơ của Bachelard là một thứ "thơ về thơ". Đó là một lời khen trân trọng. Và chính là Bachelard, với cách viết ấy, đã để lại cho đời nhiều tác phẩm với những phân tích mang dấu ấn của một thứ "triết học mềm mại" mà người đọc còn mãi ghi nhớ. [2]

Trong phê bình văn học của mình, tôi cũng không thật thích, đúng hơn là không thiên về, lối viết có tính "truyền thống", "tuyến tính", và có thể, nếu không khéo, đi đến chỗ khá khô khan, là chỉ chăm chăm chú chú tìm cách săm soi những chuyện đúng hay sai, hay hoặc dở. Xin lưu ý: những từ "truyền thống" và "tuyến tính", ở đây, tôi để trong ngoặc kép. Chúng có những nét nghĩa rất rộng, cả tích cực lẫn tiêu cực, và cả ở "ta" cũng như ở "tây" ("tây", hiểu theo nghĩa Tây phương, Âu Mỹ nói chung). Từ cổ điển cho đến (phần nào) hiện đại. Nếu ta theo dõi lịch sử phê bình của Âu châu và Mỹ, và đặc biệt của Việt Nam, tạm kể từ thời Phạm Quỳnh, Phan Khôi, Trần Thanh Mại, Thiếu Sơn, Trương Chính, Vũ Ngọc Phan, v.v., đến nay, ta đều thấy ít nhiều những nét mà tôi tạm gọi là "truyền thống" và "tuyến tính" này. Nổi bật đậm nhất là ở Vũ Ngọc Phan, người được định danh là "nhà phê bình văn học theo nguyên tắc khen chê" (theo nhà nghiên cứu và phê bình văn học Trần Đình Sử, và, theo tôi, lối định danh này, qua bài viết của Trần Đình Sử về Vũ Ngọc Phan, không nhất thiết phải là tiêu cực. Nó bao gồm cả mặt mạnh lẫn mặt yếu của Vũ Ngọc Phan. Và mặt tích cực cũng nhiều.). Tuy nhiên, ngay cả những người đi theo hướng này, họ cũng có cả những điểm mạnh lẫn những điểm yếu, và ta cũng phải để ý đến phong cách, lối lập luận và, đặc biệt, giọng điệu của mỗi người.

Cái hay hoặc dở, duyên dáng hoặc thô cứng, mạnh hay yếu, lôi cuốn hoặc khô khan, của mỗi nhà phê bình, theo tôi, chính yếu nằm ở những chỗ ấy. Nhưng, ở ta, không phải chỉ có những nhà phê bình đi theo hướng vừa nói; còn có những nhà phê bình khác nữa. Những nhà phê bình rất đáng quý. Mặc cho một số giới hạn mà họ có thể có, về mặt này hay mặt khác.

Trở lại chuyện "khen, chê", và đặc biệt chuyện "hay, dở", "đúng, sai". Dĩ nhiên, có những lúc ta cũng phải đưa ra những nhận xét về những điều ấy, và đó cũng là điều cần thiết hoặc nên làm, phải làm, trong phê bình khi cần. Dù sao, ta không nhất thiết phải xem chuyện ấy là chuyện hàng đầu. Có những cái khác, với tôi, còn xứng đáng để phê bình quan tâm đến hơn: đó là việc tìm ra cái sáng tạo, cái đẹp, cái chói sáng, hay cái khuất lấp của tác phẩm (cho dù khi thực hiện những "thao tác" này, nhiều phần, ta cũng có thể đi vào, ở một mức độ hay phong cách nào đó, việc "khen, chê", hay nhận xét "hay, dở", "đúng, sai", một cách minh nhiên hay không minh nhiên. Vấn đề, với tôi, là không nhất thiết phải làm những điều ấy với thái độ, cung cách "chỉ chăm chăm chú chú tìm cách săm soi"). Phải đưa được cái sáng tạo, cái đẹp, cái chói sáng, hay cái khuất lấp của tác phẩm ra. Và tôi quan niệm, đã viết thì phải có văn. Dù ta viết ở thể loại nào hay nói về đề tài gì.

Về cái viết như thơ, hay như tuỳ bút, tôi cám ơn những người đã nhìn thấy cái viết đó nơi tôi. Và quý mến nó. Đó là những thu hút, những đồng cảm về mặt mỹ học giữa người đọc và người viết. Được chia sẻ và yêu quý như vậy là một hạnh phúc. Và tôi cũng xin cám ơn những người khác, những người đã chỉ ra là, ngoài chất thơ của văn học, họ cũng nhìn ra ở tôi một số những điều khác nữa, làm nên cái chất phê bình của cuốn sách và của tác giả.

Trong phê bình, tôi thường kết hợp những hướng nhìn, hướng phân tích, hay những lý thuyết văn học khác nhau, để tiếp cận đề tài hay đối tượng phê bình của mình. Tôi cũng thường xuyên áp dụng những phân tích về mặt ngôn ngữ để khảo sát, trình bày hoặc đưa ra những lý giải, luận giải cho những nhận định, phê bình mà tôi đưa ra. Tôi thích đi sâu vào các từ, ngữ, cũng như các hình ảnh, ý nghĩa về mặt từ pháp, ngữ pháp, cú pháp và những gì nằm sâu dưới bề mặt văn bản. Đối với tôi, đó là một cái thú của phê bình, của đọc. Nói theo Roland Barthes thì đó là "le plaisir du texte/the pleasure of the text", cái "khoái cảm của văn bản". Đó là tìm ra, nhìn ra, hoặc trình hiện, khai lộ, những cái mà chính tác giả cũng không thấy, không nhận thức được. Bởi lẽ, khi viết tác phẩm của mình, các tác giả không phải chỉ viết với sự tham dự của ý thức mình mà thôi; mà họ còn viết với cả vô thức và tiềm thức của họ nữa. Mà những điều "đi ra" từ vô thức và/hay tiềm thức như thế, nhiều phần là tác giả không thể biết hay không thể kiểm soát được.

Tôi vẫn thích câu nói của nhà lý thuyết nổi tiếng về thông diễn học (*hermeneutics)* Wilhelm Dilthey: "Mục tiêu tối hậu của quá trình giải minh văn bản là để hiểu một tác giả sâu sắc hơn là chính họ tự hiểu biết về mình". ("The ultimate goal of the hermeneutic process is to understand an author better than he understood himself.").

Tôi rất quan tâm đến cách anh dùng ngôn ngữ để đi vào và phân tích các tác phẩm. Gần như trong bất kỳ một bài phê bình nào của anh, người ta cũng có thể tìm thấy những phân tích lý thú, hay những đường nét, dấu vết của sự phân tích ấy, cho dù giọng văn và hơi văn của anh, như được nhận xét, nhiều chỗ lại đầy chất thơ. Những phân tích ngôn ngữ của anh mang tính lý luận cao với lối viết và ngôn ngữ cần thiết của nó. Chúng mở ra nhiều chiêu thức, đầy nét sáng tạo, có những khi mang nặng tính chuyên môn, như những phân tích về ngữ nghĩa, ngữ pháp, ngữ âm, hay âm vị học, nhưng anh vẫn làm cho chúng có được sự cuốn hút một cách đầy thích thú. Cái nhìn của anh về ngôn ngữ là như thế nào? Và ở đâu ra cái khả năng nắm bắt và lý luận, phân tích về ngôn ngữ ấy của anh?

Tôi nhìn ngôn ngữ, nói chung, và ngôn ngữ văn học nói riêng, là chất liệu của tất cả các loại văn bản, đặc biệt là các tác phẩm văn học. Người nhạc sĩ dùng âm thanh, dùng các nốt nhạc để xây dựng tác phẩm của mình. Người hoạ sĩ dùng màu sắc và các đường nét. Người viết chữ, nói chung, và các nhà văn nhà thơ nói riêng, dùng ngôn ngữ. Các từ ngữ là vật liệu, là của cải của họ. Trong sự giao tiếp hằng ngày, từ ngữ thường là cái dùng xong rồi bỏ, cái *disposable*. Nó là cái vật dụng ta dùng để thực hiện một việc gì đấy, mà cái cần đạt tới là chính; cái dùng để đạt được điều ấy, là từ ngữ, thì không cần thiết để giữ lại. Nó thừa mứa. Lúc nào cũng sẵn có để dùng, khiến ta không thấy nó là quý.

Người làm thơ, viết văn thì khác. Từ ngữ là ngọc quý. Nó được trân trọng khi ta sử dụng nó, cũng như khi ta đã dùng xong nó, để xây dựng nên tác phẩm. Từ ngữ được đãi lọc, sao tẩm, chưng cất, cẩn chạm, sao cho nó đạt được cái hiệu quả tối đa, tối hậu của chữ. Nó là cái được sử dụng để tạo hiệu ứng, để làm cho nhớ. Để, sau khi dùng rồi, nó vẫn còn lấp lánh, toả sắc. Cái ánh sắc làm cho người ta rung động, hạnh phúc, buồn đau, hay kinh khiếp. Như Đỗ Phủ nói, trong bài "Giang thượng trị thuỷ như hải thế liêu đoản thuật", *Ngữ bất kinh nhân tử bất hưu*. Chữ mà không làm cho người kinh động, thán phục thì đến chết cũng không yên, không thôi trăn trở, sửa chữa. Từ ngữ, chữ nghĩa, với họ, là cái để dùng, và để lại cho đời. Chữ ở lại. Và người viết chữ cũng ở lại.

Ý thức được cái quan trọng và quý giá của từ ngữ như thế, tôi luôn quan tâm đến chữ. Và khi đi vào tác phẩm, tôi muốn tìm kiếm xem tác giả đã dùng chữ như thế nào. Cách hành từ, hành văn, chấm câu, tạo những mối liên kết giữa các chữ, biến chúng thành ý nghĩ, tư tưởng, hình ảnh và cảm xúc. Trong sự tìm hiểu, phân tích thơ của Thanh Tâm Tuyền, Tô Thuỳ Yên, Bùi Giáng, hay đối với bất cứ một tài thơ nào, tôi muốn tìm ra cái lý ẩn sau một chữ dùng, cái lý của một âm được đặt để trong một quần thể chữ. Để xem chúng đã tạo được những hiệu ứng như thế nào. Chẳng hạn, để khảo sát một câu thơ của Bùi Giáng, của Thanh Tâm Tuyền, hay của Tô Thuỳ Yên, ta có thể đi vào phần nhịp điệu, ý nghĩa, bóc mở từ ngữ, câu chữ để phát hiện những cái nét đặc thù của chất liệu ngôn ngữ mà nhà thơ đã dùng trên các mặt từ pháp, từ nguyên, ngữ pháp, ngữ nghĩa, ngữ dụng, từ vụ học, ngữ âm học, âm vị học, v.v..

Những câu thơ hay của các thi sĩ, nhiều khi, đọc qua, ta thấy thích, nhưng không thật sự thấy rõ cái đặc sắc của chúng là từ đâu ra. Nhưng nếu cất công phân tích, mở cái cửa của thơ ra, ta có thể thấy chúng là những cấu trúc rất đẹp và rất hoàn chỉnh. Cấu trúc này, có thể thi sĩ không cố tìm cách sắp xếp như những phương trình toán học hay như một tòa kiến trúc với những dụng công tỉ mỉ. Thi sĩ thở ra thơ. Trong vô thức, trong tiềm thức, thi sĩ luôn sống với giấc mơ của mình; bởi thế, khi thở ra, thơ đã là một chỉnh thể vừa có tính thơ mộng của thi ca, vừa chứa đựng trong nó tất cả *những yếu tố ngữ âm, ngữ nghĩa, ngữ pháp, ngữ khí và ngữ ý* cần thiết để diễn tả tâm ý mình.

Nói thế, nhưng để có được một câu thơ hay, thi sĩ, dù nhiều khi làm việc với vô thức và/hay tiềm thức mình, thường cũng phải "thậm" công phu với ý thức trong khi sáng tạo. Để có thể diễn được một tư tưởng, hay một hình ảnh, mang tính sáng tạo, gây ấn tượng nơi người đọc, làm họ yêu thích và nhớ mãi, người cầm bút thường phải có một số nỗ lực nào đó. Những nỗ lực ấy được bồi đắp mỗi ngày, mỗi lúc, tạo nên một thứ "công phu" mà người ngoài, người đọc, khó nhìn thấy rõ. Và ta tưởng rằng việc viết chữ là dễ. Thật sự, không hề như thế. Để đạt được cái tưởng như dễ dàng, khinh khoái trong việc viết chữ, cần có một sự "thậm công phu". Nếu không nói là "tử công phu".

Ta đang nói về thơ. Nhưng khi đi vào văn, người đọc, với nỗ lực và sự nhạy bén của mình, cũng có thể mở ra những cửa ngõ để thấy được những cấu trúc ngôn ngữ, hình tượng rất đẹp và hoàn chỉnh như vậy. Và, dĩ nhiên, người ta cũng có thể tìm vào/tìm ra cái hay, cái đẹp của văn chương, chữ nghĩa, qua những cánh cửa khác.

Tôi thích tìm cách mở những cửa ngõ của chữ có lẽ là vì yêu chữ, yêu mê đọc sách từ nhỏ. Vì thấy được những trăng sao, trời biển, sông núi, đất đai, cảnh sắc đã được mở ra cho mình từ những chữ và nghĩa. Chỉ có yêu chữ, hạnh phúc với chữ, khổ đau và rung động với chữ, ta mới thấy được những nét, những vẻ, và màu sắc, âm thanh, hương vị của từ ngữ. Tôi thích làm điều ấy, trước hết, vì những điều vừa nói. Nhưng có lẽ cũng vì nhờ được đào luyện trong ngành ngôn ngữ, đủ để biết được một số cánh cửa giúp ta đi vào cái khu rừng lúc thì mịt mù sương móc, khi lại lung linh cái ánh sáng lạ lùng. Nhưng tôi nghĩ là người ta/chúng ta phải đọc, và học hỏi suốt đời, nếu muốn bước vào ngôi đền thâm nghiêm ấy của chữ. Không có cách thế nào khác.

.3.

Khi còn nằm trong vòng tay của tác giả, chịu sự kiểm soát và chăm sóc của người viết, chữ nghĩa có cái "thân phận" của nó. Cái "thân phận" được ôm ấp, chắt chiu, hay bị bỏ mặc, thả hoang, phóng túng. Nhưng khi nó đã nằm trong, và trở nên, một quyển sách, chữ nghĩa có một đời sống khác. Nó đi vào cuộc đời, và nó thuộc về người đọc.

Người đọc sẽ quyết định cuộc sống của sách. Của chữ.

Và chữ, cùng với xương thịt và hồn vía của nó, trở nên có một thân phận riêng. Tất cả chúng ta, như những người đọc, đều liên đới chia sẻ cái sống của chữ, của từng quyển sách. Sự trôi qua của thời gian, cũng là của chữ, như thế, gắn kết với niềm yêu, nỗi nhớ, cái thương cái ghét, cái buồn đau xót xa hạnh phúc của tất cả những con người sờ, chạm, nhìn ngắm và chia sẻ cái sống của chữ với cái sống của mình.

Hiệu ứng của chữ, thân phận của chữ là thế. Không thể khác.

Tháng IV. 2024

---

[1] Những câu hỏi trong phần 2 của bài này đến từ những độc giả và bạn văn đã có dịp đọc sách *9 Khuôn Mặt. 9 Phong Khí Văn Chương* của tôi (nói riêng, và các tiểu luận văn học tôi cho phổ biến từ nhiều năm nay nói chung). Họ đã chia sẻ với tác giả qua một số phương tiện, cách thế, và trong những hoàn cảnh khác nhau. Đặc biệt trong giai đoạn gần đây. Những ý nghĩ, câu hỏi, quan tâm ấy được sắp xếp, kết hợp để làm nên những câu hỏi trong phần 2 này của bài. Những hồi ứng đó của người đọc là một điều quý cho một người viết. Ở đây, tôi đặc biệt cám ơn sự chia sẻ của Đặng Thơ Thơ và Đinh Từ Bích Thuý, hai chủ biên của trang văn học Da Màu, cũng là những người viết và người đọc. Và cả những bạn viết và bạn đọc khác nữa.

[2] Một phần viết về Bachelard và Blanchot, đặc biệt là về Bachelard, trong bài này, tôi mạn phép lấy lại từ bài tôi viết năm 2017, "Đọc, giữa những ánh xạ của phê bình" (phần I & II). Trong bài ấy, tôi đã có dịp nói về hai nhà phê bình này (đặc biệt Bachelard còn là một nhà khoa học, đã có những công trình quan trọng trong lĩnh vực ấy, và ông cũng được xem là một triết gia), một cách chi tiết hơn, với những dẫn chứng sâu hơn và tỉ mỉ hơn. Xin được miễn trình bày quá chi tiết ở đây, trong bài này, vốn được viết với một tâm thế khác, và với một chủ hướng khác. Về viết và đọc, và về cái sống, thân phận, hiệu ứng của chữ.

Truyện Ngắn, Mỹ Học của Cái Vụt Qua (*)

.1.

Để bàn về truyện ngắn, trước hết, tôi muốn nói về số mệnh của nó.

Tôi tin là số mệnh của truyện ngắn sẽ còn dài, không như số mệnh của tiểu thuyết mà cứ cách khoảng trên dưới mười năm, trong thời gian trên dưới nửa thế kỷ nay, vẫn có những người lo lắng đưa ra những suy nghĩ/quan tâm về sự sống của nó. (Nhưng rồi lại có những tiếng nói khác phản bác nỗi lo âu ấy—lời phản bác gần đây nhất về những suy nghĩ bi quan liên hệ đến cái chết của tiểu thuyết mà tôi được biết là của Orhan Pamuk, tác giả của những tiểu thuyết nổi tiếng như *My Name is Red* (*Tên Tôi là Đỏ), Snow (Tuyết), White Castle (Pháo Đài Trắng), The Black Book (Sách Đen), The Museum of Innocence (Bảo Tàng Viện của Sự Trong Trắng)*, v.v., và là chủ nhân của giải Nobel văn học 2006.)

Trong thời đại của công nghệ thông tin và *internet* hiện nay, sách vở, văn chương (đặc biệt là tiểu thuyết) đang bị những phương tiện thông tin (nghe nhìn) khác tấn công và chèn ép. Truyện ngắn có lẽ là một chọn lựa tốt đẹp để người ta vẫn còn có thể "gần gụi" với văn chương. Dung lượng của một truyện ngắn cho phép người ta đi vào và đi qua nó chỉ trong khoảng từ mười, mười lăm, hai mươi phút cho đến tối đa là trên dưới hai tiếng đồng hồ. Nhịp điệu, tốc độ, và cả những "tiết nhịp" của truyện ngắn là những cái kéo người đọc lại gần nó. Những điều đó cũng cho thấy cái kỹ năng, cái tài hoa, cái "thần" của người viết.

Truyện ngắn là một con ngựa, Italo Calvino, tác giả của *If on a Winter's Night a Traveler* (*Nếu một đêm đông một lữ khách)*, đã nói thế, dẫn lại ý của Boccaccio. Nhịp điệu và tốc độ của con ngựa ấy tùy thuộc vào khoảng cách của nó trên đường đến đích cũng như điều kiện của mặt đất dưới chân nó. Con ngựa có thể đi nhịp kiệu hay phóng nước đại, nước rút. Và nhịp điệu cũng như tốc độ ở đây thiên nhiều về mặt tinh thần. Tất cả những điều đó thu hút người ta đến với truyện ngắn. Ở một chỗ khác, Calvino còn nhắc đến một ý của Leopardi, cũng liên quan đến ngựa, rằng việc cưỡi ngựa hiến cho người ta cái kinh nghiệm về "sự nhanh lẹ, năng lực và sức mạnh", cho phép chúng ta cảm nhận như mình được tiếp cận với một bình diện cao hơn của bản thể về mặt cảm xúc và tinh thần. Dù sao, thời tính của truyện ngắn, trong quan niệm của Calvino, không nhất thiết phải thu gọn lại trong một thời khoảng giới hạn nào đó, Thời gian trong truyện có thể co lại, hay được kéo dài ra, hay đứng bất động. Cái quan trọng là sự bí ẩn của nhịp điệu.

Tóm lại, tôi nghĩ, nếu ngôn ngữ, câu và chữ, và cú pháp, và những thủ pháp sử dụng trong việc diễn tả, tạo nhịp điệu cho truyện, tạo được một ấn tượng về dòng chảy của thời gian, giúp nhà văn đem lại được cái ánh lấp lánh hoặc những sắc mầu đặc thù cho truyện của mình, nhà văn sẽ làm cho người đọc hắn nhớ mãi.

So với tiểu thuyết, thơ, và kịch, những thể loại đã tạo được nhiều cách tân trong suốt lịch sử của chúng khiến cơ hội làm mới, tái sinh chúng càng ngày càng trở nên khó khăn, thì truyện ngắn vẫn là một mảnh đất còn khá mầu mỡ để người cầm bút canh tác.

.2.

Trong lịch sử trên dưới 6000 năm của mình (từ những năm của thế kỷ 40 trước công nguyên với những bản văn tìm thấy từ thời cổ Ai Cập cho đến ngày nay), truyện ngắn, về đại thể, chỉ trải qua một số biến động lớn. Từ những truyện cổ tích, truyền thuyết, huyền thoại mang tính cách hoang đường, thần bí, siêu nhiên, không dựa trên hiện thực, phản ánh một quan niệm gián tiếp trong miêu tả nghệ thuật, đến thời Phục Hưng, thế kỷ XIV, qua Giovanni Boccaccio, truyện ngắn đã đi vào nghệ thuật trực tiếp, phản ánh cuộc sống với những mẫu nhân vật gần gụi trong đời thường (những lái buôn, những kẻ mang lốt tu hành nhưng có một tính cách phản diện, cái thiện, cái ác cụ thể, v.v.). Sau đó, vào đầu thế kỷ XIX ở châu Âu, truyện ngắn bắt đầu có những biến đổi căn bản. Nhưng để thấy rõ khúc ngoặt của truyện ngắn, người đọc phải chờ đến Edgar Allan Poe (1809 – 1849) của Mỹ với tài dựng truyện tuyệt vời cũng như khả năng lập thuyết sắc sảo của ông khi nói về thể loại này. Những truyện ngắn mang cái lõi trinh thám cùng với loạt truyện gây ấn tượng sâu sắc của Poe, kết hợp những yếu tố kinh dị, kỳ ảo hay huyền ảo, đã đưa truyện ngắn vào một khúc quanh mới.

Rồi đến Anton Chekhov, bậc thày của truyện ngắn Nga. Chekhov đã, qua những truyện ngắn đặc thù trong lối viết của mình, cắt bỏ các trạng từ, tính từ mang tính biểu cảm, thậm chí cắt bỏ luôn cả cốt truyện, chỉ trình bày một mảng hiện thực được soi chiếu bằng những vệt chiếu vừa đủ để tạo nên một cảm giác bềnh bồng của sương mù, nhưng từ đó lại làm bật lên cảm nhận về hiện thực của tâm hồn con người. Cái cảm giác này có thể còn lờ mờ, không thật rõ nét, nhưng cái ấn tượng về đời sống, về cái hiện thực bên trong ấy của hồn người cứ còn vương đọng lại mãi trong tâm trí người đọc.

Phong cách của Sherwood Anderson, và phong cách viết của Hemingway với nguyên lý "tảng băng trôi" ba phần nổi bảy phần chìm (hay, sau đó, Camus—với *cách viết* trong "Kẻ Xa Lạ" [1] —, và thậm chí đi đến phong cách "tối giản", "cực hạn" (minimalism) một cách tuyệt vời sau đó nữa của Raymond Carver) theo kiểu tước bỏ tất cả những gì trước đó, một cách căn bản, tạo nên sự thành công của truyện ngắn, như những câu chữ mang nhiều tính mô tả (như tính từ, trạng từ, các cụm tính từ, trạng từ, v.v.), các hình ảnh, cốt truyện, sự tràn đầy trong miêu tả, diễn đạt, v.v., làm nên cái thần thái xưa của truyện ngắn, cũng đã là sự nối tiếp phong cách Chekhov. Tuy nhiên, những nhà văn vừa nói đã tô đậm thêm cái phong cách này với những nét tài hoa cùng sự sáng tạo riêng để xác định chỗ đứng và nét đặc thù của mình. Chẳng hạn như Hemingway đã sáng tạo nên dạng *truyện ngắn đối thoại* nổi tiếng. Còn Raymond Carver thì đã được các nhà văn và người đọc xem là một *maestro* của phong cách "tối giản" (còn được gọi là "thiểu tố" hay "cực hạn"), cùng với cung cách khách quan hóa tối đa thái độ cũng như phong thái của người kể truyện. Carver đã chiếm được sự cảm phục của người đọc trong suốt nửa sau của thế kỷ XX.

Đó là chúng ta chưa nói đến Catherine Mansfield và Alice Munro, hai nhà văn kiệt xuất của truyện ngắn. Một người được gọi là Chekhov của Anh quốc, và người kia cũng được xem là Chekhov của Canada.

.3.

Bước đột phá gây ấn tượng gần đây nhất trong lịch sử của truyện ngắn có lẽ đã được tạo nên bởi Franz Kafka và, sau đó, Gabriel García Márquez.

Cả Kafka lẫn Márquez đều đã dùng những yếu tố kỳ diệu, huyền ảo mang đầy tính ma thuật trong những truyện ngắn của mình. Nhưng họ đã đi những bước khác nhau, với phong cách, thần thái khác nhau. Kafka, cùng với các nhà văn hiện đại khác, đã không chấp nhận việc miêu tả hiện thực một cách trực tiếp nữa. Mà nhắm vào cái nghĩa bóng, nghĩa được suy đoán của hiện thực. Từ đó, nhà văn cấp cho hiện thực tính đa trị, đa nghĩa. Nhắm vào việc làm mờ hóa hiện tượng, bôi bỏ những đường viền rõ nét của hiện thực, nhà văn đẩy người đọc vào thế phải suy giải. Có những hiện tượng được suy giải theo những con đường trái chiều, đối nghịch hẳn nhau, nhưng đều có nghĩa. Và, từ đó, những văn bản văn chương của thời hiện đại và hậu hiện đại nhiều khi có được những nét đa trị, đa nghĩa hết sức phong phú. Sự phong nhiêu, phong dật của văn chương (không hẳn theo nghĩa "Văn chương của sự phong dật"—*The Literature of Replenishment* của John Barth), ở một mặt ý nghĩa nào đó, cũng đã được nhận rõ từ khía cạnh này.

Cùng với Kafka, văn chương của sự biến dạng ra đời. Một thứ văn chương của huyền thoại. Của cái thực và cái mơ xoắn quyện, bồng bế lẫn nhau. Đó là văn chương của cái nghĩa bóng. Cái đằng sau, cái nghĩa bóng ấy, bỗng được đẩy ra phía tiền trường. Còn hiện thực thì được đẩy lùi về phía sau, được nhìn một cách gián tiếp. *Chất Kafka* của văn chương... hậu-Kafka đã được quy chiếu từ phong cách đó.

Và rồi cái bóng sừng sững của Márquez.

Márquez đối mặt với hiện thực một cách rõ nét hơn Kafka, cho dù những yếu tố hoang đường và ẩn dụ cũng đầy tràn trong truyện của ông. Ẩn dụ của Kafka bật sáng những thao thức đầy chất trí tuệ. Ẩn dụ của Márquez chập chờn và lấp lánh những hoa văn của hình tượng. Qua đó, với Márquez, người đọc như chìm vào "biển của thời đã mất" (cũng là tên một truyện ngắn của ông), nhập vào và sống một cách *tự nhiên nhi nhiên* với những cảnh hoang đường, kỷ ảo (thậm chí có những lúc nghịch dị) trong truyện của Márquez. Nhà văn đã thành công trong việc đưa dẫn người đọc vào những giấc mơ kỳ ảo, say đắm mà họ không muốn thoát ra.

.4.

Nói đến truyên ngắn, của thế giới nói chung và của Việt Nam nói riêng, việc liệt kê những nhà văn đã để dấu ấn mình trong truyện ngắn và, bằng một cách đặc thù nào đó, thổi tiếp sinh khí cho thể loại này, rất dễ bị trở nên thiếu sót. Trên phạm vi thế giới, người ta có thể nói đến Nikolai Gogol, Guy de Maupassant, Alexander Pushkin, Leo Tolstoy, Ivan Turgenev, Ivan Bunin, Anton Chekhov, Charles Dickens, Vladimir Nabokov, Hermann Hesse, Nathaniel Hawthorne, Edgar Allan Poe, Rudyard Kipling, Mark Twain, Herman Melville, Virginia Woolf, O. Henry, Jack London, F. Scott Fitzgerald, William Faulkner, W. Somerset Maugham, Katherine Mansfield, Isaac Bashevis Singer, Thomas Mann, Franz Kafka, James Joyce, D. H. Lawrence, Sherwood Anderson, Ernest Hemingway, Jorge Luis Borges, Dino Buzzati, Italo Calvino, Gabriel García Márquez, Kurt Vonnegut, John Barth, Donald Barthelme, Flannery O'Connor, Catherine Mansfield, John Cheever, John Steinbeck, J. D. Salinger, Raymond Carver, Alice Munro. Và có thể còn những tác giả khác nữa.

Cũng thế, đối với các nhà văn viết truyện ngắn Việt Nam. Dù sao, tôi không muốn thử liệt kê như đã làm ở trên với các nhà văn ngoại quốc. Có lẽ đa số chúng ta đều có thể hình dung được tiếng nói, giọng điệu và phong cách của những nhà văn Việt Nam mà mình yêu thích. Cả ở trong lẫn ở ngoài nước. Dù sao, những điểm làm cho họ nổi bật cũng là những điểm đã làm cho các nhà văn thế giới và những truyện ngắn của họ được người đọc yêu mến và ghi nhớ trong lòng. Những điểm đó tôi đã thử trình bày ở một đoạn trên. Đó là tài năng (không chỉ là "kỹ năng", cho dù "kỹ năng" có thể dẫn đến "tài năng") và sự sáng tạo. Chính tài năng và sự sáng tạo là xương cốt, máu thịt và hơi thở để dựng nên những truyện ngắn sống mãi với đời.

Về ranh giới giữa truyện ngắn và truyện dài, đây có lẽ vẫn còn là một vấn đề chưa giải quyết xong một cách rốt ráo. Nhà lập thuyết về thể loại Edgar Allan Poe thì cho rằng truyện ngắn là truyện có thể "ngồi đọc liền một mạch" ("in one sitting") trong một thời khoảng giới hạn nào đó. Dù sao, cái "mạch" mà ông nói, trong thời buổi của truyền thông với công nghệ *internet* và những "kênh" xã hội của thời buổi này, có lẽ ngắn hơn thời của Poe kha khá. Đó là vấn đề của thời đại. Và truyện ngắn nào cũng được viết trong cái thời đại của mình. Bây giờ, nói chung, người ta thường cho rằng một truyện ngắn không nên/không thể ngắn hơn 1,000 từ và không nên/không thể dài hơn 20,000 từ. Truyện ngắn mà ngắn hơn 1,000 từ thì thường được gọi tên là "truyện chớp" ("flash fiction"), "truyện thình lình", "truyện bất chợt" ("sudden fiction"), "truyện vi-ti", "truyện mini", "truyện micro" ("micro fiction", "micro-fiction", "microfiction", hay "MicroFiction"). Ngoài ra, Yasunari Kawabata, tác giả của *Snow Country* (*Xứ Tuyết)*, *The Sound of the Mountain* (*Tiếng Rền của Núi*), *The Old Capital* (*Cố Đô*), v.v., khôi nguyên của Nobel văn chương 1968, trong thể loại truyện ngắn, cũng để lại một ấn tượng đặc biệt với người đọc ông khắp thế giới qua loạt truyện ngắn mà ông gọi là "truyện ngắn trong lòng bàn tay" ("palm-of-the-hand stories"). Những truyện này có thể ngắn hơn một truyện ngắn trung bình, nhưng thường thì lại dài hơn một truyện "chớp". Người đọc, qua loạt truyện này, có thể thấy tính thơ mộng, trầm tư và hóm hỉnh của Kawabata qua những suy nghĩ và hình ảnh của nhà văn, cũng như sự cô đúc về mặt kỹ thuật sáng tạo truyện của ông. Cũng thực hiện nguyên lý "tảng băng trôi" như Hemingway, ông khai mở lối vào tâm hồn con người một cách tinh tế và độc đáo qua một số lượng tối giản về từ ngữ.

Dù sao, khi bàn về ranh giới của truyện ngắn, cũng có những trường hợp đặc biệt không nằm trong quy luật "đọc liền một mạch" này. Mà có khi phải cần đến hai hay ba "mạch"! Chẳng hạn như nhiều truyện ngắn của Võ Phiến, tạm thời có thể kể: *Thác Đổ Sau Nhà, Về Một Xóm Quê, Thương Hoài Ngàn Năm*, v.v.. Nói chung, những truyện ngắn này của Võ Phiến, về bề dày phân tích tâm lý và độ sâu của câu chuyện, cũng như về số chữ mà chúng chứa đựng, có lẽ, ở một số giác độ nào đó, có thể tạm so sánh với "những truyện (ngắn) về tình yêu" ("love stories") của Ivan Turgenev. Những truyện ngắn như *First Love* (*Tình Đầu*) hay *Torrents of Spring* (*Lũ Xuân*) của Turgenev cũng có một độ dài dài hơn là một truyện ngắn điển hình, nói chung. Truyện ngắn của Võ Phiến, cũng như truyện ngắn của Turgenev, có lẽ còn dài hơn "truyện dài" *The Old Man and The Sea* (*Ông Già và Biển Cả*) của Hemingway. Đối với những trường hợp này, thay vì gọi là "truyện ngắn", có lẽ ta chỉ nên gọi là "truyện" thôi, nếu ta không thích gọi chúng là những "truyện vừa".

.5.

Alice Munro là khôi nguyên Nobel văn chương 2013. Bà được trao giải Nobel văn chương vì những truyện ngắn đặc sắc, mang nét cách tân, của bà. Mong muốn của Alice Munro, cùng với niềm vui khi được trao giải Nobel văn chương vì những truyện ngắn của mình, là hy vọng người đọc, qua giải thưởng mà bà nhận được, sẽ coi truyện ngắn là một nghệ thuật quan trọng, chứ không phải chỉ là sự "thử bút" của nhà văn cho đến khi viết được truyện dài. Như thế, không phải chỉ ở Việt Nam, mà cái thái độ xem trọng tiểu thuyết/truyện dài hơn truyện ngắn vẫn là một thái độ mang tính phổ biến. Nhưng, nếu ta quan tâm đến truyện ngắn đủ để thấy cái nghệ thuật đẹp đẽ và tuyệt vời của nó nơi những nhà văn đã thành công với thể loại này, ta sẽ thấy là truyện ngắn cũng đem lại cho người đọc những khoái cảm thẩm mỹ như những khoái cảm mà tiểu thuyết mang lại, cho dù tố chất và cường độ của chúng có thể khác nhau.

Nếu nói về những cách tân thể loại, như đã thử trình bày ở trên, trong suốt mấy ngàn năm lịch sử của nó, truyện ngắn đã có những khai phá, những khúc quặt, những biến động. Dù sao, tất cả những điều ấy cũng đòi hỏi thời gian và một môi trường văn hóa-xã hội thích đáng, như một chất men kích thích. Chưa kể đến cái tài năng riêng của những con người khai phá, sáng tạo. Chúng ta có thể tự hỏi tại sao các nhà văn Việt Nam chưa tạo được nhiều cách tân trong phạm vi thể loại này. Hãy đối chiếu lịch sử 6000 năm của truyện ngắn thế giới và độ dài của lịch sử truyện ngắn Việt Nam. Tôi nghĩ, truyện ngắn Việt Nam, dù sao, trong chiều dài lịch sử của mình, cũng đã cho thấy những tài năng nổi bật, chẳng hạn như Nam Cao trước đây và Nguyễn Huy Thiệp trong giai đọan vừa qua (tôi chỉ thử kể tên hai người, nhưng mỗi người đọc, trong sự tìm hiểu, khám phá và thẩm mỹ riêng của mình, có thể thêm vào một số hay nhiều tên tuổi nữa). Ngoài ra, truyện ngắn trong nước, qua nhiều giai đoạn, đặc biệt truyện ngắn của miền Nam Việt Nam thời kỳ 1954-1975, và truyện ngắn Việt Nam trong giai đoạn khoảng vài chục năm trở lại đây của cả nước, đã cho thấy có những thành tựu xuất sắc. Đó là chưa kể đến những nét đặc thù, hoặc đầy tính lai tạp thú vị, của truyện ngắn Việt Nam của những nhà văn hải ngoại sau 1975. Đi sâu vào việc tìm hiểu, phân tích các yếu tố và chất liệu được sử dụng trong những "vùng năng lượng" này, chắc hẳn người ta sẽ tìm ra được những viên ngọc lấp lánh trong các vỉa quặng đó. [2]

Tôi nghĩ, sự phát triển của truyện ngắn mang tính lịch sử, mang tính văn hóa. Càng có cơ hội tiếp cận nhiều với thế giới chung quanh, càng có những nỗ lực khai phá, tìm hiểu, đào sâu vào cái bản-thể-người để thấy được những mê lộ của tâm lý và ý thức nó, càng nhuần nhuyễn trong việc nắm cương ngựa (như trong ẩn dụ của Boccaccio), chúng ta càng có nhiều cơ hội để ghi dấu ấn của mình vào truyện ngắn. Nhưng, để lặp lại, đây là vấn đề mang tính lịch sử. Và văn hóa. Ngoài ra, nếu ngôn ngữ và văn hóa Việt Nam được biết đến rộng rãi hơn nữa trên thế giới, nếu tiếng nói và kinh nghiệm sống, kinh nghiệm làm người của chúng ta được lắng nghe và được tìm hiểu một cách thích đáng hơn nữa, cơ hội mà chính ta hoặc người ngoài nhìn thấy sự cách tân trong thể loại này của mình hẳn sẽ nhiều hơn. Chúng ta sẽ mở rộng hơn biên độ khai phá và ta sẽ nhìn thấy những cỏ hoa, cây cối mới trong không gian, địa vực của truyện ngắn Việt.

.6.

Alice Munro, trong một cuộc phỏng vấn với tạp chí *The Paris Review*, phát biểu: " [Hồi còn trẻ] tôi đã mê đọc Eudora Welty, Flannery O'Connor, Katherine Ann Porter, Carson McCullers. Tôi nghĩ nhà văn đàn bà có khả năng viết về những điều quái dị, hoặc những chuyện bên lề (...) Còn tiểu thuyết vĩ đại trong dòng chính về hiện thực là giang sơn của đàn ông."

Tôi nghĩ đây là một cách nói có phần nào dí dỏm và khiêm nhường của Munro. Đặc biệt khi nó áp dụng cho truyện ngắn. Của bà. Và của những nhà văn nữ mà bà đã nhắc đến. Dù sao, đó có lẽ cũng là một cảm nhận riêng của Munro, một người, ở một góc độ nào đó, cũng chia sẻ những rung động và cái nhìn của mình như những nhà văn nữ mà bà đã kể tên, đặc biệt là như Carson McCullers. Bà có cái gắn bó, đồng cảm thân thiết với những kẻ ở bên lề, những kẻ bị người đời bỏ quên hay bỏ qua. Có được điều đó vì một phần bà đã sống giữa họ, nhưng phần lớn, theo tôi, là bà đã có sự quan sát và rung động sâu sắc trước những cuộc đời ấy. Bà hiểu được những góc khuất của những tâm hồn bị bỏ rơi đó.

Còn về vấn đề "quái dị"? Có lẽ cũng giống Carson McCullers, đứa con của miền Nam nước Mỹ, gắn bó với những tâm hồn... "nguyên sinh", chất phác, những người có tố chất "dân quê" của cuộc sống làng mạc, nhiều người là những kẻ khuyết tật, dị dạng, những kẻ "ở bên lề", bà đồng cảm và thân thiết với họ. Trong họ và qua họ, bà "nhìn" thấy được những điều "quái dị", trong niềm tin thô sơ, trong lối ứng xử, trong thái độ sống, trong những xác tín cuộc đời... Dù sao, phát biểu của bà, theo tôi, đúng thì cũng có đúng, nhưng có lẽ nên được hiểu trong một nghĩa giới hạn và tương đối. Vì, thật sự, Poe, Kafka, Marquez chẳng hạn, không phải là những nhà văn (nam) cũng rất gần gũi với sự quái dị đó sao? Thật sự, thậm chí, tên tuổi của họ có lẽ phần lớn đã được gắn bó và định hình qua những khái niệm về "nghịch dị", "quái dị", cho dù tính "quái dị" nơi mỗi nhà văn này mang những tố chất khác nhau. Còn Margaret Mitchell, tác giả của *Gone with the Wind*

(Cuốn Theo Chiều Gió), Harriet Beecher Stowe, tác giả của *Uncle Tom's Cabin (Chiếc Lều của Chú Tom)*, Ayn Rand, tác giả của *Atlas Shrugged (Atlas Vươn Mình)*, không phải là những nhà văn nữ hay sao? Và tác phẩm của họ chẳng lẽ không phải là những "big novel", những "tiểu thuyết vĩ đại"?

Ở Việt Nam, Võ Thị Hảo đã viết tiểu thuyết (lịch sử) *Giàn Thiêu*, rồi gần đây in quyển *Dạ Tiệc Quỷ* ở ngoài nước, một *album* gồm những "xấp hình" cắt dán mang những thông điệp lịch sử, cho thấy những lát cắt sắc nét với những mô tả, giải minh đầy ấn tượng về lịch sử và con người Việt kể từ Cải Cách Ruộng Đất đến thì hiện tại. Tiếng nói và cái nhìn mang tính *panorama* ấy của nhà văn nữ này không phải là lớn hay sao, cho dù trong văn chương của Võ Thị Hảo, người ta cũng có thể phát hiện ra những điều "quái dị", "nghịch dị". Và cả thái độ gần gũi của nhà văn đối với những con người bị bỏ rơi bên cạnh bờ lề (lịch sử) nữa.

Bởi thế, tôi nghĩ, phát biểu trên của Munro không phải là không có chỗ hợp lý, nhưng nó cũng không nên được nhìn theo hướng tuyệt đối.

Đọc truyện ngắn của Munro, có những người cảm thấy là những câu truyện ấy ảm đạm quá. Truyện ngắn của Alice Munro không phải chỉ bị xem là "ảm đạm" trong cái nhìn của một số độc giả Việt Nam. Trong số những người đọc truyện ngắn của bà trên thế giới, nhiều người cũng đã chia sẻ cái nhìn về nét "ảm đạm" ấy. Sở dĩ có vấn đề "ảm đạm" là vì những nhân vật của Munro thường thể hiện hoặc bị đẩy vào những tâm trạng phân vân, bất an, bấp bênh và đầy tính bất ngờ, không tìm được lối thoát trước những ngã ba đường. Còn bối cảnh của những truyện ngắn ấy là những bối cảnh mang tính... "phản trắc" và đầy "lừa lọc". Nhiều truyện có những kết thúc bất ngờ, đôi khi nghịch lý, làm người đọc bối rối, loạng choạng, hoang mang. Tuy nhiên, để bù lại, Munro có những quan sát sắc sảo, những nhận xét dí dỏm, độc đáo và một tâm hồn đầy bao dung, nhân ái đối với những con người đầy nét khuyết tật, dị dạng, vụng về, thô kệch, ngu dại và lắm bất an ấy. Qua họ, bà nhìn ra được những sự thật cuộc đời. Cái đúng cái sai, cái hay cái dở, cái tốt cái xấu, cái được cái mất. Tất cả những mảnh ghép ấy làm nên cái thật của cuộc sống.

Cái độc đáo trong truyện ngắn của Alice Munro là ở đấy. Đó là chưa nói đến những kỹ thuật cách tân truyện ngắn nơi bà, đặc biệt qua cách kể truyện, qua thao tác tạo điểm nhìn, góc nhìn cho các nhân vật, và cách xử lý không gian cũng như thời gian của bà. Chúng ta có thể học được những điều này qua những bài phân tích, nhận định của nhiều nhà nghiên cứu về truyện ngắn của Munro.

.7.

Yếu tố không gian-địa lý, trong nhiều trường hợp, cũng là một yếu tố quan trọng của truyện. Cả truyện ngắn lẫn truyện dài. Vùng Ontario ở miền Trung Canada của Munro. Không gian và khung cảnh trong những truyện dài, truyện ngắn của các tác giả sống ở (hoặc viết về) miền Nam nước Mỹ, từ McCullers đến Faulkner và bao nhiêu nhà văn Mỹ khác nữa liên hệ đến vùng đất này. Chuyện đất đai, thổ ngơi khô cằn đá sỏi của làng Haworth và thời tiết khắc nghiệt với gió lạnh, sương lạnh, mưa ẩm và tuyết trắng của cái vùng "moors", cái miền đồng hoang này đã ảnh hưởng đến truyện của chị em nhà Brontë ra sao đã được nhiều nhà nghiên cứu văn học phân tích kỹ. Đặc biệt khung cảnh thiên nhiên cằn cỗi của vùng Yorshire, với các đầm lầy hoang vu ẩm ướt, đã tạo không khí và đánh nhịp cho cường độ và sắc thái tình cảm của những nhân vật trong *Wuthering Heights* (*Đỉnh Gió Hú*) của Emily Brontë như thế nào thì có lẽ chúng ta đều đã biết.

Trong khung cảnh Việt Nam, đọc những truyện ngắn của Đỗ Bích Thúy, người ta thấy hiện lên rất rõ khung cảnh, thổ ngơi của vùng Tây Bắc với cái đời sống, cả về mặt xã hội và tinh thần, của những con người vùng đất ấy. Truyện ngắn của Nguyễn Ngọc Tư thì là những vệt quết đậm nét đầy tài hoa về con người, ngôn ngữ và đất đai sông nước miền Tây Nam Bộ Việt Nam. Tôi nghĩ, yếu tố không gian-địa lý có thể không phải là tất cả, nhưng, qua nó, nhà văn có thể cho người đọc thấy một cách sống động nhiều điều mà ông ta/bà ta muốn trình bày qua những trang văn của mình.

Ngoài ra, địa lý và cái không gian của nó không phải chỉ giúp cho nhà văn tạo được cái khung, phả được cái hơi thở của nó vào tác phẩm. Nó còn mang tính sáng tạo. Địa lý tạo ra nhà văn, hay, ngược lại, nhà văn tạo ra địa lý riêng cho mình? Quận Yoknapatawpha của William Faulkner [3] , vùng đất Macondo của Gabriel García Márquez, vùng Wessex của Thomas Hardy, v.v., là những địa vực mang tính huyền thoại, bật sinh ra từ trí tưởng tượng của nhà văn với xương thịt và hơi thở của chúng còn gân guốc và nóng hổi hơn bất cứ những vùng đất có thật nào. Nhưng để trở thành người cai quản những vùng đất đã đi vào văn học thế giới như những huyền thoại như thế, nhà văn đã phải sử dụng những gân cốt và xương thịt có thật. Như Chúa đã tạo ra người phụ nữ bằng một khúc xương sườn của người đàn ông. Bằng vào một hơi thở. Nhà văn, để tạo được những không gian huyền thoại như thế, qua việc dùng xương cốt, máu thịt là những vùng đất có thật mà mình đã từng biết, phải phả cái hơi thở sáng tạo của mình vào đó. Để đắp thêm xương thịt và cho chúng cái sức sống của tưởng tượng mình.

Địa lý trong sáng tạo của nhà văn chính là cái đã nuôi dưỡng hắn ta, cho hắn hơi thở và sức sống. Và cũng chính cái địa lý ấy, có những lúc, đã dẫn hắn đi xa, đi rất xa, trong tưởng tượng của mình để có thể tạo nên, từ đó, những đất đai, khí hậu, cỏ hoa, chim chóc, con người trong những thổ nhưỡng mới.

Tất cả đều nằm trong chữ viết và trong sự tưởng tượng của nhà văn. Nếu hắn có tài.

.8.

Để kết, tôi muốn dùng một vài nhận xét về cách viết truyện ngắn của Raymond Carver để đóng lại một vài ý kiến, nhận xét của riêng mình cũng như một vài hiểu biết mà tôi đã học hỏi được qua việc đọc truyện ngắn cũng như đọc những gì được viết về truyện ngắn.

> " (...) Định nghĩa của V.S. Pritchett về một truyện ngắn là "cái gì đó được nhìn thoáng qua từ khóe mắt, trong lúc lướt qua, vụt qua." (...) Thoạt tiên là cái nhìn thoáng qua. Rồi cái nhìn này tạo nên sự sống, biến thành một cái gì đó thắp sáng khoảnh khắc ấy (...) Công việc của nhà văn viết truyện ngắn là đưa vào cái nhìn thoáng ấy tất cả sức mạnh mà hắn có. Hắn sẽ đầu tư trí tuệ và kỹ năng văn học của mình để [nói về] (...) cái cách mà mọi vật trong cõi đời kia thật sự đã hiện ra như thế nào và cái cách mà hắn nhìn những sự vật ấy—chẳng giống một người nào khác nhìn thấy chúng. Và điều đó được thực hiện bằng việc sử dụng ngôn ngữ trong sáng và chính xác, cái ngôn ngữ được dùng để mang lại sự sinh động cho những chi tiết làm bật sáng câu chuyện cho người đọc. Để những chi tiết trở nên cụ thể và chuyển tải được ý nghĩa, cái ngôn ngữ ấy phải chính xác và được sử dụng một cách tinh tế. Từ ngữ có thể rất tinh tế đến nỗi chúng có thể nghe ra tầm thường, nhưng chúng vẫn có thể chuyên chở ý nghĩa; nếu được dùng chính xác, chúng có thể đánh đúng vào tất cả mọi nhịp điệu của cảm xúc." [4]

Truyện ngắn, như thế, có phải không, là *mỹ học của cái vụt qua*. Biến cái vụt qua trở thành cái trường tồn, cái vĩnh hằng, cái sống mãi, đó chính là tài năng và nhiệm vụ của một nhà văn viết truyện ngắn.

Của mọi thời và mọi nơi.

Tustin Ranch, Calif.

30. III. 2014

Chú thích:

(*) Một phiên bản khác của tiểu luận này, tương đối ngắn hơn và với một số dị biệt trong lối diễn ý, đã được phổ biến trên *Da Màu*, ngày 1.4.14. Bản hiện tại đã được tác giả hoàn chỉnh lại với một số bổ túc để làm sáng rõ hơn một vài khái niệm đã dược trình bày trong phiên bản đã nói.

[1] Xin chú ý, về Camus, ở đây, tôi chỉ bàn về *cách viết* của nhà văn trong *L'Étranger (Kẻ Xa Lạ),* chứ không gộp Camus vào những nhà văn viết truyện ngắn mà ta đang quan tâm ở đây.

[2] Truyện ngắn trong nước trong thời gian vài chục năm trở lại đây là một hiện tượng nở rộ với nhiều tác giả đáng chú ý. Các tài liệu/tuyển tập truyện ngắn trong giai đoạn này có thể được tìm thấy tại Việt Nam một cách khá dễ dàng. Truyện ngắn của thời 1954-1975 tại miền Nam Việt Nam khó tìm hơn nhiều, cho dù cũng có một số tuyển tập về truyện ngắn được ra đời trong thời gian đó. Một tuyển tập dày dặn, giới thiệu được khá nhiều tên tuổi của các nhà văn Việt Nam trong giai đọan này, là cuốn *Những Truyện Ngắn Hay Nhất của Quê Hương Chúng Ta (1954-1973),* nhà xuất bản Sóng in năm 1973, gần 800 trang, với 45 tác giả. Nguyễn Đông Ngạc tuyển chọn, và sự chọn lựa khá đúng đắn. Ở ngoài nước từ 1975 đến nay cũng có mấy tuyển tập truyện ngắn. Có thể lấy *Tuyển tập truyện ngắn hai mươi năm văn học Việt Nam hải ngoại 1975-1995* làm thí dụ. Tuyển tập này quy tụ 49 tác giả, dày gần 900 trang, do Văn bút Việt Nam hải ngoại & Trung tâm Tây Nam Hoa Kỳ thực hiện, xuất bản vào năm 1995.

[3] *Yoknapatawpha*, tiếng của người Da Đỏ Chickasaw, theo Faulkner, có một nghĩa khá thơ mộng là "nước chầm chậm chảy trôi qua đồng bằng". Nhưng, thật ra, có thể Faulkner đã có sự hiểu lầm ở đây. *Yocona* and *petopha*, có nghĩa là "(vùng) đất xẻ" ("split land"). Arthur F. Kinney đã cho biết thêm một số chi tiết ngôn ngữ cho thấy nguồn gốc và ý nghĩa của cái tên này. Trong cuốn *Go Down, Moses: The Miscegenation of Time,* ông đưa ra ý kiến là có thể Faulkner đã tra một quyển từ điển ngôn ngữ Choctaw in năm 1915 trong đó "Yoknapatawpha" đã được đập vỡ thành nhiều mảnh như sau:

ik patafo, tính từ: chưa được cầy cấy.
patafa, quá khứ phân từ: xẻ ra, tách ra; cầy cấy, xẻ thành luống; canh tác.
yakni, danh từ: trái đất; đất; mặt đất; quốc gia; quận hạt...
yakni patafa, ngữ kết hợp: đất đai được xẻ thành luống. vùng đất đã cầy qua, nhưng còn để hoang, chưa gieo hạt.

Bởi thế, Kinney đề nghị, ý nghĩa theo mặt chữ của "Yoknapatawpha" trong ngôn ngữ Choctaw có thể là "một vùng đất hay một (vùng) quận hạt đã được cầy cấy, canh tác"

[4] " (...) V.S. Pritchett's definition of a short story is 'something glimpsed from the corner of the eye, in passing.' (...) First the glimpse. Then the glimpse gives life, turned into something that illuminates the moment (...). The short story writer's task is to invest the glimpse with all that is in his power. He'll bring his intelligence and literary skill to [talk about] how things out there really are and how he sees those things—like no one else sees them. And this is done through the use of clear and specific language, language used so as to bring to life the details that will light up the story for the reader. For the details to be concrete and convey meaning, the language must be accurate and precisely given. The words can be so precise they may even sound flat, but they can still carry; if used right they can hit all the notes."

(Trong Raymond Carver, Call If You Need Me: The Uncollected Fiction and Other Prose – *Xem https://www.goodreads.com/work/quotes/1038752-call-if-you-need-me-the-uncollected-fiction-and-other-prose)*

Về Những Khí Hậu & Mưa Nắng Riêng

(Mấy suy nghĩ từ một cuộc truyện ngắn, một cuộc sẻ chia)

Diễn đàn *Da Màu*, qua Bàn Tròn về Truyện Ngắn, đã làm được một việc thật thú vị và có ý nghĩa.

Những ý kiến, chia sẻ của nhiều tác giả (là những nhà văn, nhà thơ, những người sống với chữ), cả trong và ngoài nước, rất thú vị và bổ ích. Những chia sẻ nhiệt tình ấy làm cho người ta lại muốn cầm lấy quyển sách lên và đọc. Đặc biệt là đọc những truyện ngắn. Cũng giống như, sau khi đọc xong một bài viết hay, đặc sắc, về một cuốn phim nào đó, hoặc, đậm mạnh hơn nữa, sau khi đọc xong (hoặc đọc lại) một cuốn sách (thậm chí là sách giáo khoa) viết về phim ảnh, người ta, khi xem trở lại những cuốn phim cũ, hoặc khi tìm xem những cuốn phim mới, bỗng nhận ra được những khuôn hình đẹp hơn, những góc máy xuất thần hơn. Người ta, trong khi vẫn hồi hộp và hạnh phúc để mình chìm đắm trong dòng chảy của câu chuyện đang diễn ra trên màn ảnh kia, sẽ thấy, bất chợt, hình như chính mình bắt đầu để ý nhiều hơn đến các khía cạnh kỹ thuật/nghệ thuật của việc dựng phim, quay phim. Hay của cách *edit* một cuốn phim. Của nghệ thuật mise-en-scène và/hay montage trong phim. Những *FX* mà cuốn phim mang lại. Và điều đó khiến người ta thấy cuốn phim hay hơn, đẹp hơn nữa. Hạnh phúc của người ta, nhờ thế, sẽ có thêm được những ánh sáng mới.

Sau khi đọc một loạt những ý kiến và sẻ chia về truyện ngắn, người ta bỗng thấy truyện ngắn trở nên thú vị, có nhiều mầu sắc và ý nghĩa hơn. Dù đó là những truyện ngắn rất xưa, của vài chục thập niên trước (thậm chí của cả thế kỷ trước), hay là những truyện ngắn của thời hậu hiện đại bây giờ. Những truyện ngắn của thế giới cũng như những truyện ngắn của Việt Nam. Người ta cảm nhận được những hạnh phúc mới, những ý nghĩa mới của cuộc đời. Những điều ấy lan tỏa từ những con chữ trên mặt giấy (hay trên *monitor* của *laptop*) vào trái tim mỗi một chúng ta. Và từ con tim, cái hạnh phúc ấy lan dần ra khắp thân thể. Một cách rất vật lý. Khiến ta nhìn mọi thứ chung quanh, trời mây gió lá hoa cỏ chim chóc cây cối con người, tóm lại là nhìn cuộc đời, hình như, bằng một con mắt khác. Ta nhìn và cảm cuộc đời khác trước. Thấy rằng cuộc đời dung chứa trong nó thật nhiều điều huyền nhiệm. Phải, những ngóc ngách của cuộc đời. Những ngóc ngách của tâm hồn. Trong những truyện ngắn. Dù những truyện ngắn ấy có khi giống như những tấm hình cổ xưa, đen trắng, được chụp bằng một loại máy hình cũ kỹ, hoặc chúng giống những tấm hình của thế giới bây giờ, nhiều mầu sắc, chụp bằng những máy ảnh nhỏ thời kỹ thuật số, hay chụp bằng những *smart phones* bé cỏn con.

Những ý kiến có thể khác nhau, thậm chí trái chống, nghịch chiều nhau. Quá trình diễn dịch là một sự chơi. Và nó cũng là một trò chơi với những khung tư duy và luật tắc riêng của nó. Viết là một trò chơi/một cách chơi, và đọc lại là một trò chơi/một cách chơi khác. Con người là những "homo ludens", những "kẻ chơi". Vấn đề là ý thức của mỗi chủ thể viết và chủ thể đọc. Nếu mỗi người đọc trưởng thành, có ý thức, đều có một "tín ngưỡng văn chương" riêng, hay, nói một cách khác, có một tín niệm mỹ học riêng trong thẩm thức văn chương của mình, chuyện khác biệt trong nhận thức về những khía cạnh thẩm mỹ, những giá trị văn học của một tác phẩm văn chương, hay trong đánh giá văn học về một cuộc đời sáng tạo, cũng là chuyện tự nhiên. Cái thú vị trong "trò chơi" ở đây cũng dành cho—thậm chí đặc biệt dành cho—những "người đọc thứ hai", những kẻ đọc cái đọc về những văn bản đã được đọc. Để nhắc lại, sáng tạo là một sự chơi; diễn dịch lại là một sự chơi khác. Nếu gọi sáng tạo là "sự chơi cấp một" thì diễn dịch có thể xem là một "sự chơi cấp hai". Mỗi sự chơi ấy lại có thể có những quy luật riêng của nó. Mỗi sự chơi lại dâng hiến một lạc thú riêng. Đối với người đọc, cái lạc thú ấy là một thứ "pleasure of the text", nói như kiểu Roland Barthes.

Những ý kiến có thể khác nhau, thậm chí trái chống, nghịch chiều nhau. Tôi muốn lập lại như thế. Và những ngọn gió nhóm lên từ hồn người, thổi tràn qua những trang viết. Mỗi người chúng ta đều là mỗi thế giới riêng, với phong cảnh, khí hậu và mưa nắng khác biệt so với những thế giới khác. Thế cho nên những chia sẻ, những nhận xét, những ý kiến trong chữ viết của chúng ta, như "mùi vị" của những vùng khí hậu khác nhau, cũng có khác. Mà chính vì thế, truyện ngắn, nói chung, và Alice Munro, nói riêng, mới trở nên sinh động và có nhiều mầu sắc. Và từ sự đọc, nhấm nháp, thưởng thức cái mùi vị của những vùng khí hậu khác biệt đó, từ sự bắt gặp những phong vị của nhiều hướng gió đó, ta mới thấy cuộc sống thật đầy hương sắc và phong nhiêu.

Xin cám ơn tất cả những mùi vị, hương sắc kia. Những hương và vị mang chứa trong chúng bao nhiêu là gió đời cùng mưa nắng.

Xin cám ơn truyện ngắn.

Và cũng xin cám ơn *Da Màu*.

tháng Tư, 2014

Vị của Đọc và Viết

(Phát Biểu nhân dịp nhận Giải Nghiên Cứu-Phê Bình của Diễn đàn Văn học *Văn Việt*)

Ta suy tư, cho nên ta tồn tại. Cái ý được mở rộng này của nhận định vừa nói ai cũng biết là đến từ tuyên bố "Cogito ergo sum" (Je pense donc je suis) của René Descartes, được chuyển sang tiếng Hán Việt rất gọn và sát là "Ngã tư cố ngã tại" (我思故我在). Suy tư của Descartes bắt nguồn từ một ý hướng, một luận lý khoa học tốt đẹp. Nhưng, từ việc tìm thấy được cách chứng minh cho sự tồn tại, sự hiện hữu của chính mình, con người đã đưa lý trí lên ngôi. Và, từ đó, nó đã bước những bước thật xa để đến tận cái thế giới mà chúng ta đang sống. Cái thế giới mà nhiều nhà lịch sử, nhiều nhà phân tích xã hội loài người, phân tích về hướng đến của nhân loại, nổi bật trong thời gian gần đây là Yuval Noah Harari, đã nhìn ngắm, mô tả và dự đoán về cái chiều, cái hướng tiệm cận của nó. Một dự đoán mang tính cảnh báo nghiêm trọng.

Lý trí, như ta thấy, dù cần thiết và là niềm hãnh diện của con người, nếu được đẩy đến địa vị độc tôn, và con người, đồ-vật-hoá mọi sự (*chosification*), bỏ quên cái phần quan trọng còn lại của nó, là tình cảm, là những liên đới, liên hệ người, những chia sẻ về cái nguồn cội chung của gốc người, của bản chất người, có thể sẽ đẩy con người đến chỗ tự huỷ diệt.

Tôi yêu thích việc đọc và viết. Nhưng, trước khi viết, có lẽ cái gốc của mọi sự tạo nên con người tôi bây giờ là việc đọc. Trong các thời gian và không gian khác nhau. Cái đọc đưa tôi lại gần với ánh sáng của các nền văn minh, trong quá khứ cũng như của hiện tại. Để hiểu về cuộc sống, về cách thế làm sao mà các xã hội, các nền văn minh, các nguồn văn hoá đã khai mở. Và phát triển. Tôi đã học hỏi được rất nhiều điều trong việc đọc. Thế nhưng, cái quan trọng nhất đối với tôi, trong sự đọc, là việc được đến gần với tâm hồn con người. Những con người cụ thể, đã sống, đã quẩn quanh trong đời sống, và đã đối mặt với cái sống mình. Đã trăn trở, dày vò, đau khổ, hạnh phúc và thiết tha trong cuộc sống riêng của họ, cũng như trong cái sống chung của nhân loại. Tôi đã được đến gần, ngồi cạnh, để được nghe nói, trò chuyện. Để được hướng dẫn và giúp đỡ trong những bước đi của cuộc đời. Tôi đã cảm nhận được cái vị của sự sẻ chia, cái ấm áp của những hơi thở, tiếng nói và mắt nhìn từ những con người muôn thuở và muôn phương như thế.

Mà không phải chỉ có những con người thực đã cho phép tôi đến gần họ như vậy. Cái đọc còn cho tôi được gần gũi với những nhân vật trong các tác phẩm. Đủ mọi loại, dạng người. Cái đọc, thậm chí, còn cho tôi đi sâu vào tâm hồn họ. Để thấy được những cái tế vi, mong manh, sâu kín, uyên áo và phức tạp của con người. Cái đọc, nhìn một cách nào đó, biến chúng ta thành người. Và cái chất người ấy tạo ra nơi mỗi chúng ta những cái nhìn về cuộc đời, về thế giới. Sự đọc đem đến cho chúng ta những cái nhìn. Và cái nhìn, đến lượt nó, tạo nên cuộc đời, tạo nên thế giới, tạo ra mọi sự. Cái nhìn mang chúng ta vào sự tham dự, chứ không phải chỉ là kẻ đứng ngoài. Nếu chúng ta cầm bút và viết, những cái nhìn của chúng ta sẽ đi vào các chữ viết, các trang giấy. Và các trang giấy bay trở lại vào cuộc đời. Để hoàn tất một vòng của trời đất và nước mây.

Vị của Đọc và Viết nằm trong cuộc nước mây và trời đất đó.

Cái đọc và cái viết cũng đem lại cho tôi những người bạn cụ thể trong cuộc sống. Những người bạn từ thời thơ bé cho đến khi lớn khôn. Những người bạn đã chia sẻ, trao đổi, bồi đắp thêm những lát, những vòng, những lớp, như việc thời gian bồi đắp vào một thân cây, để tôi, để chúng ta thành chính mình hôm nay. Cho dù mỗi một chúng ta có độc lập, tự do đến mấy. Trong suy nghĩ cũng như trong hành động. Chúng ta, mỗi người cũng như mọi người, đều gắn bó, chia sẻ với nhau mọi sự, như trong một quần thể. Trên mọi cấp độ. Thế giới và dân tộc. Con người và chủng loại. Toàn cục (global) và định xứ (local).

Nếu, như một vài giả định có phần nửa suy tư triết lý nửa nhận thức khoa học (dù cho có mang những nét dự tưởng), dựa trên cái biết của con người hiện đại, chúng ta đang sống trong một [thế giới] giả lập (a simulation / a simulated world), chịu sự chi phối của một sức mạnh khác ngoài hành tinh, hay ngoài vũ trụ; thậm chí, nếu chúng ta đang sống trong một ma trận (matrix) khổng lồ, một cái computer vĩ đại, thì, tôi nghĩ, cái có ý nghĩa nhất là chúng ta hãy cứ sống như một con người. Chúng ta hãy cứ sống một cuộc sống có ý nghĩa, ít nhất trong nhận thức và trong cái thế giới, cái vũ trụ mà chúng ta hiện có này. Như thế, con người tạo ra ý nghĩa trong cái nhìn, trong suy tư, tình cảm và hành động của nó.

Tôi đã có những dịp, những cơ hội góp tiếng nói của mình tại các diễn đàn giáo dục, xã hội, văn hoá hay văn học, trong các cộng đồng Việt hay Mỹ, về các đề tài liên hệ đến ngôn ngữ, văn hoá, con người và đất nước Việt. Trong khi trình bày các vấn đề liên hệ—ở những cấp độ khác nhau mà tôi đã hiểu biết, kinh nghiệm được với cái sống, với thời gian, và với sự học hỏi của mình—cùng với những hình ảnh, dấu ấn về các thế giới trong tôi, những đất nước, những con đường mà tôi đã đi qua, những cảnh thổ mà tôi đã nhìn thấy, trong đời sống mình, trên những bước chân mình, tôi cũng luôn cảm và nhìn thấy những con đường, những mái nhà, những ngõ phố, những dòng sông, những bờ ruộng, đất đai, những mái tranh xơ xác, tối mù, leo lét ánh đèn dưới chân đèo Ngang một lần tôi đi ngang qua, những khuôn mặt và những con người Việt. Những cái ấy, những hình ảnh, tình cảm rung động gần gũi như thế, tôi nghĩ, cũng có thể được cảm nhận từ nhiều người trong chúng ta. Chúng có gốc rễ trong sự lớn lên, trong các tế bào thần kinh, trong máu huyết, hơi thở và tiếng nói ta.

Thomas Mann có lần nói, trong hoàn cảnh riêng của ông, "Tôi ở đâu thì nước Đức ở đấy". Đối với chúng ta, tôi nghĩ, dù ta ở đâu, trên những nẻo đường lữ thứ, xa xăm, hay đang ở ngay trên quê hương, đất nước mình, cái nên nghĩ đến là làm sao mỗi con người, ở những hoàn cảnh cụ thể và riêng tư nào đó, đều làm sáng được những gì ta muốn nhân loại nghĩ đến nơi ta đã sinh ra. Làm sáng cái phẩm chất, cái văn hoá của nơi chốn ấy. Của đất nước ấy. Đất nước, hiểu theo nghĩa bình thường, cũng như hiểu theo nghĩa từ nguyên, và tách bạch ra, là biển núi, cảnh thổ, rừng đất, suối sông. Và ở giữa tất cả là con người. Cho dù, trong mỗi con người chúng ta, ta có thể còn mang những dấu ấn riêng, những dấu ấn của thế giới, trong tâm hồn, trong cái nhìn, hay trong phong cách mình. Cái nên nhấn mạnh là lòng tin vào con người, sự tôn trọng con người, và tình yêu thương, liên đới giữa con người.

Những cái đọc, cái nhìn, cái viết, cái làm và cái sống ấy cho tôi, cho chúng ta, một hướng tới. Một không gian sống. Một không gian sống và một hướng tới có ý nghĩa.

Văn Việt có nỗ lực tạo một không gian. Để góp phần xây dựng xã hội, văn học, con người và đất nước.

Xin cám ơn món quà của Văn Việt.

Về giải thưởng 1.000 USD, tôi muốn nhờ Văn Việt, trong khả năng, hoàn cảnh và suy xét của mình, trao tặng lại số tiền tượng trưng ấy cho một làng/bản/xóm nghèo nào đó trên đất nước, hiện đang muốn xây dựng một thư viện cho các em học sinh. Tôi mong đó có thể là một đóng góp nhỏ, cùng với những đóng góp lớn hơn, cho việc giúp tạo điều kiện để các em có thêm cơ hội đọc, học hỏi, suy nghĩ, mở rộng sự hiểu biết và niềm tin, để lớn lên góp trí tuệ và sức lực mình trong việc xây dựng, làm đẹp đất nước và con người Việt.

Bùi Vĩnh Phúc
California
27 tháng II. 2025

Acceptance Speech for the Văn Việt Research-Criticism Award

The Taste of Reading and Writing

I think, therefore I am. Everyone knows that this expanded version of the famous dictum stems from René Descartes' *Cogito ergo sum* (*Je pense donc je suis*), rendered into Sino-Vietnamese concisely and precisely as "Ngã tư cố ngã tại" (我思故我在). Descartes' act of thinking originates from a good intention, a sound scientific logic. Yet from the moment human beings discovered a way to demonstrate their own existence, rationality was enthroned. And from there, it has taken long strides, reaching all the way to the world in which we now live.

This world—observed, described, and projected by many historians and analysts of human society, prominently in recent times by Yuval Noah Harari—seems to be approaching a trajectory that carries with it grave warnings.

Rationality, as we see, though essential and a source of human pride, if elevated to an exclusive, sovereign status—if human beings objectify everything (chosification) and forget the vital remaining part of themselves: feelings, human connections, the sharing of a common origin and human essence—may very well push humanity toward self-destruction.

I love reading and writing. But before writing, perhaps the root of everything that has shaped who I am today is reading—reading across different times and spaces. Reading has brought me closer to the light of civilizations, both past and present. It has helped me understand life, how societies, civilizations, and cultural currents were formed and developed. I have learned countless things from reading.

Yet the most important thing for me in reading is that it brings me close to the human soul—real, concrete human beings who lived, who moved within the orbit of life, who confronted their own existence; who struggled, anguished, suffered, rejoiced, and yearned in their private lives as well as in the shared life of humanity. Through reading, I have been able to come near them, sit beside them, listen to their voices, converse with them, be guided and helped in my own steps through life. I have felt the taste of sharing, the warmth of breath, of voice, of gaze from such timeless and far-reaching human beings.

And not only real people have allowed me to come near them. Reading has also brought me close to the characters of literature—people of every type and form imaginable. Reading, even, allows me to delve deep into their souls. To see the subtle, fragile, hidden, profound, and complicated dimensions of being human.

Reading, in a way, transforms us into human beings. And that humanity within us generates ways of seeing—visions of life, of the world. Reading gives us ways of seeing. And these ways of seeing, in turn, create life, create the world, create everything.

A way of seeing draws us into participation, rather than leaving us standing outside. If we take up the pen and write, our ways of seeing flow into the words, into the pages. And those pages fly back into life. To complete a cycle of heaven and earth, water and cloud.

The taste of Reading and Writing lies within that movement of water, clouds, heaven, and earth.

Reading and writing have also brought me concrete friends in life—friends from childhood through adulthood. Friends who have shared, exchanged, contributed layers and rings and growth, as time adds rings to a tree trunk, shaping me, shaping all of us into who we are today. No matter how independent or free each of us may be—whether in thought or action—we are all bound to and share with one another everything, as members of a living organism. On every level. The world and the nation. Humanity and the species. Global and local.

If—as some hypotheses, half philosophical speculation and half scientific speculation (even if tinged with conjecture), based on modern human knowledge suggest—we are living in a simulation, governed by some force beyond our planet or beyond the cosmos; even if we inhabit a giant matrix, an immense computer, then I believe the most meaningful thing is simply that we live as human beings. That we live a life of meaning, at least within our awareness and within the world and universe we presently inhabit. In that sense, human beings create meaning through their vision, their reflection, their feelings, and their actions.

I have had opportunities to contribute my voice in educational, social, cultural, and literary forums within both Vietnamese and American communities, on topics related to language, culture, humanity, and Vietnam. While presenting these issues—at various levels that I have understood and experienced through life, time, and learning—together with the images and imprints of the worlds within me, the countries and roads I have traveled, the landscapes I have seen, I have always felt and seen the paths, the houses, the alleys, the rivers, the fields, the land, the ragged thatched roofs dimly lit beneath the Hải Vân Pass one evening I passed through, the faces and people of Vietnam. These images, these intimate emotional resonances, I believe, can also be felt by many of us. They are rooted in our growing up, in our neurons, in our blood, breath, and speech.

Thomas Mann once said, in his own particular context: "Where I am, there Germany is." For us, I believe that wherever we are—on distant itinerant roads or in our homeland—the important thought is how each individual, in their particular circumstances, may illuminate what we wish humanity to think of the place from which we came. To illuminate the qualities, the culture of that place, of that country. A country understood in the ordinary sense, and also in its etymological sense in Vietnamese, "đất nước/earth and water": sea and mountains, landscapes and terrains, forests and soil, streams and rivers—and in the middle of all these, the people, the human being.

Even though each of us may carry our own imprints, the imprints of the world, in our soul, in our way of seeing, or in our personal style, the thing that should be emphasized is faith in humanity, respect for humanity, love and solidarity among human beings.

These acts of reading, seeing, writing, doing, and living give me, give us, a direction. A space in which to live. A living space and a meaningful direction.

Văn Việt strives to create such a space—contributing to the building of society, literature, humanity, and the nation.

I thank Văn Việt for this gift.

As for the $1,000 award, I would like to ask Văn Việt—within its possibilities, circumstances, and discretion—to redirect this symbolic amount to a poor village/hamlet/community in the country that is currently hoping to build a small library for schoolchildren. I hope this could be a small contribution, alongside greater contributions, toward helping create opportunities for children to read, learn, think, broaden understanding and faith, so that they may grow and contribute their intelligence and strength to the building and beautifying of Vietnam and its people.

California
27.II. 2025

PHẦN III

•

Thơ

Mùa Xưa

Đi trong rừng gió giật. Trời mưa
Bầy ngựa đen sải qua đồi chớp
Những lá cây rụng đầy ảnh lạ
Chớp lóe. Tiếng gió rền im bặt âm xưa

Con chim gai phục trong bụi lửa
Những đóa hồng giấu tắt nụ cười
Tiếng chim hót. Trời xanh đập trong lồng ngực
Mùa xưa. Mùa xưa còn dấu chân người

Những tàn tro. Những con đường gió giật
Hồ nước xanh một chất trần gian
Những bông hoa trắng. Mùi thơm bay trong trí nhớ
Lũ thời gian như ngựa sải qua ngàn

Tiếng trống đập. Trời thu bật máu
Những chớp lửa rền không một âm vang
Mùa xưa. Mùa xưa thao thiết
Hương đầy nỗi nhớ trần gian

Cánh cửa lay. Con trăng bạc lạnh
Chùm hoa vàng. Nỗi nhớ. Sương mù
Một ngọn lửa rung rung máu đỏ
Gió trả về những tiếng gọi không
Những lá cây rụng đầy ảnh lạ
Chớp lóe. Tiếng gió rền im bặt thinh không.

XI. 1996

Trăng vỡ anh ra

trăng đập anh ra một đêm nguyệt bạch
anh vỡ anh rồi những mảnh sáng long lanh
anh cầm anh lên một mảnh sắc nhọn
thử cứa lên người máu chảy thành dòng

trăng chiếu lên anh một dòng nguyệt lộng
anh cầm anh lên một mảnh lệ tròn
lệ chiếu long lanh trăm ngàn ngày anh sống
anh mất đi rồi những ước hẹn trần gian

anh mất anh rồi quê nhà còn đó
lửa còn hun trong từng nỗi kinh hoàng
lửa còn ủ trong ánh sao ngọn cỏ
anh mất anh rồi anh mất Việt Nam

anh đã đi xa những ngày quê cũ
trăng dãi trên đầu trăng mở trái tim anh
trăng vẫy anh đi về những miền ánh sáng
anh chạy theo trăng vấp ngã bao lần

anh đã mất tăm lòng anh tuổi trẻ
trăng sáng lân tinh những lá cỏ ướt mềm
anh mút giọt sương thơm như giọt sữa
em ơi em ơi trăng và gió đương lên

em đừng khóc một ngày trăng đã cũ
một ngày trăng đã vơi một ngày đời sống đã phân ly
một ngày giọt sương rơi trên cỏ biếc
vỡ giọt nước mắt em một đêm mộng xuân thì

giờ trăng lại chiếu trên anh một bầy ánh sáng
nhảy múa lung linh như cuộc sống lưu đầy
cuộc lưu đầy đây mở những vòng tay bạch tuộc
trống lên trống lên đập cuồng nhịp trùng vây

anh cầm anh lên một mảnh sắc nhọn
anh cầm anh lên một mảnh lệ tròn
anh đã tự cắt anh thành trăm dòng máu chảy
có giọt mềm nào rửa sạch
và vỗ lại cho anh những nhịp đập sắt son

X. 1986

Hương thu

Có một mùa thu thả lá khô vàng
Em sẽ khóc lòng ơi sao mênh mang
Cành cây buồn giơ cánh tay vẫy gọi
Gió vàng thu đưa mây thêm bay sang

Bởi em buồn cho nên trời vào thu
Mà mùa thu làm bay bay sương mù
Em thôi cười cho loài chim thôi hót
Những sáng mờ mưa qua sao vi vu

Mùa thu vương mơ cho em hay buồn
Tóc em hoang dài cho ai thương thương
Mùa thu con gái em mười sáu tuổi
Nên khói thu còn ngan ngát mùi hương

Thì thôi mùa thu hôn môi em sầu
Ai đứng bên cầu thổi bay mưa ngâu
Để em nghe thẹn lên hồng đôi má
Có một mùa thu vừa chớm xanh mầu.

1972

Mùa Xuân nhìn gió trời ngất ngất

Nghe gió mùa Xuân đã thổi về
Lòng ta còn nặng chút mây che
Ô hay hương khói mùa Xuân cũ
Vẫn quyện trong hồn một giấc mê

Nụ cúc trắng tinh giấc mộng đầu
Như tà áo mỏng giữ cho nhau
Một rừng cúc trắng như bươm bướm
Vẫn đập trong hồn ta đớn đau

Và nhớ một mùa Xuân hoa bưởi
Môi em trăng sáng một đêm nào
Và gió và ta và cây cỏ
Đã hẹn cùng em một bến nao

Hương bưởi ngoan ngoan, dòng sông mềm
Môi em dìu dịu sóng triều lên
Lòng ta trăng đã tràn muôn cửa
Gió đã cài then, hương đã đêm

Ta ngỡ mùa Xuân không có tuổi
Nào hay gió đã thảm thê sầu
Nào hay trong đoá hoa ngày cũ
Đã vỡ vầng trăng một tối nao

Thôi nhé thôi thì Xuân đã nở
Cây đã xuân phong, hoa đã thơm
Ta vẫn còn ta trong trời đất
Thì đưa chén rượu chúc trần gian

Vậy đã mùa Xuân vậy đã một đời
Và đã vô cùng dòng sông kia ơi
Mùa Xuân, gió thổi bay đầy núi
Mùa Xuân, gió thổi về xa xôi

Ta mở lòng ta cho gió phất
Mùa Xuân, phố lạ, hai bàn tay
Mùa Xuân nhìn gió trời ngất ngất
Ta thả tình ta cho gió bay.

VI. 1988

Khúc Chiều Xanh

Em ngồi đó, hồn hậu và thơ ngát.
Mắt mở to, lưng thẳng, và hai bàn tay nhu mì, xinh xắn đặt trên đùi.
Jupe em xanh, gợn sóng, và áo em đen bằng thung mềm.
Mầu jupe em làm nhớ những dòng sông, những vòm cây trong chiều thở nồng mùi lá mát, những vườn cỏ đẫm sương.
Mầu áo em làm nhớ những dáng chim trong đêm, đập cánh, bay về những hải đảo xa xôi, có hoa thơm trái ngọt.
Nắng ngoài khung cửa đã rất mềm. La lả mầu chiều.
Gió nhẹ nhàng thổi ngoài kia, làm gợi nhớ những tà áo rất thơ ngây và dễ thương của bướm. Những cánh bướm non.
Một chút không khí của mùa thu bay vào phòng, len giữa em và tôi.

Căn phòng ngô-nghê-buồn-cười đầy những sách trên bàn.
Cái bàn thật to và rộng đã đóng từ mấy chục năm bằng gỗ trắc; ở đó, có những chồng sách xếp dựa bên nhau và cũng có những quyển bơ vơ một mình. Có quyển dày, quyển mỏng, có quyển to, quyển nhỏ, và cũng có những quyển đóng bìa da.
Một chút bụi trên bàn.
Những quyển sách ở đây không được nâng niu như những

nàng-công-chúa-dễ-vỡ, nhưng được gần gũi và yêu thương tha thiết như những người yêu. Những người yêu của trùng trùng suy tưởng và của ánh sáng chữ nghĩa mỗi ngày.

Bên cạnh những quyển sách, có một bình hoa.
Những đóa hoa ngây thơ nở nụ cười hồn nhiên trong buổi chiều đang xuống.
Trên tường, thiếu nữ trong tranh và những sợi tóc bay.
Lênh đênh khoảng nhớ.

Cửa sổ mở như lòng tôi, với chiếc màn mỏng trắng có ren và được cột nơ ở giữa.
Tôi vẫn ngồi đối diện với em.
Trên bàn nhỏ, chẳng có một thứ chi ngoài cốc nước trắng tinh. Như một tròng mắt đẹp.
Em ngồi đó và hiền như một con hươu nhỏ.

Khi tôi nói, em lắng nghe. Lưỡi em hơi-cong-một-chút nghịch-ngợm-và-thông-minh giữa hai hàm răng bé xinh, nhưng vẫn ngoan. Những cánh bướm non bây giờ là hai hàng mi mướt thơ, đậu trên dòng mắt sâu, xanh thẳm. Tôi rót mãi yêu thương mình vào hai bầu trời tha thiết ấy.
Bờ môi em bây giờ mở hé. Dịu dàng. Những cánh chim phớt hồng.
Hai bàn tay với những ngón mềm vẫn xinh xắn trên đùi.
Mười con thiên nga đang ngủ ngoan, âu yếm dụi đầu bên nhau. Tôi muốn đánh thức chúng dậy và hôn từng con một.
Đùi em mát-và-thơm-một-chút-mùa-thu-pha-với-mùa-xuân.
Chúng khép nép, ngây thơ và hơi có vẻ tội nghiệp. Tựa vào nhau, chúng tìm sự che chở mỏng manh. Những sợi lông tơ rất nhỏ run se sẽ trong nắng chiều khi mắt tôi hồn nhiên chạm tới.

Em dịu dàng và đáng yêu biết bao.
Căn phòng của tôi có em cũng dịu dàng và đáng yêu biết bao.
Khúc chiều xanh, cũng dịu dàng và đáng yêu biết bao, đang lướt thướt bay lên.
Ngoài kia.

XI. 1975

Áo lụa sân trường

Mây bay trắng cả sân trường
Em về áo lụa thơm hương má hồng
Đàn chim cánh trắng như bông
Thả trong giọng hót lối bồng cỏ mơ
Có hay giữa sớm sương mờ
Hai hàng khuynh diệp trơ vơ gọi buồn
Anh còn lại chút dư hương
Đôi môi nhung nhớ nghe thương mắt huyền
Thôi hàng khuynh diệp bay nghiêng.

1971

Giáng sinh

Tóc mơ buồn ngậm hơi Đông
Mắt ai thắp ngọn nến hồng thiết tha
Môi ai cất rượu đêm qua
Mật thơm là một chút quà Giáng sinh
Hương bay hơi thở tội tình
Vàng sao nhỏ xuống lời kinh cúi đầu
Rì rào hoa lá thương nhau.

1974

Tôi là bọt sóng là bọt sóng là bọt sóng...

Tôi thích ngồi một mình, yên lặng một mình, vào những buổi đầu ngày, trước khi để mình dấn thân vào một ngày mới... Hãy tìm một chỗ yên lặng nào đó đủ để có mình với mình. Nhắm mắt lại. Và buông thả hết mọi sự.

Tôi thích sống lại những giấc mơ đã qua của đêm hôm trước, từ đó, kéo theo những suy nghĩ về những ước mơ hết sức thơ ngây, thơ mộng, thơ dại, hoặc đầy nét huyền bí, huyền hoặc, huyền ảo của tôi, với sự tham dự đầy đủ của ý thức mình. Đời sống thường được tạo ra và kéo dài từ những giấc mơ. Những giấc mơ khi ta tỉnh thức và những giấc mơ trong đêm khi ta để mình bị treo lơ lửng trên sợi dây của tiềm thức và vô thức. Một sợi dây trong suốt đu đưa từ quá khứ sang đến hiện tại và tương lai.

Tôi thích sống lại những giấc mơ trong những buổi đầu ngày như thế, vì thường chỉ vào lúc đó, người ta mới có thể có được những ký ức cảm giác. Hầu hết ký ức của con người đều chỉ là những ký ức hình ảnh. Người ta, qua hồi ức, có thể nhìn thấy lại được những mảnh sống đã qua của mình, nhưng thật ít khi người ta bắt gặp lại được những cảm giác chân thật liên hệ với hình ảnh mà người ta đã có. Những cảm giác ấy như một màn sương tan đi rất mau khi ánh sáng của mặt-trời-ý-thức người ta soi trên nó. Chỉ vào buổi đầu ngày, khi cả không gian bên ngoài lẫn không gian bên trong của người ta đều còn giữ nguyên được trạng thái tinh tuyền, tĩnh lặng của chúng—cái tĩnh lặng và tinh tuyền của buổi đầu Sáng-Thế-Ký—người ta mới dễ có cơ hội có được những hồi-ức-cảm giác kia.

Tôi sẽ ngồi yên như thế vào buổi đầu ngày và, có thể, sẽ để chảy lại trong trái tim mình một giọt lệ nào đó cho một hay những hình ảnh nào đó mà tôi đã có trong đời, hay trong giấc mơ đêm hôm trước. Tôi để giọt lệ ấy chảy thoải mái trong trái tim mình. Tôi nhìn thấy nó chảy dài, loang ra, và len lách vào những nơi chốn sâu thẳm nhất của hồn mình không một tiếng vang. Vào lúc đó, tôi chính là giọt nước mắt ấy đang chảy trôi vào đời sống mình, rửa tan hết mọi bụi bặm tôi đã hứng chịu, mang lấy trên người. Giọt nước mắt không đau đớn, không xấu hổ, không mệt mỏi hay chán chường thất vọng. Nó chỉ là một giọt trong, khoẻ khoắn, thoải mái chảy ra chảy vào từ trái tim tôi và đi qua tất cả những nơi chốn bụi bặm của tâm hồn, của con người tôi. Tôi sẽ để cho nó cứ ứa ra và tuôn chảy len lách tự nhiên ngất ngây như thế.

Có khi, tôi để lòng mình vỡ tung một tiếng cười. Một tiếng cười không phải bóp thắt, gìn giữ như những tiếng cười tôi đã có trong đời sống hằng ngày. Tiếng cười vỡ bọt trên đầu sóng và đẩy tôi lênh đênh mất hút vào những cõi chìm nổi của cuộc đời. Tiếng cười vỡ ra từ trong giấc mơ và bốc tôi bay lên cao như những bọt nước của con sóng kia sau khi đã tự để mình đập tan thân vào ghềnh đá, Không tự vệ, không gìn giữ, tôi tự đập vỡ hình hài ra để nhìn thấy mình trong từng mảnh vụn như thế. Những mảnh-vụn-tôi ấy khác hẳn với con-người-đã-được-lắp-ráp của tôi mỗi ngày. Tôi thích tự đập vỡ mình ra như thế để nhận thấy mình buồn cười, cạn cợt, mệt mỏi, nhỏ bé, ham muốn, hèn nhát, đáng thương, đáng ghét, lười biếng, kiêu ngạo, kiêu căng, ngu dốt, bạo động, hư thân, mất nết, mất quê hương, mất đời sống, mất tất cả những gì thân quý nhất đời mình..., hay là để thấy mình ngây thơ, hồn nhiên, đáng yêu, dễ thương, khiêm tốn, thông minh, chăm chỉ, bao dung, rộng lượng, thật thà, cao thượng, thiết tha, sáng sủa, gan dạ, phấn khởi, hăng hái, buông xả, bất chấp, bất cần, bất cần, bất khả hoán chuyển, bất khả kham, bất bạo động v.v... Tôi sẽ để ý nhìn hàng trăm, hàng ngàn mảnh vụn của mình ánh lên qua chúng tất cả những thể thái của những hình dung từ kể trên, và hàng trăm, hàng ngàn hình dung từ khác nữa. Khuôn mặt mình, tôi sẽ giữ cho nó trầm tĩnh. Tôi lột bỏ không thương tiếc tất cả mọi thứ mặt nạ mà tôi đã từng mang trong đời sống để có thể sống còn như một con-người-trong-đời. Tôi chỉ có tôi trong những buổi sáng đầu ngày như thế.

Những buổi đầu ngày, tôi muốn bỏ và buông tất cả. Để chỉ nắm lại những gì thật sự của mình. Tôi để cho ánh sáng của ý thức soi chiếu vào những vùng mờ tối, bụi bặm hoặc thui chột của tâm hồn mình. Ánh sáng soi chiếu đồng thời xóa sạch mọi thứ không phải là của tôi mà là của trần gian bám vào trên tôi. Tất cả những chỗ sơn mạ đẹp đẽ hay những góc bụi bặm, tối tăm do cuộc đời sơn phết phủ bám lên tôi, tôi sẽ để cho ánh sáng rửa sạch. Tôi sẽ trần truồng, lồi lõm như là con người tôi vốn vậy. Tôi sẽ nhìn vào cái thực tại lồi lõm, trần truồng ấy với sự ngạc nhiên, có thể, nhưng với hết tấm lòng tha thiết của mình.

Tôi có thể là một con thuyền. Tôi có thể thả trôi lòng mình cho những con sóng ý thức vùi dập. Tôi sẽ sống những cảm giác của con thuyền bé nhỏ kia, nếu tôi muốn. Tôi sẽ bị hàng ngàn con sóng đánh đập cho tan nát, bị vùi dập, và bị hất tung vào những khoảng không vô định nào đó trong cuộc lữ tàn khốc kia. Có thể tôi sẽ sống cảm giác của con thuyền bé nhỏ ấy để thấy mình quằn quại, vật vã, tan tác, và rồi, cuối cùng, vỡ nát ra từng mảnh nhỏ bập bềnh và bị cuốn hút mất tăm vào những con xoáy tàn bạo của dòng ý thức.

Có thể tôi sẽ không chọn làm con thuyền ấy. Có thể tôi chọn sự nhìn ngắm của lý trí hơn là chọn cảm giác của kinh nghiệm hay kinh nghiệm của cảm giác. Tôi sẽ ngồi yên, mở hết lòng và hết ý thức mình ra để nhìn chính tôi là con thuyền kia đang bị chính dòng ý thức tách đôi của tôi dồn đẩy. Một nửa ý thức tôi tách ra làm ngọn đèn chiếu xuống lấp loáng trên nửa ý thức kia là dòng nước cuốn xoáy đẩy tôi vào trận. Tôi sẽ nhìn xem mình lăn lộn, vật vã, quằn quại, tan nát ra sao. Tôi sẽ ngồi lặng lẽ và nhìn cả một đại dương nổi sóng chụp xuống hồn mình.

Tôi sẽ lặng yên ngồi nhìn mình tan biến và mất hút đi như thế. Và tôi sẽ nhìn thấy mình trở lại một cách vô hình tích, vô thể tướng, thênh thang như những hơi nước li ti mát lạnh của những bọt nước vô tư kia. Tôi sẽ trở về (ai biết?) và lại bước vào trần gian làm những cuộc du hành ngộ nghĩnh và tàn khốc khác. Và rồi thì tôi cũng sẽ lại ra đi.

Tôi có thể chọn lựa. Như thế, vào mỗi buổi đầu ngày. Sau đó, tôi lăn vào đời để sống. Tôi sẽ sống như thế nào? Ngày mai, đầu ngày mai, tôi sẽ nhìn lại tôi như thế. Tôi sẽ là con thuyền, hay tôi là người ngồi nhìn thuyền, ngày mai, đầu ngày mai, tôi sẽ làm lại cuộc chọn lựa trân trọng này.

17. V .1987

.

Mưa, hương của đóa hoa giữa khuya

mưa bay trong bóng đêm
đôi lúc trông như những dòng nước mắt
ôi những vạt chông buồn đan kín lấy hồn người
những vạt thủy tinh cỏ gai sắc nhọn
gió quất qua đời không rụng nổi tiếng đàn tôi

đêm vẫn lặng yên ngọn trăng buồn đâm xuống
sông vỡ ra thơ những gợn ngất ngây này
búi cỏ đêm xanh màu ngọc thạch
đóa hoa gầy hương để phất phơ bay

đóa hoa gầy đóa hoa long lanh nước mắt
ngọn nến buồn không khép nổi hơi mưa
cuối đông rồi, em ơi, mùa xuân sắp lại
bập bùng trong đêm, mưa vẫy gọi chút âm thừa

để anh chia cho em một nụ cười rạn vỡ
tẩm đẫm gió mưa đời anh gìn giữ cho em
hãy soi nụ cười anh qua những giọt mưa biếc xanh nhòa nhạt
em sẽ nhìn ra trái tim anh vẫn cố đập êm đềm

để anh chia cho em tiếng thở này âm u bóng lá
những con chim gọi nhau về trong bóng tối tiếng mưa
có nghe ra không em,
trong tiếng chim kêu những mùa thu cũ kỹ
và một dòng sông chảy vào cõi sa mù

để anh chia em ánh sao nhòa nhạt
trong gió mưa dài vẫn thắp ngọn lửa đêm
ngọn lửa cháy vào lòng anh hơi nóng
hãy tin vào hơi nóng này anh chia nó cho em

đóa hoa gầy đóa hoa long lanh nước mắt
hãy để anh hôn đi những giọt lệ này
hãy để anh nói trên môi em những lời tịch lặng
và tiếng gió mưa buồn cứ để chúng rơi bay.

XII. 1986

Lời chào trong nắng

Chào em áo trắng đến trường
Ngoan ngoan chân bước tóc vương mây trời
Con chim nào hót tình ơi
Cho thơm vạt gió sáng ngời trong tim

Chào em rộn rã tiếng chim
Sân trường mây trắng bay tìm lá xanh
Lá thơm mộng mới trên cành
Reo vui như tiếng trời xanh trong hồn

Chào em suối tóc ngoan thơm
Sớm mai trong lớp với hồn lá xanh
Con chim vẫn hót trên cành
Em xinh vẫn ngậm nửa vành môi tươi

Chào em thơm ngát nụ cười
Chào em chút mộng trên môi hững hờ
Mùa thu đã lẩn vào thơ
Tình yêu đã lẩn trên bờ môi non.

1976

Dỗ dành

1.

Em yêu dấu,
Hãy ngồi lại xích gần thêm nữa bên anh
Hãy đưa bàn tay em
để anh được vuốt ve thêm nỗi hạnh phúc một lần
và để cho mùa thu
xoay tròn trong nụ hoa bé nhỏ
Nụ môi mềm
Mỗi lần anh yêu thương là mỗi lần rạng rỡ
Phải không em,
Mà mùa thu cất rượu giấu trong môi
Em của anh,
Có những lúc chúng mình ngồi ngắm mây trôi
Trong dòng sông, mà thời gian rót hoài một cung trầm rất nhẹ
Những lúc ấy
Em hay nhìn anh bằng một cái nhìn rất sẽ
Của mùa thu
Và em nói nhỏ em mãi yêu anh
Nhưng thời gian, ngày tháng,
Và những trắc trở lặng lẽ vây quanh
Làm em sợ
Em sợ cho một ngày
Tình mình sẽ sẽ xót xa như viên ngọc vỡ
Anh kiêu bạc
Thà muôn đời làm một con người đau khổ
Còn hơn là ngồi vuốt tóc
Và hôn lên vầng trán nhỏ người con gái anh yêu
Phải không anh?
Và em bảo mây tím đã chiều
Anh lặng nghe
Và chỉ muốn hôn em một, hai ngàn lần trên vầng trán nhỏ
Và vuốt tóc em,
Cũng như muốn ngửi thêm một ngàn lần hơi thở

Của mây trời đan rất nhẹ trong dòng tóc em xanh
Và kể cho em nghe
Một giả dụ nhỏ nhoi và cũng rất đỗi chân tình,
trong khi đó
thì lòng anh cũng buồn như mùa thu sắp đến

2.

Người ta đã bảo, em ơi
Khi chàng thi sĩ ra đi về bên kia đời sống
Thì những mảnh thơ mơ mộng
Của chàng
Giống như những con chim xanh
Giống như những con chim vàng
Vẫn còn rong chơi trong bầu trời cao rộng
Nhởn nhơ đùa trên những lối mây đi
Còn anh,
Em ơi. Em muốn anh nói những gì
Khi đôi mắt chúng mình nhìn trời thu xanh biếc
Khi đôi môi chúng mình dan díu cùng nhau tha thiết
Khi bàn tay anh buồn
Vuốt tóc em cho gió thả mây bay
Khi những chiều nắng rơi lổ đổ dáng sông gầy
Và mây nở những chùm bông trắng xoá
Thôi, anh cũng sẽ nói rằng
Lỡ một mai chúng mình nhìn nhau rất lạ
Giữa tuổi đời dắt díu nặng hai vai
Lỡ chúng mình có xa nhau
Một, hai, ba và cả ngàn dặm đường dài
Thì mùa thu sẽ rớt lại trong lòng mình man mác
Mùa thu sẽ ngủ ngoan trong mắt em buồn dìu dịu
Đựng mây trời tan tác
Mùa thu sẽ tình cờ rơi trên từng lối bước anh đi
Mùa thu sẽ trở mình trên hàng mi buồn
em vẫn nhìn anh mà chẳng nói năng chi
Em có nhớ những chiều mưa bay chầm chậm
Và những chiều mây thở gió vi vu
Cho nhạc vàng bay lên lấm tấm?

.

Còn anh, anh vẫn nhớ
Những chiều ngọt ngào mùi môi em cất giữ mùa thu
Và những chiều má em ngoan mùi thơm cốm mới
Và những chiều tóc em tung bay heo may Hà Nội
Quê hương buồn mà chân anh cũng đã lỡ phải rời xa
Đấy em xem,
Lỡ mà mình có xa xót, xót xa
Thì những con chim kỷ niệm sáng ngời kia
Trong đêm tối vẫn cùng lên tiếng hót
Những kỷ niệm thương yêu
Vẫn dắt tay nhau và dìu nhau sóng bước
Và mùa thu vẫn ẩn giấu chung quanh...
Đấy em xem, lỡ một mai chúng mình có chết
cũng đành
Nhưng kỷ niệm
Em ơi
Sẽ giống như những linh hồn lạc lõng
Hoá thành gió, thành chim, hay một ngàn tiếng động
Bay quanh mộ em sang tới mộ anh
Làm sao chúng mình đành đoạn cho đành
Mà không ngồi dậy dỗ dành
Ôm chúng vào lòng hôn hít...

3.

Đó là anh chỉ giả dụ thế thôi
Chứ ai mà không hiểu chúng mình yêu nhau
Tha thiết
Nhưng đôi khi
Cũng cần làm một giả dụ nhỏ nhoi
Để thấy rằng làm sao chúng mình có thể sống đơn côi
Em và anh
Cùng tất cả bầu trời còn lại
Phải không em
Dù những mùa đông có tiếp nối nhau
Hay cùng nhau ùa lại
Mình vẫn biết rằng có những mùa xuân ẩn giấu
chung quanh

Mình vẫn biết rằng có những mùa thu
Phơn phớt thơm những kỷ niệm long lanh
Đang gọi về những chùm mây hạnh phúc
Nở rộ yêu thương rơi xuống lòng mình những chùm hoa cúc
Như mắt môi em mềm
Giấu vội trong tóc những lần anh nói yêu em.

1975

Một mầu mây

Cám ơn em đã yêu anh
Tình yêu cất rượu ủ nhành môi tươi
Gió thu thơm miệng em cười
Cho thuyền lá mộng mềm khơi dáng tình
Tóc dài buông sóng lênh đênh
Mây ơi có nhớ những bình minh trong
Hồn ai thả mộng phiêu bồng
Một hôm tìm thấy giữa dòng mắt em
Sữa thơm trên cánh tay mềm
Cho anh một chút lãng quên giấc đời
Rừng mơ lả ngọn tình ơi
Chiều mơ gió đọng bên trời có nhau
Cám ơn em mối tình đầu
Thân thơm bông sứ.
Môi mầu thiết tha.
Dù mai chiều xếp cánh tà
Trời xanh dù có vỡ oà chia phôi
Thì thôi môi ngậm thương môi
Nhớ xưa môi ngậm môi người xót xa

Chiều đi trong giọt vàng hoa
Em mềm hơi thở. Đoá tà nguyệt bay
Lòng anh thoảng một mầu mây...

1974

Này em, quán nhỏ

lòng ta núi cao nhìn mây bạc
chiều ơi, tha thiết gọi mưa về
trùng trùng gió thổi qua cành lá
bỗng nhớ hôm nào trên đồi quê

đồi quê gió thổi mây hun hút
tóc em lênh đênh ngàn phím sầu
tóc em lênh đênh ngàn con nước
sông buồn nước biết chảy về đâu

em ngồi đen tóc môi ngây thơ
chiều mưa không dưng mà đợi chờ
quán lá nhìn mưa qua tạt tạt
giọt mềm giọt nặng rớt trong mơ

quán lá em ngồi mắt rất ngoan
chiều ơi mưa rơi như cung đàn
chiều ơi gió thổi mưa vào quán
môi em thơm mềm hương ngọc lan

tay em năm ngón nhỏ rất hiền
mưa rơi trên những tiếng vành khuyên
em ngồi tha thiết chiều mưa cũ
trong cõi lòng ta chiều gió lên

những giọt mưa bay nối đất trời
nghìn trùng mưa lại ôi xa khơi
ta đẩy thuyền mơ lên bến gió
em ngồi tóc nhỏ vỗ thuyền trôi

hôm nay ngồi nhìn mây hun hút
ta rất trơ vơ chiều một mình
trời rất chơ vơ chiều sững bóng
mưa đều giọt nhỏ nghe như kinh

ta vẫn nhớ em chiều quán chật
đồi xưa quán nhỏ mưa có về
một mai ta có quay trở lại
em có còn hiền như giấc mê
em có còn ngồi trong quán nhỏ
ta có còn ngồi nhìn đồi quê
mắt em rất ấm chiều mưa tạt
này em, quán nhỏ ta sẽ về.

1980

Gió phai

Chiều buông những giọt nắng tàn
Lá xanh hương cũ mênh mang dáng trời
Ngọt ngào một chút đầy vơi
Thoảng trong hơi gió tiếng đời thiên thu
Những ngày xưa đã mịt mù
Những tình xưa đã vi vu cõi ngoài
Hồn thơm. Mây nổi ngang vai
Tình son trẻ.
Thắp trên đài hoa xưa
Nắng vàng. Thơm giọt mưa thưa
Mùa xanh. Gió cuốn. Lá xưa nhớ rừng
Mây giăng thấp. Lũng mịt mùng
Hồn ta, những khoảng thu dung trở sầu
Cái mưa hờ hững sao đâu
Chiều rơi hờ hững trên cầu gió phai.

1979

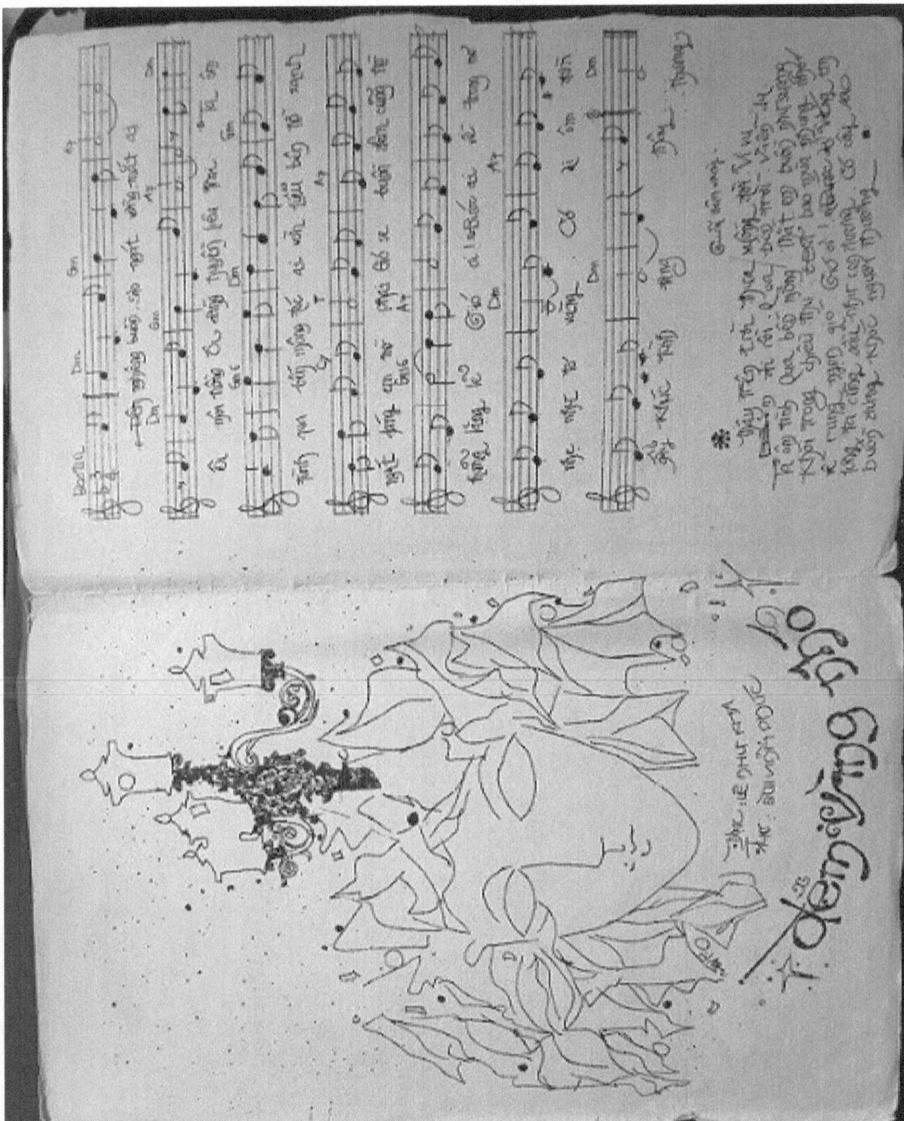

Đêm vàng nhớ (*)

1*

đêm nghiêng buồn
sao ngát vàng
mắt ai

ôi môi hồng
ôi dáng huyền
liêu trai

ta ôm tình qua bến mộng
tóc ai vờn
liễu bên hồ xanh ngát dáng em mờ phai

gió se buồn đêm cũng hờ hững lặng lẽ
gió ơi!

bước ai về trong mơ nhẹ như tơ vàng
có ai ôm đàn gẩy khúc tình tang.

2*

mây trên trời
mưa xuống đời
vi vu

em đi rồi
qua bên trời
viễn du

ta ôm tình qua bến mộng
giữa đêm vàng
mắt em buồn như sương khói trong chiều thu

đã bao mùa nhung nhớ về rung ngọn gió
gió ơi!

vắng em lòng ta cũng sầu như con đường
có cây sao buồn đứng khóc người thương.

1973

(*) nhạc Lê Như Kha, 1976

Một trăm cơn mưa

Mưa xiên thẳng tim
Xiên thẳng vào mầu chiều
Đã dần dần chuyển sang mầu tro xám
Bí ẩn và hoang lạnh
Như những bước chân mèo hoang
Mặt trời
Trái cây thơm mọng hôm qua
Giờ cũng đã ủng chín
Rơi trong vườn đêm
Một trăm cơn mưa sắt thép
Đã chụp xuống chúng ta
Và gió
Đã bứt tung bè bạn như những chiếc lá
Tan tác. Dạt trôi.
Và mất hút trên các nẻo đời

Mưa đập trên dòng máu đỏ
Mưa vỡ nát những ước mộng người
Mưạ đâm xuyên qua định mệnh, qua những miền lạnh giá
Đập vào nỗi quạnh không
Những cửa kính loang lổ của tâm hồn
Mưa hoàng hôn gió rối. Mưa con mắt chực chờ
Một trăm cơn mưa hành quân trong đêm tối
Người vỡ nát vào nhau
Mưa băng qua những nhịp cầu. Chỉ còn gió hoang quất lạnh
Người chia tay người ở những vực sâu
Chỉ còn lại nỗi đau
Theo mưa xuống huyệt.

2019

bạn bè

gió thổi bồng bồng
mây trắng như bông
nhớ xưa một thuở
bạn bè rất ngông
bạn bè rất mộng
ngồi buồn đấu láo
cũng đã nên thơ
chuyện ran như pháo
chứ đâu bây giờ
ta rất trơ vơ
giọt buồn không vỡ
lớn mãi trong ta
cụm mây xa nhà
trong chiều vô xứ
như kinh vô tự
bay mãi một đời
chiều ơi chiều ơi

lửa nhỏ

đêm nằm nghe gió
vỗ nhẹ giấc mơ
xa nhau bao giờ
lòng treo bóng nguyệt
chân ai tha thiết
bước rất êm đềm
tóc ai trong nắng
đưa gió chiều lên

đêm mưa còn đó
rụng mãi ngoài kia
ta như lửa nhỏ
cháy hoài trong khuya
mưa bay dìu dặt

từng sợi gió chia
ta như lửa nhỏ
cháy hoài trong khuya
mưa rơi ngoài kia

học trò

buồn ta xa nhà
đêm nghe mưa qua
lòng ơi rất nhớ
những ngày đã xa
mưa trên phố cũ
mưa trên mái xưa
lòng ơi tưởng nhớ
những buổi giao mùa
ta ngồi trong lớp
học trò mắt đen
dòng mưa áo trắng
học trò áo len
cười hoài nụ nhỏ
thầy trò rất quen
các em dưới đó
ta đứng trên này
dòng mưa bạch ngọc
rót đầy cơn say

ta giờ nhớ mãi
các em áo bay
ta giờ mới biết
buồn dài hơn say.

1981

đọc sách

ta ngồi đọc sách
trong tiếng chiều về
đời còn lê thê
trôi hoài một nhánh
buồn ta trăm mảnh
trên cõi tình này
người cũ chiều nay
trong trang sách mở
đời như đồ cổ
sao vẫn thiết tha
lần trong sách nhoà
người xưa lớp lớp
vỗ về trong ta

chiều bay trăm tà
ta còn đọc sách.

đàn trăng

đàn ai đẫm nguyệt
trong đêm trăng đầy
ta ngồi đốt thuốc
buồn dài ngón tay
nhớ ngôi trường cũ
những tên bạn thân
nhớ em môi nhỏ
gót hài phân vân
nhớ em tóc thả
trong chiều lênh đênh

đàn rung tội nghiệp
ta ngồi tha thiết
trăng rưng giọt sầu
nào ai có biết
gió thổi về đâu
đời làm mưa ngâu.

bướm

con bướm rất hiền
cánh vòng nhung duyên
gợi ta mấy thuở
ngồi nhìn nắng lên
quê nhà tha thiết
nắng đậm chứa chan
giờ này biền biệt
mây trời quan san
cỏ thơm mùi nhớ
lòng ta mang mang
bướm vòng cánh nhỏ
trong chiều mây tan
mưa ơi xa đàn.

khói bay

nước chảy dưới cầu
trong chiều la lả
mây trôi về đâu
hôn mềm phiến lá
những chùm mưa ngâu
ngày xưa quê cũ
chẳng nở bây giờ
đời ta lữ thứ
buồn như bài thơ
lang thang mấy thuở
không một giấc mơ

bướm ơi còn đậu
quê xưa yêu dấu
ta mãi phương này
buồn như khói bay
trong chiều hôm nay.

câu thề

trời xanh mây trắng
trong cõi phù vân
lòng ta mây trắng
vẫn nhớ người thân
mắt em ân cần
trong chiều mưa nọ
giờ ta phong trần
em còn đứng đó

mưa bay theo gió
gió bay trong chiều
ta trôi theo biển
biển ơi hoang liêu
nhớ em yêu kiều
cái chiều mưa nọ
thôi em mưa nhỏ
thổi nỗi sầu tê
đời ta lê thê
dòng mây vô xứ
nhớ xưa câu thề.

1981

Đàn thơm, hoa sứ trắng

Gió thổi đêm về trong mắt em
xôn xao hơi thở ướp môi mềm
tình bay dòng tóc run run lạnh
em cũng mềm thơm như dáng đêm

Em ấm và thơm rất dịu dàng
ngực thơm mùi bông sứ lang thang
trán thơm hương ngát từng chân tóc
lòng cũng bay thơm một tiếng đàn

Có phải hồn anh đang nhớ nhung
em ơi trăng sáng lạnh vô cùng
ngọc lan thơm đường môi em ướt
cũng nở bên anh chút ngại ngùng

Em của trời xuân
em của anh
cỏ thơm đường tóc rẽ hai ngành
tay thơm mười ngón thiên nga nhỏ
mắt mộng một trời xanh rất xanh

Em có là hoa tự thuở nào
lòng anh chim bướm khẽ xôn xao
bâng khuâng một chút trời kiêu bạc
bay khỏi hồn anh
thôi, biết sao!

Em của dịu dàng, một vết thương
hoa của lòng đêm, ôi vô thường
ô hay có phải đêm thơm ngát
em,
hay là hoa,
hay khói sương

Một chút mênh mang toả khắp lòng
một chút sương buồn len mắt trong
tịch nhiên là gió mang mang lạnh
em vẫn là em để nhớ mong.

1974

Rồi một buổi nào thì tôi cũng sẽ bay đi

Tôi đi vào một cánh rừng trăng
Trăng dãi đầy trên cây trên lá và mướt thơm như những giọt nước mưa ôm phủ lấy những sợi lông măng hồng mịn
Lá cây long lanh ánh trăng xanh. Một mùi thơm bí ẩn của trần gian
Dòng sông cạnh khu rừng róc rách chảy qua những ghềnh đá
Dòng sông xanh và khu rừng xanh
Con trăng xanh vẫn còn nằm mãi trên đỉnh non cao
Bọt ngầu lên ở một vài chỗ
Cả bọt và những ghềnh đá cũng mượt mà ánh trăng
Và tiếng sao trôi nhỏ to róc rách theo dòng nước kia chảy mãi vào rừng sâu
Cánh rừng yên ắng như một tấm chăn, như một tấm dạ xanh mềm mại
Nó phủ kín lên những hoài vọng tuổi thơ, những giấc mơ tuổi nhỏ
Dưới tấm chăn trùm kín lên bốn thành ghế
Trong căn gác kia, ngày xưa,
thằng bé nào ẩn mình nghe tiếng mưa rơi thổi dài trong khu xóm vắng
Tiếng mưa rơi như đến từ một xứ sở nào xa thẳm
Trong mưa cũng có ánh sáng của những vì sao
Những vì sao trốn mẹ theo mưa đi chơi mấy triệu năm ánh sáng
Thằng bé chui dưới tấm dạ xanh mềm căng tai nghe ngóng những tiếng mưa sao
Chung quanh nó là tối đen
Và những vì sao cười đùa khúc khích trong khu xóm nhỏ

Những vì sao bay qua những khu nhà gỗ, những ngôi nhà đá, những mái nhà tranh
Chân không, chúng chạy nhảy trên những nóc nhà, những mái ngói, những tàu chuối và những tàng cây
Trên những hàng hiên, lũ sao chơi đánh đáo và ô ăn quan
Trên những chạc cây, chúng ẩn núp và bắn nhau bằng ná cao-su bật gió
Ôi những vì sao trốn nhà đi chơi cả mấy triệu năm ánh sáng
Thằng bé trong tối mịt dưới tấm dạ mềm vẫn để ý lắng nghe...
Bây giờ, trong cánh rừng trăng này,
những vì sao vẫn khúc khích đuổi nhau chạy vào rừng sâu
Những vì sao long lanh trên đầu bọt ngầu xanh sáng
Rồi bỗng thấy một cô gái đi về phía tôi
Chẳng biết cô từ đâu hiện ra
Tóc cô dài ngang vai và chân cô đi đôi hài tím
Tại sao một cô gái hài tím trong rừng trăng xanh?

Đến bên tôi, cô hỏi anh đang tìm gì
Tôi bảo, có lẽ là cuộc đời, có lẽ thế
Cô gái cười một nụ trăng hồng
Rồi vục tay xuống dòng sông đầy ánh sáng, cô múc lên một dòng suối nhỏ và đưa tôi
Mắt cô mềm xanh như lá
Trong tay tôi, dòng suối vẫn trôi róc rách và lấp lánh ánh những vì sao
Tôi đưa nó lên ngang tầm mắt và nhìn
Một vũ trụ nhỏ đang hát ca trước mắt
Dòng suối và những vì sao thuở nhỏ
Những vì sao đã chạy nghịch những đêm mưa trong khu xóm vắng của mấy chục năm về trước
Chúng đã chạy kịp về nhà và không bị mẹ đánh đòn
Bây giờ chúng lại đi chơi
Tại sao những vì sao di chuyển quá nhanh? Tại sao mấy triệu năm ánh sáng?
Tôi bỏ dòng suối nhỏ và những vì sao của mấy triệu năm lấp lánh kia vào túi áo
Tôi nghe chúng xô đẩy reo vui bên trái tim mình...

Bỗng chỗ tôi đứng như nghiêng đi cùng với tiếng gió giông thổi đến
Tôi ngã vào khoảng không và chỉ nhìn thấy một màu trăng đỏ quạch
Đâu rồi ánh trăng xanh?

Tôi rớt ra bên ngoài thời gian
Rơi vun vút vào tương lai hay vào quá khứ làm sao tôi biết
Bên cạnh trái tim tôi, dòng suối kia và những vì sao vẫn thở
Tiếng thở của rừng
Và tôi rớt vào một ngôi nhà nhỏ
Trên lầu, có một ô cửa sổ mở ra những hàng cây
Trên thành cửa sổ có những chậu hoa nhỏ màu vàng pha tím
Tít ở góc phòng bên kia cũng có một khung cửa sổ
Nó trổ ra những mái nhà
Những mái nhà ngói đỏ mềm mềm như sóng
Những mái nhà dẫn lên bầu trời buổi chiều đang chụp xuống lơ thơ những vì sao
Một cô gái đang ngồi chơi trên mái nhà
Tóc cô chấm lưng và có vài chiếc lá khô vướng vít
Đôi chân thon dài, co lại. Hai bàn chân cô để trần
Tôi trèo ra ngoài cửa sổ
Chiều vẫn tiếp tục thả xuống những chùm bóng tối mùi ngọc lan
Cô gái trông quen quen làm tôi ngờ ngợ
Nhưng cô làm như đã biết tôi tự thuở nào
Thỉnh thoảng em thích ngồi chơi như thế này trên mái nhà mỗi khi chiều xuống
Ở đây có nhiều chim
Ở đây có nhiều chim như ở quảng trường San Marco bên Venice, Italia
Có cả những con mèo. Nhưng mèo chẳng đuổi bắt chim
Chúng chỉ ngồi chơi hoặc đi dạo bên nhau
Có khi em còn thấy cả một, hai con chó nhỏ
Đi lang thang trên những nóc nhà
Chúng nó, những con chim con mèo con chó ấy
Hình như cũng biết nhìn sao
Tôi ngồi xuống bên cô gái
Những mái nhà uốn lượn rộn ràng như sóng trôi mãi vào vô biên

Chiều đã mất hút và đêm ập xuống
Đôi mắt cô gái vương màu tím than của những ánh sao xa
Để em lấy cho anh một ngôi sao
Cô gái nói rồi với tay về phía những vì sao
Nhấp nháy, nhấp nháy
Xanh, tím, và hình như có cả ánh vàng
Trong bóng trăng xanh,
dáng em với tay lên cao trông như một cánh chim
Một nốt nhạc
ở phía những *octaves* réo rắt
Tôi nói nhỏ như thế trong lòng mình
Nhưng cô gái chưa kịp lấy được gì cho tôi
thì cô đã bị hút lên cao về phía những vì sao vẫn còn bồi hồi nhấp nhánh
Tôi chẳng thể làm gì
Sự việc xảy ra quá nhanh, sức hút của những vì sao quá lớn
Những vì sao đã quá yêu cô
Và cô đã bay lên cao khỏi những mái nhà
Như một nốt nhạc và một cánh chim
Ở bên kia thời gian. Anh ơi, ở bên kia thời gian
Tiếng cô gái yếu ớt vọng lại
Tôi nhìn mãi cho đến khi cô gái mất hút vào mây
Tại sao những vì sao? Tôi tự hỏi tại sao những vì sao
Trở lại cửa sổ và trèo vào nhà
Một đôi hài tím còn để ở góc phòng...

*

Rồi tôi thấy tôi lang thang ở vùng biển Địa Trung Hải
Saint-Paul-de-Vence, gần Nice, Côte d'Azur
Những con đường nhỏ lát gạch cũ kỹ ngoằn ngoèo dẫn mãi lên cao. Village d'Èze giữa trời Nice và Monaco.
Những kiến trúc để lại từ thời Trung Cổ
Những bức tranh của Picasso, Klee, Dufy, Utrillo, Derain
treo đầy những bức tường ở Colombe d'Or
trả giá cho những bữa ăn thời các họa sĩ còn đang lang thang đói rét
Và mộ Marc Chagall nằm trên đồi cao gió thổi
Giữa những um tùm cây cối và những tiếng đùa vọng của chim

Ánh sáng ở đây như được lọc qua những tấm kính màu
Ở Chapelle du Rosaire do Matisse làm ra
Ánh sáng thơm và mát
Chagall đã ra đi từ 1985

Tôi gõ tay vào ngôi mộ xi-măng giản dị
nguệch ngoạc hình thiên thần hai cánh tung bay, tay cầm một chân nến Hanukkah
(Ngôi mộ giản dị hơn bất cứ một ngôi mộ nào ở cái nghĩa địa gió này)
Ông cụ mở cửa hỏi tôi cần gì
Tôi bảo tại sao con người lại bay đi như chim
Tại sao con người là một nốt nhạc
Ông cụ bảo rồi anh cũng sẽ bay đi
Anh cũng là một nốt nhạc
Con người ai cũng có khả năng bay
Còn khi rung động thì họ là một nốt nhạc
Con người sẽ bay lên và họ sẽ trở thành những nốt nhạc
Nhất là khi họ yêu thương và muốn với lên những vì sao

Tôi cám ơn ông cụ và đi lang thang về những con đường, những thành phố khác
Ở Czechoslovakia,
mùa Xuân vẫn còn đang nở tại Praha
Kafka và những giấc mơ
Và những con đường ngoằn ngoèo nguệch ngoạc vẫn chạy mãi vào những trang lịch sử
Cầu Charles trên dòng Vltava
và nhà thờ Saint George ở Xóm Cũ
Tại Budapest, lịch sử Hung Gia Lợi vẫn trôi
trên dòng Danube
Con người vẫn sống vẫn thở vẫn yêu thương trên hai bờ Buda và Pest
Ở Yugoslavia,
tôi nằm nghe gió thổi miên man trên cái *kapia*
Cầu trên sông Drina
Ivo Andric
Những cuộc đời lại quày quả trở về
xôn xao trong tim trong mộng

Và chiếc cầu đá cổ ở Mostar
trên dòng Neretva
Bao thế kỷ rồi vẫn nhìn đời sống lướt trôi lướt trôi về vô tận
Tôi đứng trên cầu nhìn những xóm nhà heo hút
dần dần khuất bóng vào sương núi lam chiều
Ở Sarajevo, ở Dubrovnik, và ở biển Adriatic cô liêu
Những con người vẫn bay đi bay về trên dòng thời gian quạnh quẽ
Đó là một dòng chảy xanh lơ
Bây giờ máu đang chảy ra ở những nơi chốn đó
Những mộng mơ tôi nơi ấy chắc cũng hoảng hốt đập cánh tung bay
Tôi lại nhớ đến quê nhà
Những con đường và những bóng cây
Những làn khói xanh lơ và những dòng sông thuở nhỏ...

Tôi vẫn đi trên những con đường của cuộc đời
Gió mưa nắng quái và những sáng bạch chiều rơi
Những ánh sáng và những hương hoa tôi thầm ôm ấp
Có khi là những con chim dịu dàng mềm mại
chúng thổi tiếng vi vu của cuộc đời vào lòng tôi sâu thẳm
Có khi, ừ có khi, chúng biến thành những vệt gai đâm
Hay có khi chúng thành những mảnh kính sắc
Đâm cắt vào lòng rạch nát vào tim
Tại sao những mảnh kính tại sao những mẩu gai?
Tại sao tiếng cười tại sao dòng lệ?
Thế nhưng tôi vẫn yêu mãi cuộc đời
Tôi vẫn chẳng thôi yêu thương những con chim, những dấu gai, và những mảnh kính sắc kia
Chúng dạy cho tôi biết thế nào là cuộc sống
Thế nào là dòng máu thế nào là trái tim
Thế nào là khổ đau thế nào là hạnh phúc
Và bảo rằng tôi vẫn ở giữa muôn thuở con người
Và thế nào là một niềm tin.

*

Cậu bé nhỏ vẫn còn nghe mãi những tiếng mưa rơi
Những tiếng mưa rơi mịt mù trong khu xóm vắng
Tiếng mưa chạy đuổi nhau với những vì sao
rớt về từ triệu năm ánh sáng

Tôi vẫn đứng trong khu rừng kia
Người con gái mắt mềm như lá, cười một nụ trăng hồng, múc tay xuống dòng sông ấy
(Dòng sông lổ đổ tiếng cười của những vì sao)
Cầm lên đưa tôi một con suối nhỏ
Con suối giờ vẫn còn xao động trong tim
và những vì sao trong đó vẫn còn thức giấc

Tôi vẫn ngồi trên một mái nhà
Những con chim con mèo con chó vẫn còn lang thang dạo chơi trên ấy
Và người con gái kia
với đôi mắt vương màu tím than của một ngôi sao chấp chới
Đêm vút lên thành một nốt nhạc
Rồi lặng yên bao phủ cuộc đời...

Tôi vẫn đi trên những con đường
Ánh sáng và bóng tối
những sớm nắng và những chiều sương
Có khi tôi hát ca có khi tôi ngồi quạnh quẽ
Một nửa ánh trăng che mái hiên đời
Những mảnh sắc, những gai đâm, những con chim, những đóa hoa, những cây lá...
Xếp lại dần thành vóc hình tôi

*

Rồi một buổi nào thì tôi cũng sẽ bay đi
Một ông cụ già đã bảo cho tôi biết trước
Tôi sẽ bước ra ngoài thời gian
Như trèo ra ngoài cửa sổ trổ ra song sóng những mái nhà
Trổ ra một bầu trời xanh xa sâu thẳm
Có những ngôi sao thơm mùi ngọc lan
Và tôi sẽ bước đi
ở một chiều biên giới khác.

Saint-Paul-de-Vence, VII. 1993
California, VIII. 1993

Quá khứ

Buổi chiều.
Buổi chiều không mầu
Một dòng sông lạnh nát nhầu tiếng mưa

Hôn em một nụ hôn xưa
Nghe trong mùi tóc những mùa gió bay.
Môi ta ngậm cuộc tình này
Mà nghe chiều nặng.
Chiều.
Hay bóng sầu.

Hôn em một nụ hôn đau
Mà nghe tơi tả trên cầu tiếng mưa
Mưa dầm chan, mưa đò đưa
Mưa đâm thấu, mưa thổi lùa xót xa

Hôn em một nụ hôn nhoà
Trên da thịt ngỏ bao la giọt cuồng
Mưa quấn quit. Mưa dầm tuôn
Mưa nghe mằn mặn.
Mưa buồn buồn tan.

Hỏi em giữa cuộc chan chan
Có nghe vẳng một tiếng đàn bên sông.

IX. 1978

Dưới cầu mưa trắng

ta áo bạc ngồi dưới cầu mưa trắng
gió trùng trùng thổi rất lộng trong hồn
ta dưới cầu nhìn mưa chiều mới chớm
đã mơ về nhà một chút khói hoàng hôn

ta muốn về nhà về thăm quê ta
phố gió chiều mưa, mưa bay trăm tà
phố gió bàn tay em mềm rất ấm
chưa tiễn nhau mà sao đã xót xa

gió bồng chân cầu, gió thốc ngày xưa
áo em tà mỏng thương sao cho vừa
thấy mắt ta cười, tay em luống cuống
đứng nép vào ta dưới những hiên mưa

gió chia mưa nhỏ như sợi chỉ mềm
những nhánh mưa hồng cho em xinh thêm
mưa trên tóc nhỏ em là con gái
mắt rất ân cần làm sao ta quên

ta muốn về nhà ôm lại mẹ hiền
mẹ ơi đời mẹ ngàn nỗi truân chiên
một mai gió thổi mây bay về núi
con sẽ khóc thầm những giấc nửa đêm

ta muốn về thăm mấy tên bạn thân
tóc râu một thuở mấy nẻo phong trần
những ngày hào sảng ta không thấy lại
bởi lẽ đời chia mấy cõi phù vân

ta muốn về thăm những mắt học trò
những nụ cười mềm, những tóc ngây thơ
những vòng vây nhỏ thơm mùi áo trắng
lá sân trường xưa còn reo trong mơ

ta vẫn còn ngồi dưới cầu mưa trắng
áo em, tay mẹ quá đỗi hiền hoà
rồi một ngày mai ta về chốn cũ
có kịp đền bù hết những thiết tha.

1980

Một điều chưa vẽ được

Dòng sông mầu xanh trôi trong mắt lá
Những cánh buồm nâu cộng những cánh buồm
Trời trong và mềm. Như một hơi thở
Gió từ mạn nào tha thướt bay lên

Cánh rừng năm xưa còn bay tro xám
Ngọn lửa bập bùng trong tận đáy tim
Ánh mắt, nụ cười, và dăm dòng lệ
Đọng lại im lìm trong một tiếng chim

Không gian. Thời gian. Tiếng kêu bầy ngựa
Lộp cộp hồng
và lộp cộp xanh
Tóc ai còn bay mềm trời thu đó
Chiếc xe ngựa già. Và một khúc quanh

Tiếng đàn mầu gì còn ai nhớ rõ
Như một bầy chim rộn rã lên trời
Và gió, và hoa, và trăm cơn nhớ
Khuấy động điều gì trên mảnh toan tôi?

2009

Thơ Cũ & mấy biến khúc quanh một vài bài hát buồn, xưa

1. Trăng. Như một nỗi cô đơn ấp ủ hồn ta. Và đêm, như một cánh rừng thăm thẳm chứa cất đầy mộng mị những ngày yêu cũ. Người yêu ơi, ngày xưa...

Trăng lắng sâu vào đêm đợi chờ. Đêm thế gian quạnh không mịt mờ. Trăng, như một ngọn nến, cháy ngùi ngùi vào thời gian mê mải. Ta vẫn đợi chờ quá khứ, như đợi chờ một mùi hương thiết tha nào đó của ngày xưa. Em như một đóa hoa còn đọng ngát hương môi, và đêm như một cơn mộng ngọt ngào chất hương mật ong ngày cũ.

Xin thời gian đừng vội vỡ tan, và xin mùi hương kia cũng đừng vội vàng ly biệt. Ta sẽ xin làm đêm để còn được cất giữ mãi những kỷ niệm thơm tho ngày cũ. Em yêu ơi, rồi em có như ánh trăng kia trở về với đêm khao khát? Em có như ánh trăng kia trở về với khu rừng phong kín hồn anh?

2. Người yêu ơi,

Đêm thơm mùi gỗ quý. Anh ngồi giữa vườn trăng và lòng tha thiết nhớ em. Nhớ về những ngày xưa cũ của tình yêu chúng ta. Những ngày ấy, chân ta còn đạp trên những ngọn gió mùa thơm ngát, trái tim ta còn vàng nắng rừng thu. Bên dòng nước kia, em ngồi cạnh anh trong buổi chiều thơm ngát. Tóc em bay bay như một cánh rừng thả đầy những tiếng chim ca ngợi tình yêu... Những ngày xưa ấy bây giờ ở đâu? Anh biết tìm đâu trong gió mùa những hương yêu ngày cũ.

Người yêu dấu ơi,

Những chiếc lá mùa thu giờ đây đã vàng, đã úa, đã héo tàn tơi tả. Những lá thư cũ đã đang phai dần theo mầu thời gian ly biệt. Hãy để anh thả bay theo ngọn nắng cuối mùa kia tiếng đập cánh mệt mỏi này của trái tim anh. Những lá thư đã được cất giấu từ lâu trong lồng ngực này, thôi, hãy để cho cánh chim ấy đem cất giấu đi trong khu rừng vắng. Những tờ thư vẫn còn thơm mùi kỷ niệm. Lòng giấy viết gì, em có biết? Viết rằng, *"Tìm đâu trong gió mùa, người yêu ơi....."*

3. Mùa thu rồi. Mùa thu đang thả bay những cánh lá thu phai mầu hiu hắt. Mùa thu đang độc tấu một khúc vĩ cầm nước mắt buồn tênh. Và tiếng hát nào lạc loài xa vắng, tiếng hát nào đang cùng với mùa thu bay trên trời không. Xin tiếng hát kia đậu vào lòng anh như một cánh chim hoang mang tội nghiệp. Xin cho anh còn được gọi tên em, người yêu dấu, như một lần được gọi tên những nỗi niềm hắt hiu trong hồn mình. Bởi lẽ, một ngày nào, *mộng* rồi cũng sẽ *thành mây bay đi*. Ta rồi cũng có sẽ xa nhau ngay cả trong niềm hồi tưởng?

Mùa thu. Rồi mây cũng tan theo những sương cùng khói ngoài kia. Chúng ta cũng sẽ tan theo những hệ lụy mỗi ngày. Còn lại gì, người yêu ơi? Hãy để trái tim ta tan thành hồ vắng mà soi rõ tình nhau. Ngày rồi sẽ qua đi. Đêm sẽ ngồi ở lại. Hồ vắng trăng soi ơi, xin hãy còn lưu giữ mãi những tiếng tim đập thiết tha và những môi cười tươi tắn của những đôi lứa yêu nhau.

4. Và mưa đã đổ tràn vào tình yêu của chúng ta. Ngày ấy, em có nhớ. Những giọt mưa hồng đã phơi phới những buổi chiều hạnh phúc. Mưa bay trong chiều, và chiều vẫn còn pha mầu nắng. Tà áo dài em vẫn còn quấn quít trong mưa. Tưởng như em vẫn còn quấn quít trong tình anh lênh đênh những giòng sông mưa ngày cũ.

Mưa đã tràn vào kỷ niệm. *Em đi về cầu mưa ướt áo, đường phượng bay mù không lối vào, hàng cây lá xanh gần với nhau.* Phải rồi, lòng ta đã là những hàng cây xanh ướt. Trời còn mưa thì chỉ làm tha thướt tình nhau. Những hàng cây trong mưa, những trái tim mềm gió. Trời mưa, ngày xưa, có em áo trắng qua cầu.

Thôi, đừng buồn, hỡi người yêu dấu. Những cơn mưa hồng rồi lại sẽ đổ về. Mềm nghiêng một vành nón mộng. Trong ký ức của ta, em vẫn còn mềm thơm nhỏ nhẹ trong mưa. Hãy hứa với nhau, em nhé. Cho dù mưa bay khắp chốn thì tình mình cũng chỉ thêm ngọt ngào mùi hương chiều của những mùa mưa. Hãy cầu mong cho mưa bay mãi, để mình vẫn còn được nhìn thấy nhau một thuở thiết tha trong những nẻo mưa bay.

5. Đêm. Lại đêm với một vầng nguyệt bạch. Và thời gian, cái dòng sông kia, sao vẫn còn lờ lững mãi một dòng trôi. *Dòng sông nào đưa người tình đi biền biệt.* Người đã đi và ta còn ở lại. *Đêm nguyệt cầm một đóa đẫm tương tư.* Sầu đã chín trong mùi thơm cây trái. *Sáng linh lan hồn ta khóc bao giờ.*

Người yêu dấu ơi, thời gian rồi sẽ cứ một dòng xuôi chảy. Xuân Hạ Thu Đông rồi sẽ chín đỏ theo mùa. Ta cũng thế, ta cũng chín đỏ theo những vòng nhật nguyệt. Vẫn còn thương em trong những sáng nắng chiều mưa.

Một ngày nào đó, khi tiếng gió heo may tha thiết gọi về, khi nghe tiếng gió hú trên những đồi không của trái tim mình quạnh vắng, khi nhìn những cơn mưa đập tan những giấc mơ mây nổi, em sẽ nhìn ra trong trái tim mình những chiếc lá xanh run rẩy và hạnh phúc của một tình yêu mà con gió đã thả ra khơi. Và quá khứ bật sáng long lanh trên dòng sông cũ. Lúc ấy, xin em đừng khóc. Xin hãy nhớ rằng ta vẫn còn mãi nhớ em với mùi hương ngọc lan mềm ướt ngày nào. Trên kia là một dòng nguyệt bạch. Và, phải không em ơi, trái tim ta lại lách tách những củi lửa ngày xưa.

6. Còn đây là thơ riêng của anh. Một bài thơ cũ. Bài thơ đã cất giữ hộ cho chúng ta những buổi chiều mây tím. A, cái mầu chiều ngày ấy. Cái mầu chiều run run trong nắng cũ. Cái mầu chiều đựng những cánh chim ngậm những hạt nắng trên sông. Sông dài. Một dòng sông rất dài, trắng xóa và vàng như mộng. Trắng tựa như một thanh gươm mà ai vừa dựng đứng giữa trời. Như trong thơ của Cao Bá Quát: *Trường giang như kiếm lập thanh thiên.* Nhưng không gian của chúng ta lúc ấy lại đã bắt đầu nhuộm sắc hoàng hôn. Không còn *thanh thiên* nữa. Vậy mà vẫn thật đẹp. Đó là một không gian mới trước đó không lâu được dát vàng bởi nắng chiều, nhưng rồi đã chợt pha vào sắc tím. Tím của mây, tím

của những rặng núi xa, của những chân trời biền biệt. Và cũng là mầu tím trong đôi mắt em, lúc ấy đã nhuộm đẫm buổi chiều. Một vài ánh sao mọc sớm phản chiếu trong đôi mắt ấy. Và, hình như, bất chợt, anh thoáng thấy bóng dáng của một bài thơ.

Mầu Chiều

nắng mênh mang như tình yêu chợt nở
hồn thơm tho xanh ngát một mùi hương
hàng cây sao ngơ ngẩn đứng bên đường
nhìn em đến tóc vờn bay trong gió
lòng khép nép nào hay đời mở ngỏ
rất dịu dàng để em bước khoan thai
có chùm hoa sứ nở ngát hương dài
em xoã tóc ướp hương vào nhung nhớ
trán ngây thơ mắt trong xanh mấy thuở
miệng cười xinh thơm ngát cánh nhung hồng
anh ngỡ ngàng sao đời quá bao dung
gọi em đến và đặt anh ngồi cạnh

buổi chiều hiền thả đàn chim soải cánh
bay qua sông môi ngậm hạt nắng vàng
gió mơn man trên dòng nước lang thang
bầy cây lá cũng ôm nhau trò chuyện
em đáng yêu cho lòng anh sóng biển
em ngọt ngào cho ngày tháng nở hoa
bên kia sông là vườn nắng la đà
cây mộng ước của lòng anh kết trái
tặng cho em những chùm hoa mê mải
của một thời mơ mộng rất ngây ngô
tặng cho em trái tình đỏ mong chờ
em giữ nhé, cất vào tim em nhé
dòng sông hát những lời ca nhỏ nhẹ
mắt em nhìn thu cả ánh trời xanh
có con chim chập chững hót trên cành
nhắc anh sẽ ngỏ lời vào thương mến

nắng vỡ nhẹ trong mầu trời bịn rịn
chiều tơ mềm trong nét ướt làn môi
tiếng thời gian động nhẹ lá hoa cười
nghe rất khẽ từng trái tim nở ngát

mắt em nhìn, bóng chiều rơi tím nhạt
nụ hôn mềm hoa lá sẽ trao nhau
có làn mây nhè nhẹ rớt bên cầu
chiều nghiêng bóng chiều ơi chiều nghiêng bóng.

[1973]

1995

Mây Dại

Bật lên trong trái tim khô, vỡ
Những chùm mây dại, cũ, một thời
Rớt nhanh một tiếng chim. Chiều muộn.
Mái nhà một vạt nắng thu phơi.

Nhà Xưa

Căn nhà xưa, gió, trong đêm. Thức.
Mùi hương bông sứ cũ thoảng về
Và ánh sao xa. Xanh. Nhợt nhạt.
Có hay một kẻ lặng về khuya.

Về khuya từ dăm chục năm cũ
Với một trái tim đã xỉn mầu
Với môi còn ngậm cành hoa mộng
Và chút hương xưa đã phai nhầu.

Biển Vỡ

Nhớ chiều vượt biển, 1977

Sóng đập hoàng hôn vào mạn tàu
Quê nhà lùi, khuất. Một hồn đau.
Qua ô cửa nhỏ khoang hầm mốc
Một mặt trời. Vỡ. Đỏ. Chênh chao.

Sông Cũ

Đi về một khoảng sông xưa, cũ
Bóng nắng sông chiều lấp lóa reo
Một dải mây xa rơi xuống thấp
Con đò trên ngấn nước vàng thêu.

Thấy lại hồn ta trong cơn gió
Tan theo mưa xé. Mặt sông nhầu.
Mắt người. Và đóa trăng tàn, khuyết
In giữa trời không. Một nỗi đau.

2016

Vết Thương

Thấy giữa hồn ta những con đường
Gió khuya, đèn ủ, bóng trăng suông
Hàng cây, lá tối, mùi hương cũ
Chợt tấy trong ta một vết thương.

Ngõ Tối

Gió thả trời đêm ngàn giọt vàng
Đồi sáng những tàn trăng địa đàng
Người ngồi trong góc trời đêm ấy
Ngõ tối trong hồn bỗng sáng trưng.

Mây Trang Trải

Mây trang trải trắng. Hồn vô xứ.
Có giống như ta, một nỗi sầu
Chân dẫm trên đường qua vô định
Mà trái tim: ngọn lửa đỏ đêm sâu.

Trăng Thắp Lên

Trăng thắp lên một dòng sông cũ
Mưa thắp lên những ngọn cây mù
Đêm thắp lên từng căn nhà nhỏ
Ta thắp lên một nỗi buồn lu.

Trăng Bạc

Đôi lúc hồn ta bừng thức dậy
Tiếng tàu thả khói, hú, còi khuya
Hàng bông gòn đứng, buồn, đen thẫm
Đường ray trăng bạc ánh. Đêm xưa.

2017

Tân Hôn

Đường quanh quất dặt dìu đám lúa ngã
Gió đê mê rời rã cả linh hồn
Người im lắng. Nghe giác quan mở mắt
Hớp thơm mềm đêm trời đất tân hôn.

Cắt

Biển. Đêm giông bão. Nhớ chia lìa.
Ghe cắt vào sông tiếng cắt khuya
Đời cắt vào ta ngọn gió buốt
Em cắt vào ta ánh sao khuê.

Dẫn Độ

Chiều trầm bóng núi vàng hiu hắt
Quạnh quẽ trần gian tia nắng tắt
Sao chiều mông lung một đỉnh trời
Cõi đời và cõi người im bặt.

Trời vênh đất nổi. Sương ngang trán.
Ánh nến lòng ta cũng chập chờn
Một cành hoa trắng trong tim vẫn
Dẫn độ ta về một mùi thơm.

Mùi thơm của cõi đời hiu quạnh
Của những niềm riêng, những nỗi nhà
Của người năm cũ. Và đôi mắt
Dẫn độ ta qua những xót xa.

Mây gió trong hồn không báo trước
Dẫn độ thời gian, vó nhịp sầu
Những nhịp thiết tha và nhịp chõi
Và ta với nhịp đuổi theo nhau.

Đêm. Một trời đêm. Triệu hạt vàng
Dẫn độ ta giữa cõi nhân gian
Tâm người treo lửng trong trời đất
Như một mầm xanh. Một tiếng đàn.

Bãi Mê

Trên những tán cây dòng sông diệp lục
Buổi chiều thơm mùi cỏ lá
Và hoàng hôn đã nhấp nhánh những sợi ren vàng.

Trên những dòng máu chậm chạp rời bến
Con đò nằm ẩm mục hoàng hôn
Và một vì sao tím
Nở chậm ánh lửa đêm
Vào vũng nước còn đọng lòng đò.

Trên mái nhà của kỷ niệm một người
Mây vẫn bay lờ lững. Màu khói nhạt. Buổi chiều.
Và đoá hoa mùa thu ngày đó
Vẫn thao thiết. Bập bềnh tiếng gió đêm.

Trong dòng mưa gió lật
Mùi hạnh cũ trở về
Những mầu hoa xa khuất
Tưởng tàn trong tiếng khuya
Vẫn bay bay theo gió
Những lục hồng vàng tím đen nâu
Nhoè mờ và sắc nét
Còn bập bềnh nhịp nhàng tha thiết bãi bờ mê.

Và những nhịp vó buồn

Mây đưa dạt đám hoàng hôn
Vào hàng cây vút bồn chồn bóng đêm
Vàng thau. Và những âm mềm
Của chiều giăng mái trên hiên giọt đời
Những sông buồn của muôn nơi
Đổ vào tịch mịch. Biển. Thời gian quên
Trăng hồng. Thắm. Nhịp chèo lên.
Con thuyền lạc gió trôi miền không hư
Quạnh không tiếng gọi của mùa
Đàn mưa bạch. Trắng trời. Như vó buồn.
Một bầy ngựa trắng từ phương
Xa, mờ, phủ mộng, nhịp cuồng. Và đêm.

Người ngồi trong cõi nhớ quên
Lần tay sờ, kiếm những miền thực, hư.

2017

Hợp Âm

Con chim gió đã bay qua hồ lửa
Rừng cháy xanh. Ngun ngún. Thời gian
Chuyển cảnh.
Khung cửa mùa Đông. Những chùm hoa sứ
Tiếng đàn. Tiếng gió hoang mang

Mưa trắng. Những cành cây đen xám
Oằn mình trong mưa. Nỗi hạnh phúc dịu dàng
Con chim nào tiếng hót để rơi trong giông bão:
Một vệt xanh mềm trên khung vải thời gian

Gió ẩm thấp. Gió đi vào mộng mị
Chiếc bàn. Chiếc ghế. Và một bình hoa
Bông hoa nhỏ lãng du về cánh rừng xa thẳm
Người lãng du về những nỗi nhớ xót xa

Tiếng sóng biển. Tiếng rì rào lá gọi
Vỗ hoang mang một hợp âm mềm
Trắng. Xanh. Những hợp âm vươn mình trên khung vải
Trong góc tranh buồn chiếc lá chết. Nâu

Tảng đá xanh. Âm u tia lửa
Những thế kỷ dài im lặng nghe mưa
Tấm chăn mầu xám. Nỗi buồn mầu đỏ
Ly nước trong. Trong như mắt ai xưa

Đêm bùng lên một mầu đen hoang
Cành hoa thức. Mùa xanh vẫy gọi
Mưa trắng. Những cành cây đen xám
Tiếng nhạc loang mềm như rượu ngọt
Hợp âm gió. Tiếng biển và lá
Hợp âm trầm không một âm vang.

X. 1996

Tóc bay vườn cũ

Gió rất nhẹ cũng làm lay bóng lá
Anh trở về qua vườn cũ tóc bay
Lòng ngọt ngào hơn một hớp rượu cay
Anh muốn giữ ngày xưa trên đầu lưỡi
Phải, tim nhỏ làm gì anh giữ nổi
Những xôn xao trải rợp khắp trong hồn

Những rộn ràng hơn một nụ môi hôn
Anh bé nhỏ như ngày xưa thân ái

Thì cũng một lần thăm vườn tuổi dại
Có chàng trai mười bảy mộng vô cùng
Đời dễ thương như một tiếng tơ rung
Trong nét bút có vần thơ tỏa nhạc
Ngày học trò trải dài ra bát ngát
Trên đầu sương từng buổi sáng đến trường
Chùm lá xanh thoang thoảng một mùi hương
Những bông cúc lập lòa soi ánh nắng
Trên bước nhỏ rợp trời chim cánh trắng
Có hồn nhiên làm ngơ ngẩn linh hồn
Có miệng cười bay từng cánh môi thơm
Làm thân ái con đường um bóng lá
Gót son mềm bước hài nghe thương lạ
Mắt huyền say dòng tóc chảy phân vân
Em đáng yêu như thể một thiên thần
Lòng tuổi trẻ cũng một lần thương mến
Con chim nhỏ từ vườn yêu chợt đến
Làm bâng khuâng từng giọt máu trong hồn
Trái tim buồn cũng đã biết cô đơn
Và sách vở thở dài theo nhung nhớ
Trường yêu ơi, xin một lần rộng mở
Cho anh làm người khách lạ buồn tênh
Chỉ đứng nhìn phượng đỏ rụng đầy sân
Trái tim nhỏ co ro buồn muốn khóc
Nhớ ngày xưa có thầy và lớp học
Có bạn bè, có tuổi trẻ ngát say
Có yêu thương, có vụng dại đong đầy
Giờ khôn lớn biết làm sao gặp lại

Anh vẫn nhỏ tuổi đời chưa muốn hái
Mà ngoài kia nắng lụa đã sang mầu
Biết gửi hồn cho gió thổi đi đâu
Ngày hạ trắng đã tràn đầu phượng đỏ.

1973

Tình, chiều

Em nằm cạnh trái tim anh
Có nghe máu chảy trăm nhành yêu thương
Trời xanh đầy tiếng chim vương
Dòng sông đầy gió. Vườn thơm đầy lòng
Nắng lên trăm ngọn thinh không
Tình lên những nụ tình hồng mưng mưng
Nụ thơm môi, nụ rưng rưng
Nụ hồng, ấm ngọt.
Nụ gừng, gừng cay
Nụ muối mặn, nụ đêm, ngày
Nụ tang tảng sáng
Nụ say say chiều
Nụ buồn cùng với nụ yêu
Nụ vui cộng với nụ kiều thiết tha
Tình anh
tưởng đã chiều tà
Chợt trong sương biếc nhạt nhòa nắng lên.

XII. 1995

Xuân hồng, mưa lênh đênh

từ em xa đi cho hương buồn
hồn xưa bay hoài mây muôn phương
mong em quay về như hôm nào
mưa bay hoa vàng trong chiêm bao

người mơ em ngoan như chim rừng
pha lê lăn tròn hay rưng rưng
tà hoa em về đưa mây trời
vườn xưa trăng mềm cho thu rơi

đôi hài em mang làm bằng nhung
trâm cài êm ngoan như tơ rung
yêu đời em đi trong hoan ca
yêu người em mơ trên môi hoa

bờ vai đen tuyền cho liêu trai
hồ sao xanh ngời trong thiên thai
thôi em đi về cho thu vàng
vàng thu cho mây thêm bay sang

như là bao nhiêu tơ trời bay
như là bao nhiêu hương men say
sao mà lòng em, ơi xôn xao
sao mà trời xanh mây trên cao

chim theo em về bên xa xa
vang ngân muôn lời ru âu ca
ơi môi thêm hồng khi em cười
mây bay theo đường chim đôi mươi

em thơm như mùi hương trong xanh
em ngoan như vườn sương long lanh
sương mơ trên cành nghe âm vang
chim đan vui mừng khi em sang

là em tìm ra trong tim mình
bao nhiêu xuân hồng mưa lênh đênh
cho nên mầu xanh cho thu vàng
là mây là mây trôi mênh mang.

1971

Ấn Tượng

Chiều bay gió. Thênh thang lũ biển sẫm
Hạ chớm mùa. Lá phơ phất triền cao
Bầy hải âu, cánh đập ngang trời rộng
Vút mái hồn dăm ngọn phi lao.

Nắng và biển và mùi tóc em trộn lẫn
Cỏ miệt mài một lớp xanh non
Mặt trời lóa gươm. Cánh buồm thở gió
Anh thở em thơm trái hạ vàng.

Mái ngói đỏ, những ngôi nhà ngất ngây mùi biển
Ngực căng phồng những vạt nắng nồng say
Con đồi soải, em duỗi chân trên cỏ
Áo mùa Xuân, hơi thở mùa Xuân.

Những con chim bay vùi trong kỷ niệm
Tiếng hát em thơ dại một mùi hương
Mùi thơm của tóc ấm, của cỏ mềm
Và mùi thơm một đường môi ướt nắng
Mùa Hạ lẫn mùa Xuân ủ say trong cánh tay anh.

Biển và sóng và mùi hạnh phúc
Tràn lấp đầy trong cảm giác anh
Trong trái tim anh một lũ ong vo ve làm mật
Để rụng trên môi ai những giọt hạ vàng.

Đêm long lanh sáng. Những tàng cây giấu cất hạnh phúc
Căn nhà gỗ như một chiếc kén
Và ngoài trời kia một bầy gió lang thang
Em mang nắng, lũ gió sớm, mặt trời, và mùi biển mặn
Trên thân thể ngát hương như một trái chín vàng.

Hạnh phúc nở thơm như một đóa hoa kỳ bí
Đêm sáng long lanh. Những trái cây. Những búi cỏ mềm
Những lượn sóng bập bềnh
Rượt đuổi vào cảm giác, rượt đuổi vào những giấc mơ
Tiếng hát em ngọt ngào thiết tha trong tối
Mùi hương thơ dại như một bài thơ.

VI. 1995

Những giấc mơ trộn lẫn ...

* *Để nhớ về hạnh phúc và những chiêm bao*
huyễn ảo lẫn lộn trong đời

Trong đám lúa con gái mùa Xuân

Chạy chân trần trên đường làng. Hai bên là ruộng lúa con gái rập rờn đưa đẩy.

Mưa bay rong, lất phất đầy trời.

Lúa con gái uốn éo mềm lay trong mưa. Cũng có cả gió bay miên man đằm thắm rạt rào trong điệu vũ lúa.

Cứ thế chạy chân trần và ngửng mặt hứng mưa bay. Miệng há ra hớp các giọt mưa. Thơm ngọt dịu dàng. Mưa cứ bay phơi phới. Toàn thân ta như cũng muốn bay bổng lên cao.

Tất cả các giác quan đều căng mở và đụng chạm với đất trời, vũ trụ.

Trống dậy trống dậy bập bùng trong trái tim và trên thân thể bát ngát.

Rồi, đang chạy trên đường đất mềm, chân ta tự nhiên rời mặt đất. Ta bay lên cao và lăn lộn giữa gió mưa.

Bập bềnh quay đảo, rồi rơi vào đám ruộng lúa con gái mơn mởn xanh. Mềm mại thơm.

Ta và lúa quấn lấy nhau. Và gió. Và mưa. Một vũ điệu mê cuồng đắm say ngất ngất.

Ta mút những dòng sữa lúa, chảy thơm chảy thơm trên môi. Rồi nằm thở mưa và khói giữa đất trời mênh mông. Đám lúa dậy thì mơn mởn vẫn rì rào chung quanh.

Sữa lúa thơm. Ôm ấp và ru ta ngủ trong mưa trắng nõn như lụa phất, dán chặt vào những thân thể xuân tươi hồng nụ, trinh trắng ngọt ngào.

Dập dờn thả lỏng cơ thể. Mệt mỏi và hoan lạc như những con sóng mềm cứ nhẹ nhàng đánh tới rồi lại dạt đi. Người thiêm thiếp, ta buông thả tất cả.

Chung quanh, những tiếng cười đùa của đám ruộng lúa con gái kia vẫn còn lênh đênh.

Một đám thiếu nữ áo lụa trắng, mỏng và dài tha thướt, trên đầu đội những vòng hoa kết bằng dã thảo và hương thơm, theo kiểu dân dã bên Hy Lạp. Nắm tay nhau quay vòng và cười vui. Những tiếng cười gieo đổ như ngọc ném trên chén sành.

Những điệu xoay vòng.

Nét uyển chuyển, tròn mềm của cơ thể và dáng điệu. Hồng trắng và mướt thơm.

Và đó là mưa xuân.

Mùi đất đai, hoa cỏ, đồng nội và xác thịt trinh nguyên phất mềm trong không gian.

Một sự dã dượi thật say. Cứ ngọt mềm và thấm dần vào cơ thể như một thứ rượu uống mãi không chán.

Thân thể lại bồng bềnh như được những đợt sóng ru võng.

À ơi, trăng đã lên.

Một vầng trăng thơ ngây hồng chớm chút nụ xuân thì.

Lạc vào một khu vui chơi ở vùng quê

Lạc vào một khu đánh bạc chơi cờ ở quê nhà. Không biết đích xác ở đâu, chỉ biết là trong một vùng đồng quê.

Khu nhà xây cất toàn bằng gỗ, với những cửa hàng bầy ra cả đường đi lẫn những nhà sòng chỉ cần đẩy cánh cửa là đi hút sâu vào một vùng tối om om, đèn lửa mập mờ.

Sau vài phút, thị giác được điều chỉnh lại, thấy bên trong nhà này có những cuộc chơi đỏ đen và những tấm thân mềm nhẩy múa loáng thoáng kiểu Thổ Nhĩ Kỳ.

Khu nhà xây dựng cho người đi chơi thả bộ, thích nhà chơi nào thì ghé vào nhà đó, như trên một con phố chạy vòng.

Cái lạ là người vui chơi thấy mình vẫn thả bộ trên những con đường đất nứt nẻ như đường làng quê cũ, nhưng trên đầu lại có mái che như kiểu chợ lồng, bao bọc toàn khu.

Có đủ cả sóc-đĩa-bầu-cua-tôm-cá-tổ-tôm-tam-cúc và cả hát chèo lẫn hát bài chòi cũng như các trò vui nhộn và ma mãnh khác.

Ánh sáng trên phố không hẳn là sáng mà cũng không hẳn là tối, cứ như có ánh nắng của buổi chiều đang tắt chiếu qua. Một mầu vàng nắng trần gian.

Các cuộc đỏ đen lúc nào cũng thu hút người chơi. Dù sao, trong các nhà sòng sâu hun hút và tối mờ mờ, ai đỏ đen thì cứ đỏ đen, âm nhạc cứ bập bùng réo rắt và các thân thể múa nhảy uốn éo mềm mại vẫn cứ cuốn hút những con người khác trong cái vòng tay kỳ ảo và bí mật của chúng.

Âm nhạc và sự quyến rũ đỏ đen và những nhịp thân mềm mướt là một dòng chảy thơm hương, cuốn hút vào chúng những quầng sáng cháy nổ lách tách với những ngọn lửa thiêu thân.

Ta chạy vội ra ngoài và hạnh phúc ngửi thấy mùi đất cát phù sa và tiếng kêu vui của những con chim chiền chiện.

Một dòng sông với ráng chiều ngũ sắc long lanh ánh nước. Thấp thoáng hình bóng những đứa trẻ quẫy đạp những tia sáng ngũ sắc kia.

Những mái che nhà lồng biến mất. Và một bầu trời xanh mở ra.

Ồ, mây trôi lũ lượt như đang trảy hội.

Đám chèo ấy diễn trên sông nước

Đạp xe đạp đi vào một vùng sông rạch... Bắc bộ. Sông nước ở hai bên, có đường đất ở giữa để chạy xe.

Người đi bộ, đi xe đạp trên đường, và dưới những sông rạch kia, ghe thuyền vẫn bập bềnh xuôi ngược.

Bỗng xịch tới một chỗ nọ có đám hát chèo.

Vở chèo được diễn trên một sân khấu làm trên sàn một ngôi nhà gỗ có những cột chống trên nước theo kiểu nhà sàn ở miền Tây Nam Việt, dọc theo những làng xã chạy dọc theo sông Hậu, sông Tiền.

Ngôi nhà sàn trống tuếch hai mặt trước sau của sân khấu, chỉ có liếp che hai bên phải trái.

Khoảng không gian để diễn rộng rinh với màn che hai bên làm chỗ ẩn nấp để những diễn viên hoá trang và chờ đến lượt ra vai. Hoạ sĩ Bùi Xuân Phái đang ngồi hí hoáy vẽ.

Người đi xem bu đầy bốn phía, ngẩng cổ nhìn lên sân khấu.

Họ kẻ đứng người ngồi trên đường đất; còn trên sông nước, trong các con đò và ghe thuyền cũng lố nhố đầy người.

Người ta có thể xem diễn từ cả hai mặt "trước" và "sau" của sân khấu, vì cả hai mặt này đều mở.

Ngồi trên xe đạp mà như ngồi trên một bè mây. Mắt nhìn mây trời cá nước, nhìn con nít mặc áo lòi rốn mặc quần phơi chim chạy đuổi nhau cười vui náo nhiệt, nhìn những con người và ghe thuyền bập bềnh lố nhố, mũi hít thở mùi sông bùn ngai ngái và đất đai hoa cỏ mát thơm, tai nghe tiếng nước vỗ oàm oạp, tiếng người cười nói hò reo, tiếng đàn ca múa hát bay đầy trong không gian. Với những âm thanh quê hương đầy khắp và bập bềnh chung quanh, mình như muốn tan lẫn hoà trộn vào mọi thứ ấy.

Không còn cái ta, chỉ còn một niềm hoan lạc cứ loang ra loang ra mãi, và chảy trôi chan hoà cùng tận.

Tiếng hát chèo thấm vào hoàng hôn.

Đi mua sách cùng mây trắng

Đạp xe đạp tà tà lang thang đi mua sách trong *Sài Gòn xưa*. Một Sài Gòn rất nhiều người đi bộ, chỉ có một số đi xe đạp phơi phới.

Và trời đất nhìn thấy ta đạp-xe-đi lòng vòng xem sách.

Các sạp bán sách nằm rải rác khắp nơi. Có cái dựng như một *kiosque* kiểu Tây phương, có cái trải sách ra hè đường mà bán.

Dựng xe bên cạnh. Sà vào/sà xuống lục lọi, khám phá.

Có chỗ bán sách mới, có chỗ bán sách cũ. Đủ thứ sách vở với các kiến thức khắp nơi trên trần gian nằm ngủ yên trong sách cùng với bụi bặm trên đường.

Những kiến thức tản mạn, những câu truyện đủ mọi gam mầu đã diễn ra trong đầu óc hoang dại tuyệt vời của bao nhiêu con người thuộc đủ mọi chủng loại.

Những thế giới kỳ diệu đầy sắc thái ấy đang chờ được đánh thức dậy để chui vào đầu một người nào đó. Và làm những cuộc chu du mới.

Những con chim hót trong các lùm cây. Lại có những con chim khác bay lượn như khiêu vũ trong không.

Trên trời, mây trắng trôi lang thang, tha thiết. Như đang muốn tìm một bờ vai mềm hay một vạt áo dài của một người con gái tóc mây nào đó để đậu xuống.

Những chùm hoa. Hoa đỏ, hoa vàng, hoa trắng, hoa tím, hoa cam.

Chúng lao xao trong gió và thỉnh thoảng cũng để phả ra chút hương yêu.

Những mùi hương trần gian ngơ ngẩn.

Hết quyển sách này đến quyển sách nọ được ta mở ra, đọc phớt ít hàng.

Lấy quyển này, bỏ quyển kia, chẳng mấy chốc, chiếc bị ta đã đầy ắp những sách là sách.

Những tư tưởng Đông Tây đủ mọi loại kiểu, đủ thứ dạng hình, chen vai thích cánh trong bị.

Chim kêu ríu rít trong đầu và những niềm vui chen lấn trong tim.

Ta lên xe, đạp chạy băng băng trên phố.

Trước mặt là những chùm mây trắng dẫn đường.

Một bè mây ngũ sắc bay đuổi theo sau.

Chiếc xe lênh đênh trên phố nắng và chở ta bay mãi vào những giấc mơ đã mất từ lâu.

Những giấc mơ như rơi ra từ một trang sách cũ. Bất chợt, bắt tìm lại được.

Ta là một chú bé bắt được một giấc mơ đang bay chấp chới như một cánh diều, hay như một vì sao lẩn khuất trong đêm.

Giật mình tỉnh dậy lúc nửa đêm về sáng. Mọi thứ chung quanh đều lắng đọng.

Nghe ngóng. Nghe ngóng thân xác và tâm tư mình. Những con sóng đêm vẫn thân mật vỗ nhẹ vào bờ biển người.

Những giấc mơ lại tung cánh và trôi dạt, chẳng biết về đâu.

Và con người, nó lại phải đợi chờ một đêm tối khác.

21 tháng VI. 2010
Trang trại Rosa Alba, Calif.

Mingled Dreams

To remember happiness and the illusory dreams intermingled in life

Amidst the springtime maiden rice fields

Running barefoot on a village path. On either side, fields of young virgin rice sway and ripple.

Drizzling rain wanders, flickering across the sky.

The maiden rice bends and twists softly in the rain. There is also wind drifting endlessly, tender and murmuring, within the dance of the rice.

Thus I keep running barefoot and lift my face to catch the falling mist. Opening my mouth to sip the raindrops. Sweet, gentle fragrance. The rain continues to drift blissfully. My whole body seems to want to rise and take flight.

All senses are wide open, touching the earth, the sky, and the universe.

Drums rise, drums rise, thumping rhythmically within my heart and across my vast, expansive body.

Then, while running on the soft dirt path, my feet suddenly leave the ground. I soar high, tumbling amidst the wind and rain.

Floating, spinning, then falling into the lush green maiden rice fields. Soft and fragrant.

The rice and I entwine. And the wind. And the rain. A dance of delirious, intoxicating rapture.

I suck the milky sap of the rice, flowing fragrant, flowing fragrant upon my lips. Then I lie breathing rain and mist between earth and sky, immense and boundless. The pubescent rice fields, tender and green, still murmur all around.

Fragrant rice milk. Cradling and lulling me to sleep in rain white and smooth like gauze, clinging tightly to youthful spring bodies, pink-budded, virginal, sweet.

Swaying, letting the body go slack. Weariness and pleasure like soft waves gently rolling in and receding. Half-asleep, I let everything fall away.

Around me, the laughter of those maiden rice fields still drifts afloat.

A group of young maidens in white silk tunics, thin and flowing, wreaths of wild grasses and fragrant flowers upon their heads, in the rustic Grecian style. Holding hands, they whirl and laugh. Their laughter spills like jade stones cast upon ceramic bowls.

Cycles of whirling.

The grace, the supple roundness of bodies and gestures. White-pink and lushly fragrant.

And that is the spring rain.

The scent of earth, flora, the countryside, and pristine flesh wafts softly through the air.

A truly languid intoxication. Sweet and yielding, seeping gradually into the body like a wine one can drink endlessly without growing weary.

.

The body floats again, as if rocked in a hammock by waves.

Lullaby sounds—ah… the moon has risen.

An innocent moon, rosy, just beginning to bud with the bloom of youth.

Stumbling into a Rural Amusement Area

Wandering into a gambling and chess-playing compound in the homeland countryside. Not knowing exactly where it is, only knowing it lies somewhere amid rural fields.

The structure is built entirely of wood, with shops spilling out onto the path and gambling dens where one merely pushes open a door and is drawn deep into a dim region, firelight flickering faintly.

After a few minutes, as the eyes adjust, one sees games of chance and soft bodies dancing in glimpses of a Turkish style.

The compound is built for strollers; whichever parlor you fancy, you step inside, as if on a circular street.

The strange thing is that the revelers find themselves walking on cracked dirt paths like those of old villages, yet overhead there is a canopy—like a vaulted market roof—covering the entire area.

There are games of *sóc-đĩa*, *bầu-cua-tôm-cá*, *tổ tôm*, *tam cúc*, along with *Chèo* singing and *Bài Chòi* singing, and other mischievous and merry amusements.

The light on the street is neither bright nor dark; it is like the fading sunlight of a dying afternoon filtering through. A golden, earthly light.

Games of chance always draw players. In the deep, shadowy gambling dens, fortunes rise and fall; the music thumps and shrills, and the softly undulating dancing bodies continue to entice others into their magical and secret embrace.

The music, the seduction of the stakes, and the rhythm of those lush, soft bodies form a fragrant stream, drawing in glowing halos that crackle and pop with the flames of moths drawn to a fire.

I rush outside and happily catch the scent of alluvial soil and the joyful cry of skylarks.

A river with a many-colored sunset shimmering upon its surface. Faintly, the figures of children splashing among those iridescent rays of light.

The market canopies vanish. And a blue sky opens up.

Oh—clouds drift in multitudes, as if setting out for a festival.

That *Chèo* Performance Upon the Waters

Cycling into a region of rivers and canals... of the North. Water on both sides, with a dirt path in the middle for riding.

Pedestrians and cyclists move along the path, while below, on the canals and streams, boats and ferries bob and drift back and forth.

Suddenly, coming upon a certain spot, there is a *chèo* performance.

The *chèo* play is staged on a platform built upon the floor of a wooden house raised on stilts over the water, in the manner of stilt houses in southern Vietnam, along villages lining the Hậu River and the Tiền River.

The stilt house is hollowed out at both the front and back of the stage, with only wicker partitions on the left and right.

The performance space is wide and airy, with side curtains serving as places for the actors to hide, to put on makeup, and to wait for their turns to enter their roles. The painter Bùi Xuân Phái sits there, busily sketching away.

Spectators swarm from all four sides, craning their necks toward the stage.

Some stand, some sit along the dirt road; and on the water, in ferries and boats, people cluster densely as well.

One can watch the performance from both the "front" and "back" of the stage, as both sides are wide open.

Sitting on the bicycle feels like sitting on a raft of clouds. The eyes take in clouds and sky, fish and water; watch children in belly-baring shirts and no trousers chasing each other in a noisy, joyful riot; watch the bobbing figures of people and boats. The nose breathes in the pungent scent of river mud and the cool fragrance of earth and flora. The ears hear the lapping of water, the cheers and laughter, the sounds of strings and song drifting through the air. With these sounds of the homeland filling and floating all around, one feels like dissolving and blending into it all.

The "self" is no more; there is only a bliss that ripples out and out forever, flowing in ultimate harmony.

The *Chèo* singing seeps into the twilight.

Going Book-Hunting with White Clouds

Cycling leisurely, wandering about to buy books in the Saigon of old. A Saigon of many pedestrians, and only a few cycling blissfully.

And heaven and earth see me cycling in circles, browsing books.

Bookstalls are scattered everywhere. Some are set up like Western-style kiosks; others simply spread books out on the sidewalk to sell.

I park the bicycle beside them. I lean in, lean down, rummaging and discovering.

Some places sell new books; others sell old ones. All kinds of books, holding knowledge from all corners of the earth, lie sleeping quietly in the pages along with the dust of the street.

Scattered insights, stories of every hue that once unfolded in the wonderfully wild minds of so many people of all races.

Those marvelous worlds, rich in nuance, are waiting to be awakened, to slip into someone's head and embark on new journeys.

Birds sing in the thickets. Other birds swoop and circle, as if dancing in the air.

In the sky, white clouds wander soulfully. As if seeking a soft shoulder or the flowing *áo dài* of a girl with cloud-like hair to alight upon.

Clusters of flowers. Red, yellow, white, purple, orange.

They rustle in the wind and now and then release a trace of beloved fragrance.

Opening one book after another, skimming a few lines.

Taking this one, leaving that one; soon, my satchel is bursting with books.

Thoughts from East and West, of every school and form, jostle shoulder-to-shoulder in the bag.

Birds chirp in my head and joys crowd within my heart.

I mount the bike, racing swiftly through the streets.

Ahead, clusters of white clouds lead the way.

A raft of iridescent clouds chases behind.

The bicycle floats through the sunlit streets, carrying me flying forever into dreams long lost.

Dreams that seem to fall out from an old page. Suddenly, found again.

I am a young boy who has caught a dream fluttering like a kite, or like a star half-hidden in the night.

I startle awake in the middle of the night, toward dawn. Everything around is hushed.

Listening. Listening to my own flesh and soul. The waves of the night still intimately lap against the shores of the human beach.

Dreams spread their wings again and drift away, not knowing where they are headed.

And man, he must wait once more for another night of darkness.

June 21, 2010
Rosa Alba Ranch, California

Chiều muộn.
Ánh chiếu trên một dòng sông

Nắng rưng trên mặt sông dài
Chiều. Thoi thóp sáng. Tàn phai ánh vàng
Mây trôi.
Những mảnh mây tan
Nắng xưa đồng vọng những tàng lá vui
Chim reo tiếng sáng.
Cuộc đời
Ong bay, trái chín. Qua rồi. Hôm nao.
Chiều xanh tiếng gió ngọt ngào
Đọng trong ngấn sắc âm hao bóng chiều
Tôi. Con thuyền nhỏ. Rong rêu
Mưa bay tạt. Gió cuốn xiêu. Giấc người
Mơ hồ tiếng gọi xa xôi.
Ngấn sông vàng đọng tiếng đời. Tịch liêu
Một mình ôm cả buổi chiều.

*

Chiều buông. Tôi và dòng sông đối mặt. Sông lờ lững. Nước không chảy. Chỉ là thời gian đang trôi theo dòng nước. Hoàng hôn lấp loá ánh vàng trên mặt sông vắng. Hoàng hôn chưa gục ngã. Vẫn còn những sợi nhạc vàng. Ánh sáng cũng chưa vội tàn phai.

Chỉ còn lại một lời nhắc của hữu hạn.

.

Tôi đứng đó, xa biệt con người và những tiếng ồn của cuộc đời. Tiếng hưởng thụ, tiếng phán xét, tiếng mặc cả, và tiếng quần áo se sua. Sự mua bán, so sánh, đổi chác. Cái trì níu những giấc mộng đời và sự trì hoãn phải chọn lựa những quyết định của hiện sinh, của con người.

Cuộc đời, trong bóng chiều buông, lúc này, như một thỏi vàng trong lò luyện kim, lò cảm ứng, đang chảy tan, đang vỡ sắc, để lộ ra cái trần trụi của nó. Hay của con người. Của tôi?

Mặt sông vắng.

Chiều rơi.

Nhưng vẫn còn một vài vệt sáng gọi mời. Cái tối và cái sáng. Cái đã qua và cái đang lại. Cái giấu kín và cái mở ra. Nét gấp đôi của thiên nhiên, của cuộc đời, của con người.

Nét Gấp Đôi của Thế Giới.

Hãy vượt trước chính mình.

Bóng tối đang đổ xuống, như vệt chém sẽ cắt ngang chân trời hữu hạn.

Hoàng hôn như một cánh cửa hẹp. Một nếp gấp buồn. Cái đã có lúc này đang bắt đầu vắng mặt. Hiện hữu đang để lại một lời nhắn. Ánh nắng đang hiu hắt, tàn phai. Một cánh chim xẹt ngang.

Cuộc sống trôi qua chậm chạp, nhưng cũng gấp gáp như gió thổi mây bay. Với những cái tôi chấp chới.

Trong tiếng reo múa của nắng lên và mây nổi mỗi ngày. Như ong bay. Như trái chín.

Như tiếng vỡ nhẹ của nắng chiều. Trên một mặt nước còn long lanh những ngấn ren vàng.

Ý nghĩa của cuộc sống có nằm ở nắng múa, mây bay, hoặc chiều tàn, mây đọng và những ngấn vàng lập loè lấp loá trên sông? Hay ở sự hồi đáp của tôi trước tiếng reo vui và sự tắt lịm đó.

Để nhìn ra và tìm thấy chính mình. Trong từng giây phút. Hiện tại. Bây giờ. Hay cả trong cuộc vượt trước chính mình.

Tất cả. Xạ ảnh.

Ánh chiếu trên một dòng sông.

1971
(Viết lại: XI. 2025)

Evening.
Light Over a River

Light quivers across the long sweep of water.
Evening, breathing faintly, its gold ebbing away.
Clouds drift, thin fragments dissolving.
Old sunlight echoes through joyful leaves.

Birds calling with morning brightness. Life.
Bees hover. Fruit ripens. All of it—already gone,
now far behind.

The wind's sweetness gathers in the green-blue dusk,
Pooling in the fading tones of twilight.

I. A small boat. Moss-covered.
Rain sweeping across. Wind bending me askew. A human dream.
Faint, faraway calls.
The river's golden traces holding life's sound. Desolate.
Alone, embracing the whole evening.

*

Evening
falls. The river and I face each other.
It barely moves. The water almost still—
only time flowing through it.
Dusk flickers gold across the empty surface.
Dusk has not collapsed.
There are still golden threads of music
The light has not quite given up.
Only a reminder of the finite lingers.

I stand apart—from people,
from the noises of living:
the sounds of pleasure, judgment, bargaining,
the whisper of fabrics flaunting themselves,
buying and selling, comparing, exchanging.
the clinging of life's dreams, and the delaying of having to choose
the decisions of existence, of being human.

Life, in this falling dusk, at this moment, is like a bar of gold
in a melting furnace, an induction fire,
running molten, breaking into colors,
revealing its bareness. Or that of a human being.
Of me?

The river lies empty.
Evening descends.
Yet a few bright streaks still beckon—
dark and light,
what has passed and what arrives,
what hides and what opens:
the two-fold of nature, of life, of being human.

The Twofoldness of the World.

Go beyond yourself.

Darkness spills downward
like a blade cutting across the horizon of the finite.

Dusk—
a narrow doorway, a sorrowed crease.
What is present is beginning to be absent.
Being leaves a message as it slips away.
Sunlight dimming, fading. A bird flaring past.

Life drifts slowly,
yet also urgently—
like wind pushing cloud.
And my many wavering selves drift with it.

In the daily dance of morning light and rising cloud
Like bees in flight,
Like fruit coming to sweetness,

Like the quiet fracture of evening light
on the water, still shimmering with gold-stitched ripples.

Does life's meaning lie in this dance of light,
in drifting clouds, in the dying day,
the gathering shadows,
the flicker of gold across the river?
Or in the way I answer that joy
and that extinguishing?

To discern and locate oneself.
In each moment.
In the present—
here, now—
Even in the long arc of surpassing oneself.

All of it: mappings.
Projections laid out
upon the continuum of a river.

1971
(Rewritten: XI. 2025)

PHẦN IV

•

Dịch Thuật

Ước Gì Tôi Có Thể

Sở Hữu Khuôn Mặt của Vĩnh Hằng (*)

Carsten Jensen

Carsten Jensen là một tác giả Đan Mạch. Sinh năm 1952, ông nổi danh là một nhà phê bình văn học và ký mục gia cho một nhật báo ở Copenhagen. Trong thập niên 1990, ông đã được gửi đi làm việc ở khắp nơi trên thế giới, kể cả ở Yugoslavia và nhiều thành phố tại châu Á, cho những đề tài báo chí quan trọng thời đó. Là tác giả của sáu tập tản văn và hai tiểu thuyết, cũng như tác giả của nhiều bài phóng sự quan trọng, Jensen được đánh giá cao qua những bài báo và tác phẩm của mình. Chương dưới đây, "Would I Could Own The Face of Eternity", được lấy trong tập du ký nhận định I Have Seen The World Begin / Travels through China, Cambodia, and Vietnam. *Tác phẩm được các nhà phê bình và báo chí Tây phương đánh giá cao với những cụm định ngữ như: "những nhận xét [của Jensen] về mặt xã hội và lịch sử thế giới xen kẽ với những mô tả về các vùng đất và con người một cách lịch lãm và gợi hình, gợi cảm"* (The Independent / London), *"đầy những hình ảnh, âm thanh và mùi vị của Á châu"* (Sunday Times / London), *và, một câu của tờ* Politiken (Denmark)*: "Với hiểu biết chuyên sâu và cái nhìn tinh tế của tác giả, tác phẩm này đã đặt ông vào cùng chỗ với những tác giả kinh điển như Bruce Chatwin, André Malraux và Jean-Paul Sartre."*

Các chú thích cuối bài là của người dịch.

Trong vai trò của một khách du lịch, bạn không phải là người vô hình, nhưng thật ra thì bạn trở nên có hình tướng theo một cách thế đặc biệt. Mọi người nhìn vào bạn, hoặc không phải thế, họ không nhìn, họ *trố mắt ra*, nhưng họ trố mắt nhìn bạn như nhìn một người lạ và họ không trông đợi một người lạ phải tuân thủ những quy tắc đạo đức và tiêu chuẩn *của họ*. Họ cũng chẳng biết gì về những thứ ấy *của anh ta*; thậm chí họ có thể ngờ rằng anh ta chẳng có quy tắc hay tiêu chuẩn gì cả. Khi chúng ta nói rằng một người lạ sống theo một mã đạo đức khác, điều chúng ta thật sự muốn nói là anh ta chẳng có một cái mã đạo đức nào cả—cái mã đạo đức của chúng ta là cái mã duy nhất hiện hữu trên đời. Và chẳng phải chính chúng ta cũng thích đi thăm nhà thổ và phạm các loại tội ác này nọ trên những vùng đất lạ hay sao? Sự kiện không một ai biết chúng ta làm cho chúng ta dễ tự tha thứ cho chính mình.

Là một người lạ có nghĩa là được tự do, và kinh nghiệm cái sự nhẹ bẫng, cái tính vô trọng lượng của con người mình. Lúc ấy chẳng còn có ai để bảo với bạn rằng bạn là người này người nọ—và bởi thế, bạn chẳng là ai cả. Nếu André Malraux đã đúng khi ông ta viết rằng "Âu châu tin tưởng là bất cứ một thứ gì không bắt chước hiện thực của nó thì chỉ biểu hiện một giấc mộng" thì điều này giải thích lý do tại sao châu Á lại hấp dẫn đến vậy: đó chính là cái cơ hội được du hành qua một giấc mộng, việc thả lỏng cái căn cước và ý chí của mình và tự buông thả mình cho sự dẫn dắt của những sức mạnh khác; việc trầm mình vào vùng nước tối đen của vô thức và trở nên vô hình, ngay cả đối với chính ta. Cái giấc mộng thuần túy của sự lãng du và của hành động, của sự bị dẫn dắt bởi ngẫu hứng, bởi ham muốn bất chợt, bị uốn nắn và bị thử thách vượt khỏi những giới hạn của con người mình, bị tái sinh để trở thành nửa tội phạm, nửa trẻ thơ. Đó chính là lý do tại sao du hành lại là phương tiện của tuổi trẻ, một con đường trôi nổi cho sự tự khám phá và cho những khởi đầu mới. Đối với một người du lịch có tuổi hơn, có thể là một kinh nghiệm có tính sỉ nhục và làm xuống tinh thần cái việc khám phá ra rằng cái tính cách mà ta tin là đã được xây dựng hoàn chỉnh và bền vững, thật ra, chả là cái gì cả ngoài việc nó là dấu ấn của môi trường chung quanh. Nhưng người ta cũng có thể thấy là mình được tự do, thoát khỏi một vai trò đã cũ kỹ và già cỗi; thoát khỏi một cuộc sống với những quật ngang rẽ dọc không đúng ý. Thật là một điều hấp dẫn chạy đuổi theo tuổi trẻ của chính mình, bay nhảy trong nỗi hoài nhớ để tìm kiếm lại những cơ hội đã mất, và người ta luôn luôn đối mặt với cái nguy hiểm là họ có thể tìm lại được chúng. Khi bạn xuất hiện vô danh trong những môi trường xa lạ, chuyện gì cũng được phép, và những ham muốn của tuổi trẻ trước cuộc sống lại được nâng dậy. Chúng không còn thơ ngây nữa nhưng bị biến đổi thành những ham thích lầm đường lạc lối và thành sự tự mãn. Ừ, tại sao không? Chẳng có ai ở đấy để mà dòm với ngó.

Kết quả là một sự tự do mang mầu sắc cay đắng phẫn nộ. Những tâm hồn yếu đuối không thể đối mặt với việc được cho nếm trải cái hương vị của những khả thể nằm trong chính họ. Những tâm hồn dũng mãnh thì có thể, nhưng họ sử dụng cái tự do này để khám phá những điều được tiết hãm và sự cần thiết phải làm như thế ở một giai đoạn nào đó trong cuộc sống. Việc phải đối diện với sự vô danh của chính mình là một điều tốt, vì trong những con mắt nhìn thấu suốt qua ta, có sự thật nằm ở đó. Ta nhìn những con người khác, tưởng tượng chính ta là cái thước đo của họ. Thế rồi ta khám phá ra được rằng chính họ là thước đo của ta, và ta bị đưa xuống cái vị trí khiêm nhượng của mình.

Tôi lên đường không mang theo một ảo ảnh có tính hoài niệm nào; tôi không đi tìm kiếm con người tuổi trẻ của mình hoặc những khả năng không giới hạn của tuổi trẻ. Tôi không tìm kiếm bất cứ sự giải phóng nào và tôi tự cho rằng tôi biết được những giới hạn của mình. Dù sao, Việt Nam đã tự phô bày ra trước mắt tôi như một đất nước của những vũ trụ sóng đôi, liên tiếp đưa tôi đối mặt với những phương cách hiện sinh mới, những căn cước khác, cả một chuỗi những khả năng để thể hiện những con người khác biệt của mình. Tôi không bị choáng váng say sưa vì cái tự do của tuổi trẻ; cái đánh động tôi hoàn toàn khác và mãnh liệt hơn nhiều: cảm thức về tính chất hoàn toàn mềm dẻo, dễ uốn nắn của con người mình. Tôi có thể là một kẻ giết người, một tên trộm, một kẻ xâm hại, làm hư hỏng trẻ vị thành niên; cái đất nước này cho phép tôi chọn lựa mọi sự trong chính sự vô danh của tôi, sự vô danh ấy được treo lửng lơ như một đám mây che chắn những hành vi của tôi và tôi ý thức được sự đáp ứng của chính mình. Tôi bị dụ hoặc và lôi cuốn: có vẻ như tất cả những xung năng, những kích thích đó đều nằm ở đấy, trong tôi, sẵn sàng và chờ đợi. Việt Nam là một mảnh đất ở đó tôi có thể bị thất lạc ngay trong chính con người mình, một mảnh đất của những cơ hội nội tại, và tôi đã hơi bị thất lạc và phạm vào một tội ác nhỏ. (Nhưng chẳng phải những tội tiểu hình tầm thường đều có liên hệ đến những tội đại hình kinh khiếp mà từ đó chúng bị dẫn dắt đến, không thể nào tránh khỏi?) Dù gì đi nữa, tôi đã băng qua đường vạch trên cát; cái đường vạch đã luôn ở đó suốt cả đời tôi.

Tôi luôn luôn thực hiện một quy tắc khi du hành: không chạm vào những người lạ. Nhưng tại Việt Nam, những con người lạ mặt lại luôn đụng chạm vào tôi mà không làm cho tôi cảm thấy mình bị nguy hiểm. Ngược lại, sự đụng chạm của họ làm tôi cảm động và hạnh phúc, bởi lẽ tôi đã nhìn thấy sự đụng chạm ấy như một cách diễn tả lòng từ tâm và sự nhân hậu cao thượng. Việt Nam là đất nước duy nhất trên những chặng du hành của mình mà ở đó tôi không bao giờ cảm thấy cô đơn. Với từng cái đụng chạm, một lớp vỏ hành khác lại bong ra và tôi đi dần đến chỗ đầu hàng, điều này nằm ngay trong sự chấp nhận chính cái bản chất vô danh của mình. Chẳng sao cả việc họ đụng chạm vào tôi. Tôi chào đón điều đó nơi họ, bởi lẽ tôi tin tưởng họ, hay đúng hơn lòng tin của tôi lớn dần lên từ những đụng chạm ấy. Có một người đàn bà tại một ngôi làng nhỏ ở vùng Tây Bắc của đất nước này, một đêm nọ khi tôi đến khách sạn muộn, người phụ nữ đó đã đến bên và đưa cánh tay vòng ngang lưng tôi, vỗ nhẹ vào cánh tay tôi như để giúp tôi an lòng. Tôi không bao giờ gặp lại bà. Tôi không rõ tại sao bà lại cho tôi sự thân mật gần gũi ấy, nhưng tôi biết ơn bà vì bà đã làm thế. Có một cô gái trẻ hay quanh quẩn tại quán ăn ở Huế nơi tôi thường đến ăn. Cô gái luôn luôn đến bàn của tôi và đứng lại một lúc chuyện trò với tôi bằng tiếng Anh. Rồi một hôm cô cúi xuống và hôn lên má tôi. Cô đang tập sự phô bày cái nữ tính của mình qua tôi và tôi ý thức được là mình được một người nữ hôn, cho dù đôi môi ấy là đôi môi của một đứa trẻ. Tôi cảm nhận một sự khao khát kỳ lạ người nữ đang trổ nụ ấy, một sự mong muốn không hẳn mang nét tình dục, nhưng nó vẫn là thế; như sự khát khao một hình ảnh hay một điều gì đó không thấy được, khát khao người đàn bà mà cô gái chưa trở thành, nhưng cô đã cho tôi, dù thoáng qua, cái hạnh phúc được nếm trải nó. Đối với cô, cũng thế, tôi biết ơn cô.

Tất cả những chuyện đó, phần nào, gắn bó với điều đã xảy ra tại Mỹ Sơn: một tội ác nhỏ của tôi. Chuyện ấy cũng gắn bó với sự khát khao một điều gì đó không thể sờ chạm vào được, một ham muốn sở hữu và bị sở hữu, bị ngoạm nuốt bởi một cái gì đó to lớn; một giấc mơ về sự vĩnh hằng ở giữa những điều không vĩnh hằng.

Mỹ Sơn cách Đà Nẵng khoảng 60 cây số. Trong lịch sử, xưa kia nó đối với người Chàm cũng giống như là Angkor đối với người Khờ-Me vậy: một trung tâm tinh thần và tôn giáo, và, trên hết, một thành tựu về mặt kiến trúc. Trong hơn một ngàn năm, con người đã sống tại thành phố này, và rồi, theo một cung cách mang đặc nét Á châu, nó đã bị bỏ hoang, và cái mà chúng ta gọi lầm là thời gian có thể là đã khởi động công việc tàn phá nó. Không phải thời gian đã phá đổ những ngôi đền ấy, nhưng chính là những đội quân cướp bóc đã dày xéo thành phố đền đài này; có rất ít nơi trên cái đất nước dài, hẹp và bị chiến tranh tàn phá này thoát khỏi những bàn chân giày xéo. Những kẻ cuối cùng đã dẫm đạp trên đất nước này là những người Mỹ, những người đã phá tan thành bình địa những công trình được xây cất cả nghìn năm chỉ vì vùng đất ấy, một thung lũng được bảo vệ kỹ lưỡng bởi những ngọn đồi cây cối chằng chịt như rừng, đã là căn cứ địa của Việt Cộng. Sau sự tàn phá một trong những nơi có những ngôi đền đẹp đẽ nhất, Philippe Stern, một chuyên gia về nền văn minh Chàm và là người phụ trách trưởng của Bảo tàng viện Guinnet ở Paris, đã viết trong một lá thư ngỏ gửi Tổng thống Nixon, trong đó ông van xin tổng thống ngưng rải bom tàn phá những công trình này. Nixon đã hứa là … sẽ để yên những công trình đó và sẽ chỉ tập trung vào việc giết Việt Cộng. [1]

Thời gian phải tìm những cách khác để làm công việc của nó.

Đó là lúc mà tôi đến đây.

Khoảng năm hay sáu cây số ở bên ngoài khu vực Mỹ Sơn, con đường dần dần dẫn vào ngõ cụt. Một vài cái quầy được dựng lên ở đây, và có một người cảnh sát ngồi dưới gầm bàn trong bóng râm của một tấm bạt căng. Ông ta hỏi xem sổ thông hành của tôi và viết con số trong hộ chiếu xuống. Rồi có một thanh niên khẳng khiu, đội mũ an toàn mầu vàng, xuất hiện và đề nghị chở tôi qua đoạn đường vài cây số cuối trên chiếc xe máy của anh ta.

Những con dốc mầu xanh cây lá lung linh rập rờn mầu nước biển trong lớp mỏng như sương mù của hơi nóng, nhưng chẳng còn mấy thứ để xem tại Mỹ Sơn. Thỉnh thoảng có một cột đền bằng gạch đỏ mầu han gỉ, nhưng hầu hết chỉ là chuyện lái luồn lách quanh những hố bom và những công trình đổ nát. Những đống đá vương vãi và những bức tường đá dài nhiều bộ nằm đây đó khắp nơi. Những thân cây bị phạt ngang nhô ra khỏi một ngôi đền nhỏ, nửa phần đã đổ nát. Một ngôi nhà, đầy đủ lệ bộ với mái che gợn sóng bằng sắt và lưới bảo vệ chắn ngang cửa vào, được dùng như một nhà kho để chứa các tượng và những mẩu của các đồ trang trí trước đây đã được dùng để tô điểm cho các ngôi đền. Một tấm biển yết thị ghi rõ rằng công việc lưu giữ được công ty Mercedes của Đức bảo hộ qua khẩu hiệu “Lưu Giữ Quá Khứ Cho Tương Lai”.

Những quả bom phần nào đã làm công việc của chúng, nhưng sự thật hiển nhiên là Mỹ Sơn, không giống như Angkor, chưa bao giờ là trung tâm của một đế quốc lớn. Không gian mang một vẻ tĩnh lặng đến nỗi người ta có cảm tưởng là thành phố này đã được sinh ra từ sự tĩnh lặng ấy.

Tôi là người khách độc nhất của thung lũng. Điều này có thể là lý do khiến chuyện ấy đã xảy ra. Hai người lính gác với súng để trên đầu gối ngồi ở cửa vào của thành phố đền. Khi tôi quay trở về sau khi đã đi một vòng xem xét thành phố, họ vẫy tôi lại và đưa ra một thứ được gói trong một tờ giấy báo. Tôi thoáng nhìn thấy mầu sa thạch đỏ. Họ ra vẻ mời mọc, cười cười với nét dụ dỗ một cách gián tiếp, cung cách thân mật khá sỗ sàng. Một kỷ vật nhỏ? Họ cười ra vẻ cầu tài.

Phản ứng của tôi là sự tức giận. Tôi cảm thấy như họ đã nắm được tôi và ngầm cho thấy là họ có thể nhìn xuyên thấu qua tôi và biết rõ những bí mật của tôi. Nhưng tôi không hề muốn dính líu gì với sự thân mật vô đạo đức của họ. Tôi không phải một người trong bọn họ. Tôi cảm thấy kinh tởm và muốn tránh xa. Đây là những công bộc thối nát, hư hỏng, bán đi những bảo vật mà họ được trao cho bổn phận phải giữ gìn. Giản dị là họ đã tiếp tay cho sự tàn phá mà những người Mỹ điên cuồng vì chiến tranh đã khởi động, cũng với một sự coi thường như vậy đối với quá khứ và lịch sử. Đất nước buồn bã này, tôi nghĩ, vốn liếng đã quá ít ỏi mà lại còn không giữ lại được một chút di tích của quá khứ để lại sau khi bom đạn đã làm xong công việc của nó.

Sau sự từ chối của tôi, những tên lính gác cửa thay đổi chiến thuật. Chúng thay đổi cung cách cầu cạnh của mình bằng thái độ thẳng thắn một cách thoải mái. Uống nước trà nhé? Trời nóng, và tôi đã đi bộ quanh vùng dưới ánh nắng mặt trời thiêu đốt hàng mấy giờ liền; bởi thế, tôi chấp nhận ly nước họ mời. Họ kéo một chiếc ghế đẩu nơi một cái bàn nhỏ mời tôi ngồi. Chúng tôi ngồi đó một lúc. Họ hỏi những câu hỏi thông thường. Tôi bị nỗi thèm khát giao tiếp chộp lấy và quên đi sự giận dữ của mình. Bỗng bất ngờ một người trong bọn họ đặt cái gói giấy trên bàn trước mặt tôi. Tôi ngó xuống đất, nhưng tới lúc ấy thì mọi chuyện đã quá trễ. Trong một chớp mắt tôi học được một điều: cái đẹp là kẻ đồng loã chính của sự suy đồi.

Nằm trên đó, ngay trước mặt tôi, là cái đầu của một tượng Phật. Nó làm bằng sa thạch đỏ và những dấu đục chạm đã từng nét hình thành nên khuôn mặt Phật từ tảng đá gốc vẫn còn có thể nhận diện được, giống như những lỗ chân lông trên da, nơi cát đã kết tập qua bao thế kỷ. Những vành tai dài và những lọn tóc xoăn đầy nét hoa mỹ uốn cong thành hình dáng một ngôi chùa. Đường cong đầy đặn của môi trên uốn lên thành một nụ cười thoảng và những bờ mi, nhắm hờ trên những khe hở thoai thoải và hẹp của mắt, làm cho khuôn mặt mang một vẻ cao nhã về mặt tinh thần.

Tôi cầm bức tượng lên và trở nên nghiêm trang. Nó nằm gọn trong lòng bàn tay tôi, cùng lúc sở hữu một sức nặng ẩn kín làm cho nó có vẻ như nặng gấp đôi trọng lượng thực của nó. Đó là một khuôn mặt tuyệt mỹ, mang đầy nét vĩnh cửu, và tôi thức nhận được rằng nó có thể là của mình. Tôi có thể sống với nó bên cạnh mình mỗi ngày cho đến hết cuộc đời tôi, chứng kiến mỗi ngày cái nụ cười này, cái nụ cười mang chứa trong nó một sự bí mật còn sâu thẳm hơn sự bí mật của Mona Lisa. Đức Phật, "người đã quên lãng những điều mà chúng ta kinh nghiệm và kinh nghiệm những điều mà chúng ta không bao giờ vói tới".

Niềm khao khát được sở hữu bức tượng này rõ ràng là quá sắc nhọn, vì nó là nỗi khát khao được sở hữu sự vĩnh hằng và như thế bảo đảm cho tôi chống lại ngay với sự chết, sự qua đi của chính mình. Tôi đang cầm trong tay mình từ 40 đến 50 thế hệ, và, qua cái đầu của bức tượng này, có vẻ như thế, tôi có thể sống thêm khoảng từ 40 đến 50 thế hệ nữa. Nó có tất cả sức mạnh hấp dẫn của một hòn đá quý, một miếng vỡ của vũ trụ, đã đáp xuống, bất ngờ, vào ngay lòng bàn tay tôi, làm dấu chứng cho một nơi chốn nằm bên ngoài thời gian. Được giấu kín trong nó là một lời hứa rạng rỡ, thế nhưng điều hiển nhiên với tôi là cái làm cho Đức Phật nhìn ngắm và mỉm cười, cái nhìn rộng lượng từ dưới đôi bờ mi nhắm hờ kia, không gì khác hơn là cái vô thường rõ ràng và chắc chắn của mọi sự vật. Nhưng khuôn mặt này quá đẹp đến nỗi nó cũng mang lại tất cả sức mạnh lôi cuốn của chính những cái thoáng qua, những cái vô thường ấy. Đến lúc này thì tôi không thể chịu đựng được cái ý nghĩ là sẽ chẳng còn bao giờ nhìn thấy lại nó nữa. Tôi muốn ngừng thời gian lại.

Cái gáy của đầu tượng Phật bị mất và cuống họng chỉ là một nhát cắt dài. Chắc hẳn là nó đã được tháp vào tường của một ngôi đền như là một phần của một dải tường mang đường nét kiến trúc hoa văn trang trí lớn hơn, và đã bị đục ra, giống như đầu của những pho tượng mà tôi đã từng thấy ở Angkor. Những hạt cát vụn mầu đỏ nằm trong đường cắt cuống họng. Hẳn là cái đầu tượng này đã bị đục lấy ra từ lâu rồi.

"Những người Mỹ," hai tên gác nói, chỉ vào cuống họng của tượng.

"Thế kỷ thứ mười," họ nói tiếp, "Rẻ. $80."

Giờ thì họ dạn dĩ, tự tin hơn. Họ đã thấy cái yếu đuối trong con người tôi.

"$60," tôi nói. Tôi không thật sự muốn nói như vậy. Điều tôi muốn nói là: hãy cứu tôi khỏi phải mua bức tượng đẹp đẽ này, vì tôi không thể chịu được cái cảnh nhìn thấy hình ảnh của chính mình trong một hành vi đốn mạt như thế. Nhưng tôi không đủ sức để nói không. Bởi thế tôi để cho sự may rủi quyết định. Nếu các anh lùi bước, tôi sẽ mua đầu tượng Phật và rời khỏi chốn này—một con người bị thay đổi, một con người thấp kém hơn. Nhưng các anh không chịu. Bởi vì các anh đúng. Nó quá rẻ. $80 chẳng là gì cho một mảnh của vĩnh hằng. Và có lẽ lý do các anh bán nó quá rẻ chính là vì các anh phải đi kiếm tìm những người khách cho những món hàng đánh cắp khốn kiếp của mình tại một nơi chốn hẻo lánh như thế này. Bởi vậy các anh sẽ giữ vững lập trường của các anh, và tôi giữ vững lập trường của tôi, và trong vòng một hay hai phút nữa thôi tôi sẽ rời khỏi đây, bình an thanh thản và với một lương tâm trong sạch.

"$80," họ lập lại. "Rẻ."

"$60."

Họ lắc đầu. Tôi đứng lên, nhẹ nhõm, và chuẩn bị đi.

"$70."

Trước khi tôi có thể tự ngăn cản mình, tôi đã quay lại và gật đầu, được rồi.

Họ gói cái đầu của pho tượng vào trong tờ giấy báo trở lại và đưa nó cho tôi. Tôi nghĩ đến người cảnh sát đứng ở cuối đường. "Không sao đâu," họ nói và lắc đầu. Với bàn tay lành nghề, người đàn ông đội mũ an toàn mầu vàng cầm lấy cái đầu pho tượng được gói giấy báo và chuồi nó vào trong một trong những túi áo quần rộng lớn của anh ta. Họ nháy mắt với tôi. Tôi đã là một trong những con mồi của họ. Tôi đã bị họ chụp bắt được.

Chúng tôi chạy xe qua mặt người cảnh sát và, được cánh cửa xe che chắn, tôi đã sở hữu đầu tượng Phật. Rồi tôi vù đi, cảm nhận mình là một con người khác; không phải là một người tốt hơn, nhưng là một vị quan toà đúng đắn hơn đối với chính tính cách của con người mình. Tôi đã được chữa, được điều trị khỏi cái lương tâm trong sạch của mình. Tôi đã bước chân qua đường biên, nhập cuộc với "bọn chúng", những kẻ nọ—những kẻ ném bom, những kẻ cướp bóc, những kẻ mà trước đây tôi đã luôn luôn nhìn ngắm từ góc độ an toàn của phía bên kia, của một lương tâm trong sạch—và trở thành một mắt xích nhỏ trong một chuỗi xích lớn của sự tàn phá.

André Malraux đã đục lấy toàn bộ những mảng kiến trúc lớn của Bantey Srei [2], còn tôi thì lấy một miếng nhỏ của Mỹ Sơn. Người anh hùng của Malraux, Perken, mơ thấy để lại một vết sẹo trên khuôn mặt của phong cảnh; những người Mỹ đã hiện thực hoá giấc mơ ấy, trong cái mức độ toàn triệt của thời đại kỹ nghệ, và để lại sau lưng họ một mảnh đất lỗ chỗ dấu bom như một miếng phó-mát Thuỵ Sĩ. Và khi đã có đủ thời gian trôi qua, người ta sẽ nhắc đến những dấu vết của chiến tranh như những sự tàn phá của thời gian, mà không còn nhìn thấy cái bàn tay tàn bạo của con người hoặc không còn nghe thấy tiếng dẫm đạp của những bước chân thù. Nhưng chính cái đoạn đường khốn khó này đã tìm thấy một vọng âm trong hành động mua bán nhỏ của tôi, và, một cách nào đó, bây giờ tôi đã là một phần tử gắn bó thiết thân hơn nữa với nhân loại: tôi đã vượt qua biên giới để vào những vùng đất bị tàn phá và học biết được rằng cái đẹp có cái giá của nó, và số tiền $70 mà tôi đã trả để có được cái đẹp chỉ là một phần rất nhỏ bé của cái giá kia.

Chú thích:

(*) Đây là một chương trong tập du ký nhận định *I Have Seen The World Begin / Travels through China, Cambodia, and Vietnam* (New York: Harcourt, Inc. , 2000.) của Carsten Jensen. Tác phẩm được Munksgaard / Rosinante in lần đầu bằng tiếng Đan Mạch vào năm 1996 dưới tên gọi *Jeg har set verden begynde*. Barbara Haveland dịch từ nguyên tác Đan Mạch sang tiếng Anh. Tác phẩm đã được giải Golden Laurels dành cho sách hay nhất của năm.

[1] Chính xác là "... to leave the buildings alone and confine himself to killing Vietnamese". Ở đây, "Vietnamese", có lẽ giống như cách nói của nhiều người Pháp trong vùng Đông Dương thời chiến tranh: “Vietnamese”, hay "tụi Việt", để chỉ "Việt Cộng" (Có thể xem thêm Olivier Todd, *Cruel Avril 1975 / La Chute de Saigon*, Éditions Robert Laffont, S.A., Paris, 1987).

[2] *Bantey Srei* (còn được viết là *Banteay Srei* hay *Banteay Srey*, nghĩa là “thành trì của phụ nữ”, hay “thành trì của cái đẹp”) là một ngôi đền cổ, được xây dựng vào thế kỷ thứ 10, để tôn vinh thần Shiva của người Hindu. Nằm trong quần thể Angkor của Cambodia, nó được định vị ở gần ngọn đồi Phnom Dei, 25 km (16 mi) đông bắc đối với quần thể chính của những ngôi đền đã một thời thuộc về những thủ đô Yasodharapura và Angkor Thom thời trung cổ. Bantey Srei được xây cất phần lớn bằng sa thạch đỏ, một chất liệu giúp người ta dễ đục chạm những hoa văn tỉ mỉ và tinh tế giống như khắc chạm trên gỗ. Những nét

chạm khắc tinh tế, tỉ mỉ đó trên những bờ tường của ngôi đền, hiện nay, vẫn còn có thể được nhận rõ. Kiến trúc này rất nhỏ bé so với sự vĩ đại chung của quần thể kiến trúc Angkor. Bantey Srei được giới khảo cổ cũng như du khách thế giới nói chung đánh giá là một "viên ngọc quý" của nghệ thuật Khmer. Nó chỉ được tái khám phá vào năm 1914, gắn với một vụ trộm nghệ thuật đình đám, khi André Malraux đục lấy bốn pho tượng trong nhiều tượng nữ thần (devatas) được chạm khắc trên những bờ tường của ngôi đền. Dù sao, André Malraux bị bắt không lâu sau đó, và bốn pho tượng thần này đã được hoàn trả lại.

Người Thiếu Nữ Bay Qua

Dino Buzzati

Là một trong những nhà văn được đọc nhiều nhất của nước Ý hiện nay, Dino Buzzati cũng là một nhà văn mà tên tuổi đã được rất nhiều tầng lớp độc giả trên thế giới yêu mến. Phong cách độc đáo trong những sáng tác đa dạng của ông đã làm cho Buzzati có được một vị trí đặc biệt trong nền văn học Ý của thế kỷ XX. Sinh năm 1906, Dino Buzzati là người con thứ hai trong một gia đình sinh sống ở Venice, Ý. Năm 1917, một năm sau khi Buzzati bắt đầu theo học tại trường Parini ở Milan, quân Áo tràn vào chiếm ngụ toà villa của gia đình ông. Sau khi chiến tranh chấm dứt, cha của Buzzati, Giulio Cesare Buzzati, qua đời vào năm 1920 và, lúc đó, được 14 tuổi, Dino bắt đầu cho thấy những dấu hiệu đầu tiên nói lên những đam mê tương lai trong đời ông: yêu núi non hùng vĩ cũng như mê vẽ tranh và viết lách. Vào tháng 12 cùng năm, ông viết truyện đầu tiên của mình, "La canzone delle montagne". Năm 1924, ông bắt đầu theo học luật tại đại học Milan, ở chính nơi đó, ngày xưa, cha ông đã từng dạy luật quốc tế. Rồi ông thi hành nghĩa vụ quân sự vào những năm 1926 và 1927. Từ ngày mồng 10 tháng Bảy, 1928, ông bắt đầu làm cho nhật báo Corriere della serra của Milan, và ông tiếp tục công việc tại đây cho đến khi chết. Vào tháng Mười cùng năm, ông tốt nghiệp luật.

Vào năm 1933, ông cho xuất bản cuốn tiểu thuyết đầu tay, "Barnabo delle Montagne", rồi tờ Corriere della serra gửi ông đi Palestine. Tác phẩm thứ hai của ông, "Il Segreto del Bosco Vecchio" được xuất bản sau đó hai năm. Vào tháng Sáu năm 1940, tác phẩm nổi tiếng "Il Deserto dei Tartari" được xuất bản lần đầu tại Milan. Rồi ông trải qua ba năm làm thông tín viên chiến trường trên những tàu chiến. Vào cuối cuộc chiến, "Il Deserto dei Tartari" được phổ biến toàn bộ tại Ý và tác giả của nó trở nên nổi tiếng. Thành công trên bình diện quốc tế bắt đầu khi tác phẩm này được xuất bản ở Pháp năm 1949 (với tựa đề là "Le Désert des Tartares") trước khi được thông dịch ra khoảng 25 thứ tiếng khác. Đây là một tác phẩm đầy nét biểu tượng và triết lý, với những suy tư sâu lắng về cuộc sống và cái chết, qua hình ảnh của một người sĩ quan trẻ được đưa đến đồn trú tại một pháo đài xưa cũ nơi vùng biên giới tiếp giáp với sa mạc Tartares đầy nét huyền bí hoang vu. Những nét thay đổi về mặt tâm lý của người sĩ quan này, từ háo hức, mong ngóng, đợi chờ một cái gì đó quan trọng (như một chiến công chẳng hạn), đến sự mỏi mòn, kiệt quệ để thấy năm tháng của đời mình bị kéo lê, bị tiêu mòn hoang phí cùng với những hy vọng mong manh vô ích. Dòng chảy của thời gian cứ mỗi ngày mỗi ập tới. Nó là một cái gì bất khả cưỡng chống và có tác dụng gặm mòn tất cả. Cả cuộc sống và những ước vọng xanh tươi của đời người. Cái còn lại chính là thái độ của con người khi đứng trước cái chết.

Có những đánh giá cho rằng Buzzati, qua chuyện này, gần với Kafka trong tính cách tạo ẩn dụ và cho những biểu tượng mình những dấu ấn siêu thực. Và cuộc đời này chỉ là một chuỗi những phi lý. Nhưng những nhà văn cùng thời với ông như Calvino, Beckett, Thomas Mann chẳng hạn, cũng tạo được không khí và đưa ra cái nhìn ấy trong những tác phẩm của mình. Điều làm cho Buzzati khác với Kafka chính là ở chỗ những nhân vật của ông không phải thở hít cái khí quyển đầy chất "paranoia", cái chất độc của nỗi sợ hãi hoang tưởng mà, có những lúc, con người của thời đại chúng ta đã phải hít thở. Thật ra, có lẽ con người của thời đại chúng ta dễ nhận ra hình ảnh và tâm trạng của chính mình qua những nỗi kinh hoàng pha với nụ cười mang tính cách hóm hỉnh của Buzzati nơi những hoàn cảnh và tình tiết mà ông đưa ra trong những tác phẩm của mình hơn. Nhưng, có lẽ tác giả mà Buzzati cảm thấy gần gũi nhất trong cái nhìn về thế giới của mình là Giacomo Leopardi, một nhà thơ vĩ đại của Ý sống vào khoảng một trăm năm trước Buzzati. Leopardi đã luôn bị ám ảnh về vai trò của hy vọng trong cuộc sống con người, một niềm hy vọng mà Leopardi tàn nhẫn cho thấy chỉ là kết quả của những ảo tưởng vô vọng, nhưng, có những lúc, ông lại thấy và hạnh phúc nhận ra rằng đó là những tia sáng mong manh duy nhất mà con người còn có được trong cuộc sống mình. Những tia sáng của niềm hy-vọng-tuyệt-vọng đó luôn có thể sẵn sàng nở hoa ở những nơi chốn khô cằn nhất của cuộc đời, cũng như chúng có thể xuất hiện dưới những lốt vỏ kỳ lạ nhất của cuộc sống, những lốt vỏ mà qua đó con người ít kỳ vọng thấy chúng bừng nở nhất. Theo Leopardi, cái khuynh hướng nghiêng mình về phía ánh sáng của niềm hy vọng mong manh kia nơi con người chính là lời chúc dữ đồng thời là sự giải thoát cho con người: nó bảo đảm rằng con người sẽ phải thất vọng với cuộc nghiệm sinh của chính mình nhưng, cùng lúc, vẫn cho phép con người nhắm về hướng của những tia sáng ấy mà tiến tới, mặc cho cuộc lữ kia có lạnh lùng tàn nhẫn ra sao. Nhiều chuyện của Buzzati nằm trong hướng ấy.

Vào năm 1953, lần đầu tiên vở kịch thành công nhất của ông, "Un Caso Clinico", được trình diễn trên sân khấu (và ba năm sau được Albert Camus phóng tác và đưa lên sân khấu Pháp). Sau đó, Buzzati tổ chức triển lãm phòng tranh cá nhân lần đầu của mình tại Milan năm 1958. Cũng trong năm đó, Buzzati nhận được một giải thưởng lớn về chuyện ngắn của Ý với một tập gồm 60 truyện ngắn của mình. Vào năm 1960, ông cho xuất bản quyển tiểu thuyết khoa học viễn tưởng duy nhất của ông, "Il Grande Ritratto". Năm 1961, 41 năm sau khi chồng qua đời, mẹ của Buzzati, Alba Mantovani, cũng mất. Vào năm 1964, Buzzati cho xuất bản quyển tiểu thuyết thứ năm và cũng là cuối cùng của ông, "Un Amore", và, hai năm sau, xuất bản một tác phẩm khác, "Il Colombre", một tập gồm 51 tuyện ngắn, và cưới Almeria Antoniazzi vào tháng Mười Hai cùng năm. Vào năm 1969, ông cho xuất bản "Poema a fumetti", một cái nhìn hiện đại về huyền thoại Orpheus trộn lẫn với thi ca và tranh hoạt hình. Năm 1970, ông được trao giải thưởng ký giả Mario Massai cho những bài báo ông viết về con người đầu tiên đặt chân lên mặt trăng vào mùa hè 1969. Sau khi cho ra quyển sách cuối cùng, "Le Notti Difficili" (tuyển tập truyện ngắn thứ sáu của ông), Dino Buzzati chết vì bệnh ung thư vào ngày 28 tháng Một, 1972, vào tuổi 66.

Qua cuộc đời của Buzzati, ta thấy ông là một nhà văn viết truyện ngắn, một tiểu thuyết gia, một kịch tác gia, một nhạc sĩ, và một hoạ sĩ. Điều kỳ diệu hơn nữa về con người đầy sức sống và tài năng này là ông đã làm tất cả những công việc đó trong khi vẫn tiếp tục duy trì công việc chính của mình: một phóng viên báo chí tại Milan từ khi ông được 22 tuổi cho đến khi chết. Thế nhưng, là một phóng viên, Buzzati lại được cả thế giới xem là một nhà văn viết truyện huyễn tưởng nổi tiếng. Như đã nói, sách của ông được dịch ra khoảng 25 ngôn ngữ trên thế giới. Sức mạnh trong cái nhìn riêng đầy tính viễn tượng của ông đến từ việc ông trình bày những biến cố kỳ lạ, độc đáo với một văn phong hết sức "báo chí", và chính điều này đã tạo nên một vẻ thật cho những câu chuyện ông kể. Chúng thật đến nỗi làm cho các độc giả của ông bị thuyết phục rằng những câu chuyện đầy tính huyễn tưởng mà ông kể đã trình bày được một hiện thực ở cấp cao hơn. Điều này có thể đã xảy ra do sự lo sợ thường xuyên về sự kiểm duyệt của "phát-xít" trong giai đoạn đầu thời gian ông vào nghề, tạo nên sự cần thiết cho ông trong việc phải tạo ra những lốt vỏ bọc ngoài cho những ý kiến của mình; nhưng, cũng giống như những khuôn mặt lớn của văn chương huyễn tưởng trên thế giới, có một điều mà các độc giả của ông càng ngày càng cảm nhận trong toàn bộ những sáng tác của Buzzati là cái tính chất mạnh mẽ, rõ ràng trong những câu truyện kỳ dị đầy tính ảo huyễn đó đã đến từ một nhận thức rằng có một hiện thực kỳ ảo nằm ngay dưới bề mặt mỏng manh của thế giới hiện tại. Có lần, trong một cuộc phỏng vấn, Buzzati đã nói, "Huyễn tưởng phải được mô tả càng sát với ngôn ngữ báo chí càng tốt." Chính sự thành công trong việc đưa ra một cái nhìn này đã xếp Buzzati vào hàng ngũ của những con người như Borges, Kafka, và Italo Calvino.

Truyện ngắn "Người Thiếu Nữ Bay Qua" được giới thiệu dưới đây của Buzzati là một truyện khá ngắn, một thứ "flash fiction", một thứ "sudden fiction". Như thế, điều chúng ta kỳ vọng là nó sẽ "đi" rất nhanh. Nhưng không, ở đây, Buzzati, trong một thủ pháp độc đáo, đã làm cho nó chậm lại, hết sức chậm lại. Người đọc sẽ khám phá ra rằng khi họ bắt đầu câu truyện, nhân vật chính ở đây, một thiếu nữ mười chín tuổi tên Marta, nhảy từ mái nhà của một toà nhà cao tầng, một toà nhà "chọc trời", vào lúc hoàng hôn. Toàn thể câu chuyện là để kể lại về cuộc hành trình kéo dài, đầy tính trữ tình, và càng ngày càng chậm của cô ta xuống dưới thấp. Giống như trong hình ảnh rất nghịch lý về mũi tên của Zeno, cô gái không bao giờ chạm đất. Những người sống trong những căn nhà thuộc về toà cao ốc này nhìn cô bay qua, nói chuyện với cô, và có lẽ thậm chí còn "ngã vào vòng tay tình ái" với cô nữa. Tiến độ không ngừng bình thường của dòng thời gian và những hệ quả bình thường không xoay chuyển được của nó bỗng nhiên bị neo giữ lại, bị treo lửng trong không. Thời gian chậm lại, có lẽ vì yêu Marta, đến độ nó như sẵn sàng dừng hẳn không trôi. Nói như Charles Baxter, "Thời gian và Dino Buzzati đã cấu kết với nhau để giải cứu Marta khỏi cái chết không thể nào thoát được của cô; hướng rơi theo chiều dọc bỗng xoay lại theo chiều ngang, giống như một cuộc đi dạo từ lầu trên cùng xuống tới mặt đất qua không khí."

Chúng ta hãy thử bước vào và khám phá cái hiện thực kỳ ảo nằm ngay dưới bề mặt mỏng manh của thế giới hiện tại này.

bvp

Marta được 19 tuổi. Cô nhìn qua mái của toà nhà cao tầng, và thấy thành phố dưới thấp kia sáng lên trong ánh hoàng hôn. Cô cảm thấy không chống cự nổi cơn chóng mặt.

Toà nhà cao tầng màu sáng bạc, hùng vĩ và nổi bật lên trong buổi tối đẹp đẽ và trong sạch. Gió thổi lơ thơ đây đó một vài sợi mây, những sợi mây nổi bật trên nền xanh dương đậm của bầu trời, một mầu xanh dương thật đậm đến khó tin. Thật sự, đây chính là giờ khắc mà thành phố đang bị tràn ngập trong một niềm cảm hứng, và bất cứ người nào không mù loà đều bị nó tóm lấy. Từ độ cao chóng mặt này, cô gái nhìn thấy các đường phố và hình khối của các toà nhà cao tầng đang vặn mình trong cơn ngất cảm kéo dài của buổi hoàng hôn, và tại ngay điểm nơi mà màu trắng của những toà nhà chấm dứt, mầu xanh của biển bắt đầu. Nhìn từ trên cao, biển trông như là đang dâng lên. Và bởi vì những tấm khăn mỏng của đêm đang tiến đến từ phía đông, thành phố trở nên một vực thẳm ngọt ngào đang bừng cháy với những ánh đèn đánh nhịp. Trong thành phố đó là những người đàn ông đầy quyền lực, và những người đàn bà còn nhiều quyền lực hơn nữa, những chiếc áo lông và những chiếc đàn vĩ cầm, những chiếc xe bóng loáng màu sắc như mã não, những bảng hiệu bằng nê-ông của các hộp đêm, những con đường đưa vào các dinh thự tối đen, những hồ nước, những viên kim cương, những khu vườn im lặng già cỗi, những buổi họp mặt, những thèm khát, những cuộc tình vụng trộm, và, trên hết, trò ma thuật đầy cuốn hút của buổi tối này khêu gợi lên những giấc mơ của sự vĩ đại và huy hoàng.

Nhìn thấy tất cả những điều ấy, Marta nghiêng người ra ngoài thành lan-can một cách tuyệt vọng và tự để mình rơi xuống. Cô cảm thấy là mình bềnh bồng lơ lửng trong không khí, nhưng thật sự là cô đang rơi xuống. Với độ cao đặc biệt của toà nhà, những đường phố và công viên ở mãi dưới đáy kia còn xa quá. Ai có thể biết được là còn phải mất bao lâu nữa cô mới xuống tới đó. Thế nhưng người con gái vẫn đang rơi.

Vào giờ này, những sân thượng và những ban-công của các tầng nhà trên cao đang đầy đặc những con người lịch lãm và giàu có; họ đang uống rượu và trao đổi những câu chuyện ngô nghê vô nghĩa. Họ tản ra thành từng nhóm, và câu chuyện của họ át cả tiếng nhạc. Marta rơi ngang qua họ và nhiều người ngó ra ngoài để nhìn cô.

Những chuyến bay kiểu này (đa số là do các thiếu nữ thực hiện, thật sự là vậy) cũng không phải là quá hiếm hoi nơi toà cao ốc đang nói, và chúng tạo nên một sự chia trí đầy thích thú cho những người sống tại đây. Đó cũng là lý do vì sao giá thuê của những căn chung cư này thật đắt.

Mặt trời vẫn chưa hoàn toàn lặn và nó đã làm hết sức mình để tô điểm cho bộ quần áo giản dị của Marta. Cô gái mặc một tấm áo dài mùa xuân khiêm tốn, không đắt tiền, mua dễ dàng từ cửa hàng bình dân. Thế nhưng cái ánh sáng trữ tình của buổi hoàng hôn đã phần nào làm tôn giá trị của chiếc áo lên, khiến nó trông đẹp và đắt tiền.

Từ các ban-công của những nhà triệu phú, những bàn tay lịch thiệp đưa ra về phía cô gái, với những hoa và rượu. "Thưa cô, xin mời cô uống một ly nhé?… Cánh bướm dịu dàng ơi, sao không ngừng lại một phút với chúng tôi nào?"

Cô gái cười, bay chấp chới tại chỗ, lòng đầy hạnh phúc (nhưng trong lúc đó cô ta vẫn đang rơi xuống): "Không, xin cám ơn các bạn. Tôi không thể. Tôi đang bận."

"Cô đi đâu thế?" họ hỏi.

"Ô, xin đừng bắt tôi phải nói ra," Marta trả lời, vẫy hai tay chào trong một điệu bộ thân thiện.

Một chàng trai, cao, da sẫm nắng, trông rất phong độ, đưa một cánh tay ra để đón bắt cô. Cô gái thích anh chàng. Thế nhưng Marta thật nhanh đã tự bảo vệ mình: "Sao anh lại dám đường đột như thế, thưa anh?" và cô cũng có đủ thì giờ để đánh nhẹ vào mũi anh chàng một cái.

Những con người đẹp đẽ này, như thế, là có quan tâm đến nàng và điều này làm cho người con gái rất lấy làm thoả mãn. Cô ta cảm thấy hớn hở và thấy mình đầy phong cách. Trên những sân thượng đầy hoa kia, giữa những người hầu bàn mặc áo trắng bận rộn đi lại và giữa dòng âm thanh tràn đầy của những bài hát xa lạ, người ta dừng lại để nói chuyện vài phút, có lẽ ít hơn, về người con gái trẻ vừa bay qua (từ trên đỉnh xuống tới đáy, theo chiều dọc dĩ nhiên). Có những người nghĩ là cô xinh đẹp, những người khác nghĩ cô trông cũng tàm tạm, nhưng ai cũng để ý đến cô.

"Cô có cả một cuộc đời trước mặt," họ nói với cô gái, "sao cô lại vội vàng như thế? Cô vẫn còn có thời gian để chạy nhảy và bận rộn mà. Hãy ngừng lại đây với chúng tôi một lúc nữa đã. Đây chỉ là một buổi họp mặt nhỏ, khiêm tốn và trong vòng thân hữu, thật đấy mà, cô sẽ có một dịp vui."

Cô ra dấu trả lời nhưng lực từ trường đã nhanh chóng đưa cô xuống tầng dưới, rồi hai, ba, bốn tầng dưới nữa; thật sự, đúng y như là cảnh bạn vui vẻ chạy nhảy tung tăng khi bạn chỉ mới mười chín tuổi đời.

Dĩ nhiên, khoảng không gian chia cách cô gái với mặt bằng dưới đáy kia, có nghĩa là, từ mặt đường tính lên, là bao la vô tận. Đúng là cô gái đã bắt đầu rơi được một lúc rồi, nhưng mặt đường vẫn luôn luôn có vẻ như còn rất xa.

Tuy nhiên, trong lúc đó, mặt trời đã lặn mình xuống biển; người ta có thể thấy nó biến đi, biến mình thành một chiếc nấm đỏ lung linh. Kết quả là, nó không còn chiếu ra những tia sáng sinh động để soi chiếu tấm áo cô gái và làm cho cô trở thành một vì sao chổi quyến rũ nữa. Thật hay là những cửa sổ và sân thượng của toà cao ốc hầu như là đều được thắp đèn, và ánh sáng phản chiếu dệt đầy ánh bạc lên cô khi cô từ từ bay qua.

Giờ đây, Marta không còn nhìn thấy những nhóm người thoải mái trong những căn chung cư nữa; thỉnh thoảng, cũng có những khung cảnh làm ăn với những người nhân viên, với những tấm áo choàng đen và xanh mặc ngoài, ngồi thành những hàng dài tại bàn giấy của họ. Nhiều người trong nhóm họ là những người trẻ bằng hoặc lớn hơn tuổi cô gái tí chút, và lúc này, mệt mỏi sau một ngày làm việc, thỉnh thoảng họ lại rời mắt khỏi công việc và khỏi những bàn đánh máy chữ của mình. Và như thế họ cũng nhìn thấy cô gái. Có vài người chạy đến bên cửa sổ. "Cô đi đâu đấy? Sao lại nhanh thế? Cô là ai vậy?", giọng nói to của họ đuổi theo nàng. Người ta có thể nghe ra được một điều gì đó gần với sự ghen tị trong những lời nói ấy.

"Họ đang chờ tôi ở phía dưới kia," người con gái trả lời. "Tôi không thể ngừng lại được. Tha lỗi cho tôi." Và một lần nữa cô gái lại cười, vẫy tay trên đường bay xuống, nhưng tiếng cười không còn giống như tiếng cười của nàng trước đó nữa. Đêm đã trùm xuống một cách xảo quyệt và Marta bắt đầu cảm thấy lạnh.

Trong lúc đó, nhìn xuống dưới, người con gái thấy một quầng ánh sáng chói lọi chỗ cửa vào của toà nhà. Nơi đây, những chiếc xe đen bóng, dài, nối đuôi nhau đậu lại (từ một khoảng cách xa, trông chúng nhỏ như những con kiến), và bao nhiêu là đàn ông và đàn bà tuôn ra, ai cũng nôn nóng đi vào bên trong. Hình như cô gái nhìn ra ánh sáng lấp lánh của những viên kim cương trong đám đông người ấy. Trên đầu cổng vào, những lá cờ đang tung bay.

Hiển nhiên là người ta đang tổ chức một buổi party lớn, đúng là loại party mà Marta hằng mơ ước đến khi cô còn nhỏ. Chúa ơi, nàng không thể bỏ lỡ nó được. Ở dưới đó, cơ hội đang chờ đợi nàng, định mệnh, tình yêu, sự lên ngôi thật sự của đời nàng. Chẳng biết nàng có đến kịp lúc hay không?

Bỗng nàng tức giận nhận thấy có một cô gái khác cũng đang rơi xuống vào khoảng 30 mét ở phía trên nàng. Cô ta rõ ràng là xinh đẹp hơn Marta và cô mặc một bộ trang phục dạ hội khá sang trọng. Vì một lý do không sao hiểu nổi, cô nàng đang bay xuống nhanh hơn Marta, đến nỗi chỉ một lúc nữa thôi là cô gái ấy sẽ vượt qua nàng và biến mất vào đám đông dưới kia, mặc cho Marta lên tiếng gọi cô ta. Không còn nghi ngờ gì nữa, cô ta sẽ đến buổi party trước Marta; có thể là cô ta đã có một kế hoạch toàn hảo để gạt nàng qua một bên.

Thế rồi nàng nhận ra là họ không cô đơn. Dọc theo toà nhà, nhiều người con gái trẻ trung khác cũng đang đâm đầu xuống. Khuôn mặt họ căng thẳng với sự phấn khích của chuyến bay, những bàn tay họ hân hoan vẫy gọi như có ý nói: hãy nhìn chúng tôi này, chúng tôi ở đây, hãy đem đến cho chúng tôi sự giải trí, thế giới này không phải là của chúng tôi hay sao?

Vậy ra đây là một cuộc thi. Và cô gái chỉ có một chiếc áo nhỏ tầm thường trong khi những người con gái khác đều ăn mặc sang trọng như những cô người mẫu cao cấp, và vài người trong nhóm còn choàng thêm những khăn choàng làm bằng lông chồn quanh những bờ vai trần của họ. Hết sức tự tin khi bắt đầu bước nhảy của mình, bây giờ Marta cảm thấy một luồng run rẩy đang lan toả và lớn dần lên trong người nàng. Có thể đó chỉ là do trời lạnh thôi; nhưng đó cũng có thể là do sự sợ hãi nữa, sự sợ hãi là đã làm một điều sai lầm mà không còn cơ hội để sửa chữa.

Bây giờ, vào buổi tối, thì mọi sự có vẻ đã chậm trễ. Những chiếc cửa sổ đang từng chiếc từng chiếc tối đen đi, những âm vang của tiếng nhạc trở nên hiếm hoi hơn, những văn phòng đã trống vắng, những chàng trai trẻ không còn vươn người bên những bậu cửa sổ để chìa những bàn tay của họ ra. Bây giờ là mấy giờ rồi? Chỗ lối vào của toà nhà ở bên dưới—trong lúc này đã trở nên phình to ra, và bây giờ người ta có thể phân biệt được các chi tiết về mặt kiến trúc—những ngọn đèn vẫn còn cháy sáng, nhưng sự náo động của dòng xe cộ đã không còn. Thật sự, thỉnh thoảng, vẫn có những nhóm nhỏ người túa ra từ những lối đi chính rồi mệt mỏi tản đi xa. Rồi những ánh đèn của lối vào cũng bị tắt mất.

Marta cảm thấy trái tim của nàng thắt lại. Than ôi, nàng sẽ không đến kịp buổi dạ vũ. Liếc nhìn lên phía trên, nàng thấy đỉnh tháp nhọn của toà nhà cao tầng với tất cả quyền uy độc ác của nó. Lúc này, hầu như tất cả đều hoàn toàn tối đen. Nơi những tầng nhà trên cùng, một vài chiếc cửa sổ đó đây vẫn còn chiếu sáng ánh đèn. Và ở trên cao nữa, những tia sáng đầu tiên của buổi bình minh bắt đầu lan toả.

Trong phòng ăn của lầu thứ hai mươi tám, một người đàn ông vào khoảng bốn mươi tuổi đang dùng cà-phê sáng và đang đọc báo trong khi bà vợ của ông ta đang dọn dẹp lại phòng ốc. Chiếc đồng hồ trên tường điểm 8 giờ 45. Một cái bóng bất ngờ bay ngang qua cửa sổ.

"Alberto!" người vợ kêu lên. "Ông có thấy không? Một người đàn bà vừa bay qua."

"Ai?" người đàn ông nói mà không rời mắt khỏi tờ báo. "Một người đàn bà già," bà vợ trả lời.

"Một bà già lụ khụ. Bà lão trông có vẻ hốt hoảng." "Luôn luôn là như vậy," người đàn ông lẩm bẩm. Ở những tầng thấp dưới này, chỉ có những người phụ nữ già bay qua. Bà có thể thấy những cô gái đẹp từ tầng thứ một trăm năm mươi trở lên. Không phải là không có lý do mà những căn lầu trên ấy giá thuê thật là đắt tiền."

"Ít nhất là ở dưới này cũng có ưu điểm," bà vợ nhận xét, "là người ta có thể nghe thấy tiếng rơi đánh huỵch một cái khi mà họ chạm đất." "Lần này thì ngay cả điều ấy cũng không có," người đàn ông nói, lắc lắc cái đầu, sau khi ông đứng lắng nghe một vài phút. Rồi ông uống thêm một hớp cà-phê nữa.

(theo bản dịch tiếng Anh của Lawrence Venuti, "The Falling Girl", in trong tập *Sudden Fiction International* do Robert Shapard & James Thomas biên tập / nhà xuất bản W.W. Norton & Company, New York, 1989)

Minh Triết của Rilke

Phóng hoạ về Rilke của Leonid Pasternak (Moscow c. 1900)

Phần Giới Thiệu:

Rainer Maria Rilke là một thi sĩ và nhà văn gốc Áo-Hung (12/4/1875 – 12/29/1926). Ông được đánh giá là một trong những thi sĩ trữ tình nhất của văn chương Đức. Sáng tác của ông để lại bao gồm một tiểu thuyết, nhiều tập thơ, và nhiều tập thư từ qua đó người đọc ấn tượng nhất là về những hình ảnh đầy sức ám gợi, nói lên sự khó khăn trong việc diễn tả của con người về những điều bất-khả-phô-diễn, trong một thời đại mà sự bất tín, cô đơn và dẫy đầy lo âu, xao xuyến vốn là những nét nổi bật.

Mặc dù được biết đến như một tác giả chủ yếu của văn chương và văn học Đức, Rilke cũng có hơn 400 bài thơ viết thẳng bằng tiếng Pháp. Đối với độc giả Anh ngữ, những tác phẩm được biết đến nhiều nhất của ông bao gồm tuyển tập thơ *Duino Elegies (Duineser Elegien*) và *Sonnets to Orpheus (Die Sonette an Orpheus),* tiểu thuyết mang nửa tính tự truyện *The Notebooks of Malte Laurids Brigge (Die Aufzeichnungen des Malte Laurids Brigge),* và tuyển tập mười lá thư (xuất bản sau khi ông mất), được đặt tên là *Letters to a Young Poet (Briefe an einen jungen Dichter).*

Phần tuyển dịch sau đây được trích từ tập sách *The Poet's Guide to Life / The Wisdom of Rilke* do Ulrich Baer biên tập và dịch từ những tập thư từ, tài liệu đã được xuất bản của Rilke. Ông viết rất nhiều thư, có thể nói trên dưới mười ngàn lá, cho đủ loại người, bao gồm các nhà quý tộc và các cô, các bà thợ giặt, các chủ cửa hàng và các nhà chính trị, vợ ông, nhiều nhà bảo trợ khác nhau, các nhà biên tập, bạn bè, người yêu, các nhà thơ thân hữu, các nghệ sĩ, và những người hâm mộ không quen biết. Ông trả lời một cách không phân biệt tất cả những thư từ mà ông nhận được, bất kể vị trí xã hội của người viết thư, nếu ông nhận thấy lá thư ấy "đánh động đến tâm hồn ông", ngay cho dù đó là thư đến từ những con người mà ông không hề quen biết.

Tập sách nổi tiếng *Letters to a Young Poet (Thư gửi một Thi Sĩ Trẻ)*, khá quen biết với độc giả Việt Nam, chỉ là một mảnh nhỏ được rút ra từ những trang thư của Rilke. Khi viết những lá thư này, Rilke vẫn còn là một người đang dò tìm lối, như một nhà thơ, và chỉ mới bắt đầu chớm sống một cuộc đời mà, về sau, sẽ đem lại cho những lá thư của ông sức nặng, sự tinh nhạy và sâu sắc, cũng như đầy chặt sự dồn nén của năng lượng. Trong những lá thư càng về sau này, Rilke cho thấy suy nghĩ của ông về những cuộc cách mạng mang tính chính trị, về vai trò của thần thánh trong cuộc sống con người hiện đại. Ông cũng viết, như trong một trạng thái bùng vỡ, về tình yêu, về cuộc sống, về ốm đau, bệnh tật, về cái chết, về sự mất mát. Ông viết về tuổi thơ, về những khó khăn trong đời, về sự bất hạnh, về những lực cản trong cuộc sống, về những niềm vui, về sự làm việc. Ông cũng viết về niềm tin và nghệ thuật và ngôn ngữ, về tình bạn, về hôn nhân, và giản dị là về sự sống cùng và sống với những người khác. Không có gì lạ khi chữ nghĩa và tư tưởng của Rilke thường được sử dụng trong những dịp họp mặt đầy ý nghĩa, như trong các đám cưới hay lễ ra trường, hoặc chúng được viết trên các vì tường của bệnh viện hay của nhà trẻ.

Trong thư từ, thoát khỏi sự ràng buộc cần thiết nhưng cũng phần nào có tính kìm nén của thi ca, ông diễn tả thoải mái và sâu sắc tất cả những xác tín của mình trong đời. Viết như một hơi thở lồng lộng, như máu chạy thiết tha rì rào trong cơ thể. Qua những lá thư, người ta thấy Rilke đã sục sạo, sờ mó tất cả mọi góc cạnh, ngõ ngách của cái đời sống nội tâm phong phú mà từ đó thơ của ông như một ngọn suối tuôn trào ra. Chữ nghĩa của ông, ở đây, không giống như chữ nghĩa được chuốt lọc cẩn thận, như những viên ngọc trai, của Rilke, của một nghệ sĩ hiện đại đầy ý thức trong sáng tạo thi ca của mình. Chúng không được viết riêng cho những người trí thức, và không có chủ đích để đọc trước công chúng, như trong những buổi đọc thơ của ông. Đây là những con chữ, những suy nghĩ bật ra từ chính cuộc sống Rilke, và cũng là những điều luôn sống động trong những vùng sâu thẳm nhất của tâm hồn ông.

Tập *The Poet's Guide to Life* này, lần đầu tiên được xuất bản bằng tiếng Anh, là một tuyển tập được chọn lựa từ một số thư từ của Rilke. Nó được thực hiện sau khi dịch giả Ulrich Baer đã đọc khoảng bảy ngàn lá thư, cả bằng tiếng Đức và tiếng Pháp, đã từng được xuất bản của nhà thơ. Những đoạn dịch tiếng Việt ở đây được lấy từ phần *On Language: That Vast, Humming, and Swinging Syntax (Về Ngôn Ngữ: Cái Ngữ Pháp Bao La, Rì Rầm, và Đong Đưa Ấy).*

Về Ngôn Ngữ

Để là một con người nào đó, như là một nghệ sĩ chẳng hạn, có nghĩa là: có khả năng nói ra chính con người mình. Điều này sẽ chẳng khó khăn mấy nếu ngôn ngữ bắt đầu tự mỗi cá nhân, khởi nguồn trong hắn, và rồi, từ điểm này, dần dần tự đẩy mình, bắt mình đi đến lỗ tai và sự thấu hiểu của người khác. Nhưng thật ra thì không phải như vậy. Hoàn toàn trái ngược lại, ngôn ngữ là cái mà tất cả mọi người đều có chung, nhưng cũng là cái mà không một con người duy nhất nào tạo ra, vì mọi người đều cứ liên tục sản xuất ra nó, cái ngữ pháp bao la, rầm rì, và chơi trò đánh đu ấy mà, với nó, ai cũng cảm thấy có tự do để thêm thắt vào bằng cách nói ra những gì gần gũi nhất với con tim mình. Thế rồi, chuyện xảy ra là có một người nào đó, vốn khác với những người láng giềng của hắn trong tận thâm cung lòng mình, tự làm thất lạc chính mình bằng cách nói ra những điều trong lòng hắn giống như kiểu mưa bay thất lạc ngoài biển cả. Bởi lẽ, bất cứ một điều gì là độc nhất đối với một con người, nếu nó không muốn tiếp tục câm lặng, cần phải có ngôn ngữ riêng của nó... [...]

*

Khi làm thơ, người ta luôn luôn được phù trợ và, thậm chí, được du đẩy bềnh bồng đi xa bởi nhịp điệu của tất cả những gì ở bên ngoài, bởi lẽ tiết nhịp của thơ chính là tiết nhịp của thiên nhiên: của nước, của gió, của đêm. Nhưng để có thể đưa ngôn ngữ vào nhịp điệu, người ta phải tự để cho mình chìm sâu vào chính con người mình và khám phá ra bao nhiêu là nhịp điệu không thể gọi tên của dòng máu chảy trong huyết quản người ta. Ngôn ngữ của thơ phải được xây dựng như một ngôi thánh đường: ở đó con người thật sự không có tên tuổi, không có tham vọng, không có sự trợ giúp nào cả: chót vót trên bộ xà cột dựng xây, trên giàn giáo, nó cô đơn với lương tâm của chính mình.

*

Khi người ta làm thơ, viết văn ở tuổi hai mươi mốt, người ta chẳng là gì cả ngoài tiếng gào thét—và có ai nghĩ rằng một tiếng gào cần phải được gào lên một cách khác biệt không? Ngôn ngữ, thật sự, còn quá thanh mảnh, còn quá mỏng đối với chúng ta vào những năm tháng đó, đến nỗi tiếng gào đi qua nó và mang theo với mình chỉ những gì còn dính bám vào nó. Người ta luôn luôn phát triển theo một cách, là cái cách khiến cho ngôn ngữ của người ta được đầy đặn hơn, dày chắc, cứng cáp hơn, có trọng lượng hơn, và dĩ nhiên điều này chỉ có ý nghĩa đối với một người tin chắc rằng tiếng gào thét trong hắn cũng không thể lay chuyển và không ngừng thu tập sức mạnh để, sau này, bị dồn nén bởi vô số những bầu khí quyển, nó xuất hiện đều khắp từ những lỗ chân lông của cái môi trường tưởng chừng như bất khả thâm nhập.

*

Trong một bài thơ được làm một cách thành công, thực tại đầy ắp trong đó nhiều lần hơn so với trong bất cứ một quan hệ cá nhân hoặc trong bất cứ một niềm thương mến nào mà tôi có thể cảm nhận được. Khi tôi sáng tạo, tôi trở nên có thật và tôi muốn tìm kiếm cái sức mạnh để dựa cả cuộc đời tôi trên sự thật đó, trên sự giản dị và niềm vui vô biên mà tôi đôi lúc được trao ban.

*

Đừng nói bất cứ điều gì ngược lại vần điệu! Thật sự, vần điệu chính là một nữ thần đầy sức mạnh, một vị thần của những sự ngẫu nhiên hết sức bí mật và hết sức cổ xưa, và người ta không bao giờ được để cho những ngọn lửa trên bàn thờ của nàng cháy tàn. Vị nữ thần ấy tính khí thật là thất thường: người ta không thể nào đoán biết trước ý nàng, cũng không thể khích động nàng. Nàng đến như thể chính hạnh phúc đến, đôi tay nàng đầy ắp những bông hoa của sự toàn mãn [...] Vần điệu đúng không phải là phương tiện của thơ, nhưng là lời khẳng định tuyệt đối mà các vị thần đóng xuống như một con dấu trên những cảm xúc thơ ngây, trinh bạch nhất của chúng ta.

*

Thật là kinh hoàng khi nghĩ đến chuyện nhiều điều đã được thực hiện và bị mất đi qua những từ ngữ; chúng quá xa rời chúng ta, bị giam hãm trong sự bất xác vĩnh hằng của chúng, vô cảm đối với những nhu cầu khẩn thiết nhất của chúng ta. Chúng thu mình lại khi chúng ta nắm lấy chúng. Chúng có đời sống của chúng và chúng ta có đời sống của chúng ta.

*

Để chân thật với bạn, càng sống lâu, tôi càng cảm thấy khó khăn trong việc tìm kiếm một câu trả lời trực tiếp, có giá trị cho những từ ngữ giống như những chữ, những từ mà bạn đã gửi đến tôi. [...] Bất cứ sự thành công hay một cái nhìn sâu sắc nào mà tôi tình cờ có được trong bài thơ của mình, hay trong một tác phẩm nghệ thuật khác, thì đều không giống như sự làm chủ và sự thành tựu trong cuộc sống hằng ngày—và nếu có việc phải quyết định xem ai trong chúng ta là kẻ kém giá trị hơn, có lẽ phần về phía tôi sẽ nặng hơn phần về phía các bạn. Mặc cho tất cả những khó khăn của hắn, con người sáng tạo và năng sản hẳn nhiên tìm được sự xác tín trong cái sức mạnh lớn lao mà đôi khi hắn thấy được trong mình, và chính cái sức mạnh ấy đã cùng đồng hành với hắn để đạt đến sự thành tựu chung, đến nỗi bất luận hắn có thể cảm nhận là mình bị bao vây, đè nén đến thế nào đi chăng nữa, hắn đều tìm được sự kiên nhẫn để chịu đựng vì nó. Bằng cách nào những người khác, những người đã bị bao vây, dìm ngập trong đau khổ, đặt chân đến được cái vùng đất sâu kín và phong nhiêu để kiên nhẫn chịu đựng: tôi thường tự hỏi về điều đó mà vẫn chưa tìm được một lời giải. Nhưng chúng ta phải công nhận rằng khó có một điều gì đó hiện hữu, bày ra trước mắt chúng ta, trong sự thể hiện muôn hình vạn trạng của nó, từ những thí dụ tầm thường đến những biểu hiện không thể quên được, bằng sự kiện này: cuộc sống đạt được sự thành tựu của nó trong những hoàn cảnh mang tính sỉ nhục, cay cực khốn khổ, và thậm chí nguy hiểm chết người nhất, và rằng con người ta có khả năng yêu thương cuộc sống khi cuộc sống trở nên hoàn toàn khủng khiếp. Và thậm chí có những con người đã chịu đựng lâu dài cái mệnh số rực rỡ của mình một cách thờ ơ, không cảm thấy khoái cảm hay tham gia gắn bó lắm với cái mệnh số ấy, đã thấy niềm vui và sự an toàn mở ra trong trái tim mình khi, bỗng nhiên, hoàn cảnh xô đẩy họ vào sự tuyệt vọng, và họ thấy mình bệnh hoạn, bị xâm hại, lạm dụng, ở nơi tận cùng của những tù ngục bất khả thăm dò; và họ bắt đầu nhận biết và lần đầu tiên có cái quyền được hạnh phúc nếm cảm thật sự những khả năng của con tim mình chỉ khi họ bị đẩy đến tận tình trạng ấy. Tôi đã theo đuổi dấu vết câu chuyện của những cuộc đời như thế trong bất kỳ hoàn cảnh nào tôi có thể, với sự hào hứng tột độ, và cho dù tôi đã không thể phát hiện được một tia nhìn thoáng nào về *cái điều bí mật* đã làm cho những cuộc sinh tồn kỳ vĩ ấy có thể xảy ra, tôi sống trong niềm xác tín *rằng* những điều [kỳ diệu] ấy vẫn luôn xảy ra trong đời.

(trích trong "The Poet's Guide to Life / The Wisdom of Rilke", *do Ulrich Baer tuyển dịch. Modern Library Edition: New York, 2005.)*

Hiện Hữu,
như một sự bừng nhuỵ đơm hoa (*)

(Mario Vargas Llosa, Nobel Văn Chương 2010, bàn về Viết, Cuộc Đời, Nghệ Thuật, Văn Chương, v.v.)

"Nhà văn là kẻ trừ tà những con quỷ của chính mình."
(*García Márquez: Historia de un deicidio*, 1971)

"Ấn tượng của tôi là cuộc sống—một từ lớn lao, tôi biết—gây ra những chủ đề cho nhà văn thông qua những trải nghiệm nhất định, những trải nghiệm này in sâu vào ý thức hoặc tiềm thức của anh ta và sau đó buộc anh ta phải giải thoát bản thân bằng cách biến chúng thành những câu chuyện."
(*Letters to a Young Novelist,* 1997)

"Dù phù du đến đâu, một tiểu thuyết vẫn là một thứ gì đó, trong khi sự tuyệt vọng thì không là gì cả."
(*Letters to a Young Novelist,* 1997)

"Tôi học đọc từ năm lên năm, trong lớp của thầy Justiniano tại Học viện De la Salle ở Cochabamba, Bolivia. Đây là điều quan trọng nhất từng xảy đến với tôi. Gần bảy mươi năm sau, tôi vẫn nhớ rõ phép màu của việc chuyển biến những từ ngữ trong sách thành ra hình ảnh đã làm phong phú thêm cuộc sống của tôi, phá vỡ những rào cản về thời gian và không gian, cho phép tôi cùng thuyền trưởng Nemo du hành hai mươi ngàn dặm dưới đáy biển, cùng d'Artagnan, Athos, Portos và Aramis chống lại những âm mưu đe dọa Nữ hoàng trong thời kỳ Richelieu bí ẩn, hay loạng choạng vượt qua những đường cống ngầm ở Paris, hóa thân thành Jean Valjean cõng thân thể bất động của Marius trên lưng."
(*In Praise of Reading and Fiction: The Nobel Lecture,* 2010)

"Một cuốn sách mở là một tâm trí biết nói; một cuốn sách đóng là một người bạn đang chờ đợi; một cuốn sách bị lãng quên là một tâm hồn biết tha thứ; một cuốn sách bị phá hủy là một trái tim đang khóc."
(*La fiesta del Chivo,* 2000)

"Cảm hứng không hề tồn tại. Có lẽ nó là thứ dẫn lối cho đôi tay của các nhà điêu khắc và họa sĩ, đưa hình ảnh và nốt nhạc đến tai các nhà thơ và nhạc sĩ, nhưng nó không bao giờ đến với tiểu thuyết gia: nhà văn hoàn toàn bị các nàng thơ lãng quên và buộc phải thay thế sự từ chối hợp tác đó bằng sự bướng bỉnh, lao động và kiên nhẫn."
(*Historia Secreta de Una Novela,* 1966 / *Secret story of a novel*, 1971)

"Việc tìm kiếm tự do chỉ đơn giản là một phần của cuộc tìm kiếm rộng lớn hơn một thế giới mà sự tôn trọng pháp quyền và nhân quyền là phổ quát—một thế giới không còn độc tài, khủng bố, hiếu chiến và cuồng tín, nơi nam nữ thuộc mọi quốc tịch, chủng tộc, truyền thống và niềm tin có thể cùng chung sống trong nền văn hóa tự do, nơi các biên giới nhường chỗ cho những cây cầu mà mọi người vượt qua để đạt được mục tiêu của mình, những mục tiêu chỉ bị giới hạn bởi ý chí tự do và sự tôn trọng quyền của nhau. Đó là cuộc tìm kiếm mà tôi đã dành trọn tâm huyết trong việc viết, và rất nhiều người đã chú ý đến. Nhưng chẳng phải đó là cuộc tìm kiếm mà tất cả chúng ta nên dành trọn cuộc

đời mình hay sao? Câu trả lời sẽ rõ ràng khi chúng ta nhìn thấy những gì đang bị đe dọa."
(*Confessions of a Liberal,* Acceptance Speech of the Irving Kristol Award, 2005)

"[Những người nhập cư] đến từ bất cứ nơi nào có nạn đói, thất nghiệp, áp bức và bạo lực, và đã lén lút vượt biên giới của các quốc gia thịnh vượng, hòa bình và giàu cơ hội, chắc chắn là đang vi phạm pháp luật, nhưng họ đang thực hiện một quyền tự nhiên và đạo đức mà không có chuẩn mực pháp lý hay quy định nào nên cố gắng loại bỏ: quyền được sống, quyền được tồn tại, quyền thoát khỏi sự tồn tại địa ngục mà họ bị các chế độ man rợ áp bức trên một nửa bề mặt trái đất."
(*The Language of Passion: Selected Commentary,* 2003)

"Một sự bổ sung không thể thiếu cho tính kỳ lạ trong những truyện của ông [Borges] là sự uyên bác, những mảnh kiến thức chuyên ngành, thường là văn chương, nhưng cũng có cả ngữ văn, lịch sử, triết học, hay thần học. Kiến thức này, vốn gần gũi nhưng không bao giờ vượt quá ranh giới của tính hàn lâm hay sự cầu kỳ, được phô trương một cách thoải mái. Nhưng vấn đề không phải là để khoe khoang sự am hiểu sâu rộng của Borges với các nền văn hóa khác nhau. Thay vào đó, nó là một yếu tố then chốt trong chiến lược sáng tạo của ông, với mục đích là nhúng câu truyện vào một sắc màu nhất định, mang đến cho chúng một bầu không khí riêng. Nói cách khác, sự uyên bác của Borges thông qua việc sử dụng các bối cảnh và nhân vật kỳ lạ đã thực hiện một chức năng văn học mang tính độc quyền, bằng cách biến đổi sự uyên bác thành những thứ đôi khi mang tính trang trí, đôi khi mang tính biểu tượng, khiến nó trở nên lệ thuộc vào nhiệm vụ trước mắt. Theo cách này, thần học, triết học, ngôn ngữ học, và các thứ khác nơi Borges mất đi tính chất nguyên bản, mang phẩm chất của hư cấu, và trở thành một phần không thể thiếu của một sự kỳ ảo văn học, được chuyển hóa thành văn học."
(*The Fiction of Jorge Luis Borges,* in *"Making Waves"*, 1996)

"Một trong những lý do tại sao văn học quan trọng là nó cho ta một công cụ để hiểu thời gian. Trong đời thực, thời gian là thứ nuốt chửng ta, là thứ không cho ta góc nhìn cần thiết để hiểu được cái dòng chảy của nó mà ta đang đắm chìm vào; và vì vậy, ta không có góc nhìn, ta không có khoảng cách cần thiết để thực sự hiểu những gì đang diễn ra. Vì vậy, ta cần một trật tự nhân tạo để hiểu thời gian."

.

(*The Discreet Hero: A Novel,* 2015)

"Đó là một trải nghiệm rất bổ ích đối với tôi với tư cách là một nhà văn, bởi vì đó là lần duy nhất tôi cố gắng hoàn toàn trung thực khi viết tiểu thuyết, cố gắng không bịa đặt mà ghi nhớ và tường thuật lại những hồi ức của mình một cách khách quan. Tôi nhận ra rằng điều này là không thể, rằng bạn không thể làm được nếu đang viết tiểu thuyết, rằng tiểu thuyết không tương thích với việc tường thuật khách quan về trải nghiệm sống, rằng có một sự không tương thích cốt yếu giữa hai điều này—tiểu thuyết và một tài liệu sống, một tường thuật khách quan về cuộc sống thực. Tôi liên tục bị chính ký ức của mình dẫn dắt sai lệch. Ký ức của tôi bị bóp méo bởi trí tưởng tượng, bởi sự hoang tưởng của tôi. Tôi cảm thấy có một áp lực vô hình từ sự tưởng tượng của mình buộc tôi phải thay đổi ký ức để có một tài liệu tốt hơn, để cải thiện văn bản tôi đang viết. Mặt khác, những gì tôi cố gắng ghi nhớ và đưa vào tiểu thuyết không phải được đặt trong một chân không mà trong một tiểu thuyết có bối cảnh tưởng tượng, một thế giới kỳ ảo…."
(*A Writer's Reality,* 1990)

"Văn học là một sự mô tả sai chệch về cuộc sống, nhưng dù thế nó vẫn giúp chúng ta hiểu cuộc sống tốt hơn, định hướng bản thân trong cái mê cung nơi chúng ta được sinh ra, đi qua, và chết đi. Nó bù đắp cho những thất bại và thất vọng mà đời thực gây ra cho chúng ta, và nhờ có nó, chúng ta có thể giải mã, ít nhất là một phần, những bí mật mà hiện hữu này có xu hướng trở thành đối với đại đa số con người, đặc biệt là những người trong chúng ta vốn tạo ra nhiều nghi ngờ hơn là những điều chắc chắn, và thú nhận sự bối rối của chúng ta trước các chủ đề như sự siêu việt, vận mệnh cá nhân và tập thể, linh hồn, điều ý nghĩa hay cái vô nghĩa của lịch sử, sự qua lại tới lui của hiểu biết lý tính."
(*Literature and Life - Peace Prize of the German Book Trade,* 1996)

"Giống như chuyện viết, việc đọc là một sự phản kháng chống lại những thiếu khuyết của cuộc sống. Khi chúng ta tìm kiếm trong hư cấu những gì còn thiếu trong đời thực, chúng ta đang ngầm nói, mà không cần phải thốt ra hay thậm chí là biết điều đó, là cuộc sống như nó vốn có không thỏa mãn được khát vọng tuyệt đối của chúng ta—nền tảng của thân phận con người—và nó cần phải tốt đẹp hơn. Chúng ta tạo ra hư cấu để, bằng cách nào đó, sống được nhiều cuộc đời mà ta khao khát, trong khi chúng ta chỉ có duy nhất một cuộc đời thôi."
(*In Praise of Reading and Fiction: The Nobel Lecture,* 2010)

"Văn học tạo ra một tình huynh đệ trong sự đa dạng của con người và làm mờ đi những ranh giới được dựng lên giữa đàn ông và phụ nữ bởi sự ngu dốt, hệ tư tưởng, tôn giáo, ngôn ngữ và sự ngu xuẩn."
(*In Praise of Reading and Fiction: The Nobel Lecture,* 2010)

"Sự thật thực sự là một chuyện, và sự thật văn chương lại là chuyện khác; và không có gì khó hơn việc muốn cả hai sự thật trùng khớp với nhau."
(*La verdad de las mentiras,* 1989)

"Nếu bạn bị giết vì bạn là một nhà văn, đó là biểu hiện cao nhất của sự tôn trọng, bạn biết đấy."
(*Interview, The Paris Review, The Art of Fiction No. 120,* 1990)

"Văn học tốt đẹp dựng lên những cây cầu giữa các dân tộc khác biệt, và qua việc khiến chúng ta hân hưởng, đau khổ, hoặc cảm thấy ngạc nhiên, nó đoàn kết chúng ta dưới những ngôn ngữ, tín ngưỡng, thói quen, phong tục và định kiến chia rẽ chúng ta."
(In *Acceptance Speech of the Irving Kristol Award,* 2005)

"Một trong những đóng góp quan trọng của văn học trong cuộc sống chúng ta là nó thiết lập một trật tự nhân tạo cho thế giới, cho thời gian, cho không gian, và cho trải nghiệm sống. Đặc biệt, những tác phẩm vĩ đại, những kiệt tác văn học, là những công cụ cho phép chúng ta thích nghi với vực sâu [1] này, với vòng xoáy mà cuộc sống thực tại, trải nghiệm sống thực tại này là. Khi bạn khám phá khả năng tạo ra một cấu trúc thời gian trong một câu chuyện, bạn không chỉ đang làm một điều gì đó vốn là thành tựu nhân tạo của một kỹ năng hình thức, sự thành thạo ngôn ngữ, hay sự thành thạo các kỹ thuật thôi miên người đọc. Bạn cũng đang tạo ra một công cụ mà qua đó chúng ta có thể hiểu rõ hơn về cách trải nghiệm hằng ngày, trải nghiệm sống, đang diễn ra trong thực tế. Và vì vậy, sự say mê với thời gian, một đặc điểm riêng biệt của văn học hiện đại, không phải là vô cớ, không phải là giả tạo. Đó là một cách phản ứng với một thực tế mà trong đó chúng ta cảm thấy mình—đặc biệt là trong các xã hội đương đại—hoàn toàn lạc lõng. Chúng ta đang trở nên quá tầm thường, quá nhỏ bé trong thế giới phi thường và không mang tính cá nhân này, và đó là thế giới của các xã hội hiện đại, đến nỗi chúng ta cần một cách để đặt mình vào đó. Sự tổ chức mang tính nhân tạo này mà văn học mang lại cho cuộc sống là thứ

giúp chúng ta cảm thấy bớt lạc lõng và bối rối hơn trong cuộc sống thực."
(*Notes on the Death of Culture,* 2015)

"Đây là câu hỏi tôi tự hỏi mình mỗi khi một trong những nghiên cứu hoặc quan sát thực địa này thu hút sự chú ý của tôi, và một lần nữa, tôi thấy rằng không hề có sự đề cập nào, ngay cả khi thoáng qua, đến những người kể chuyện lang thang, những người mà với tôi dường như là những hình mẫu tinh tế và quý giá nhất của dân tộc đó, chỉ chiếm một số ít, và trong bất kỳ trường hợp nào, đã tạo nên mối liên hệ tình cảm kỳ lạ giữa người Machiguengas [2] và thiên hướng của riêng tôi (không nói, một cách giản dị, là với chính cuộc sống của riêng tôi)."
(*The Storyteller,* 1987)

"Đôi khi tôi tự hỏi liệu việc viết lách có phải là một sự xa xỉ mang tính vị kỷ ở những quốc gia như của tôi, nơi có ít độc giả, quá nhiều người nghèo khó và mù chữ, quá nhiều bất công, và nơi văn hóa là một đặc quyền của một thiểu số ít ỏi. Tuy nhiên, những nghi ngờ này chưa bao giờ dập tắt được tiếng gọi theo đuổi mục tiêu trong tôi, và tôi vẫn luôn tiếp tục viết ngay cả trong những giai đoạn mà việc kiếm sống chiếm hết phần lớn thời gian. Tôi tin rằng mình đã làm đúng, vì nếu [giả định rằng] để văn học phát triển, trước tiên cần phải có được một xã hội ở mức văn hóa cao, cần phải có tự do, thịnh vượng và công lý, thì [như thế] văn học sẽ chẳng bao giờ tồn tại. Nhưng nhờ có văn học, nhờ ý thức mà nó định hình, những khao khát và mong mỏi mà nó truyền cảm hứng, và sự vỡ mộng của chúng ta với thực tại khi trở về từ chuyến hành trình đến một thế giới tưởng tượng tươi đẹp, nền văn minh ngày nay ít tàn nhẫn hơn so với thời điểm những người kể chuyện bắt đầu nhân văn hóa cuộc sống bằng các câu chuyện ngụ ngôn của họ."
(*In Praise of Reading and Fiction: The Nobel Lecture,* 2010)

"[H]ư cấu không chỉ là một sự giải trí, không chỉ là một bài tập trí tuệ làm sắc bén sự nhạy cảm và đánh thức một tinh thần phê phán nơi con người. Nó là một sự cần thiết tuyệt đối để nền văn minh tiếp tục tồn tại, đổi mới và bảo tồn trong chúng ta những điều tốt đẹp nhất của nhân loại. Để chúng ta không rút lui vào sự hoang dã của sự cô lập, co cụm và cuộc sống không bị giản lược thành chủ nghĩa thực dụng của các chuyên gia, những người nhìn mọi thứ một cách sâu sắc nhưng lại bỏ qua những gì bao quanh, đi trước và tiếp nối những điều đó. Để chúng ta không chuyển từ việc để những cỗ máy ta phát minh để phục vụ mình

thành việc làm nô lệ cho chúng. Và bởi vì một thế giới không có văn học sẽ là một thế giới không có niềm khát khao, lý tưởng hay sự bất kính, một thế giới của những cỗ máy tự động bị tước đoạt đi thứ làm cho con người thực sự là con người: khả năng bước ra khỏi bản thân và đi vào một người khác, đi vào những người khác, được hình mẫu hoá bằng đất sét từ những giấc mơ của chúng ta."
(*In Praise of Reading and Fiction: The Nobel Lecture,* 2010)

"[S]ống là chuyện xứng đáng để ta nỗ lực, ít ra chỉ vì nếu không có cuộc sống, chúng ta không thể đọc hay tưởng tượng ra những câu chuyện."
(*In Praise of Reading and Fiction: The Nobel Lecture,* 2010)

"Chúng ta sẽ sống tồi tệ hơn hiện tại nếu không có những cuốn sách hay mà chúng ta đã đọc, sẽ dễ tuân thủ trong sự đồng phục hơn, ít bồn chồn hơn, ngoan ngoãn phủ phục hơn, và tinh thần phê phán—động cơ cho tiến bộ—thậm chí sẽ không tồn tại."
(*In Praise of Reading and Fiction: The Nobel Lecture,* 2010)

"Đó là lý do tại sao hư cấu ra đời: để, thông qua việc sống cuộc đời gián tiếp, thoáng qua, bấp bênh, nhưng cũng đầy đam mê và hấp dẫn mà hư cấu đưa chúng ta đến, chúng ta có thể kết hợp điều không thể vào điều có thể và sự hiện tồn của chúng ta có thể là vừa thực tế vừa phi thực, vừa lịch sử vừa ngụ ngôn, vừa cuộc sống cụ thể vừa cuộc phiêu lưu kỳ ảo."
(*The Temptation of the Impossible: Victor Hugo and Les Misérables,* 2007)

"Hãy đọc liên tục, bởi vì không thể có được một ý thức phong phú, trọn vẹn về ngôn ngữ mà không đọc nhiều tác phẩm văn học hay, và hãy cố gắng hết sức—dù điều này không hề dễ dàng—để không bắt chước phong cách của các tiểu thuyết gia mà bạn ngưỡng mộ nhất và là những người đầu tiên dạy bạn yêu văn học."
(*Cartas a un joven novelista,* 1997)

"Đời là một cơn bão kinh hoàng, một cuộc náo loạn điên khùng, mà nghệ thuật là chiếc ô duy nhất của chúng ta."
(*Interview, Artsnight, BBC Channel,* 2015)

"Đó là một điều tôi chắc chắn giữa vô vàn những điều không chắc chắn của mình về thiên hướng văn chương: sâu thẳm bên trong, một nhà văn

cảm thấy rằng viết lách là điều tuyệt vời nhất từng xảy ra với mình, hoặc có thể xảy ra cho mình, bởi vì đối với họ, viết lách là cách sống tốt nhất có thể, bất kể những phần thưởng về xã hội, chính trị, hay tài chính mà họ có thể đạt được qua nó."
(*Cartas a un joven novelista,* 1997)

"Ký ức là một cái bẫy, thuần túy và đơn giản; nó thay đổi, nó sắp xếp lại quá khứ một cách tinh tế để phù hợp với hiện tại."
(*The Storyteller,* 1987)

"Cách mạng sẽ giải phóng xã hội khỏi những đau khổ của nó, trong khi khoa học sẽ giải phóng cá nhân khỏi những đau khổ của anh ta."
(*The War of the End of the World,* 1981)

"Đọc sách đã biến giấc mơ thành cuộc sống và cuộc sống thành giấc mơ."
(*In Praise of Reading and Fiction: The Nobel Lecture,* 2010)

"Nhiệm vụ của nhà văn là viết với sự nghiêm cẩn, với sự tận tâm, để bảo vệ những gì họ tin tưởng bằng tất cả tài năng họ có. Tôi nghĩ đó là một phần của nghĩa vụ đạo đức của một nhà văn, cái nghĩa vụ vốn không thể chỉ thuần túy là nghệ thuật. Tôi nghĩ một nhà văn có một trách nhiệm nào đó, ít nhất là tham gia vào các cuộc tranh luận dân sự. Tôi nghĩ văn học sẽ nghèo đi, nếu nó bị cắt khỏi những gì gắn bó chính với con người, với xã hội, với cuộc sống."
(*Speech at National Book Festival,* 2010)

"Đọc văn học hay là một trải nghiệm của niềm vui… nhưng nó cũng là một trải nghiệm học hỏi về việc chúng ta là gì và làm thế nào chúng ta đã ra như thế, trong sự toàn vẹn của nhân loại và những thiếu khuyết của con người, với những hành động, ước mơ và những ma quỷ của chúng ta, lúc cô đơn và trong những mối quan hệ gắn kết chúng ta với người khác, trong hình ảnh bày ra của chúng ta trước mắt mọi người và trong những góc khuất bí mật của ý thức mình."
(*Pourquoi La Littérature?,* 2001)

"Viết truyện không hề dễ dàng. Khi chúng được chuyển thành từ ngữ, các dự án héo tàn trên giấy và các ý tưởng, hình ảnh thất bại. Làm thế nào để hồi sinh chúng? May mắn thay, những bậc thầy luôn ở đó, những người thầy để học hỏi và những tấm gương để noi theo. Flaubert dạy tôi rằng tài năng là sự kỷ luật sắt đá và sự kiên nhẫn lâu dài. Faulkner dạy rằng hình thức—cách viết và cấu trúc—nâng cao hoặc làm nghèo nàn chủ đề. Martorell, Cervantes, Dickens, Balzac, Tolstoy, Conrad, Thomas Mann dạy rằng phạm vi và tham vọng trong một cuốn tiểu thuyết cũng quan trọng như sự khéo léo về văn phong và chiến lược kể chuyện. Sartre dạy rằng từ ngữ là hành động, rằng một cuốn tiểu thuyết, một vở kịch, hay một bài tiểu luận, nếu gắn kết với thời điểm hiện tại và những lựa chọn tốt đẹp hơn, có thể thay đổi dòng chảy của lịch sử. Camus và Orwell dạy rằng một nền văn học bị tước đoạt đạo đức là một nền văn học vô nhân, và Malraux dạy rằng chủ nghĩa anh hùng và sử thi vẫn có thể xảy ra trong hiện tại, như thời của những người Argonauts, Odyssey và Iliad."

(*In Praise of Reading and Fiction: The Nobel Lecture,* 2010)

"Tôi mười một tuổi, và từ khoảnh khắc đó, mọi thứ đã thay đổi. Tôi mất đi sự ngây thơ và khám phá ra nỗi cô đơn, quyền uy, cuộc sống người lớn và sự sợ hãi. Sự cứu rỗi của tôi là việc đọc sách, đọc những cuốn sách hay, ẩn mình trong những thế giới mà cuộc sống thật huy hoàng, mãnh liệt, một cuộc phiêu lưu này nối tiếp bằng một cuộc phiêu lưu khác, nơi tôi có thể cảm thấy tự do và hạnh phúc trở lại. Và đó là việc viết lách, trong bí mật, giống như người du mình vào một thói hư tật xấu không thể nói ra, một niềm đam mê bị cấm đoán. Văn học không còn là một trò chơi. Nó trở thành một cách chống lại nghịch cảnh, là phản đối, là nổi loạn, thoát khỏi điều không thể chịu đựng được, lý do để tôi sống. Từ đó cho đến nay, trong mọi hoàn cảnh khi tôi cảm thấy nản lòng hoặc gục ngã, bên bờ vực tuyệt vọng, việc dâng hiến cả thân xác và tâm hồn cho công việc kể chuyện của mình đã là ánh sáng cuối đường hầm, là tấm ván đưa người gặp nạn dạt vào bờ."

(*In Praise of Reading and Fiction: The Nobel Lecture,* 2010*)*)

"Mặc dù nó [việc viết] rất khó khăn và buộc tôi phải đổ mồ hôi máu, và giống như mọi nhà văn, đôi khi cảm thấy mối đe dọa của sự tê liệt, một mùa khô cằn của trí tưởng tượng, nhưng không có gì khiến tôi tận hưởng cuộc sống nhiều bằng việc dành hàng tháng, hàng năm để xây dựng một câu chuyện, từ những khởi đầu không chắc chắn, những hộc tủ đầy ứ hình ảnh về một trải nghiệm đã sống trở thành một sự bồn chồn, một nhiệt hứng, một giấc mơ ban ngày rồi nảy mầm tẻ nụ thành một dự án và quyết định cố gắng chuyển đám mây hỗn loạn của những bóng ma thành một câu chuyện. 'Viết là một cách sống,' Flaubert đã nói. Vâng, chắc chắn là thế, một cách sống với ảo tưởng và niềm vui,

và một ngọn lửa bùng cháy trong đầu anh, chiến đấu với những từ ngữ khó nắm bắt cho đến khi anh làm chủ chúng, khám phá thế giới rộng lớn như một thợ săn đang theo dõi con mồi đáng thèm muốn để nuôi dưỡng một hư cấu đang trong giai đoạn phôi bào và xoa dịu cơn thèm ăn không đáy của mọi câu chuyện mà, khi lớn lên, nó muốn nuốt chửng mọi câu chuyện khác. Bắt đầu cảm thấy sự chóng mặt mà một cuốn tiểu thuyết đang thành hình dẫn đến, khi nó bắt đầu có hình dạng và dường như bắt đầu tự sống, với những nhân vật di chuyển, hành động, suy nghĩ, cảm nhận và đòi hỏi sự tôn trọng, sự cân nhắc, những người mà anh không còn có thể tùy tiện áp đặt hành vi hoặc tước đoạt ý chí tự do của họ mà không giết chết họ, mà không làm cho câu chuyện mất đi sức thuyết phục—đây là một trải nghiệm tiếp tục mê hoặc tôi như lần đầu tiên, trọn vẹn và làm choáng váng như việc làm tình với người phụ nữ anh yêu trong nhiều ngày, nhiều tuần, nhiều tháng, không ngừng nghỉ."
(*In Praise of Reading and Fiction: The Nobel Lecture,* 2010)

"Tại sao bất cứ ai hoàn toàn hài lòng với thực tại, với cuộc sống thực như nó đang diễn ra, lại dành hết tâm trí cho một việc phù phiếm và kỳ ảo như việc sáng tạo ra những thực tại hư cấu? Đương nhiên, những người nổi loạn chống lại cuộc sống như nó vốn có, sử dụng khả năng của mình để phát minh ra những cuộc đời và những con người khác biệt, có thể làm như vậy vì vô số lý do, đáng trọng hay đáng khinh, hào phóng hay ích kỷ, phức tạp hay tầm thường. Bản chất của sự nghi vấn cơ bản về thực tại này, mà theo tôi nằm ở trung tâm của mọi thiên hướng văn chương, không hề quan trọng. Điều quan trọng là sự từ chối phải đủ mạnh mẽ để thúc đẩy lòng nhiệt thành cho một nhiệm vụ điên rồ như việc chiến đấu với cối xay gió—sự thay thế ảo diệu lạ lùng cái thế giới khách quan, cụ thể của cuộc sống mà ta đang sống bằng cái thế giới tinh tế và phù du của hư cấu."
(*Letters to a Young Novelist,* 1997)

"Một người không đọc, hoặc đọc ít, hoặc chỉ đọc những thứ sách rác, là một người có một trở ngại: anh ta có thể nói nhiều nhưng sẽ nói được ít, bởi vì vốn từ vựng của anh ta thiếu phương tiện để tự diễn đạt. Đây không chỉ là một hạn chế về ngôn từ. Nó còn biểu hiện một giới hạn trong trí tuệ và trí tưởng tượng. Đó là một sự nghèo nàn về tư tưởng, vì một lý do đơn giản là các ý tưởng, các khái niệm mà qua đó chúng ta nắm bắt được bí mật của thân phận mình, không tồn tại tách rời khỏi từ ngữ."

(*Why Literature?*, 2001)

"Sự thật là, dù ở mức độ ít hơn, tất cả các tác phẩm hư cấu đều khiến độc giả của mình sống 'điều bất khả', đưa họ ra khỏi bản thân, phá vỡ các rào cản, và khiến họ chia sẻ, bằng cách đồng cảm với các nhân vật của ảo ảnh, một cuộc sống phong phú hơn, mãnh liệt hơn, hoặc ti tiện và bạo lực hơn, hoặc đơn giản là khác biệt so với cuộc sống mà họ bị giam cầm bởi cái ngục tù có độ an toàn cao là đời thực. Hư cấu tồn tại vì lý do này. Bởi vì chúng ta chỉ có một cuộc đời, và những ham muốn cùng mộng ảo của chúng ta đòi hỏi cả ngàn cuộc đời. Bởi vì cái vực thẳm giữa việc chúng ta là ai và việc chúng ta muốn trở thành ai phải được bắc cầu bằng một cách nào đó. Đấy chính là lý do tại sao hư cấu ra đời: để, thông qua việc sống cuộc đời gián tiếp, thoáng qua, bấp bênh, nhưng cũng đầy đam mê và hấp dẫn mà hư cấu đưa chúng ta đến, chúng ta có thể kết hợp điều không thể vào điều có thể và sự tồn tại của chúng ta có thể vừa là thực tế vừa là phi thực, vừa là lịch sử vừa là ngụ ngôn, vừa là cuộc sống cụ thể vừa là cuộc phiêu lưu kỳ thú."
(*The Temptation of the Impossible: Victor Hugo and Les Misérables,* 2007)

"Nhà tiểu thuyết không viết về những gì sâu thẳm kích thích và truyền cảm hứng cho mình, mà lại lạnh lùng lựa chọn các chủ đề một cách lý trí vì tin rằng bằng cách đó họ sẽ có cơ hội thành công cao hơn, thì đó là nhà tiểu thuyết không chân thực và rất có thể là một nhà tiểu thuyết tồi."
(*Letters to a Young Novelist,* 1997)

"Không có hư cấu, chúng ta sẽ ít nhận thức được tầm quan trọng của tự do đối với một cuộc sống đáng sống, cái địa ngục mà nó biến thành khi bị một bạo chúa, một hệ tư tưởng, hoặc một tôn giáo chà đạp. Hãy để những người nghi ngờ rằng văn học không chỉ nhấn chìm chúng ta trong giấc mơ về cái đẹp và hạnh phúc mà còn cảnh báo chúng ta về mọi loại áp bức, tự hỏi tại sao tất cả các chế độ quyết tâm kiểm soát hành vi của công dân từ trong nôi đến khi nhắm mắt lại sợ hãi nó đến mức họ thiết lập các hệ thống kiểm duyệt để đàn áp nó và luôn dõi theo những nhà văn độc lập một cách cảnh giác. Họ làm điều này vì họ biết nguy cơ khi cho phép trí tưởng tượng lang thang tự do trong sách vở, biết những câu chuyện hư cấu trở nên nổi loạn đến mức nào khi độc giả so sánh sự tự do làm cho chúng khả thi và được thực thi trong chúng với sự u tối và nỗi sợ hãi đang rình rập trong thế giới thực. Dù muốn hay không, biết hay không, khi sáng tạo ra những câu chuyện, các nhà

văn kể chuyện đang truyền bá sự bất mãn, chứng minh rằng thế giới được tạo ra không tốt đẹp và cuộc sống tưởng tượng phong phú hơn cuộc sinh hoạt hằng ngày của chúng ta. Sự thật này, nếu nó bén rễ trong sự nhạy cảm và ý thức của họ, sẽ khiến công dân khó bị thao túng hơn, ít sẵn lòng chấp nhận lời dối trá của những kẻ thẩm vấn và cai ngục muốn làm cho họ tin rằng đằng sau song sắt, họ đang có một cuộc sống an toàn và tốt đẹp hơn."
(*In Praise of Reading and Fiction: The Nobel Lecture,* 2010)

"Chủ đề thực sự của một cuốn tiểu thuyết bao gồm kinh nghiệm chung của con người: cách mọi người rút lui vào thế giới ảo tưởng và hư cấu để làm giàu cuộc sống của họ, và cách những hư cấu được tạo ra trong tâm trí được xây dựng dựa trên những sự việc nhỏ nhặt của cuộc sống hằng ngày. Hư cấu không phải là cuộc sống như nó vốn có mà là một cuộc sống khác, được gợi ra từ những chất liệu do cuộc sống cung cấp; không có hư cấu, cuộc đời thực sẽ là một chuyện nhạt nhẽo và buồn tẻ hơn."
(*La verdad de las mentiras,* 1989)

"Từ hang động đến nhà chọc trời, từ gậy gộc đến vũ khí hủy diệt hàng loạt, từ cuộc sống lặp đi lặp lại của bộ lạc đến kỷ nguyên toàn cầu hóa, những hư cấu của văn học đã nhân lên kinh nghiệm của con người, ngăn cản chúng ta khuất phục trước sự hôn mê, sự tự mãn, sự cam chịu. Không có gì gieo rắc nhiều sự bồn chồn, làm xáo trộn trí tưởng tượng và ham muốn của chúng ta nhiều như cuộc sống giả dối mà chúng ta, nhờ văn học, thêm vào vào cuộc đời mà chúng ta có, để chúng ta có thể là nhân vật chính trong những cuộc phiêu lưu vĩ đại, những đam mê lớn lao mà đời thực sẽ không bao giờ trao cho chúng ta. Những lời dối trá của văn học trở thành sự thật thông qua chúng ta, những độc giả đã được biến đổi, bị lây nhiễm sự khao khát và, do lỗi của hư cấu, vĩnh viễn nghi vấn một thực tại tầm thường. Là phép thuật đó, khi văn học mang đến cho chúng ta hy vọng có được những gì chúng ta không có, trở thành những gì chúng ta không phải là, tiếp cận sự tồn tại không thể đó, nơi chúng ta như những vị thần ngoại giáo cảm nhận vừa tính khả tử vừa tính vĩnh cửu, điều đã đưa vào tinh thần chúng ta sự không tuân phục và nổi loạn, vốn là động lực đằng sau tất cả những hành động anh hùng đã góp phần trừ giảm bạo lực trong các mối quan hệ con người. Giảm bạo lực, chứ không phải chấm dứt nó. Bởi vì cuộc đời của chúng ta sẽ luôn luôn là, may mắn thay, một câu chuyện chưa hoàn kết. Đó là lý do tại sao chúng ta phải tiếp tục mơ ước, đọc và viết, đó là cách hiệu

quả nhất mà chúng ta tìm thấy để xoa dịu thân phận hữu hạn của mình, đánh bại sự bào mòn của thời gian, và biến điều bất khả thành khả thể."
(*In Praise of Reading and Fiction: The Nobel Lecture,* 2010)

"Đặc điểm xác định của thiên hướng văn chương có lẽ là những người sở hữu nó trải nghiệm việc thực hành nghề nghiệp của mình như là phần thưởng tốt nhất của chính nó, vượt trội hơn nhiều so với bất cứ điều gì họ có thể đạt được từ thành quả lao động của mình."
(*Letters to a Young Novelist,* 1997)

"Thiên hướng văn chương không phải là một sở thích, một môn thể thao, một hoạt động giải trí thú vị. Đó là một công việc bao trùm tất cả, loại trừ tất cả, một ưu tiên khẩn cấp, một sự phục tùng tự nguyện biến nạn nhân của nó thành nô lệ."
(*Letters to a Young Novelist,* 1997)

"Đây là chiến thắng vĩ đại của kỹ năng kỹ thuật trong việc viết tiểu thuyết: đạt được sự vô hình; khả năng truyền tải màu sắc, kịch tính, sự tinh tế, cái đẹp và sức gợi cảm vào một câu chuyện một cách hiệu quả đến mức không độc giả nào nhận ra câu chuyện đang tồn tại; dưới sự mê hoặc của tay nghề nhà văn, họ cảm thấy rằng mình không đang đọc mà đang sống một hư cấu mà, ít nhất trong một thời gian hoặc trong bao lâu mà họ quan tâm, đã thay thế cho cuộc sống thực."
(*A Writer's Reality,* 1990)

"Văn học trở thành một mối bận tâm thường trực, một thứ chiếm trọn toàn bộ sự tồn tại của bạn, tràn ngập những giờ bạn dành cho việc viết và thấm vào mọi thứ khác bạn làm, bởi vì thiên hướng văn chương nuôi dưỡng bản thân từ cuộc sống của nhà văn giống như loài sán nuôi dưỡng bản thân từ cơ thể mà nó xâm chiếm."
(*Letters to a Young Novelist,* 1997)

"Văn học là một hình thức nổi dậy thường xuyên. Nhiệm vụ của nó là khơi dậy, làm xáo trộn, cảnh báo, giữ cho mọi người ở trong trạng thái bất mãn liên tục với chính mình."
(*Making Waves,* 1996)

"Mọi câu chuyện đều bắt rễ từ cuộc sống của những người viết chúng; kinh nghiệm là nguồn mà từ đó hư cấu chảy ra. Đương nhiên, điều đó không có nghĩa là tiểu thuyết luôn là những cuốn tiểu sử được ngụy

trang mỏng manh của tác giả; mà là trong mọi hư cấu, ngay cả những hư cấu được tưởng tượng tự do nhất, vẫn có thể khám phá ra một điểm khởi đầu, một nút thắt bí mật gắn kết một cách bản năng với những trải nghiệm của nhà văn."
(*La verdad de las mentiras,* 1989)

"Có một điều gì đó trong cuộc sống [của các tiểu thuyết gia] khiến họ khao khát một thế giới khác biệt với thế giới họ đang sống, một thế giới mà sau đó họ bị buộc phải xây dựng bằng lời nói và qua đó họ đóng dấu, thường là bằng mật mã, sự nghi vấn của mình về đời thực và sự khẳng định về thực tại khác mà lòng ích kỷ hay sự hào phóng của họ thúc đẩy họ thiết lập thay thế cho cái thực tại họ đã được ban cho."
(*La verdad de las mentiras,* 1989)

BVP tuyển và dịch
Tustin Ranch, Calif.
Tháng XI. 2025

(*) Tựa đề của bài là do dịch giả đặt. Các đoạn trích văn ở đây được chọn lọc từ nhiều nguồn khác nhau trong các tác phẩm, bài phát biểu, phỏng vấn, diễn văn, v.v., của Mario Vargas Llosa. Các chú thích là của người dịch.

[1] Chữ tác giả sử dụng ở đây, nguyên văn, là "Voragine". Đây là một từ tiếng Ý và tiếng Tây Ban Nha, có nghĩa là vực sâu, vực thẳm, hoặc một xoáy nước hay dòng xoáy mạnh mẽ. Từ này cũng có thể được sử dụng theo nghĩa ẩn dụ để mô tả trạng thái hỗn loạn, náo loạn hoặc chao đảo.

[2] Người Machiguenga (còn gọi là Matsigenka) là một dân tộc sống ở vùng rừng rậm cao trên sườn phía đông của dãy Andes và ở vùng rừng rậm lưu vực Amazon thuộc đông nam Peru…. Hầu hết người Machiguenga ngày nay theo đạo Thiên Chúa (chủ yếu là Công giáo), nhưng nhìn chung họ vẫn duy trì quan niệm vật linh. Linh hồn và ác quỷ chi phối đời sống thường nhật, trong khi các vị thần sáng tạo đã rút lui và thờ ơ với con người.

PHẦN V

•

Đối Thoại

Phỏng Vấn

nhà nghiên cứu-phê bình văn học Bùi Vĩnh Phúc (về chuyện Đọc và Viết & về Văn Học Hải Ngoại)

Ảnh của Vũ Hoàng Kiều

[Để kỷ niệm cột mốc 50 năm (1975 – 2025) của văn học hải ngoại trong dòng sống những người Việt xa xứ, ***tạp chí/diễn đàn văn chương mạng Da Màu*** *đã thực hiện cuộc phỏng vấn mang tính cách định tính và nhìn lại này.*

Cuộc phỏng vấn được thực hiện qua điện thư từ ngày 27 tháng Bảy đến 22 tháng Tám, 2025, do chủ biên Đặng Thơ Thơ thực hiện.]

Da Màu: *Thưa anh Bùi Vĩnh Phúc, anh vừa là nhà phê bình văn học, nhà thơ, và nhà giáo (GS. về Ngôn Ngữ), vậy các "nhà" này đã cộng tác với nhau ra sao trong tiến trình viết của anh? Các tác phẩm của anh thường tập trung vào những đề tài gì?*

Bùi Vĩnh Phúc: Đúng là tôi đã sống trong đời sống trong cả ba tâm thế này, và, không những thế, đã sống thiết thân, hành xử trong cuộc sống mình, trong cả ba vai trò như thế. Chúng không phải chỉ là một thứ "mặt nạ" mà con người phải đeo vào mỗi ngày để sống ở đời. Chúng là một làn da "hít thở" trên con người mình. Như một người Việt sống ngoài đất nước, trong ba cái "mặt nạ" này, chỉ có "mặt nạ" dạy học là đem lại cho tôi một bảo đảm mang tính vật chất: một đồng lương vừa phải (nhưng cũng đủ để sống tương đối thoải mái trong hoàn cảnh riêng của mình), và một cái neo để "trụ" vào và để sống ở đời. Còn hai cái "mặt nạ" kia thì, thật sự, không mang lại được một bảo đảm gì. Ngược lại, chúng lại làm mình mất khá nhiều thì giờ suy nghĩ, mơ mộng, thay vì dùng thì giờ để làm những chuyện "cụ thể và hữu ích" hơn. Như để kiếm tiền chẳng hạn.

Dù sao, cả ba "hướng hành xử" ấy đều giúp tôi giữ lại cho mình cái hơi thở để sống. Bởi vì cả ba đều là mình, tạo nên mình. Rất nhiều khi, trong khi giảng bài hay thuyết trình, tôi chợt thấy con người phê bình của mình sống trong những điều tôi trình bày. Trước sinh viên hay trước thính chúng văn học. Nhưng, cũng có khi, cái hơi thở của một người làm thơ trong tôi lại chen vào những lúc ấy. Theo kinh nghiệm và qua những phản ánh mà tôi nhận được, những sự sống "lẫn lộn" và "dồn dập" ấy thường giúp tôi thực hiện được tốt hơn việc làm của mình.

Thật sự, cả ba "phương vị" ấy đều quấn quyện trong tôi, cho dù tôi thường sống trong đời, qua từng "khoảng sống" một, với một cái sống nổi bật nào đó. Chẳng hạn, có những lúc, hay có những đoạn văn, tôi viết phê bình văn học với ý thức sáng suốt của một "nhà" ngôn ngữ. Với cái học, cái hiểu và cái nhạy cảm của mình trong phương diện này. Nhưng, cũng có khi, cái hơi thở thơ, cái sức sống thơ, lại chen vào trong bài viết, trong cuộc viết. Sự quấn quyện ấy làm nên chữ viết của tôi, cho thấy hơi thở và diện mạo của chữ, của người viết.

Cái sống thơ trong tôi cũng vậy. Thơ có những lúc hoà quyện với lý tính, với cái hạnh phúc được "sống chữ" và được "thở chữ". Cái sống ấy luôn đối mặt với sự phê bình, trước hết, của chính mình. Cái sống ấy được nhìn ngắm, trước hết, từ kẻ sống nó. Có thể để giữ cho kẻ sống ấy tiếp tục la đà trên mặt đất—nơi vừa có những nụ cười, vừa có những giọt nước mắt, vừa có những niềm đau, những nỗi thống khổ xót xa, vừa có những phút giây hoan lạc và chan chứa hạnh phúc—để cho hắn đừng bay lên, đừng trôi tuột vào mộng tưởng, mà quên mất con người. Quên mất cái thân phận làm người của chính mình.

Với tôi, sống hay viết thì cũng vậy. Viết là một dạng sống. Và sống, nhìn một cách nào đó, cũng là một dạng viết. Tôi viết nên tôi trong sự sống mình. Và tôi đã sống, và viết, quấn quyện, hoà lưu, với chính mình như thế. Ba thế sống, ba tâm thế ấy giúp tôi sống đầy đủ và chân thật với chính con người mình.

Tôi là người "làm" nghiên cứu và phê bình văn học nên hầu hết những cái viết của tôi là ở trong những lĩnh vực này. Dù sao, có những lúc cần giữ cho hơi thở được quân bình, tôi cũng viết tản văn, tuỳ bút, hay làm thơ. Trong 50 năm cầm bút vừa qua, tôi đã viết được một số điều. Cũng có những cái viết làm tôi thích. Nhưng, hy vọng, cái làm tôi tâm đắc vẫn còn ở phía trước.

Da Màu: *Các bài phê bình, nghiên cứu và chuyên luận của anh rất sâu sắc, đẹp và mang một "phong khí" thật đặc biệt. Có một quá trình chuẩn bị nào không trong việc anh đi vào lĩnh vực phê bình văn học?*

Bùi Vĩnh Phúc: Trong cuộc sống, có những chuyện, nhìn một cách nào đó có vẻ xảy ra ngẫu nhiên. Nhưng nếu được nhìn dưới một góc độ khác, hình như chẳng có chuyện gì xảy ra ngẫu nhiên cả.

Nếu nghĩ rằng, ngay từ lúc khởi sự cầm viết, tôi đã vạch cho mình một con đường để đi vào lĩnh vực phê bình văn học, thì không có chuyện ấy. Tôi thích đọc sách từ bé, đủ mọi loại và đủ mọi đề tài. Dĩ nhiên, chuyện đâm đầu vào sách vở như thế cũng phải có sự yêu thích, đam mê, vì tìm được các loại sách để đọc cũng chẳng dễ trong hoàn cảnh gia đình, xã hội và thời đại lúc tôi lớn lên. Cái thời cuối thập niên '50 đến đầu thập niên '70 ấy. Tôi "bị" bố mẹ bắt học thêm tiếng Pháp, rồi tiếng Anh (nghĩ lại thì là "được" cho đi học, nhưng lúc ấy sự bị "đẩy" đi học trước bao nhiêu thú vui đang chờ đợi mình trong cuộc sống—dù chỉ là các thú vui với bạn bè trong xóm, cùng tuổi thiếu niên, rồi là với các bạn học trong tuổi thanh niên—thì thật là một hoàn cảnh rất đáng nản). Tôi bị… mất thì giờ, phần nào, vào việc học. Dù sao, từ nhỏ, tôi vẫn cố để dành chút tiền và la cà ở các quán sách. Mua và đọc đủ thứ. Mua được tờ báo, tập sách (16 hay 32 trang), và, thỉnh thoảng, quyển sách nào, là "rọc giấy" ra xem ngay một ít tại chỗ. Rồi, trên đường từ sạp báo/sách về nhà, vừa đi vừa đọc.

Thuở ấy, làng xóm, đường phố, còn tương đối ít người, ít xe cộ, không như sau này. Tôi cứ vừa đi vừa cắm đầu đọc, khoảng 30 phút, cho tận đến khi về nhà. Trên đường đi, có những đoạn có nhiều cây cối, mùi thơm của cây lá thoảng nhẹ, đôi khi may mắn lại có cả tiếng chim hót trong màu xanh lục êm đềm của lá. Một cuộc đọc "mộng du" như thế thật là "huyền ảo". Có lẽ cũng giống như một ít người mê mải với "smart phone" bây giờ chăng? Điều đó rất không nên, vì có thể gây ra hoặc gặp tai nạn. Nhưng tôi đã làm như thế. Với sách. Thời còn nhỏ tuổi. Đã lắm lần, trong hành trình "đi và đọc" ấy, tôi đụng vào người trên đường, nhưng hầu hết đều được họ "tha bổng" cả. Sự đụng chạm như thế cũng chẳng làm chết ai! Vì, dù sao, lúc ấy, tôi cũng chỉ là một cậu bé. Một cậu nhỏ có thể đang mơ thành một "chàng lãng tử ôm đàn đến giữa đời" (!) sau này, qua những "bùa chú" của sách vở. Một chú bé con vừa đi bộ vừa mê man đọc sách và có cảm tưởng là mình như đang "đi trên mây"!

Những "bước đi trên mây" ấy, đôi khi, vẫn còn lưu dấu trên đôi giày tôi mang trong những bước đường giữa đời của tôi bây giờ. Dù là điều này được nói theo một thể điệu ẩn dụ nào đó.

Lúc bé, tôi còn đổi sách, báo với bạn bè trong xóm. Thậm chí còn đánh bài để "ăn" sách. Tôi có một cái cặp lớn, thường giữ kè kè bên mình, đựng nhiều cuốn sách đủ loại, để chơi trò này. (Thật là "tệ"! Lớn lên, tôi hiểu là mình không bao giờ nên đối xử với sách vở theo kiểu ấy!) Khi lớn hơn thêm chút nữa, tôi chia sẻ sách của mình và mượn sách từ các bạn học.

Bố tôi đọc và nói chuyện được bằng tiếng Pháp. Ông cũng biết chữ Hán. Ông mua nhiều báo để đọc hằng ngày. Lại có nhiều tập san và tuần báo, thuộc nhiều thể loại khác nhau. Có những bài hay tài liệu cần, bố tôi cất giữ vào một chỗ riêng. Tôi thích đọc các truyện ngắn, và đặc biệt các truyện dài—thường là tiểu thuyết lịch sử, xã hội, hay các truyện trinh thám, "võ hiệp kỳ tình", đăng dài hạn trên các báo hằng ngày này (gọi là các truyện "feuilleton"). Báo ngày nào có thơ, truyện mình thích, tôi ghi nhớ, và cố tình để bẵng đi khoảng chục ngày, rồi sau mới lục trong "kho" báo chí của bố, lấy trộm ra, cất giữ làm "của riêng". Có những truyện lịch sử phiêu lưu, tôi còn "hăng hái" cắt béng liên tục các kỳ đăng hằng ngày, rồi đính hoặc dán các "mảnh rời" này lại để làm thành một quyển truyện riêng cho mình. Bố tôi có những lúc "phát hiện" ra việc này, mắng cho vài mắng, bắt trả lại vào kho sách báo của bố đa số những tờ báo đã bị tôi lấy làm của riêng. Thế nhưng, đối với những "chỗ lõm" của các truyện dài lịch sử trên các trang báo, vì tôi đã "lỡ tay" cắt phăng đi và cất làm "của riêng" như thế, bố tôi cũng chỉ mắng qua, và không bắt nộp lại, vì thấy tôi học hành vẫn được. Và, có lẽ, vì bố tôi nghĩ các câu truyện lịch sử ấy cũng chẳng gây tác hại gì cho trí óc của tôi, nếu không nói là ngược lại. Ấy là tôi nghĩ thế!

Khi lên khoảng lớp Đệ Ngũ (lớp 8 bây giờ), tôi đã có thể có chút tiền bố mẹ cho và la cà ở nhiều chỗ bán sách cũ, hay những tiệm sách bán giá rẻ (gọi là bán *solde*, dù là có những quyển rất hay và còn mới). Tôi bắt đầu thực hiện việc xây dựng cho mình một thư viện ra hồn hơn. Càng lớn lên, tôi càng có thêm một số điều kiện để thu thập sách. Và có thêm sách mới, sách hay, với các thể loại khác nhau. Kể từ năm Đệ Nhị (lớp 11 sau này), tôi nghiêng cái đọc mình sang sách phi-hư cấu đủ mọi thể loại. Và thấy mình càng ngày càng nghiêng về khuynh hướng đọc này. Cả một thời nhỏ và lúc lớn lên, tôi đã có cơ hội khám phá thế giới tưởng tượng của con người với đủ mọi tình tiết đáng yêu, đáng sợ và đáng nhớ, với bao nhiêu hân hoan, hạnh phúc và buồn đau. Thời thanh niên, tuy vẫn còn yêu thích thơ, những truyện ngắn và tiểu thuyết hay, tôi đã nhìn thấy một chân trời khác.

Tôi bắt đầu tìm đọc nhiều sách nghiên cứu và phê bình sau đó. Và các loại sách triết, sử, ngôn ngữ, tâm lý, xã hội, nhân chủng, dân tộc học, văn hoá, và kiến thức tổng quát. Với tôi, đọc như thế giản dị chỉ là để tìm hiểu về cuộc sống thôi. Tôi đọc miên man và liên tục. Cũng bắt đầu thử viết và làm thơ. Đến tháng Tư, 1975 thì tôi đã có một thư viện riêng, khá "bề thế", bao gồm cả sách tiếng Pháp và tiếng Anh. Trong giai đoạn năm, bảy năm trước khi đến thời điểm đó, tiền đáng lẽ để đi chơi và làm những việc bình thường của thời tuổi trẻ thì tôi đổ dồn vào tủ sách. Một số *kiosques* bán sách báo ở Sài Gòn (chẳng hạn như *kiosque* ở góc Lê Lợi và Công Lý, và các sạp bán sách trên hai con đường sách ấy) cũng quen mặt tôi, vì mỗi tuần cứ một vài ngày tôi lại ra la cà ở đấy để tìm sách mới. Quả là một thời "hương hoa" hạnh phúc với những chân trời mở rộng trước mắt. Cái hạnh phúc của sự đọc, và của sự tìm biết về cuộc đời.

Da Màu: *Thế khi sang Mỹ anh có dịp học hỏi, nghiên cứu gì thêm về vấn đề viết, đọc, hay nghiên cứu, phê bình không?*

Bùi Vĩnh Phúc: Tôi sang Mỹ vào giữa năm 1978. Ở Mỹ, tôi theo đuổi ngành Ngôn Ngữ. Dù sao, ở những năm *undergraduate*, vì yêu thích, tôi học để lấy thêm bằng Cử nhân về văn chương Pháp. Được học nhiều về những điều mình thích về văn chương, văn học Pháp. Từ đó, lần mò sang các lớp về phê bình và lý thuyết văn chương đương đại. Cả của Pháp và Mỹ. Đây là những năm học hành thích thú vì mình được tự do và còn nhiều thì giờ. Ngoài những lớp cần thiết cho ngành Ngôn Ngữ, và những lớp đòi hỏi của ngành văn chương Pháp, tôi có thể lấy thêm những môn học nào mình thích. Miễn là đủ sức học và thời khoá biểu không bị tràn, lại có thể xoay sở để làm việc thêm tại trường. Học như thế, có thể chẳng được lợi lộc cụ thể gì, nhưng tôi được tìm vào những gì mình thích. Chính trong giai đoạn này, dù không chủ ý, tôi đã phần nào chuẩn bị cho mình con đường đi vào nghiên cứu và phê bình, lý luận văn học.

Khi học *graduate*, người ta không còn nhiều thời giờ và hoàn cảnh, như giai đoạn *undergraduate*, để học thêm nhiều các thứ khác như thế. Nói như vậy không có nghĩa là lúc ấy mình không được học gì thêm. Vẫn có thể, nhưng ta phải tập trung nhiều vào các lớp chuyên môn. Và tâm thế học, không khí học cùng môi trường học thuật, sự trao đổi với các vị giáo sư trong bậc học này khiến ta không còn dễ "bay nhảy" như ở giai đoạn trước. Với tôi, giai đoạn này, tôi vẫn lấy thêm một vài lớp về phê bình và lý thuyết văn học mà tôi nghĩ mình nên tìm hiểu thêm. Ngoài vấn đề chuyên môn của ngành học chính, là Ngôn Ngữ, tất cả những cái học trước đó về văn chương, văn học và về đời sống, nhịp sống của con người, của chữ nghĩa văn chương thế giới, không mất đi đâu. Chúng giúp ta nghe rõ hơn tiếng đập của trái tim con người, trái tim thế giới, và nhận diện rõ hơn cái dáng nét của khuôn mặt nhân loại. Chúng giúp ích rất nhiều cho sự trưởng thành và tự tin của ta. Chúng giúp tạo một nền móng để ta bước vào cái học chuyên sâu và sẵn sàng đào xới, lật đi lật lại vấn đề trong sự học. Tất cả những cái đó cần thiết và giúp ích cho ta nhiều trong việc tiếp cận với cái rộng, cái mở và cái mới của sự nghiên cứu và học tập. Ngoài ra, ngay cả những cái học và đọc trước đó ở Việt Nam, thời tôi học trung học và đại học ở nhà, cũng giúp ích cho những cái học sau này của mình. Cái học của chúng ta như những lớp phù sa bồi đắp vào bãi đất của mỗi người.

Bùi Vĩnh Phúc, Đặng Thơ Thơ, Phương Lan, Paulina Đàm, và Hồ Như.

Da Màu: *Anh bắt đầu chính thức đi vào lĩnh vực phê bình, nghiên cứu từ khi nào?*

Bùi Vĩnh Phúc: Khi cùng bắt tay làm việc chung để khởi động tạp chí Văn Học (hậu thân của tờ Văn Học Nghệ Thuật trước đó), vào năm 1985, cùng với các anh Nguyễn Mộng Giác, Nguyễn Bá Trạc, Hoàng Khởi Phong, Cao Xuân Huy, Trịnh Y Thư, và một ít các nhà văn khác nữa, tôi được các bạn tín cẩn và yêu cầu viết các bài phê bình văn học cho tờ báo. Thật ra, trong giai đoạn đầu, ngoài phê bình văn học, tôi còn viết cả những bài biên khảo, nghiên cứu nhỏ về âm nhạc, hội hoạ, v.v., cho những số chủ đề. Về sau, khi đã tương đối định hình được phong cách rồi, tôi mới đi sâu thêm vào lĩnh vực phê bình văn học.

[Xin mở một cái ngoặc vuông ở đây. Tạp chí Văn Học, như tôi đã có dịp viết trong một hồi ức văn học của mình, ra đời vào năm 1985, cũng có thể xem là khá sớm trong đời sống và dòng chảy của người Việt ngoài nước, và của văn học hải ngoại. Xin ghi lại một vài suy nghĩ bổ sung này ở đây: " [K]hi Văn Học ra đời, khoảng mười năm đã qua đi kể từ tháng Tư 1975. Trước đó, không phải là đã không có những nỗ lực văn học và văn chương của người Việt ngoài nước, muốn vực dậy một giọng nói, một tiếng nói, như một hơi thở cần thiết để con người tiếp tục sống còn; nhưng, vì những yếu tố khác nhau của hoàn cảnh, những nỗ lực này, qua những tạp chí văn học hay những tờ báo mang tính văn chương, đã không có cơ may được tồn tại lâu dài, và ghi những dấu ấn sắc nét hơn trong lòng người đọc. Nhưng tất cả những nỗ lực đó đều là những nỗ lực đẹp đẽ và đáng trân trọng, không những đáng được, mà còn cần được, ghi nhận. Cái duyên và cái may cho Văn Học, có lẽ, là do cái thời đã tạo nên nó. Mười năm (1975-1985) có lẽ đã khá đủ cho một sự chiêm nghiệm bình tĩnh và sâu lắng. Và sự có mặt, ở ngoài nước, chỉ mới từ một vài năm trước đó của thêm nhiều nhà văn, trong đó có Nguyễn Mộng Giác, vốn là những người, trước đó, còn ở trong nước. Sự quy tụ của những nhà văn mới đến và những nhà văn có mặt trước đó, đặc biệt từ ngay sau thời điểm 1975, đã tạo tiền đề tốt cho một sự bùng nở (hay bừng nở) của văn học Việt ngoài nước. Tôi nghĩ, cái duyên đó hẳn nằm trong cái thời."]

Những cái tôi đã đọc trước đó, và học được nơi nhà trường như đã có dịp nói, giúp tôi phần nào có một cái nhìn và một phương pháp khi đi vào lĩnh vực phê bình. Nhưng, thực sự, chính là qua những sự tự tìm hiểu, học hỏi thêm qua sách vở, báo chí mà tôi tiếp tục bồi tụ thêm cho mình từ giai đoạn này trở đi, mới là những gì đã giúp tôi nhiều. Bởi lẽ, những cái tự học sau này, cộng với một cái nền đã được xây đắp từ trước, cho phép tôi tìm tòi và cập nhật những điều tôi muốn tìm hiểu thấu đáo hoặc muốn đào sâu. Từ khi sang Mỹ, tôi xây dựng lại một thư viện riêng khác cho mình. Dòng sông học hỏi, dòng chảy kiến thức ở đây mở rộng hơn nhiều so với những cái biết của tôi thời còn ở nhà. Cái học là vô biên. Và càng học, người ta lại càng nhìn thấy biển trời của sự học rộng mở. Đọc và viết cũng là một thói quen. Ta càng làm nhiều, càng đi sâu vào những việc này, ta càng quen biết hơn với những thao tác của nó. Càng dễ nắm bắt được những điều cần thiết cho việc tìm tòi, khám phá mới.

Da Màu: *Mong anh kể thêm về thời gian anh cộng tác với Văn Học, về các sinh hoạt và những buổi họp mặt tại toà soạn rất sôi động thời đó với sự tham dự của các văn hữu cột trụ Nguyễn Xuân Hoàng, Võ Phiến, Nghiêm Xuân Hồng, Võ Đình, Tạ Chí Đại Trường, Mai Kim Ngọc, Trần Mộng Tú, Bùi Bích Hà, Quỳnh Giao, Hồ Như, Phùng Nguyễn, Thạch Hãn... Chắc hẳn anh có nhiều kỷ niệm đáng nhớ về những người bạn văn giai đoạn này?*

Bùi Vĩnh Phúc: Đối với tôi, đó là một thời rất đẹp. Cái đẹp của sự ngồi chung, sự gắn bó, sự chia sẻ, tranh luận hào hứng. Cái đẹp của những tia lửa trong các ý tưởng, của hơi ấm tình thân. Và của những tiếng cười.

Tôi đã nói về giai đoạn đẹp tươi và nhiều ánh lửa này trong một hồi ức văn học. Ở đây, có những chỗ, tôi xin phép được đưa vào câu trả lời này một vài điều đã viết trong hồi ức vừa nói. Nguyệt san "Văn Học đã là một dấu mốc, một cột cờ đẹp đẽ của dòng văn chương nghệ thuật ấy. Nó đã là tiếng reo ca và là ánh nắng của tự do—với những hạnh phúc, thiết tha, cùng với cả khổ đau và những hệ lụy của nó, của cuộc làm người Việt bên ngoài đất nước. Từ ngôn ngữ, chúng ta tìm được tâm thức và con người Việt trong những khung cảnh lưu đầy. Và trong những con đường sống mới."

Tất cả những khuôn mặt, những cái tên mà chị đã nêu ra trong câu hỏi này, và cả một số người khác nữa, đều đã là những hiện diện gần gũi và hạnh phúc của tôi và các bạn khác trong thời gian ấy. Tôi nhớ hoạ sĩ, nhà văn Võ Đình, một lần từ thủ đô D.C. đến chơi, và cùng gặp gỡ, "đối ẩm" với các bạn văn trong căn nhà (thuê) "ọp ẹp" của anh Giác (khi anh còn… "hàn vi"). Võ Đình ngâm thơ, giọng Huế, rất cảm động và đẹp. Anh ngồi xếp bằng, vững chãi nhưng cũng buông lơi theo nhịp thở và nhịp thơ, cất lên những giọng điệu của một Huế buồn, xưa, cổ kính, đài các, lãng mạn và thơ mộng. Giọng ngâm như có hơi mưa của cái thành phố cổ cũ ấy, và thoáng chút sương mù sáng sớm mùa Đông trên dòng Hương buồn lặng… Cho dù, Võ Đình, từ tuổi thanh niên, đã hầu như sống suốt những tháng năm của anh ở Pháp và Mỹ. Và anh đã in nhiều tác phẩm văn xuôi ở ngoài nước, cũng như đã có hơn 40 cuộc triển lãm cá nhân và tập thể ở nhiều nước trên thế giới. Chúng tôi uống nước chè pha đặc sánh, hoặc một chút cà-phê thơm khói. Giống như tại nhà anh Nhật Tiến trong những buổi "họp văn" những năm trước đó. Rồi Võ Đình vẽ. Ký hoạ. Những bức vẽ rất nhanh và đẹp, bằng chì than, cho các bạn văn. Mấy bức vẽ Cao Xuân Huy, Hoàng Quốc Bảo và Nguyễn Tất Nhiên của anh hôm ấy, là những bức vẽ, theo tôi, đẹp nhất. Tôi cũng được một bức. Sau này, Võ Đình còn gửi tặng tôi nhiều tranh mộc bản (thủ ấn hoạ) của anh. Và tranh mực tàu pha màu nước. Chữ viết của Võ Đình đẹp một cách phóng khoáng, nhưng cũng có những nét cương ngạnh. Võ Đình như thế. Và đã xa đời.

Còn nhà văn, luật sư, nhà lý thuyết kiêm kịch tác gia Nghiêm Xuân Hồng nữa. Ông cũng thường hay đến ngồi chung với chúng tôi trong những lần họp mặt ở nhà anh Giác. Vai trò luật sư Toà Thượng Thẩm và Bộ trưởng Phủ Thủ Tướng trước 1975 đã rất xa. Ít nói, ông hay nở những nụ cười rất lành như của một vị tiên thoát trần. Mắt sáng, thông minh, và nụ cười luôn có trên môi. Nghiêm Xuân Hồng đã có một thời là người của "Đi Tìm Một Căn Bản Tư Tưởng" (1957), của "Cặch Mạng và Hành Động" (1962), của "Người Viễn Khách Thứ Mười" (1963) mà ông chú thêm tên là "ba hồi hoang ngôn"; rồi đến thời "Từ Binh Pháp Tôn Ngô đến Chiến Lược Nguyên Tử (1965); và bây giờ là thời của "mật tông". Với "Lăng Kính Đại Thừa" (1982), "Mật Tông và Kinh Đại Thừa" (1986), và bốn quyển "Trang Tôn Kinh Huyền Hoặc" (1988,1989, 1991, 1992), v.v.. Ấy vậy mà, trong giai đoạn này của họ Nghiêm, tôi lại thích bài thơ rất dài, thật sảng khoái, của ông là bài "Độc Đăng Đài" (1984), gồm ba đoạn dài. Có lần, ngồi nói chuyện với nhau, tôi cười bảo tôi thích lắm bài thơ "Độc Đăng Đài" của ông.

(... *Hắn nghĩ lan man, nhớ tới mấy lời trong kinh*
L'Ecclesiaste:
"Hư Không của Hư Không .... Tất cả chỉ là Hư Không ..."
Nếu vậy, thì những niềm thống khổ kia cũng chỉ là hư không
sao ?
Như vậy, thì hơi đâu mà nhỏ lệ than van ? ...
Bỗng nghe những nhịp chân chạy lạch bạch
Thì ra một cặp vợ chồng trẻ
Mặc quần ngắn phô cặp đùi phốp pháp
Đương cùng nhau chạy bộ theo kiểu đường trường

.

Theo sau là một con chó lông xù thỉnh thoảng kêu lên ăng ẳng
Cả bọn qua rồi lại thấy một cô gái đi tới
Giầy vải, quần tím buộc túm mắt cá
Tóc vàng, mắt xanh, môi đỏ
Đôi vú căng phồng dưới làn áo có in mấy chữ Handle with care
Nét mặt mãn nguyện về tấm hình hài
Hắn ngẩn ngơ hồi lâu suy tư về đôi vú của Eva
Rồi bùi ngùi tự hỏi:
Không lẽ hai trái đồi tươi mát ấy lại chính là rừng rậm của khổ đau ?
Không lẽ hai trái cấm địa đàng ấy lại là Không Hư cả sao ! ?
(…))

Thích cái hào sảng và cái thức nhận về cuộc đời của kẻ, được gọi là "Hắn", trong bài thơ dài này. Ông cười vui và lành, ánh mắt lấp lánh buồn vui như nhìn thấu suốt cả một cuộc đời, nhưng tôi thấy được cái nét hạnh phúc của một con người được hiểu, và đã rũ thoát ấy. Nghiêm Xuân Hồng giờ cũng đã xa.

Nhắc đến nhà lý thuyết họ Nghiêm cũng làm tôi nhớ đến nhà văn hoá, GS. Trần Ngọc Ninh. Bác sĩ Ninh không ở trong nhóm các nhà văn hay có dịp gặp nhau tại nhà anh Nguyễn Mộng Giác, nhưng tôi và bác sĩ Ninh thường có dịp gặp nhau ở những chỗ khác. Là một trong mấy trụ cột xây dựng nên Đại học Y khoa Sài Gòn trước 1975, ông là GS phẫu khoa chỉnh trực và phẫu nhi khoa, Đại học Y khoa Sài Gòn, gần như suốt trong thập niên '60, và là Tổng trưởng Văn hóa Xã hội đặc trách Giáo dục Việt Nam Cộng Hòa giai đoạn 1966-67. Trước khi gặp ông ở Mỹ, tôi đã để ý đến công trình nghiên cứu về tiếng Việt của ông trong ba tập "Cơ Cấu Việt Ngữ" (trên căn bản là viết theo hướng Ngữ lý học cơ cấu/Structural linguistics của Leonard Bloomfield, cũng như đặc biệt theo hướng Ngữ pháp tạo sinh/Generative grammar của Noam Chomsky), do nhà Lửa Thiêng in năm 1973 tại Sài Gòn. Năm 1979, nhà xuất bản Việt Nam Hải Ngoại in quyển "Làm Gì?", một tập luận thuyết mang tính văn hoá, chính trị và lịch sử của ông. Được ký dưới bút danh Trần Lê. Tôi đọc, thấy văn phong, ngôn ngữ mạnh và đẹp, và có những chỗ tâm đắc cùng vài điểm muốn góp ý. Tôi đã viết thư cho ông, và gửi qua nhà xuất bản. Ông đã trả lời và cám ơn nhiệt tình những chia sẻ và góp ý ấy…

Cái đặc biệt bất ngờ để chúng tôi hay gặp nhau là cả ông và tôi cùng yêu mê sách. Tôi đã tình cờ gặp ông lần đầu, và sau đó mấy lần nữa như thế, ở một chỗ bán sách và đồ đạc cũ. Trong khoảng hai năm giữa thập niên '80, tôi đã gặp ông ở chỗ ấy khoảng ba hay bốn lần. Tôi đi lục lọi sách cũ đã đành; bác sĩ Trần Ngọc Ninh, quần áo chỉnh tề, đôi khi lại có thắt cà vạt, lại cũng đến những nơi "bụi bặm" và rất "bình dân" để lục tìm sách. Có lần, một tiệm sách cổ ở Quận Orange, Calif., chuyên bán những quyển sách quý và hiếm, rao bán "hạ giá" sách để đóng cửa tiệm. Và tôi đã tìm đến vào ngày hẹn được rao. Tôi đến trước giờ tiệm mở cửa, để mong "bắt" được những quyển sách quý và hay. Đến nơi, tôi thấy có vài ba vị mê sách cũng đã có mặt, đứng chờ ở đấy. Và tôi lại thấy bác sĩ Trần Ngọc Ninh. Ông và tôi như "bắt" được nhau, rất vui, và, sau đó, đến giờ mở cửa, cùng vào tìm sách. Chỉ có hai người Việt Nam là ông và tôi hôm ấy... Ngoài một lần gặp nhau trong một buổi thuyết trình chung, giáo sư Trần Ngọc Ninh và tôi thường hay chia sẻ ý kiến về sách vở ở những nơi đi lục tìm sách như thế. Ông cũng vừa ra đi vào năm nay, 2025, thọ 103 tuổi.

Dù quen biết với Văn Học, chị Quỳnh Giao gần như không hề có mặt trong những buổi gặp gỡ của "văn nhân" (mà đa số là phái nam) tại "toà soạn" báo Văn Học. Trước khi dọn xuống Quận Orange (mà người Việt thường hay gọi là Quận Cam), ở California, ca sĩ Quỳnh Giao (người cũng yêu thích văn chương và đã cho phổ biến một số bài viết mang tính hồi ức, nhận định về âm nhạc Việt) sống ở thủ đô D.C. Qua văn chương, đặc biệt qua nguyệt san Văn Học, chúng tôi đã quen biết nhau. Có lần lên chơi D.C. thăm các văn hữu, tôi đã được chị quý mến để cho sống tự do, thoải mái một ngày trong "căn hầm" riêng của chị, với đầy sách vở, tài liệu âm nhạc, và các đĩa cùng băng nhạc quý, trong khi chị vẫn phải đi làm. Căn phòng yên và ấm cúng, ánh sáng đẹp, trưng bày nghệ thuật, và tôi đã được nghe những băng nhạc thật hay trong không gian này. Dịp ấy, chị đã tặng tôi cuốn băng "The Four Seasons", là một tổ khúc mà tôi rất thích của Antonio Vivaldi, do một dàn nhạc giao hưởng Đức trình tấu. Cho dù tôi là thầy Việt Văn, ở Việt Nam trước 1975, của một người em gái chị, tình bạn của tôi và chị Quỳnh Giao, chính yếu, cũng là do văn chương đem lại. Chị Quỳnh Giao cũng đã xa chúng ta.

Và còn bao nhiêu người nữa. Võ Phiến, mà tôi có dịp thăm ông tại nhà vài lần, với các văn hữu có người ở trong, có người ở ngoài nước, cũng đã ghi lại một tình cảm văn chương đẹp. Tôi cũng còn giữ lại được vài lá thư ông viết cho tôi. Rồi Tạ Chí Đại Trường, Nguyễn Xuân Hoàng, Phạm Công Thiện, Mai Thảo, Nguyễn Hưng Quốc, Hoàng Ngọc-Tuấn, Thuỵ Khuê, Đặng Tiến, Phan Tấn Hải, Khánh Trường, Trần Vũ, Trúc Chi, Trương Vũ, Trần Hữu Thục, và Mai Kim Ngọc, Ngô Thế Vinh, Đỗ Ngọc Yến, Lê Đình Điểu, Phạm Phú Minh, Đỗ Quý Toàn, Trần Mộng Tú, Bùi Bích Hà, Kiều Chinh, Nguyễn Bá Trạc, Hoàng Khởi Phong, Cao Xuân Huy, Trịnh Y Thư, Phùng Nguyễn, Thạch Hãn, v.v., cũng là những tình thân gần gũi trong văn chương. Còn Đặng Thơ Thơ và Hồ Như, mặc dù đã viết từ thời Văn Học, Hợp Lưu, nhưng chúng tôi chỉ trở nên thân và gần gũi, gắn bó hơn, sau này, qua diễn đàn Da Màu. Với Đinh Từ Bích Thuý cũng vậy. Tất cả những người cầm bút mà tôi vừa thử nhắc qua, trong một khía cạnh hay một góc độ nào đấy, đều là những người mà tôi có thể nhìn vào và học được một điều gì đó.

Ấy là những ánh lửa đẹp, và ấm, trong đời. Trong cuộc viết của tôi.

"Ngoài những bạn văn đã từng quen biết nhau và cùng nhau góp phần xây dựng tờ báo, rất nhiều bạn văn mà tôi yêu mến và có được trong cuộc sống sau này là từ diễn đàn Văn Học. Xin được cám ơn tất cả. Tất cả những khuôn mặt, những cái tên, những con người ấy đã góp phần, cùng với những người cầm bút khác nữa, làm nên những ngọn sóng, những dấu ấn, và làm nên cái diện mạo văn học chung của cả một thời. Rồi từ đó, từ những bạn văn trên Văn Học, hay từ những nối kết cách này hay cách khác dính líu đến Văn Học, tôi lại có được thêm bao người bạn đáng quý khác. Biết bao nhiêu ân tình đẹp đẽ và thiết tha đã được nẩy nở từ một tờ báo.

Chúng tôi nhớ lại, qua những năm cùng ngồi làm Văn Học với nhau, đã có biết bao nhiêu hội ngộ văn chương đẹp đẽ, bao nhiêu tài năng đã xuất hiện và được độc giả yêu mến, quý phục, bao nhiêu tác phẩm đã được hình thành và ở lại trong lòng người đọc. Tất cả những điều đó là cái đẹp mà văn chương đã mang lại, mà chúng ta đã trao tặng cho nhau, giữa những người viết, cũng như giữa người viết và người đọc.

Ngoài một số lần chúng tôi đi chơi chung, hoặc cùng nhau tham dự, ở những thành phố hay tiểu bang xa nào đó, trên Washington, D.C. chẳng hạn, những buổi ra mắt sách hoặc cùng gặp bạn bè, thân hữu văn học, những buổi gặp gỡ của tôi với anh Giác thường là tại nhà anh, cũng là tòa soạn của diễn đàn Văn Học trong nhiều năm trời. Về mặt địa lý, chúng tôi ở gần nhau, cho dù thường không sống chung trong một thành phố; tôi lại thường cùng anh, trong một thời gian khá dài, đọc và chia sẻ những niềm vui từ những sáng tác của các thân hữu và những người viết xa gần—tin tưởng tờ báo và gửi những bài viết, những tác phẩm của mình cho Văn Học—nên tôi thường có dịp ghé qua "tòa soạn" để, phần nào, giúp lo cho tờ báo, phần khác, chia sẻ những tin tức văn nghệ và thăm hỏi về cuộc sống của nhau."

Nhớ Văn Học là nhớ cả một thời. "Là nhớ những buổi họp mặt ở những "quán văn", những "lều văn" khác nhau trong suốt gần 25 năm văn chương viết lách. Là nhớ những câu chuyện văn chương, văn học được mang ra chia sẻ, những "kế hoạch" văn chương được xây dựng, được "lên khung", và rồi được hay bị xóa đi làm lại (hay bị vất bỏ luôn vào những *garage* ký ức). Là nhớ bao hăng say trong những "việc văn" được giao phó, những mổ xẻ, thậm chí những tranh luận gay gắt, vì lý do này hay lý do khác. Là nhớ những trăn trở về đường hướng làm việc giữa một cộng đồng mỗi ngày mỗi phát triển lớn mạnh cùng với những phức tạp của nó, giữa những dòng chảy văn học, những trào lưu văn chương của thế giới mà cuộc sống ở ngoài nước, tuy nhiều khó khăn vất vả, nhưng cũng tạo cơ hội cho người viết nói chung, và cho chúng tôi nói riêng, được tiếp cận, học hỏi, suy nghĩ và thẩm thấu.

Nhớ bạn là nhớ cả một thời. Một thời có nhau. Một thời "bay nhảy". Một thời lý tưởng và hăng say. Một thời thiết tha và học hỏi. Và một thời trên môi ta, dù tuổi tác thế nào, vẫn luôn có sẵn tuổi trẻ và một nụ cười.

Tuổi trẻ để lăn lộn. Và nụ cười để xóa bỏ đi tất cả những dị biệt, những hiểu lầm, những khó khăn trên con đường hay trên cái đích mà mình nhắm tới. Tuổi trẻ để ta không ngại, không sợ. Và nụ cười để ta thả đi tất cả như mây bay."

Da Màu: *Xin cám ơn những hồi ức rất đẹp và thiết tha của anh. Theo anh, có phải biến cố 30/4/1975 là nguyên nhân phát sinh ra Văn Học Hải Ngoại? Nếu có thể, mong anh nêu lên vài đặc tính của Văn Học Hải Ngoại.*

Bùi Vĩnh Phúc: Cũng có thể nói như thế. Trước cái mốc này, ta cũng đã có những người Việt, những nhà văn Việt sáng tác ở ngoài nước. Nhưng những sáng tác riêng lẻ ấy chưa đủ tạo thành một dòng văn học để có được một định danh rõ ràng và cụ thể. Chỉ sau biến cố vừa nói, với các cộng đồng Việt Nam được xây dựng dần dần trên khắp thế giới, và với những tờ báo tiếng Việt, dù còn non trẻ cả về mặt kỹ thuật, mỹ thuật, và dù còn non yếu về mặt bài vở, văn học hải ngoại đã từng bước được tạo lập.

Vào khoảng trên dưới mười năm sau cột mốc này, với sự có mặt của thêm nhiều nhà văn Việt ra khỏi nước, với lòng yêu thương tiếng Việt, văn chương và văn hoá Việt trong cộng đồng người Việt tỵ nạn, với phẩm chất tốt đẹp hơn cả về mặt kỹ thuật và mỹ thuật của hệ thống báo chỉ, với số lượng người viết đông hơn, với sự sáng tác thơ văn và các tác phẩm được in thành sách trở nên nhiều và đều đặn hơn, một dòng văn học Việt bên ngoài đất nước đã được định hình một cách rõ nét. Nhận bắt ngay được những tín hiệu này, vào tháng Sáu, 1988, tôi đã có một bài viết với tựa đề là "Một Cách Nhìn về Mười Ba Năm Văn Chương Việt Ngoài Nước (1975-1988)". Đây là một nỗ lực phân tích, nhận định đầu tiên và có hệ thống, xét về mặt địa lý cả ở bên ngoài và bên trong Việt Nam, như được nhận xét, xác định về sự hiện diện của một dòng chảy văn chương bên ngoài đất nước. Từ đó, sau những chu kỳ 20 năm, 25 năm, 30 năm, v.v., ở ngoài nước, ta lại có được những bài nhận định, phân tích, và, một phần nào, đánh giá những thành quả của dòng văn chương Việt bên ngoài đất nước, của những tác giả/nhà phê bình khác nhau, có thể tạm kể như Nguyễn Ngọc Bích, Nguyễn Hưng Quốc, Thuỵ Khuê, Nguyễn Vy Khanh, v.v.. Dòng văn học ấy, bây giờ, có thể nói là được sự đồng thuận bởi sự sử dụng và định danh qua thời gian, được gọi tên là dòng văn học hải ngoại. Cái tên đó xem như đã đứng được với thời gian. Vì nhiều lẽ. Một phần cũng có thể là do thuận tai và được sử dụng nhiều qua dòng thời gian.

Ở những bước đầu, có nhiều ý kiến đóng góp vào sự định danh của dòng văn học này. Như *Văn Học Di Tản, Văn Học Di Dân, Văn Học Lưu Vong, Văn Học Hải Ngoại, Văn Học Ngoài Nước*, v.v.. Ba cách định danh đầu dần dần mất đi tính thích đáng vì chúng không phản ánh thật đúng tình thế người Việt có mặt ở ngoài nước, theo dòng thời gian, sau 1975. Hoàn cảnh và tâm thế di tản, di dân, và lưu vong, theo thời gian và cuộc sống xã hội, cũng như tâm thế sống của người Việt, đã mang những màu sắc và âm vọng khác. Đặc biệt là sau sự kiện bức tường Bá Linh sụp đổ năm 1989, và sự giải thể của CS Liên Xô năm 1991.

Cái tên "*Văn học hải ngoại*" nghe thuận tai, và có ý kiến cho rằng "hải ngoại" nghe "sang trọng", vì là từ Hán-Việt. Dù sao, trong lịch sử, chúng ta đã sử dụng những nhóm từ "Đàng Ngoài" và "Đàng Trong" cho những dòng văn học miền Bắc và miền Nam thời Trịnh - Nguyễn phân tranh (cho dù đôi khi hai dòng này cũng còn được gọi tên là "Văn học Bắc Hà" và "Văn học Nam Hà"). Chúng ta cũng thường dùng danh ngữ "Văn học trong nước" mà không dùng "Văn học quốc nội/hải nội". Cách dùng của cụ Phan Bội Châu thời xưa với "Hải ngoại huyết thư" có lẽ cũng là một gợi ý cho nhóm từ "Văn học hải ngoại". Nhưng ta không dùng theo đúng từ pháp Hán, là *Hải ngoại văn học*, theo cách cụ Phan Bội Châu đã dùng với "Hải ngoại huyết thư". *Hải ngoại văn học* nghe khá cổ cũ và mang chứa một âm vang như từ trong quá khứ. Ta dùng lật lại, "Văn học hải ngoại", theo từ pháp tiếng Việt. Cách dùng như thế giúp cho âm điệu của cả danh ngữ này nghe nhẹ nhàng hơn.

Còn đối với danh ngữ "*Văn học ngoài nước*", tôi cảm nhận được sự rung động của thân tâm với chữ "nước". Nó tạo được nhiều hàm nghĩa, gắn bó với cội rễ, gốc nguồn mình. Cho dù nó là tiếng Nôm. Qua sự phát âm, tôi nhận được những rung chấn cả ở tâm hồn và thân xác mình. Nó mang chứa một âm điệu xưa cũ và mộc mạc, gắn bó nhiều với những tình tự quê hương. Nguyễn Du từng có câu "Thôn ca sơ học tang ma ngữ" [Tiếng hát nơi thôn xóm (làm cho ta) bước đầu học được tiếng nói của người trồng dâu, trồng gai"]. Những tiếng hát, tiếng nói quê mùa, dân dã đã khắc sâu vào lòng ta những lời nước non thân thiết. Làm ta nhớ đến bài thơ "Thề Non Nước" của Tản Đà. Chữ "nước" cũng có thể gợi nhắc đến hai câu thơ của Bà Huyện Thanh Quan: "Nhớ *nước* đau lòng con quốc quốc / Thương nhà mỏi miệng cái gia gia". Hai câu này lại đưa dẫn ta đến với *cái* và *con*, hai chữ Việt đầy biến hoá và mang sức nặng ngữ nghĩa trong ngôn ngữ dân tộc.

Bàn qua về hai lối nhìn, hai cách định danh thế thôi. Nhưng cái tên "Văn học hải ngoại" đã được dùng quen. Bây giờ, nó gắn bó và khơi dậy những gì thân thiết với người Việt xa nhà, và với cả một dòng sống chảy tràn và vượt qua bao bão táp. Nó đã là một phạm trù lịch sử.

Về một vài đặc tính của văn học hải ngoại (và về cả sự định danh của dòng văn học này), là một người tham dự vào dòng văn học ấy trong suốt chiều dài của nó, tôi đã có dịp trình bày khá kỹ, ở bài nhận định nói trên, hiện vẫn có thể tìm được trên một số trang báo mạng, nên xin được miễn trình bày thêm ở đây. Những đặc tính ấy có thể thay đổi ở một mức độ đậm nhạt nào đó, căn cứ vào hoàn cảnh sống, tâm thế sống của người Việt từ năm 1988 đến nay. Dù sao, ta có thể lắng nghe thêm những suy nghĩ và nhận định của nhiều người cầm bút khác.

Da Màu: *Mong anh cho nhận xét về sự khác biệt giữa Văn Học Miền Nam 1954-1975 và Văn Học Việt Nam Hải Ngoại.*

Bùi Vĩnh Phúc: Sự khác biệt chính nằm ở hoàn cảnh lịch sử, môi trường sống, cũng như tâm thế sống của người viết và người đọc. Cũng có cái giống từ góc nhìn. Nói về Văn Học Miền Nam 1954-1975 (VHMN 1954-1975) thì sẽ không thoát khỏi sự đối chiếu giữa hai nền văn học trong Nam và văn học ngoài Bắc, trong cùng một giai đoạn (một sự đối chiếu khách quan, không cảm tính, để thấy cái đặc thù, mạnh yếu của mỗi dòng)—cũng như khi nói về văn học Đàng Trong (văn học Nam Hà), người ta thường dễ đặt nó trong thế đối sánh với văn học Đàng Ngoài (văn học Bắc Hà). Còn nói về Văn Học Việt Nam Hải Ngoại (VHVNHN / VHHN) thì thường sẽ có cái nhìn đối sánh với văn học trong nước.

VHMN 1954-1975 được viết và đọc trong cái nhịp sống và tâm thế sống của những con người vẫn sống tại quê hương, mặc dù khác với cái nhịp sống và tâm thế sống của những con người ở miền Bắc vào cùng giai đoạn. Đó là dòng văn học pha trộn giữa cái chơn chất, thật thà, láng lẩy và phóng khoáng của người dân miền Nam đã ở sẵn đó; cái cuồng nộ, sóng gió nhưng cũng hết sức thơ mộng của người miền Trung; và cái lịch lãm, sắc sảo, văn hoa, cộng với niềm hoài vọng về một nơi chốn đã rời bỏ của những người cầm bút di cư từ miền Bắc vào. Và chính những con người "tha hương" nhớ về "cố thổ" này, sau đó, cùng với những người cầm bút của miền "sông Hương núi Ngự" và của "đất phương Nam", đã tạo nên một dòng văn chương đầy sức sống, phong phú, đa dạng, đa giọng, đa âm sắc, nhiều hương vị, bay múa theo cái nhịp sống tràn đầy, thiết tha và nóng hổi của VHMN 1954-1975.

Đã có những bài viết, những tiểu luận đẹp và sâu sắc về đề tài "20 Năm Văn Học Miền Nam (1954-1975)" của nhiều tác giả hoặc nhà nghiên cứu, trong vòng trên dưới 10 năm nay. Đó là những cái nhìn lại, những cuộc nhìn lại, cần thiết để thấy được sức sống của chữ nghĩa, tư tưởng và hành trạng của chúng ta, như những con người được nuôi dưỡng và lớn lên trong cái hơi thở chứa đầy mùi phù sa đất cát màu mỡ của miền đất ấy. Nhưng đó cũng chính là cái sức sống của chữ nghĩa, tư tưởng và hành trạng của tất cả chúng ta, của cả một dân tộc. Nó là cái dòng triều cuồn cuộn, hoà vào cái nhịp triều dâng cao và chảy xiết của đời sống dân tộc, với những mặt hạnh phúc, xót xa, hân hoan và chảy máu, phản ánh cuộc sống, tâm hồn và hướng tới của con người Việt nói chung. Tôi cũng đã có dịp trình bày và viết về đề tài này trong bài **"Hai Mươi Năm Văn Học Miền Nam (1954 – 1975): Phẩm Tính và Ý Nghĩa"** (2014). "Văn Học Miền Nam", như được nói đến ở đây, không chỉ là một cái tên. Nó là một thực thể, cũng đồng thời là một biểu tượng. Bàn về *phẩm tính* là một chuyện dĩ nhiên. Còn về *ý nghĩa*? Trong khung cảnh lịch sử Việt Nam, nó nên và cần được xét về mặt ý nghĩa, ý nghĩa về chính sự hiện diện của nó, khi ta đặt nó trong dòng chảy của văn học Việt Nam (nói riêng, và văn học hiện đại thế giới nói chung). Ý nghĩa của nó có thể được nhìn cả về mặt đồng đại lẫn lịch đại trong tiến trình phát triển của văn học Việt. Chỉ xin phép được nói qua như vậy, và không đi sâu thêm ở đây.

Văn học VNHN, ngược lại, được khởi dựng bởi những con người sống trong một tâm thế khác. Những con người sống trên đất khách, với tâm trạng xa nhà, pha lẫn buồn đau, giận uất, ít nhất trong giai đoạn đầu. Sau đó, với sự sống đã ổn định, tâm hồn ngoài cái khắc khoải cũ, đã bắt đầu tiến đến tâm trạng làm quen, hoà nhập ở một mức độ nào đó vào cái mới, để sống còn và phát triển, những con người cầm bút ấy, đặc biệt những người ở các thế hệ sau—cùng với người đọc của họ—đã sống với tâm trạng "thế giới" hơn. Hay với một tâm trạng "kép", mang tính "lai ghép", với những phức tạp và trăn trở riêng.

Môi trường sống, hoàn cảnh sống, thời đại sống và tâm thế sống khác biệt, đưa đến sự đổi khác. Trong cách nhìn, cách cảm nhận cuộc sống, và, sau đó—đặc biệt nơi những người cầm bút có ý thức vượt thoát, làm mới, có sự tiếp xúc rộng rãi hơn với văn chương thế giới—trong cách thức thể hiện. *Cái thể* của văn đã dần dần có sự thay đổi.

Dù sao, con người sống là sống cùng và sống với. Sống với những người khác, với những hình ảnh, âm thanh, dòng chảy của sự sống và những biến động quanh mình. Cái sống của thời VHMN 1954-1975 và cái sống của Văn học VNHN khác nhau nhiều vì chúng tiếp cận với sự va đập và những "chất sống" khác nhau. Ngoài ra, cái thời của hai dòng văn học này cũng khác.

Tóm kết, tôi nghĩ, giữa hai dòng văn học này chắc chắn có sự kết nối, sự bắc cầu. Có một sợi dây dẫn, như sợi dây nhau, đưa dẫn và chuyển dịch, trao truyền sự sống. Khi sự sống mới bắt đầu, sợi dây nhau đó có thể được cắt đi, nhưng những nhiễm sắc thể, cái gien, đã nằm sẵn nơi cái sống mới. Nó giữ lại tất cả những đặc điểm trao truyền và dẫn nối đó; nhưng cái sống mới sẽ có những con đường riêng của nó trong sự tiếp xúc với mọi sự, đến từ mọi hướng, để giúp nó phát triển. Cái sống mới ấy sẽ khác đi, cách này hay cách khác, cho dù trong nó vẫn còn cái dưỡng chất và "bản đồ tham chiếu" ban đầu.

Da Màu: *Theo quan sát của anh, có sự giao thoa nào giữa Văn Học Hải Ngoại và văn học trong nước không, và sự giao thoa đó diễn ra như thế nào?*

Bùi Vĩnh Phúc: Tôi nghĩ là có sự đọc và nhìn ngắm nhau. Ở một mức độ nào đó. Trong một mắt nhìn, sự tạm gọi là giao thoa này cũng có những đường nét giống như sự giao thoa của những người viết trên khắp thế giới đối với nhau. Họ đọc nhau, và họ ảnh hưởng qua lại, tương tác với nhau và trên nhau. Cái viết và những tư tưởng, cách nghĩ, sự làm mới trong sáng tác được chia sẻ rộng rãi. Nhưng mỗi kẻ sáng tạo, thật sự sáng tạo, lại có cái riêng của mình. Và chính cái riêng ấy làm nên dấu ấn của họ. Không có cái riêng ấy, họ nhoà đi, và có khi bị xem là kẻ lặp lại.

Văn Học Hải Ngoại và Văn Học Trong Nước, dù sao, chưa thật sự có được sự chia sẻ cần thiết và có thực chất để có được một sự giao thoa. Trong một giai đoạn trước khi có sự bung nở của các diễn đàn mạng, vì hoàn cảnh xã hội, có một số nhà văn trong nước đã gửi bài ra cộng tác với một vài diễn đàn văn học ngoài nước, đặc biệt là với Hợp Lưu và Văn Học, và với cả tạp chí Thơ (của nhóm Khế Iêm). Nhưng sau đó, hoàn cảnh dần dần thay đổi. Và, với sự làm quen với các diễn đàn mạng, với sự mở rộng và tự do của mạng, sự vươn ra bên ngoài để đăng bài trên các báo in ở ngoài nước ấy có lẽ không còn cần thiết nữa. Việc viết và đọc, qua các kênh giao tiếp mới này, có những khía cạnh và biên độ mới.

Nhìn lại toàn bộ, các kênh "phát sóng" của cả hai bên chưa được kết nối trực tiếp và rộng mở. Chỉ có những người, cả ở trong nước và ngoài nước, cả người đọc lẫn người viết, quan tâm đến chữ viết và sự suy nghĩ, cùng lối sống, lối ăn nói, hành xử, v.v., của người ở phía bên kia mới tìm tòi để đọc và hiểu nhau. Chưa có một sự giao lưu và mở cửa chính thức. Cho dù một số rất ít tác phẩm của tác giả ngoài nước đã được in và phổ biến trong nước. Và, ngược lại, một số lớn các tiệm sách báo ngoài nước cũng bày bán một cách giới hạn các tác phẩm trong nước. Vấn đề ở bên trong là chính sách, và ở bên ngoài là hoàn cảnh và nhu cầu thị trường. Ở ngoài nước, các chủ tiệm sách, một phần vì không có đủ sách Việt của các tác giả hải ngoại (nhất là trong giai đoạn sách in đang thiếu hụt, khó tiêu thụ, vì gần như mọi sự đọc bây giờ được chuyển lên internet), một phần vì muốn có sách bán, và có thể cũng vì biết nhu cầu của người đọc, đồng thời cũng muốn giới thiệu một số tác phẩm/tác giả ở trong nước, đã bày bán sách từ Việt Nam. Dù sao, họ chỉ có thể chọn lựa một số giới hạn tác giả và một số loại sách. Đặc biệt những sách dễ đọc và dễ bán. Không thể giới thiệu tất cả mọi sách vở ở trong nước được. Như thế là cũng bị giới hạn bởi hoàn cảnh cuộc sống, của vấn đề buôn bán, thương mại, và nhu cầu của người đọc.

Mạng internet là "kênh" chính thức giúp cho sự đọc và biết qua lại này giữa hai bên, mặc dù người đọc trong nước cũng không hẳn là có thể đọc được thoải mái và tất cả những diễn đàn văn học có gốc ở nước ngoài. Nhưng cái đọc ở đây cũng chỉ giới hạn vào những người trong nước có sự để ý và quan tâm. Việc đọc văn học Việt hải ngoại của người trong nước chưa được phổ thông hoá về mặt xã hội qua các ấn phẩm in trên giấy và được bày bán rộng khắp trên diện cả nước. Trong những năm gần đây, dù sao, có những tín hiệu hy vọng cho thấy một sự nhận thức tốt hơn. Mong là vấn đề này sẽ nhận được sự quan tâm xứng đáng và cần thiết, của những người có liên hệ đến chính sách và thiết tha với văn hoá dân tộc, để văn học Việt Nam có được cái phong nhiêu với nhiều màu sắc và biên độ phản ánh rộng lớn và thích đáng của nó.

Sự đọc hiện tại, ít nhất là qua internet như thế, cũng, phần nào, giúp cho người viết và người đọc bên trong và bên ngoài biết và hiểu nhau hơn. Ở đây, phải cám ơn những diễn đàn văn chương mạng cả ở trong và ngoài nước, từ nhiều năm nay, với những nỗ lực bền bỉ, thiết tha và sự hy sinh thời giờ, sức lực của những người yêu mê và trân trọng với văn học và con người Việt. Những diễn đàn đó là cần thiết. Chưa nói là giao thoa, nhưng tôi thấy có sự ảnh hưởng qua lại trong cách viết của cả hai bên. Và đó là điều cần và quý. Để viết được cho hay, cho sâu, người viết phải đọc nhiều. Để học hỏi cái hay, thậm chí cái dở của người khác (để tránh). Cái đọc chính là ngọn đèn soi đường để ta tiến lên phía trước. Và, nhiều khi, cũng là ngọn đèn để soi lại chính mình. Cái viết mình. Đời sống mình. Tôi tin là con người, nói chung, luôn cần một sư đọc như thế.

Da Màu: *Có những nhà văn/nhà phê bình hay tác phẩm nào đã là nguồn cảm hứng đặc biệt cho anh trong việc viết không?*

Bùi Vĩnh Phúc: Để viết, ta phải đọc. Đọc để mở rộng tầm nhìn, để học hỏi, để phản biện và để chấp nhận những cái nhìn, những lối nghĩ khác ta. Người không đọc mà cầm viết giống như kẻ mù cắm cúi đi trong đêm. Cũng có thể kẻ ấy sẽ đi đến một cái đích nào đó, nhưng chắc chắn cái đi ấy sẽ có nhiều sự chệch choạc. Sự đọc giúp ta có một khoảng không mở ra trên cao, với nắng gió và ánh sáng. Những điều ấy giúp cho hơi thở và mắt nhìn ta được khoảng khoát. Có thể đôi lúc cũng có sấm sét. Dù sao, ngay cả sấm sét cũng giúp ta thấu hiểu và nhận thức đúng cuộc đời hơn.

Tôi đọc trong tâm thức ấy. Và gặp được những người mà mình có thể học được điều này điều nọ từ cái viết của họ. Để viết về sự đọc và học này, một người viết nghiêm túc có thể chia sẻ nhiều điều. Đối với riêng mình, tôi muốn cám ơn những người đi trước, với tác phẩm của họ, đã mở ra cho tôi những chân trời. Trước đó là tối đen, mù mịt, hoặc tưởng như không có. Họ đã làm sáng các chân trời bằng những ngọn lửa của mình. Họ đã làm cho chúng hiển lộ.

Tôi nhớ đến trường hợp của Gabriel García Márquez và quyển sách "Pedro Páramo" của Juan Rulfo, viết năm 1955. Đây là một tác phẩm kỳ lạ, nổi tiếng với cấu trúc thử nghiệm, hình ảnh phong phú, và sự khám phá các chủ đề như ký ức, tội lỗi, và sự hiện diện, ám ảnh của quá khứ. Nó kể về Juan Preciado, kẻ đã thực hiện một hành trình để đến thị trấn (ma) Comala với mục đích tìm cha mình, Pedro Páramo. Nhưng anh ta lại khám phá ra một nơi tràn ngập âm hưởng của người chết, của cõi âm, và cái di sản đen tối của cha, người mình muốn tìm kiếm. Cuốn tiểu thuyết đã có ảnh hưởng lớn đến văn học châu Mỹ Latinh, đặc biệt là đến chủ nghĩa hiện thực huyền ảo.

Márquez cho biết rằng nhờ đọc quyển sách "Pedro Páramo" của Juan Rulfo mà ông đã tìm được cách viết quyển "Cien años de soledad" ("Trăm Năm Cô Đơn", 1967). "Cien años de soledad" đã trở nên nổi tiếng khắp thế giới, giúp Gabriel García Márquez đoạt giải Nobel văn chương năm 1982. Sự thú nhận của Márquez không làm sút giảm ánh sáng toả chiếu từ tác phẩm riêng của ông. "Cien años de soledad" được xem là một trong những thành tựu đỉnh cao của văn chương nhân loại, và đã đưa văn học châu Mỹ Latinh vào mắt nhìn của thế giới.

Cái đọc, như thế, là một điều quan trọng trong hành trình viết của bất cứ một người cầm bút nào.

Tôi đọc các nhà văn, nhà thơ, các nhà nghiên cứu, phê bình, biên khảo của Việt Nam cũng như của thế giới. Trong khoảng vài chục năm nay thì tôi có cơ hội đọc nhiều hơn về các tác giả có những tác phẩm mà tôi nghĩ đã tạo nên nhịp thở và tiếng đập của trái tim nhân loại. Tôi đã hạnh phúc và học được nhiều điều từ tất cả những cái đọc ấy. Sự đọc làm con người sống phong phú, tràn đầy và thiết tha hơn.

Ở một mức độ nào đó, tôi đã chia sẻ kinh nghiệm đọc này của tôi trong bài "Nói Chuyện Đọc và Viết & Cái Sống, Thân Phận, Hiệu Ứng của Chữ", được phổ biến khoảng một năm trước đây. Vậy, xin phép được không trình bày thêm nữa.

Đọc là một chất liệu nuôi dưỡng cái viết nơi người cầm bút. Trong những thứ "thực phẩm trần gian" ("Les nourritures terrestres" (1897), chữ/tác phẩm của nhà văn André Gide, Nobel văn chương 1947), những quyển sách hay, những tác giả tài năng, là những "của ăn" cần thiết cho bất cứ ai muốn tiến xa trên con đường cầm bút.

Da Màu: *Với sức đọc "thiên kinh vạn quyển" như thế, anh đã có một thư viện riêng rất lớn, nhưng nghe nói anh từng có lần "tung hê" (hay, đúng hơn, là trao tặng đi) rất nhiều sách của mình. Trong hoàn cảnh và với lý do nào anh đã làm chuyện ấy?*

Bùi Vĩnh Phúc: À, lúc đó là vào giai đoạn cả thế giới đang bị đại dịch Covid-19 bủa vây, trong khoảng hai năm rưỡi, từ tháng Một, 2020 đến tháng Năm, 2023. Tôi cũng bị "giam" trong nhà, không có dịp gặp gỡ bạn bè thân hữu như trước. Tôi dùng thì giờ ấy để đọc sách. Lục tìm những sách vở cũ ra đọc và xem lại. Thấy mình có quá nhiều sách. Thấy hạnh phúc trong việc lục lọi và đọc lại các loại sách báo và tài liệu cũ. Rồi, đến một lúc, tôi nghĩ cuộc đời này cũng quá "vô thường", sao không trao tặng bớt sách đi cho nhiều người cùng đọc. Thế là, sau đó, tôi mất khoảng từ hai đến ba tháng để lục lọi, duyệt xét lại tất cả các loại sách mà tôi đã thu thập được từ khi đến Mỹ, có nghĩa là trong hơn 40 năm tính đến thời điểm ấy. Sách vở lúc bấy giờ được lục ra, xếp la liệt đầy nhà. Tôi lọc lựa ra khoảng từ bốn đến năm ngàn quyển sách để giữ lại; còn tất cả khoảng hơn năm ngàn quyển khác tôi phải cất công cho vào các thùng *carton* (cũng phải ra Home Depot mua nhiều), chất đầy nhà. Để chuẩn bị cho đi. Nhà cửa lúc ấy rất buồn cười! Tôi phải mua giấy dầu "băng kín" lại những bức tường trắng trong nhà—giống như mình đang sửa nhà vậy—để các thùng sách này khỏi làm bẩn hay xước các bức tường. Mà chuyện bỏ sách đi, vui thì vui vì thấy mình đang làm được một việc tốt, là đem sách chia sẻ cho nhiều người khác đọc, nhưng, một cách nào đó, cũng giống như mình tự lột da mình vậy. Tất cả sách vở là những kỷ niệm đã bám vào đời sống mình. Mỗi quyển sách đều nhắc tôi nhớ đến lần đầu tiên tôi tìm được nó ở đâu. Trong hoàn cảnh hay giai đoạn nào. Đời sống và tâm thái mình lúc gặp gỡ nó lần đầu, mua nó về nhà, đọc và hạnh phúc với nó thế nào, v.v..

Việc lục lọi và sắp xếp sách để giữ lại hay cho đi không dễ. Vì việc ấy dính líu đến chuyện xem lại, ở một mức độ nào đó, cả chục ngàn quyển sách. Có những loại sách báo, nhất là những quyển sách hay những tờ báo cổ, một khi đã lục ra, giở qua một vài trang, là nhiều lúc không dừng lại được. Lại mê man đọc. Và đủ mọi thứ kỷ niệm ùa về. Lúc ấy, tôi như là sống với sóng. Sóng hình ảnh, sóng cảm xúc, sóng thời gian, từ bao nhiêu kỷ niệm cứ ào ạt đổ về, nhồi tôi bập bềnh trên những dòng lũ… Sách từng thùng, để chồng trong nhà kho, chất cao ngất ngưởng từ nhiều năm. Phải bắc thang, trèo lên, bê từng thùng xuống. Rồi mở ra, lục lọi, chọn lựa. Rồi lại sắp xếp, phân loại, rồi bỏ chúng vào các thùng mới. Thùng nào giữ lại, thùng nào cho đi. Sách bỏ vào thùng, chất lên, rất nặng, sức mình không làm nổi, tuổi tác cao nếu cố quá có thể gẫy lưng. Tôi phải thuê người đến giúp việc khuân vác, và xếp chồng lên nhau các thùng sách. Sau khi đã bỏ sách báo vào cả mấy trăm thùng sách, chất đầy cả trong nhà, ngoài vườn, ngoài cửa, để đem cho, tôi lại phải tiếp tục thuê người đem xe *pick-up* đến khuân ra xe, và thực hiện nhiều chuyến đi với họ, trong nhiều ngày, đến các thư viện để cho sách.

Trong suốt quãng thời gian ấy, tôi được sống với nhiều cảm xúc. Nhớ lại cả về những ngày còn bé "vừa đi vừa đọc sách" trên những đường phố thưa thớt xe cộ và đầy bóng cây xanh, với tiếng kêu luýt chuýt của các loài chim trên cao, nắng vàng nghiêng xuống. Chân đi trên đường mà hồn thì bay mãi về tận thời xa xưa với "những cuộc phiêu lưu của người tiền sử", hay sống lại thời nhà Minh bên Tàu với những biến loạn của "Thiếu Lâm trường hận", hoặc lênh đênh trên sóng nước bao la với "Magellan, người chinh phục đại dương". Nhớ lại những ngày đi lục sách cũ bầy trên vỉa hè của những con đường Công Lý, Pasteur… ở Sài Gòn; những lúc la cà bên các *kiosques* chứa đầy sách báo trên các con đường Lê Lợi, Nguyễn Huệ, Pasteur, Công Lý. Rồi đạp xe hay lái xe về, với một tay nải đầy sách, và mấy chùm mây ngũ sắc phía trước mặt trên đường trở về "cố quận", để mở từng trang sách ra đọc. Bao nhiêu quyển sách thơm mùi giấy mới. Những kỷ niệm, như những tờ giấy cũ càng, vàng ố, và nhàu nát. Mở những tờ giấy vàng ố ấy ra, rồi vuốt lại cho phẳng phiu. Mây vẫn bay đầy trong ấy.

Chuyện mang cho sách ấy của tôi, Đinh Từ Bích Thuý—một dịch giả, biên tập viên, và chủ biên Da Màu (2010-2012)— chia sẻ trong email riêng vào dịp Giáng Sinh 2020, với một nụ cười nghịch ngợm, là một sự "thoái vốn". Thuý nói là Google dịch thế. Nó dịch chữ "divest". Mình không tiếp tục "invest" nữa, mà lại "divest". Chị viết thêm (trách Google là "vô cảm, tư bản và ... đần (!)". Thuý đưa ý kiến là Google không để ý hay quan tâm đủ đến những nét tích cực của từ "divest"). Khổ! Máy móc nó như thế! Thật ra, chữ "divest" này của tiếng Anh có nhiều màu sắc và ý nghĩa khác biệt. Nhưng "thoái vốn" là một chữ rất hay trong lĩnh vực, phạm vi riêng của nó. Trong trường hợp tôi, việc tìm cách trao tặng sách, và, phần nào, thoát ly khỏi sách vở, chữ "thoái vốn" này thật ngộ nghĩnh. Tôi cũng chẳng ngờ có ngày mình lại chơi trò "thoái vốn" một cách … căng thẳng và hạnh phúc đến vậy. Một cuộc "thoái vốn" giữa những kỷ niệm vàng ố đầy mây cùng mùi thơm tưởng tiếc của thời gian.

Da Màu: *Độc giả đã được nghe nhà phê bình, nhà thơ, nhà nghiên cứu văn học Bùi Vĩnh Phúc kể về hành trình đọc và viết của anh với tất cả niềm đam mê văn chương chữ nghĩa. Bây giờ xin được mời nhà giáo Bùi Vĩnh Phúc nói về một sở trường khác của anh, là ngôn ngữ. Đọc* *những gì anh viết về các vấn đề ngôn ngữ (nhất là về ngôn ngữ Việt Nam) rất thú vị. Người mình có câu nói "Phong ba bão táp không bằng ngữ pháp Việt Nam". Để mở rộng từ vấn đề ngữ pháp đến chuyện ngôn ngữ nói chung, mong anh cho một nhận định về ngôn ngữ Việt, theo anh có lắm "phong ba bão táp" không? Và chắc hẳn nó là một trong những loại ngôn ngữ khó học và "lắt léo" nhất trên thế giới?*

Bùi Vĩnh Phúc: Chuyện "phong ba bão táp" liên hệ đến chuyện "ngữ pháp Việt Nam" là… chuyện "có thật". Câu nói ẩn dụ ấy hay. Lại có vần có điệu. Làm ta nhớ. Và, chỗ này chỗ kia, ta cũng đã nghe và được đọc nhiều câu chuyện lý thú về chữ Việt, tiếng Việt. Thế nhưng, khi người ta đã quen biết đủ với một (số) ngôn ngữ nào đó trên thế giới, chắc chắn người ta cũng sẽ thấy là không chỉ tiếng Việt, chữ Việt, mà ngôn ngữ nào trên đời (hay trên thế giới) này cũng đều có cái đặc thù, phong nhiêu và… "lắt léo" của nó.

Nhà nhân học Claude Lévi-Strauss là người đã bác bỏ hoàn toàn quan niệm cho rằng ngôn ngữ của các bộ lạc "sơ khai" là đơn giản hay kém phát triển hơn so với ngôn ngữ của các xã hội "văn minh". Và đây là một trong những tư tưởng cốt lõi của ngành nhân học cấu trúc (structural anthropology). Những ý này của ông được thể hiện rõ nhất trong cuốn "Race et Histoire" (Chủng tộc và Lịch sử), một tác phẩm ông đã viết vào năm 1952. Chúng cũng được lặp đi lặp lại và củng cố vững chắc trong các tác phẩm khác của Lévi-Strauss.

Để tổng hợp các ý đó một cách súc tích, ta có thể tạm đưa ra một diễn đạt như sau, căn cứ trên những ý tưởng của ông:

"Il n'existe pas de langues primitives, au sens où l'on a longtemps parlé de peuples primitifs. Toutes les langues, quelle que soit la simplicité de la société qui les parle, obéissent à des règles aussi complexes que celles du français ou de l'anglais. La structure du langage est le miroir de la complexité de l'esprit humain, et non du niveau technologique d'une culture."

["Không hề có ngôn ngữ sơ khai (nguyên thủy), theo cái nghĩa mà người ta đã từng nói về các bộ lạc sơ khai. Mọi ngôn ngữ, bất kể sự đơn giản của xã hội sử dụng chúng, đều tuân theo những quy tắc phức tạp như tiếng Pháp hay tiếng Anh. Cấu trúc của ngôn ngữ chính là tấm gương phản chiếu sự phức tạp của tâm trí con người, chứ không phải là trình độ công nghệ của một nền văn hóa."]

Ý tưởng này là một chủ đề xuyên suốt trong nhiều tác phẩm của Claude Lévi-Strauss, nhưng nó được phân tích và trình bày một cách cô đọng nhất trong một số tác phẩm chính:

1. **"Anthropologie Structurale" (Nhân Học Cấu Trúc)**: Đây là một cuốn sách tập hợp các bài tiểu luận của ông. Trong đó, ông sử dụng ngôn ngữ học cấu trúc như một mô hình để nghiên cứu các lĩnh vực khác của văn hóa như thần thoại, thân tộc và nghi lễ.
2. **"Race et Histoire" (Chủng tộc và Lịch sử)**: Trong tác phẩm này, ông tranh luận một cách mạnh mẽ rằng sự đa dạng của các nền văn hóa không phải là bằng chứng cho sự khác biệt về "chủng tộc" hay sự kém phát triển, mà là kết quả của các lựa chọn lịch sử và văn hóa khác nhau. Ngôn ngữ, với sự phức tạp vốn có của nó, là một bằng chứng quan trọng cho luận điểm này.

Lévi-Strauss đã chỉ ra rằng ngay cả những ngôn ngữ tưởng chừng "giản đơn" nhất cũng có ngữ pháp, cú pháp và ngữ nghĩa vô cùng phong phú, thể hiện khả năng tư duy trừu tượng và logic (hay "lý tính") sâu sắc của người bản xứ. Tôi đã có dịp nói qua về tư tưởng này của Levi-Strauss trong quyển **"Trịnh Công Sơn / Ngôn Ngữ và Những Ám Ảnh Nghệ Thuật"** (2005) khi nói về những khúc thức, tuy có vẻ giản dị, của họ Trịnh, nhưng chúng vẫn thể hiện được sự đẹp đẽ và cuốn hút của chúng đối với người nghe. Đó là chưa nói đến cái đẹp "huyền ảo" đầy tính lai ghép giữa mộng tưởng và hiện thực trong hình ảnh, chữ nghĩa, ngôn ngữ của người nhạc sĩ. Sự so sánh này, liên hệ đến quan điểm của Lévi-Strauss, dù sao, cũng chỉ mang tính ẩn dụ thôi, vì đây là so sánh giữa ngôn ngữ âm nhạc—giữa những nốt nhạc và cách sắp xếp chúng—với ngôn ngữ nói chung, nhưng tôi nghĩ nó cũng có thể đưa đến một suy nghĩ tương đồng nào đó.

Trong tác phẩm **"La Pensée Sauvage" (Suy Tưởng Man Mọi,** hay, thích đáng và trung tính hơn, **Tư Duy Hoang Dã)**, một trong những cuốn sách quan trọng nhất của ông, Lévi-Strauss không trực tiếp nói về ngôn ngữ mà tập trung vào tâm trí hoang dã (pensée sauvage) và cách nó tổ chức thế giới. Ông cho rằng tâm trí này không hề "sơ khai", mà là một hình thức tư duy logic hoàn toàn độc lập, khác biệt nhưng không hề thua kém so với tư duy khoa học hiện đại. Lévi-Strauss lên án việc xem sự sử dụng các khái niệm trừu tượng (của người "nguyên thuỷ") như một bằng chứng cho thấy "sự nghèo nàn trí tuệ của những người hoang dã" [(*une preuve de) « l'indigence intellectuelle des sauvages »* (La Pensée Sauvage)], [tức là] những con người chỉ bằng lòng với các thuật ngữ chung chung vì họ không thể thực hiện các phân biệt tinh tế. Lévi-Strauss muốn khẳng định rằng, ở khía cạnh này, không có sự khác biệt căn bản giữa các xã hội được gọi là "nguyên thủy" và các xã hội mà các nhà dân tộc học thuộc về. Ông đã chứng minh rằng "việc sử dụng các thuật ngữ ít nhiều trừu tượng không phụ thuộc vào năng lực trí tuệ, mà là do những mối quan tâm được biểu hiện và chi tiết hóa một cách không đồng đều trong mỗi xã hội cụ thể." [*« l'usage de termes plus ou moins abstraits n'est pas fonction de capacités intellectuelles, mais des intérêts inégalement marqués et détaillés de chaque société particulière »* (ibid.)].

Ông cho rằng các hệ thống phân loại của các bộ lạc (như totems, thần thoại,...) cũng phức tạp và có tính logic nội tại không kém gì các bảng tuần hoàn hóa học hay hệ thống phân loại sinh học. Do đó, mặc dù không trực tiếp đề cập đến ngôn ngữ trong câu nói này, nhưng thông điệp chính của nó là: khả năng tư duy của con người là phức tạp bẩm sinh, và ngôn ngữ của họ là một bằng chứng rõ ràng cho khả năng đó, bất kể nền văn hóa của họ ở trình độ phát triển nào.

Da Màu: *Anh có thể nói, ở một mức độ sơ lược nào đó mà anh nghĩ mình có thể trình bày, cái rắc rối và "lắt léo" của một vài ngôn ngữ mà anh đã từng quen biết?*

Bùi Vĩnh Phúc: Tôi nghĩ, mỗi ngôn ngữ là một thế giới riêng với những quy tắc, sự phong phú và cả những "khó khăn" đặc biệt của nó. Việc nắm bắt những nét đặc thù này giúp chúng ta hiểu sâu sắc hơn về văn hóa và cách tư duy của người bản xứ. Dưới đây là một số nét tiêu biểu về "cái khó", cái đẹp và sự phong nhiêu của một vài ngôn ngữ mà tôi sẽ thử đề cập. Và, xin cũng được thưa thêm là, câu trả lời này có lẽ chỉ dành cho những ai có đôi chút quan tâm đến chuyện ngôn ngữ:

1. Tiếng La-tinh (Latin)

Tính linh hoạt nhưng phức tạp: Tiếng La-tinh là một ngôn ngữ "biến tố" (inflected language) cực kỳ phức tạp. Thay vì dùng thứ tự từ để xác định vai trò của danh từ (chủ ngữ, tân ngữ/túc từ...), nó sử dụng các đuôi từ (case endings). Có tới sáu cách (cases) khác nhau cho danh từ và tính từ (nominative, accusative, genitive, dative, ablative, vocative...). Người học phải nhớ biến cách cho cả danh từ, tính từ, đại từ, và động từ. Số lượng các biến cách khiến nhiều người "toát mồ hôi".

Thứ tự từ được "thả lỏng" tự do: Do có đuôi từ, ta có thể sắp xếp các từ trong câu gần như tùy ý mà vẫn đúng ngữ pháp, miễn là đuôi từ không đổi. Điều này tạo nên sự linh hoạt và tính thi vị cho văn chương

La-tinh, nhưng lại là cơn ác mộng cho người học. Ví dụ: "Puer puellam amat" (Chàng trai yêu cô gái) có thể viết thành "Puellam puer amat" hoặc "Amat puer puellam" mà ý nghĩa không đổi, cho dù sắc thái của mỗi câu có thể hơi khác trong hướng nhấn. Câu La-tinh có thể đảo trật tự rất tự do, nên đọc những câu dài giống như giải một mê cung ngữ pháp.

Không có mạo từ (articles): Tiếng La-tinh không có mạo từ xác định ("the") hay không xác định ("a/an"), khiến việc dịch sang các ngôn ngữ khác đòi hỏi người dịch phải nắm vững và hiểu rõ ngữ cảnh.

Cái đẹp và cái khó của tiếng La-tinh là cực kỳ cô đọng, giàu tính tu từ. Một câu ngắn có thể chứa lượng thông tin bằng cả đoạn văn tiếng Anh.

2. Tiếng Đức (German)

Danh từ & Giống: Giống như La-tinh, tiếng Đức có ba giống danh từ (giống đực - der, giống cái - die, trung tính - das). Vấn đề là giống của danh từ không theo quy tắc rõ ràng, ta phải học thuộc lòng.

Hệ thống cách (cases): Tiếng Đức cũng có bốn cách (cases) cho danh từ, mạo từ và tính từ (nominative, accusative, dative, genitive). Cả mạo từ và tính từ đều phải thay đổi đuôi từ để phù hợp với giống, số và cách của danh từ, tạo nên một hệ thống biến cách phức tạp. Ví dụ: *der große Mann* (người đàn ông to lớn) nhưng thành *dem großen Mann* (đối với người đàn ông to lớn).

Cấu trúc câu: Cấu trúc câu tiếng Đức có thể rất rắc rối, đặc biệt với các mệnh đề phụ, nơi mà động từ chính thường bị đẩy về cuối câu. Trong khi đó, ở mệnh đề chính, động từ ở vị trí số 2. Trong câu hỏi hay mệnh lệnh, động từ đứng ở vị trí đầu.

Danh từ ghép: Tiếng Đức rất nổi tiếng với khả năng tạo ra các danh từ ghép cực dài và phức tạp (ví dụ: Rechtsschutzversicherungsgesellschaften - các công ty bảo hiểm bảo vệ pháp lý). "Rechtsschutzversicherungsgesellschaft" ("Legal protection insurance companies") là một danh từ ghép, được hình thành bằng cách kết hợp các từ "Recht" ("law"), "Schutz" ("protection"), "Versicherung" ("insurance") và "Gesellschaften" ("companies"). Từ này, mặc dù dài, nhưng nó được coi là một trong những từ dài nhất được sử dụng hằng ngày trong tiếng Đức. Nó là một từ đầy đủ được dùng để chỉ các công ty cung cấp bảo hiểm pháp lý, mang đến sự bảo vệ trong các vấn đề pháp lý. Một từ ghép rất dài khác:

.

Donaudampfschifffahrtsgesellschaftskapitän (thuyền trưởng công ty tàu hơi nước sông Danube).

Vẻ đẹp của câu tiếng Đức là khả năng tạo khái niệm chính xác bằng cách ghép từ, và, đặc biệt, diễn đạt những tư tưởng triết học phức tạp một cách trật tự.

3. Tiếng Pháp (French)

Giống và Sự hòa hợp (Gender and Agreement): Tiếng Pháp có hai giống danh từ (đực và cái). Giống của danh từ không có quy tắc rõ ràng, ta phải học thuộc lòng. Tính từ và mạo từ phải thay đổi để "hòa hợp" về giống và số với danh từ mà chúng bổ nghĩa.

Thì và Thể động từ phức tạp: Hệ thống chia động từ của tiếng Pháp rất phong phú với nhiều thì (tương lai, quá khứ đơn, quá khứ kép...) và thể (bàng thái cách - subjonctif, điều kiện cách - conditionnel...). Người ngoại quốc có thể khá nhức đầu với các thì và thể của tiếng Pháp.

Ngữ âm và Chính tả: Tiếng Pháp có rất nhiều âm câm (chẳng hạn âm cuối không đọc), khiến việc học phát âm và chính tả trở nên khó khăn. Cùng một âm thanh có thể được viết bằng nhiều cách khác nhau (ví dụ: "eaux", "au", "o"). Những nguyên âm mũi (nasal vowels) trong tiếng Pháp cũng là những nét đặc thù riêng. Nếu không được học tập phát âm từ nhỏ, người nước ngoài cũng khó có thể phát âm chuẩn những âm với đặc thù về ngữ âm này. Câu "Un bon vin blanc" có thể là một câu biểu tả nét đặc thù của những nguyên âm mũi Pháp. Để nắm vững những nét đặc thù về mặt ngữ âm của cụm từ này, ta cần luyện tập cách phát âm nguyên âm mũi, phụ âm câm và những khác biệt tinh tế về phương ngữ. Ngoài ra, quy tắc *liaison* (nối âm) trong tiếng Pháp khiến việc phát âm và nghe hiểu trở nên khó cho người mới học.

Cái đẹp của tiếng Pháp là nó được xem là ngôn ngữ của văn chương và ngoại giao, giàu từ vựng mô tả sắc thái cảm xúc.

4. Tiếng Tây Ban Nha (Spanish)

Động từ bất quy tắc và Ngữ điệu: Tiếng Tây Ban Nha có rất nhiều động từ bất quy tắc, và việc chia động từ cho mỗi ngôi (tôi, bạn, anh ấy/cô ấy, chúng tôi...) và mỗi thì là một thách thức lớn. Ngữ điệu uyển chuyển, trọng âm quyết định nghĩa—trong cách viết và cách phát âm (papá = cha; papa = khoai tây (la papa), hay đức giáo hoàng (el papa)).

Hai động từ "to be": Tiếng Tây Ban Nha có hai động từ tương đương với "to be" trong tiếng Anh: "ser" và "estar". *Ser* dùng để chỉ những đặc điểm lâu dài, bản chất, trong khi *estar* dùng để chỉ trạng thái tạm thời, vị trí. Việc sử dụng sai hai từ này là lỗi phổ biến nhất. Ngoài ra, hệ thống subjunctive mood (thức giả định/bàng thái) được dùng nhiều hơn tiếng Anh, khiến người học dễ bối rối.

Giống, Số và Dạng từ: Tương tự tiếng Pháp, danh từ, mạo từ, và tính từ phải hòa hợp về giống (đực/cái) và số (ít/nhiều). Có nhiều từ đồng âm, dạng giống nhưng nghĩa khác (false friends) so với tiếng Anh.

Vẻ đẹp của ngôn ngữ này nằm ở nhạc tính và khả năng diễn đạt tình cảm tinh tế, nhất là trong thơ và ca khúc.

5. Tiếng Anh (English)

Cú pháp đơn giản, nhưng từ vựng phức tạp: Ngữ pháp tiếng Anh, nhìn chung, đơn giản hơn so với các ngôn ngữ La-tinh hay Đức, không có giống danh từ, và hệ thống biến cách đã bị lược bỏ. Trật tự câu đóng vai trò lớn. Hệ thống từ vựng đồ sộ nhờ vay mượn từ nhiều ngôn ngữ (Latin, Pháp, Đức, v.v.).

Động từ bất quy tắc: Tiếng Anh có hàng trăm động từ bất quy tắc ở thì quá khứ và quá khứ phân từ. Ta phải học và nhớ.

Cụm động từ (Phrasal verbs): Đây là một trong những điểm khó nhất của tiếng Anh. Một động từ kết hợp với một giới từ hoặc trạng từ có thể tạo ra nghĩa hoàn toàn khác (ví dụ: "take off", "take up", "take on"). Tiếng Anh có rất nhiều thành ngữ không thể (hoặc khó) dịch thẳng.

Ngữ âm và chính tả bất quy tắc: Chính tả tiếng Anh rất khó đoán. Cùng một cách viết có thể có nhiều cách phát âm khác nhau ("ough" trong "tough", "through", "though", "bough") và ngược lại. Điều này do sự vay mượn từ những nguồn gốc khác nhau.

Cái đẹp của tiếng Anh là nó rất linh hoạt, và giàu khả năng sáng tạo từ mới. Nó có thể diễn đạt ý tưởng từ giản dị đến hàn lâm.

Da Màu: *Nghe anh trình bày về các ngôn ngữ vừa nói, ta thấy được cái tinh tế, phong phú và nét đẹp của các ngôn ngữ này. Nếu có thể, mong anh cũng trình bày đôi chút như trên về Việt và Hán ngữ.*

Bùi Vĩnh Phúc: Về tiếng Việt và tiếng Hán, từ đó liên hệ đến tiếng Hán-Việt—cũng là một phần máu thịt và hơi thở của chúng ta từ bao đời, và là thành phần tạo nên sự phong phú của ngôn ngữ Việt Nam—tôi có vài nhận xét như sau:

6. Tiếng Việt

Nét đặc thù và Thanh điệu: Ngôn ngữ đơn lập (không biến hình), trật tự từ và hư từ quyết định ngữ pháp. Thanh điệu là nét đặc trưng và cũng là thách thức lớn nhất đối với người nước ngoài. Tiếng Việt có 6 thanh điệu, việc phát âm sai một thanh có thể làm thay đổi hoàn toàn ý nghĩa của từ ("ma", "má", "mà", "mả", "mã", "mạ"). Với người nước ngoài, phát âm và phân biệt thanh điệu là thử thách lớn.

Hệ thống đại từ nhân xưng và kính ngữ phong phú: Tiếng Việt có một hệ thống đại từ nhân xưng và kính ngữ vô cùng đa dạng, phức tạp, phụ thuộc vào tuổi tác, mối quan hệ, giới tính, vai vế, mức độ thân mật, và cả vùng miền (*chú, bác, cô, dì, dượng, o, mệ, anh, chị, ông, bà, tôi, em, cháu, con*, v,v.). Rồi *kính, thưa, xin phép, hân hạnh, trân trọng, kính mời, kính báo, dạ, vâng, xin lỗi, tôi xin được, tôi mạn phép, v.v.*). Ngoài cách dùng đại từ nhân xưng mang tính tôn kính, ngoài cách nói khiêm cung, nhún nhường, hệ thống kính ngữ của tiếng Việt cũng bao gồm những cách nói lịch sự, như: "Xin mời anh dùng cơm.", hay "Cho phép tôi được giới thiệu.", v.v..

Từ vựng phong phú: Tiếng Việt có nhiều từ đồng âm khác nghĩa, và ý nghĩa phụ thuộc vào ngữ cảnh. Hệ thống từ vựng đa dạng: từ thuần Việt, từ Hán-Việt, đến các từ vay mượn. Một ý có thể được diễn đạt bằng nhiều từ đồng nghĩa với sắc thái khác nhau. Người ta cũng đã nói nhiều về chuyện thú vị của động từ "porter" trong tiếng Pháp khi được chuyển sang tiếng Việt (*mang, vác, xách, cõng, địu, thồ, bồng, bế, cặp, khiêng, bưng, đội, gánh, gồng, ôm, đeo*, v.v.).

Cái đẹp của tiếng Việt cũng nằm ở chỗ giàu nhạc tính, ngắn gọn, uyển chuyển trong thơ ca và tục ngữ.

Về vấn đề ngữ pháp tiếng Việt, sự mô tả, nhìn ngắm và tranh luận về nó cũng cho thấy cái phức tạp của ngôn ngữ. Chẳng hạn, việc xét "tư cách" của danh từ trong tiếng Việt. Hoặc về vấn đề mạo từ/loại từ, ngoài hai chữ *cái* và *con* với cách sử dụng đặc biệt và tế nhị, việc xác định "tư cách" mạo từ/loại từ trong Việt ngữ, đối với một số chữ khác, cũng rất phức tạp. Tất cả đều cho thấy cái "phong ba" riêng của tiếng Việt.

7. Hán ngữ (Chinese)

Hình thức chữ Hán: Đây là thử thách lớn nhất. Tiếng Hán không dùng bảng chữ cái, mà dùng hàng chục ngàn ký tự (chữ Hán); mỗi ký tự có thể đại diện cho một từ hoặc một ý. Để đọc báo, ta cần nắm vững ít nhất 2.000-3.000 chữ. Chữ viết *logographic* (chữ tượng hình/biểu ý) cho thấy mỗi chữ là một đơn vị nghĩa.

Tiếng Hán cổ điển cực kỳ cô đọng, không dấu câu, không biến hình.

Thanh điệu và từ đồng âm: Tương tự tiếng Việt, tiếng Hán có bốn thanh điệu và một thanh nhẹ. Việc phát âm sai thanh điệu sẽ dẫn đến hiểu lầm. Tiếng Hán hiện đại có nhiều đồng âm, buộc người nghe phải dựa vào ngữ cảnh.

Ngữ pháp tương đối đơn giản: Ngữ pháp tiếng Hán lại khá đơn giản so với các ngôn ngữ châu Âu. Không có giống, không có biến cách danh từ hay chia động từ theo ngôi và thì. Các thì được biểu thị bằng các từ chỉ thời gian (hôm qua, ngày mai) hoặc các trợ từ (như 了, 过).

Nói như thế, nhưng ta cũng nên biết là cách dùng chữ Hán, đặc biệt các hư từ, rất phong phú. Chẳng hạn như các từ *chi, hồ, giả, dã, yên, tai, hĩ,* v.v.. Chỉ riêng chữ dã (也) đã có gần 30 cách dùng trong những trường hợp khác nhau. Chính vì thế nên các nhà nho Trung Hoa xưa đã có câu này để khuyên học trò: *"Chi hồ giả dã hĩ yên tai / Dụng đắc thành chương hảo tú tài"* (Ý nói cách dùng các hư từ, như những hư từ trên, rất phức tạp. Dùng chúng nhuần nhuyễn và viết được thành văn thì xem như đã đạt đến mức "công phu thượng thừa", có thể đậu tú tài được). Ngoài ra, nói là ngữ pháp chữ Hán tương đối đơn giản, nhưng khi nghiên cứu kỹ, giống như ngữ pháp của các ngôn ngữ khác, vấn đề thật ra lại không hề đơn giản. Nó cũng có những luật tắc và những cái tế vi như ngữ pháp của các thứ tiếng khác. Vấn đề là chúng ta tiếp cận những ngôn ngữ này đến đâu.

Cái đẹp của Hán ngữ là cấu trúc cân đối, hình tượng giàu sức gợi. Mỗi chữ có thể có lịch sử hàng nghìn năm.

Tất cả những nhận xét hết sức sơ lược trên về những nét đặc thù, phong nhiêu hay khó khăn của một vài ngôn ngữ vừa được lược tả chỉ là một cái nhìn rất thoáng qua. Chỉ để tạm đưa ra một vài "sắc thái ngôn ngữ" của chúng. Người nghiên cứu chuyên sâu sẽ có thể đưa ra hàng trăm, thậm chí hàng ngàn, những ghi chú, nhận xét hay bàn luận về từng ngôn ngữ.

Tóm lại, mỗi ngôn ngữ đều có một hệ thống logic riêng. "Khó nuốt" hay không phụ thuộc vào nền tảng ngôn ngữ mẹ đẻ của người học và cách họ tiếp cận với hệ thống đó. Xét về tiếng Việt, ngôn ngữ Việt, người ta cũng nên nghĩ đến một cách nhìn như thế.

Da Màu: *Cám ơn anh thật nhiều đã trình bày tận tình, khúc chiết để ghi lại một chặng đường đọc và viết của anh, cũng như để đưa ra một cái nhìn và những nhận định về văn học miền Nam và, đặc biệt, Văn Học Hải Ngoại.*

Mong anh cho vài lời cuối để khép lại cuộc nói chuyện này.

Bùi Vĩnh Phúc: Trên những nẻo đường văn học mà tôi đã có dịp dấn bước, trong tâm thức "đi và sống" đó, tôi đã may mắn tìm được những người bạn tốt. Đó là những nhà văn, nhà thơ, những người cầm bút trong mọi lĩnh vực, mọi ngôn ngữ, mọi nền văn hoá, mọi thời đại, nói tóm lại là những người cầm viết ở mọi thời và mọi nơi, đã chia sẻ cho tôi cái sống và kinh nghiệm của họ. Qua tác phẩm của mình. Qua những gì họ viết. Cái đọc làm cho con người đến được với nhau. Những con người cùng thời đại, hay cùng môi trường sống, và những con người vốn cách xa nhau cả nhiều thế kỷ với hàng vạn dặm núi non sông biển. Những núi non của ngôn ngữ, của văn hoá, của những cái khác biệt, và những sông biển của quá khứ, của thời gian. Tất cả chúng ta đã cùng gặp gỡ nhau, và cùng hạnh ngộ. Qua cái đọc.

Những người ta đọc, và những người đọc chúng ta. Và chữ nghĩa là những nhịp cầu. Để những mắt nhìn và những vòng tay được tiếp tục mở rộng mãi.

Xin được cám ơn tất cả những hạnh ngộ ấy.

VIII. 2025

PHẦN VI

•

Phụ Lục

Phụ Lục 1
Một số hình ảnh kỷ niệm

Phụ Lục 2
Thân hữu viết về Bùi Vĩnh Phúc

Một số hình ảnh kỷ niệm

Bùi Vĩnh Phúc thuyết trình về đề tài "Truyện ngắn", lớp báo chí của nhật báo Người Việt, Orange County, Calif. (1985)

Từ trái: *Bùi Bảo Trúc, Bùi Vĩnh Phúc, Nguyễn Xuân Hoàng, Phạm Quốc Bảo, và Ngọc Hoài Phương.*

Một bức ký hoạ của Nguyễn Huy Thiệp (2000). *Tác giả, năm 17 tuổi.*

Từ trái: *Đặng Hiền, Cao Xuân Huy (duỗi chân), Nguyễn Trọng Khôi, Bùi Vĩnh Phúc, Trịnh Y Thư, và Trịnh Nam Sơn. (2010)*

Từ trái: *Trịnh Cung, Bùi Vĩnh Phúc, Đặng Thơ Thơ, Phương Lan, Paulina Đàm Thuý Ngọc, và Hồ Như.*

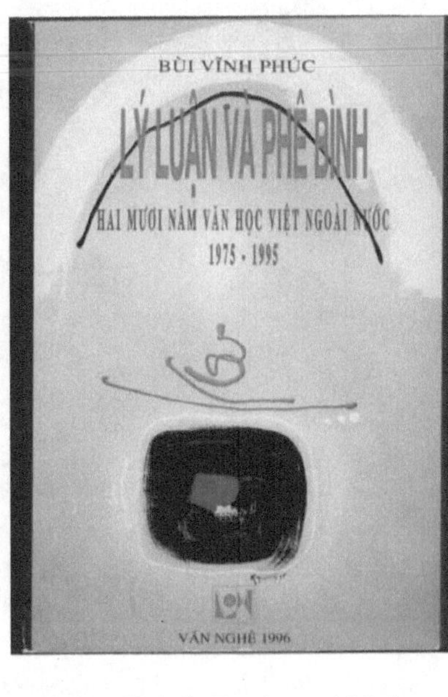

Một bức ký hoạ của Võ Đình (1985). Bìa sách (Khánh Trường, 1996)

Vũ Hoàng Kiều & Bùi Vĩnh Phúc (Hà Nội, ngày đầu năm 2000)

Từ trái: *Bùi Vĩnh Phúc, Đặng Thơ Thơ, Trần Vũ, Đỗ Lê Anh Đào, và Phùng Nguyễn. (2004)*

Sau buổi "xem tranh tại gia" của Trịnh Cung. Từ trái: *Thành Tôn, Trịnh Cung, Trần Yên Hoà, Ann Phong, Phạm Phú Minh, Bùi Vĩnh Phúc, Kiều Chinh, Đặng Phú Phong, Đặng Thơ Thơ, Đỗ Lê Anh Đào, Trịnh Y Thư (đội mũ, đứng khuất sau Anh Đào), và Lê Đình Nhất Lang.*

Bìa sách của Nguyễn Trọng Khôi (bản in ở Mỹ, 2005)

Từ trái: *Võ Đình & một người bạn của anh, Hoàng Khởi Phong, Trương Vũ (Trương Hồng Sơn) và phu nhân (chủ nhà), Nguyễn thị Hoàng Bắc, Bùi Bảo Trúc, Bùi Vĩnh Phúc, và Nguyễn Mộng Giác* [Washington, D.C., 1989]

Từ trái: *Bùi Vĩnh Phúc, Vũ Hoàng Kiều, và Trịnh Cung*

Bìa một bản in tại VN, sách Trịnh Công Sơn (2011). Từ trái: *Hoàng Chính Nghĩa/Lê An Thế, Nguyễn Mạnh Trinh, Bùi Vĩnh Phúc, Nguyễn Đình Toàn, và Hoàng Quốc Bảo.*

Hàng đầu: *Phan Tấn Hải, Vương Ngọc Minh, Hoàng Hưng, Bùi Vĩnh Phúc, Vũ Hoàng Kiều.* Hàng sau: *Đặng Thơ Thơ, Paulina Đàm, Lena Nguyễn, Nguyễn Đức Tùng, Trịnh Y Thư (2017)*

Ảnh trái, bên trái qua: *Nguyễn Hải Hà, Phạm Quốc Bảo, Bùi Vĩnh Phúc, và Nguyễn Mộng Giác.*
Ảnh phải: Quyên Di & Bùi Vĩnh Phúc.

Từ trái: *Bùi Vĩnh Phúc, Đặng Thơ Thơ, Kiều Chinh, Quỳnh Giao, Vũ Thuỳ Hạnh, vợ chồng Trịnh Y Thư tại tư gia BVP (2004)*

Bìa sách của Đinh Trường Chinh (2024). BVP phát biểu trong một buổi ra mắt sách của Nguyễn Xuân Hoàng. Westminster, Calif., tháng VIII, 1987.

Ảnh trái (Từ trái sang): *Nguyễn Đức Tùng, Bùi Vĩnh Phúc, và Trịnh Y Thư.*
Ảnh phải (Từ phải sang): *Hoàng Chính Nghĩa/Lê An Thế, Nguyễn Quý Đức, Nguyễn Huy Thiệp, và Bùi Vĩnh Phúc.*

Tác giả tại Venezia, Italy (trái) và tại Trung Hoa (phải)

Ảnh trái: *Cao Xuân Huy (áo xanh đậm), Bùi Vĩnh Phúc, Trịnh Thanh Thuỷ, Nguyễn Xuân Hoàng, và Nguyễn Đình Toàn (trong một buổi ra mắt sách của Võ Phiến năm 2007).*

Ảnh phải: *Bùi Vĩnh Phúc, Nhã Lan, và Nguyễn Mạnh Trinh (trong studio của* Hồn Việt Direct TV *và* Little Saigon Radio *tại buổi nói chuyện và thu hình trực tiếp với Nhã Lan và Nguyễn Mạnh Trinh, với chủ đề "Tản Mạn Văn Học với nhà phê bình Bùi Vĩnh Phúc", ngày 14 tháng I. 2011.)*

Tác giả tại Château de Versailles, Paris (1989); gần một biển nắng ở California (1981); và trong một buổi giảng tại đại học (khoảng 1992)

•

Bên cạnh và ba trang kế là hình ảnh buổi ra mắt tác phẩm 9 Khuôn Mặt. 9 Phong Khí Văn Chương *của nhà phê bình văn học Bùi Vĩnh Phúc (21 tháng IV. 2024) tại Nhà sách Tự Lực, Orange County, Calif., USA.*

Khung cảnh chung buổi ra mắt sách.
Nhà thơ Đỗ Quý Toàn (áo đen) đang chia sẻ.

GS Trần Chấn Trí & Nhà văn Đặng Thơ Thơ.

Tác giả và một số thân hữu: (Đứng): Phan Tấn Hải, BVP, Paulina Đàm, Nina Hoà Bình Lê. (Ngồi): Trần Chấn Trí, Đặng Thơ Thơ, và Trịnh Y Thư (đội mũ). Ảnh dưới (từ trái): Vợ chồng hs. Phan Chánh Khánh, Ngự Thuyết, Đặng Thơ Thơ, Vũ Hoàng Kiều & Bùi Vĩnh Phúc.

GS Trần Huy Bích & GS Quyên Di

Nhà phê bình chia sẻ và "giao lưu" với khán thính giả và bạn đọc.

Hiệu Ứng của Âm và Thanh trong Thơ qua Lăng Kính của Nhà Phê Bình Văn Học Bùi Vĩnh Phúc

Trần C. Trí (*)

Nhà Phê Bình Văn Học Bùi Vĩnh Phúc là nhà văn, nhà thơ, nhà dịch thuật, nhà giáo và nhà ngôn ngữ học.

Trong cõi phê bình văn thơ vừa mênh mông, dàn trải, vừa tỉ mẩn, rạch ròi của Bùi Vĩnh Phúc, kết quả của một công trình mất nhiều thập niên như cuốn *9 Khuôn Mặt. 9 Phong Khí Văn Chương*, tôi chỉ có thể tập trung vào một vài chỗ nhỏ, rất nhỏ, để nói lên một số nhận xét của mình đối với lối phê bình tài hoa của tác giả về một số câu thơ của Thanh Tâm Tuyền và Bùi Giáng.

Đôi khi, chúng ta chợt quên đi nhà thơ Bùi Vĩnh Phúc, có lẽ là vì những tác phẩm chính của anh là về phê bình văn học, vốn làm nên tên tuổi của anh trong văn chương hải ngoại.

Vì vậy, tôi muốn trích một bài thơ bốn câu của nhà thơ Bùi Vĩnh Phúc, để gọi là mời gọi tất cả chúng ta cùng bước vào không khí thơ ca, mà cũng là đề tài nhỏ của tôi trong bài này:

Cắt

Biển. Đêm giông bão. Nhớ chia lìa.
Ghe cắt vào sông tiếng cắt khuya
Đời cắt vào ta ngọn gió buốt
Em cắt vào ta ánh sao khuê.

Bài thơ thật cô đọng và thấm thía. Chỉ với 28 chữ, nhà thơ đã vẽ nên một bức tranh chứa đựng một âm thanh duy nhất (*Ghe cắt vào sông tiếng cắt khuya*) mà độc giả phải tự "nghe ra", tuỳ theo trí tưởng tượng của mình [1]. Cùng lúc là những hình ảnh cụ thể (*biển, đêm, giông bão, sộng, ghe, sao*), pha lẫn với những hình ảnh trừu tượng (*đời, em, ta*), cảm xúc và cảm giác (*nhớ, chia lìa, buốt*). Động từ "cắt" như lưỡi dao bén ngọt, cứa vào những thực thể và cả vào tâm hồn của tác giả, để lại những chữ, những vần, những tứ thơ đẹp và buồn, đau đớn và mênh mang.

Nhà văn Trần C. Trí và Nhà phê bình văn học Bùi Vĩnh Phúc hôm Ra Mắt Sách, 21 tháng Tư, 2024, tại Nhà sách Tự Lực, Westminster, California.

Cái Tôi ẩn mật và Dương bản thiên nhiên ngày vây hãm trong *Thơ Ở Đâu Xa* của Thanh Tâm Tuyền (hay "Biệt khúc cho Thanh Tâm Tuyền")

Nhưng bây giờ chúng ta hãy trở lại với nhà Nhà Phê Bình Văn Học Bùi Vĩnh Phúc. Có thể sự so sánh này của tôi là khá khập khiễng, nhưng tôi nghĩ, một nhà phê bình văn chương cũng giống như một hướng dẫn viên du lịch. Khi đi ngoạn cảnh, chúng ta sẽ thấy rõ, thấy sâu, thấy nhiều cảm xúc hơn đối với vẻ đẹp của thiên nhiên đang bày ra trước mắt, nếu may mắn có được một hướng dẫn viên kinh nghiệm, nhiều kiến thức, và nhất là nhiều tâm tình, đang cùng chúng ta chiêm ngưỡng một công trình tuyệt mỹ của tạo hoá.

Một áng văn hay một bài thơ, tự nó đã có một vẻ đẹp riêng, nhưng qua bàn tay "phù thuỷ" của một nhà phê bình tài hoa, vẻ đẹp đó sẽ trở nên sống động, tương tác với người đọc qua từng cung bậc cảm xúc của mình.

Điều gì sẽ xảy ra khi một nhà phê bình thơ cũng là một nhà thơ, đồng thời là một nhà ngôn ngữ học? Đó là một sự giao thoa tuyệt diệu giữa thi ca và ngôn ngữ, mà trong đó Nhà Phê Bình/nhà Ngôn Ngữ Học đã soi sáng cho người đọc thấy hiệu ứng âm thanh đóng một vai trò trọng yếu trong nghệ thuật làm những vần thơ đang nằm im lặng trên trang giấy bỗng bừng sống dậy, lấp lánh trong không gian ba chiều, cộng thêm chiều thứ tư nữa là cảm xúc của người thưởng ngoạn bài thơ.

Thi ca khác văn xuôi ở chỗ nó dành cho âm thanh, nhịp điệu một vị trí đặc biệt, nếu không muốn nói là cao hơn những yếu tố cần thiết khác cần có cho một bài thơ, cho dù đó là một bài thơ tự do. Về vị trí của âm thanh trong thi ca, nhà văn/nhà thơ/giáo sư Alberto Ríos (Khôi nguyên giải thưởng thi ca Walt Whitman, 1981) có nhận xét:

"Âm thanh hiện hữu hay không hiện hữu trong một bài thơ—có nghĩa là, với tư cách một người đọc, bạn nhận thức điều này rất rõ ràng, nếu không thì nó chẳng tạo ra điều khác biệt gì ***đáng kể*** *cả. Hai tình trạng này có thể được coi là cường độ âm thanh hay khoảng cách âm thanh. Cường độ âm thanh hiện hữu khi âm thanh là tất cả trong một bài thơ. Khoảng cách âm thanh, trái lại, hiện hữu khi âm thanh chỉ là một hay nhiều thành phần của bất cứ yếu tố nào làm cho bài thơ thành công."*
2

Khi phê bình một bài thơ, Bùi Vĩnh Phúc xem xét nhiều góc độ khác nhau như lời thơ, ý thơ, tứ thơ, vần điệu, nhưng đặc biệt nhất đối với tôi là lúc anh "chiếu" thẳng vào từng từ ngữ, tháo tung nó ra như người thợ sửa đồng hồ, âm và thanh của từng thành phần nhỏ nhất cấu tạo nên chữ đó, để cảm nhận săm soi từng bộ phận chi li của nó. Bùi Vĩnh Phúc "gỡ" một chữ ra, lắng nghe những tín hiệu mà các âm thanh đó mang đến, tạo thành cái hồn của chữ, của câu và của cả bài thơ.

Bùi Vĩnh Phúc làm đầy đủ tất cả những công việc của một nhà phê bình: anh phân tích, so sánh, đối chiếu, trích dẫn, tổng hợp, chiêm nghiệm và cảm nhận, nhưng điều mà anh làm nổi bật lên trên mọi thứ, đó là việc phân tích. Người miền Nam thường nói hai chữ "phân tích" thành "phân tách", và tôi muốn dùng cách phát âm miền Nam này để nói lên tài "phân âm" và "tách thanh" của nhà phê bình, nhà thơ và nhà ngôn ngữ học Bùi Vĩnh Phúc thú vị như thế nào.

Chúng ta thường dùng hai chữ "âm thanh" khi nói về một trong những thuộc tính của ngôn ngữ như một thói quen. Thế nhưng, nếu ngẫm cho kỹ, khi so sánh tiếng Việt với tiếng Anh, chúng ta sẽ nhận ra rằng mỗi chữ trong tiếng Việt đều có đầy đủ "âm" và "thanh", còn từ ngữ tiếng Anh chỉ có "âm" mà không có "thanh". Tất nhiên là tiếng Anh có "trọng âm" mà tiếng Việt không có. Dẫu sao đi nữa, nếu chữ nghĩa trong tiếng Anh hàm chứa hai loại âm, trong khi lại thiếu thanh, thì làm sao có thể trầm bổng, ngân nga khi đem vào thơ ca như trong tiếng Việt được?

Nam Lê, một nhà thơ gốc Việt làm thơ bằng tiếng Anh, cũng nhận thấy vai trò không-thể-thiếu của thanh đối với tiếng Việt (được biểu thị bằng "dấu giọng"/tone marks trong chính tả). Trong bài thơ *Dire Critical* của anh, Nam Lê cho thấy thanh điệu là một phần lớn trong bản sắc của mỗi người Việt (và làm sao có thể thiếu nó trong thi ca?). Bài thơ tiếng Anh nói về tiếng Việt này đậm chất ngôn ngữ học, chơi chữ, nhiều ẩn dụ, nhuốm triết lý, nếu cố dịch ra tiếng Việt e sẽ làm mất đi nhiều màu sắc, hương vị và chiều sâu của nó. Chi bằng chúng ta hãy đọc thẳng nó trong nguyên tác. Đây là phần đầu của bài thơ:

> ***Dire Critical*** [3]
> *All in the tone.*
> *Give us each day our diacritics—our low and high, fall*
> *and rise, our horns and holds:*
> *Flat we are without.*
> *(You like that, no doubt)*
> *Give us our dau* ***sac, huyen, nga, hoi, nang*** [4]*...*

Chắc cũng cùng trong tâm tình này, Bùi Vĩnh Phúc đã say mê đi thật sâu vào thế giới âm thanh của từng chữ, từng âm tiết, thậm chí đến từng âm tố, trong một bài thơ. Muốn cảm nhận hết tài phân tích âm thanh của anh, chúng ta cần có một hiểu biết nhất định về ngữ âm và âm vị tiếng Việt. Bùi Vĩnh Phúc không nói ra điều này trong phần phê bình của anh, mà chỉ tế nhị đưa qua phần cước chú (số 4, 84). Trong phần này, anh trình bày một cách tóm tắt nhưng khá đầy đủ về cấu trúc âm, từ nhỏ đến lớn mà đa số các thứ tiếng trên thế giới cùng có là âm tố, âm tiết, âm tự và âm cú. Anh phân biệt âm đoạn là tầng có "âm điệu", với siêu âm đoạn là tầng có "thanh điệu" (cùng với ngữ điệu và trọng âm).

Về phần thanh điệu, cước chú cho thấy các thanh trong tiếng Việt chia thành hai thành phần: cao độ (hay *âm vực*). Thanh điệu cao (ngang, ngã, sắc) và thanh điệu thấp (huyền, hỏi, nặng); đường nét (hay *âm điệu*) có thanh bằng (ngang, huyền) và thanh trắc (ngã, sắc, hỏi, nặng). Thanh trắc lại chia thành thanh gãy (ngã, hỏi)—trong tiếng Anh được gọi là *curve* tones[5], hay *contour*—và thanh không gãy (sắc, nặng).

Với "hành trang" âm vị học đó, chúng ta có thể bắt đầu thưởng thức tài bình thơ của Bùi Vĩnh Phúc. Khi phê bình thơ của Thanh Tâm Tuyền, ở nhiều chỗ, tác giả cho thấy rằng chính âm và thanh là những yếu tố quyết định mà nhà thơ sử dụng để tạo những hiệu ứng về hình ảnh, âm thanh và nhất là tứ thơ, lột tả tâm tình của tác giả trong bài *Vang Vang Trời Vào Xuân.* Về bốn câu trong bài thơ này:

Đứng vững không khuỵu chân
Trên mảnh đất nghèo khổ
Thở hít tận vô cùng
Ngây say đoá hồng rợ

... Bùi Vĩnh Phúc đã thấu cảm được tâm hồn và ý chí của nhà thơ được diễn đạt, không chỉ bằng cách chọn từ ngữ, mà còn qua thanh âm của những từ ngữ đó. Cách vận dụng các thanh bằng trắc của nhà thơ đã giúp nhà phê bình "đọc" được, đồng cảm được với tính khí khái mà đúng ra chỉ ẩn sâu trong trong tâm thức của một người tù, khó lòng mà nhận diện được:

> *Đoạn thơ thứ hai, bốn câu giữa, xét về vần, về điệu, là những câu đặc biệt. Vần trắc cho những câu hai, bốn và vần bằng cho những câu một, ba. Nhưng cái vần bằng này là một nỗ lực kiên cường, bất khuất của thi sĩ, cố giữ cho thân và lòng mình ở cái thế thăng bằng, không gục ngã, cũng như không biến lòng mình thành một bãi chiến trường của sự oán thù. Người thi sĩ đã cương quyết đứng vững trong cuộc đời.* (66)

Những thanh trắc trong câu thơ làm Bùi Vĩnh Phúc liên tưởng đến sự cứng rắn, còn những thanh bằng khiến anh nghĩ đến sự mềm mại, nhưng không phải là sự yếu đuối:

> *Hai chữ đầu của câu đầu trong đoạn này, "đứng vững", đều là những âm tiết trắc, với những thanh trắc cao, để chỉ sự cương quyết. Từ "không", thanh bằng, cao, vừa như buông lơi của thân xác, cho tâm hồn được mềm lại, vừa như một xác quyết không lay chuyển.* (66-67)

Ít ai trong chúng ta đi vào sâu trong không gian âm và thanh của một chữ tưởng như là rất bình thường như chữ "không" trong câu thơ *Đứng vững không khuỵu chân* như Bùi Vĩnh Phúc. Khi đọc đến đó, phần lớn chúng ta chỉ thấy "không" là "không", là một trạng từ phủ định, cùng lắm là thấy nó diễn tả thái độ bất khuất của nhà thơ, vậy thôi. Còn với Bùi Vĩnh Phúc, trạng từ phủ định này, ngoài lớp vỏ ngoài về chính tả, hình vị và cú pháp, còn có một lớp vỏ âm thanh bên dưới, chứa đựng không những là thanh bằng mà còn là thanh bằng cao, tạo nên một sự pha trộn giữa cái nhu và cái cương tồn tại song song trong một con người không chịu thua số phận.

Tháo rời từng chữ ra để săm soi rồi, Bùi Vĩnh Phúc "ráp" chúng lại với nhau, xem chúng phối hợp nhịp nhàng với nhau thế nào để làm các câu thơ bừng sống dậy[6], thấm đẫm vào tâm tư của người thưởng thức. Trong những bài thơ sau này của Thanh Tâm Tuyền trong tập *Thơ Ở Đâu Xa,* Bùi Vĩnh Phúc đã khám phá ra một khuynh hướng mới lạ, có phần "gai góc", của nhà thơ khi sáng tác trong một giai đoạn mới của cuộc sống, một giai đoạn bể dâu, trong thân phận ngục tù.

Khuynh hướng mới mẻ đó phản ảnh một tâm thức mới, tâm thức phản kháng của một nhà thơ có cùng thân phận câu thúc như nhiều người quanh ông, tuôn ra những vần thơ thừa thanh trắc, ít thanh bằng, như vẽ ra một tâm hồn không còn bình yên, một tâm hồn bời bời tủi hận:

> *Ông rất hay dùng những kết hợp ít thấy trong thơ, như kết hợp trắc-trắc theo dạng cao-cao, một không gãy, một gãy (***đứng vững** không khuỵu chân, **cháy rỡ** mây hồng*); thấp-cao (theo dạng ít thấy, dấu hỏi đi với dấu ngã, cả hai đều gãy:* đứng ngây trời **ẩm sũng***); kết hợp ba âm trắc sát nhau:* gọi nghe **biển dậy sóng, thở hít tận** vô cùng, tim ta **cũng cháy đỏ**, thoáng lơi tay **tỉnh thức ngón** tê mê, nhìn **nắng loé ánh** trên tàn lá, mưa **rối mắt** đong đưa **búp lá nõn** *(câu thơ tám âm tiết mà có tới năm thanh trắc cao, thanh cuối lại gãy).* (69)

Bùi Vĩnh Phúc cảm thụ một câu thơ bằng tâm hồn của một con người, một nhà thơ, nhưng đồng thời cũng bằng kiến thức sâu rộng về ngữ âm học và âm vị học của anh. Trong một câu thơ khác của Thanh Tâm Tuyền, âm tố cuối cùng của câu thơ, theo khiếu thưởng ngoạn của nhà phê bình, chính là yếu tố quan trọng nhất đã gợi cảm giác mạnh mẽ đối với tâm tình nhà thơ muốn gửi gấm đến người đọc. Mấy ai có thể thấy thổn thức chỉ vì một phụ âm đến sau cùng trong một câu thơ như Bùi Vĩnh Phúc? Tôi có cảm tưởng như anh đã đặt phụ âm đó dưới một cái kính lúp và hào hứng mô tả nó cho người đọc có thể cùng anh cảm nhận được những hình ảnh, âm thanh và tình cảm đến từ những đặc điểm vật lý tự nhiên của nó.

Câu thơ đó là *Trời xanh cao vút giếng nước ngọc.* Và Bùi Vĩnh Phúc đã tận tình "mổ xẻ" phụ âm cuối trong chữ cuối cùng của câu thơ, phân tích tỉ mỉ những đặc tính ngữ âm của nó và nắm bắt được hiệu ứng của chúng trong việc gây một cảm xúc hụt hẫng lẫn ngỡ ngàng cho người đọc đối với phong cảnh được miêu tả trong câu thơ này:

> ... *Âm tiết ngọc cuối cùng lại mang trong nó một thanh trắc thấp, cũng không gãy, nhưng âm tố cuối của nó, "c", "cờ" [k] lại là một âm tắc, vô thanh*[7]*, âm bị tắc một cách đột ngột như hạ cái nhìn của con người một chút xuống "đáy giếng" và sững lại ở đó, bàng hoàng, trong một tâm thế và một cái nhìn quán chiếu đầy ảo hóa và thơ mộng, để thấy cái chất ngọc lung linh lóng lánh thơm và xanh biếc của bầu trời.* (71)

Cảm xúc của nhà phê bình thơ, như ta đã thấy, đến từ âm thanh trong những câu thơ. Anh đã nghiêng về phía "cường độ âm thanh", thay vì "khoảng cách âm thanh", như nhà thơ Ríos đã nhắc đến trong phần đầu của bài viết này.

Vấn Đề Thẩm Thức Một Tác Phẩm Nghệ Thuật
Trích đoạn bàn về thơ của Bùi Giáng

Bây giờ chúng ta hãy cùng nhìn qua phần phê bình khác của Bùi Vĩnh Phúc đối với hai câu thơ của thi sĩ Bùi Giáng trong một trích đoạn từ tiểu luận của anh. Ngoài một số chỗ mà Bùi Vĩnh Phúc phân tích rất tỉ mỉ về cú pháp, hình vị và ngữ nghĩa trong thơ của Trung Niên Thi Sĩ, anh vẫn không bỏ qua phần phân tích ngữ âm sở trường của mình. Điều hết sức thú vị ở đây là Bùi Vĩnh Phúc đã cho chúng ta thấy nhiều cách cấu âm của từ ngữ đã gợi ra những hình ảnh độc đáo mà người đọc có thể hình dung ra một cách vô cùng linh động. Thông thường, người đọc một bài thơ có thể mường tượng ra một hình ảnh qua cách dùng từ ngữ của nhà thơ hay những mỹ từ pháp như ẩn dụ, hoán dụ, so sánh, v.v. Đối với Bùi Vĩnh Phúc, hình ảnh còn đến từ âm thanh nữa. Bàn về hai câu thơ *Bây giờ em ở nơi đâu/Cỏ trên mình mẩy em sầu ra sao,* anh tỉ mỉ phân tích:

> *Về phương diện phát âm học, âm "âu" trong "nơi đâu" và "sầu" là một âm chúm. Tôi muốn nói là khi phát ra âm này, đôi môi người đọc hay nói phải chúm lại. Động tác chúm môi tạo hình ảnh một cái hôn, một sự trao gửi, yêu thương.* (356)

Chưa hết, đó chỉ là về cách phát âm nhị trùng âm "âu" trong chữ "đâu" mà thôi. Bùi Vĩnh Phúc còn "giải phẫu" luôn phụ âm đứng đầu trong chữ này, miêu tả vị trí phát âm của phụ âm đó, cùng với thanh điệu của toàn chữ, và anh cho thấy các đặc tính ngữ âm này đã góp phần đáng kể trong việc diễn tả thái độ và tình cảm của người nói:

> *Từ "đâu" bắt đầu bằng phụ âm "đờ" trong tiếng Việt, là một âm mà khi phát ra, đầu lưỡi phải chạm vào thành lợi ở ổ răng phía sau những răng cửa của hàm trên. Tiếng Anh gọi âm này là "apico-alveolar". Gần giống như âm [d] của những từ "do, did" trong tiếng Anh... Từ "đâu" lại có thanh phù bình chứ không phải trầm bình. Bởi thế, câu hỏi được đặt ra một cách nhẹ nhàng, âu yếm: Em ở nơi đâu?* (356)

Bùi Vĩnh Phúc còn xét đến một khía cạnh trong phương ngữ học trong câu thơ kế tiếp của Bùi Giáng, *Cỏ trên mình mẩy em sầu ra sao*. Đối với anh, một câu thơ không chỉ đơn thuần là dòng chữ mực đen nằm trên giấy trắng một cách câm lặng. Anh nghe chừng như chàng thi sĩ đã từng "lùa bò vào đồi sim trái chín" thủ thỉ câu thơ này với người yêu cũ bằng một giọng đậm đà của xứ "khúc ruột miền Trung", đặc biệt là cách phát âm của một phụ âm đầu có thể giúp phân biệt một người nói giọng Bắc với một người nói giọng của miền khác. Ở chỗ này, nhà phê bình bỗng trở thành một ông giáo đứng trước bảng đen, đang say sưa bình thơ, đồng thời lồng vào đó là bài học ngữ âm bậc đại học:

> *Từ "sầu" bắt đầu bằng phụ âm "sờ", đọc là [s] (voiceless alveolar fricative) theo lối Bắc, hoặc đọc là [ʂ] (voiceless postalveolar retroflex fricative) theo lối Nam hoặc Trung, đều*

là những âm xát xuýt (fricative), phát ra hơi gió (sibilant) một cách liên tục. Tuy nhiên, nếu đọc theo lối Nam và Trung [ʂ] (âm quặt lưỡi) thì cuống lưỡi phải chạm vào phần vòm cứng ở ngay sau ổ răng cửa hàm trên, hơi gió được cuộn, ép lại, và đẩy ra mạnh hơn. Nếu đọc theo lối Bắc [s] (âm chân răng) thì nó cũng giống như trường hợp của âm [d] trong "đâu". Bùi Giáng sinh ở Quảng Nam, người miền Trung, cho nên chắc đọc "sầu" với âm đầu là [ʂ]. Từ "sầu", như thế, sẽ có âm gió thở mạnh ra (dù phần nào nghe nặng và đặc hơn so với âm [s]), lại thêm thanh trầm bình (huyền) đè xuống một cách thiết tha, nặng và buồn, da diết, rất hợp với tâm trạng của thi sĩ. (356)

Tôi nghĩ như thế này, có lẽ là từ trước tới giờ mình đọc chưa đủ nên biết chưa tới, nhưng cũng có thể là từ trước tới giờ chưa có ai phê bình thơ mà đi vào tận cùng của thế giới âm và thanh như Bùi Vĩnh Phúc. Anh dùng ngôn ngữ học để lột trần ngôn ngữ trong thi ca. Tôi vẫn cho rằng thơ văn là nơi thăng hoa tột cùng của ngôn ngữ loài người. Đặc biệt là trong thơ ca tiếng Việt, ngôn ngữ đã được thể hiện một cách rốt ráo qua phần tinh hoa nguyên thuỷ của nó: đó là phần âm điệu và thanh điệu. Đối với những người thưởng thức hay phê bình thơ có khuynh hướng nhận nhìn "cường độ âm thanh", thì âm thanh là thế mạnh, là chất liệu chính của một bài thơ, và Bùi Vĩnh Phúc đã giúp chúng ta soi rọi chói chang vào phần nổi bật nhất đó bằng khối óc, trái tim, bằng cảm xúc, cảm hứng và bằng tài hoa của một nhà phê bình văn học mà dòng văn chương Việt hải ngoại may mắn có được trong thế kỷ 21 này.

(*) Nhà văn, TS. Hiện đang giảng dạy về Romance languages và Vietnamese tại University of California, Irvine.

[1] Một dạng của "auditory imagery", một trong những thi pháp đòi hỏi người đọc phải "hình dung" ra âm thanh.

[2] *Nguyên văn* "Sound exists or does not exist in a poem--that is, as a reader you are very aware of it, or else it makes
no *particular* difference. These two conditions may be thought of as sonic intensity and sonic distance. Sonic intensity is when the sound is everything in a poem. Sonic distance, on the other hand, is when sound

is simply one more part of whatever makes the poem successful." *Mooring Against the Tide: Writing Fiction and Poetry.* Ed. Jeff Knorr and Tim Schell. Upper Saddle River, NJ: Prentice Hall, 2001. "Degas in Vegas: Some Thoughts on Sound in Poetry." 34-37.

[3] Nam Lê chơi chữ trong tựa đề này, biến tính từ "diacritical" ('thuộc về dấu giọng') thành danh ngữ "dire critical" ('lời phê bình tàn khốc').

[4] Le, Nam. trích trong "36 WAYS OF WRITING A VIETNAMESE POEM." *The American Poetry Review*, vol. 52, no. 2, Mar.-Apr. 2023, pp. 23+. *Gale Literature Resource*

[5] Andrea Hoa Pham, *The Key Phonetic Properties of Vietnamese Tones: A Reassessment* - Paper at the 15th International Congress of Phonetic Sciences, Barcelona, 2003.

[6] Bùi Vĩnh Phúc dùng động từ rất gợi hình là "bám" để mô tả sự kết hợp khắng khít có dụng ý của Thanh Tâm Tuyền giữa các âm tiết trong câu thơ.

[7] Thuật ngữ "thanh" dùng trong phần phê bình của Bùi Vĩnh Phúc chỉ hai khái niệm khác nhau: Khái niệm thứ nhất thuộc về âm vị học/phonology, trong tiếng Anh là "tone", ví dụ như "thanh sắc"/high-level tone (như trong cước chú của tác giả về hệ thống thanh tiếng Việt); khái niệm thứ nhì (dùng trong trích đoạn này) thuộc về ngữ âm học/phonetics, trong tiếng Anh là "voicing". Tác giả miêu tả âm [k] là "vô thanh"/voiceless, đối lại với âm [g] (cũng cùng vị trí phát âm là âm ngạc mềm/velar consonant) là phụ âm "hữu thanh"/voiced.

Bùi Vĩnh Phúc:
Nhà Phê Bình của Thơ Mộng, U Hiển

Phan Tấn Hải (*)

Tuyển tập "**9 Khuôn Mặt. 9 Phong Khí Văn Chương**" của Bùi Vĩnh Phúc là những trang sách phê bình văn học độc đáo, nơi đây 9 người cầm bút nổi tiếng của Miền Nam – Thanh Tâm Tuyền, Mai Thảo, Vũ Khắc Khoan, Võ Phiến, Nguyễn Mộng Giác, Nguyễn Xuân Hoàng, Phạm Công Thiện, Bùi Giáng, Tô Thùy Yên – được chiếu rọi trên trang giấy rất mực trân trọng, công phu, phức tạp, và nổi bật là kiểu phê bình văn học rất mực thơ mộng của họ Bùi.

Tuyển tập "9 Khuôn Mặt..." dày 440 trang của Bùi Vĩnh Phúc có một điểm đặc biệt: bạn chỉ cần đọc khoảng mười trang sẽ nhận ra tự thân tuyển tập cũng là một sáng tác văn học vì chính bút pháp phê bình của họ Bùi cũng đầy sương khói nghệ thuật. Chúng ta có thể nghiệm ra rằng, một tác phẩm nghệ thuật, thí dụ, ca khúc "Hương Xưa" của nhạc sĩ Cung Tiến, tuy ngắn chỉ có 5 phút, nhưng tuổi thọ có thể là vài thập niên hay vài thế kỷ, vì thỉnh thoảng chúng ta lại có thể nghe lại dòng nhạc của Cung Tiến, năm sau, mười năm nữa, và nửa thế kỷ nữa. Đó là tuổi của nghệ thuật. Tương tự, các bài thơ của Thanh Tâm Tuyền, Bùi Giáng, truyện của Nguyễn Mộng Giác và tất cả tác phẩm của 9 người trên, tuổi thọ không chỉ trong vài trăm trang sách. Như Truyện Kiều của Nguyễn Du, đôi khi gắn bó rất là lâu dài với hồn thơ của một dân tộc. Và cũng tương tự, với văn phong cực kỳ thơ mộng của Bùi Vĩnh Phúc, tuyển tập phê bình này trở nên có một đời sống riêng, tuổi thọ đã vượt xa hơn 440 trang, và chúng ta có thể đọc đi đọc lại, cũng tương tự như khi nghe nhạc Cung Tiến.

Và chất thơ trong văn phong phê bình của Bùi Vĩnh Phúc cũng biến đổi, không đơn điệu. Thí dụ, trong sách "9 Khuôn Mặt…" nơi bài "**Mấy Tưởng Khúc với/về Phạm Công Thiện**," trong tiểu mục phần III có nhan đề "Đêm và ngày, và Phạm Công Thiện, và bốn mươi bảy năm trôi qua trên mặt đất (Đọc và nhìn lại Phạm Công Thiện qua "Đi cho hết một đêm hoang vu trên mặt đất")" Bùi Vĩnh Phúc nhìn về họ Phạm, như sau:

> "*Ngửi một mùi thơm, người ta nhớ lại bao nhiêu cảnh đời đã sống, bao nhiêu xuân xanh đã vụt qua, bao nhiêu mộng tưởng đã bay thành khói chiều. Và những con người, những quyển sách, những ngày tháng đã đi qua, những nơi chốn đã trở thành ký ức, những rượu mạnh của tuổi trẻ, những nhiệt hứng của những ngày chân đạp trên gió sớm để bước vào đời. Tất cả những mùi vị những trái cây những rượu ngon của cuộc đời đó bỗng bây giờ trở lại khi người ta hơn bốn mươi bảy tuổi, người ta ngồi bên khung cửa sổ nhìn ra cây cam sai trái và những con quạ trọc đầu trượt chân té lên té xuống và tiếng lóc cóc của những con ngựa gõ vào trí nhớ. Người ta ngồi và viết ra những con kiến nhỏ của cuộc đời. Những con kiến đi vào mọi thứ ngõ ngách, mọi thứ lỗ hổng của đời sống. Những con kiến hồn nhiên, vui tươi, say mê, thô tục, lãng mạn, phất phơ, ngờ nghệch, thông minh, sáng sủa, u tối, mệt mỏi, ngạo mạn, tự chế, tự phúng, tự hào, tự mãn, tự ái, tự kiêu, tự hạ, tự tri, tự túc. Những con kiến hay có ý nghĩ tự tử nhưng luôn luôn tự triển hạn. Những con kiến, cũng như những dòng chữ kia, chưa muốn tự xoá. Chúng vẫn còn tiếp tục muốn đi trên những cành cây xuân hạ thu đông lưu dấu cuộc đời. Đi, như là một hành động để tìm kiếm ý nghĩa đích thực của sự sống.*" (trang 297-298)

Đó. Chúng ta vừa đọc nơi đó: Bùi Vĩnh Phúc phân tích tác phẩm Phạm Công Thiện, nhưng chính họ Bùi cũng đang làm thơ, khi lật qua trang sách, ngửi thấy một mùi thơm, và rồi một thế giới mới hiện ra, khi "*tiếng lóc cóc của những con ngựa gõ vào trí nhớ*" … Than ôi, thơ của Bùi Vĩnh Phúc đang trải nghiệm, đang đọc, đang thẩm định, đang hít thở thế giới thơ của Phạm Công Thiện. Thế giới thơ này đang phả hồn vào thế giới thơ kia. Có vẻ như hai nhà thơ Bùi và Phạm đang tương tác nhau, bay bổng trên trang giấy. Những dòng chữ này sang năm đọc lại cũng thấy hay, mười năm nữa đọc lại cũng không cũ. Đó chính là sức mạnh của văn học. Lấy đâu ra một nhà phê bình văn học thơ mộng như Bùi Vĩnh Phúc? Hiển nhiên, tuổi thọ của sách này thấy rõ là dài hơn 440 trang, và là một không gian thơ rất mực lãng đãng của họ Bùi đang thở vào 9 thế giới văn học kỳ vĩ của ngôn ngữ Việt.

Vấn đề không chỉ là thơ mộng. Cuộc đời sâu thẳm hơn những gì chúng ta có thể hình dung. Ý nghĩa của cuộc đời ở đâu? Nơi trang sách? Vậy thì, khi chữ mờ đi với thời gian, khi sách bị đốt cháy, phải chăng dưới những tầng vô ngôn là ý nghĩa sâu thẳm? Bùi Vĩnh Phúc khi kết thúc một bài về Phạm Công Thiện đã nhắc tới một câu thường gặp trong Kinh Phật là "ư nhữ ý vân hà?" (vậy thì, ý của ngươi nghĩ sao?)... Chúng ta có thể nhớ rằng, Bùi Vĩnh Phúc là một giáo dân Công Giáo, nhưng trong cương vị dạy văn học bậc đại học, phải đọc và nghiên cứu rất nhiều lĩnh vực khác nhau. Và câu trích dẫn Kinh Phật để cuối một bài viết rất mực thơ mộng như để nhắc lại về những thắc mắc lớn của nhân loại, trích:

> "*...người ta cũng có thể nói: Hãy đốt bỏ tất cả các cuốn sách của Phạm Công Thiện, và chỉ giữ lại những ý tưởng thơ mộng của ông, những suy nghĩ đắm đuối và dạt dào của ông, những tư tưởng đằm sâu của ông. Về sách vở, về tư tưởng, về thơ ca, về triết lý, và về cuộc đời. Nói chung. Những điều đó là thể tính, là căn cốt và hơi thở của một người, theo tôi, đã lãng đãng và lênh đênh-thơ mộng-hồn nhiên-tha thiết đi vào và đi qua cuộc trần gian này.*
>
> *Ư nhữ ý vân hà?*" (trang 290)

Trong văn phong phê bình của Bùi Vĩnh Phúc, những suy nghĩ cực kỳ phức tạp đôi khi hiển lộ ra khi phải nói tới những căn để ý nghĩa của đời người. Chúng ta hiện hữu trong cõi này. Ý nghĩa của hữu thể là gì? Và khi cuộc tồn sinh kết thúc, tức là cái chết, có phải chúng ta đang đối diện với hư vô? Bùi Vĩnh Phúc nhận định rằng thơ Thanh Tâm Tuyền cũng là những dòng suy tư về ý nghĩa tồn sinh, về cái hướng-tử của mệnh người.

Bùi Vĩnh Phúc viết trong bài "**Cái Tôi kỳ việt và Âm bản Thành phố/Tình yêu trong thơ tự do Thanh Tâm Tuyền (*) hay "Thanh Tâm Tuyền, người thi sĩ ấy"**" trích như sau:

"*Nếu nhìn hiện sinh con người, như trong cái nhìn của Heidegger, là một hữu thể bước vào thế gian, một sự Tồn tại trong Thế gian (In-der-Welt-Sein), thì con người được ném vào sự hiện diện của chính mình. Tồn tại trong Thế gian là một cơ cấu nền tảng của hiện hữu. Và con người là một Hữu-thể-hướng-tử, tức một tồn tại, một hiện hữu cho cái chết, hướng về cái chết (Sein-zum-Tode). Con người đi trước vào cái chết. Như thế, suy nghĩ của nhà thơ là một điều tự nhiên. Thanh Tâm Tuyền có lẽ đã nhận thức được điều ấy. Yếu tính của con người là một trạng thức hiện hữu, và yếu tính ấy thuộc về thế giới hiện tượng, xuất hiện ra để mà qua đi. Bởi vậy, trong triết lý của Heidegger, khởi điểm của Hữu thể là Vô thể. Là Hư vô, Hư không. Trong Hư vô và qua cái Hư vô, con người nhận biết được hiện hữu mình, tồn tại mình. Và Hữu thể, như thế, được đồng hoá, hay có sự gắn bó, kết hợp với Hư vô. Suy tư về Hư vô làm con người ý thức về ý nghĩa cuộc tồn tại, hiện sinh của mình. Điều đó làm nó sống có dự phóng, có ý nghĩa hơn.*" (trang 30-31)

Như thế, bầu trời thơ của Thanh Tâm Tuyền cũng là một tiếng kêu giữa trời hư không về một ý nghĩa của cõi người. Bùi Vĩnh Phúc tự giải thích về cách anh đọc thơ Thanh Tâm Tuyền. Một cách khác, đúng như thế. Họ Bùi đã phê bình kiểu cực kỳ thơ mộng, nơi phần 4 của bài trên về thơ Thanh Tâm Tuyền, trích:

"*Tôi muốn làm một điều khác, nhìn một cách khác.*

Nhịp điệu của hình ảnh, nhịp điệu của ý tưởng, nhịp điệu của ý thức. *Hãy nghĩ đến một rừng cây. Một rừng cây nguyên sinh, chẳng hạn. Cây mọc trong rừng không cần vần, không theo vần, không nhất thiết phải ngay hàng thẳng lối. Có ánh nắng là có sự sống, có sự mọc lên và trưởng thành. Có tiết tấu riêng của chúng. Có tình yêu là có sự sống, có sự phát triển. Cây cối mọc cùng nhau có tình yêu dành cho nhau không? Hẳn là phải có. Chúng hẳn là phải "phải lòng" nhau, phải yêu thương nhau mới mọc lên cạnh nhau như thế. Con người, trong "bối cảnh" này, có lẽ chỉ là một cái duyên, nếu có thể nói được như thế, một chút duyên phù trợ. Một chút duyên, trong lẽ nhân duyên. Cả một rừng cây, như một bài thơ, cho ta thấy rõ nhịp điệu của hình ảnh, cho dù cây cối có thể không mọc "ngay hàng thẳng lối" để "tiếp ứng" nhau. Còn ý tưởng và ý thức? Chắc là có đấy. Một*

> *rừng cây cũng sẽ có riêng trong chúng một nhịp điệu về ý tưởng và ý thức nào đó, nhìn từ góc độ của Kẻ Sáng Tạo, của Thiên Nhiên, của Trời Đất. Những bài thơ của Thanh Tâm Tuyền, chẳng hạn như các bài* Vĩ Tuyến, Chim, Lệ Đá Xanh, Hoa, Bến Tàu, Mưa Ngủ, *chẳng hạn, đều có thể nhìn như những cánh rừng như thế. Chưa kể những bài dài hơn, hay gần chất văn xuôi hơn.*" (trang 45)

Thế đó. Bùi Vĩnh Phúc phê bình văn học, và phê bình cũng tự thân là thơ. Và cái chất thơ của đời sống, đôi khi nằm ngoài ngôn ngữ. Tức là, vô ngôn. Có lẽ, bài phức tạp nhất của Bùi Vĩnh Phúc trong tuyển tập "9 Khuôn Mặt…" là bài về Vũ Khắc Khoan, người nổi tiếng về các vở kịch theo một hình thức kịch rất là mới. Và đó cũng là lý do Bùi Vĩnh Phúc đối chiếu song trùng Vũ Khắc Khoan với nhà soạn kịch Samuel Beckett, người nổi tiếng trong phong trào tiểu thuyết mới. Kịch bất lợi là không được chú trọng trong thế giới văn học Việt Nam. Độc giả trẻ ở hải ngoại lại càng ít biết tới Vũ Khắc Khoan. Nhưng các nhận định của Bùi Vĩnh Phúc có thể là một giới thiệu về một thế giới kịch, nơi ngôn ngữ nghệ thuật như một cái cớ để nói lên cái thế giới đầy phi lý không minh giải (nơi chúng ta cũng là các nhân vật đứng nơi các ga xép cõi đời để chờ một giải thích từ nhân vật Godot không ai biết tới).

Trong bài "**Vũ Khắc Khoan & Samuel Beckett: Nghệ Thuật, Như Một Cái Cớ**," Bùi Vĩnh Phúc nói về cái nhìn của Vũ Khắc Khoan về một hình thức kịch rất mới, trích:

> "*Vũ Khắc Khoan yêu sự vô ngôn này. Ông cũng nhắc đi nhắc lại nhiều lần cái quan niệm của ông cho rằng một vở kịch lớn là một vở kịch không có khán giả. Khán giả với diễn viên là một. Khán trường và sân khấu không còn sự ly cách (sự ly cách này vốn dĩ đã thật là mỏng manh trong bản chất của kịch).*"(trang 148)

Nhưng, nhân loại không thể vô ngôn được. Do vậy, lời nói phải bật ra, và sự sống hiển lộ. Bùi Vĩnh Phúc phê bình kịch Vũ Khắc Khoan mà y hệt như đang tự đối thoại với lòng mình, trích:

> "*Đối thoại sẽ làm bật tung hiện hữu, bật tung sự sống. Anh sống thế nào thì anh nói làm vậy. Ngôn ngữ như một cuốn sách mở ra để người khác nhìn vào nội-dung-anh. Một thế giới phi lý có thể tự trình bày nó bằng những đối thoại phi lý. Một thế giới*

trống rỗng có thể tự mở ra bằng những âm thanh và cuồng nộ. Ở đây, con người chẳng có chọn lựa, xao xuyến gì để chứng tỏ là mình sống cả. Tôi nói, bởi thế tôi sống. Đây thực là một chân lý giản dị. Bởi vì tôi phải làm một cái gì trong khi chờ đợi. Tôi phải làm một cái gì đó để chứng tỏ sự có mặt của tôi. Vậy thì, hãy nghe một nhân vật của Vũ Khắc Khoan trong Ga Xép gợi chuyện..." (trang 163)

Như chúng ta đã nói nơi đầu bài, Bùi Vĩnh Phúc ngoài yếu tố chủ đạo là thơ mộng, vẫn còn các phương diện công phu, phức tạp… Nơi đây, một học giả họ Bùi hiện ra. Chỗ này, tôi xin thú thật rằng, với bản chất là một nhà báo lâu năm, đã quen với cách viết đơn giản trong đời thường, tôi hơi khựng lại khi đọc những dòng phân tích ngữ học, phức tạp. Bùi Vĩnh Phúc chỉ làm cho tròn chức năng phê bình, cho nên, chỗ phức tạp thì phải nói phức tạp. Dĩ nhiên, thơ Bùi Giáng bên cạnh yếu tố thơ mộng, giỡn chơi, cũng là những hí lộng về ngữ pháp và mật nghĩa hiện sinh.

Trong bài viết nhan đề "**Trích đoạn bàn về thơ của Bùi Giáng trong tiểu luận 'Vấn đề thẩm thức một tác phẩm nghệ thuật' của Bùi Vĩnh Phúc**" (một kiểu đặt nhan đề dài và phức tạp của Bùi Vĩnh Phúc), chúng ta đọc thấy họ Bùi dẫn ra 2 câu thơ của Bùi Giáng và phân tích về cách đặt câu phức tạp, trích như sau:

"Bây giờ / em ở nơi đâu
Cỏ trên mình mẩy em / sầu ra sao

Trên quan điểm từ-vụ-học, và hiểu một cách bình thường, thì câu lục bắt buộc phải ngắt 2-4, câu bát 5-3. "Bây giờ" là một trạng từ, đứng vai trò của một trạng ngữ (adverbial phrase), phải được tách ra khỏi mệnh đề chính. Mệnh đề "em ở nơi đâu" là một câu hoàn chỉnh và ngắn, không cần tách đoạn.

Câu bát, nguyên cả cụm từ "Cỏ trên mình mẩy em" là chủ từ. Nó là một danh-ngữ (noun phrase), đứng vai trò chủ ngữ (subject) và không thể tách ra được. Dù sao, ta nhận thấy trong cụm từ này, "Cỏ" là danh từ chính, và "trên mình mẩy em" (hiểu ngầm động từ "mọc") là trạng ngữ chỉ nơi chốn (hay vị trí), làm rõ nghĩa cho danh từ "cỏ" (hay rõ và đúng hơn là cho động từ hiểu ngầm "mọc"). Cụm từ "sầu ra sao" là vị ngữ (predicate), trong đó "sầu" là bổ túc từ (complement) (với động từ "thì" được hiểu ngầm), "ra sao" là trạng từ. Trong

> *Anh và Pháp ngữ, cũng như trong một số ngôn ngữ khác, trạng từ "ra sao" này được một luật biến hóa (transformational rule) cho phép nhảy lên đầu câu để biến thành những từ* How *và* Comment, *v.v.; đồng thời luật này lại kéo theo một luật nữa, bắt buộc việc đảo ngược chủ từ và động từ trong câu...*" (trang 355)

Có vẻ như nhà thơ Bùi Giáng đang đùa giỡn, kiểu như "Bây giờ em ở nơi đâu, Cỏ trên mình mẩy em sầu ra sao" khi nói chuyện với một cô bạn nhỏ nào đó. Khi bạn nói chuyện với một cô bạn gái nhỏ, hiển nhiên bạn không thể bảo cô này rằng bạn đang khởi đầu bằng một danh ngữ rồi kế tiếp là chủ ngữ, và vân vân. Có phải nhà phê bình Bùi Vĩnh Phúc đã đi quá đà khi phân tích ngữ học phức tạp như thế? Nghĩa là, trong khi Bùi Giáng tiên sinh đang thì thầm hỏi cô bạn đang thẹn thùng rằng cỏ mọc có sầu chăng, thì Bùi Vĩnh Phúc dí ống kính hiển vi vào chỗ cỏ mọc để thắc mắc rằng có phải cỏ mọc ngược vì đảo ngược chủ từ và động từ… Than ôi, mệt vô cùng, khi đọc như thế. Nhưng cũng là hứng thú vô cùng khi chữ nghĩa mọc ra cỏ sầu.

Nơi một mặt khác, Bùi Vĩnh Phúc cũng nhìn thơ Bùi Giáng như những trận mưa chữ giữa trời thơ mộng. Nơi đây, Bùi Vĩnh Phúc viết y hệt như làm thơ, một kiểu phê bình văn học hệt như đang làm thơ. Và trên những dòng chữ Bùi Vĩnh Phúc, chúng ta đang nhìn thấy những mưa nguồn cố quận, sương mù bến cũ… Trời ạ, sao đã có một nhà thơ Bùi Giáng, mà lại bỗng hiện ra một nhà phê bình Bùi Vĩnh Phúc, để rồi chúng ta đọc mà ngẩn ngơ trên từng trang giấy. Bùi Vĩnh Phúc đã viết trong bài có nhan đề "**Bùi Giáng, bước chân đi tìm hồn nguyên tiêu và một màu hoa trên ngàn**" những dòng thơ mộng như sau, trích:

> "*Bùi Giáng đã ra đi rồi. Nhưng vầng trăng ông để lại vẫn mãi còn nguyên một màu sơ thủy. Những lá hoa cồn hay những dòng chữ mà ông để lại cho đời vẫn thấp thoáng mãi trong những bóng sương mù của thi ca, của hồn nguyên tiêu ngày cũ. Mãi mãi, chúng sẽ còn để ngân lại trong lòng những người yêu quý ông những tiếng gọi trở về. Trở về bến sơ đầu của những cơn mưa nguồn ngày cũ, của những bài ca quần đảo hoang vu, của những lời cố quận mịt mù gang tấc. Hẳn đã nhiều lần trong cuộc tồn sinh của mình, Bùi Giáng đã nhận thấy rằng quê hương của ông, cố quận của ông đã không còn như xưa. Dù quê hương hay cố quận đó có được hiểu như thế nào đi nữa thì ông cũng đã "chết nhiều lần trong trận sống"*, và trong cuộc

*đời này, hình như nhiều lúc ông đã lạc mất lối về. Bởi thế, để tìm về đường xưa lối cũ của những hồn nguyên tiêu (*Ngõ ban sơ, hạnh ngân dài / Cổng xô còn vọng điệu tài tử qua / Lỡ từ lạc bước bước ra / Chết từ sơ ngộ màu hoa trên ngàn*), có lẽ người thi sĩ ấy chỉ còn có thể tìm về và tìm vào những cuộc chiêm bao..."* (trang 342)

Một nhà văn có tác phẩm gắn liền với lịch sử nhiều nhất là Nguyễn Mộng Giác. Kể cả lịch sử xây dựng văn học hải ngoại, và cả những hình ảnh lịch sử trong các tác phẩm, dù trường thiên tiểu thuyết hay truyện ngắn. Cả Bùi Vĩnh Phúc và Nguyễn Mộng Giác đều là thuyền nhân, vượt biển sau năm 1975. Những ngày đầu tiên cầm bút để sáng tác văn học ở hải ngoại là những ngày rất mực gian nan. Trong tuyển tập "9 Phong Khí…" Bùi Vĩnh Phúc kể lại những ngày hình thành văn học hải ngoại, trong đó Nguyễn Mộng Giác đứng ra gánh vác những phần nặng nhọc.

Trong bài viết nhan đề "**Nhớ Nguyễn Mộng Giác. Và tưởng nhớ một thời văn**" Bùi Vĩnh Phúc kể về những bước khởi đầu, trích:

"Năm 1985, chúng tôi có dịp ngồi chung với nhau cùng với một số bạn văn như Nguyễn Bá Trạc, Hoàng Khởi Phong, Phạm Quốc Bảo, Cao Xuân Huy... để làm nguyệt san Văn Học Nghệ Thuật (bộ mới), rồi sau đó là Văn Học. Những bước khởi đầu của tờ báo này, cùng với những khó khăn và những kỷ niệm mà chúng mang lại, đã luôn là những rung động không hề tắt—tôi nghĩ như thế—của tất cả anh em chúng tôi mỗi khi có cơ hội nhìn lại hay làm sống lại trong tâm hồn mình những ngày tháng đó. Tôi sẽ không kể lại những chuyện ấy ở đây. Nhưng tôi muốn nói là những kỷ niệm ấy đẹp. Đó là những kỷ niệm của một nhóm "đầu xanh tuổi trẻ", lưu vong bên ngoài đất nước, yêu văn chương chữ nghĩa Việt, thiết tha với sự mơ mộng và những lý tưởng đáng yêu của mình, và đã dám đánh đổi nhiều thứ để có được tờ báo ấy và những kỷ niệm ấy. Có những người trong chúng tôi, trong đó ít nhất là Nguyễn Bá Trạc, Nguyễn Mộng Giác và Hoàng Khởi Phong, cách này hay cách khác, đã viết về những ấn tượng và rung động mà thời kỳ này còn để lại trong lòng họ. Cho dù mỗi người có một phong cách, một văn cách riêng, với những bảng màu kỷ niệm riêng, với những âm sắc riêng và những độ rung khác nhau nơi những kỷ niệm chung, tôi nghĩ tất cả chúng tôi đều đã chia sẻ với nhau những nét chung

> *nhất và đẹp tươi của những kỷ niệm ấy, cho dù cũng có những chỗ những nét mực kia đã bị thời gian làm cho phôi pha đi ít nhiều.*" (trang 237-238)

Nhà văn Nguyễn Mộng Giác hiện ra như một người khổng lồ, cả trong đời thường, khi cưu mang nhiều bạn văn nghệ, và cả trong văn học, khi sáng tác những bộ trường thiên dẫn tới những cuộc tranh luận đầy sóng gió. Để thấy được tầm vóc khổng lồ đó của Nguyễn Mộng Giác, phải cần tới một nhà phê bình văn học có đôi mắt nhìn được xuyên suốt sáu cõi. Bùi Vĩnh Phúc đã đóng được vai trò của thiên lý nhãn đó, một cách thơ mộng, một cách xuất sắc.

Trong bài viết nhan đề "**Trên những lớp sóng của mùa biển động**" với ghi chú nơi tiểu đề là (Bài nói chuyện về tác phẩm *Mùa Biển Động* của Nguyễn Mộng Giác tại George Mason University, Washington, D.C., ngày 30 tháng 11, 1989), Bùi Vĩnh Phúc đã nhận định rằng:

> "Mùa Biển Động *là một tác phẩm có một kích thước lớn, và cũng là một tác phẩm có tham vọng lớn không kém. Nó muốn ghi lại biến chuyển tâm trạng của những thanh niên trưởng thành trong chiến tranh, trải dài từ lúc Đệ Nhất Cộng Hòa sụp đổ cho đến tháng 4, 1975, và ghi lại cái tâm trạng tha hương của những nhân vật chính sau thời điểm tang thương đó.*" (trang 225-226)

Cái tuyệt vời của Nguyễn Mộng Giác là viết nhiều như mưa lũ về những đau đớn lịch sử, trong đó có khoảng trên dưới một trăm nhân vật, trong đó có những nhân vật được xem là có thật trong lịch sử và phần nào hư cấu, như Tường, như Ngô... Và cái tuyệt vời của nhà phê bình Bùi Vĩnh Phúc là nhìn thấu suốt qua những trang giấy trường thiên tiểu thuyết, để thấy rằng tất cả những nhân vật trong đó, như Tường, Ngô, Diễm, Nam, Quỳnh Như, Quỳnh Trang, Mãn, Thanh Tuyền, Lãng... chỉ là hóa thân của hai nhân vật chính là: Thất và tán. Mất và tan.

> "*Vậy thì, nhân vật chính trong* Mùa Biển Động *của Nguyễn Mộng Giác chính là sự thất tán. Thất và tán. Mất và tan. Mất mát, tàn rụng, và tan vỡ, tan rã, tan tác. Mất là hệ quả của tan, và tan là nguyên nhân đưa đến mất. Mất và tan những gì? Đó là sự mất mát, tan vỡ, tan tác, tan rã của những cơ cấu, những giá trị xã hội, những giềng mối đạo đức, luân lý tưởng như đã là bền vững trong xã hội ta trong suốt bao nhiêu năm. Đó là sự tan vỡ của những mộng tưởng, của những lý tưởng, và ngay cả*

của những ảo tưởng nữa, mà nhiều người đã từng ôm ấp trong suốt một thời tuổi trẻ. Đó cũng là sự tan tác, bị lăn đi tung tóe bốn phương tám hướng của những con người đã tưởng suốt đời được sống và ôm lấy quê hương, hay của những con người để mặc thân mình cho sóng vùi, cho biển dập.

"Nhưng, chính là trong nỗ lực xây dựng và vẽ lại cái tiến trình tan và mất, mất và tan đó mà tác giả Nguyễn Mộng Giác đã cho chúng ta cơ hội tìm lại được những giá trị cũ. Tác giả cho chúng ta sống lại tâm trạng của những kẻ sống trong cơn lốc xoáy của cả một thời đại. Và cũng từ đó, ông giúp chúng ta tìm thấy những giá trị vĩnh cửu của sự sống, cái ý nghĩa cao quí của đời sống con người. Tác giả đã giúp đem trả về cho chúng ta những điều ấy qua những trang sách của ông. Trình bày cái tán, để thấy cái tụ. Trình bày cái mất, để thấy cái trở về, cái còn vĩnh viễn. Đó là một nghịch lý văn chương mà tôi tìm thấy trong Mùa Biển Động." (trang .227)

Trong khi Nguyễn Mộng Giác quan tâm về lịch sử, về các nhân vật trong dòng lịch sử quê nhà… nhà văn Mai Thảo là một hình ảnh đối nghịch, chỉ quan tâm về cái đẹp của ngôn ngữ, của văn học. Bùi Vĩnh Phúc đã thấy như thế, và đã sử dụng một ngôn ngữ rất thơ để nói về Mai Thảo.

Cũng nơi trích đoạn dưới đây, nhà phê bình Bùi Vĩnh Phúc đã trở thành một nhà thơ khi nói về nhà văn Mai Thảo, trích (chúng ta nên đọc lời bình của Bùi Vĩnh Phúc thật chậm, y hệt như đang đọc thơ, đọc từng chữ, từng cụm chữ trong một buổi chiều nghiêng nắng rất vàng):

"Chữ, ở Mai Thảo, không lắm khi mọc lên như rừng, với những cây cành, lẻm nhọn. Mà chữ, nơi ông, thường ánh lên và sóng sánh như một biển đầy ánh sáng, đầy sắc màu. Mềm mại, gợn sóng, và vang âm. Những con âm rì rào, thao thiết. Trong chiều, trong đêm, hay khi về sáng.

Những bước chân âm trải sóng khắp lòng ta." (trang 100)

Thực sự, đó là thơ. Bùi Vĩnh Phúc viết phê bình văn học y như đang làm thơ. Trong văn phê bình này, cách ngắt câu, Bùi Vĩnh Phúc tạo ra các âm vang thì thầm, đầy hình ảnh… Đôi khi chúng ta đọc và như dường trôi lạc vào một thế giới thơ của Bùi Vĩnh Phúc.

Bùi Vĩnh Phúc là một nhà phê bình rất mực kỹ lưỡng. Trong bài viết về Mai Thảo, họ Bùi đã cho thấy anh đọc rất kỹ, rất nhiều... Bùi Vĩnh

Phúc trong bài viết nhan đề "**Văn chương Mai Thảo: biên địa của cảm xúc và cái đẹp, giao thoa với ý thức về đời sống**" đã cho thấy cách làm việc rất mực kỹ càng, chu đáo. Tôi là một người hải ngoại cũng như Mai Thảo và Bùi Vĩnh Phúc. Tôi biết rằng tìm sách đọc rất hiếm ở hải ngoại, đặc biệt là các sách đã ấn hành trước 1975. Vậy mà, như dường Bùi Vĩnh Phúc đã đọc rất nhiều, hiển nhiên là từ thuở còn trong nước cho tới ngày ra hải ngoại. Hay có phải, trong cương vị dạy văn học Việt tại các đại học Hoa Kỳ tại Quận Cam đã cho Bùi Vĩnh Phúc một kho sách khổng lồ nào mà tôi chưa biết.

Khi nhận định về Mai Thảo, Bùi Vĩnh Phúc chia làm các thời kỳ, 1956-1960 với "*Những tác phẩm chủ yếu trong giai đoạn này có thể được nhắc đến là: Đêm Giã Từ Hà Nội, Tháng Giêng Cỏ Non, và những đóng góp của ông (thảo luận, thư toà soạn...) trên Sáng Tạo.*" (trang 105)

Rồi họ Bùi viết về Mai Thảo thời 1960-1970 với "*Những tác phẩm chủ yếu của giai đoạn này khá nhiều; có thể kể: Khi Mùa Mưa Tới, Cùng Đi Một Đường, Tới Một Tuổi Nào, Mái Tóc Dĩ Vãng, Sau Khi Bão Tới, Cũng Đủ Lãng Quên Đời, Mười Đêm Ngà Ngọc... và, đặc biệt, Căn Nhà Vùng Nước Mặn, Viên Đạn Đồng Chữ Nổi.*" (trang 105-106)

Rồi thời kỳ 1970-1975, Bùi Vĩnh Phúc gọi đây là thời kỳ dấn thân, nhập cuộc của Mai Thảo: "*Giai đoạn ý thức về vai trò sáng tạo, vai trò của người nghệ sĩ. Cái nhìn của Mai Thảo mang nhiều màu sắc "dấn thân" hơn giai đoạn trước. Ngoài những tiểu thuyết* feuilleton *đăng hằng ngày, hằng tuần trên một số báo chí thời đó vẫn phải chạy theo một dòng thị hiếu như trong giai đoạn "hiện sinh", tinh thần dấn thân và ý thức nhập cuộc của kẻ sáng tạo nơi Mai Thảo được thể hiện rõ nhất qua loạt tùy bút ông viết hằng tuần trên trang cuối của báo* Khởi Hành *do Viên Linh chủ trương. Bài tựa Đứng Về Phía Những Cái Mới mà Mai Thảo viết như một lời giới thiệu cho tập* Tuyển Truyện Sáng Tạo, *do chính Mai Thảo chọn, vào tháng 8 năm 1970, cũng đã nói lên được cái tinh thần dấn thân đó.*" (trang 106)

Và rồi thời kỳ 1987-hiện tại, nghĩa là thời kỳ lưu vong. Mai Thảo dưới nhận định của Bùi Vĩnh Phúc là: "*...nổi bật nhất trong giai đoạn này vẫn là những ghi nhận về đời sống và về những sinh hoạt nghệ thuật (đặc biệt là văn học) ngoài nước qua mục Sổ Tay ông viết đều đặn hằng tháng trên báo* Văn *tục bản trong nhiều năm qua. Từ những ghi nhận về đời sống và văn học này, những hồi quang của kỷ niệm cũng có một cái nền rất... hôm nay để lấp lánh, rực rỡ trở lại.*" (trang 106)

Rất mực công phu. Cũng tương tự, khi viết về Võ Phiến, Bùi Vĩnh Phúc đã cho thấy cái nhìn sâu sắc. Kiểu như một nhà phê bình văn học nhận định về một nhà phê bình văn học khác. Bởi vì Võ Phiến bên cạnh vị trí người viết truyện ngắn, tùy bút, cũng là một nhà phê bình văn học.

Trong bài "**Tiễn Võ Phiến** (Phát biểu trong buổi tưởng niệm/lễ tang nhà văn Võ Phiến)" Bùi Vĩnh Phúc nói tổng quan về Võ Phiến, trích như sau:

"*Hôm nay chúng ta tụ tập tại đây để đưa tiễn nhà văn Võ Phiến, một khuôn mặt lớn, một tác giả cột trụ của văn học Việt Nam thế kỷ XX. Tôi gọi ông là một nhà văn lớn, một tác giả cột trụ, vì trong suốt 90 năm sống như một con người Việt, và với khoảng 70 năm cầm bút, từ trong nước ra đến hải ngoại, ông đã làm giàu có, làm phong phú thêm cho nền văn học Việt Nam biết bao. Bằng chữ viết, cũng như bằng tư tưởng của mình.*

Trong văn học, Võ Phiến đã tung hoành trên nhiều lĩnh vực, và gần như trong lĩnh vực nào ông cũng ghi được những dấu ấn đậm nét. Ông là một con người của quê hương đất nước, và, để nói về đất nước quê hương, có lẽ tuỳ bút là thể văn sở trường nhất của ông (mặc dù, như đã nói, Võ Phiến cũng đã thành công trên nhiều lĩnh vực văn học nghệ thuật khác trong cuộc đời sáng tạo của mình) để ông phô diễn những tình cảm, ý tưởng và thiết tha của ông cho người và cho đất. Cái nhìn của Võ Phiến tinh sắc, thông minh. Chữ nghĩa của ông duyên dáng, sống động, hóm hỉnh. Và kiến thức rộng rãi của ông bao gồm nhiều mặt, kể cả các mặt về ngôn ngữ, lịch sử, địa lý, xã hội, dân tộc học, và văn học." (trang 199)

Trong một bài viết nhiều năm trước đó, Bùi Vĩnh Phúc tâm sự rằng Võ Phiến đã mở ra một bầu trời quê hương trong chiến tranh tàn khốc, khi Bùi Vĩnh Phúc còn là một học sinh lớp đệ thất (lớp 6 bây giờ). Anh viết, với giọng văn cảm động khi nhìn thấy một bầu trời văn học độc đáo.

Trong bài viết nhan đề "**Nghĩ về Võ Phiến và cuốn Văn Học Miền Nam, Tổng Quan**" Bùi Vĩnh Phúc hồi tưởng:

"*Tôi được tiếp xúc lần đầu với Võ Phiến qua tác phẩm* Giã Từ. *Thuở ấy là vào khoảng năm 1962, 1963, có lẽ tôi đang học lớp Đệ thất (lớp 6). Dạo đó, lòng tôi còn trong sáng; nhưng quyển sách của Võ Phiến đã mở bùng ra trước mắt tôi cả một vùng trời vùng đất quê hương trong chiến tranh tàn khốc. Tôi đã thấy người ta tản cư, chạy giặc, báo động, khóc lóc... trong cuốn sách này. Tôi đã thấy đời sống mình không còn chỉ là đời sống của mình, nhưng còn là đời sống của những người khác, những người đã chia sẻ một phần đất ở trên quê hương tôi, những người đã chia sẻ với tôi một dòng máu đỏ chảy mãi từ những ngày xa xôi huyền sử. Võ Phiến làm tôi đi ra khỏi cái thế giới nhỏ bé và yên ổn của mình để xúc động với những đời sống, những thế giới khác. Thế nhưng, để đền bù cho sự tàn phá (?) cái đời sống cũ êm đềm của tôi, Võ Phiến đã giới thiệu với tôi những nhân vật rất lạ và rất dễ thương mà ông đã từng quen biết.*

Những nhân vật được Võ Phiến vẽ tả lại trong Giã Từ *đều có một nét gì đó rất đậm đà chân chất, pha với sự dí dỏm và hiền lành tự nhiên vốn sẵn của những con người đã phơi ngửa định mạng mình trên những vùng đất quê hương còm cõi. Những con người giản dị như con cá lá rau nhưng có một tấm lòng rộng lớn thiết tha để có thể ôm chặt quê hương vào lòng. Bởi thế, khi "giã từ" những con người quê hương ấy, Võ Phiến không khỏi nao lòng.*" (trang 178-179)

Trước khi lên San Jose để làm báo Việt Mercury và sau đó làm tờ tuần báo riêng, nhà văn Nguyễn Xuân Hoàng có nhiều năm điều hành nhật báo Người Việt. Tôi biết rằng công việc trong một tờ nhật báo rất là nhức đầu, mệt nhọc và có lẽ không phù hợp với hầu hết các nhà văn, nhà thơ. Trong khi các nhà báo viết xuống những bản tin hay bài viết hàng ngày, họ biết rằng 24 giờ sau là bản tin đó và bài viết đó sẽ bị quên đi. Và nếu số báo đó tình cờ gặp lại nơi một góc nhà, góc xe thì tờ báo đó sẽ dễ dàng bị quăng bỏ vào thùng rác. Trong khi đó, tôi tin rằng, khi Nguyễn Xuân Hoàng sáng tác tiểu thuyết hay truyện ngắn, hay thậm chí là một tùy bút về mùa xuân hay về một hình ảnh nơi quê nhà, anh cũng tin rằng tác phẩm đó có thể sẽ được độc giả nhớ tới vài thập niên sau.

Nhưng thực tế là, nhà văn và nhà thơ không thể sống nổi nơi hải ngoại, và do vậy, phải đóng vai nhà báo trên các bước đường lưu vong. Tôi luôn luôn nghĩ tới những suy diễn linh tinh như thế, từ vị trí cá nhân của bản thân mình. Dĩ nhiên, chỉ là suy đoán thôi. Nhưng quá khứ của nhà văn Nguyễn Xuân Hoàng hiển nhiên là được nhớ hơn rất nhiều so với công việc điều hành một nhật báo hải ngoại. Bùi Vĩnh Phúc trong vai trò phê bình văn học đã không hề nhắc gì tới sự nghiệp làm báo của

Nguyễn Xuân Hoàng, kể cả chức vụ rất quyền lực trong tuần báo Việt Mercury của báo San Jose Mercury News, nơi trong nhiều năm đã nuôi sống một số người cầm bút, trong đó có nhà thơ Phạm Việt Cường. Tôi đoán, trong trí nhớ Bùi Vĩnh Phúc, tác phẩm của nhà văn Nguyễn Xuân Hoàng, như các tuyển tập truyện ngắn như *Mù Sương, Sinh Nhật*, các truyện dài như *Người Đi Trên Mây, Sa Mạc…* và những bài "Sổ Tay" được lưu giữ lâu hơn là các chặng đường làm báo sôi nổi của nhà báo Nguyễn Xuân Hoàng. Và hiển nhiên là, những đóng góp trong cương vị nhà văn, với chất liệu của nhiều thập niên nghề báo, là những gì độc đáo và đáng nhớ nhất của Nguyễn Xuân Hoàng cho nhiều thế hệ sau. Hãy nhớ rằng nhà báo là người nhìn vào hiện thực đời thường, và nhà văn là người bay bổng trên các trang giấy hư cấu. Có gì chen lẫn nhau giữa hai thế giới hiện thực và hư cấu này?

Trong bài viết nhan đề **"Một số thông hành để đi vào trái tim đời"** dùng làm Tựa cho Sổ Tay của Nguyễn Xuân Hoàng, nhà phê bình Bùi Vĩnh Phúc đã nhận định như sau, trích:

> "*…Hiện thực được nhìn ngắm và quán chiếu ở một độ gần và sâu. Nhưng, như trong một đoạn khác, Nguyễn Xuân Hoàng đã viết, cũng như một cách tự nhắc nhủ mình: "Tôi vẫn nghĩ đôi khi hư cấu không bắt kịp hiện thực." Đúng như vậy. Cuộc sống thiên biến vạn hoá và đầy những bất ngờ, những điều không thể nào tiên liệu được. Hiện thực là một cái gì hết sức vũ đoán. Bản chất của nó là hư cấu, một nhà thơ châu Mỹ La-tinh, Juan Calzadilla, đã nói như vậy. Thực sự, hiện thực còn là một cái gì hư cấu hơn cả hư cấu nữa. Bởi lẽ, để hư cấu, thường, tối thiểu, người ta cũng phải tuân thủ một số luật tắc nào đó. Còn hiện thực, hãy nhìn mà xem, nó có chịu chấp nhận một nguyên tắc nào đâu. Bởi thế, Sổ Tay, một thứ giấy nháp, để viết xuống, để mô tả những khuôn mặt và những xung động của đời, cũng chỉ là ghi nhận lại những điều hư cấu. Nhưng, với một trái tim.*
>
> *Giá trị của sổ tay là ở mắt nhìn, ở cách quan sát. Nhưng, dĩ nhiên, tất cả những điều ghi chép ấy phải bập bùng một ánh lửa phía sau. Ánh lửa bập bùng ấy nằm trong trái tim của người viết.*
>
> *Nguyễn Xuân Hoàng có một trái tim bập bùng ánh lửa như thế. Ông viết về những điều xảy ra quanh mình, những điều bất cứ một người nào khác cũng có thể thấy. Nhưng những hình ảnh mà ông ghi nhận xuống, để thành những con chữ nhảy múa trước mắt người đọc, đã được lọc qua một lăng kính đặc biệt*

> *của riêng ông. Chúng phản chiếu cái ánh sáng cháy đỏ, ấm nóng của những ánh lửa trong trái tim nhà văn. Cái ánh sáng ấy làm cho những hình ảnh thô tháp, tầm thường trong đời sống trở nên lấp lánh, và, đôi khi, như trộn lẫn trong chúng âm thanh của những tiếng nhạc, những bài hát mà chúng ta đã nghe đâu đó, trong đời.*" (trang 273-274)

Nhà thơ Tô Thùy Yên có một vị trí đặc biệt trong không gian phê bình của Bùi Vĩnh Phúc. Tô Thùy Yên làm thơ hay, dĩ nhiên là ai cũng biết. Bùi Vĩnh Phúc cũng để ra nhiều trang để phân tích về thi ảnh và ngôn ngữ của Tô Thùy Yên, cũng phân tích về con ngựa chở theo thời gian lịch sử phóng tới trong cõi thơ Tô Thùy Yên. Nhưng Bùi Vĩnh Phúc nhìn thấy một khía cạnh khác, rằng nhà thơ đã thấy được cái "hiền triết" và "u hiển" của đất trời (trang 404). Và rồi, Bùi Vĩnh Phúc nhìn thấy Tô Thùy Yên đang nói chuyện với trăng sao.

Bài viết rất mực siêu hình và thơ mộng có nhan đề **"Tô Thùy Yên: thơ, như một vinh dự lầm than của kiếp người"** của Bùi Vĩnh Phúc ghi nhận về thơ Tô Thùy Yên đang phản chiếu ánh sáng u áo của vũ trụ, trích:

> "*Nhưng, những khi đêm xuống, thu góp lại những mảnh hồn rách nát của mình, nhà thơ ngồi nói chuyện với những vì sao cô độc trên cao. Cuộc tâm sự kéo dài bất tận. Ông ngồi nói chuyện với từng tinh tú một. Hình ảnh bãi lân tinh thức, trên cao, sáng âm u, kỳ diệu, từ mái đầu của nhà thơ, lung linh lấp lánh bao ý nghĩ vượt lên trên trời cao, là một thi ảnh rất lạ. Cái đầu như loé lân tinh. Hay như một điểm kết tập và phản chiếu ánh sáng u ảo của vũ trụ. Nó là một điểm phản ánh những hồi quang và những kỳ bí thẳm sâu của vũ trụ mênh mông xa tít. Cái đầu, bây giờ, là nơi trời đất, vũ trụ, thời gian, không gian và những mối cảm xúc, u hoài, sầu nhớ, chứng tỏ sự có mặt của chúng. Cái đầu, địa bàn hoạt động với diện tích thu nhỏ lại của tất cả những sức mạnh bên trong và bên ngoài con người. Và bãi lân tinh vẫn tiếp tục thức, âm u sáng, để đối thoại với điểm sáng nhỏ nhoi ở dưới kia, thi sĩ. Trong sự sáng vẫn còn cái âm u mang mang rợn ngợp của những sức mạnh siêu hình.*" (trang 420)

Bùi Vĩnh Phúc gọi thơ Tô Thùy Yên là "sự trao ban" – một khái niệm của Thiên Chúa Giáo. Và do vậy, theo khái niệm siêu hình này, Tô

Thùy Yên là kẻ được chọn, là kẻ phải đau đớn với chữ nghĩa, với thi ca, với phận người đau khổ, để sẽ bật lên những dòng thơ đầy u hiển, đầy những vinh dự lầm than. Trong bài viết dẫn trên, Bùi Vĩnh Phúc viết, trích:

"*Sự trao ban ấy thật là kinh khủng. Bởi lẽ, kẻ nhận chịu sự trao ban ấy sẽ phải sống những kinh nghiệm của hắn. Sống không, chưa đủ. Phải viết lên, phải nói ra, phải tàn rụng đi vì những đau khổ và phải tái sinh để tiếp tục sống những khổ đau ấy. Và chứng minh rằng đau khổ xác định và bừng hoá những giá trị con người.*

Tô Thùy Yên là kẻ được chọn. Cũng là kẻ được trao ban. Và như một con người Việt Nam, ông đã sống vượt lên và vượt qua, trong một nghĩa nào đó, những kinh nghiệm, những cảm xúc và những suy tư của con người thời đại nói chung. Những giọt nước của trí tuệ và cảm xúc, hắt lên phần đất Việt Nam, nơi những con sóng dâng lên từ Tây Phương và Âu Mỹ kia, ông có tiếp nhận. Ông trải nghiệm được cái sức sống và hơi mát trong sự tiếp nhận ấy. Nhưng cuộc đời của một con người Việt Nam, đặc biệt của một nhà thơ Việt Nam, như Tô Thùy Yên, đã đẩy ông chạm mặt với sự đau khổ và cô đơn ngay trong tình yêu, chạm mặt với chiến tranh, với cái chết, với cái bao la rờn rợn mang mang của vũ trụ đang đè lên kiếp sống mỏng manh, heo hắt, chỉ chợt loé tàn của kiếp người. Cái siêu hình ấy chụp bắt lấy nhà thơ và đẩy hắn trở về đối mặt với chính nó trong cõi con người. Ở đó, hắn lớn lên. Hắn trở thành lớn lao. Nhưng khốn khổ. ***Ta lớn lao và ta cô đơn***." (trang 372-373)

Cuối đoạn vừa dẫn là bảy chữ "Ta lớn lao và ta cô đơn" là từ bài thơ "*Và rồi tất cả sẽ nguôi ngoai*" của Tô Thùy Yên, một bài thơ dài 17 đoạn, mỗi đoạn 4 dòng, mỗi dòng 7 chữ. Hình ảnh cô đơn và lớn lao này ghi lại trong đoạn thơ:

Hoàng hôn xô bóng ta trên cát
Ta lớn lao và ta cô đơn
Ngưỡng mộ cây xương rồng gắng gượng
Thân trần đứng lẻ giữa đồng trơn.

Nói gọn, tuyển tập phê bình văn học "**9 Khuôn Mặt. 9 Phong Khí Văn Chương**" của Bùi Vĩnh Phúc là một công trình nghiên cứu và phê bình rất hiếm hoi. Nơi đây, Bùi Vĩnh Phúc hiện ra như một người viết phê bình hệt như làm thơ, với những trang văn có thể được chúng ta đọc đi đọc lại nhiều lần để cảm nhận chất thơ, như nghe một ca khúc nhiều lần, và mỗi lần đọc lại là vẫn có cảm giác như rất mới. Hy hữu. U hiển và hiền triết.

California, tháng 4/2024.

(*) Nhà văn, nhà thơ, dịch giả. Cũng là một nhà báo, chủ bút nhiều năm của Việt Báo ở California.

Vài cảm nghĩ về *9 Khuôn Mặt, 9 Phong Khí Văn Chương* của Bùi Vĩnh Phúc

Trần Hữu Thục (*)

Tác phẩm mới của nhà nghiên cứu và phê bình văn học Bùi Vĩnh Phúc, ***9 Khuôn Mặt, 9 Phong Khí Văn Chương***, 440 trang, đẹp trang nhã, gồm hơn 20 bài viết, tất cả đã được công bố trên các tạp chí giấy và mạng trong mấy chục năm qua, bây giờ được "*viết lại, viết thêm, được triển khai mở rộng, hoặc được kết hợp với những bài viết mới, cái nhìn mới*," theo tác giả, trong Lời Vào Sách. Hầu hết trong số những tiểu luận này, cá nhân tôi đã từng đọc qua, có bài đọc nhiều lần, đọc kỹ, vừa để hiểu thêm những khía cạnh đặc thù của mỗi tác giả anh viết về, mà cũng vừa để cập nhật kiến thức trong giai đoạn đầu (1993-1995) khi tôi mới ra hải ngoại, chập chững bước chân trở lại vào văn học sau gần hai thập niên "đui mù" ở trong nước. Tôi cũng đã nhiều dịp trích dẫn ý kiến của Bùi Vĩnh Phúc trong các bài viết riêng của tôi.

Bùi Vĩnh Phúc cho biết, tuy tất cả thuộc về văn học Miền Nam, nhưng chín khuôn mặt này đều xuất thân từ cả ba miền đất nước, Trung, Nam, Bắc đều có đủ. Mặt khác, họ thuộc những "nhóm" khác nhau, tuỳ theo tạp chí văn học mà họ cộng tác: Mai Thảo, Thanh Tâm Tuyền, Tô Thuỳ Yên từ "Sáng Tạo", Vũ Khắc Khoan từ "Vấn Đề", Võ Phiến từ "Bách Khoa", Phạm Công Thiện từ "Giữ Thơm Quê Mẹ"; riêng Bùi Giáng, Nguyễn Xuân Hoàng, và Nguyễn Mộng Giác từ những "phong thổ" khác nhau, xem như độc lập. Tóm lại, đa dạng.

Về phương pháp nghiên cứu và phân tích, Bùi Vĩnh Phúc cho biết anh dựa trên hai hướng:

- Nhìn tác giả "*qua những mốc thời gian khác nhau, với những dạng thể khác nhau, và từ những góc độ, tâm thế, những hoàn cảnh, tâm cảnh khác nhau.*"
- Nhìn tác giả "*như một khối đá quý, rồi đập vỡ nó ra làm nhiều mảnh để thấy những "sắc diện", những mặt sáng, mặt cắt khác nhau.*"

Từ đó, "*tất cả và mỗi tác giả được nhìn ngắm, phân tích từ những giác độ khác biệt, được nắm bắt, chiếu sáng từ những góc hình, góc quay đặc thù,*" theo Bùi Vĩnh Phúc (Lời Vào Sách).

Quả vậy, qua tất cả các bài viết, tôi nhận thấy anh đã cố gắng soi rọi từng tác giả và tác phẩm của họ bằng nhiều góc độ khác nhau: từ bối cảnh lịch sử và xã hội, tâm cảnh cá nhân, cho đến thân phận con người, thế giới chữ nghĩa và xu hướng nghệ thuật. Thử nêu một điểm trong bài viết khá dài của Bùi Vĩnh Phúc về Mai Thảo.

Theo Bùi Vĩnh Phúc, khi nói đến Mai Thảo, người ta có hai thái độ: một là, cho rằng văn chương Mai Thảo đúng là văn chương, là "*làm cho đời sống với những góc cạnh bình thường của nó trở nên đẹp đẽ, lấp lánh và lãng mạn hơn, và, như thế, giúp cho người ta quên đi những nỗi đau đời, quên đi những thực tại đắng cay của xã hội*" ; hai là, cho rằng "*văn chương Mai Thảo quá cầu kỳ, đi đến chỗ làm dáng ngôn ngữ*", thậm chí "*buộc tội*" Mai Thảo là đã đứng ngoài đời sống, không quan tâm dến hiện thực đất nước đang trong hoàn cảnh chiến tranh. Bùi Vĩnh Phúc quả quyết cả hai lối nhìn này đều có tính cách cực đoan. Để làm sáng tỏ, anh phân tích văn chương Mai Thảo theo hai trục: trục ngang là các giai đoạn sáng tác của Mai Thảo qua các thời kỳ lịch sử, mỗi giai đoạn phản ảnh một thế giới riêng, nhằm "*mục đích giúp người đọc có một cái nhìn về tính chuyển động trong ý thức sáng tạo của một nhà văn*"; và trục dọc, qua đó, "*cảm xúc và cái đẹp (...) là hai nét quán xuyến và nổi bật trong tất cả các tác phẩm của Mai Thảo.*"

Từ đó, Bùi Vĩnh Phúc, trong lúc không bài bác cái nhìn tiêu cực của những người phê phán Mai Thảo, lại tìm thấy trong văn chương Mai Thảo những điều tích cực. Anh cho rằng, mặc dù hình ảnh của những quán rượu, những sàn nhảy, những cơn say, những canh bạc hay tình yêu trong truyện dài của Mai Thảo "*lý tưởng quá, và nó có vẻ không thật*", nhưng chúng giúp con người một niềm tin như một cứu rỗi trước bao nhiêu phũ phàng do chiến tranh gây ra. Cho nên, "*ở một góc cạnh nào đó, việc Mai Thảo ca ngợi tình yêu, lãng mạn và lý tưởng hóa một nụ hôn, một ánh mắt... cũng có thể đã có tác dụng cứu chữa, hàn gắn…*"

Nói chung, đó là cung cách nhất quán của anh khi phân tích tác phẩm của các tác giả, mỗi người dưới những bối cảnh riêng biệt, không ai giống ai. Với một công trình nghiêm túc, dài hơi như thế, việc đưa ra một nhận định cụ thể và chính xác (về toàn bộ tác phẩm hay chỉ là một điểm như vừa đề cập trên) không thể vội vã và võ đoán, mà đòi hỏi thời gian cũng như nỗ lực làm việc cẩn trọng.

Riêng tôi, đọc lại các bài viết của Bùi Vĩnh Phúc – trước tản mác đây đó, bây giờ, tập trung hẳn vào trong một cuốn sách –, tôi tìm thấy một vài điểm lý thú khác, vốn trước đây tôi không mấy lưu ý, đó là cách viết. Trước hết, thỉnh thoảng tôi bắt gặp một số từ ngữ khá lạ xuất hiện rải rác đâu đó trong toàn tập sách, đơn lẻ, có vẻ như bất chợt thoát ra từ tiềm thức. Chúng, theo ức đoán của tôi, hoặc do anh tạo ra như *nhiệt thú, nội-dung-anh, sơ thủy, "điệu" văn chương, triều nước (lý trí), bùng thức, chuốt lọc, nhiệt hứng, triển sinh, khứ thực* (khác với hiện thực)…; hoặc do anh sử dụng những từ ngữ vốn hiếm khi được dùng như: *roi rói, phong khí, cương ngạnh, tưởng khúc, khuôn âm, nhãn trường, thời văn, nhạc tố, phong nhiêu*… Lạ, nhưng không bí hiểm. Riêng hai từ ngữ này tôi gặp lần đầu: *nghịch dị* (tr. 378) và *khiết bạch* (tr. 372). Tò mò tra cứu, được biết, nghịch dị là "một trong những thủ pháp tiếp cận thẩm mỹ đối với hiện thực, trong đó hiện thực được cấu tạo bằng sự xâm nhập lẫn nhau của cái chủ thể và cái khách thể…" (theo Trần Đình Sử)[1]; khiết bạch (潔白) tiếng Hán-Việt, có nghĩa là sạch sẽ, trắng đẹp.[2]

Tôi đoán là vẫn có thể còn nhiều từ ngữ lạ khác như thế nằm khuất lấp đâu đó.

Ngoài ra, cách diễn đạt của anh qua các câu văn có nét riêng.

Hoặc do sự lặp lại chữ hay ý:

- *Trong những sẻ chia, gắn bó về đất nước, về con người, về tự do, về hiện hữu. Và về cái chết.*
- *Cái nhộn nhịp và cái mệt mỏi. Cái khổ đau và cái hân hoan. Cái êm đềm và cái hỗn loạn.*
- *Với văn chương, ông đã phơi bày tấm lòng mình, tâm sự mình, thiết tha mình, và những ấp ủ mình*

Hoặc sử dụng những danh từ, tính từ hay/và động từ nối tiếp, chen lẫn nhau, đồng thời với sự lặp lại:

- *... biến thành những câu thơ dài ngắn, khuất khúc, đứt gãy, kỳ lạ, long lanh và chảy máu.*
- *Những câu thơ như những mạch máu chạy dọc ngang, đứt nối, rồi lại nối kết và rượt đuổi nhau, băng qua trái tim, băng qua trí não, như những sân ga, làm thành những núi, sông, chia biệt.*
- *Như một giọng hát, một nét nhạc, một tiếng kèn rách, người con gái, áo đen, quá khứ trên da trống, mặt trời mù, mưa, sình lầy, nhát búa, tương lai, lửa, thổ máu, bốc hơi, đập vỡ...*
- *Để hiểu được thế giới thơ của Tô Thùy Yên, có lẽ trước hết ta phải nói về cái tính chất độc đáo và kỳ lạ, ẩn chứa sôi sục như chỉ muốn lớn lên, tràn ra, trào ra, thoát ra...*
- *Bây giờ, cũng như con người, thiên nhiên bị xé nát, bị xâm phạm, bị làm chủ bởi một sức mạnh kỳ bí. Nó bị vò xé, chặt khúc, bóp vặn...*
- *Đi cho rách những đêm hoang, những đêm hoang rách rưới nhưng thơ mộng như những bài thơ rách nát rút ra từ đời sống.*

Đấy: *khuất khúc, đứt gãy, kỳ lạ, long lanh, chảy máu – mặt trời mù, mưa, sình lầy, nhát búa, tương lai, lửa, thổ máu, bốc hơi, đập vỡ... – vò xé, chặt khúc, bóp vặn...* Hầu hết đều là những từ ngữ tượng hình. Cách sử dụng chữ như thế này tác động vào, và đánh thức, cảm quan người đọc. Nếu lưu ý, tuy sử dụng liên tiếp nhiều tính từ, động từ hay danh từ trong câu, nhưng chúng không trùng lặp ý nghĩa, do đó, không tạo nên cảm giác rườm rà; ngược lại, gây ấn tượng cụ thể.

Có lẽ nhờ thế mà câu văn vừa mang tính phân tích lại vừa phản ảnh tâm cảm "ở đây và lúc này" (hic et nunc) của người viết. Cũng từ đó, văn phong của anh, nói chung, nghiêm túc nhưng không khô khan, chặt chẽ nhưng không thắt buộc. Anh phân tích tác phẩm từ bên trong mối liên hệ tác giả-tác phẩm và tác phẩm-chữ nghĩa, chứ không phải là một áp đặt lý luận từ bên ngoài vào. Là một người lâu năm "ăn nằm" với các lý thuyết phê bình văn học mới của Tây phương, anh sử dụng chúng như là một trong nhiều phương tiện – chứ không phải là phương tiện duy nhất -, khi khảo sát các tác phẩm văn chương. Dấu vết của chúng có thể tìm thấy trong nhiều lập luận, nhưng xem ra, anh không để chúng chi phối hướng đi đã chọn của mình. Chính vì thế, rất nhiều nơi trong toàn bộ tác phẩm, hơi văn anh toát lên nét mềm mại, uyển chuyển khiến người đọc có cảm giác như đang "thưởng thức" văn chương hơn là "căng óc" suy nghĩ chuyện đúng, sai, hay, dở.

Phân tích bài thơ "Thành phố" của Thanh Tâm Tuyền, Bùi Vĩnh Phúc mở rộng khung cảnh và cảm quan của nhà thơ:

> "*Thanh Tâm Tuyền đi giữa những biểu tượng của phố xá, và tâm hồn ông đầy những bước sóng vang âm cái thế giới bên ngoài. Cái nhộn nhịp và cái mệt mỏi. Cái khổ đau và cái hân hoan. Cái êm đềm và cái hỗn loạn. Bao nhiêu hình ảnh của cuộc đời ánh xạ vào tâm hồn nhà thơ. Cái nhịp sống ấy đi vào và mở tung những cửa ngõ của hồn, biến thành những câu thơ dài ngắn, khuất khúc, đứt gãy, kỳ lạ, long lanh và chảy máu. Những câu thơ có vẻ mất kết nối, lộ ra những khoảng trống ở nhiều chỗ trên bề mặt văn bản, nhưng chúng sẽ được liên kết, gắn bó lại trong cái nhịp điệu chung của ý tưởng và hình ảnh của toàn bài. Những câu thơ như những mạch máu chạy dọc ngang, đứt nối, rồi lại nối kết và rượt đuổi nhau, băng qua trái tim, băng qua trí não, như những sân ga, làm thành những núi, sông, chia biệt.*" (tr. 24)

Ở một bài khác, "Tình cờ", cũng của Thanh Tâm Tuyền, anh hình dung khá rõ nét bối cảnh của bài thơ:

> "*Những mạch máu như những đường ray, chia cắt, ráp nối chằng chịt. Chạy vào đêm. Như một giọng hát, một nét nhạc, một tiếng kèn rách, người con gái, áo đen, quá khứ trên da trống, mặt trời mù, mưa, sình lầy, nhát búa, tương lai, lửa, thổ máu, bốc hơi, đập vỡ... Như những ấn tượng, vụt hiện, ráp nối, và biến động. Những ráp nối chồng lấp chằng chịt của đêm, kết nối và mất kết nối, trong đường ray mù tối của tâm hồn người.*" (tr. 25)

Giữa những chặt chẽ của lý luận, ta thấy tiềm ẩn dòng chảy của tùy bút. Điều đó cho thấy Bùi Vĩnh Phúc đọc bằng cái tâm của người thưởng thức, không phải bằng cái soi mói của nhà phê bình. Nói cho đúng, đó là một tổng hợp giữa phân tích và cảm xúc, giữa hàn lâm và sáng tạo.

Nhận định về tuỳ bút "*Nha Trang, những hang động tuổi thơ*" của Nguyễn Xuân Hoàng, Bùi Vĩnh Phúc viết như thể viết cho, và viết về, chính mình, miên man:

"*Mà không phải chỉ có Nha Trang, tất cả quê hương là một nơi chốn để nhớ về. Quê hương là một căn nhà lớn. Nó cất giữ cho ta bao nhiêu hạnh phúc và đắng cay và ngọt ngào và nước mắt. (...) Nó là tiếng cười ta thuở chân sáo vào đời, là nỗi rộn ràng ta lần đầu nhìn em áo ngoan hài tím tóc thả gió thu, là mộng mơ ta bên em nhìn dòng sông mà mầu chiều bơ vơ đổ bóng. Nó là nụ hôn trong vườn đêm thơm mùi ngọc lan thao thiết, bờ môi em dịu dàng hé mở như một cánh hoa. Là chất sữa của nhung trên da thịt em dịu dàng trinh trắng. Là em run rẩy trong tay ta như một ánh trăng xanh chỉ chờ rạn vỡ. Quê hương là những ngày mà gió nắng vẽ trên vầng trán ta biết bao điều lý tưởng, là trái tim ta cháy lên bao tha thiết cuồng say. Và quê hương cũng là những ngày loạn lạc, khói lửa mịt mù, là đắng cay của những người vợ trẻ, là xót xa của những người mẹ già tóc trắng như sương. Quê hương là gió bão, là lời chúc dữ, và là giọt nước mắt ta chảy ra một đêm tối khi chân bước xuống thuyền, là nỗi quặn đau ta mỗi khi nhìn lại, nỗi quặn đau mà ta hằng chắt chiu chẳng nỡ rời bỏ, chối từ. Quê hương. Giọt nước mắt ta chảy ra hóa thành một đêm tối bơ vơ.*" (tr. 263-264)

Xuyên qua hơn hai chục tiểu tuận, tôi nhận thấy chất tùy bút khi thì len lỏi, khi thì phảng phất, có lúc lại chan hòa trong không khí viết của anh. Nhất là khi anh tìm thấy sự đồng cảm sâu xa với tác giả ở một tác phẩm nào đó. Đoạn mở đầu một trong mấy "tưởng khúc" về Phạm Công Thiện, "*Đọc và nhìn lại Phạm Công Thiện qua "Đi cho hết một đêm hoang vu trên mặt đất*", Bùi Vĩnh Phúc diễn tả:

"*Trước hết là màu đen. Màu đen của khu vườn đêm trĩu những hoa và trái kỳ lạ. Hương thơm của chúng chín như mật ong làm choáng những bước chân. Những bước chân thả hoang vào thiên điạ đằm hoang mang. Đi. Đi như một con tàu say. Con tàu hụ vào đêm sương những bước đi chuếnh choáng của giông gió cuộc đời. Đi. Đi hút vào đêm đen theo một tiếng gọi kỳ lạ như Céline đã đi.* Voyage au bout de la nuit. *Đi vào một mùa Xuân đen, một* printemps noir (black spring) *tàn bạo và ngây ngất thần trí như Henry Miller. Đi cho rách những đêm hoang,*

> *những đêm hoang rách rưới nhưng thơ mộng như những bài thơ rách nát rút ra từ đời sống. Những bài thơ như những cánh chim thả vào đêm tối những hải đảo hoang vu của Xuân Hạ Thu Đông. Những cánh chim bỗng lóe hồng theo một dòng mặt trời vừa mọc. Ánh sáng đã ra đời.*" (tr. 296)

"*Đi cho hết một đêm hoang vu trên mặt đất*" là một tùy bút. Bùi Vĩnh Phúc viết về tùy bút bằng tùy bút. Một thứ tùy bút trong tùy bút.

Nhận định về Bùi Giáng, giọng văn của Bùi Vĩnh Phúc nghe còn thiết tha hơn nữa:

> "*Hay người muốn tìm lại những ngày tháng ngao du cũ, những sương bình nguyên, một màu hoa trên ngàn, và những đêm sâu đầy màu sử lịch của một khúc sa mạc trường ca? Người đã sống điên dại giữa đời, hay đúng hơn, người đã chọn một cuộc chơi vĩ đại, trầm thống với tất cả "thân thể máu me và da xương" của chính mình mà mẹ cha cũng như trời đất đã ban cho. Chẳng mấy kẻ trên đời này đã dám xông vào trận như thế. Người làm ta nghĩ đến Paul Gauguin, kẻ đã dám từ bỏ thế giới văn minh của con người để đi tìm một sắc màu thơ mộng mới cho chính cuộc tồn sinh mình. Gauguin, cũng như người, đã suốt đời lang thang để đi tìm một màu hoa sơ thủy. Người cũng đã làm ta nghĩ đến Van Gogh, kẻ đã tự ý đánh mất cái khôn ngoan của những con người sống giữa đời thường, để có thề đi sâu vào trong ánh sáng điên cuồng chói lọi của những* starry nights, *của những đêm sao lồng lộng và nhìn ra ở đó những chính bản của cuộc đời. Cuộc đời như chúng ta đang sống chỉ là những phó bản với thật lắm điều sai lệch.*" (tr. 327)

*

Đọc những đoạn văn như thế trong một tuyển tập tiểu luận văn chương, trong phút chốc, tôi quên mất Bùi Vĩnh Phúc là một nhà lý luận và phê bình văn học. Mà nghĩ đến một nhà thơ:

> (...)
>
> *Những con chim bay vùi trong kỷ niệm*
> *Tiếng hát em thơ dại một mùi hương*

Mùi thơm của tóc ấm, của cỏ mềm
Và mùi thơm một đường môi ướt nắng
Mùa Hạ lẫn mùa Xuân ủ say trong cánh tay anh
Biển và sóng và mùi hạnh phúc
Tràn lấp đầy trong cảm giác anh
Trong trái tim anh một lũ ong vo ve làm mật
Để rụng trên môi ai những giọt hạ vàng. (Ấn tượng)

(…)

Vâng, những khổ thơ trên là của một nhà thơ. Bùi Vĩnh Phúc!

Thơ mà như tùy bút. Tùy bút mà như thơ.

Nghĩ thế, tôi gọi tác phẩm mới của Bùi Vĩnh Phúc, ***9 Khuôn Mặt, 9 Phong Khí Văn Chương***, ở một khía cạnh nào đó, là tùy-bút-luận.

Dallas, xuân phân Giáp Thìn (20/3/2024)

---

[1] Từ nguyên: *Grotta*, nghĩa là cái hang, động. Một trong những thủ pháp tiếp cận thẩm mỹ đối với hiện thực, trong đó hiện thực được cấu tạo bằng sự xâm nhập lẫn nhau của cái chủ thể và cái khách thể trong nghĩa rộng nhất của hai yếu tố đó (tích cực và tiêu cực, con nguơi và tự nhiên, tưởng tượng và kỳ ảo…)

[2] Từ điển Hán-Nôm
Xem:
https://hvdic.thivien.net/hv/khi%E1%BA%BFt%20b%E1%BA%A1ch

(*) Nhà văn, nhà biên khảo. Trước 1975, Phụ khảo Triết, Đại Học Văn Khoa Huế.

Bùi Vĩnh Phúc và Phê Bình Văn Học

Đặng Thơ Thơ (*)

Đọc ***9 Khuôn Mặt 9 Phong Khí Văn Chương*** một lần, nhiều lần, vẫn thấy tràn lấp trong mọi suy tưởng, phê bình, phân tích, là niềm hứng khởi hân hoan của một người viết, vừa là nhà thơ, vừa phê bình văn học, và trên hết là một người đọc tha thiết, mê say, bằng tất cả trái tim và khối óc.

Tác phẩm mới của Bùi Vĩnh Phúc là tập hợp những bài viết trong nhiều năm về 9 tác giả Thanh Tâm Tuyền, Mai Thảo, Vũ Khắc Khoan, Võ Phiến, Nguyễn Mộng Giác, Nguyễn Xuân Hoàng, Phạm Công Thiện, Bùi Giáng, và Tô Thuỳ Yên. Qua đó chúng ta thấy hành trình đọc và viết của Bùi Vĩnh Phúc, thấy anh đã dùng những khung lý thuyết nào trong việc tiếp cận, phân tích và phê bình văn học.

Người đọc thường nghĩ rằng lý thuyết văn học thì khô khan, trừu tượng, phức tạp, nói chung là làm "hại não." Thật sự không phải như vậy. Một văn bản qua lăng kính của các lý thuyết văn học có thể giúp chúng ta có cái nhìn đa chiều hơn, cảm nhận văn chương phong phú hơn, đến gần với tâm thức sáng tạo của tác giả hơn. Thực hiện được việc này hay không là do nhà phê bình, cách họ vận dụng các thủ pháp nghệ thuật, cách họ sử dụng ngôn ngữ, hình tượng, sự liên tưởng để bài phê bình của họ cũng là một văn bản đầy chất thơ, làm rung cảm người đọc.

Cuốn sách này phần nào chứng nghiệm cho điều tôi vừa nói.

Bùi Vĩnh Phúc đã sử dụng nhiều phương pháp phê bình để tiếp cận văn bản, trong đó có cấu trúc luận, ký hiệu học, ngôn ngữ học, và áp dụng phân tâm học và hiện tượng luận để soi rọi khung văn hoá của từng đối tượng được nghiên cứu. Anh đã áp dụng những lý thuyết văn học này trong toàn cuốn sách, một cách uyển chuyển, tự nhiên, không áp đặt. Tức là tuỳ vào từng đối tượng khảo sát mà vận dụng một hay nhiều phương pháp.

Trong phần viết về Thanh Tâm Tuyền, có thể thấy nhiều phương pháp, nhiều lý thuyết văn học được liên kết với khái niệm triết học. Như chỉ trong một đoạn sau:

> *"Thơ tự do của Thanh Tâm Tuyền là một âm bản lạ lùng của/về thành phố & tình yêu, cùng với những biểu tượng nhiều mặt và đứt gẫy, mất liên hệ của chúng, phản ánh tâm thức cùng lúc hoà đồng với mọi sự, mọi vật chung quanh, như cả ông cùng với những vật, những người, những sự đó đều được làm bằng cùng một chất liệu, đồng thời, nó cũng cho thấy, từ trong vô thức cho đến phong cách, diễn ngôn bên ngoài của ý thức, cái tinh thần "tôi là người là một người khác" nơi ông. Hình ảnh cái tôi bị xé rách từ chính nó trong thơ Thanh Tâm Tuyền làm người đọc, nếu không quen biết với một vài tác giả nổi bật, đặc biệt những tác giả liên hệ đến thuyết hiện sinh, cảm thấy ngỡ ngàng, quái dị và xa lạ."*

Chân dung Thanh Tâm Tuyền được thể hiện qua cái nhìn phân tâm học lẫn hiện tượng luận, nhưng chân dung này cũng được "ánh xạ" lại từ chính tâm hồn thơ của Bùi Vĩnh Phúc. Phong cách phê bình của Bùi Vĩnh Phúc là sự đan xen giữa phân tích theo lý thuyết và phê bình theo cảm xúc-ấn tượng từ vị trí người đọc (Reader Response). Theo khuynh hướng này, thơ Thanh Tâm Tuyền là giai điệu chính và phê bình thơ của Bùi Vĩnh Phúc bè hai, dựa trên những đường nét của giai điệu chính mà bay bổng lên xuống để tạo ra một không gian của những âm điệu giao hưởng giữa nhà phê bình và đối tượng của phê bình:

> ***"Thành phố chính là âm bản của tấm phim chụp trong lòng nhà thơ*** [2]. *Thanh Tâm Tuyền đi giữa những biểu tượng của phố xá, và tâm hồn ông đầy những bước sóng vang âm cái thế*

> *giới bên ngoài. Cái nhộn nhịp và cái mệt mỏi. Cái khổ đau và cái hân hoan. Cái êm đềm và cái hỗn loạn. Bao nhiêu hình ảnh của cuộc đời ánh xạ vào tâm hồn nhà thơ. Cái nhịp sống ấy đi vào và mở tung những cửa ngõ của hồn, biến thành những câu thơ dài ngắn, khuất khúc, đứt gãy, kỳ lạ, long lanh và chảy máu.*"

Đoạn trên khi Bùi Vĩnh Phúc viết về thơ Thanh Tâm Tuyền, thật ra là anh viết về chính mình khi đọc. Ở đây người đọc là chính. Không gian thơ phản chiếu qua tâm hồn người đọc đóng vai trò dương bản. Có thể thấy chính Bùi Vĩnh Phúc đi giữa không gian của những biểu tượng trong thơ Thanh Tâm Tuyền, trong tâm trạng phấn khích, sôi nổi, khi nhà phê bình mở được cánh cửa của thi ca; và sau đó những mảnh vỡ từ cửa kính đã một cách nào đó, rất kỳ lạ, ghim vào tim nhà phê bình, đầy những hân hoan, khổ đau, và "chảy máu."

Cách nhìn âm bản-dương bản vừa mang tính tượng trưng trong thi pháp phê bình, vừa là sự thoát thai từ tinh thần cấu trúc học, "nhìn" thơ theo nhiều chiều, phân tích hình thức câu cú/ ý nghĩa/ ảnh tượng/ nhịp điệu/ quãng âm/ cấu trúc/ chuyển động:

> "*Những câu thơ có vẻ mất kết nối, lộ ra những khoảng trống ở nhiều chỗ trên bề mặt văn bản, nhưng chúng sẽ được liên kết, gắn bó lại trong cái nhịp điệu chung của ý tưởng và hình ảnh của toàn bài. Những câu thơ như những mạch máu chạy dọc ngang, đứt nối, rồi lại nối kết và rượt đuổi nhau, băng qua trái tim, băng qua trí não, như những sân ga, làm thành những núi, sông, chia biệt.*"

Cách áp dụng cấu trúc học còn được tiếp tục khai triển khi viết về Mai Thảo. Bùi Vĩnh Phúc đã khảo sát văn chương Mai Thảo theo hai trục ngang và dọc.

Với cách khảo sát theo trục dọc, Bùi Vĩnh Phúc dựa trên hai đặc điểm chính của văn chương Mai Thảo: duy cảm và duy mỹ, chú trọng về cảm xúc và cái đẹp trong cách hành văn, sử dụng ngôn ngữ theo phong cách riêng, làm mới cú pháp, vận dụng nhịp điệu, âm vận, các yếu tố thơ trong văn xuôi. Cách khảo sát này tập trung vào hình thức thể hiện, mà văn bản là đối tượng chính yếu, theo tinh thần cấu trúc luận.

Trục ngang là tiến trình sáng tác theo những mốc thời gian, những mốc này gắn với những biến cố lịch sử, ảnh hưởng đến đời sống cá nhân, và những hoàn cảnh sống đưa đến những tâm thức sống biến động theo dòng thời gian. Nhìn theo trục ngang, có thể thấy Mai Thảo bắt đầu viết 56-60 với khuynh hướng chống Cộng (khẳng định thái độ và lập trường sống), sang giai đoạn hiện sinh 60-70, rồi giai đoạn ý thức sáng tạo (ở đây là tinh thần dấn thân và ý thức nhập cuộc của văn nghệ sĩ), và giai đoạn hồi cố từ 1987 trở đi. Khảo sát theo trục ngang là cách nghiên cứu văn học dựa vào tiểu sử tác giả, môi trường xã hội, trên nền lịch sử của cả một thời đại, cùng các yếu tố giai cấp, giới tính, chủng tộc…

Văn chương đối chiếu (comparative literature) là việc nghiên cứu mang tính liên ngành, nối kết nhiều phạm trù nhân văn, lịch sử, chính trị, triết học, khoa học, nghệ thuật… Trong phần viết về Vũ Khắc Khoan, Bùi Vĩnh Phúc đã áp dụng các phương pháp trong ngành văn chương đối chiếu để khảo sát kịch phi lý của Samuel Beckett trong tương quan với chủ đề chờ đợi và sự ám ảnh của một định mệnh vô hình trong những tác phẩm của Vũ Khắc Khoan. Giữa cái khung hiện đại chung của kịch phi lý, Bùi Vĩnh Phúc cho thấy từ hai nền văn hoá khác nhau, chất kịch Vũ Khắc Khoan khác biệt với Beckett như thế nào, khi Beckett thiên về vô ngôn mà Vũ Khắc Khoan thì lộng ngôn, thác ngôn. Và với Vũ Khắc Khoan, (sử) dụng ngôn (ngữ) là phương tiện duy nhất để lấp đầy sự vô vị của đời sống không mục đích và thừa thãi thời gian, như những nhân vật trong kịch "Ga Xép" chơi trò tự nói về mình cho qua thì giờ.

Trong cách nhìn về tương quan giữa con người và định mệnh như sự "giam giữ" và ý muốn "vượt thoát", Bùi Vĩnh Phúc nói về nét chung trong tinh thần phản kháng của Thanh Tâm Tuyền và Albert Camus. Anh cũng đặt một số khuynh hướng, chủ đề tư tưởng của Phạm Công Thiện, Nguyễn Xuân Hoàng và Thanh Tâm Tuyền trong tinh thần hiện sinh như K. Jaspers hoặc J. P. Sartre đã diễn tả. Hoặc anh khảo sát những tác giả này theo hiện tượng luận của Martin Heidegger: "*Con người là một hữu-thể-tại-thế, một hữu-thể-ở-đó (Dasein)*." Con người bị ném vào trong tồn tại của mình ở cuộc đời này, cùng lúc ý thức mình là một người khác, một cái tôi khác, một cái tôi luôn bị giằng xé và rồi bị xé rách:

> "Tôi là người là một người khác*, Thanh Tâm Tuyền đã nói như thế. Arthur Rimbaud cũng nói,* "Je *est* un autre"*, tôi là một người khác. (Chữ* est *tôi in nghiêng để nhấn mạnh, không phải là* Je suis*, nhưng là* Je est*. Không phải* I *am* somebody else*, mà là* I *is* somebody else*). Đó là một cái tôi phủ nhận một cái tôi*

> *khác trong chính mình. Những cái tôi sống bên trong và nói với ra bên ngoài.”*

Việc phủ nhận hay xé rách cái tôi cũng có gì tương tự như việc lật tung bề mặt văn bản để tìm kiếm, để phân chất, để giải mã. Đó cũng là công việc của ký hiệu học khi phân giải ngôn ngữ để truy lùng khái niệm mỹ học ẩn giấu bên trong từng ký kiệu. Đó cũng là một trong những phương pháp Bùi Vĩnh Phúc sử dụng để mở cánh cửa vào thơ Tô Thuỳ Yên:

> *“Hai đứa kéo nhau chạy vào mộng mị*
> *Giờ tắt thở nằm trên bãi hư vô*
> *Bầy ngựa chứng hàng thùy dương vó bão*
> *Biển đưa trăng lăn vào đá tiếng ru.*
>
> *Chỉ có bốn câu. Hình ảnh sắc nét và bạo liệt, dịu dàng và thơ mộng, và, cùng lúc, lại thoáng tính chất siêu hình. Những hình ảnh* mộng mị, tắt thở, bãi hư vô, bầy ngựa chứng, hàng thùy dương, vó, bão, vó bão, biển, trăng, đưa, lăn, đá, tiếng ru *là những hình ảnh được xếp cạnh nhau và chồng lên nhau. Chúng như những hình ảnh của một cuộn phim quay chậm và vô thanh. Những hình ảnh đi sau cứ tiếp tục được đẩy vào võng mô và chồng lên nhau trước khi cái hình ảnh đi trước kịp thời tan biến.”*

Trong đoạn phân tích trên, Bùi Vĩnh Phúc chỉ ra những ký hiệu *bãi hư vô, bầy ngựa chứng, hàng thùy dương, vó, bão, vó bão, biển, trăng, đưa, lăn, đá, tiếng ru* để làm những dấu mốc, những tấm bảng chỉ đường nhằm dẫn người đọc vào thế giới thơ siêu thực của Tô Thuỳ Yên. Đó là thế giới mà thời gian và không gian được gắn vào những ẩn dụ của “Cánh đồng con ngựa chuyến tàu”, như Bùi Vĩnh Phúc đã viết trong đoạn phân tích sau:

> *“Bài thơ, với những hình ảnh rất thực, rất cụ thể, lại có vẻ như một bức tranh siêu thực. Nó như được phóng chiếu vào tâm thức người đọc từ một giấc mơ miên man nào đó của con người. Con ngựa và chuyến tàu, và cả cánh đồng nữa, tất cả như những biểu tượng và ám ảnh về một thời gian vụt gấp, về một không gian mở rộng mãi như muốn nuốt chửng lấy con người. Con tàu, một*

khối không gian co chặt, nén ép, đâm sầm vào tâm trí và vào giấc mơ của con người với cái cận ảnh của nó được phóng lớn lên cùng với tiếng sầm sập của thời gian. Trên một hệ trục tọa độ không-thời, con tàu là một chất điểm. Trong nó, có cả thời gian và không gian đang lao đi vùn vụt. Cánh đồng là trang giấy trắng, biểu diễn sự đi về của thiên cổ, của vũ trụ, càn khôn. Nó có thể cứ còn được kéo dài, lắp dài ra mãi. Con ngựa là biểu tượng cho những ước mơ của con người, và cuộc sống hữu hạn của nó. Nếu nhìn vào bài thơ theo cách nhìn phân tâm của Carl Jung, bài thơ này, với những biểu tượng của ám ảnh, của giấc mơ xâm thực vào đời sống như thế, đã nói trước về hướng tới và cuộc lữ của Tô Thùy Yên. Ông không thể nào thoát khỏi cái định mệnh con ngựa-chuyến tàu của mình."

Những ký hiệu/ẩn dụ trong bài "Cánh đồng con ngựa chuyến tàu" còn tái hiện nhiều lần trong những bài thơ khác, theo Bùi Vĩnh Phúc:

"Trong một cái nhìn liên văn bản (inter-textual), xét trong giới hạn thi sử qua những bài thơ của Tô Thuỳ Yên chảy suốt cuộc đời ông, ta thấy ám ảnh con ngựa-thời gian-ước mơ là một ám ảnh dài lâu trong cuộc lữ của Tô Thùy Yên. Bài "Cánh đồng con ngựa chuyến tàu" làm vào năm 1956, bài "Lễ tấn phong tình yêu" làm vào khoảng vài năm sau đó, có thể 58 hay 59, và bài "Mòn gót chân sương nắng tháng năm" làm vào năm 72. Con ngựa của ông rồi sẽ ngã gục trong một hình ảnh rõ nét hoặc hàm ẩn ở đâu đó trong bài. Thế nhưng, nó lại được sống lại trong một bài thơ khác."

Và:

"Còn con tàu, hai mươi ba năm sau, vào năm 1979, Tô Thùy Yên đã nhìn lại mặt nó. Hơn thế nữa, từ trong cái cõi không gian chật hẹp tù mù lửa tóe và cứng cộm thể tích kia, ông đã ghé mắt nhìn ra ngoài đời. Phải, đó chính là con tàu chở tù từ Nam ra Bắc. Và, bây giờ, đối mặt với định mệnh mình, ông ngồi im nghe tiếng ầm ầm của sắt thép chuyển di theo dòng sử lịch."

Khi viết về thơ của Thanh Tâm Tuyền, Tô Thuỳ Yên, Bùi Giáng, hay văn tuỳ bút của Mai Thảo, Nguyễn Xuân Hoàng, Phạm Công Thiện,

Bùi Vĩnh Phúc đã vận dụng ngôn ngữ học như dùng kính hiển vi để soi, để phân tích các hình thức mỹ từ pháp, ngữ pháp, thi pháp, cấu trúc, đến từng đơn vị nhỏ nhất của ngôn ngữ là chữ và âm. Anh đưa ra những phân tích tỉ mỉ và tinh tế về mặt nhịp điệu, âm hưởng, âm vị; và dùng các phép chiếu ý, chiếu hình, chiếu nghĩa trong từng câu, từng chữ để rọi vào không gian nghệ thuật trong văn bản.

Bùi Vĩnh Phúc đã đưa ngôn ngữ của nhiều thể loại nghệ thuật vào phê bình văn học. Trong cuốn sách có những liên tưởng thơ mộng giữa thi ca và nghệ thuật tạo hình, hội hoạ lập thể, không gian của "*những thước phim đen trắng pha đầy chất tượng trưng*," "*một thứ siêu hình trắng, buồn, và lặng lẽ*", hay "*một tấm áo may cắt trên tấm vải của hiện thực*," "*những hình ảnh chớp tắt, loé sáng, tán lạc, kết nối, vỡ tan. Và người trở về với hiện thực trắng và thô của mình*."

Đây không còn là ngôn ngữ phê bình của lý tính nữa, mà đã bước vào thế giới ấn tượng, xúc cảm, đầy tính cách tượng trưng của thi ca.

Vì nhà phê bình cũng là nhà thơ, dùng ngôn ngữ thơ để nói về thơ. "Một thứ nhan-sắc-thơ có phần quái lạ, hoang dại và kỳ dị, kỳ ảo," như anh đã viết trong sách.

Đó là phong cách của Bùi Vĩnh Phúc, viết trong ý thức sáng suốt, là sự kết hợp giữa phân tích và cảm thụ, giữa suy xét và ấn tượng, giữa lý trí và cảm xúc, giữa việc đọc và sáng tạo từ văn bản mình đã đọc.

Cuốn sách có tên ***9 Khuôn Mặt 9 Phong Khí Văn Chương***, mà theo tôi phải là 9 Khuôn Mặt 10 Phong Khí Văn Chương. Cái phong khí văn chương thứ 10 là của Bùi Vĩnh Phúc, người đã để dấu vân tay trên từng trang viết, trên toàn cuốn sách với ngôn ngữ riêng đầy sáng tạo và sự mẫn cảm của một nhà thơ.

(*) Nhà văn. Là một trong những người chủ trương và sáng lập trang văn học Da Màu, www.damau.org , từ tháng 8/2006.

Bùi Vĩnh Phúc:

Phê bình Văn học như là một hành động của tình yêu

Trịnh Y Thư (*)

1. Nhà Phê bình Văn học, anh là ai?

Làm thế nào để viết về một nhà phê bình văn học? Đó là câu hỏi lởn vởn, thậm chí quay quắt, trong trí óc tôi từ lúc được tin tạp chí *Ngôn Ngữ*, một tạp chí chuyên đề văn học có uy tín lớn xuất bản và lưu hành ở hải ngoại, dự định thực hiện một ấn bản đặc biệt về nhà phê bình Bùi Vĩnh Phúc, và tôi có ý định tham gia, đóng góp cái gì đó cho số báo ấy. Tham gia vì giữa tôi và Bùi Vĩnh Phúc chẳng xa lạ gì nhau. Sự thật là chúng tôi đã có mối giao tình văn chương từ rất lâu khi cùng sinh hoạt trong giới văn học nghệ thuật từ những năm đầu thập kỷ '80 thế kỷ trước. Lúc đó anh là cây bút chủ lực của tờ tạp chí *Văn Học* do nhà văn Nguyễn Mộng Giác biên tập và điều hành. Thoạt đầu anh được biết đến với những bài tùy bút và thơ, nhưng dần dà, không rõ do một cơ duyên nào, anh bước sang lãnh vực Phê bình Văn học, và từ đó cho đến nay, không thể hoài nghi hay chối cãi được, anh nghiễm nhiên được xem là một trong số rất ít, rất hiếm hoi các cây bút phê bình đúng nghĩa và sắc bén nhất của văn học Việt Nam hải ngoại.

Trong buổi Ra Mắt Sách cuốn *9 Khuôn Mặt . 9 Phong Khí Văn Chương* của Bùi Vĩnh Phúc tại Quận Cam, California đầu năm 2024, trong phần phát biểu, tôi có hỏi cử tọa một câu rằng, "Để trở thành nhà phê bình văn học, có khó không?"

Câu hỏi đưa ra chỉ là một thách thức, nhưng xem ra khá thừa thãi và không thuận lý cho lắm, bởi như chúng ta đều biết, để trở thành một nhà phê bình văn học, không chỉ đơn thuần là đi theo con đường cố định cũ mòn, khen chiếu lệ hoặc chê bai qua loa một tác phẩm nào đó theo cảm tính thiên kiến hoặc quan hệ cá nhân, mà là xây dựng kỹ năng, bản lĩnh và uy tín theo thời gian, một thời gian rất dài, lắm khi dài cả đời người.

Nhà phê bình chẳng những phải trải qua một quá trình đọc sách sâu rộng bao phủ các thời kỳ khác nhau – cổ điển, hiện đại, đương đại – mà còn phải am hiểu tường tận các loại hình văn bản của các thể loại văn học như thơ, truyện, tiểu thuyết, ký (văn học), tùy bút, tản văn, kịch, tiểu luận, v.v. Rồi các nền văn hóa và truyền thống, bạn cũng cần phải có một số vốn kiến thức tối thiểu. Bạn không chỉ đọc để giải trí mà để nhận biết cách thức hoạt động của các tác phẩm và mối liên hệ giữa chúng với các tác phẩm khác. Phải có một tư duy phân tích sắc bén, nhà phê bình đặt ra những câu hỏi như: Tác phẩm này đang khám phá những chủ đề hay ý tưởng nào? Ngôn ngữ, cấu trúc và phong cách tạo nên ý nghĩa như thế nào? Tác phẩm đưa ra những giả định nào về xã hội, bản sắc, quyền lực hay đạo đức? Cái nhìn về Lịch sử trong tác phẩm là gì, chủ đích của tác giả chỉ là miêu thuật Lịch sử hay Lịch sử là cái cớ để tác giả nói về những suy nghiệm khác? Điều này có nghĩa là phải chứng minh quan điểm dựa trên cơ sở và nội dung của văn bản trong một bối cảnh toàn diện, chứ không chỉ dựa vào sở thích hay thiên kiến cá nhân.

Kiến thức về Triết học, về lý thuyết và bối cảnh văn học là cần thiết. Hầu hết các nhà phê bình đều sử dụng ít nhất một số lý thuyết, chẳng hạn như Chủ nghĩa Hình thức (thao tác nội tại của văn bản); Phê bình Lịch sử hoặc Văn hóa; các phương pháp tiếp cận Nữ quyền luận, Cấu trúc luận, Giải Cấu trúc luận, Hậu Thuộc địa luận, hoặc Mác-xít luận, v.v.

Đọc những tiểu luận hoặc chuyên luận của Bùi Vĩnh Phúc trong suốt bao năm qua trên sách báo, mà thể hiện rõ ràng và thuyết phục nhất là bộ sách đồ sộ *9 Khuôn Mặt . 9 Phong Khí Văn Chương* của anh xuất bản năm 2024, không nghi ngờ, cũng không nghi ngại, tôi có thể nói tất cả những điều trên đều có mặt trong cái viết của Bùi Vĩnh Phúc trong tư cách một nhà phê bình văn học.

Định nghĩa thế nào là Phê bình Văn học, Bùi Vĩnh Phúc có đưa ra một nhận định thú vị và độc sáng. Trong bài tiểu luận đặc sắc "Về Tính Vũ Đoán trong Viết, Đọc, và Thẩm Thức Văn Chương", anh bảo đọc sách là một sự vũ đoán, chấp định. Anh viết, "*Và chính là từ sự chấp định này, ký hiệu (ngôn ngữ) nói chung và văn bản văn học nói riêng, mang tính đa nghĩa, mơ hồ và nhập nhằng trong cái nghĩa tích cực của nó.*"

Theo anh, đây chính là cơ sở cốt lõi làm nên tính cách Phê bình Văn học đúng nghĩa. Anh viết:

"Mở một trang sách, bước vào thế giới của chữ nghĩa, con người đã đẩy cửa để bước vào một thế giới khác, cũng đầy ắp những ký hiệu. Những ký hiệu trong sách cũng đòi hỏi phải được giải mã, lột vỏ. Có thế, chúng mới có thể dâng hiến cho người đọc cái tinh chất của chúng, cái chất ngọt, cay, đắng, chát, mặn mà, thơm tho, nồng đượm, hay cái cảm giác thô ráp, mềm mại, sắc lẻm, xù xì... của cuộc đời."

Đối với Bùi Vĩnh Phúc, một tác phẩm văn học là một thế giới "mở", nó cho phép người đọc đi vào bằng những cánh cửa khác nhau, một thế giới chấp định, bởi nó có thể chứa đựng trong đó muôn trùng lớp nghĩa, ý nghĩa của nó không bao giờ là một ý nghĩa chung cuộc, dứt khoát, nó có thể thay đổi tùy theo cái nhìn, góc nhìn của người đọc, tùy theo thái độ quan sát, trải nghiệm sống, tri thức, tâm lý của người đọc ấy.

Tôi không thể không đồng ý với anh về luận điểm này.

Khi đọc cuốn tiểu thuyết *Jane Eyre* của nữ sĩ Charlotte Brontë, nhà phê bình Mác-xít đánh giá tác phẩm dựa trên những quan hệ tương tác kinh tế để từ đó đề xuất những luận đề xã hội. Nhưng đọc cùng cuốn sách, nhà phê bình Nữ quyền luận sẽ nhìn khác, hắn tập trung vào tình huống và tâm lý ứng xử giữa các nhân vật khác giới tính để luận giải những mâu thuẫn nam nữ trong một bối cảnh xã hội nào đó.

Sự thú vị khi đọc những tác phẩm văn học là chỗ đó.

Bùi Vĩnh Phúc không dừng lại ở ý nghĩa vũ đoán, chấp định của việc đọc, anh tiến sâu vào trọng tâm vai trò người phê bình. Anh viết, "*Văn bản là cái được nói ra, nhưng trong cái được nói ra đó có hàm chứa những cái không được nói ra. Cái nói ra dựa vào cái không được nói ra. Có một sự chồng lên nhau giữa cái được nói ra và cái ẩn kín bên trong, cái lùi khuất khỏi tiền trường sân khấu. Đó là cái không được phát ngôn, tức sự im lặng. Văn bản là một không gian, một hiện trường được tổ chức theo các quy luật ngôn ngữ. Nó che đậy ở bên dưới nó những cái vắng mặt, những kho tàng được chôn giấu, ẩn kín. Bởi vậy, đọc hay phê bình văn học là đi tìm cái bị che giấu kia, đi tìm cái vắng mặt, cái không hề hiện diện tại hiện trường.*"

Đọc một tác phẩm văn học là đọc giữa những hàng chữ, là nắm bắt một vài từ hay nhóm từ hay ý tưởng làm điểm nhấn để từ đó thăng hoa lên các suy nghiệm sâu sắc hơn. Có nghĩa là độc giả phải sáng tạo cùng với tác giả.

Một tác phẩm tiêu biểu đòi hỏi độc giả phải "đồng sáng tạo" với tác giả là cuốn *Dubliners* của nhà văn James Joyce. Khi viết cuốn sách này, Joyce mới ngoài 20 tuổi, nhưng tác phẩm ấy của ông đã được xem là lời kêu gọi dân tộc Ireland hãy tỉnh thức, hãy thoát ra khỏi cõi u mê, thoát ra tình cảnh trì trệ, bảo thủ đi ngược lại mọi tiến bộ về mặt dân sinh lẫn tư tưởng, để kiến tạo đất nước. Tuy nhiên, trong suốt 15 truyện ngắn, ta không hề thấy một từ, một ý nào Joyce viết cho thấy ông đang kêu gọi ai đó đứng lên làm cách mạng cả. Sự tinh tế và nhất là nghệ thuật văn chương cao độ hiếm thấy của Joyce, may mắn thay, đã không biến tác phẩm của ông thành một văn bản tuyên truyền chính trị thấp kém và rẻ tiền. Nhờ vậy, dù ra đời từ cả trăm năm trước, tác phẩm vẫn có sức thu hút người đọc, bởi, như Bùi Vĩnh Phúc nói, "*... đọc hay phê bình văn học là đi tìm cái bị che giấu kia, đi tìm cái vắng mặt, cái không hề hiện diện tại hiện trường.*" Chính "cái bị che giấu" đã khiến tác phẩm có sức mạnh trường tồn bền bỉ, mà người đọc, người phê bình, có trách nhiệm tìm ra, chỉ ra cho mọi người cùng thấy.

"*Cái bị che giấu, cái vắng mặt*", đối với thơ ca, là tất cả, bởi chủ ý của thơ ca là tiếp lực khả năng gợi cảm của ngôn từ hầu biểu hiện những cảm xúc, cảm quan, cảm thức nằm ngoài đường biên của ý thức hằng ngày. Mỗi bài thơ là một thực thể độc lập được ngôn ngữ dàn xếp, hòa giải một cách phức hợp, có nghĩa là, bài thơ có thể ám chỉ cái gì có thật, hoặc nó chẳng ám chỉ điều gì, nó chỉ hiện hữu ở hình thức mà chính nó được trình bày. Nói cách khác, ngôn ngữ thơ kiến tạo một không gian thơ và bất cứ thứ gì phi-thơ (biện biệt cho một ý đồ, một ý thức hệ, chẳng hạn) nhảy vào thế chỗ đều trở thành vô nghĩa một cách ngớ ngẩn, đáng buồn cười. Một bài thơ thường có những khoảng trống, giống như một khúc nhạc thường có những dấu lặng, nhưng chính những khoảng trống đó giúp ta có một lối thẩm thức độc lập và độc đáo cho chính ta. Đó chính là sự thú vị khi đọc thơ.

Khởi đi từ ý niệm "*cái vắng mặt*" của Bùi Vĩnh Phúc, tôi có một suy nghĩ như vậy về thơ ca, nói riêng, và văn học, nói chung. Kỳ thực, đọc hay thưởng thức bất kỳ một tác phẩm nghệ thuật nào khác, như hội họa, âm nhạc, ta đều bị chi phối dưới hình thức thẩm thức, lý giải rất chủ quan, mang tính vũ đoán của mỗi chủ thể người thưởng ngoạn, và nhờ vậy tác phẩm biến thành một thế giới với vô số chiều kích lý thú.

2. Phê bình Văn học và Triết học

Triết học có ảnh hưởng sâu sắc và lâu dài đến Phê bình Văn học, nó định hình tính cách nhà phê bình hiểu văn học, diễn giải văn bản và đánh giá giá trị của chúng. Triết học cung cấp những câu hỏi cơ bản mà Phê bình Văn học đặt ra: Ý nghĩa là gì? Chân lý được thể hiện trong nghệ thuật như thế nào? Ngôn ngữ có thể phản ánh chính xác thực tại không? Ví dụ, Plato và Aristotle đã đặt nền móng Triết học ban đầu – Plato xác lập những vấn nạn thơ ca với sự hoài nghi vì cho rằng đó là sự bắt chước, trong khi Aristotle bảo vệ nó như một hình thức tri thức có ý nghĩa. Những ý tưởng này vẫn còn vang vọng trong các cuộc tranh luận về Chủ nghĩa Hiện thực, sự mô phỏng và mục đích của văn học.

Nhiều trường phái Phê bình Văn học lớn có nguồn gốc trực tiếp từ tư tưởng Triết học: Phê bình Mác-xít phát triển từ Triết học của Karl Marx, tập trung vào giai cấp, quyền lực và hệ tư tưởng trong các văn bản. Phê bình Phân tâm học dựa trên những ý tưởng Triết học của Freud về vô thức và hành vi con người. Phê bình Hiện sinh dựa trên các triết gia Hiện sinh như Sartre và Camus, nhấn mạnh đến sự tự do, sự lựa chọn và sự tha hóa. Cấu trúc luận và Hậu Cấu trúc luận dựa trên các ý tưởng Ngôn ngữ học và Triết học từ các tư tưởng gia như Saussure, Derrida và Foucault, đặt câu hỏi về ý nghĩa ổn định và ý định của tác giả. Vân vân.

Triết học ảnh hưởng đến tính cách các nhà phê bình nhìn nhận mối quan hệ giữa tác giả, văn bản và người đọc. Ví dụ, Hiện tượng học (Heidegger, Gadamer) nhấn mạnh vai trò của người đọc trong việc tạo ra ý nghĩa, trong khi Triết học Hậu Hiện đại thách thức ý tưởng về một cách diễn giải duy nhất, cố định.

Nói chung, Triết học cung cấp cho Phê bình Văn học xương sống trí tuệ. Nó cung cấp các lý thuyết, khái niệm và phương pháp mà các nhà phê bình sử dụng để phân tích văn bản, biến Phê bình Văn học thành một cuộc khảo sát có kỷ luật, quy tắc chứ không chỉ đơn thuần là ý kiến, thiên kiến cá nhân. Nếu không có Triết học, Phê bình Văn học sẽ thiếu hẳn chiều sâu, sự mạch lạc và tính nghiêm túc.

Bùi Vĩnh Phúc là nhà phê bình luôn có ý thức về Triết học khi viết về thơ văn của một tác giả nào đó. Trong một chuyên luận dài hơi (và có lẽ đầy đủ nhất) về thi sĩ Thanh Tâm Tuyền, anh viết: "… *Nhìn một cách nào đó, Thanh Tâm Tuyền là một hữu thể bị 'giam giữ' trong đời sống. Nhưng, nói như thế là một nghịch ngôn, một* oxymoron, *vì sống là sống cùng và sống với. Con người là một hữu-thể-tại-thế, một hữu-thể-ở-đó (*Dasein*), nói như Heidegger. Vì thế, bảo rằng nhà thơ bị 'giam giữ' trong đời sống thì chỉ là một cách nói. Có 'giam giữ' thì mới có ý thức 'vượt thoát', muốn chặt đứt 'xích xiềng.'*"

Xuyên suốt tập chuyên luận *9 Khuôn Mặt . 9 Phong Khí Văn Chương*, ngoài Thanh Tâm Tuyền, ta thấy Bùi Vĩnh Phúc đã sử dụng thấu đáo Triết học ngôn ngữ làm cơ sở lý luận để nói về thơ văn của các tác giả nổi tiếng Miền Nam Việt Nam một thời, như Mai Thảo, Vũ Khắc Khoan, Võ Phiến, Nguyễn Mộng Giác, Nguyễn Xuân Hoàng, Phạm Công Thiện, Bùi Giáng, Tô Thùy Yên. Ảnh hưởng của Triết học đến Phê bình Văn học hiển thị rõ rệt trên mặt bằng ngôn ngữ. Các nhà tư tưởng như Wittgenstein và Derrida đã ảnh hưởng đến ngòi bút phê bình của anh trong việc xem xét sự mơ hồ, phép ẩn dụ và sự bất ổn của ngôn ngữ, dẫn đến phân tích văn bản chi tiết và sự hoài nghi về ý nghĩa tuyệt đối.

Với tôi, tập chuyên luận nói trên của Bùi Vĩnh Phúc là một tác phẩm cột mốc trong quá trình đọc và viết, chẳng riêng gì ở hải ngoại, mà phải xếp chung vào dòng chảy liên lỉ của văn học Việt Nam.

3. Phê bình như là một thao tác sáng tạo

Viết phê bình, bạn phải sở hữu một kỹ năng viết xuất sắc. Một nhà phê bình giỏi thường viết rõ ràng và thuyết phục, phải cân bằng giữa sự sâu sắc và dễ hiểu, hầu có thể giải thích những ý tưởng phức tạp mà không mơ hồ hay khoa trương. Phê bình là một hình thức văn học phi hư cấu, đồng thời hàm chứa một ý thức sáng tạo trong đó, và chính bởi thế, phong cách trở nên rất quan trọng.

Bùi Vĩnh Phúc có một phong cách rất riêng khi viết tiểu luận, Phê bình Văn học, và đó là phong cách thơ. Rất thơ.

Nhan đề bài chuyên luận về thi sĩ Thanh Tâm Tuyền: "*Cái Tôi kỳ việt và Âm bản Thành phố/Tình yêu trong thơ tự do Thanh Tâm Tuyền*", và "*Cái Tôi ẩn mật và Dương bản Thiên nhiên ngày vây hãm trong 'Thơ ở đâu xa' của Thanh Tâm Tuyền.*"

Hay vài câu điển hình trong bài viết về thi sĩ Phạm Công Thiện: "… *Một ly rượu nho màu đỏ* bordeaux *có mùi vị say sưa mềm mại của nắng thơm màu hổ phách, có mùi gió biển ngất ngây của những hải ngạn xa xôi, có những đêm sâu ủ mùi nguyệt bạch. Tịch mịch hồng. Và có mặt trời (nếu mặt trời có thực) quay lông lốc theo vòng thiên địa. Ực một hớp rượu ấy vào người, nếu người ta đang yêu đời, đang yêu những cây trái trần gian, người ta sẽ thấy là đời có thêm vị ngọt.*"

Đó là câu chữ trong một bài thơ hay một bài tản mạn, chứ không phải phê bình.

Nhưng không phải vì thế mà văn phê bình của anh thiếu tính hàn lâm. Kỳ thực, nó rất uyên áo và luôn để lại trong tâm trí người đọc những suy nghiệm thâm trầm nhưng vô cùng mãnh liệt. Kết hợp hai thuộc tính gần như bất khả hòa nhập ấy – hàn lâm và thơ mộng – lại là cái gì rất đỗi tự nhiên, rất đỗi đẹp đẽ, rất đỗi hài hòa, rất đỗi sáng tạo trong văn phê bình Bùi Vĩnh Phúc.

Phải chăng ngoài tài viết phê bình, anh còn là một nhà thơ và người viết tùy bút, tản văn xuất sắc?

(Phạm vi bài viết này chỉ đóng khung trong lãnh vực phê bình của Bùi Vĩnh Phúc, nên đành chịu sự thiếu sót không nhắc đến Bùi Vĩnh Phúc trong tư cách nhà thơ, người viết văn xuôi hay nhà Ngôn ngữ học.)

4. Phê bình Văn học như là một hành động của tình yêu

"*Một nền văn học không có phê bình là một nền văn học kém may mắn.*" Nhà văn Võ Phiến đã từng ngậm ngùi chua xót thốt câu nói ấy về nền văn học Miền Nam thời kỳ 1954-1975. Ở đây xin hiểu thêm cho ông Võ. Ông bảo, "*Trên báo chí vẫn có những bài điểm sách, giới thiệu, phê bình; nhưng hầu hết là những bài của giới sáng tác nhận xét lẫn nhau…*" Đoạn ông nói thêm, "… *nhà phê bình lấy việc phát huy được cái hay cái đẹp của người khác làm sự thành công của mình, xem những bất công, lầm lẫn, thiếu sót trong sự nhận xét người khác như sự thất bại của chính mình…*"

Ta có thể đem định nghĩa trên của ông Võ áp dụng vào bản thân Bùi Vĩnh Phúc được chăng?

Nói cho cùng, Phê bình Văn học là nghệ thuật lắng nghe một tác phẩm văn học một cách chăm chú cho đến khi nó bắt đầu "lên tiếng." Đó không phải sự phân tích lạnh lùng mà là sự quan sát tỉ mỉ, giống như áp vỏ sò vào tai và nghe thấy tiếng đại dương mà bạn không bao giờ ngờ tới. Nhà phê bình đồng hành cùng bài thơ, cuốn tiểu thuyết, thiên truyện ngắn, vở kịch – không chỉ hỏi điều gì xảy ra, cái gì được miêu thuật trong tác phẩm, mà còn hỏi tại sao điều đó lại quan trọng, tại sao nó làm đẹp cho cuộc nhân sinh, và nó "thở" như thế nào. Ý nghĩa lung linh giữa các dòng chữ, trong những khoảng lặng, trong những mô-típ âm thanh và hình ảnh, chờ đợi một người đủ kiên nhẫn để nhận ra. Người đó chính là nhà phê bình.

Ở bình diện cao đẹp, nhân bản nhất, Phê bình Văn học là một hành động của tình yêu. Nó xem câu chữ, văn bản như những sinh vật "sống", được định hình bởi lịch sử, văn hóa và khát vọng của con người, khát vọng được sống như một con người. Một ẩn dụ trở thành một cánh cửa cho ta bước vào ngôi nhà tráng lệ của sáng tạo và nghệ thuật; sự lựa chọn của nhân vật trở thành một tấm gương cho ta thấy tất cả những cái tốt lành-xấu xa, hạnh phúc-khổ đau trong cuộc nhân sinh. Nhà phê bình không tuyên bố chân lý cuối cùng mà đưa ra một cách nhìn, một ngọn đèn được chiếu rọi ở một góc độ nhất định để những bóng tối mới xuất hiện. Sự bất đồng không phải là thất bại ở đây – nó là bằng chứng cho thấy tác phẩm vẫn sống động và có khả năng mang nhiều ý nghĩa khác nhau, rất xứng đáng cho ta mở cuộc dò thám, truy tìm vào đáy sâu của bản ngã.

Bởi thế, phê bình trở thành một loại thơ ca riêng. Nó mượn âm nhạc của tác phẩm mà nó nghiên cứu, đáp lại bằng suy nghĩ thay vì vần điệu, bằng sự thấu hiểu, đồng cảm thay vì cốt truyện. Trong khi sáng tác văn học hỏi "nếu như", thì Phê bình Văn học hỏi "điều này có ý nghĩa gì đối với chúng ta?" Giữa hai câu hỏi này, văn học tiếp tục tồn tại – được diễn giải không ngừng, được đổi mới không ngừng.

Con đường Bùi Vĩnh Phúc chọn đi không dễ dàng chút nào, nó đầy chông gai trắc trở là đằng khác. Nhưng tôi biết chắc anh rất tự tin vào con đường anh chọn lựa cho chính mình. Đối với anh, Phê bình Văn học là một hành động của tình yêu. Bên trong nhân dáng con người thư sinh, mặt mũi hiền lành, nhân hậu, miệng luôn sẵn một nụ cười ấy là một tâm hồn sôi động yêu chữ nghĩa, quý văn chương. Anh xuýt xoát tuổi tôi, tức là đã "thất thập cổ lai hy", nhưng tôi đồ tình yêu ấy vẫn nóng bỏng chảy rát trong huyết quản anh. Và, để kết thúc bài viết khiêm tốn, sơ sài này cho ấn bản đặc biệt của *Ngôn Ngữ* về anh, tôi xin trích một câu văn nữa của anh mà tôi xem nó chính là tâm nguyện của anh khi chọn ngòi bút Phê bình Văn học:

"*Tôi mong người đọc có thể thấy hay cảm nhận được cái sức sống đẹp tươi và đầy màu sắc của một vùng trời đất hoa cỏ quê hương, nói riêng, và của cõi sống văn chương con người, nói chung. Cái cõi sống ấy, người viết và người đọc, ở nơi nào và thời nào, tôi tin, cũng đều muốn hướng đến. Trong đó, tất cả – người viết và người đọc, cái viết và cái đọc, cái được viết và cái được đọc – đều hạnh phúc quây quần và ca hát hạnh ngộ cùng nhau.*"

(Tháng Giêng, 2026)

(*) Nhà văn, nhà thơ, dịch giả. Chủ bút Việt Báo và chủ trương nhà xuất bản Văn Học.

Bùi Vĩnh Phúc, "Người Bạn" thời Hoa Mộng

Trần Thị Nguyệt Mai (*)

"Thời hoa mộng" với chúng tôi, nhóm bạn Tuổi Hoa còn giữ liên lạc với nhau sau nửa thế kỷ, là một "*thời xanh* với độ tuổi gọi là Tuổi Hoa, và dường như Tuổi Hoa không tàn theo năm tháng dù thân xác có già nua rồi bại hoại", như Thương Nga thường bày tỏ.
Hương xưa mãi ngát trong hồn
Tuổi Hoa ngày cũ luôn còn trong tim
(Thơ Thương Nga)

Còn "Người bạn", tại sao lại trong ngoặc kép? Xin thưa, nhân một dịp hạnh ngộ cùng nhà văn Nguyễn Lệ Uyên ở Tuy Hòa, anh ấy bảo, "Hồi xưa, bọn anh mỗi lần đọc bài của ai trên báo thì xem như là mình đã quen với người đó rồi. Đến lúc gặp nhau thì đối đãi như bạn". Nếu kể như vậy thì tôi đã "quen" với Bùi Vĩnh Phúc từ thời xanh hoa mộng, lúc vừa tròn trăng. Theo tôi biết, anh có thơ đăng báo từ năm 1968, 1969, tức là khi anh mới chỉ 15 hay 16 tuổi. Dưới đây là một trong mấy bài thơ đầu tiên của anh mà tôi được đọc:

đêm về miên man trên vùng tóc cỏ
gió bay rì rào trong lá cây đen
đứng gọi buồn để ướt cả áo len
em khẽ rùng mình – sao rơi lác đác

trong đám lá cây sao mà xào xạc
phải gió đông về trên cao kia không
pha lê buồn lăn theo nhịp tơ trùng
em nói nhỏ đông về sao lạnh quá

nến cháy hư huyền bên song hoa lá
để một mình buồn em xõa tóc tơ
nhạc reo vang vang trên tháp nhà thờ
gọi sương xuống để hong hồn ai lạnh

(...) nghe như thì thầm tiếng ai hát nhỏ
gloria in excelsis deo
lời thánh ca em nghe thoảng mơ hồ
trời lạnh quá và đêm thì thơm quá

lệ mềm trên môi vàng sao trên lá
lời thánh ca hồng lả tả trên không
em nghe mùa đông rớt vỡ trong lòng
đêm về miên man trên vùng tóc cỏ.
(Vàng Sao – BVP – Tuổi Hoa số 121, ngày 1-1-1970
Bốn câu cuối lấy từ một dị bản khác, cùng tên, của tác giả)

Trong khi đó, phải đến Tuổi Hoa số 141 phát hành ngày 1-11-1970 tôi mới lần đầu góp mặt trên trang Thơ do Quyên Di phụ trách, với bài "Nỗi lòng cô học trò" – mà lại ký tên Hương Ngọc, bút hiệu dùng một lần duy nhất. Thế thì, anh Bùi Vĩnh Phúc lúc ấy chưa hề biết Trần Thị Nguyệt Mai là điều chắc chắn! Sau đó, anh Quyên Di Bùi Văn Chúc cùng người bạn đồng nghiệp – anh Hoài Mỹ Đào Quang Mỹ – thực hiện bán nguyệt san Ngàn Thông (số 1 phát hành ngày 05-05-1971). Từ đó, anh Bùi Vĩnh Phúc chuyển sang đóng góp bài cho Ngàn Thông, trong khi tôi tiếp tục cộng tác với Tuổi Hoa. Nên cách gọi là "bạn" như anh Nguyễn Lệ Uyên nói ở trên chỉ có một chiều.

Anh đóng góp thơ và văn trên Ngàn Thông, bằng tên thật Bùi Vĩnh Phúc lẫn bút hiệu Gammy. Bấy giờ thơ anh xuất hiện thường xuyên hơn, sâu lắng hơn. Xin trích thêm vài đoạn trong một số bài để các bạn cùng thưởng thức:

(...) Mùa thu đến cho thời gian rón rén
Sợi tơ vàng rung nhẹ gót chân êm

Ngày mùa xuân chim én hót bên thềm
Thu gọi nhớ cho chim về mơ mộng

Như hôm qua lòng em còn bỏ trống
Bỗng hôm nay chim lạ hót trong vườn
Môi mới hồng cho em lắm người thương
Em con gái nên mùa thu vàng mộng.
(Mùa thu con gái – Gammy – Ngàn Thông số 11, 5-10-1971)

mây bay trắng cả sân trường
em về áo lụa thơm hương má hồng
đàn chim cánh trắng như bông
thả trong giọng hót lối bồng cỏ mơ
có hay giữa sớm sương mờ
hai hàng khuynh diệp trơ vơ gọi buồn (...)
(Áo Lụa Sân Trường – Gammy – Ngàn Thông số 13, 5-11-1971)

Một ngày mưa bay trên tóc
Một ngày thôi hết nắng vàng
Một ngày xa rời lớp học
Cuộc đời ngó xuống mênh mang

(...) Thôi anh giã từ lần cuối
Dù vẫn giữ lại trong hồn
Có gì bình minh suốt buổi
Cho dù bóng nắng hoàng hôn? (...)
(Giã Từ – Gammy – Ngàn Thông số 31, ra ngày 5-8-1972)

(...) là xanh cả màu xanh lá xanh
có con bướm thắm lượn trong cành
mộng mơ từng cánh hoa sương khói
cho mắt em cười trong mắt anh

là xanh cả màu xanh ước ao
môi em mướt nụ má em đào
từ mây lang bạt đời heo hút
mắt vỡ hoa buồn đêm ngát sao (...)
(Xanh Hương – Gammy – Ngàn Thông số 32, ra ngày 20-8-1972)

Đặc biệt, anh viết "Vườn mây em về" với toàn vần bằng, gợi nhớ âm điệu Tỳ Bà của Bích Khê:

(...) Đôi hài em mang làm bằng nhung
Trâm cài em ngoan như tơ rung
Yêu thương em đi trong hoan ca
Yêu người em mơ trên môi hoa

Bờ vai đen tuyền cho liêu trai
Hồ sao xanh ngời trong thiên thai
Thôi em đi về cho thu vàng
Vàng thu cho mây thêm bay sang (...)
(Vườn mây em về - Gammy - Ngàn Thông số 10, ra ngày 20-9-1971)

Tôi yêu "Sầu Khúc" với những lời thơ đẹp mà man mác buồn:

(...) ngày xưa có buổi chiều
bên mặt sông tắt nắng
trong nỗi buồn rong rêu
có tình yêu thầm lặng

và cũng có tiếng cười
trong lòng em rất khẽ
và cũng có niềm vui
thắp trong anh nhỏ nhẹ

tình yêu nào vương mang
cho trùng dương sóng cả
tình yêu nào khăn tang
cho một lần từ giã

anh có những ngày xưa
nở như hoa mười giờ
bây giờ còn gì nữa
hoa buồn héo ngẩn ngơ

ngày mai em ra đi
có mùa đông đưa tiễn

ngày mai ta chia ly
tình buồn như lời biển (...)
(Sầu Khúc – Gammy - Ngàn Thông số 37, 5-11-1972)

Ba bài văn / tùy bút của anh đi trên Ngàn Thông trong năm 1972, âm điệu và lời đẹp như thơ, là bước khởi đầu cho cuộc hành trình sau này:

> *(...) Có phải đó là mùa Xuân không em, khi tình yêu là mây là gió là những sợi tơ hồng quấn quít vấn vương ôm ấp lấy nhau, trong làn gió mát len nhẹ vào hồn em hồn anh. Có phải đó là mùa Xuân không em, khi lòng đất tấu lên những lời reo vui ngày thụ cầm mở ngỏ, rung lên bằng những gót son nhún nhẩy từng đàn em bé náo nức hoan ca. Nếu nói không phải mùa Xuân, tại sao đóa tường vi lại tỏa ngát hương tình yêu thánh thiện như bờ môi em dịu dàng đầu ngày nắng chảy, hỡi em yêu dấu. (...)*
> (Bay Bay Cánh Hoa Tình Yêu – Gammy - Ngàn Thông Xuân Nhâm Tý 1972)

> *Quán đông dần vì cơn mưa vẫn chưa ngớt hột. Tiếng nhạc bập bùng bay ra từ những góc tối, âm thanh chùng và thấp: đó là những bản nhạc cổ điển tây phương, có violon rên siết trên tơ vàng, có những ngón tay nghệ sĩ cúi gục trên dòng nhạc buồn da diết. Và nhất là có dương cầm lăn êm ái những viên sỏi thật tròn nào đó rớt nhẹ vào lòng đại dương, cho những âm thanh mơ hồ tưởng chừng ở một khoảng xa xôi nào vọng lại.*
> (Mùa Thu Mưa Bay – BVP – Ngàn Thông số 34, 20-9-1972)

> *Anh đứng dậy đưa mắt nhìn ra xa. Tấm áo choàng bằng dạ đen của đêm đã được phủ nhẹ xuống tự lúc nào. Bãi biển bây giờ thật yên lặng. Những đám mây còn sót của buổi chiều trôi nhanh về một phía. Tụ lại. Rồi bay lên thật cao. Thật cao... Những hạt sương đã lấp lánh triều thiên trên những đầu cỏ. Lễ đăng quang bắt đầu. Bầu trời lung linh để rơi lác đác những vì sao xuống một vùng không gian nào đó, xa lắm, có lẽ tận ngoài kia.*
> (Kể Chuyện Ngày Xưa – BVP – Ngàn Thông số 35, 5-10-1972)

Ngàn Thông đình bản vào cuối năm 1972 với tờ báo cuối cùng số 40 ngày 20-12-1972. Tôi không còn đọc anh nữa. Không rõ anh có tiếp tục viết và cộng tác với các tạp chí nào khác nữa không?

Và rồi tất cả dự định mộng ước một thời xanh cũng tan thành mây khói với cuộc đổi đời. Nhóm bạn Tuổi Hoa của tôi cũng lạc mất nhau sau cơn dâu biển...

Tôi gặp anh Bùi Vĩnh Phúc lần đầu trong buổi chiều ra mắt cuốn *Tản Văn Thi* của nhà thơ Nguyễn Thị Khánh Minh tổ chức tại nhà Tô Đăng Khoa ở Garden Grove, California vào ngày 19-5-2018. Nghe giới thiệu tên Bùi Vĩnh Phúc, tôi nghĩ ngay tới người cùng tên ngày xưa mình đã đọc, nên hỏi, "Có phải anh Phúc là em của anh Quyên Di?" Anh xác nhận, "Đúng rồi". Thật là một tình cờ thích thú!

Tháng 4/2024, Bùi Vĩnh Phúc gửi tặng tôi *9 Khuôn Mặt, 9 Phong Khí Văn Chương,* cuốn sách mới xuất bản của anh, viết về Thanh Tâm Tuyền, Mai Thảo, Vũ Khắc Khoan, Võ Phiến, Nguyễn Mộng Giác, Nguyễn Xuân Hoàng, Phạm Công Thiện, Bùi Giáng và Tô Thùy Yên. Đó là cuốn sách phê bình trên cả tuyệt vời được viết rất kỹ, rất nghiêm túc bằng ngôn ngữ thi ca được BVP 'thai nghén' 30 năm, mà mỗi tủ sách gia đình nên có. Nhờ đó, tôi được biết đôi điều về tác giả: Sinh năm 1953 ở Hà Nội, lớn ở Sài Gòn. Dạy Việt văn và Pháp văn trường Nguyễn Bá Tòng (Sài Gòn và Gia Định) từ 1972 đến 1977. Vượt biển vào tháng 12/1977 và định cư tại California từ tháng 4/1978. Tại đây, BVP đã học và tốt nghiệp chuyên ngành Ngôn Ngữ học, và từ 1989 liên tục dạy Anh Văn và Ngôn Ngữ & Văn Hóa Việt Nam tại Golden West College và tại California State University, Fullerton. Hiện đã nghỉ hưu. Bắt đầu viết tiểu luận và phê bình văn học từ 1982 khi đọc truyện *Ngựa Nản Chân Bon* của Nguyễn Mộng Giác trên báo Đồng Nai tại Quận Cam vì rất thích cốt truyện sâu sắc, diễn đạt khéo léo, đáp ứng được những khát khao về mặt thẩm mỹ trong văn học.

Ngay từ Lời Vào Sách, Bùi Vĩnh Phúc giới thiệu về Văn Học Miền Nam bằng những nét mặn mà:

> *Văn Học miền Nam Việt Nam, trong suốt hai mươi năm rực rỡ và đầy ánh sáng của nó, đã sản sinh ra biết bao tài năng, làm phong phú và hãnh diện cho dòng văn học dân tộc nói chung, và cho dòng văn học miền Nam nói riêng, trong cái bối cảnh lịch sử của đất nước. Những khuôn mặt tài tuấn, những ngòi bút tài hoa, đã làm bừng sáng cảnh quan phong thổ miền Nam, đất nước cỏ hoa miền Nam, nơi đó, những nét truyền thống của dân tộc, hòa cùng hương hoa và ánh sáng thế giới, và những âm vang của thời đại, đã làm dội lên những khúc hoan ca, hạnh ca, tình ca, hùng ca và bi ca của con người...* (sđd, trang 11)

Hay những dòng mở đầu khi viết về thơ Thanh Tâm Tuyền. Tưởng chừng sống lại một thuở nào với thanh âm mật ngọt, quyến rũ, ấm áp, rót nhẹ vào tai của chương trình Nhạc Chủ Đề Nguyễn Đình Toàn mỗi tối thứ năm phát thanh trên đài Sài Gòn mà dù có bận thế nào cũng khó bỏ qua:

> *Một buổi chiều, một buổi chiều nào đó, như tất cả những buổi chiều ta đã lang thang trên xứ lạ, như tất cả những buổi chiều mặt trời rơi xuống xoáy buồn vào trái tim, ta nhìn đời sống mình bốc khói. Khói cay ngun ngún cháy đi tất cả những ngày đã qua, cháy đi những mộng tưởng cũ kỹ, những hè đường đầy lá úa ướt át, những dòng sông thở nồng mùi gỗ mục. Đời đã ngun ngún cháy đi những giây phút hạnh phúc đẹp đẽ và mơ mộng nhất của ta, cháy đi những cửa sổ mở tung nhìn con chim bay trên trời, những ngõ hẹp cất giấu bóng chiều âm ỉ, và khuôn mặt em, khuôn mặt ướt mưa mà hai bàn tay ta đã nâng niu như một cánh hoa gần. Trong mắt em, ta nhìn thấy ngoài kia cơn mưa chụp xuống giăng kín buổi chiều. Em chớp mi, và bầu trời phủ đầy bóng tối. Một bóng tối thơm ngát mùi hoa chanh.* (sđd, trang 19)

Hoặc khi nghe Bùi Vĩnh Phúc định nghĩa về quê hương. Có ai không thổn thức, nao lòng khi nhớ đến?

> *Quê hương. Nó là tiếng cười ta thuở chân sáo vào đời, là nỗi rộn ràng ta lần đầu nhìn em áo ngoan hài tím tóc thả gió thu, là mộng mơ ta bên em nhìn dòng sông mà màu chiều bơ vơ đổ bóng. Nó là nụ hôn trong vườn đêm thơm mùi ngọc lan thao thiết, bờ môi em dịu dàng hé mở như một cánh hoa. Là chất sữa của nhung trên da thịt em dịu dàng trinh trắng. Là em run rẩy trong tay ta như một ánh trăng xanh chỉ chờ rạn vỡ. Quê hương là những ngày mà gió nắng vẽ trên vầng trán ta biết bao điều lý tưởng, là trái tim ta cháy lên bao tha thiết cuồng say. Và quê hương cũng là những ngày loạn lạc, khói lửa mịt mù, là đắng cay của những người vợ trẻ, là xót xa của những người mẹ già tóc trắng như sương. Quê hương là gió bão, là lời chúc dữ, và là giọt nước mắt ta chảy ra một đêm tối khi chân bước xuống thuyền, là nỗi quặn đau ta mỗi khi nhìn lại, nỗi quặn đau mà ta hằng chắt chiu chẳng nỡ rời bỏ, chối từ. Quê hương. Giọt nước*

mắt ta chảy ra hóa thành một đêm tối bơ vơ. (sđd, trang 263-264)

Và còn nhiều, rất nhiều nữa những đoạn viết như thơ trong sách, trích dẫn hoài cũng không hết...

Trong trả lời phỏng vấn của tạp chí mạng Da Màu về chuyện "Đọc và Viết & về Văn học Hải ngoại" (28 & 29.8.2025), Bùi Vĩnh Phúc chia sẻ anh yêu sách từ nhỏ nên đã để dành tiền mua sách và đọc đủ thứ. Bên cạnh đó, anh còn đổi sách, báo với bạn bè trong xóm... Hoặc "cất giữ làm của riêng" những báo hoặc tập san có đi thơ, truyện mà anh thích từ "kho" báo chí trong nhà của bố. Khoảng lớp Đệ Ngũ (lớp 8 bây giờ), bằng tiền bố mẹ cho, anh "nướng" hết vào các tiệm bán sách cũ hoặc bán *solde* (có những quyển rất hay và còn mới) để có một thư viện cho riêng mình. Càng lớn, anh lại càng có thêm điều kiện để thu thập sách mới, sách hay với các thể loại khác nhau. Kể từ năm Đệ Nhị (lớp 11 sau này), anh hướng về đọc sách phi-hư cấu đủ mọi thể loại. Đến thời thanh niên, Bùi Vĩnh Phúc tìm đọc nhiều sách nghiên cứu và phê bình. Anh cũng chú ý các loại sách triết, sử, ngôn ngữ, tâm lý, xã hội, nhân chủng, dân tộc học, văn hoá, và kiến thức tổng quát. Anh đọc miên man và liên tục chỉ để tìm hiểu về sự sống, về cuộc sống. Đến tháng Tư 1975, anh đã có một thư viện riêng, khá "bề thế", bao gồm cả sách tiếng Pháp và tiếng Anh.

Để tìm hai chữ tự do, Bùi Vĩnh Phúc phải bỏ lại cả một tủ sách đã chăm chút yêu thương của một thời tuổi trẻ, tạo dựng bằng số tiền nhịn ăn tiêu của chính mình. Với lòng bâng khuâng, trĩu nặng, anh bước lên con tàu nhỏ vào tháng 12/1977 rời xa quê hương với bao thân tình, kỷ niệm... Định cư tại Mỹ từ tháng 4/1978 và tiếp tục "góp nhặt cát đá", đến mùa đại dịch Covid-19 (từ tháng 1/2020 đến tháng 5/2023), anh đã có một tủ sách khoảng 10 ngàn cuốn. Hãy nghe anh kể, "... Rồi, đến một lúc, tôi nghĩ cuộc đời này cũng quá 'vô thường', sao không trao tặng bớt sách đi cho nhiều người cùng đọc. Thế là, sau đó, tôi mất khoảng từ hai đến ba tháng để lục lọi, duyệt xét lại tất cả các loại sách mà tôi đã thu thập được từ khi đến Mỹ, có nghĩa là trong hơn 40 năm tính đến thời điểm ấy. Sách vở lúc bấy giờ được lục ra, xếp la liệt đầy nhà. Tôi lọc lựa ra khoảng từ bốn đến năm ngàn quyển sách để giữ lại; còn tất cả khoảng hơn năm ngàn quyển khác tôi phải cất công cho vào các thùng *carton* (cũng phải ra Home Depot mua nhiều), chất đầy nhà." Rồi, sau đó, anh phải thuê người khuân vác và cùng với họ chở sách đi cho các thư viện.

Đọc sách, tích lũy vốn kiến thức vô tận từ thời tuổi trẻ đến nay, anh đã vượt xa mức tuổi sống của mình, lại được đào tạo có hệ thống, quy củ từ những trường lớp danh tiếng ở Việt Nam sang đến Hoa Kỳ trong ngành Ngôn ngữ học và các ngành khác. Nên, có thể tán dương mà không sợ quá lời rằng, Bùi Vĩnh Phúc là một học giả uyên bác. Bởi thế, cách trình bày và lập luận của anh rất hàn lâm, chặt chẽ. Chẳng hạn trong bài "Nói Chuyện Đọc và Viết & Cái Sống, Thân Phận, Hiệu Ứng của Chữ" đi trên Da Màu (9.5.2024), khi được hỏi, "*Thưa anh, trong việc viết phê bình văn học, anh có đặc biệt thích thú một hướng phân tích hay một phong cách phê bình, nhận định nào hay không?*", anh đã trả lời:

> "Phê bình có thể có nhiều hướng, nhiều phong cách. Riêng tôi, tôi quý cái viết của nhà phê bình Gaston Bachelard (1884-1962). Ông là một người được thế giới biết đến như một triết gia, một nhà duy lý dấn thân, một người được đào tạo chuyên môn trong lĩnh vực khoa học, và đã có những công trình quan trọng trong lĩnh vực này.
>
> Ngoài việc được xem là một nhà khoa học, Bachelard cũng được đánh giá là một nhà phê bình văn học kiệt xuất. Trong nhiều tác phẩm của mình, đặc biệt trong quyển *L'Eau et les Rêves* (*Nước và Những Giấc Mơ*), và, trước đó, trong quyển *La Psychanalyse du Feu* (*Phân Tâm Học về Lửa*), Bachelard đã dùng tinh thần khoa học pha với một ngôn ngữ nhiều chất thơ, tạo nên một thứ thi pháp kết hợp với những suy tưởng, phân tích hiện tượng luận, để đặt thi ca và văn chương trong một quan hệ tốt đẹp và nhiều thành tựu với khoa học về tâm lý.
>
> Khuôn mặt trong gia tài khoa học/văn học của Bachelard mang dấu ấn của một nhận thức luận và một thi pháp học đặc thù, đã cho thấy triết lý, tư duy nơi ông là một tư duy kép, gồm cả tư duy khoa học và tư duy thi ca. Ông cho thấy dù đó là hai mảng có vẻ đối chọi nhau, con người không thể tư duy mặt này mà thiếu mặt kia. *Animus* và *Anima*. Trong tác phẩm *La Poétique de la Reverie* (*Thi pháp của mơ mộng*), Bachelard đã đối lập *animus*, gắn bó với tinh thần khoa học, tượng trưng bằng lý trí, với *anima*, gắn bó với mơ mộng và tưởng tượng.

Cũng thế đối với Maurice Blanchot, một nhà phê bình kiệt xuất khác của Pháp. Trong tác phẩm *L'Écriture du Désastre* (*Writing the Disaster*, 1980), một tác phẩm chứa đựng những suy tư mang tính triết học sâu sắc, thể hiện qua một lối viết được giới phê bình gọi là "prose fragments", người ta cũng có thể đọc được những đoạn văn đầy thơ mộng của Blanchot.

Tôi thích hướng phê bình và cái viết của cả Bachelard và Blanchot. Dĩ nhiên, còn có những người khác nữa. Có thể tạm kể như Mikhail Bakhtin, Roland Barthes, Roman Jakobson, Claude Lévi-Strauss, Jean Pierre Richard, Pierre Macherey, Charles Mauron, Normand Holland, Jean Starobinski, v.v.. Mỗi người viết như thế là một ánh sao, mà cái ánh sáng họ để lại còn làm cho chúng ta, những người đọc, nhìn ngắm, theo đuổi."

Lấy bất cứ bài viết nào trong cuốn sách "*9 Khuôn Mặt. 9 Phong Khí Văn Chương",* ta cũng có thể thấy phong cách đó của Bùi Vĩnh Phúc. Chẳng hạn, như bài "Vũ Khắc Khoan & Samuel Beckett: Nghệ thuật như một cái cớ". Phải đọc toàn bài để thấy cái tuyệt vời của lý luận và phê bình. Anh dẫn dắt độc giả đi từ lập luận này đến lập luận khác rất cuốn hút. Nơi đây, chỉ xin trích một ít:

"Vũ Khắc Khoan có thể đã chịu một ít ảnh hưởng của Samuel Beckett. Và ông đã thành công trong việc làm mới kịch Việt, với những vở kịch được viết sau này của ông, dựa trên một vài kỹ thuật mà Samuel Beckett đã sử dụng trong *En Attendant Godot* và những kịch sau đó. Nhưng chính cái tài sử dụng ngôn ngữ cũng như sự tinh tế của Vũ Khắc Khoan khi nhìn ra những kho tàng ẩn giấu chưa được khám phá trong các vở chèo cổ hay hát bội Việt đã là những yếu tố góp phần nhiều nhất vào sự thành công của ông. Trong cuốn tuỳ bút *Mơ Hương Cảng*, Vũ Khắc Khoan có một bài viết bày tỏ sự thích thú về vở kịch *En Attendant Godot* của Beckett. Trả lời câu hỏi của Nguyễn Đông Châu trên báo Văn (Sàigòn): *Từ Shakespeare, Racine tới Camus, Beckett, kịch đã tiến triển như thế nào. Và trong các tác giả trên, ông lưu ý đến ai?* Vũ Khắc Khoan đã nói tóm lại là ông thích nhất hai người: Shakespeare (lắm lời nhất) và Beckett (ít lời nhất). Cũng trên Văn (Sàigòn), để trả lời câu hỏi của Nguyễn Nam Anh: *Ông nghĩ sao về Ionesco? Samuel Beckett?* Vũ Khắc Khoan nói: *Ionesco dưới Beckett một bực. Nhưng cũng vì vậy mà với Ionesco thì còn kịch. Với Beckett, kịch dần dần tự hóa giải để trở thành vô ngôn.*

Vũ Khắc Khoan yêu sự vô ngôn này. Ông cũng lặp đi lặp lại nhiều lần cái quan niệm của ông cho rằng một vở kịch lớn là một vở kịch không có khán giả. Khán giả với diễn viên là một. Khán trường và sân khấu không còn sự ly cách (sự ly cách này vốn dĩ đã thật là mỏng manh trong bản chất của kịch).

En Attendant Godot là một vở kịch cả thế giới biết đến của Samuel Beckett, được viết trong giai đoạn 1947-1949. In thành kịch bản năm 1952. Diễn lần đầu vào tháng Giêng, 1953. Bản dịch ra Anh văn là *Waiting for Godot* năm 1954… Vở kịch này là một cuộc cách mạng trong cơ cấu kịch, trong chất liệu kịch, và trong sự trình diễn. Thông điệp của vở kịch là sự chờ đợi. Vở kịch được xây dựng quanh hai diễn viên chính, qua đó, tác giả trình bày hoàn cảnh và đặc tính của sự chờ đợi. Cái đặc tính này cũng là yếu tính của vở kịch. Kịch ở đây không còn trình bày về một biến cố nào đó, nhưng nó trình bày chính nó. Tự nó là một vũ trụ riêng với những khả tính và yếu tính mà tác giả muốn nó có." (sđd, tr. 147-148)

*

Tôi có được xem đoạn video trong ngày ra mắt sách "*9 Khuôn Mặt. 9 Phong Khí Văn Chương*" này của anh. Tất cả những nhà văn, nhà thơ, nhà báo, giáo sư, dịch giả... có mặt đều rất khen phần văn chương và phê bình của BVP. Nhà thơ Trịnh Y Thư nhận xét, "Đặc trưng trong phong cách văn học của Bùi Vĩnh Phúc hàn lâm nhưng không thiếu tính thơ và trữ tình, bởi vì trước khi đi vào lý luận văn học thì BVP đã từng là một nhà thơ. Phê bình văn học đòi hỏi người viết phải có một căn bản về văn học, các lý thuyết văn học. Ngoài ra, còn phải thấu triệt các vấn đề về triết học, tâm lý học, mỹ học; thậm chí các ngành khác như âm nhạc, hội họa, kịch nghệ, v.v.. Bùi Vĩnh Phúc là một nhà phê bình văn học đứng đắn, nghiêm cẩn". Giáo sư Trần Chấn Trí chia sẻ, "Khi xem xét một bài thơ", với lối phê bình tài hoa của một "Nhà Phê Bình/nhà Ngôn Ngữ Học [, BVP] đã soi sáng cho người đọc thấy hiệu ứng âm thanh đóng một vai trò trọng yếu như thế nào trong nghệ thuật làm cho những vần thơ, yên lặng trên trang giấy, lấp lánh trên không gian ba chiều, cộng thêm chiều thứ tư là cảm xúc của người đang thưởng ngoạn bài thơ [...] Bùi Vĩnh Phúc xem xét nhiều góc độ khác nhau như lời thơ, ý thơ, tứ thơ, vần điệu. Nhưng đặc biệt là anh chiếu thẳng vào từng từ ngữ, tháo tung nó ra như người thợ sửa đồng hồ săm soi từng bộ phận chi li của nó... Bùi Vĩnh Phúc đã say mê đi thật sâu vào thế giới âm thanh của từng chữ, từng âm tiết, thậm chí từng âm tố… Từ trước đến giờ, chưa có ai phê bình thơ mà đi vào tận cùng thế giới âm và thanh như Bùi Vĩnh Phúc. Anh dùng ngôn ngữ học để lột trần ngôn ngữ trong thi ca..." Nhà văn Đặng Thơ Thơ phát biểu, "Độc giả có thành kiến rằng phê bình văn học là những gì khô khan hay 'hại não', nhưng thành kiến đó không đúng với Bùi Vĩnh Phúc, nhờ cách vận dụng ngôn ngữ, thủ pháp nghệ thuật, và sự liên tưởng để bài phê bình cũng là một bản văn đầy chất thơ, làm rung cảm người đọc. Cuốn sách *9 Khuôn Mặt. 9 Phong Khí Văn Chương* là chứng nghiệm thơ mộng như thế. Trong cuốn sách này, Bùi Vĩnh Phúc đã sử dụng nhiều phương pháp phê bình để tiếp cận văn bản, trong đó có cấu trúc luận, ký hiệu học, ngôn ngữ học, và áp dụng phân tâm học và hiện tượng luận để soi rọi khung văn hoá của từng đối tượng được nghiên cứu... [Qua cuốn sách, BVP viết về] *9 Khuôn Mặt 9 Phong Khí Văn Chương*, nhưng theo tôi phải là 10, vì phong khí văn chương thứ 10 là chính Bùi Vĩnh Phúc."

Từ những bài thơ đăng báo hồi Tuổi Hoa đến nay đã hơn nửa thế kỷ đến những bài viết của hiện tại, "Người bạn" thời hoa mộng ấy đã đi những bước dài bằng đôi hia bảy dặm, nêm đầy kiến thức mỗi ngày qua việc dạy và học, đọc sách, vui chơi cùng bè bạn và cả những cuộc lữ đó đây. Nhà báo Phan Tấn Hải tiết lộ, "Bùi Vĩnh Phúc là hình ảnh một Cung Tiến bên âm nhạc, do Cung Tiến sáng tác nhạc rất ít nhưng ngày nào cũng sống với âm nhạc. BVP cũng viết rất ít nhưng đọc mỗi ngày và đọc nhiều lắm. Khoảng gần 40 năm trước, Phan Tấn Hải ghé nhà Bùi Vĩnh Phúc ở Irvine có 2 phòng nhưng đầy sách, sách xếp thành hàng cả dưới gầm giường." Giáo sư Quyên Di cập nhật, "Căn nhà PTH nhắc đến là nhà cũ, nhà hiện nay của BVP rộng hơn nhiều, có tới 4 phòng, nhưng 3 phòng rưỡi dùng để chứa sách!"

Xin chúc mừng anh Bùi Vĩnh Phúc, người mãi mãi chung thủy với văn chương. Hy vọng sẽ tiếp tục được đọc những tác phẩm mới của anh mà tôi đoan chắc đó là những viên ngọc quý. Vì chúng được tác giả viết một cách cẩn trọng bằng trái tim yêu thương và khối óc sáng suốt của một người tài hoa, sống cùng và sống với văn chương. Trọn đời.

Tháng 11/2025

(*) Trong nhóm chủ trương tạp chí Ngôn Ngữ, và chủ biên trang văn học Trần Thị Nguyệt Mai.

www.ingramcontent.com/pod-product-compliance
Lightning Source LLC
LaVergne TN
LVHW090208051026
849517LV00001B/7
* 9 7 9 8 2 9 5 5 3 7 3 8 7 *